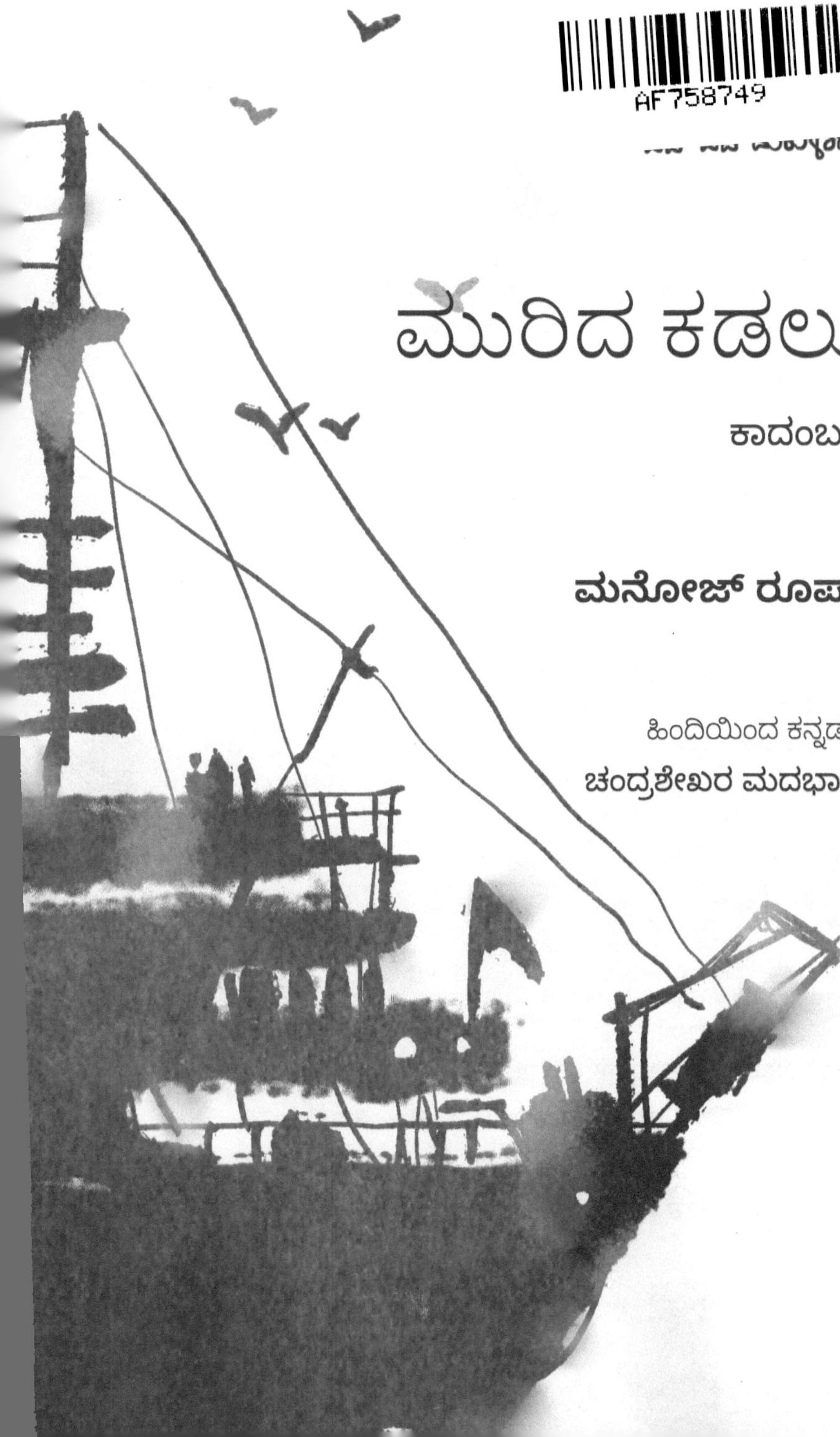

ಮುರಿದ ಕಡಲು

ಕಾದಂಬರಿ

ಮನೋಜ್ ರೂಪ್ಡಾ

ಹಿಂದಿಯಿಂದ ಕನ್ನಡಕ್ಕೆ

ಚಂದ್ರಶೇಖರ ಮದಭಾವಿ

Murida Kadalu
– A novel in Kannada
original Hindi by Manoj Rupda as 'Kaaley Adhyaay'
Translated into Kannada by Chandrashekar Madabhavi

ISBN: 978-81-975991-2-5

ಮೊದಲ ಮುದ್ರಣ: 2025

ಮುಖಪುಟ: ಅಪಾರ
ಕರಡು ತಿದ್ದುವಿಕೆ: ಪುನರ್ವಸು
ಪುಟ ವಿನ್ಯಾಸ: ಅರುಣ್ ಅಂಚೆ
ಪುಟಗಳು: 202 ಬೆಲೆ: ₹ 230
ಕಾಗದ: ಎನ್‌ಎಸ್ ಮ್ಯಾಪ್ಲಿತೊ 70 ಜಿಎಸ್ಎಂ, 1/8 ಡೆಮಿ

ಪ್ರತಿಗಳಿಗಾಗಿ ಸಂಪರ್ಕಿಸಿ:
ಛಂದ ಪುಸ್ತಕ
ಐ–004, ಮಂತ್ರಿ ಪ್ಯಾರಡೈಸ್
ಬನ್ನೇರುಘಟ್ಟ ರಸ್ತೆ
ಬೆಂಗಳೂರು–560 076
ಸೆಲ್: 98444 22782
me@vasudhendra.com

ಮುದ್ರಣ:

ಟ್ರಿನಿಟಿ ಅಕಾಡೆಮಿ, ಕುಡ್ಲು ಗೇಟ್, ಹೊಸೂರು ರಸ್ತೆ, ಬೆಂಗಳೂರು

ಮನೋಜ್ ರೂಪ್ಡಾ

ಡಿಸೆಂಬರ್ 16, 1963ರಂದು ಗುಜರಾತ್‌ನಲ್ಲಿ ಜನನ.

ದಫನ್ ಔರ್ ಅನ್ಯ ಕಹಾನಿಯಾ, ಸಾಜ್-ನಾಸಾಜ್, ಟವರ್ ಆಫ್ ಸೈಲೆನ್ಸ್, ಆಮಾಜಗಾಹ- ಇವರ ಕಥಾಸಂಕಲನಗಳು. ಪ್ರತಿಸಂಸಾರ ಹಾಗೂ ಕಾಲೆ ಅಧ್ಯಾಯ- ಇವರ ಕಾದಂಬರಿಗಳು. ಕಲಾ ಕಾ ಆಸ್ವಾದ್- ಇವರ ವೈಚಾರಿಕ ಲೇಖನಗಳ ಕೃತಿ. ಇವರ ಕತೆಗಳು ಭಾರತದ ಪ್ರಮುಖ ಭಾಷೆಗಳಿಗೆ ಅನುವಾದಗೊಂಡಿವೆ.

ಸಾಹಿತ್ಯದ ಜೊತೆಗೆ ಇವರು ಚಿತ್ರಕಲೆಯಲ್ಲೂ ತಮ್ಮನ್ನು ತೊಡಗಿಸಿಕೊಂಡಿದ್ದಾರೆ.

ವನಮಾಲಿ ಕಥಾ ಸಮ್ಮಾನ್, ಇಂದುಶರ್ಮಾ ಕಥಾ ಸಮ್ಮಾನ್, ಪಾಖಿ ಸಮ್ಮಾನ್, ಕಥಾಕ್ರಮ ಸಮ್ಮಾನ್ ಸೇರಿದಂತೆ ಇನ್ನೂ ಹಲವು ಪ್ರಶಸ್ತಿಗಳು ಇವರಿಗೆ ಸಂದಿವೆ.

manojrupada@gmail.com

ಚಂದ್ರಶೇಖರ ಮದಭಾವಿ

ಮೂಲತಃ ವಿಜಯಪುರದವರು. ಇಂಜಿನಿಯರಿಂಗ್ ವ್ಯಾಸಂಗ ಮಾಡಿ, ಪ್ರಸ್ತುತ ಬೆಂಗಳೂರಿನಲ್ಲಿ ಐ.ಟಿ ಉದ್ಯೋಗಿ. ಇವರ ಕತೆ, ಕವನಗಳು ಪತ್ರಿಕೆಯಲ್ಲಿ ಪ್ರಕಟವಾಗಿವೆ. ಇಂಗ್ಲಿಷ್ ಹಾಗೂ ಹಿಂದಿಯಿಂದ ಹಲವಾರು ಸಣ್ಣಕತೆಗಳನ್ನು ಕನ್ನಡಕ್ಕೆ ಅನುವಾದ ಮಾಡಿದ್ದಾರೆ. ಇತ್ತೀಚೆಗೆ ಇವರ 'ಹನಿಕಣಜ' ಎಂಬ ಹನಿಗವನ ಸಂಕಲನವು ಪ್ರಕಟವಾಗಿದೆ.

ಇವರು ಹಿಂದಿಯಿಂದ ಕನ್ನಡಕ್ಕೆ ಅನುವಾದಿಸಿರುವ ದಿವ್ಯಪ್ರಕಾಶ್ ದುಬೆಯವರ 'ಷರತ್ತುಗಳು ಅನ್ವಯಿಸುತ್ತವೆ' ಕಥಾಸಂಕಲನವು ಪ್ರಕಟಗೊಂಡಿದೆ. ಶಿವಕುಮಾರ ಮಾವಲಿಯವರ 'ಒಂದು ಕಾನೂನಾತ್ಮಕ ಕೊಲೆ' ಎನ್ನುವ ಕನ್ನಡ ನಾಟಕವನ್ನು ಹಿಂದಿಗೆ ಅನುವಾದಿಸಿದ್ದಾರೆ.

ಕನ್ನಡ ಸಿನಿಮಾಗಳಲ್ಲಿ ಚಿತ್ರಕಥೆ, ಸಂಭಾಷಣೆ ಬರೆಯುವುದರ ಜೊತೆಗೆ ನಟನೆಯಲ್ಲಿಯೂ ತೊಡಗಿಸಿಕೊಂಡಿದ್ದಾರೆ.

chandra4u@gmail.com | 95910 81983

ಮುರಿದ ಕಡಲು

ಕಾದಂಬರಿ

ಮುರಿದ ಕಡಲಿನೊಳಗೆ ಈಜಲಾಗದ ಸಂಕಟ

ಕಾದಂಬರಿ ಮಾಧ್ಯಮವು ಸಾಹಿತ್ಯಕ್ಕೆ ಪ್ರವೇಶ ಪಡೆದ ತಕ್ಷಣ ಏನು ಜನಪ್ರಿಯತೆ ಪಡೆಯಿತೋ ಅದನ್ನು ಈ ಗಳಿಗೆಯ ತನಕ ಮತ್ತೊಂದು ವಿಧದ ಬರವಣಿಗೆ ಪಡೆಯಲಿಲ್ಲ. ಇದು ಎಲ್ಲಾ ದೇಶಕಾಲಕ್ಕೂ ಸಲ್ಲುವ ಬರಹಲೋಕದ ವಿದ್ಯಮಾನ. ಬಹುಶಃ ನಮ್ಮ ಮನಸ್ಸುಗಳೊಳಗಿರುವ ವಿಸ್ತಾರವಾದ ಕಥೆಯ ಅಪೇಕ್ಷೆ ಇದಕ್ಕೆ ಕಾರಣವಾಗಿದ್ದಂತೆ, ಸಾಹಿತ್ಯದಲ್ಲಿ ಯಾವ ಜಟಿಲತೆಯನ್ನೂ ಬಯಸದೆ ಸರಾಗ ಮನರಂಜನಾತ್ಮಕ ಓದನ್ನು ಮಾತ್ರ ಅಪೇಕ್ಷಿಸುವ ಒಂದು ಓದುಗ ಸಮೂಹವೂ ಕಾರಣ. ಈ ಕಾರಣದಿಂದಲೆ ಇರಬಹುದು, ಜಗತ್ತಿನ ಬಹುತೇಕ ಭಾಷೆಗಳಲ್ಲಿ ವರ್ಷವರ್ಷವೂ ಹೊರಬರುವ ವಿಪುಲ ಸಂಖ್ಯೆಯ ಕಾದಂಬರಿಗಳು ವಸ್ತುವಿನ ಆಳವನ್ನು ಕೆದಕದೆ ತೇಲಿಸಿಕೊಂಡು ಹೋಗುವ ಗುಣವನ್ನು ಅರಿತೋ ಅರಿಯದೆಯೋ ಲಕ್ಷಣವನ್ನಾಗಿಸಿಕೊಂಡುಬಿಟ್ಟಿವೆ. ಈ ಲಕ್ಷಣವನ್ನೂ ಒಡೆಯುವ ಕಾಲ ಕಳೆದೆರಡು ದಶಕದಿಂದ ಜಗತ್ತಿನೆಲ್ಲೆಡೆ ಆರಂಭವಾಗಿದೆ.

ಭಾರತದ ಭಾಷೆಗಳಲ್ಲೂ ಮಧ್ಯಮವರ್ಗದ ಕೌಟುಂಬಿಕ ಭಿತ್ತಿಯನ್ನೇ ಆಧರಿಸಿದ್ದ ಕಾದಂಬರಿಗಳು ಕ್ರಮಕ್ರಮೇಣ ಹಿನ್ನೆಲೆಗೆ ಸರಿಯುತ್ತಿವೆ. ಅಲ್ಲಿ ವಸ್ತುವೊಂದರ ಸಮಗ್ರ ಅಧ್ಯಯನದ ಫಲವಾಗಿ ಹೊರಹೊಮ್ಮುವ ಗಂಭೀರ ವಿಚಾರಗಳು ಮುಖ್ಯರಂಗಕ್ಕೆ ಬರುತ್ತಿವೆ. ಸಮಕಾಲೀನ, ಐತಿಹಾಸಿಕ ಅಥವಾ ಪೌರಾಣಿಕ ಈ ಯಾವ ವಸ್ತುವನ್ನೆತ್ತಿಕೊಂಡರೂ ಅಲ್ಲಿ ಭಾವುಕತೆ ಅತಿರಂಜಕತೆ ಭಾಷಾವೈಭವಗಳು ಪ್ರಧಾನವಾಗದೆ ವಿಚಾರಗಳ ಕುರಿತು ಸಮಗ್ರ ದೃಷ್ಟಿಕೋನವೊಂದು ನಾಯಕ ನಾಯಕಿಯರನ್ನು ಪಕ್ಕಕ್ಕೆ ಸರಿಸುವಷ್ಟು ಪ್ರಬಲವಾಗುತ್ತಿದೆ. ಇದಕ್ಕೆ ಕನ್ನಡವೂ ಸೇರಿದಂತೆ ಅನೇಕ ಭಾರತೀಯ ಭಾಷೆಗಳ ಕಾದಂಬರಿಗಳನ್ನು ಉದಾಹರಿಸಬಹುದು. ಪ್ರಸ್ತುತ ಕಾದಂಬರಿ 'ಮುರಿದ ಕಡಲು' ಕೂಡ ಈ ಉದಾಹರಣೆಗಳಲ್ಲಿ ಸೇರುತ್ತದೆ.

ಮನೋಜ್ ರೂಪ್ಡಾ ಅವರ ಈ ಹಿಂದಿ ಕಾದಂಬರಿಯು ತೆರೆದಿಡುವ ಲೋಕ ಬಹುಕಾಲ ನಮ್ಮ ಮನಸ್ಸನ್ನು ಅಶಾಂತಗೊಳಿಸುತ್ತದೆ. ಗಾಢ ದುಃಖವೊಂದು ಆವರಿಸಿ ಒಲ್ಲೆ ಎಂಬುವವರನ್ನೂ ಬಿಡದೆ ವಿಚಾರದಾಳಕ್ಕೆ ಎಳೆಯುತ್ತದೆ. ಮುರಿದ ದೋಣಿಯನ್ನು ಹೇಗೋ ದುರಸ್ತಿ ಮಾಡಬಹುದು. ಕಡಲೇ ಮುರಿದರೆ? ಚಂದ್ರಶೇಖರ ಮದಭಾವಿಯವರ ಕನ್ನಡ ಅನುವಾದವು ಎಲ್ಲಿಯೂ ತೊಡಕಿಗೆ ಸಿಕ್ಕಿಹಾಕಿಕೊಳ್ಳದೆ, ಮೂಲ ಕಾದಂಬರಿಕಾರರ 'ದನಿ'ಯನ್ನು ಕಿಂಚಿತ್ತೂ ಪಲ್ಲಟಿಸದೆ ಕಾದಂಬರಿಯನ್ನು ಓದುಗರಿಗೆ ಇತ್ತಿದೆ. ಇದು ಛಂದ ಪ್ರಕಾಶನದ ವಿಶೇಷತೆ.

ಈ ಕಾದಂಬರಿಯ ನಾಯಕ ನಾಯಕಿ ಖಳ ಎಲ್ಲವೂ ಒಂದೇ! ಅದು ಮಾನುಷ ನೀಚತನ. ಯಾವತ್ತೂ ಮನುಷ್ಯ ಜಗತ್ತನ್ನು ಆಳಿರುವುದು ಸಜ್ಜನರಲ್ಲ, ತನ್ನ ಹಿತವನ್ನು

ರಕ್ಷಿಸಿಕೊಳ್ಳುವ ಬಲಾಢ್ಯರ ಗುಂಪು. ಈ ಗುಂಪಿಗೆ ಸಮಷ್ಟಿಯ ಒಳಿತು ಕೆಡುಕು ವಿಷಯವಲ್ಲ. ಒಟ್ಟು ಸಮಾಜದ ಗತಿಯೇನು ಎಂಬ ಪ್ರಶ್ನೆಯನ್ನು ಅದು ಉತ್ತರಿಸುತ್ತ ಬಂದಿರುವುದು ಒಂದೇ ಒಂದು ವಾಕ್ಯದಿಂದ – ನಾನು ಉಳಿಯಬೇಕು, ಮತ್ತು ಯಾರು ಉಳಿಯುತ್ತಾರೋ ಅವರೇ ಸಮಾಜ!

ಇಂತಹ ಮಾನುಷನೀಚತ್ವದ ಒಳಗನ್ನು ನೆಲ, ಕಾಡು, ನೀರು ಈ ಮೂರು ನೆಲೆಗಳಲ್ಲೂ ಸಂದರ್ಭಗಳನ್ನು ಸೃಷ್ಟಿಸಿಕೊಳ್ಳುತ್ತ ಕಾದಂಬರಿಯು ಬಗೆಯುತ್ತದೆ. ಕೊನೆಗೆ ಉಳಿಯುವ ಸಂಕಟ – ತಮ್ಮ ಪಾಡಿಗೆ ಬದುಕುವ ಬಹುಜನರ ಗುಂಪು ಕೊನೆಗೂ ಒಂದು ಹಿಡಿ ನೀಚರ ಪ್ರತ್ಯಕ್ಷ ಯಾ ಪರೋಕ್ಷ ಅಧೀನದಲ್ಲೇ ಇದ್ದುಬಿಡುತ್ತದೆ ಎಂಬುದು. ಪ್ರತಿರೋಧವು ಹುಟ್ಟಿದಾಗಲೂ ಈ ಬಹುಜನರ ಗುಂಪು ತಮಗೊಳಿತು ಮಾಡಬಹುದಾದ ಪ್ರತಿರೋಧಕ್ಕೆ ಕೈಜೋಡಿಸದೆ ನೀಚರ ಪೋಷಣೆಗೆ ನಿಂತುಬಿಡುತ್ತದೆ ಎಂಬುದು. ನಿಜವಾದ ಮಾನುಷ ಚರಿತ್ರೆ ಇದೇ ಆಗಿದೆ.

ಆ ಚರಿತ್ರೆಯನ್ನೇ ಈ ಕಾದಂಬರಿ ಪ್ರಸ್ತುತದ ಮಾವೋವಾದಿ ಸಶಸ್ತ್ರ ನಕ್ಸಲ್ ಕ್ರಾಂತಿ, ನಿಶ್ಶಬ್ದವಾಗಿ ಜಗತ್ತನ್ನು ಹೀರುತ್ತಿರುವ ಹಿಡಿಯಷ್ಟು ಕಾರ್ಪೊರೇಟ್ ಪಿಪಾಸಿಗಳ ಸಂಚು, ಎಂದೂ ಸ್ವಹಿತದ ಆಚೆಗೆ ಯೋಚಿಸದ ರಾಜಕೀಯ ಈ ಮೂರೂ ಭಿತ್ತಿಗಳಲ್ಲಿ ಚಿತ್ರಿಸುತ್ತದೆ. ಇವು ಮೂರೂ ಭಾರತದ ಸಮಸ್ಯೆಗಳಾಗಿರುವಾಗಲೇ ಇಡೀ ವಿಶ್ವದ್ದೂ ಆಗಿರುವ ಕಹಿಸತ್ಯವನ್ನು ಮೂರು ಒಡೆಯುವ ರೂಪಕಗಳ ಮೂಲಕ ತಣ್ಣಗೆ ವಿವರಿಸುವ ವಿವರಣೆಯು ಇಂತಹ ಓದಿಗೆ ತೆರೆದುಕೊಳ್ಳದಿರುವವರೊಳಗೆ ಹೊಟ್ಟೆತೊಳಸು ಉಂಟು ಮಾಡಿದರೆ ಅನಿರೀಕ್ಷಿತವಲ್ಲ.

ಜೀವಂತ ಮನುಷ್ಯ, ಜೀವಂತ ಪ್ರಾಣಿ, ಜೀವಂತ ವಸ್ತುವನ್ನು ಜೀವವಿರುವಾಗಲೇ ಒಡೆದು ಛಿದ್ರಗೊಳಿಸಿ ಆನಂದಿಸುವ ಮನುಷ್ಯ ಮತ್ತು ಇದು ವಿನಾಶಕಾರಿಯೆಂದು ತಿಳಿದೂ ಮೌನವಾಗಿ ಬೆಂಬಲಿಸುವ ಗುಂಪು ಎರಡೂ ಎಂದೂ ಇರುತ್ತವೆ. ಇದೇ ಕಾದಂಬರಿ ಹೇಳುವ ಸತ್ಯ. ಪ್ರತಿರೋಧದ ಧ್ವನಿಗೆ ಸರ್ವವಿನಾಶದ ಕೊನೆಯಲ್ಲಿ ಚಮಚೆಯಷ್ಟು ಗೆಲುವು ದೊರೆಯಬಹುದಾದರೂ ಅದು ಶಾಶ್ವತವಲ್ಲ.

ವಸುಧೇಂದ್ರ ಮತ್ತು ಛಂದ ನಿಮಗೆ ನನ್ನ ನಮಸ್ಕಾರ.

ಲಲಿತಾ ಸಿದ್ಧಬಸವಯ್ಯ

ಪೀಠಿಕೆ

ಅಗಾಧವಾದುದೊಂದು ನಿರ್ಜೀವವಾಗಿ ಕುಸಿಯುವುದನ್ನು ಮತ್ತು ಅದ್ಭುತವಾದು ದೊಂದನ್ನು ನಿಯಂತ್ರಣಕ್ಕೆ ಮೀರಿದ ಶಕ್ತಿಗಳು ಒಡೆಯುವುದನ್ನು ನೋಡುವುದು ಒಂದು ವಿಭಿನ್ನವಾದ ನೋವನ್ನು ಉಂಟು ಮಾಡುತ್ತದೆ.

ಕತ್ತರಿಸುವ ಯಂತ್ರಗಳು, ಕ್ರೇನ್‌ಗಳು ಹಡಗನ್ನು ಒಡೆಯುವುದು.

ಕಾಡುನಾಯಿಗಳು ಜೀವಂತ ಆನೆಯನ್ನು ತಿಂದು ಹಾಕುವುದು.

ಕಾರ್ಪೊರೇಟ್‌ಗಳು ಕಾಡನ್ನು ಗಣಿಗಾರಿಕೆಯಿಂದ ನಾಶಮಾಡುವುದು.

ಮಾರ್ಗದರ್ಶಕ, ಸಹ ಪ್ರಯಾಣಿಕ ಅಥವಾ ಸ್ವಂತ ಸಹೋದರಿ ನಿಮ್ಮನ್ನು ಒಂಟಿಯಾಗಿಸಿ ತೊರೆದು ಹೋಗುವುದು ಕೂಡ ಅದೇ ರೀತಿಯ ನೋವನ್ನು ಉಂಟು ಮಾಡುತ್ತದೆ.

❑❑❑

ಭಾಗ 1

ಕಾಡು

ಸ್ಮಶಾನ

ನಾನು ಹಡಗಿನ ಡೆಕ್ ಮೇಲೆ ಇದ್ದ ರೇಲಿಂಗ್‌ಗೆ ಬೆನ್ನು ಒರಗಿಸಿಕೊಂಡು ನಿಂತಿದ್ದೇನೆ. ನನ್ನ ಕೈಯಲ್ಲಿ ಕ್ಯಾಪ್ಟನ್ ದತ್ ಅವರ ಹರಿದು ಹೋದ ಡೈರಿ ಇದೆ. ಅದರಲ್ಲಿ ಪ್ರಕೃತಿ ಹಾಗೂ ಜೀವನದ ಬಗ್ಗೆ ಕೆಲವು ವಿಷಯಗಳನ್ನು ಹೇಳಲಾಗಿದೆ. ಅದರಲ್ಲಿ ವ್ಯಕ್ತಪಡಿಸಿದ ವಿಚಾರಗಳು ಅತ್ಯಂತ ನಿಷ್ಠುರವಾಗಿವೆ; ಅವರು ತಮ್ಮ ಬಗ್ಗೆ ಎಷ್ಟು ನಿಷ್ಠುರವಾಗಿದ್ದರೋ ಹಾಗೆ. ಪಾಳು ಬಿದ್ದ ಹಡಗನ್ನು ತೆರವುಗೊಳಿಸುವಾಗ ಕೊನೆಯಲ್ಲಿ ಎಲ್ಲೋ ಮೂಲೆಯಲ್ಲಿ ಸಿಕ್ಕ ಈ ಡೈರಿಯನ್ನು ಈಗ ಅಸಡ್ಡೆಯಿಂದ ಕಸದ ರಾಶಿಯ ಮೇಲೆ ಎಸೆಯಲಾಗಿತ್ತು. ಕ್ಯಾಪ್ಟನ್ ದತ್ ತಮ್ಮ ಜೀವನದುದ್ದಕ್ಕೂ ಅತ್ಯಂತ ಉತ್ಸಾಹದಿಂದ ಮತ್ತು ಮಗ್ನತೆಯಿಂದ ಆ ದಿನಚರಿಯನ್ನು ಬರೆಯುತ್ತಿದ್ದರು. ಅಂತಹ ಡೈರಿಯನ್ನು ಇಂದು ನಿರ್ದಯವಾಗಿ ಹರಿದು ಎಸೆದಿದ್ದರು.

ನಮ್ಮ ಹಡಗು ಈಗ ಮುಂಬೈ ದಡದಲ್ಲಿ ಲಂಗರು ಹಾಕಿ ನಿಂತಿದೆ. ನಾನು ಆ ಡೈರಿಯ ಹರಿದ ಪುಟಗಳನ್ನು ಕೈಯಲ್ಲಿ ಹಿಡಿದು ನಿಂತಿದ್ದೇನೆ. ಪುಟಗಳು ಗಾಳಿಗೆ ಹಾರಾಡುತ್ತಿವೆ. ಈಗ ಈ ಹಡಗಿನಲ್ಲಿ ಏನನ್ನೂ ತುಂಬುತ್ತಿಲ್ಲ, ಏಕೆಂದರೆ ಇದನ್ನು ಕೆಲವು ದಿನಗಳ ನಂತರ ಅಲಂಗ್‌ನ ಶಿಪ್ ಬ್ರೇಕಿಂಗ್ ಯಾರ್ಡ್‌ಗೆ ಕಳಿಸಲಾಗುವುದು. ಆ ಪ್ರಯಾಣವೇ ಈ ಹಡಗಿನ ಅಂತಿಮ ಪ್ರಯಾಣವಾಗಿರುತ್ತದೆ.

ನಾನು ಹಡಗಿನ ಒಂದು ತುದಿಯಿಂದ ಇನ್ನೊಂದು ತುದಿಯವರೆಗೆ ಕಣ್ಣೋಡಿಸಿದೆ. ಏಳು ವರ್ಷಗಳ ಹಿಂದೆ, ಅಂದರೆ ನಾನು ಮೊದಲ ಬಾರಿಗೆ ಥರ್ಡ್ ಇಂಜಿನಿಯರ್ ಆಗಿ ಈ ಹಡಗಿಗೆ ಕಾಲಿಟ್ಟಾಗಲೂ ಇದೇ ರೀತಿಯಲ್ಲಿ ನೋಡಿದ್ದೆ. ಆ ದಿನವೂ ಇಷ್ಟೇ ಪ್ರಕಾಶಮಾನವಾಗಿ ಇಷ್ಟೇ ತಾಪಮಾನವಿತ್ತು. ಆ ದಿನದ ನನ್ನ ನೋಟಕ್ಕೂ ಈಗಿನ ನನ್ನ ನೋಟಕ್ಕೂ ಇರುವ ವ್ಯತ್ಯಾಸ ಕೇವಲ ದೃಷ್ಟಿಕೋನ ಮಾತ್ರ. ಒಂದು ಹೊಸ ಆರಂಭವನ್ನು ಮಾಡುವಾಗ, ದೊಡ್ಡ ಜವಾಬ್ದಾರಿಯೊಂದಿಗೆ ಉಸ್ತುವಾರಿಯನ್ನು ವಹಿಸಿಕೊಳ್ಳುವಾಗ ನಮ್ಮ ಕೆಲಸದ ವ್ಯಾಪ್ತಿಯನ್ನು ನೋಡುವುದಕ್ಕೂ ಮತ್ತು ಸುದೀರ್ಘ ಸಮಯದ ನಂತರ ಸೇವಾ ನಿವೃತ್ತಿ ಸಮೀಪಿಸುತ್ತಿರುವ ದಿನಗಳಲ್ಲಿ ನೋಡುವುದಕ್ಕೂ ವ್ಯತ್ಯಾಸವಿದೆ.

ಆದರೆ ಇಲ್ಲಿ ಪ್ರಶ್ನೆ ಕೇವಲ ನನ್ನ ದೃಷ್ಟಿಕೋನ ಅಥವಾ ನನ್ನ ಮನಸ್ಥಿತಿಯ ಬಗ್ಗೆ ಅಲ್ಲ. ಹಡಗು ಕೂಡ ನನ್ನನ್ನು ನೋಡುತ್ತಿತ್ತು, ಮೌನವಾಗಿ, ನಿರ್ವಿಕಾರ ಭಾವದಿಂದ. ಅದರ ಕಣ್ಣುಗಳಲ್ಲಿ ಯಾವುದೇ ಥರದ ಹಿಂಜರಿಕೆ ಇರಲಿಲ್ಲ. ಹಾಗೆ ನೋಡಿದರೆ ಕೇವಲ ನನ್ನ ಜೀವನೋಪಾಯ ಕೊನೆಗೊಳ್ಳುತ್ತಿತ್ತು, ಆದರೆ ಹಡಗು ಸಂಪೂರ್ಣವಾಗಿ ನಾಶವಾಗಲು ಸಿದ್ಧವಾಗುತ್ತಿತ್ತು.

ನಾನೇಕೆ ಯಾವಾಗಲೂ ದೊಡ್ಡ ವಸ್ತುಗಳ ಮೋಹಪಾಶದಲ್ಲಿ ಬಂಧಿತನಾಗಿರುತ್ತೇನೆ? ಪ್ರತಿ ಬಾರಿಯೂ ಒಂದು ದೊಡ್ಡ ವಿಘಟನೆಯನ್ನು ನೋಡುವುದು ನನ್ನ ಹಣೆಬರಹದಲ್ಲಿ ಬರೆದಿದೆಯೇ? ಬಾಲ್ಯದಲ್ಲಿ ನಾನು ಒಂದು ಆನೆ ಸಾಯುವುದನ್ನು ನೋಡಿದ್ದೆ, ನಂತರ ನನ್ನ ಸಮುದಾಯ ವಿಭಜನೆಯಾಗುವುದನ್ನು ನೋಡಿದ್ದೆ, ಈಗ ಈ ಹಡಗು ಚೂರಾಗುವುದನ್ನು ನೋಡುತ್ತೇನೆ. ಏಳು ವರ್ಷಗಳ ಕಾಲ ಇದರ ಜೊತೆಗೆ ಇದ್ದ ನಾನು, ಒಂದು ಜೀವಂತ ಪ್ರಾಣಿಯ ಜೊತೆಗೆ ಹೊಂದಿರುವಂತಹ ಆತ್ಮೀಯ ಸಂಬಂಧವನ್ನು ಇದರೊಂದಿಗೆ ಹೊಂದಿರುವೆ.

ಹಡಗಿನ ವಿಶಾಲವಾದ ಡೆಕ್‌ನ್ನು ನೋಡುತ್ತಾ ನನ್ನ ಕಣ್ಣುಗಳು ಕಸದ ರಾಶಿಯ ಮೇಲೆ ನಿಂತವು. ಆ ಕಲಸುಮೇಲೋಗರದ ಕಸವನ್ನು ತುಸು ಕಾಲ ನೋಡುತ್ತಲೇ ಇದ್ದೆ. ನಂತರ ಡೈರಿಯ ಪುಟಗಳನ್ನು ಜಾಕೆಟ್‌ನ ಜೇಬಿನಲ್ಲಿ ಹಾಕಿಕೊಂಡು ಡೆಕ್‌ನಿಂದ ಕೆಳಗೆ ಇಳಿದು ಬಂದೆ.

ಬಂದರಿನ ಸಮೀಪವಿರುವ ಬಡಾವಣೆಗಳಲ್ಲಿ ಅಲೆದಾಡುವ ಬದಲು ನನ್ನ ಕ್ಯಾಬಿನ್‌ಗೆ ಹಿಂತಿರುಗಿದೆ. ಒಂದು ಮದ್ಯದ ಬಾಟಲಿಯನ್ನು ತರಿಸಿಕೊಂಡು ಕೋಣೆಯಲ್ಲಿ ಉಳಿದುಬಿಟ್ಟೆ. ಬಯಸಿದರೆ ಕಿಟಕಿಯನ್ನು ತೆರೆದು ಇಡೀ ಸಮುದ್ರ, ಬಂದರು ಮತ್ತು ಲಂಗರು ಹಾಕಿರುವ ನನ್ನ ಹಡಗು 'ಜಲದೂತ'ನನ್ನು ನೋಡಬಹುದು. ಆದರೆ ನನ್ನ ಜೀವನದ ಕಗ್ಗಂಟಾದ ಕಥೆಯನ್ನು ಮರಳಿ ಶೋಧಿಸಲು ಮನಸಾಗಲಿಲ್ಲ. ಹಾಗೆಯೇ ಬಿದ್ದುಕೊಂಡಿದ್ದೆ – ಏನೂ ಆಗಿಲ್ಲವೆಂದೂ, ಏನೂ ಆಗಲಿಕ್ಕಿಲ್ಲವೆಂದೂ ಅಥವಾ ಏನಾದರೂ ಆದರೆ ನನಗೇನೂ ವ್ಯತ್ಯಾಸವಾಗುವುದಿಲ್ಲವೆಂದು. ಮೊದಮೊದಲು ನನಗೆ ಯಾವುದಾದರೂ ವಸ್ತು ನಾಶವಾಗದಂತೆ ತಡೆಯಬಹುದೆಂದು ಅನಿಸುತ್ತಿತ್ತು, ಆದರೆ ಈಗ ಅಂತಹ ಭ್ರಮೆಗಳಿಲ್ಲ. ವಸ್ತುಗಳು ನಾಶವಾದಾಗ ಏನೋ ದುರ್ಘಟನೆ ಸಂಭವಿಸಿದಂತೆ ಸಣ್ಣ ಕಿರಿಕಿರಿಯಾಗಿ, ನಂತರ ಅದು ಅಳಿದು ಹೋಗುತ್ತದೆ. ಅಷ್ಟೇ, ಮತ್ತೆ ಬೇರೇನೂ ಆಗುವುದಿಲ್ಲ. ಆದರೆ ಕಿರಿಕಿರಿಯಾದ ಭಾವ ಶಾಶ್ವತವಾಗಿ ಅಳಿದು ಹೋಗುವುದಿಲ್ಲ. ಆವಾಗಾವಾಗ ನೆನಪಿನಿಂದ ಚಿಮ್ಮಿ ಬರುವಂತೆ ಮತ್ತೊಮ್ಮೆ ದುರ್ಘಟನೆ ಸಂಭವಿಸುತ್ತದೆ. ಎರಡನೇ ಬಾರಿಗೆ ಸಂಭವಿಸಿದಾಗ ಮೊದಲ ಸಲಕ್ಕಿಂತಲೂ ಹೆಚ್ಚು ದುಃಖಕರವಾಗಿರುತ್ತದೆ. ಈ ಅಂಶದ ಬಗ್ಗೆ ಉದ್ದೇಶಪೂರ್ವಕವಾಗಿ ಅಜ್ಞಾನಿಯಾಗಿರಲು ಬಯಸುತ್ತೇನೆ.

ಬೇರೆ ಬೇರೆಯಾಗಿ ನಡೆದ ಈ ಘಟನೆಗಳ ಮಧ್ಯೆ ಯಾವುದೇ ಸಾಮ್ಯತೆ ಇಲ್ಲ. ಕಾಡು ಮತ್ತು ಸಮುದ್ರದ ಪರಿಸ್ಥಿತಿಗಳು ಹಾಗೂ ನೆನಪುಗಳು ಬೇರೆ ಬೇರೆ ರೂಪಗಳಲ್ಲಿವೆ. ಆದರೆ

ಅವೆಲ್ಲ ಸ್ಮೃತಿಪಟಲದ ಮೇಲೆ ಒಂದರ ಹಿಂದೆ ಒಂದರಂತೆ ಬರುವ ಬದಲು ಒಂದೇ ಸಲಕ್ಕೆ ಇಂದು ನುಗ್ಗಿ ಬರುತ್ತಿವೆ. ಒಂದು ಕಡೆ ಕೆರಳಿದ ಸಮುದ್ರ ಮತ್ತು ಅಲೆದಾಡುವ ಹಡಗು; ಇನ್ನೊಂದು ಕಡೆ ಹಾಳಾಗಿ ಸುಡುತ್ತಿರುವ ಕಾಡು ಮತ್ತು ಒಡೆದು ಹೋಳಾಗುತ್ತಿರುವ ನನ್ನ ಸಮುದಾಯ.

ಹಾಗೆ ನೋಡಿದರೆ ಒಂದು ನೆನಪು ಇನ್ನೊಂದು ನೆನಪಿನ ಜೊತೆಗೆ ನಡೆಯುವಷ್ಟು ಉದಾರವಾಗಿರುವುದಿಲ್ಲ. ಆದರೆ ಯಾವುದೇ ಒಂದು ನೆನಪು ಇತರ ನೆನಪುಗಳು ಬಾರದಂತೆ ತಡೆಯುವಷ್ಟು ಪರಿಣಾಮಕಾರಿ ಕೂಡ ಆಗಿರುವುದಿಲ್ಲ. ಈ ಸಂದಿಗ್ಧತೆಯಿಂದ ತಪ್ಪಿಸಿಕೊಳ್ಳಲು ಯಾವುದೇ ಮಾರ್ಗವಿಲ್ಲ. ಮದ್ಯಪಾನ ತಾತ್ಕಾಲಿಕವಾಗಿ ಬಿಡುಗಡೆ ಕೊಡಿಸಬಲ್ಲದು, ಆದರೆ ಅದು ನೆನಪುಗಳಿಗಿಂತ ಪರಿಣಾಮಕಾರಿ ಆಗಿದ್ದರೆ ಮಾತ್ರ.

ನಾನು ಅಮಲಿನಲ್ಲಿದ್ದೇನೆ. ತಿಳಿವಳಿಕೆ ಎಂಬ ಸಂಕೋಲೆಯಲ್ಲಿ ನಮ್ಮನ್ನು ನಾವು ಹಿಡಿದಿಟ್ಟುಕೊಳ್ಳುವ ಬದಲು, ಬಿಡುಬೀಸಾಗುವುದರಿಂದ ಹೆಚ್ಚು ನೆಮ್ಮದಿ ಸಿಗುತ್ತದೆ. ಜೀವನ ಮತ್ತು ಬದುಕುವ ಇಚ್ಛೆ – ಎರಡು ದ್ವೀಪಗಳು. ನೆನಪುಗಳನ್ನು ಹೊತ್ತು ದಣಿದು ಸುಸ್ತಾದ, ಶಿಥಿಲಗೊಂಡ, ಕೆನ್ನೆಗಳಿಗೆ ಹೊಡೆಸಿಕೊಳ್ಳುತ್ತ, ತೂರಾಡುತ್ತಾ ಅಲೆದಾಡುವ ಹಡಗು ಯಾವುದಾದರೂ ಗಮ್ಯ ತಲುಪುವುದೋ ಅಥವಾ ಪ್ರಪಾತಕ್ಕೆ ಬಿದ್ದು ಮುಳುಗುವುದೋ ಎಂಬುದು ಹಡಗಿಗಾಗಲೀ, ನೀರಿಗಾಗಲೀ ಗೊತ್ತಿಲ್ಲ. ಅರ್ಧರಾತ್ರಿ ಕಳೆದ ಮೇಲೆ ಮತ್ತೊಮ್ಮೆ ಡೆಕ್ ಮೇಲೆ ಬಂದೆ. ನನಗೆ ಮತ್ತೊಮ್ಮೆ ಕೆನ್ನೆಗಪ್ಪಳಿಸುವ ಸಮುದ್ರದ ತಂಗಾಳಿಯಲ್ಲಿ ಕಾಡಿನ ಚರಪರ ಸದ್ದು ಕೇಳಿಸತೊಡಗಿತು.

❑❑❑

ಆನೆ

ಇಪ್ಪತ್ತೆರಡು ವರ್ಷಗಳ ಹಿಂದೆ, ನಾನು ಛತ್ತೀಸ್‌ಗಢದ ಬಾಸಾಮುಡಾ ಎಂಬ ಹಳ್ಳಿಯಲ್ಲಿ ಐದನೇ ತರಗತಿಯ ವಿದ್ಯಾರ್ಥಿಯಾಗಿದ್ದೆ. ಆಗ ಒಂದು ಆನೆಯನ್ನು ನೋಡಿದ್ದೆ. ಆನೆಯಂತಹ ದೊಡ್ಡ ಪ್ರಾಣಿಯನ್ನು ಮೊದಲೆಂದೂ ನೋಡಿರಲಿಲ್ಲ. ಆಗ ಶಾಲೆಗೆ ಹೋಗುವ ದಾರಿಯಲ್ಲಿದ್ದೆ. ಸ್ಲೇಟು, ಪುಸ್ತಕಗಳನ್ನು ತುಂಬಿದ ಬಟ್ಟೆಯ ಚೀಲವನ್ನು ಹೆಗಲಿಗೆ ನೇತು ಹಾಕಿಕೊಂಡು ಹಳ್ಳಿಯ ಅಡ್ಡರಸ್ತೆಗಳ ಮಧ್ಯದಲ್ಲಿ ನಿಂತಿದ್ದ ಆನೆಯನ್ನು ಬೆರಗುಗಣ್ಣಿನಿಂದ ನೋಡುತ್ತಲೇ ಇದ್ದೆ. ಆ ಆನೆಯ ಸುತ್ತಲೂ ಮಕ್ಕಳು, ಹೆಂಗಸರು ಮತ್ತು ಕೆಲವು ಮುದುಕರು ನಿಂತಿದ್ದರು.

ಮುದುಕರು ತಮ್ಮ ಚೀಲಗಳಿಂದ ನಾಲ್ಕಾಣೆ-ಎಂಟಾಣೆ ನಾಣ್ಯಗಳನ್ನು ತೆಗೆದು ಆನೆಯ ಸೊಂಡಿಲಿನ ಮೇಲೆ ಇಟ್ಟು, ಆನೆಗೆ ಕೈಮುಗಿದು ನಮಸ್ಕರಿಸುತ್ತಿದ್ದರು. ಆನೆಯು ತನ್ನ ಸೊಂಡಿಲನ್ನು ಮೇಲಕ್ಕೆ ತಿರುಗಿಸಿ ತನ್ನ ಕುತ್ತಿಗೆಯ ಮೇಲೆ ಕುಳಿತಿರುವ ಮಾವುತನಿಗೆ ನಾಣ್ಯಗಳನ್ನು ಕೊಡುತ್ತಿತ್ತು. ಮಹಿಳೆಯರು ತಮ್ಮ ಮನೆಗಳಿಂದ ಚುರುಮುರಿಯ ಲಡ್ಡು, ಛತ್ತೀಸ್‌ಗಢದ ಸಿಹಿ ತಿಂಡಿಗಳಾದ ಟೆಟರಿ-ಖುರ್ಮ, ಸೌತೆಕಾಯಿ, ಗಜ್ಜರಿಗಳನ್ನು ತಂದಿದ್ದರು. ಈ ಎಲ್ಲಾ ತಿನಿಸುಗಳನ್ನು ಮಾವುತನಿಗೆ ಕೊಡುವ ಬದಲಿಗೆ, ಆನೆ ತಾನೇ ನುಂಗಿ ಹಾಕುತ್ತಿತ್ತು.

ಜನರ ಬಳಿ ಆನೆಗೆ ಕೊಡಲು ಏನೂ ಉಳಿಯದಿದ್ದಾಗ, ಮಾವುತ ತನ್ನ ಕಾಲಿನ ಹೆಬ್ಬೆರಳುಗಳಿಂದ ಆನೆಯ ಎರಡೂ ಕಿವಿಗಳಿಗೆ ತಿವಿದ. ಆನೆ ಮುಂದಕ್ಕೆ ಹೊರಟಿತು. ಆನೆ ಹೋಗುತ್ತಿರುವುದು ನನಗೆ ಇಷ್ಟವಾಗಲಿಲ್ಲ. ನನ್ನೊಂದಿಗೆ ಹಳ್ಳಿಯ ಅನೇಕ ಜನರು ಆನೆ ಹೋಗುವುದನ್ನು ನೋಡುತ್ತಿದ್ದರು. ಅವರು ನೋಡುವುದಕ್ಕೂ ನಾನು ನೋಡುವುದಕ್ಕೂ ವ್ಯತ್ಯಾಸವಿತ್ತು. ಅವರು ಆನೆಯನ್ನು ಸಂತೋಷದಿಂದ ಬೀಳ್ಕೊಡುತ್ತಿದ್ದರು. ಆದರೆ ನಾನು ಆ ಆನೆಯ ಸಮ್ಮೋಹನಕ್ಕೆ ಒಳಗಾಗಿದ್ದೆ. ಮಹಿಳೆಯರು, ಮುದುಕರು ತಮ್ಮ ತಮ್ಮ ಮನೆಗಳ ಕಡೆಗೆ ಹೊರಟು ಹೋದರು ಮತ್ತು ಮಕ್ಕಳು ಶಾಲೆಯ ಹಾದಿ ಹಿಡಿದರು. ಆದರೆ ಯಾಕೋ ಗೊತ್ತಿಲ್ಲ, ನಾನು ಆನೆಯ ಹಿಂದೆ ಹಿಂದೆ ನಡೆಯತೊಡಗಿದೆ.

ತುಂಬಾ ಹೊತ್ತು ಆನೆಯ ಹಿಂದೆ ನಡೆಯುತ್ತಲೇ ಇದ್ದೆ. ಯಾವ ಶಕ್ತಿ ನನ್ನನ್ನು ಎಳೆದುಕೊಂಡು ಹೋಗುತ್ತಿತ್ತೊ ನನಗೆ ಗೊತ್ತಿರಲಿಲ್ಲ. ಹಳ್ಳಿಯ ಗಡಿ ದಾಟಿದ ನಂತರವೂ ಹಿಂತಿರುಗುವ ಪ್ರಜ್ಞೆ ನನಗೆ ಇರಲಿಲ್ಲ.

ನಿಧಾನವಾಗಿ ಹಳ್ಳಿ ಹಿಂದೆಯೇ ಉಳಿದು, ಕಾಡು ಪ್ರಾರಂಭವಾಯಿತು. ಹಳ್ಳಿ, ಮನೆ, ಅಪ್ಪ ಅವ್ವ, ಅಕ್ಕ, ಶಾಲೆ, ಶಾಲೆಯ ಗುರುಗಳು ಮತ್ತು ನನ್ನ ಎಲ್ಲಾ ಸಹಪಾಠಿಗಳು – ಈ ಎಲ್ಲಾ ವಿಷಯಗಳು ನನ್ನ ಮನಸ್ಸಿನಿಂದ ಮಾಯವಾಗಿದ್ದವು. ನನಗೆ ಯಾರ ನೆನಪೂ ಬರುತ್ತಿರಲಿಲ್ಲ. ಒಂದು ಗಂಟೆ ನಡೆದು ದಟ್ಟವಾದ ಕಾಡನ್ನು ತಲುಪಿದರೂ ಯಾವುದೇ ಚಿಂತೆಯಾಗಲೀ, ಯಾವುದೇ ಥರದ ಭಯವಾಗಲೀ ಇರಲಿಲ್ಲ. ನನಗೆ ಬರೀ ಆನೆ ಮತ್ತು ಆನೆ ಮೇಲೆ ಕುಳಿತು ಬೀಡಿ ಸೇದಿ ಹೊಗೆ ಬಿಡುತ್ತ, ಆನೆಯ ಬಳುಕುವ ನಡಿಗೆಯೊಂದಿಗೆ ಅಲ್ಲಾಡುತ್ತಿದ್ದ ವ್ಯಕ್ತಿ ಕಾಣಿಸುತ್ತಿದ್ದ.

ನಾವು ನಡೆಯುತ್ತಿದ್ದ ದಾರಿ ಒಣ ಎಲೆಗಳಿಂದ ಮುಚ್ಚಿ ಹೋಗಿತ್ತು. ದಾರಿಯಲ್ಲಷ್ಟೇ ಅಲ್ಲ ನಾಲ್ಕು ದಿಕ್ಕಿನಲ್ಲೂ ಒಣ ಎಲೆಗಳಿದ್ದು, ದೂರ ದೂರದವರೆಗೆ ಎಲೆಗಳನ್ನು ಬಿಟ್ಟು ಬೇರೇನೂ ಕಾಣುತ್ತಿರಲಿಲ್ಲ. ಆನೆಯ ಭಾರವಾದ ಹೆಜ್ಜೆಗಳಿಂದಾಗಿ ಎಲೆಗಳ ಜೋರಾದ ಶಬ್ದದ ನಡುವೆ ನನ್ನ ಹಗುರವಾದ ಪಾದಗಳ ಚರಪರ ಶಬ್ದ ಅಡಗಿ ಹೋಗಿತ್ತು. ಆದ್ದರಿಂದಲೇ ಆನೆಯ ಮೇಲೆ ಕುಳಿತವನಿಗೆ ಬೇರೆಯವರು ಕೂಡ ತಮ್ಮ ಹಿಂದೆ ಬರುತ್ತಿದ್ದಾರೆಂದು ಸ್ವಲ್ಪವೂ ಅರಿವಿಗೆ ಬರಲಿಲ್ಲ.

ಸ್ವಲ್ಪ ಸಮಯದ ನಂತರ, ನಾನು ಆನೆಯ ಹೆಜ್ಜೆಯ ಶಬ್ದದಿಂದ ನನ್ನ ಹೆಜ್ಜೆಯ ಚರಪರ ಶಬ್ದವನ್ನು ಬೇರೆ ಮಾಡಲು ಪ್ರಯತ್ನಿಸಿದೆ. ತುಂಬಾ ನಿಧಾನವಾಗಿ ಹೆಜ್ಜೆಯಿಡುತ್ತ, ಎರಡೂ ಶಬ್ದಗಳನ್ನು ಎಚ್ಚರಿಕೆಯಿಂದ ಕೇಳಲು ಪ್ರಯತ್ನಿಸುತ್ತಿದ್ದೆ. ಆಮೇಲೆ, ನನ್ನ ಹೆಜ್ಜೆಗಳ ಶಬ್ದ ಸ್ಪಷ್ಟವಾಗಿ ಕೇಳಲು ಪ್ರಾರಂಭಿಸಿ, ಭಾರವಾದ ಶಬ್ದ ಕೇಳಿಸುವುದು ಕಡಿಮೆಯಾಗತೊಡಗಿತು.

ಶಬ್ದಗಳ ನಡುವಿನ ವ್ಯತ್ಯಾಸವನ್ನು ಗಮನಿಸುವಲ್ಲಿ ನಾನು ಎಷ್ಟು ಕಳೆದು ಹೋಗಿದ್ದೆನೆಂದರೆ ನನ್ನ ಮತ್ತು ಆನೆಯ ನಡುವಿನ ಅಂತರ ಯಾವಾಗ ಹೆಚ್ಚಾಯಿತು ಎಂಬುದೇ ಗೊತ್ತಾಗಲಿಲ್ಲ. ಬಹುಶಃ ದೊಡ್ಡ ಶಬ್ದ ದೂರವಾದ ಕಾರಣ ನನ್ನ ಹೆಜ್ಜೆಗಳ ಚರಪರ ಶಬ್ದ ಕೇಳಿಸುವುದು ಸಾಧ್ಯವಾಗಿರಬಹುದು. ಆದರೆ ನಾನೀಗ ಹಿಂದೆ ಬಿದ್ದಿದ್ದೆ, ಹಾಗಾಗಿ ಅಗಲಿಕೆಯ ಭಯದಿಂದ ಓಡಲು ಪ್ರಾರಂಭಿಸಿದೆ. ನನ್ನ ಓಟದಿಂದ ಎಲೆಗಳಲ್ಲಿ ತಿಕ್ಕಾಟ ಉಂಟಾಗಿ ಜೋರಾದ ಚರಪರ ಶಬ್ದ ಕೇಳಿಸಿತು. ಆ ಶಬ್ದವನ್ನು ಕೇಳಿದ ಆನೆ ಇದ್ದಕ್ಕಿದ್ದಂತೆ ನಿಂತಿತು. ಆನೆಯ ಮೇಲೆ ಕುಳಿತ ವ್ಯಕ್ತಿ ಮೂಗಿನ ಹೊಳ್ಳೆಗಳಿಂದ ಬೀಡಿಯ ಹೊಗೆಯನ್ನು ಬಿಡುತ್ತಾ ಹಿಂದೆ ತಿರುಗಿ ನೋಡಿದ. ನಾನು ಒಮ್ಮೆಲೆ ನಿಂತೆ. ನಮ್ಮಿಬ್ಬರ ದೃಷ್ಟಿಗಳು ಒಂದಾದವು. ಅವನು ಕುತ್ತಿಗೆ ತಿರುಗಿಸಿ ಸ್ವಲ್ಪ ಹೊತ್ತು ನನ್ನನ್ನೇ ನೋಡುತ್ತಿದ್ದ. ನಂತರ ಅವನು ತನ್ನ ಬಲಗಾಲನ್ನು ಸ್ವಲ್ಪ ಮೇಲಕ್ಕೆತ್ತಿ, ಬೆನ್ನನ್ನು ಹಿಂದಕ್ಕೆ ಬಾಗಿಸಿ, ಸೊಂಟದ ಮೇಲೆ ಭಾರ ಹಾಕುತ್ತ ತಿರುಗಿ ತನ್ನ ಇಡೀ ದೇಹವನ್ನು ನನ್ನ ಕಡೆಗೆ ತಿರುಗಿಸಿಕೊಂಡ. ಅವನು ತನ್ನ ಎರಡೂ ಕೈಗಳನ್ನು ಸೊಂಟದ ಮೇಲೆ ಇಟ್ಟುಕೊಂಡು ನನ್ನತ್ತ ನೋಡತೊಡಗಿದ.

"ಎಲ್ಲಿಂದ ಬಂದೆ?" ಅವನು ಕೇಳಿದ ರೀತಿಯಲ್ಲಿ, ದನಿಯಲ್ಲಿ ತುಂಬಾ ಆಶ್ಚರ್ಯವಿತ್ತು.

"ಬಾಸಾಮುಡಾದಿಂದ"

"ಯಾವೂರು...?" ಅವನ ಹಣೆಯ ಮೇಲಿನ ಗೆರೆಗಳು ಆಳವಾದವು.

"ಬಾಸಾಮುಡಾ"

"ಏನು? ಬಾಸಾಮುಡಾನಾ?"

"ಹೂಂ, ಹೌದು"

"ನೀನು ಒಬ್ಬನೇ ಬಂದ್ಯಾ?"

ನಾನು ಹೌದು ಎಂದು ತಲೆಯಾಡಿಸಿದೆ.

"ಇಷ್ಟು ದೂರ ಕಾಡಿನಲ್ಲಿ ಏನು ಮಾಡಲು ಬಂದೆ?"

"ಆನೆ ನೋಡಲು"

ಆನೆಯ ಮೇಲೆ ಕುಳಿತ ಆ ವ್ಯಕ್ತಿ ದಿಗ್ಭ್ರಮೆಗೊಂಡು "ನೀನು ಹಳ್ಳಿಯಿಂದ ಇಷ್ಟು ದೂರ ಆನೆಯ ಹಿಂದೆ ಹಿಂದೆ ಬಂದೆಯಾ?" ಎಂದ.

ನಾನು ಯಾವುದೇ ಉತ್ತರ ನೀಡಲಿಲ್ಲ. ಅವನ ಗಾಬರಿಯ ದನಿ ನನಗೂ ಭಯ ಹುಟ್ಟಿಸಿತು. ಅವನ ಮುಖದಲ್ಲಿ ಚಿಂತೆಯ ಗೆರೆಗಳು ಸ್ಪಷ್ಟವಾಗಿ ಮೂಡಿದ್ದವು. ತಡಮಾಡದೆ ಅವನು ತನ್ನ ದೇಹವನ್ನು ಆನೆಯ ಸೊಂಡಿಲಿನ ಕಡೆಗೆ ತಿರುಗಿಸಿ ಮುಂದಕ್ಕೆ ಬಾಗಿ ಆನೆಯ ಕುತ್ತಿಗೆಯನ್ನು ತಟ್ಟತೊಡಗಿದ. ಸ್ವಲ್ಪ ಸಮಯದ ಹಿಂಜರಿಕೆಯ ನಂತರ, ಆನೆ ಕೆಳಗೆ ಕುಳಿತಿತು.

ಆ ವ್ಯಕ್ತಿ ಹಿಂದೆ ತಿರುಗಿ ಸನ್ನೆಯಿಂದ ನನ್ನನ್ನು ತನ್ನ ಹತ್ತಿರಕ್ಕೆ ಕರೆದ. ನಾನು ನಿಧಾನವಾಗಿ ಮುಂದಕ್ಕೆ ನಡೆದೆ. ಆನೆಯ ಹತ್ತಿರ ಹೋದಾಗ, ಆನೆಯು ಬಾಯಿ ತೆರೆದು ಉಸಿರು ತೆಗೆದುಕೊಳ್ಳುತ್ತಾ, ಕತ್ತು ತಿರುಗಿಸಿ ನನ್ನೆಡೆಗೆ ನೋಡಿತು. ನನಗೆ ಭಯವಾಗಿ ಒಂದೆರಡು ಹೆಜ್ಜೆ ಹಿಂದಕ್ಕೆ ಇಟ್ಟೆ. ಆದರೆ ಮರುಕ್ಷಣವೇ, ಆನೆ ವಿನಮ್ರತೆಯಿಂದ ಕಣ್ಣು ಮಿಟುಕಿಸಿ, ತನ್ನ ಕಿವಿಗಳನ್ನು ಅಲ್ಲಾಡಿಸಿತೊ, ನನ್ನ ಭಯ ಸ್ವಲ್ಪ ಕಡಿಮೆಯಾಯಿತು.

ಆ ವ್ಯಕ್ತಿ ಕೆಳಕ್ಕೆ ಬಾಗಿ ತನ್ನ ಬಲಗೈಯನ್ನು ನನ್ನೆಡೆಗೆ ಚಾಚಿದ. ನಾನು ಅವನ ಕಡೆಗೆ ಕೈ ಚಾಚಿದ ತಕ್ಷಣ, ಅವನು ನನ್ನ ಕೈಯನ್ನು ಹಿಡಿದು ಮೇಲಕ್ಕೆಳೆದುಕೊಂಡ. ಆನೆಯ ಬೆನ್ನಿಗೆ ಹಾಕಿದ್ದ ಕೊಳಕು ಗೋಣಿ ಚೀಲದಲ್ಲಿ ನನ್ನ ಕೈ ಕಾಲುಗಳು ಸಿಕ್ಕಿಹಾಕಿಕೊಂಡು, ನನ್ನ ಶಾಲಾ ಚೀಲ ತಲೆ ಕೆಳಗಾಯಿತು. ನಾನು ಆನೆಯ ಕುತ್ತಿಗೆಯ ಮೇಲೆ ಸರಿಯಾಗಿ ಕುಳಿತುಕೊಳ್ಳುವವರೆಗೆ ಆ ವ್ಯಕ್ತಿ ನನ್ನನ್ನು ಬಿಡಲಿಲ್ಲ. ಅವನು ತನ್ನ ಬಲವಾದ ತೋಳಿನಿಂದ ನನ್ನ ಸೊಂಟವನ್ನು ಬಳಸಿ ಹಿಡಿದುಕೊಂಡು, ಆನೆಯ ಎರಡೂ ಕಿವಿಗಳಿಗೆ ಒಂದೊಂದಾಗಿ ತನ್ನ ಕೋಲಿನಿಂದ ಲಘುವಾಗಿ ಹೊಡೆದ. ಆನೆಯು ಮೊದಲು ಒಂದು ಕಾಲನ್ನು ನೆಲದ ಮೇಲೆ ಇರಿಸಿ, ನಂತರ ಇನ್ನೊಂದನ್ನು ಇರಿಸಿತು. ನಮ್ಮಿಬ್ಬರನ್ನು ಅಲ್ಲಾಡಿಸುತ್ತಾ ಅದು ಎದ್ದು ನಿಲ್ಲುತ್ತಿದ್ದಾಗ ನಾನು ಭಯದಿಂದ ಕಿರುಚಿದೆ.

ಮೊದಲ ಬಾರಿಗೆ ನಾನು ಅಷ್ಟೊಂದು ಎತ್ತರದ ಪ್ರಾಣಿಯ ಮೇಲೆ ಕುಳಿತು ಸವಾರಿ ಮಾಡುತ್ತಿದ್ದೆ. ಆನೆ ತನ್ನ ಸಹಜ ಲಯದಲ್ಲಿ ಚಲಿಸಲು ಪ್ರಾರಂಭಿಸಿದಾಗ, ನನ್ನ ಸೊಂಟವನ್ನು ಹಿಡಿದುಕೊಂಡಿದ್ದ ಮಾವುತ, ತನ್ನ ತೋಳನ್ನು ಸಡಿಲಿಸಿದ. ಸ್ವಲ್ಪ ಸಮಯದ ನಂತರ ನನಗೂ ಆನೆಯ ಮೇಲೆ ಕೂತು ಅಭ್ಯಾಸವಾಯಿತು. ಈಗ ನನಗೆ ಯಾವ ಭಯವೂ ಇರಲಿಲ್ಲ.

"ನೀನು ಕಾಡಿನಲ್ಲಿ ಇಷ್ಟು ದೂರ ಬರಬಾರದಿತ್ತು."

ಮಾವುತ ನನಗೆ ಬುದ್ಧಿ ಹೇಳತೊಡಗಿದ: "ನೀನಿನ್ನೂ ತುಂಬಾ ಚಿಕ್ಕವನು, ನಿನಗೆ ಗೊತ್ತಿಲ್ಲ. ಈ ಕಾಡಿನಲ್ಲಿ ಕಾಡು ನಾಯಿಗಳು, ಕರಡಿಗಳು ಮತ್ತು ಕಾಡೆಮ್ಮೆಗಳು ಯಾವಾಗ ಬೇಕಾದರೂ ಎದುರಾಗಬಹುದು. ಈ ಕಾಡು ಪ್ರಾಣಿಗಳು ಎಷ್ಟು ಅಪಾಯಕಾರಿಯಾಗಿರುತ್ತವೆ ಎಂದು ನಿನಗೆ ಗೊತ್ತಿಲ್ಲ!"

ಅವನು ಅಲ್ಲಿನ ಕೆಲವು ಭಯಾನಕ ಕಥೆಗಳನ್ನು ಹೇಳಲು ಪ್ರಾರಂಭಿಸಿದ. ಆದರೆ ನನ್ನ ಗಮನ ಅವನ ಮಾತಿನ ಮೇಲಿರಲಿಲ್ಲ; ಕಾಡಿನ ಸುಂದರ ದೃಶ್ಯಗಳ ಮೇಲಿತ್ತು. ನಾವು ಸ್ವಲ್ಪ ಮುಂದೆ ಹೋದಾಗ ಒಂದು ಮರ ಕಾಣಿಸಿತು. ಅದು ಸಂಪೂರ್ಣವಾಗಿ ಕೆಂಪು ಹೂವುಗಳಿಂದ ತುಂಬಿತ್ತು. ಅಂತಹ ಒಣಗಿದ, ನಿರ್ಜನವಾದ ಕಾಡಿನಲ್ಲಿ ಕೆಂಪು ಹೂವುಗಳನ್ನು ನೋಡುವುದು ಆಹ್ಲಾದಕರ ದೃಶ್ಯವಾಗಿತ್ತು. ಆ ಮರದ ತುದಿಯಲ್ಲಿ ಹಲವು ಬಣ್ಣ ಬಣ್ಣದ ಹಕ್ಕಿಗಳು ಚಿಲಿಪಿಲಿಗುಟ್ಟುತ್ತಿದ್ದವು. ಆನೆ ಹತ್ತಿರ ಬರುತ್ತಿರುವುದನ್ನು ಕಂಡು ಅವುಗಳ ಕಲರವ ಇನ್ನೂ ಹೆಚ್ಚಾಯಿತು. ಗಿಳಿಗಳಂತೂ ಆನೆಯನ್ನು ಚುಡಾಯಿಸಲೆಂದೇ ಜೋರಾಗಿ ಕಿರುಚುತ್ತಿವೆಯೇನೋ ಎನಿಸಿತು. ಆನೆಯು ತನ್ನ ಸೊಂಡಿಲನ್ನು ಮೇಲಕ್ಕೆತ್ತಿ ಹಕ್ಕಿಗಳನ್ನು ಹೆದರಿಸಿದಾಗ ಅವು ಪುರ್ರೆಂದು ಹಾರಿಹೋಗಿ, ಗಾಳಿಯಲ್ಲಿ ಒಂದು ಸುತ್ತು ಹಾಕಿ ಬಂದು ಮತ್ತೆ ಕೆಂಪು ಹೂವುಗಳ ಪೊದೆಗಳಲ್ಲಿ ಅಡಗಿಕೊಂಡವು.

ಹೀಗೆ ಒಂದಾದ ಮೇಲೆ ಒಂದರಂತೆ, ದಾರಿಯ ಎರಡೂ ಬದಿಯಲ್ಲಿ ಅನೇಕ ಮರಗಳು ಸಿಕ್ಕವು. ನೆಲದ ಮೇಲೆ ಎಷ್ಟೊಂದು ಹೂಗಳು ಹರಡಿಕೊಂಡಿದ್ದವೆಂದರೆ ಇಡೀ ದಾರಿಯು ಕೆಂಪು ಬಣ್ಣದಿಂದ ಮುಚ್ಚಿ ಹೋಗಿತ್ತು.

ಸ್ವಲ್ಪ ಸಮಯದ ನಂತರ, ಕೆಂಪು ಹೂವುಗಳು ಹಾಗೂ ಹಕ್ಕಿಗಳ ಚಿಲಿಪಿಲಿ ಹಿಂದೆ ಉಳಿಯಿತು. ನಾವು ಮತ್ತೆ ಮುಳ್ಳಿನ ಪೊದೆಗಳು ಮತ್ತು ಒಣ ಎಲೆಗಳಿಂದ ಸುತ್ತುವರೆದಿದ್ದೆವು. ಈಗ ಎಲೆಗಳ ಮಂದವಾದ ಶಬ್ದ ಬಿಟ್ಟರೆ, ಬೇರೇನೂ ಕೇಳಿಸುತ್ತಿರಲಿಲ್ಲ.

"ಮುಂದೆ ಒಂದು ಹಳ್ಳಿ ಇದೆ" ಮಾವುತ ನನ್ನ ಭುಜದ ಮೇಲೆ ಕೈಯಿಟ್ಟು ಹೇಳಿದ, "ಅಲ್ಲಿ ನಾನು ನಿನ್ನನ್ನು ಕೆಳಗಿಳಿಸುತ್ತೇನೆ. ಯಾರಾದರೂ ಪರಿಚಯದವರು ಸಿಕ್ಕೇ ಸಿಗುತ್ತಾರೆ. ಅವರು ನಿನ್ನನ್ನು ನಿಮ್ಮ ಹಳ್ಳಿಗೆ ತಲುಪಿಸುತ್ತಾರೆ."

ನಾನು ಹೂಂ ಎಂದು ತಲೆಯಾಡಿಸಿದೆ.

ಆದರೆ ಮಾವುತನ ಊಹೆ ತಪ್ಪಾಯಿತು. ಮುಂದೆ ಕಾಡು ಇನ್ನೂ ದಟ್ಟವಾಗಿತ್ತು. ದೂರ ದೂರದವರೆಗೆ ಯಾವುದೇ ಜನರ ಇರುವಿಕೆ ಅಥವಾ ಹಳ್ಳಿಗಳ ಸುಳಿವುಗಳು ಕಾಣಿಸಲಿಲ್ಲ. ಸುತ್ತಲೂ ಒಣಗಿದ ಪೊದೆಗಳು ಮತ್ತು ನೆಲದ ಮೇಲೆ ಬಿದ್ದಿರುವ ಒಣ ಎಲೆಗಳನ್ನು ಹೊರತುಪಡಿಸಿ ಏನೂ ಇರಲಿಲ್ಲ. ದೊಡ್ಡ ಮತ್ತು ಸಣ್ಣ ಎಲೆಗಳ ಸಂಖ್ಯೆ ಎಷ್ಟು ಹೆಚ್ಚಾಗಿತ್ತೆಂದರೆ ಆನೆಯ ಪಾದಗಳು ಆಳಕ್ಕೆ ಇಳಿಯುತ್ತಿದ್ದವು. ಒಣಗಿದ ಎಲೆಗಳ ಟೊಳ್ಳಾದ ಶಬ್ದದಿಂದ ಆನೆಯೂ ಬೇಸತ್ತಿತ್ತು.

ಸ್ವಲ್ಪ ಸಮಯದ ನಂತರ ನಾವು ಯಾವ ದಾರಿಯಲ್ಲಿ ಹೋಗುತ್ತಿದ್ದೇವೆ ಎಂಬುದನ್ನು ಅರ್ಥಮಾಡಿಕೊಳ್ಳುವುದು ಕಷ್ಟವಾಯಿತು. ಮರಗಳ ಸಾಲುಗಳ ಮಧ್ಯೆ ಇರುವುದರ ಬದಲು ಈಗ ನಾವು ದಟ್ಟವಾದ ಪೊದೆಗಳ ಮಧ್ಯದಲ್ಲಿದ್ದೆವು. ಈ ಒಣ ಪೊದೆಗಳ ನಡುವೆಯೂ ಕಾಲುದಾರಿ ಇದ್ದಿರಬಹುದು, ಆದರೆ ಅದು ಇಷ್ಟೊಂದು ಎಲೆಗಳ ಅಡಿಯಲ್ಲಿ ಹೂತು ಹೋಗಿತ್ತು. ಈಗ ದೂರ ದೂರದವರೆಗೆ ಎಲ್ಲಿಯೂ ದಾರಿ ಇರಲಿಲ್ಲ.

ಸ್ವಲ್ಪ ಸಮಯದ ನಂತರ ಮಾವುತ ಆನೆಯ ಕೊರಳಿಗೆ ಕಟ್ಟಿದ್ದ ಸರಪಳಿಯನ್ನು ತನ್ನ ಎರಡೂ ಕೈಗಳಿಂದ ಎಳೆದು ನಿಲ್ಲಿಸಿದ. ನಾನು ತಿರುಗಿ ನೋಡಿದರೆ ಅವನ ಮುಖದಲ್ಲಿ ಆತಂಕದ ಜೊತೆಗೆ ಚಿಂತೆ ಕಾಣಿಸಿತು. ಅವನು ತುಂಬಾ ಗಮನವಿಟ್ಟು ಸುತ್ತಲೂ ನೋಡುತ್ತ ಏನನ್ನೋ ಹುಡುಕುತ್ತಿದ್ದ. ಅಲ್ಲಿ ಕೆಲಕಾಲ ಗಾಢ ಮೌನ ಆವರಿಸಿತ್ತು. ಆಗ ಬಲಭಾಗದ ಪೊದೆಗಳಲ್ಲಿ ಸ್ವಲ್ಪ ಸದ್ದು ಕೇಳಿಸಿತು. ಇದ್ದಕ್ಕಿದ್ದಂತೆ ಪೊದೆಯ ಮುಳ್ಳಿನ ಗಿಡಗಂಟಿಗಳು ತಮ್ಮ ತಮ್ಮಲ್ಲೇ ಗುದ್ದಾಡುತ್ತಿರುವಂತೆ ವಿಚಿತ್ರ ಶಬ್ದಗಳೊಂದಿಗೆ ಅಲುಗಾಡಲಾರಂಭಿಸಿದವು. ಆ ದಟ್ಟವಾದ ಪೊದೆಯೊಳಗೆ ನನಗೆ ಕಾಣಿಸದ ಹಾಗೆ ಏನೋ ನಡೆಯುತ್ತಿತ್ತು. ಆದರೆ ಆ ಮಾವುತನಿಗೆ ಏನೋ ಅರ್ಥವಾದಂತಿತ್ತು.

ಆನೆಯ ಕೊರಳಿಗೆ ಕಟ್ಟಿದ್ದ ಸರಪಳಿಯನ್ನು ಎಡಭಾಗದಿಂದ ಎಳೆದು, ಕೆಲವು ಹೊಡೆತಗಳನ್ನು ನೀಡುವ ಮೂಲಕ ಅವನು ತಕ್ಷಣವೇ ಆನೆಯನ್ನು ಎಡಕ್ಕೆ ತಿರುಗಿಸಿದ. ನಂತರ ಅದರ ವೇಗವನ್ನು ಹೆಚ್ಚಿಸಲು ಒಂದೆ ಸಮನೆ ಹಲವಾರು ಪ್ರಯತ್ನಗಳನ್ನು ಮಾಡಲು ಪ್ರಾರಂಭಿಸಿದ. ಆನೆ ಸ್ವಲ್ಪ ಸಮಯ ವೇಗವಾಗಿ ನಡೆಯುತ್ತಲೇ ಇತ್ತು. ಕಿವಿಯ ಮೇಲೆ ಕೋಲಿನ ಹೊಡೆತಗಳಿಂದ ಬೇಸತ್ತು ಅದು ಓಡಲಾರಂಭಿಸಿತು.

ಸ್ವಲ್ಪ ಸಮಯದ ನಂತರ ನಾವು ಒಂದು ಬಯಲು ಪ್ರದೇಶಕ್ಕೆ ಬಂದೆವು. ಅಲ್ಲಿ ಕಾಡು ಕಡಿಮೆ ದಟ್ಟವಾಗಿದ್ದು, ಸಣ್ಣ ಪೊದೆಗಳ ಬದಲಿಗೆ ಎತ್ತರವಾದ ಮರಗಳಿದ್ದವು. ಒಂದು ಆಲದ ಮರದ ಬಳಿ ಮಾವುತ ಆನೆಯನ್ನು ನಿಲ್ಲಿಸಿದ. ಮುಖದ ಮೇಲೆ ಸುರಿಯುತ್ತಿದ್ದ ಬೆವರನ್ನು ಟವೆಲ್ಲಿನಿಂದ ಒರೆಸಿಕೊಂಡ. ಆನೆಯ ಬೆನ್ನ ಮೇಲೆ ಹತ್ತಿ ನಿಂತು ಸುತ್ತಲೂ ಕಣ್ಣು ಹಾಯಿಸಿದ. ಸ್ವಲ್ಪ ಹೊತ್ತು ಸೊಂಟದ ಮೇಲೆ ಕೈಯಿಟ್ಟುಕೊಂಡು ಗೊಂದಲದಲ್ಲಿ ನಿಂತಿದ್ದ ಅವನು ಕತ್ತಿನಲ್ಲಿ ನೇತು ಹಾಕಿಕೊಂಡಿದ್ದ ಟವೆಲನ್ನು ಸೊಂಟಕ್ಕೆ ಕಟ್ಟಿಕೊಂಡ. ಆನೆಯ ತಲೆಯ ಬಳಿ ನೇತಾಡುತ್ತಿದ್ದ ಮರದ ಟೊಂಗೆಯನ್ನು ಹಿಡಿದುಕೊಂಡು, ಕೋತಿಯಂತೆ ಜಿಗಿದು ಕೊಂಬೆಯ ಮೇಲೆ ಹತ್ತಿದ. ಆ ಕೊಂಬೆಯ ಮೇಲೆ ಬ್ಯಾಲೆನ್ಸ್ ಮಾಡುತ್ತಾ ನಾಲ್ಕು

ಕಾಲಿನ ಪ್ರಾಣಿಯಂತೆ ಮುಂದೆ ಸಾಗಿ ಮರದ ಒಂದು ಕಾಂಡವನ್ನು ತಲುಪಿ, ಎರಡೂ ಕೈಗಳಿಂದ ಕಾಂಡವನ್ನು ಹಿಡಿದುಕೊಂಡು, ತನ್ನ ಪಾದಗಳನ್ನು ಎರಡೂ ಬದಿಗೆ ಇರಿಸುತ್ತಾ ಮೇಲಕ್ಕೆ ಏರಲು ಪ್ರಾರಂಭಿಸಿದ. ಅವನು ಈಗ ಗಟ್ಟಿಯಾದ ಕೊಂಬೆಗಳು ಕೊನೆಗೊಳ್ಳುವ ಎತ್ತರದಲ್ಲಿ ಹತ್ತಿ ನಿಂತಿದ್ದ. ತೂಗಿ ಬಿದ್ದಿದ್ದ ಟೊಂಗೆಗಳನ್ನು ಬದಿಗೆ ಸರಿಸಿ ಯಾವುದಾದರೂ ದಾರಿ ಕಾಣುವುದಾ ಎಂದು ನಾಲ್ಕೂ ದಿಕ್ಕುಗಳಲ್ಲಿ ಪರಿಶೀಲಿಸುತ್ತಿದ್ದ.

ನಾನು ತಲೆ ಎತ್ತಿ ಅವನನ್ನೇ ನೋಡುತ್ತಿದ್ದೆ. ಮರದ ಒಣಗಿದ ಟೊಂಗೆಗಳ ನಡುವೆ ಅವನ ಬೆವರುವ ಮುಖವು ನನಗೆ ಈ ಬಾರಿ ಸ್ವಲ್ಪ ಹೆಚ್ಚು ಚಿಂತೆಗೀಡಾದಂತೆ ಕಾಣಿಸಿತು. ಅವನು ವಿಪರೀತ ಯೋಚಿಸುತ್ತ ಸಾಧ್ಯವಾದಷ್ಟು ಬೇಗ ಏನಾದರೂ ನಿರ್ಧಾರ ಮಾಡಬೇಕೆಂದುಕೊಳ್ಳುತ್ತಿದ್ದ. ಆದರೆ ಕೊನೆಗೆ ಏನೂ ಹೊಳೆಯದಿದ್ದಾಗ ನಕಾರಾತ್ಮಕವಾಗಿ ತಲೆ ಅಲ್ಲಾಡಿಸಿದ. ಆಮೇಲೆ ತೀರಾ ಅಸಂಬದ್ಧವಾಗಿ ಏನೇನೋ ಗೊಣಗಿದ. ಮತ್ತೊಮ್ಮೆ ಟವೆಲ್ಲಿನಿಂದ ಮುಖ ಮತ್ತು ಕತ್ತಿನ ಮೇಲಿನ ಬೆವರನ್ನು ಒರೆಸಿಕೊಂಡು, ಟವೆಲನ್ನು ಕುತ್ತಿಗೆಗೆ ಸುತ್ತಿಕೊಂಡು ನಿಧಾನವಾಗಿ ಕೆಳಗಿಳಿದು ಬರತೊಡಗಿದ.

ಆನೆಯ ಬೆನ್ನಿನ ಮೇಲೆ ವಾಪಸ್ಸು ಬಂದ ಮೇಲೆ ತನ್ನ ಎರಡೂ ಕೈಗಳನ್ನು ಮುಷ್ಟಿ ಮಾಡಿ, ಸೊಂಟದ ಮೇಲೆ ಕೈ ಇಟ್ಟುಕೊಂಡು ಯೋಚನೆಯಲ್ಲಿ ಮುಳುಗಿದ.

"ಮೇಲೆ ಏನು ನೋಡಲು ಹೋಗಿದ್ದೆ?" ನಾನು ಕುತೂಹಲದಿಂದ ಕೇಳಿದೆ.

"ನೀ ಬಾಯ್ಮುಚ್ಚಿಕೊಂಡು ಕೂತ್ಕೊ... ದಡ್ಡನ್ ತಂದು... ಎಲ್ಲಾ ನಿನ್ನಿಂದಲೇ ಆಗಿದ್ದು... ನಿನ್ನಿಂದಲೇ ದಾರಿ ತಪ್ಪಿದ್ದು."

ಅವನು ಇದ್ದಕ್ಕಿದ್ದಂತೆ ನನ್ನ ಮೇಲೆ ರೇಗಿದ. ನನಗೆ ಗಾಬರಿಯಾಯಿತು. ಅವನಿಂದ ಅಂತಹ ಸಿಡಿಮಿಡಿಯನ್ನು ನಿರೀಕ್ಷಿಸಿರಲಿಲ್ಲ. ನನಗೆ ಅಳು ಬಂತು. ಆದರೆ ನನ್ನ ಅಳುವಿನಿಂದ ಅವನ ಮನಸ್ಸು ಕರಗಲಿಲ್ಲ.

ಸ್ವಲ್ಪ ಸಮಯದ ನಂತರ ಆನೆಯ ಬೆನ್ನಿಗೆ ಕಟ್ಟಿದ್ದ ಹಗ್ಗದಲ್ಲಿ ಸಿಕ್ಕಿಸಿದ್ದ ಕೊಡಲಿಯನ್ನು ಹೊರತೆಗೆದು ಕೆಳಗೆ ಎಸೆದು, ಹಗ್ಗದ ಗಂಟನ್ನು ಬಿಚ್ಚಿ ಹಗ್ಗದ ಒಂದು ತುದಿಯನ್ನು ಕೆಳಕ್ಕೆ ಇಳಿಸಿ, ಆ ಹಗ್ಗವನ್ನು ಹಿಡಿದುಕೊಂಡು ತಾನೂ ಕೆಳಗೆ ಇಳಿದ. ಆನೆಯ ಕೊರಳಿಗೆ ಕಟ್ಟಿದ್ದ ಸರಪಳಿಯನ್ನು ಕೆಳಗೆ ಎಳೆದು ಸರಪಳಿಯನ್ನು ಮರದ ಕಾಂಡಕ್ಕೆ ಸುತ್ತಿದ. ಸರಪಳಿಯ ತುದಿಯಲ್ಲಿದ್ದ ಗೋಲಾಕಾರದ ಉಂಗುರಕ್ಕೆ ಕೊಕ್ಕೆ ಹಾಕಿ ಆನೆಯನ್ನು ಮರಕ್ಕೆ ಕಟ್ಟಿ ಹಾಕಿದ.

ಅವನು ಒಮ್ಮೆಯೂ ನನ್ನತ್ತ ತಿರುಗಿ ನೋಡಲಿಲ್ಲ. ಅವನು ಏನು ಯೋಚಿಸುತ್ತಿದ್ದನೋ, ಏನು ಮಾಡಬೇಕೆಂದುಕೊಂಡಿದ್ದನೋ ನನಗೆ ಅರ್ಥವಾಗಲಿಲ್ಲ. ಒಮ್ಮೆ ಆನೆಯ ಬಂಧ ಗಟ್ಟಿಯಾಗಿದೆ ಎಂದು ಸರಿಯಾಗಿ ಪರೀಕ್ಷಿಸಿ ಕೊಡಲಿಯನ್ನು ಎತ್ತಿಕೊಂಡು, ದಟ್ಟವಾದ ಪೊದೆಯಲ್ಲಿ ನುಗ್ಗಿದ. ನಾನು ಕತ್ತಿನ ಜೊತೆಗೆ ಕಣ್ಣುಗಳನ್ನು ತಿರುಗಿಸಿ, ಅವನು ನನ್ನನ್ನು ಬಿಟ್ಟು ಹೋದ ಸುತ್ತಲಿನ ಪ್ರಪಂಚವನ್ನು ನಿಧಾನವಾಗಿ ನೋಡಿದೆ.

ಬಿಸಿಲು ನಿಧಾನವಾಗಿ ಹಳದಿ ಬಣ್ಣಕ್ಕೆ ತಿರುಗಲು ಪ್ರಾರಂಭಿಸಿ, ತೇವವಾದ ಗಾಳಿಯು ಎಲೆಗಳನ್ನು ಅಲ್ಲಲ್ಲಿ ಹಾರಾಡಿಸಲಾರಂಭಿಸಿತು. ಗಾಳಿ ಕಡಿಮೆಯಾದಾಗ, ಸೂರ್ಯನ ಕೆಂಪು ಚೆಂಡು ಪಶ್ಚಿಮ ದಿಕ್ಕಿನಲ್ಲಿ ಆಕಾಶದಿಂದ ಇಳಿಯುತ್ತ ಕಾಡಿನ ಒಣ ಪೊದೆಗಳಲ್ಲಿ ಮುಳುಗುತ್ತಿತ್ತು.

ಆ ವಿಶಾಲವಾದ ಕಾಡಿನ ನಿಶ್ಶಬ್ದದಲ್ಲಿ ಕೇವಲ ಎರಡು ಜೀವಿಗಳು ಉಸಿರಾಡುತ್ತಿದ್ದವು, ನಾನು ಮತ್ತು ಆನೆ. ಆಗೊಮ್ಮೆ ಈಗೊಮ್ಮೆ ನನಗೆ ನಡುಕ ಬರುತ್ತಿತ್ತು. ಆನೆ ಮೊದಲಿಗಿಂತ ಹೆಚ್ಚು ಚಡಪಡಿಸುತ್ತ ಉಸಿರೆಳೆದುಕೊಳ್ಳುತ್ತಿತ್ತು. ಆ ದಿನಕ್ಕಿಂತ ಮೊದಲು ನಾನು ಈ ಜೀವಿಯನ್ನು ನೋಡಿರಲಿಲ್ಲ. ಈ ಪ್ರಪಂಚದಲ್ಲಿ ಆನೆಗಿಂತ ದೊಡ್ಡ ಹಾಗೂ ಶಕ್ತಿಶಾಲಿ ಜೀವಿ ಬೇರೊಂದಿಲ್ಲ ಎಂದು ಬರೀ ಕೇಳಿ ತಿಳಿದಿದ್ದೆ. ಆನೆ ಹೇಗಿರುತ್ತದೆ ಎಂದು ಕೇವಲ ಕನಸಿನಲ್ಲಿ ಕಂಡಿದ್ದೆ ಮತ್ತು ಮನಸಿನಲ್ಲಿ ಕಲ್ಪಿಸಿಕೊಂಡಿದ್ದೆ. ನನ್ನ ಕಲ್ಪನೆಯು ಸೃಷ್ಟಿಸಿದ ಆನೆಯ ರೂಪಕ್ಕಿಂತ ನಿಜವಾದ ಆನೆ ತುಂಬಾ ದೊಡ್ಡದಾಗಿತ್ತು.

ಸ್ವಲ್ಪ ಸಮಯದ ನಂತರ, ಸಂಜೆ ವೇಳೆ ಮುಗಿಯುತ್ತಾ ಬಂತು. ಕ್ರಮೇಣ ಹಕ್ಕಿಗಳ ಶಬ್ದವು ಕಡಿಮೆಯಾಗಿ, ನೋಡನೋಡುತ್ತಲೇ ಕತ್ತಲೆಯಾಯಿತು.

ಅಂತಹ ಪರಿಸ್ಥಿತಿಯಲ್ಲಿ ಹತ್ತು ವರ್ಷದ ಹುಡುಗ ಏನು ಯೋಚಿಸಬಹುದು ಎಂದು ನೀವು ಊಹಿಸಬಲ್ಲಿರಾ? ಇಲ್ಲ! ಅವನು ಏನನ್ನೂ ಯೋಚಿಸಲು ಸಾಧ್ಯವಿಲ್ಲ. ಏಕೆಂದರೆ ಅವನು ಏನನ್ನು ಅನುಭವಿಸುತ್ತಿರುತ್ತಾನೋ, ಹಿಂದೆಂದೂ ಅದನ್ನು ಅನುಭವಿಸಿರುವುದಿಲ್ಲ. ಯಾವುದೇ ಅನುಭವದ ಮುನ್ಸೂಚನೆ ಇರುವುದಿಲ್ಲ. ಏನೇ ಅನುಭವ ಆದರೂ ಅದಕ್ಕೆ ವರ್ತಮಾನದ ಒಂದು ಕ್ಷಣ ಬೇಕಾಗುತ್ತದೆ ಮತ್ತು ಆ ಕ್ಷಣವು ಜಾರಿ ಹೋದ ನಂತರವೇ ಏನಾಯಿತು ಎಂದು ನಮಗೆ ಅರ್ಥವಾಗುತ್ತದೆ.

ನಿಶ್ಶಬ್ದವು ಸುತ್ತುವರೆದ ದಟ್ಟವಾದ ಕಾಡಿನ ಕಗ್ಗತ್ತಲ ರಾತ್ರಿಯಲ್ಲಿ ಆನೆಯ ಬೆನ್ನಿನ ಮೇಲೆ ಕುಳಿತಿದ್ದ ನಾನು ಕೊನೆಗೆ ಆಯಾಸದಿಂದ ಸುಸ್ತಾಗಿ ನಿದ್ದೆಗೆ ಜಾರಿದೆ. ಆಳವಾದ ಮತ್ತು ದೀರ್ಘವಾದ ನಿದ್ರೆ ಮಾಡಿದೆ. ಏಳು ಗಂಟೆಗಳ ಕಾಲದ ಆಯಾಸ, ಹಸಿವು ಮತ್ತು ತಂಗಾಳಿಯಿಂದ ಇದು ಸಾಧ್ಯವಾಗಿತ್ತು.

ನಾನು ತುಂಬಾ ಹೊತ್ತು ಮಲಗಿಯೇ ಇದ್ದೆ. ಇದರ ಮಧ್ಯೆ ಕಾಡಿನ ರಾತ್ರಿಯ ನಿಶ್ಶಬ್ದದಲ್ಲಿ ಎಲ್ಲೋ ಒಂದು ಲಘು ಕಲರವದ ಜೊತೆಗೆ ಸದ್ದಾಗದಂತೆ ನಡೆಯುವ ಅಪರಿಚಿತ ಹೆಜ್ಜೆಗಳ ಸದ್ದು ಕೇಳಿಸತೊಡಗಿತು. ಅವು ಹಸಿವಿನ ಹೆಜ್ಜೆಗಳಾಗಿದ್ದವು. ದೂರದಿಂದ ವಾಸನೆಯ ಜಾಡು ಹಿಡಿಯುತ್ತ ಆನೆಯ ಹತ್ತಿರಕ್ಕೆ ಬರುತ್ತಿದ್ದವು. ತುಂಬಾ ನಿಧಾನವಾಗಿ ಆನೆಯ ಸುತ್ತಮುತ್ತ ಒಂದು ವೃತ್ತ ರಚನೆಯಾಗುತ್ತಿತ್ತು. ಆ ವೃತ್ತದಲ್ಲಿ ಹೊಳೆಯುವ ಅನೇಕ ಕೆಂಪು ಕಣ್ಣುಗಳಿದ್ದವು. ಆ ಕೆಂಪು ಕಣ್ಣುಗಳು ಮೊದಮೊದಲು ಒಂದನ್ನೊಂದು ಗುರ್ರಾಯಿಸಿಕೊಂಡು ನೋಡುತ್ತಲಿದ್ದವು. ಲಘುವಾದ ಗರ್ಜನೆಯ ಶಬ್ದ ಕೇಳಿಸಿದ ನಂತರ, ಕೆಲವು ಕಣ್ಣುಗಳು ಕತ್ತಲೆಯಲ್ಲಿ ಮಾಯವಾದವು. ಗರ್ಜನೆಯ ಶಬ್ದ ಎಲ್ಲಿಂದ ಬಂದಿತ್ತೋ ಆ ಕಡೆಯಿಂದ ಹೊಳೆಯುವ ಕಣ್ಣುಗಳ ಗುಂಪು ಮುಂದೆ ನುಗ್ಗಿತು. ಅವು ಹತ್ತಿರ ಬರುತ್ತಿರುವುದನ್ನು ನೋಡಿ, ಆನೆಯ ಎಲ್ಲಾ ಇಂದ್ರಿಯಗಳು ಕ್ರಿಯಾಶೀಲವಾದವು. ಎಷ್ಟೇ ಶಕ್ತಿಶಾಲಿ ಮತ್ತು

ಕ್ರೂರ ಪ್ರಾಣಿಯೇ ಆಗಿರಲಿ, ಅಪಾಯದ ಮುನ್ಸೂಚನೆ ಸಿಕ್ಕ ತಕ್ಷಣ ಆ ಇಂದ್ರಿಯಗಳು ಪ್ರಾಣಿಯನ್ನು ಪ್ರಕ್ಷುಬ್ಧಗೊಳಿಸಿಬಿಡುತ್ತವೆ.

ಆನೆಯು ಗಡಿಬಿಡಿಯಿಂದ ತನ್ನ ಮುಖವನ್ನು ದಿಟ್ಟಿಸುತ್ತಿರುವ ಕಣ್ಣುಗಳ ಗುಂಪಿನತ್ತ ತಿರುಗಿಸಿ, ತನ್ನ ಸೊಂಡಿಲನ್ನು ಆಯುಧದಂತೆ ಅತ್ತ ಇತ್ತ ಚಲಾಯಿಸಲು ಪ್ರಾರಂಭಿಸಿತು.

ಆ ಹೊಳೆಯುವ ಕೆಂಪು ಕಣ್ಣುಗಳು ಕಾಡುನಾಯಿಗಳದ್ದಾಗಿದ್ದವು. ಅವುಗಳಲ್ಲಿರುವ ಒಗ್ಗಟ್ಟು, ಪರಸ್ಪರ ಹೊಂದಾಣಿಕೆ, ಸಮನ್ವಯತೆ ಮತ್ತು ಒಟ್ಟಿಗೆ ದಾಳಿ ಮಾಡುವ ಅನೇಕ ಉದಾಹರಣೆಗಳನ್ನು ಈ ಕಾಡು ನೋಡಿದೆ. ಆದರೆ ಆ ಆನೆಯು ಕಾಡಾನೆಯಲ್ಲದ ಕಾರಣ, ಅವುಗಳ ಕ್ರೂರ ಸಾಹಸಗಳ ಬಗ್ಗೆ ಅರಿವಿರಲಿಲ್ಲ. ತಂಡವನ್ನಾಗಿ ಮಾಡಿಕೊಂಡು ಯಾವುದೇ ಪ್ರಾಣಿಯನ್ನು ಬೇಟೆಯಾಡುವ ಕಾಡುನಾಯಿಗಳನ್ನು ಅದು ಇದುವರೆಗೆ ನೋಡಿರಲಿಲ್ಲ. ತನ್ನನ್ನು ನೋಡಿದ ತಕ್ಷಣ ಬೊಗಳುವ ಮತ್ತು ತಮ್ಮ ಹಳ್ಳಿಯಿಂದ ಅಥವಾ ತಮ್ಮ ಪ್ರದೇಶದಿಂದ ಹೊರಗೆ ಹೋಗುವವರೆಗೂ ಬೊಗಳುತ್ತಿದ್ದ ಹಳ್ಳಿಯ, ಪಟ್ಟಣಗಳಲ್ಲಿನ ನಾಯಿಗಳನ್ನು ನೋಡಿ ಅದಕ್ಕೆ ರೂಢಿಯಾಗಿತ್ತು.

ಆದರೆ ಈ ನಾಯಿಗಳು ಬೊಗಳುತ್ತಿರಲಿಲ್ಲ. ಅವು ತಮ್ಮ ತಮ್ಮೊಳಗೆ ರಹಸ್ಯವಾಗಿ ಚರ್ಚೆ ನಡೆಸುತ್ತಿದ್ದವು. ನಂತರ ಅವು ಎರಡು ಗುಂಪುಗಳನ್ನಾಗಿ ವಿಂಗಡಿಸಿಕೊಂಡು, ತನ್ನ ದಟ್ಟವಾದ ಪೊದೆಯ ಬಾಲವನ್ನು ಅಲ್ಲಾಡಿಸುತ್ತಿದ್ದ ಆನೆಯ ಮುಂದಿನಿಂದ ಮಾಯವಾದವು. ಆನೆ ಬಯಸಿದರೂ ಕತ್ತು ತಿರುಗಿಸಿ ಅವುಗಳನ್ನು ನೋಡಲಾಗುತ್ತಿರಲಿಲ್ಲ, ಏಕೆಂದರೆ ಅದರ ಕುತ್ತಿಗೆಯನ್ನು ದಪ್ಪ ಕಬ್ಬಿಣದ ಸರಪಳಿಯಿಂದ ಕಟ್ಟಲಾಗಿತ್ತು. ಸ್ವಲ್ಪ ಸಮಯದವರೆಗೆ ಯಾವುದೇ ಚಲನವಲನ ನಡೆಯದಿದ್ದಾಗ, ಎಚ್ಚರಿಕೆಯಿಂದಿದ್ದ ಆನೆಯ ಕಣ್ಣುಗಳು ಕೊಂಚ ನಿರಾಳವಾದವು. ಅದು ತನ್ನ ಸೊಂಡಿಲನ್ನು ಕೆಳಕ್ಕೆ ಬಾಗಿಸಿ, ತನ್ನ ಹಿಂಬದಿಯ ಬಲಗಾಲಿನ ಭಾರವನ್ನು ಎಡಗಾಲಿನ ಮೇಲೆ ಹಾಕಿ ನೆಮ್ಮದಿಯ ನಿಟ್ಟುಸಿರು ಬಿಟ್ಟಿತು. ಆದರೆ ಮರುಕ್ಷಣವೇ ಅದು ಗಾಬರಿಯಾಗಿ ಸೊಂಡಿಲಿನಿಂದ ಜೋರಾಗಿ ಘೀಳಿಟ್ಟಿತು. ಆನೆಯ ಬೆನ್ನ ಮೇಲೆ ಕುಳಿತಿದ್ದ ನಾನೂ ಹೆದರಿದೆ. ನನ್ನನ್ನು ನಾನು ಸಂಭಾಳಿಸಿಕೊಳ್ಳುವ ಅವಕಾಶ ಸಿಗುವ ಮೊದಲೇ ಆನೆ ತನ್ನ ಹಿಂಗಾಲುಗಳನ್ನು ಹುಚ್ಚುಚ್ಚಾಗಿ ಬೀಸಲಾರಂಭಿಸಿತು. ನನಗೆ ಈ ಪರಿಸ್ಥಿತಿಯನ್ನು ಅರ್ಥಮಾಡಿಕೊಳ್ಳುವ ಸಾಮರ್ಥ್ಯವಿರಲಿಲ್ಲ. ಆದರೆ ನನ್ನ ಆರನೇ ಇಂದ್ರಿಯವು ಇದ್ದಕ್ಕಿದ್ದಂತೆ ಜಾಗೃತವಾಯಿತು. ಹಿಂದೆ ಮುಂದೆ ಯೋಚಿಸದೆ ಆನೆಗೆ ಕಟ್ಟಿದ್ದ ಹಗ್ಗವನ್ನು ಗಟ್ಟಿಯಾಗಿ ಹಿಡಿದುಕೊಂಡೆ. ಸ್ವಲ್ಪ ಸಮಯದವರೆಗೆ ಏನಾಗುತ್ತಿದೆ ಎಂದು ನನಗೆ ಅರ್ಥವಾಗಲಿಲ್ಲ. ಆದರೆ ತಲೆ ಬಾಗಿಸಿ ಕೆಳಗೆ ನೋಡಿದೆ, ನೋಡುತ್ತಲೇ ಇದ್ದೆ. ಹದಿನೈದು–ಇಪ್ಪತ್ತು ನಾಯಿಗಳು ಆನೆಯ ಹಿಂದಿನ ಎರಡೂ ಕಾಲುಗಳನ್ನು ಏಕಕಾಲದಲ್ಲಿ ಕಚ್ಚಿ ಎಳೆಯುತ್ತಿದ್ದವು ಹಾಗೂ ಇನ್ನೂ ಕೆಲವು ನಾಯಿಗಳು ಸಹ ಪೊದೆಗಳಿಂದ ಹೊರಬಂದು ಹಿಂಡಿನೊಂದಿಗೆ ಸೇರಿಕೊಳ್ಳುತ್ತಿದ್ದವು.

ಈ ನಾಯಿಗಳು ಬೇರೆ ಗುಂಪಿಗೆ ಸೇರಿದವಾಗಿದ್ದವು. ಮೊದಲ ಗುಂಪಿಗಿಂತ ಎತ್ತರವಾಗಿ, ಹೆಚ್ಚು ಶಕ್ತಿಶಾಲಿಯಾಗಿದ್ದವು. ಕೆಲಕಾಲ ವೃತ್ತಾಕಾರವಾಗಿ ನಿಂತ ಅವುಗಳಲ್ಲಿ ರಹಸ್ಯವಾಗಿ

ಏನೋ ನಿರ್ಧಾರವಾಯಿತು. ಆನೆಯ ಕಾಲುಗಳನ್ನು ತಮ್ಮ ಸ್ವಾಧೀನಕ್ಕೆ ತೆಗೆದುಕೊಳ್ಳಲು ಅವು ಮೊದಲ ಗುಂಪಿನ ನಾಯಿಗಳ ಮೇಲೆ ದಾಳಿ ಮಾಡಿದವು. ಅವುಗಳ ಭೀಕರ ಬೊಗಳುವಿಕೆ ಮತ್ತು ಆನೆಯ ಹುಚ್ಚುಚ್ಚಾದ ಘೀಳಿಡುವಿಕೆಯಿಂದ ಇಡೀ ಅರಣ್ಯವೇ ತತ್ತರಿಸಿತು. ಕೆಲವು ನಾಯಿಗಳು ತಮ್ಮತಮ್ಮಲ್ಲೇ ಜಗಳವಾಡಿಕೊಂಡಿದ್ದವು, ಕೆಲವು ನಾಯಿಗಳು ನಿರಂತರವಾಗಿ ಆನೆಯ ಕಾಲುಗಳ ಮೇಲೆ ದಾಳಿ ಮಾಡುತ್ತಿದ್ದವು, ಇನ್ನೂ ಕೆಲವು ನಾಯಿಗಳು ಆನೆಯ ಕಾಲುಗಳಿಂದ ತುಳಿತಕ್ಕೊಳಗಾಗಿ ಸಾಯುವ ಧ್ವನಿಯಲ್ಲಿ ನರಳುತ್ತಿದ್ದವು.

ಆನೆ ತನ್ನೆಲ್ಲ ಶಕ್ತಿಯಿಂದ ಘೀಳಿಡುತ್ತಾ ತನ್ನ ಕತ್ತನ್ನು ಜೋರಾಗಿ ಎಳೆದಾಡುತ್ತಿತ್ತು. ಅದನ್ನು ಕಟ್ಟಿ ಹಾಕಿದ್ದ ಮರದ ಕೊಂಬೆಗಳು ಪ್ರತಿ ಎಳೆತಕ್ಕೂ ನಡುಗುತ್ತಿದ್ದವು ಮತ್ತು ಕೆಲವು ಒಣಗಿದ ಎಲೆಗಳು ಪಟಪಟನೆ ಕೆಳಗೆ ಉದುರಿ ಬೀಳುತ್ತಿದ್ದವು.

ಆದರೆ ಸ್ವಲ್ಪ ಸಮಯ ಅಷ್ಟೇ, ಆನೆಗೆ ಥಟ್ಟನೆ ಏನೋ ಅರಿವಾದಂತೆ ತೋರಿ, ಅದು ಒಮ್ಮೆಲೇ ಶಾಂತವಾಯಿತು. ಅದು ತನ್ನ ಸೊಂಡಿಲನ್ನು ಕೆಳಗಿಳಿಸಿತು. ಅದರ ಹಿಂಗಾಲುಗಳು ಸಹ ಪ್ರತಿಭಟನೆಯನ್ನು ನಿಲ್ಲಿಸಿದವು.

ಆನೆ ಈಗ ಏದುಸಿರು ಬಿಡುತ್ತ ನಿಧಾನವಾಗಿ ಉಸಿರಾಡುವುದನ್ನು ನಿಲ್ಲಿಸಿತು. ಅಪಘಾತಕ್ಕೀಡಾದ ಹಡಗು ನಿಧಾನವಾಗಿ ಸಮುದ್ರದಲ್ಲಿ ಮುಳುಗುವಂತೆ ಅದರ ಹಿಂಭಾಗವು ನಿಧಾನವಾಗಿ ಕೆಳಕ್ಕೆ ಬಾಗಲು ಪ್ರಾರಂಭಿಸಿತು.

ನನ್ನ ಆರನೇ ಇಂದ್ರಿಯ ಮತ್ತೆ ಕಾರ್ಯಪ್ರವೃತ್ತವಾಯಿತು. ನನ್ನ ಕೈಯನ್ನು ಚಾಚಿ ಆನೆಯ ಕುತ್ತಿಗೆಗೆ ಕಟ್ಟಿದ್ದ ಸರಪಳಿಯನ್ನು ಹಿಡಿದು ನಿಧಾನವಾಗಿ ಎದ್ದು ನಿಲ್ಲುತ್ತ ಮರದ ಕಾಂಡವನ್ನು ಹಿಡಿದೆ. ನನ್ನ ಪಾದಗಳು ಆನೆಯ ಬೆನ್ನಿನ ಮೇಲೆ ಸ್ವಲ್ಪ ಹೊತ್ತು ನಿಂತಿದ್ದವು. ನಂತರ ನಿಧಾನವಾಗಿ ಆನೆಯ ಬೆನ್ನು ನನ್ನ ಕಾಲುಗಳ ಕೆಳಗಿನಿಂದ ಜಾರಿತು. ನನ್ನ ಎರಡೂ ಕಾಲುಗಳನ್ನು ಕಾಂಡಕ್ಕೆ ಸುತ್ತಿ ನಾಲ್ಕು ಕಾಲುಗಳ ಪ್ರಾಣಿಯಂತೆ ಮೇಲಕ್ಕೆ ಚಲಿಸಲು ಪ್ರಾರಂಭಿಸಿದೆ. ಮರದ ಒಂದು ಸುರಕ್ಷಿತ ಕೊಂಬೆಯನ್ನು ತಲುಪುವವರೆಗೂ ಮೇಲಕ್ಕೆ ಚಲಿಸುತ್ತಲೇ ಇದ್ದೆ. ನನ್ನ ಬಲಗೈಯಿಂದ ಆ ಕೊಂಬೆಯನ್ನು ನನಗೆ ಗೊತ್ತಿರುವ ರೀತಿಯಲ್ಲಿ ಸುತ್ತಿ ಹಿಡಿದುಕೊಂಡು, ಎಡಗಾಲನ್ನು ಇಳಿಸಿ ಕೊಂಬೆಯ ಮೇಲೆ ಕಾಲಿಟ್ಟು, ದೇಹವನ್ನು ಸ್ವಲ್ಪ ಸಮತೋಲನಗೊಳಿಸುತ್ತ ಇನ್ನೊಂದು ಕಾಲನ್ನು ಕೆಳಗಿಳಿಸಿ ಮರದ ಕೊಂಬೆಯ ಮೇಲೆ ಸವಾರಿ ಮಾಡುವವನಂತೆ ಕೂತೆ.

ಆನೆ ಈಗ ಸಂಪೂರ್ಣವಾಗಿ ನಾಶವಾಗಿತ್ತು. ಕಾಡುನಾಯಿಗಳು ತಮ್ಮತಮ್ಮಲ್ಲೇ ಕಾದಾಡುವುದನ್ನು ನಿಲ್ಲಿಸಿದ್ದವು. ಅವುಗಳ ನಡುವೆ ಈಗ ಒಪ್ಪಂದ ಏರ್ಪಟ್ಟಿತ್ತು. ಅವು ಆನೆಯ ಹೊಟ್ಟೆಯ ಬಲ ಮತ್ತು ಎಡ ಭಾಗಗಳನ್ನು ತಮ್ಮ ತಮ್ಮ ನಡುವೆ ಹಂಚಿಕೊಂಡಿದ್ದವು. ಆರಂಭದಲ್ಲಿ ತೀವ್ರ ಆತುರ ತೋರಿ ಅವು ತಮ್ಮಲ್ಲೇ ಪೈಪೋಟಿ ನಡೆಸುತ್ತಿದ್ದವು. ಆನೆಯ ಬಲವಾದ ದಪ್ಪನಾದ ಚರ್ಮವನ್ನು ಹರಿದು ಒಳಗಿನ ಮೃದುವಾದ ಭಾಗಗಳನ್ನು ತಲುಪುವುದು ಬಹಳ ಕಷ್ಟಕರವಾದ ಕೆಲಸವಾಗಿತ್ತು. ಮೊದಲು ಹಿರಿಯ ಮತ್ತು ಶಕ್ತಿಯುತ ನಾಯಿಗಳು ಮುಂದೆ ಬಂದು ಈ ಕೆಲಸವನ್ನು ತಮ್ಮ ದವಡೆಗಳಲ್ಲಿ ತೆಗೆದುಕೊಂಡವು. ಆದರೆ

ಸಣ್ಣ ಮತ್ತು ಮಧ್ಯಮ ನಾಯಿಗಳು, ದೊಡ್ಡ ನಾಯಿಗಳೇ ಎಲ್ಲಾ ಮಾಂಸವನ್ನು ದೋಚಬಹುದು ಎಂದು ಆತಂಕಗೊಂಡು, ಆಗಾಗ ಬಾಯಿಹಾಕಿ ಕಚ್ಚಿ ತಮ್ಮ ಹಕ್ಕನ್ನು ಪ್ರತಿಪಾದಿಸುತ್ತಿದ್ದವು. ಆದರೆ ಹೊಟ್ಟೆಯ ಚರ್ಮದ ಹೆಚ್ಚಿನ ಭಾಗವನ್ನು ಕೆರೆದು ತೆಗೆದಾಗ, ಭಯಪಡುವ ಅಗತ್ಯವಿಲ್ಲ ಎಂದು ಅರಿತುಕೊಂಡವು. ಒಳಗೆ ತುಂಬಾ ಆಹಾರವಿತ್ತು. ಅವು ಮೂರು ದಿನ ತಿಂದರೂ ಎಲ್ಲವನ್ನೂ ತಿಂದು ಮುಗಿಸಲು ಸಾಧ್ಯವಾಗುತ್ತಿರಲಿಲ್ಲ.

ಈಗ ಎಲ್ಲಾ ರೀತಿಯ ಚಡಪಡಿಕೆ, ಆಕ್ರಮಣ, ಭಯ ಕೊನೆಗೊಳ್ಳುವುದರ ಜೊತೆಗೆ ಆನೆಯ ನೋವು ಕೂಡ ಕೊನೆಗೊಂಡಿತ್ತು. ಹಸಿದ ಪ್ರಾಣಿಗಳು ನೆಮ್ಮದಿಯಾಗಿ ತಿನ್ನುತ್ತಿದ್ದವು. ಆನೆ ಕೂಡ ಅವಿರೋಧ ಮನೋಭಾವದಿಂದ ಅವುಗಳಿಗೆ ತಿನ್ನಲು ಅವಕಾಶ ನೀಡುತ್ತಿತ್ತು.

ಆ ಬೆಳದಿಂಗಳ ರಾತ್ರಿಯಲ್ಲಿ ಮರದ ಕೊಂಬೆಯ ಮೇಲೆ ಕುಳಿತಿದ್ದ ನಾನು ಎಲ್ಲವನ್ನೂ ನೋಡಿದೆ. ನನ್ನ ಅಪ್ರಬುದ್ಧ ಮನಸ್ಸಿನಲ್ಲಿ ಯಾವುದೇ ಆಲೋಚನೆಗಳು ಬರುತ್ತಿರಲಿಲ್ಲ. ಆನೆಯ ಭಾವರಹಿತ ಕಣ್ಣುಗಳನ್ನೇ ನೋಡುತ್ತಿದ್ದೆ. ಸರಪಳಿಯಿಂದ ಕಟ್ಟಿದ ಕಾರಣ ಆನೆಯ ಕತ್ತು ಮೇಲಕ್ಕೆ ಇದ್ದು, ಅದರ ಮುಖ ಸ್ಪಷ್ಟವಾಗಿ ಕಾಣಿಸುತ್ತಿತ್ತು. ಬೆಳದಿಂಗಳ ಬೆಳಕಿನಲ್ಲಿ ಹೊಳೆಯುತ್ತಿದ್ದ ಅದರ ಕಣ್ಣುಗಳು ಕೆಲವೊಮ್ಮೆ ಸ್ವಲ್ಪ ಮಿಟುಕುತ್ತಿದ್ದವು. ಕೆಲವೊಮ್ಮೆ ಅದು ತನ್ನ ಹುಬ್ಬುಗಳನ್ನು ಮೇಲಕ್ಕೆತ್ತಿ ಆಕಾಶದಲ್ಲಿ ಹೊಳೆಯುತ್ತಿರುವ ಚಂದ್ರ ತಾರೆಗಳನ್ನು ನೋಡುತ್ತಿತ್ತು. ನಾಯಿಗಳು ಅದರ ದೇಹದಿಂದ ಮಾಂಸದ ದೊಡ್ಡ ತುಂಡನ್ನು ಕಚ್ಚಿ ಎಳೆಯಲು ಪ್ರಯತ್ನಿಸಿದಾಗ, ಅದು ನಿಧಾನವಾಗಿ ತನ್ನ ಕುತ್ತಿಗೆಯನ್ನು ಅಲ್ಲಾಡಿಸುತ್ತಿತ್ತು. ತದನಂತರ ಅದರ ಕಣ್ಣುಗಳು ಅದೇ ಮೂಕಭಾವದಿಂದ ಕೆಳಗೆ ಇಳಿಯುತ್ತಿದ್ದವು.

ಸ್ವಲ್ಪ ಹೊತ್ತಿನ ನಂತರ ತಣ್ಣನೆಯ ಗಾಳಿ ಬೀಸತೊಡಗಿತು. ಎಲೆಗಳು ಸಹ ಮೃದುವಾಗಿ ಚರಪರ ಸದ್ದು ಮಾಡಲು ಪ್ರಾರಂಭಿಸಿದವು. ಮಧ್ಯದಲ್ಲಿ ಒಂದಷ್ಟು ಹಕ್ಕಿಗಳ ಧ್ವನಿ ಕೇಳಿಸುತ್ತಿತ್ತು. ಯಾವಾಗ ನನ್ನ ದೇಹವು ಮರದ ಕೊಂಬೆಗೆ ಒರಗಿಕೊಂಡಿತೋ, ಯಾವಾಗ ಮಲಗಿದೆನೋ ನನಗೆ ತಿಳಿಯಲಿಲ್ಲ.

ಬೆಳಗಾಗುತ್ತಿದ್ದಂತೆ ಹಕ್ಕಿಗಳ ಚಿಲಿಪಿಲಿ, ಕೋಗಿಲೆಯ ಕುಹೂ ಮತ್ತು ಅನೇಕ ಹಕ್ಕಿಗಳ ಕಲರವದಿಂದ ಕಾಡು ತುಂಬಿತ್ತು. ಬೆಳಗಿನ ಚಿನ್ನದ ಕಿರಣಗಳು ಬಿಳಿಯಾಗಿ ಬಿಸಿಲು ಬೀಳುವವರೆಗೆ ನಾನು ಈ ಎಲ್ಲಾ ಮಧುರ ಧ್ವನಿಗಳ ಮಧ್ಯೆ ಮಲಗಿದ್ದೆ.

ನನಗೆ ಎಚ್ಚರವಾದಾಗ ಆಗಲೇ ಸೂರ್ಯ ಮೇಲೇರಿದ್ದ. ಕಣ್ಣು ತೆರೆದ ಕೂಡಲೇ ಮೊದಲು ಕಂಡದ್ದು ಆನೆಯ ಮುಖ. ಅದರ ಕತ್ತು ಒಂದು ಕಡೆಗೆ ವಾಲಿ ನೇತಾಡುತ್ತಿತ್ತು. ಅದರ ಕಣ್ಣುಗಳು ತೆರೆದುಕೊಂಡೇ ಇದ್ದವು. ಹಣೆಯ ಮೇಲೆ ಕುಳಿತಿದ್ದ ಎರಡು ಕಾಗೆಗಳು ಅದರ ಕಣ್ಣುಗಳ ಮೂಲೆಯಲ್ಲಿ ಒಂದೊಂದಾಗಿ ತಮ್ಮ ಕೊಕ್ಕಿನಿಂದ ಕುಟುಕುತ್ತಿದ್ದವು. ಗಿಡುಗ, ಕಾಗೆ ಮತ್ತು ರಣಹದ್ದುಗಳು ದೇಹದ ಕೆಳಗಿನ ಭಾಗಗಳನ್ನು ಆಕ್ರಮಿಸಿಕೊಂಡಿದ್ದವು. ಆನೆಯ ಹೊಟ್ಟೆಯ ಒಳಗಿನ ಭಾಗದಲ್ಲಿ ಎರಡು ಕತ್ತೆಕಿರುಬಗಳು ಆಳವಾಗಿ ಮುಳುಗಿದ್ದವು. ಆ ಕತ್ತೆಕಿರುಬಗಳ ಹಿಂಗಾಲುಗಳು ಆನೆಯ ಕರುಳಿನ ಅವಶೇಷಗಳಲ್ಲಿ ಮತ್ತೆ ಮತ್ತೆ ಜಾರುತ್ತಿದ್ದವು. ಆದರೆ ಅವು ತಮ್ಮ ಮುಂಭಾಗದ ಕಾಲುಗಳನ್ನು ಮೇಲಕ್ಕೆತ್ತಿ ಆನೆಯ ಎದೆಯ ಪಕ್ಕೆಲುಬುಗಳ

ಮೇಲೆ ಇರಿಸಿ ಆನೆಯ ಕುತ್ತಿಗೆಯಿಂದ ದೊಡ್ಡ ತುಂಡನ್ನು ಹೊರತೆಗೆಯಲು ಒಗ್ಗಟ್ಟಾಗಿ ಶಕ್ತಿ ಹಾಕುತ್ತಿದ್ದವು. ಅವುಗಳ ಬಲವಾದ ಎಳೆತದಿಂದಾಗಿ, ಮರಕ್ಕೆ ಕಟ್ಟಿದ ಆನೆಯ ಕುತ್ತಿಗೆ ಕೂಡ ಎಳೆತಕ್ಕೊಳಗಾಗುತ್ತಿತ್ತು. ಆಗ ಆನೆಯ ತಲೆಯ ಮೇಲೆ ಕುಳಿತ ಕಾಗೆಗಳು ಕಾವ್ ಕಾವ್ ಎಂದು ಕಿರುಚುತ್ತ ಹಾರಿ ಹೋಗಿ, ಮರುಕ್ಷಣ ಮತ್ತೆ ದಾಳಿ ಮಾಡುತ್ತಿದ್ದವು.

ಕತ್ತೆಕಿರುಬಗಳು ತಮ್ಮ ಪರಿಶ್ರಮದ ಫಲವನ್ನು ದವಡೆಗಳಲ್ಲಿ ಹಿಡಿದಿಟ್ಟುಕೊಂಡು ಆನೆಯ ಹೊಟ್ಟೆಯಿಂದ ಹೊರಬಂದಾಗ ಅವುಗಳ ದೇಹವು ರಕ್ತಸಿಕ್ತವಾಗಿತ್ತು. ಹೊರಗೆ ಬಂದ ಕೂಡಲೇ ಮತ್ತೆ ಎಳೆದಾಟದ ಜಗಳದಲ್ಲಿ ತೊಡಗಿಕೊಂಡವು. ಒಂದು ಕತ್ತೆಕಿರುಬ ಕೃಶವಾಗಿ ತುಂಬಾ ದುರ್ಬಲವಾಗಿತ್ತು, ಆದರೆ ಅದು ತನ್ನ ದವಡೆಗಳಲ್ಲಿ ಬಿಗಿಯಾಗಿ ದೊಡ್ಡ ಮಾಂಸದ ತುಂಡನ್ನು ಹಿಡಿದಿತ್ತು. ದೊಡ್ಡ ಕತ್ತೆಕಿರುಬ ಸ್ವಲ್ಪ ಸಮಯದವರೆಗೆ ಆ ದೊಡ್ಡ ತುಂಡನ್ನು ಕಸಿದುಕೊಳ್ಳಲು ಪ್ರಯತ್ನಿಸಿತು. ಆದರೆ ಪ್ರಯತ್ನ ಫಲ ಕೊಡಲಿಲ್ಲ. ಇದ್ದಕ್ಕಿದ್ದಂತೆ ಅದು ತನ್ನ ತಂತ್ರವನ್ನು ಬದಲಾಯಿಸಿ ಮಾಂಸದ ತುಂಡನ್ನು ಬಿಟ್ಟು ಆ ಕತ್ತೆಕಿರುಬದ ಕುತ್ತಿಗೆಗೆ ಬಾಯಿ ಹಾಕಿ ಹಿಡಿಯಿತು. ಆ ದುರ್ಬಲ ಕತ್ತೆಕಿರುಬ ನೆಲದ ಮೇಲೆ ಕುಸಿದು ಬೀಳುವವರೆಗೆ ಅದರ ಕುತ್ತಿಗೆಯನ್ನು ಕಚ್ಚಿ ಬಿಗಿಯಾಗಿ ಹಿಡಿದಿತ್ತು. ದುರ್ಬಲವಾದ ಕತ್ತೆಕಿರುಬದ ದವಡೆಯಿಂದ ಮಾಂಸದ ತುಂಡು ಜಾರಿಬಿತ್ತು. ಅದರ ಕುತ್ತಿಗೆ ವಕ್ರವಾಗಿ ಸೆಟೆದುಕೊಂಡು, ಬಾಯಿ ತೆರೆದುಕೊಂಡೆ ಇತ್ತು.

ನಾನು ಸತ್ತ ಕತ್ತೆಕಿರುಬದ ತೆರೆದ ಬಾಯಿಯ ದವಡೆಯನ್ನು ಬಹಳ ಹೊತ್ತು ನೋಡುತ್ತಿದ್ದೆ. ಅಷ್ಟರಲ್ಲಿ ಎರಡನೇ ಕತ್ತೆಕಿರುಬ ಭಾರವಾದ ದೊಡ್ಡ ಮಾಂಸದ ತುಂಡನ್ನು ನೆಲದ ಮೇಲೆ ಎಳೆಯುತ್ತ ದೂರ ಹೊರಟು ಹೋಯಿತು. ಸಾವು-ಬದುಕಿನ ನಡುವಿನ ಈ ಹೋರಾಟದಲ್ಲಿ ಇನ್ನೂ ಹಲವು ದೃಶ್ಯಗಳು ಬೆಳಕಿಗೆ ಬಂದವು. ಇತರ ಅನೇಕ ಪ್ರಾಣಿಗಳು, ಹಕ್ಕಿಗಳು ಮತ್ತು ಕೀಟಗಳು ಈ ಔತಣದ ಸಂದರ್ಭವನ್ನು ತಮ್ಮದೇ ಆದ ರೀತಿಯಲ್ಲಿ ಬಳಸಿಕೊಂಡವು.

ನನಗೆ ಆ ಕ್ಷಣವು ಪ್ರಪಂಚದ ಎಲ್ಲಾ ಲೀಲೆಗಳ ಸಾರವನ್ನು ಹಿಂಡಿ ಒಂದು ದಾರ್ಶನಿಕ ರೂಪವನ್ನು ಪಡೆದ ಹಾಗಿತ್ತು. ಆದರೆ ಪ್ರತಿಯೊಬ್ಬರಿಗೂ ಇಂತಹ ಘಟನೆಗಳು ತಾತ್ತ್ವಿಕ ಭಾವನೆಗಳನ್ನು ಜಾಗೃತಗೊಳಿಸುವುದು ಸಾಧ್ಯವಿಲ್ಲವೇನೋ. ಇಂತಹ ಘಟನೆಗಳಿಂದ ಯಾವುದೇ ತಾತ್ತ್ವಿಕ ಪ್ರಭಾವವನ್ನು ಪಡೆಯಲು ಸಾಧ್ಯವಾಗದವರಿಗೆ, ಇಂತಹ ಘಟನೆಗಳು ಮನಃಪಟಲದಲ್ಲಿ ಶಾಶ್ವತ ಚಿತ್ರಣಗಳಾಗಿ ಬದಲಾಗುತ್ತವೆ. ಇಂತಹ ಘಟನೆಗಳಿಗೆ ಸಾಕ್ಷಿಯಾದವರ ಸಂಪೂರ್ಣ ಜೀವನ ಭಯದಿಂದ ತುಂಬುತ್ತದೆ ಅಥವಾ ಅವರನ್ನು ಶಾಶ್ವತವಾಗಿ ಭಯದಿಂದ ಮುಕ್ತಗೊಳಿಸುತ್ತದೆ.

ನನಗೂ ಈ ವಿಷಯದಲ್ಲಿ ಅದೇ ಆಯಿತು. ಆ ಬೇಟೆ, ಸಾಮೂಹಿಕ ಪ್ರಾಣಿಗಳ ಹಸಿವು ಮತ್ತು ಆನೆಯ ಭೀಕರ ಸಾವು ನನ್ನ ಮನಸ್ಸಿನಲ್ಲಿದ್ದ ಎಲ್ಲಾ ಬಾಲಿಶ ಭಯ ಹಾಗೂ ಮುಗ್ಧತೆಯನ್ನು ಶಾಶ್ವತವಾಗಿ ನಾಶಪಡಿಸಿತು. ಇದು ಸಂಪೂರ್ಣವಾಗಿ ಸಹಜವಾದ ಮತ್ತು ನೈಸರ್ಗಿಕ ಬದಲಾವಣೆಯಾಗಿತ್ತು. ಇಂತಹ ಬದಲಾವಣೆ ಬರೀ ಯೋಚನೆಯಿಂದ

ಬರುವುದಿಲ್ಲ, ಕೇವಲ ನಿರ್ದಿಷ್ಟ ಸನ್ನಿವೇಶಗಳಿಂದ ಬರುವುದಿಲ್ಲ. ಇದರಲ್ಲಿ ಕೆಲವು ಅಂಶಗಳು ಸೇರಿ ವಿಚಿತ್ರ ರೀತಿಯ ಅದೃಶ್ಯ ರಾಸಾಯನಿಕ ದ್ರಾವಣವು ರೂಪುಗೊಳ್ಳುತ್ತದೆ, ಅವುಗಳನ್ನು ಯಾವುದೇ ರೀತಿಯ ಪರೀಕ್ಷೆಗೆ ಒಡ್ಡಲಾಗುವುದಿಲ್ಲ.

ನಾನು ಮರದಿಂದ ಕೆಳಗಿಳಿದೆ. ಮರದಿಂದ ಕೆಳಗಿಳಿಯುವ ಯಾವುದೇ ನಿರ್ಧಾರ ತೆಗೆದುಕೊಂಡಿರಲಿಲ್ಲವಾದರೂ ಹಾಗೇ ಸುಮ್ಮನೆ ಕೆಳಗೆ ಇಳಿದು, ಕಾಡಿನ ಒಣಗಿದ ಪೊದೆಗಳ ನಡುವಿನ ದಾರಿ ಹಿಡಿದೆ.

ಆ ಅನುಭವ ನನ್ನದೇ ಆಗಿದ್ದರೂ ಆ ಸಮಯದಲ್ಲಿ ನಾನು ಏನು ಯೋಚಿಸುತ್ತಿದ್ದೆನೆಂದು ಹೇಳಲು ಸಾಧ್ಯವಿಲ್ಲ. ಒಂದೋ ನಾನು ಆ ಸಮಯದಲ್ಲಿ ಏನನ್ನೂ ಯೋಚಿಸುತ್ತಿರಲಿಲ್ಲ ಅಥವಾ ನನ್ನ ಚಿಂತನೆಯು ನನ್ನ ಅರಿವಿನಿಂದ ಪ್ರತ್ಯೇಕವಾಗಿ ತನ್ನದೇ ಆದ ಅರಿವನ್ನು ಪಡೆದುಕೊಂಡಿತ್ತು. ಒಂದೇ ಗರ್ಭದಲ್ಲಿ ಅವಳಿ ಶಿಶುಗಳು ಹೇಗೆ ಬೆಳೆಯುತ್ತವೆಯೋ ಹಾಗೆಯೇ ನನ್ನ ಮೆದುಳಿನಲ್ಲಿ ಒಂದೇ ಸನ್ನಿವೇಶದ ಎರಡು ಯೋಚನೆಗಳು ಬೆಳೆಯಲಾರಂಭಿಸಿದವು.

ಒಣಗಿದ ಪೊದೆಗಳ ನಡುವೆ ಏನೂ ತೋಚದೆ ನಾನು ಸಾಗಿದ ದಾರಿ ಎಷ್ಟು ದೂರವಿತ್ತು ಮತ್ತು ಎಷ್ಟು ಪ್ರಯಾಸದಾಯಕವಾಗಿತ್ತು ಎಂಬುದು ಆ ಸಮಯದಲ್ಲಿ ನನಗೆ ತಿಳಿದಿರಲಿಲ್ಲ. ಅದು ಕೇವಲ ಕಾಡಿನ ಮಾರ್ಗವಾಗಿರಲಿಲ್ಲ, ಅದು ನನ್ನ ಬದುಕಿನ ಭವಿಷ್ಯದ ಮಾರ್ಗವಾಗಿತ್ತು.

ದಾರಿಯಲ್ಲಿ ನನಗೆ ಇನ್ನೊಂದು ವಿರೂಪಗೊಂಡ ಶವ ಕಾಣಿಸಿತು. ಅದರ ಎಲುಬುಗಳನ್ನೆಲ್ಲ ಚದುರಿಸಿ ದೇಹದ ಮಾಂಸವನ್ನೆಲ್ಲ ತಿಂದುಹಾಕಲಾಗಿತ್ತು. ಹತ್ತಿರದಲ್ಲಿ ಬಿದ್ದಿದ್ದ ಕೊಡಲಿ, ಕೆಂಪು ಟವೆಲ್ ಮತ್ತು ಕಪ್ಪು ದಾರದಿಂದ ಕಟ್ಟಿದ ತಾಯತ- ಅದು ಆನೆಯ ಮೇಲೆ ನನ್ನನ್ನು ಕಾಡಿಗೆ ತಂದ ಅದೇ ಮಾವುತನ ಅವಶೇಷಗಳು ಎಂದು ಸ್ಪಷ್ಟಗೊಳಿಸಿದವು. ಚದುರಿದ ಮೂಳೆಗಳನ್ನು ಸ್ವಲ್ಪ ಹೊತ್ತು ನೋಡುತ್ತ ನಿಂತು, ಅಲ್ಲಿ ಬಿದ್ದಿದ್ದ ಕೊಡಲಿಯನ್ನು ಎತ್ತಿಕೊಂಡು ಮುಂದೆ ಸಾಗಿದೆ.

ಮನುಷ್ಯನ ಅಸ್ಥಿಪಂಜರವನ್ನು ನೋಡಿದ ನಾನು ಆಗ ಏನು ಯೋಚಿಸಿರಬಹುದು ಎಂದು ಹೇಳುವುದು ಎಷ್ಟೊಂದು ಕಷ್ಟವೋ ಅಷ್ಟೇ ಕಷ್ಟ, ಆನೆಯ ದೇಹದ ವಿವಿಧ ಭಾಗಗಳನ್ನು ತುಂಡರಿಸುವಾಗ ಆ ಕಾಡುನಾಯಿಗಳು, ಕತ್ತೆಕಿರುಬಗಳು, ತೋಳಗಳು, ನರಿಗಳು, ಕಾಗೆಗಳು, ರಣಹದ್ದುಗಳು ಮತ್ತು ಕೀಟಗಳು ಏನು ಯೋಚಿಸುತ್ತಿದ್ದವು ಎಂದು ಹೇಳುವುದು. ಇನ್ನೂ ಕಷ್ಟವೆಂದರೆ ತನ್ನ ದೇಹದ ಆಂತರಿಕ ಭಾಗಗಳಿಂದ ಮಾಂಸವನ್ನು ನಿಧಾನವಾಗಿ ಕಿತ್ತುಕೊಳ್ಳುತ್ತಿರುವಾಗ ಆನೆ ಏನು ಯೋಚಿಸುತ್ತಿತ್ತು ಎಂದು ಹೇಳುವುದು.

ನಾನು ಇಷ್ಟನ್ನು ಮಾತ್ರ ಹೇಳಲು ಬಯಸುತ್ತೇನೆ. ಕಾಡಿನಿಂದ ಹೊರಬಂದಾಗ ಕೇವಲ ದೈಹಿಕವಾಗಿ ಮನುಷ್ಯನಾಗಿದ್ದೆ. ಆ ಮೂರು ದಿನಗಳ ಅನುಭವ ನನ್ನ ಮೆದುಳಿಗೆ ಪ್ರಾಣಿಗಳಂತೆ ವಿಚಾರಹೀನನಾಗಿರುವುದನ್ನು ಕಲಿಸಿತ್ತು.

ನಾನು ದೊಡ್ಡವನಾದಾಗ, ನನ್ನೊಳಗೆ ಇಬ್ಬರು ವಿಭಿನ್ನ ವ್ಯಕ್ತಿಗಳು ಒಟ್ಟಿಗೆ ಬೆಳೆಯುತ್ತಿದ್ದಾರೆ ಎಂಬ ಆಭಾಸ ನನಗೆ ಆಗತೊಡಗಿತು. ಒಬ್ಬನು ಪ್ರತಿಯೊಂದು ದೊಡ್ಡ 'ವಿಷಯ'ಕ್ಕೆ ಆಕರ್ಷಿತನಾಗುತ್ತಾನೆ ಮತ್ತು ದೊಡ್ಡ ದೊಡ್ಡ ಅಪಾಯಗಳನ್ನು ಎದುರು ಹಾಕಿಕೊಳ್ಳಲು ಸಿದ್ಧನಾಗಿರುತ್ತಾನೆ. ಇನ್ನೊಬ್ಬ ಯಾವುದೇ ದೊಡ್ಡ ವಿಪತ್ತು, ವಿಘಟನೆ ಅಥವಾ ವಿನಾಶವನ್ನು ಪ್ರಾಣಿಗಳಂತೆ ಸಹಜತೆಯಿಂದ ಸ್ವೀಕರಿಸುತ್ತಾನೆ.

❑❑❑

ಅಕ್ಕ

ಕಾಡಿನಲ್ಲಿ ಅಲೆದಾಡಿ ಎರಡು ದಿನಗಳಾದ ಮೇಲೆ ನಾನು ಹಳ್ಳಿಯನ್ನು ತಲುಪಿದಾಗ, ನನ್ನ ಇಡೀ ಕುಟುಂಬ ಬೆರಗಾಗಿತ್ತು. ಏಕೆಂದರೆ ಒಂದು ದಿನದ ಹಿಂದೆಯೇ ಯಾರೋ ಒಬ್ಬ ರೇಂಜರ್ ನನ್ನ ಶಾಲೆಯ ಚೀಲವನ್ನು ಅವರಿಗೆ ತಂದುಕೊಟ್ಟಿದ್ದ. ಅಂದಿನಿಂದ ನನ್ನ ಕುಟುಂಬದವರು ನನಗಾಗಿ ಕಾಯುತ್ತಿರಲಿಲ್ಲ, ನನ್ನ ಅಳಿದುಳಿದ ಶವಕ್ಕಾಗಿ ಕಾಯುತ್ತಿದ್ದರು.

ಮೊದಲು ನನ್ನ ಅಪ್ಪ ಮುಂದೆ ಬಂದು ನನ್ನ ಕೆನ್ನೆಗೆ ಬಿರುಸಾಗಿ ಹೊಡೆದ. ನಾನು ಸ್ವಲ್ಪ ದೂರ ಹೋಗಿ ಬಿದ್ದೆನಾದರೂ ಮರುಕ್ಷಣವೇ ಮತ್ತೆ ಎದ್ದುನಿಂತೆ. ಸ್ವಲ್ಪವೂ ವಿಚಲಿತನಾಗದೆ, ಒಮ್ಮೆಯೂ ಕೆನ್ನೆಯನ್ನು ಸವರಿಕೊಳ್ಳದೆ ಅವರನ್ನೇ ನೋಡುತ್ತ ನಿಂತೆ. ಆಗ ನನ್ನ ಅಪ್ಪ ಕರ್ಕಶ ಧ್ವನಿಯಲ್ಲಿ ನನ್ನನ್ನು ಬೈಯಲು ಪ್ರಾರಂಭಿಸಿದ. ನನ್ನ ಅಪ್ಪ ತುಂಬಾ ಅಸಭ್ಯ ಮತ್ತು ಒರಟ. ಅವನ ಕರ್ಕಶ ಧ್ವನಿಯು ಬಿಳಿ ಮೀಸೆಯ ಮೂಲಕ ಬಂದು ವಿಚಿತ್ರವಾಗಿ ಕೇಳಿಸುತ್ತಿತ್ತು.

ನಂತರ ಅವ್ವ ಕಾಡುಪ್ರಾಣಿಯಂತೆ ಮೇಲೆರಗಿ ಬಂದು ನನ್ನನ್ನು ಹಿಡಿದುಕೊಂಡಳು. ಅವಳು ಕೆಟ್ಟದಾಗಿ ಕಿರುಚುತ್ತ ಅಳುತ್ತಿದ್ದಳು. ಆದರೆ ಅವಳ ಕಣ್ಣುಗಳಲ್ಲಿ ಕಣ್ಣೀರಿನ ಕುರುಹೇ ಇರಲಿಲ್ಲ. ಅವಳ ಕೂಗು, ಕಿರುಚಾಟ ನನ್ನಲ್ಲಿ ಯಾವುದೇ ಕೋಮಲ ಭಾವನೆಗಳನ್ನು ಹುಟ್ಟಿಸಲಿಲ್ಲ. ಕರಗುವ ಬದಲು ನಾನು ಇನ್ನಷ್ಟು ವಿರಕ್ತನಾದೆ. ನನ್ನ ಚಿಕ್ಕಪ್ಪ, ಚಿಕ್ಕಮ್ಮ ಮತ್ತು ನೆರೆಹೊರೆಯ ಅನೇಕ ಸಂಬಂಧಿಕರು ನನ್ನನ್ನು ಸುತ್ತುವರೆಯಲು ಪ್ರಾರಂಭಿಸಿದರು. ಅವರೆಲ್ಲರ ಸಾಮೂಹಿಕ ಪ್ರತಿಕ್ರಿಯೆ ಎಷ್ಟು ಕ್ಷುಲ್ಲಕ, ನಕಲಿ ಮತ್ತು ನಾಟಕೀಯವಾಗಿತ್ತು ಎಂದರೆ ಅದನ್ನು ನೋಡಿದಾಗ ನಾನು ಸತ್ತಿದ್ದರೆ ತುಂಬಾ ಚೆನ್ನಾಗಿತ್ತು ಎನಿಸಿತು.

ಹೃದಯದಲ್ಲಿ ಕರುಣೆಯ ಕುರುಹು ಇಲ್ಲದ ಆ ಗುಂಪನ್ನು ನೋಡಿದೆ. ಮನುಷ್ಯರಲ್ಲಿ ಮಾತ್ರ ಕಂಡುಬರುವ ಉದ್ರೇಕದ ಭಾವನೆಗಳು ಅವರ ಮುಖದಲ್ಲಿ ಜಿನುಗುತ್ತಿದ್ದವು. ಅವರ ಅನೇಕ ಸಾಂತ್ವನಗಳು ಮತ್ತು ಬೆನ್ನು ಸವರಿಕೆಗಳ ಹೊರತಾಗಿಯೂ ನಾನು ಕೊರಡಾಗಿಯೇ ಇದ್ದೆ. ಏಕೆಂದರೆ ನನ್ನ ಗಮನ ಬೇರೆಲ್ಲೋ ಇತ್ತು. ನನಗೆ ಸಾಯುವ ಮುನ್ನ ಆನೆ ಕೊನೆಯ ಬಾರಿಗೆ ನನ್ನತ್ತ ನೋಡಿದ ದೃಶ್ಯ ನೆನಪಾಗುತ್ತಿತ್ತು.

ನಾನು ಆಗ ಕಾಡಿನಲ್ಲಿ ಅಲ್ಲ, ನನ್ನ ಮನೆಯ ಅಂಗಳದಲ್ಲಿ ನಿಂತಿದ್ದೆ. ಅಷ್ಟೊಂದು ಮನುಷ್ಯರಿಂದ ಸುತ್ತುವರೆದಿದ್ದರೂ, ಅವರ 'ಮಾನವ ಸಹಾನುಭೂತಿ'ಯ ಮಾತುಗಳ ಹೊರತಾಗಿಯೂ, ಆನೆಯ ಖಾಲಿ ನೋಟವೇಕೆ ನೆನಪಾಯಿತು ಎಂದು ನನಗೆ ಅರ್ಥವಾಗಲಿಲ್ಲ. ಅದಾದ ಮೇಲೆ ಜೀವನದಲ್ಲಿ ದೊಡ್ಡ ಅಲ್ಲೋಲ ಕಲ್ಲೋಲವಾದಾಗಲೆಲ್ಲಾ ಆ ಪ್ರಾಣಿಯ ಆ ಕೊನೆಯ ನೋಟ ನನಗೇಕೆ ನೆನಪಾಗುತ್ತದೆ ಎಂದು ತಿಳಿಯುವುದಿಲ್ಲ. ಹಾಗೆ ಆದಾಗಲೆಲ್ಲಾ ಲೌಕಿಕ ಜೀವನದ ಮಾನದಂಡಗಳೆಲ್ಲ ಕ್ಷುಲ್ಲಕವೆನಿಸುತ್ತವೆ.

ಆ ದಿನ ನಾನು ಯಾರೊಂದಿಗೂ ಏನನ್ನೂ ಮಾತನಾಡಲಿಲ್ಲ. ನನ್ನ ಮೌನ ನನ್ನ ಅವ್ವನ ತಲೆ ಕೆಡಿಸಿತ್ತು. ನಾನು ಏನನ್ನಾದರೂ ಹೇಳಲಿ ಎಂದು ಪದೇ ಪದೇ ನನ್ನನ್ನು ಅಲ್ಲಾಡಿಸುತ್ತಿದ್ದಳು. ಒಂದು ವೇಳೆ ನಾನು ಅತ್ತುಬಿಟ್ಟಿದ್ದರೆ ಬಹುಶಃ ನನಗೆ ಏನೋ ಆಗಿದೆ ಎಂದು ಅವ್ವನ ಭಯ ಕಡಿಮೆಯಾಗುತ್ತಿತ್ತು. ಆದರೆ ಪದೇ ಪದೇ ಅಲ್ಲಾಡಿಸಿದರೂ ನಾನು ಪ್ರತಿಕ್ರಿಯಿಸದೇ ಇದ್ದಾಗ, ಎಲ್ಲವೂ ಮುಗಿದೇ ಹೋಯಿತು ಎಂಬಂತೆ ದಂತೇಶ್ವರಿ ಮಾತೆಯ ಹೆಸರು ತೆಗೆದುಕೊಂಡು ಜೋರಾಗಿ ಅಳತೊಡಗಿದಳು.

ಆಗ ಚಿಕ್ಕಪ್ಪ ಮಧ್ಯೆ ಪ್ರವೇಶಿಸಿ ಅವ್ವನ ಕೈ ಹಿಡಿದು ನಮ್ಮನ್ನು ಬೇರ್ಪಡಿಸಿ, "ನೀವ್ ಈ ಕಡೆ ಬರ್ರಿ, ನಾ ನೋಡ್ತೀನಿ ಅವನ್ನ" ಎಂದ.

ಅವನು ನನ್ನ ತೋಳನ್ನು ಹಿಡಿದು ಬೆದರಿಸಿದ. "ಯಾಕಲೇ, ನಿಮ್ಮವ್ವನ ಮ್ಯಾಲ ಕನಿಕರ ಇಲ್ಲನು? ನೋಡಲ್ಲಿ ಹ್ಯಾಂಗ ಬಿಕ್ಕಿ ಬಿಕ್ಕಿ ಅಳಾಕತ್ತಾಳ. ಮತ್ತ ನೀ ಹಸಿದವನಂಗ ಕಣ್ಣು ಕಿಸದು ನೋಡಾಕತ್ತಿ. ನಿಮ್ಮವ್ವನ್ನ ಸ್ವಲ್ಪ ಸಮಾಧಾನ ಮಾಡು" ಎಂದು ನನ್ನನ್ನು ಅವ್ವ ಇರುವ ಕಡೆಗೆ ದೂಡಿದ. ಆದರೆ ಅವ್ವನ ಹತ್ತಿರ ಹೋಗುವ ಬದಲು ನಾನು ಎರಡು ಮೂರು ಹೆಜ್ಜೆ ಹಿಂದಕ್ಕೆ ಸರಿದು, ಅವ್ವನನ್ನು ನೋಡುವ ಬದಲು ನನ್ನ ಚಿಕ್ಕಪ್ಪನತ್ತ ನೋಡಿದೆ. ಬಹುಶಃ ಆ ದಿನ ನನಗೆ ಏನೋ ಆಗಿತ್ತು, ನಾನು ಕಣ್ಣು ಮಿಟುಕಿಸದೆ ಅವನನ್ನು ನೋಡುತ್ತಿದ್ದೆ. ನನ್ನ ಜಡಗಟ್ಟಿದ ಸ್ಥಿತಿಯಿಂದ ಹೊರಬರಲೆಂದು ಇದ್ದಕ್ಕಿದ್ದಂತೆಯೇ ಅವನು ನನ್ನ ಕೆನ್ನೆಗೆ ಬಲವಾಗಿ ಬಾರಿಸಿದ. ಆದರೆ ಈ ಬಾರಿಯೂ ನಾನು ನನ್ನ ಕೆನ್ನೆಯನ್ನು ಸವರಿಕೊಳ್ಳಲಿಲ್ಲ ಅಥವಾ ನನ್ನ ಸ್ಥಳದಿಂದ ಒಂದು ಇಂಚು ಕೂಡ ಕದಲಲಿಲ್ಲ. ಈ ಅಚಲ ಮತ್ತು ಹಠಮಾರಿ ಧೋರಣೆ ಅವನನ್ನು ಇನ್ನಷ್ಟು ಕೆರಳಿಸಿತು. "ನಿಲ್ಲಲೇ ಮಗನೇ, ನಿನ್ನ ಮೈಯ್ಯಾನ ದೆವ್ವಾ ಬಿಡಸ್ತಿನಿ. ನಿನಗ ಹಿಂಗ ಹೇಳಿದರ ನಡೆಂಗಿಲ್ಲ. ಮುಕುಳಿ ಮ್ಯಾಲ ಒಂದು ಬಿತ್ತಂದರ ತಿಳಿತದ..."

ಅವನು ನಿಜವಾಗಿಯೂ ತನ್ನ ಎತ್ತಿನಬಂಡಿಯಿಂದ ಬಾರಕೋಲನ್ನು ಎತ್ತಿಕೊಂಡು ಬಂದ. ಅವನನ್ನು ಯಾರೂ ತಡೆಯಲಿಲ್ಲ. ಬದಲಿಗೆ ಜನರ ಗುಂಪು ಚಿಕ್ಕಪ್ಪ ತನ್ನ ಕೆಲಸ ಸರಿಯಾಗಿ ಮಾಡಿ ಮುಗಿಸಲೆಂದು ಜಾಗ ಮಾಡಿಕೊಡಲು ಸ್ವಲ್ಪ ಹಿಂದೆ ಸರಿಯಿತು. ಆದರೆ ಆಗ ನನ್ನ ಅಕ್ಕ ಮಧ್ಯೆ ಪ್ರವೇಶಿಸಿದಳು. ಅವಳು ನನ್ನ ಕೈಯನ್ನು ಹಿಡಿದು ಗುಂಪನ್ನು ಪಕ್ಕಕ್ಕೆ ತಳ್ಳುತ್ತ ನನ್ನನ್ನು ಆ ವೃತ್ತದಿಂದ ಹೊರಗೆ ತಂದಳು. ನೇರವಾಗಿ ಮನೆಯೊಳಗೆ ನುಗ್ಗಿ, ತನ್ನ ಕೋಣೆಗೆ ಕರೆದೊಯ್ದು ಒಳಗಿನಿಂದ ಚಿಲಕ ಹಾಕಿದಳು. ಹೊರಗೆ ಅಂಗಳದಿಂದ ಚಿಕ್ಕಪ್ಪ ಜೋರಾಗಿ ಕೂಗುವ ಸದ್ದು ಬರುತ್ತಿತ್ತು. ನನ್ನ ಅವ್ವ ಕೂಡ ಚಿಕ್ಕಪ್ಪನೊಂದಿಗೆ ಸೇರಿಕೊಂಡು

ನನ್ನ ಅಕ್ಕನಿಗೆ ಬೈಯುತ್ತಾ ಈ ಹುಡುಗಿಯೇ ನನ್ನ ಮಗನನ್ನು ಹಾಳು ಮಾಡಿದ್ದಾಳೆ ಎಂದು ಕೂಗಾಡುತ್ತಿದ್ದಳು.

ಆ ಕೋಣೆಯಲ್ಲಿ ಇನ್ನೊಂದು ಬಾಗಿಲು ಇತ್ತು, ಅದು ಹಿಂಭಾಗದ ಅಂಗಳದ ಕಡೆಗೆ ತೆರೆದುಕೊಳ್ಳುತ್ತಿತ್ತು. ಅಕ್ಕ ಮುಂದೆ ಹೋಗಿ ಹಿಂದಿನ ಬಾಗಿಲಿನ ಚಿಲಕವನ್ನು ತೆರೆದು, ತನ್ನ ಸೀರೆಯ ತುದಿಯನ್ನು ಸೊಂಟಕ್ಕೆ ಸುತ್ತಿಕೊಳ್ಳುತ್ತಾ ನನ್ನ ಕಡೆಗೆ ಬಂದಳು. ನನಗೆ ಏನನ್ನೂ ಹೇಳದೆ ನನ್ನ ಅಂಗಿಯ ಗುಂಡಿಗಳನ್ನು ಬಿಚ್ಚಿ, ಅಂಗಿಯನ್ನು ತೆಗೆದು ಪಕ್ಕಕ್ಕೆ ಎಸೆದು ನನ್ನ ಹಾಫ್ ಪ್ಯಾಂಟಿನ ಗುಂಡಿಗಳನ್ನು ಬಿಚ್ಚಿದಳು. ಹಾಫ್ ಪ್ಯಾಂಟ್ ಕೆಳಗೆ ಜಾರಿಸಿ, ನನ್ನ ಕೈ ಹಿಡಿದು ತೋಟದ ಬಾವಿಯ ಬಳಿ ಕರೆತಂದಳು. ಅಲ್ಲಿ ನನ್ನ ಎರಡೂ ಹೆಗಲ ಮೇಲೆ ಒತ್ತಡ ಹಾಕಿ ನನ್ನನ್ನು ಬಟ್ಟೆ ತೊಳೆಯುವ ಕಲ್ಲಿನ ಮೇಲೆ ಕೂರಿಸಿ ಹಗ್ಗದಿಂದ ಕಟ್ಟಿದ್ದ ಬಕೆಟನ್ನು ಬಾವಿಗೆ ಇಳಿಸಿದಳು. ಮೊದಲ ಬಕೆಟಿನಲ್ಲಿದ್ದ ನೀರನ್ನೆಲ್ಲ ನನ್ನ ಮೈಮೇಲೆ ಸುರಿದು, ಮತ್ತೊಂದು ಬಕೆಟ್ ತುಂಬಿಸಿ, ಕಲ್ಲಿನ ಬಳಿ ಇಟ್ಟಿದ್ದ ಸಾಬೂನು ಎತ್ತಿಕೊಂಡಳು. ನಾನು ಕಣ್ಣುಮುಚ್ಚಿಕೊಂಡೆ. ನನ್ನ ಮುಖಕ್ಕೆ ಸಾಬೂನು ಹಚ್ಚಿದ ನಂತರ ನನ್ನ ಕೂದಲಿಗೆ ಸಾಬೂನು ಹಚ್ಚಿದಳು. ನನ್ನ ಮೈಮೇಲೆಲ್ಲ ಸೋಪನ್ನು ಚೆನ್ನಾಗಿ ಉಜ್ಜಿ, ಒಂದು ಬಕೆಟ್ ನೀರನ್ನು ನನ್ನ ಮೇಲೆ ಸುರಿದಳು. ನಾನು ಕಣ್ಣು ತೆರೆದು ಅವಳತ್ತ ನೋಡಿದೆ. ಅವಳು ಸಂಪೂರ್ಣವಾಗಿ ಮೌನವಾಗಿದ್ದಳು. ನಾನು ಕಣ್ಣು ಮಿಟುಕಿಸುತ್ತಾ ಈಗ ನನಗೆ ಸ್ನಾನ ಮಾಡಿಸುವುದರ ಹಿಂದೆ ಅಕ್ಕನ ಉದ್ದೇಶ ಏನಿರಬಹುದು ಎಂದು ಅರ್ಥ ಮಾಡಿಕೊಳ್ಳಲು ಪ್ರಯತ್ನಿಸುತ್ತಿದ್ದೆ. ಕಾಡಿನಿಂದ ನನ್ನೊಂದಿಗೆ ಬಂದಿದ್ದ 'ಎರಡನೆಯವನನ್ನು' ಅವಳು ಗುರುತಿಸಿದ್ದಾಳೆಯೇ? ನನ್ನ ದೇಹವನ್ನು ಉಜ್ಜುವ ನೆಪದಲ್ಲಿ ಅವಳು 'ಎರಡನೆಯವನನ್ನು' ನನ್ನಿಂದ ತೊಡೆದುಹಾಕಲು ಪ್ರಯತ್ನಿಸುತ್ತಿದ್ದಾಳೆಯೇ?

ಅವಳು ಮತ್ತೆ ನನ್ನ ಕೈ ಹಿಡಿದು ಕೋಣೆಗೆ ಕರೆತಂದಳು. ದೇಹವನ್ನು ಟವೆಲ್‌ನಿಂದ ಒರೆಸಿ, ಬಟ್ಟೆ ಹಾಕಿ, ತಲೆಗೂದಲಿಗೆ ತೆಂಗಿನ ಎಣ್ಣೆಯನ್ನು ಹಚ್ಚಿ ಬಾಚಲು ಪ್ರಾರಂಭಿಸಿದಳು. ತನ್ನ ಎಡಗೈಯಿಂದ ನನ್ನ ಎರಡೂ ಕೈಗಳನ್ನು ಗಟ್ಟಿಯಾಗಿ ಹಿಡಿದು ಕಾಡಿಗೆ ಡಬ್ಬಿಯನ್ನು ಕೈಗೆತ್ತಿಕೊಂಡಳು.

ಈ ಮೊದಲು ಅವಳಿಗೆ ನಾನು ಕಾಡಿಗೆ ಹಚ್ಚಲು ಬಿಡುತ್ತಿರಲಿಲ್ಲ. ಅವಳು ಕಾಡಿಗೆ ಹಚ್ಚಲು ಪ್ರಯತ್ನಿಸಿದಾಗಲೆಲ್ಲಾ ಜೋರಾಗಿ ಕಿರುಚುತ್ತಾ, ಅವಳಿಂದ ಬಿಡಿಸಿಕೊಳ್ಳಲು ನನ್ನೆಲ್ಲ ಶಕ್ತಿ ಹಾಕಿ ಪ್ರಯತ್ನಿಸುತ್ತಿದ್ದೆ. ಅವಳು ಇನ್ನೂ ಹೆಚ್ಚು ಶಕ್ತಿ ಹಾಕಿ ನನ್ನನ್ನು ಹಿಡಿದುಕೊಂಡು, ಕಾಡಿಗೆ ಹಚ್ಚದೆ ಬಿಡುತ್ತಿರಲಿಲ್ಲ. ಎಷ್ಟೋ ಸಲ ಈ ಎಳೆದಾಟದಲ್ಲಿ ಅವಳ ಕಾಡಿಗೆ ಹಚ್ಚುವ ಬೆರಳು ನನ್ನ ರೆಪ್ಪೆಯಿಂದ ಜಾರಿ, ಕಾಡಿಗೆ ನನ್ನ ಕೆನ್ನೆಯ ಮೇಲೆ ಅಸಹ್ಯವಾಗಿ ಹರಡಿಕೊಳ್ಳುತ್ತಿತ್ತು. ಹರಡಿದ ಕಾಡಿಗೆಯನ್ನು ತನ್ನ ಸೀರೆಯ ಅಂಚಿನಿಂದ ಒರೆಸಿ, ನನಗೆ ದೃಷ್ಟಿಯಾಗಬಾರದೆಂದು ನನ್ನ ಹಣೆಯ ಎಡಭಾಗದಲ್ಲಿ ದೃಷ್ಟಿಬೊಟ್ಟು ಇಡುತ್ತಿದ್ದಳು. ದೃಷ್ಟಿಬೊಟ್ಟು ಎಂದರೆ ನನಗೆ ಆಗಿ ಬರುತ್ತಿರಲಿಲ್ಲ. ಆದರೆ ಆ ದಿನ ನಾನು ನನ್ನ ಕಣ್ಣಿಗೆ ಕಾಡಿಗೆ ಹಚ್ಚುವುದನ್ನಾಗಲಿ, ದೃಷ್ಟಿಬೊಟ್ಟು ಇಡುವುದನ್ನಾಗಲಿ ವಿರೋಧಿಸಲಿಲ್ಲ.

ನಾನು ಜಾಣಹುಡುಗನಂತೆ ಕಂಡಾಗ ಅವಳು ನನ್ನ ಮುಖ ನೋಡಿದಳು. ತಲೆಯ ಹಿಂಭಾಗದ ಕೂದಲು ಬಹುಶಃ ಮತ್ತೆ ಎದ್ದುನಿಂತಿದ್ದವು. ಅವಳು ಬಾಚಣಿಗೆಯನ್ನು ಎತ್ತಿಕೊಂಡು ಮತ್ತೊಮ್ಮೆ ನನ್ನ ಕೂದಲನ್ನು ಬಾಚಿದಳು. ನನ್ನ ಮುಖವನ್ನು ತನ್ನ ಎರಡೂ ಅಂಗೈಗಳಲ್ಲಿ ತೆಗೆದುಕೊಂಡು ನನ್ನನ್ನು ಗಮನವಿಟ್ಟು ನೋಡಿದಳು. ಅವಳ ಕಣ್ಣುಗಳಲ್ಲಿ ಯಾವುದೇ ಥರದ ಭಾವನೆಗಳಿರಲಿಲ್ಲ. ಕೇವಲ ಚಿಂತೆ ಇತ್ತು. ಅವಳು ಇನ್ನೂ ನನಗೆ ಏನಾಗಿದೆ ಎಂದು ಅರ್ಥಮಾಡಿಕೊಳ್ಳಲು ಪ್ರಯತ್ನಿಸುತ್ತಿದ್ದಳು. ಅವಳು ಸ್ವಲ್ಪ ಹೊತ್ತು ನನ್ನನ್ನೇ ನೋಡಿ, ನನ್ನ ಕೈ ಹಿಡಿದುಕೊಂಡು ಕೋಣೆಯಿಂದ ಹೊರಬಂದಳು.

ಅವ್ವ ಅಡುಗೆಮನೆಯಲ್ಲಿ ಇರಲಿಲ್ಲ, ಆದರೆ ಅವಳು ಹಾಕಿದ್ದ ಕಸ ಎಲ್ಲಾ ಕಡೆ ಹರಡಿಕೊಂಡಿತ್ತು. ಎಲ್ಲವನ್ನೂ ಒಟ್ಟುಗೂಡಿಸಿ ಎತ್ತಿಡಲು, ಸ್ವಚ್ಛಗೊಳಿಸಲು ಅಕ್ಕನಿಗೆ ಹೆಚ್ಚಿನ ತೊಂದರೆಯಾಗಲೆಂದು ಅವಳು ಉದ್ದೇಶಪೂರ್ವಕವಾಗಿ ವಸ್ತುಗಳನ್ನು ಚೆಲ್ಲಾಪಿಲ್ಲಿ ಮಾಡಿ, ಅಗತ್ಯಕ್ಕಿಂತ ಹೆಚ್ಚು ಗಲೀಜು ಮಾಡುತ್ತಿದ್ದಳು. ಅಕ್ಕನನ್ನು ಪೀಡಿಸುವ ಒಂದೇ ಒಂದು ಅವಕಾಶವನ್ನೂ ಕೂಡ ಅವಳು ಬಿಡುತ್ತಿರಲಿಲ್ಲ. ಅವ್ವನ ಬಲವಾದ ದ್ವೇಷದ ಹಿಂದಿನ ಸ್ಪಷ್ಟ ಕಾರಣ ನನಗೆ ಅರ್ಥವಾಗುತ್ತಿರಲಿಲ್ಲ. ನಾವು ಅವಳಿಂದ ಕಲಿತು ಅಳವಡಿಸಿಕೊಳ್ಳಬಹುದಾದ ಸದ್ಗುಣಗಳು ಅವಳಲ್ಲಿ ಇರಲಿಲ್ಲ, ಬದಲಿಗೆ ಅವಳ ಚಟುವಟಿಕೆಗಳು ಜಿಗುಪ್ಸೆ ತರಿಸುತ್ತಿದ್ದವು. ನನ್ನ ನೆನಪುಗಳನ್ನು ಶೋಧಿಸಿ ಹೇಳುವುದಾದರೆ ಅವಳು ಮಾನಸಿಕವಾಗಿ ಅಷ್ಟೊಂದು ಅಸ್ವಸ್ಥಳಾಗಿರಲಿಲ್ಲ, ಆದರೆ ಅಸಹ್ಯವಾಗುವಷ್ಟು ನೀಚಳಾಗಿದ್ದಳು. ಆ ಹೀನ ಮತ್ತು ನೀಚ ಉದಾಹರಣೆಗಳು ನೆನಪಿಗೆ ಬಂದಾಗ, ನನ್ನ ನರ ನಾಡಿಗಳಲ್ಲಿ ದ್ವೇಷದ ಅಲೆಯು ಹತ್ತಿ ಉರಿಯುತ್ತದೆ.

ಆ ದಿನ ಅವಳ ಅಸೂಯೆಗೆ ಮೂಲವಾದ ಕಾರಣ ಏನೆಂದರೆ, ಅವಳು ಎಷ್ಟೇ ಅತ್ತು ಕರೆದರೂ, ವಿನಾಕಾರಣ ಪದೇ ಪದೇ ಅಪ್ಪಿಕೊಂಡರೂ ನಾನು ಅವಳೊಂದಿಗೆ ಸೌಜನ್ಯದಿಂದ ವರ್ತಿಸಲು ಸಾಧ್ಯವಾಗಿರಲಿಲ್ಲ ಮತ್ತು ಅಕ್ಕ ನನ್ನ ಕೈ ಹಿಡಿದ ತಕ್ಷಣ ಅವಳ ಜೊತೆಗೆ ಹೋಗಿದ್ದೆ. ಇದು ಅಕ್ಕನ ಇನ್ನೊಂದು ಗೆಲುವಾಗಿತ್ತು. ಮಲಅಕ್ಕನ ಜೊತೆಗೆ ನಾನಿರುವುದು ಅವ್ವನಿಗೆ ಒಂಚೂರು ಇಷ್ಟವಿರಲಿಲ್ಲ. ಅವಳು ನನ್ನ ಮನಸನ್ನು ಗೆಲ್ಲಲು ಮತ್ತು ಅಕ್ಕನನ್ನು ನನ್ನಿಂದ ದೂರವಿರಿಸಲು ಎಲ್ಲಾ ತಂತ್ರಗಳನ್ನು ಬಳಸುತ್ತಿದ್ದಳು. ಆದರೆ ನಿರ್ಣಾಯಕ ಕ್ಷಣಗಳಲ್ಲಿ, ಅಕ್ಕ ಯಾವಾಗಲೂ ಗೆಲ್ಲುತ್ತಿದ್ದಳು. ಏಕೆಂದರೆ ಅವ್ವ ನನ್ನನ್ನು ತನ್ನೆಡೆಗೆ ಸೆಳೆಯಲು ಯಾವ ಥರದ ದುಷ್ಟ ಪ್ರಯತ್ನ ಮಾಡುತ್ತಿದ್ದಳೆಂದರೆ, ಅವುಗಳಲ್ಲಿ ನನ್ನ ಮೇಲಿನ ಪ್ರೀತಿ-ವಾತ್ಸಲ್ಯ ಕಡಿಮೆ ಮತ್ತು ಅಕ್ಕನ ಮೇಲಿನ ಕ್ರೌರ್ಯ ಹೆಚ್ಚಾಗಿರುತ್ತಿತ್ತು.

ಅಕ್ಕ ನನಗೆ ಬಾವಿಯ ಬಳಿ ಸ್ನಾನ ಮಾಡಿಸುತ್ತಿದ್ದಾಗ, ಅಕ್ಕನ ಬೆನ್ನ ಹಿಂದಿನಿಂದ ನಾನು ಅಡುಗೆಮನೆಯ ಕಿಟಕಿಯ ಬಳಿ ಅವ್ವನನ್ನು ನೋಡಿದ್ದೆ. ಅವಳ ಮುಖವು ಉಗ್ರ ಪ್ರತೀಕಾರದಿಂದ ಉರಿಯುತ್ತಿತ್ತು. ಅವಳು ಹಲ್ಲು ಕಡಿಯುತ್ತಾ ಕೊಳಕು ಬೈಗುಳಗಳನ್ನು ಉಗುಳುತ್ತಿದ್ದಳು.

ಆ ದಿನವೂ ಅಕ್ಕ ಅವ್ವನ ಕಿರಿಕಿರಿಯ ನಡತೆ, ಬೈಗುಳಗಳನ್ನು ಕಡೆಗಣಿಸಿ ಅಡುಗೆಮನೆಯ ಕೆಲಸವನ್ನು ಬೇಗ ಬೇಗ ಮುಗಿಸತೊಡಗಿದಳು. ಕೆಲಸ ಮುಗಿದ ಮೇಲೆ ಬೇಳೆಸಾರು ಮತ್ತು

ಅನ್ನದ ಪಾತ್ರೆಗಳ ಮುಚ್ಚಳ ತೆಗೆದು ಸ್ವಲ್ಪ ಹೊತ್ತು ನೋಡುತ್ತ ಕುಳಿತಳು. ಆ ಒಂದು ಕ್ಷಣದಲ್ಲಿ ಅವಳ ಮುಖದಲ್ಲಿ ಕೋಪದ ಅಲೆಯೊಂದು ಬಂದುಹೋಗಿದ್ದನ್ನು ನಾನು ಗಮನಿಸಿದೆ. ಅವಳ ಮುಖದಿಂದ ದೃಷ್ಟಿ ಸರಿಸಿ ಪಾತ್ರೆಗಳಲ್ಲಿ ನೋಡಿ ದಿಗ್ಭ್ರಮೆಗೊಂಡೆ. ಅನ್ನದ ಮೇಲೆ ಒಲೆಯ ಬೂದಿ ಎರಚಲಾಗಿತ್ತು, ಬೇಳೆಸಾರಿನಲ್ಲಿ ಎರಡು ಜಿರಳೆಗಳು ಸತ್ತು ಬಿದ್ದಿದ್ದವು.

ಅಕ್ಕ ಸ್ವಲ್ಪ ಹೊತ್ತು ಯೋಚಿಸಿ ತನ್ನ ಬಲಗೈ ಬಳೆಗಳನ್ನು ಮೇಲಕ್ಕೆ ಸರಿಸಿ ಬೇಳೆಸಾರಿನಲ್ಲಿ ಬಿದ್ದಿದ್ದ ಜಿರಳೆಯ ಕಾಲನ್ನು ಹಿಡಿದು ಹೊರತೆಗೆದು, ಅಡುಗೆಮನೆಯಿಂದ ಹೊರಬಂದು ನೇರವಾಗಿ ಮಂಚದ ಮೇಲೆ ಮಲಗಿದ್ದ ಅವ್ವನ ಕೋಣೆಗೆ ಹೋದಳು. ಅವ್ವ ತನ್ನ ಎಡಗೈಯನ್ನು ಹಣೆಯ ಮೇಲೆ ಇಟ್ಟುಕೊಂಡು ಮಲಗಿದ್ದಳು. ಅಕ್ಕ ಅವಳ ಕೈಯನ್ನು ತಟ್ಟಿ ಎಚ್ಚರಿಸಿದಾಗ ಅವ್ವ ಆಘಾತಗೊಂಡು ತನ್ನ ಹಣೆಯಿಂದ ಕೈಯನ್ನು ತೆಗೆದಳು. ಅಕ್ಕ ಜಿರಳೆ ಹಿಡಿದಿದ್ದ ಕೈಯನ್ನು ಮೇಲಕ್ಕೆ ಎತ್ತಿದಳು. ಅವ್ವ ಮತ್ತು ಅಕ್ಕನ ನಡುವೆ ಕೆಲಕಾಲ ನೀರವ ಮೌನ ಆವರಿಸಿತ್ತು. ಅಕ್ಕ ಬಾಯಿಯನ್ನು ತೆರೆದು ಜಿರಳೆಯನ್ನು ನೇರವಾಗಿ ಬಾಯಿಗೆ ಹಾಕಿಕೊಂಡು ಜಗಿಯತೊಡಗಿದಳು. ಅಕ್ಕನ ಈ ರೂಪವನ್ನು ನಾನು ಮೊದಲ ಬಾರಿಗೆ ನೋಡಿದ್ದೆ. ಅವಳು ಎಷ್ಟು ಮೌನವಾಗಿದ್ದಳೋ ಅಷ್ಟೇ ಮಾರಣಾಂತಿಕ ಎಂದು ನನಗೆ ತಿಳಿದಿರಲಿಲ್ಲ.

ಅವ್ವ ಗಾಬರಿಯಿಂದ ಎದ್ದಳು. ಮೊದಮೊದಲು ಅವಳ ಮುಖದಲ್ಲಿ ಸ್ವಲ್ಪ ದಿಗ್ಭ್ರಮೆ ಕಾಣಿಸಿ ನಂತರ ಕೋಪದಿಂದ ಕುದಿಯತೊಡಗಿತು. ಅವಳು ಅಕ್ಕನಿಗೆ ಹೊಡೆಯಲು ಕೈ ಎತ್ತಿದಳು. ಆದರೆ ಅಕ್ಕ ಅವಳ ಎತ್ತಿದ ಕೈಯನ್ನು ಹಿಡಿದಳು. ಅವ್ವ ತನ್ನ ಕೈಯನ್ನು ಬಿಡಿಸಿಕೊಳ್ಳುವ ಪ್ರಯತ್ನದಲ್ಲಿ ಇನ್ನಷ್ಟು ಕೋಪಗೊಂಡು, "ಏನೇ ನಾಟಕಾ ತೋರಸಾಕ ಬಂದೀಯೇನು..." ಎಂದು ಕಿರುಚಿದಳು.

ಅಕ್ಕ ಯಾವುದೇ ಪ್ರತಿರೋಧ ತೋರಲಿಲ್ಲ. ಅವಳು ಅವ್ವನ ಕೈಯನ್ನು ಗಟ್ಟಿಯಾಗಿ ಹಿಡಿದುಕೊಂಡಿದ್ದಳು. ಆಮೇಲೆ ಎಂದಿನಂತೆ ತನ್ನ ಬಿಚ್ಚಿದ ಗುಂಗುರು ಕೂದಲನ್ನು ಹಿಂದಕ್ಕೆ ಸರಿಸಿ ತಲೆ ಎತ್ತಿ, ಜಿರಳೆಯನ್ನು ಅವ್ವನ ಕಾಲುಗಳ ಬಳಿ ಉಗುಳಿ ಕೋಣೆಯಿಂದ ಹೊರಗೆ ಹೋದಳು.

ಅಡುಗೆಮನೆಗೆ ಹೋದ ಅಕ್ಕ, ಮಡಕೆಯಿಂದ ಒಂದು ಲೋಟ ನೀರನ್ನು ತೆಗೆದುಕೊಂಡು ಮೋರಿಯಲ್ಲಿ ಬಾಯಿ ಮುಕ್ಕಳಿಸತೊಡಗಿದಳು. ತನ್ನ ಬಾಯಿಯನ್ನು ಚೆನ್ನಾಗಿ ಸ್ವಚ್ಛಗೊಳಿಸಿಕೊಂಡು, ಒಂದು ಲೋಟ ನೀರನ್ನು ಗಟಗಟನೆ ಕುಡಿದಳು. ನನಗೂ ನೀರನ್ನು ಕುಡಿಯಲು ಕೊಟ್ಟಾಗ, ಎರಡು ಗುಟುಕು ಕುಡಿದು ಲೋಟ ವಾಪಸ್ಸು ಕೊಟ್ಟೆ. ನಾನು ಎರಡು ದಿನಗಳಿಂದ ಹಸಿದುಕೊಂಡಿದ್ದೆ. ಖಾಲಿ ಹೊಟ್ಟೆಯಲ್ಲಿ ನೀರು ಹೋದಮೇಲೆ ಹೊಟ್ಟೆ ನೋವಾಗಿ ಕಣ್ಣಾಲಿಗಳು ತುಂಬಿದವು.

ಅಕ್ಕ ಲೋಟವನ್ನು ಮಡಕೆಯ ಬಳಿ ಇಟ್ಟು, ಕೆಳಗೆ ಕುಳಿತು ಒಲೆ ಹಚ್ಚತೊಡಗಿದಳು. ಸ್ವಲ್ಪ ಹೊತ್ತಿನಲ್ಲೇ ಕಟ್ಟಿಗೆ ಚಟಪಟ ಎಂದು ಸಿಡಿದು ಉರಿಯತೊಡಗಿತು. ಹಸಿವು ಊಟಕ್ಕೆ ಕರೆಯುವಂತೆ, ಬೆಂಕಿ ಹಸಿ ಅನ್ನಕ್ಕಾಗಿ ಕರೆಯುತ್ತಿತ್ತು. ಅನ್ನಕ್ಕಾಗಿ ಕರೆಯುತ್ತಿದ್ದ ಜ್ವಾಲೆಗಳ

ಮೇಲೆ ಅಕ್ಕ ಪಾತ್ರೆಯನ್ನು ಇಟ್ಟಾಗ, ಜ್ವಾಲೆಗಳು ಆ ಪಾತ್ರೆಯನ್ನು ಎಲ್ಲಾ ಕಡೆಯಿಂದಲೂ ತಮ್ಮ ಆಲಿಂಗನಕ್ಕೆ ತೆಗೆದುಕೊಂಡವು. ಬೆಂಕಿ ಮತ್ತು ಅನ್ನದ ನಡುವಿನ ಪ್ರಣಯ ಮುಂದುವರೆಯುತ್ತಿರುವಾಗ ಅಕ್ಕ ಮೆಣಸಿನಕಾಯಿ, ಕೊತ್ತಂಬರಿ, ಟೊಮ್ಯಾಟೊ ಮತ್ತು ಸೌತೆಕಾಯಿಗಳನ್ನು ರುಬ್ಬುವ ಕಲ್ಲಿನಲ್ಲಿ ಹಾಕಿ ರುಬ್ಬುತ್ತಿದ್ದಳು. ಅಕ್ಕನ ಕೈಯಿಂದ ಮಾಡಿದ ಆ ಚಟ್ನಿ ನನಗೆ ಎಷ್ಟು ಹುಚ್ಚು ಹಿಡಿಸಿತ್ತು ಎಂದರೆ ಅದನ್ನು ಮಾತಿನಲ್ಲಿ ಹೇಳಲಾಗದು. ಇದೇ ಕಾರಣಕ್ಕೆ ನನಗೆ ಚಟರೂ ಎಂಬ ಹೆಸರು ಬಿದ್ದಿತ್ತು.

ಅಕ್ಕ ಊಟದ ಮೊದಲ ತುತ್ತನ್ನು ಚಟ್ನಿಯೊಂದಿಗೆ ಬೆರೆಸಿ ನನ್ನ ಕಡೆಗೆ ತಂದಳು. ನಾನು ತಲೆ ಎತ್ತಿ ನೋಡಿದಾಗ ಅಕ್ಕನ ಹಿಂದೆ ಈ ಬಾರಿ ಮತ್ತೆ ಅವ್ವ ಕಾಣಿಸಿದಳು. ಅವಳು ತನ್ನ ಬೆದರಿಸುವ ಕಣ್ಣುಗಳಿಂದ ನನಗೆ ಏನನ್ನೋ ಹೇಳುತ್ತಿದ್ದಳು. ಆದರೆ ಈ ಬಾರಿ ಅವ್ವನ ಮಾತು ಕೇಳುವ ಬದಲು, ಬಾಯಿ ತೆರೆದು ಊಟ ನುಂಗಲು ಶುರು ಮಾಡಿದೆ. ನಾನು ಕೂಡ ಒಂದು ತುತ್ತು ಮಾಡಿ ಅಕ್ಕನ ಕಡೆಗೆ ತೆಗೆದುಕೊಂಡು ಹೋದೆ, ಅಕ್ಕ ಈ ಬಾರಿ ಮೆಲ್ಲಗೆ ನಕ್ಕಳು. ಅವಳೂ ಕೂಡ ಬಾಯಿ ತೆರೆದು ನನ್ನ ತುತ್ತನ್ನು ಸ್ವೀಕರಿಸಿದಳು.

ಊಟವಾದ ಮೇಲೆ ನಾವಿಬ್ಬರೂ ನಮ್ಮ ಜಂಟಿ ಕೋಣೆಗೆ ಹೋದೆವು. ಅಕ್ಕ ಚಾಪೆ ಹಾಸಿ ನನ್ನನ್ನು ಹತ್ತಿರ ಮಲಗಿಸಿಕೊಂಡಳು. ಅವಳು ನನ್ನ ಹಣೆಯನ್ನು ನೇವರಿಸುತ್ತಿರುವಾಗ, ನಾನು ಅವಳ ಬಲಗೈಯ ಮೇಲೆ ತಲೆಯಿಟ್ಟು ದೀರ್ಘಕಾಲದ ನಿದ್ದೆಗೆ ಜಾರಿದೆ...

ಸಂಜೆ ನಾನು ನಿದ್ರೆಯಿಂದ ಎಚ್ಚರಗೊಂಡು ಅಂಗಳಕ್ಕೆ ಬಂದು ನೋಡಿದರೆ ಅವ್ವ ನೆರಳಿನಲ್ಲಿ ಕುಳಿತು ಅಮೃತಬಳ್ಳಿಯ ಎಲೆಗಳನ್ನು ಬಿಡಿಸುತ್ತಿದ್ದಳು ಮತ್ತು ಅಕ್ಕ ಹಸುವಿನ ಹಾಲು ಕರೆಯುತ್ತಿದ್ದಳು. ಹಸು ಮೇವಿನ ಒಣಹುಲ್ಲಿನಲ್ಲಿ ಹುದುಗಿಸಿದ್ದ ತನ್ನ ಮೂತಿಯನ್ನು ನನ್ನ ಕಡೆಗೆ ಎತ್ತಿ ನೋಡಿ, ಸ್ವಲ್ಪ ಸಮಯ ಹುಲ್ಲನ್ನು ಅಗಿದು ಮತ್ತೆ ಹುಲ್ಲಿನಲ್ಲಿ ತನ್ನ ಬಾಯಿಯನ್ನು ಹಾಕಿತು. ಸಂಜೆಯ ಕೆಂಪು ಅಕ್ಕನ ಕೂದಲ ಮೇಲೆ ಬೀಳುತ್ತಿತ್ತು. ನಾನು ಅಕ್ಕನ ಬಳಿ ಬಂದೆ, ಅವಳು ತನ್ನ ಎಡಗೈಯಿಂದ ನನ್ನನ್ನು ತಬ್ಬಿಕೊಂಡು ಬಲಗೈಯಿಂದ ಹಾಲು ಕರೆಯುತ್ತಲೇ ಇದ್ದಳು. ಒಂದೇ ಕೈಯಿಂದ ಎರಡು ಸ್ತನಗಳಿಂದ ಒಂದೇ ಸಮಾನವಾಗಿ ಹಾಲು ಕರೆಯುವುದು ಸುಲಭವಲ್ಲ. ಅಕ್ಕನ ಈ ಕೈಚಳಕಕ್ಕೆ ಇಡೀ ಹಳ್ಳಿಯೇ ಅವಳನ್ನು ಮೆಚ್ಚುಗೆಯ ಕಣ್ಣುಗಳಿಂದ ನೋಡಿದರೆ, ಅವ್ವ ಅಸೂಯೆಯ ಕಣ್ಣುಗಳಿಂದ ನೋಡುತ್ತಾಳೆ.

ಆ ಸಂಜೆಯೂ ಅವ್ವ ನಮ್ಮಿಬ್ಬರ ಮೇಲೆ ಕಣ್ಣಿಟ್ಟಿದ್ದಳು. ಆಗ ನಾನು ಚಿಕ್ಕವನಾಗಿದ್ದೆ, ಆದ್ದರಿಂದ ನನಗೆ ಅರ್ಥವಾಗಿರಲಿಲ್ಲ. ಆಮೇಲೆ ದೊಡ್ಡವನಾದಂತೆ, ನನ್ನ ಅವ್ವ ಅಕ್ಕನೊಂದಿಗಿನ ನನ್ನ ನಿಕಟತೆಯನ್ನು ಎಷ್ಟು ವಿಕೃತವಾಗಿ ನೋಡುತ್ತಿದ್ದಳೆಂದು ನನಗೆ ಅರಿವಾಯಿತು. ಅವ್ವನ ವರ್ತನೆಯು ಅಕ್ರಮ ಸಂಬಂಧಗಳ ಸಂದರ್ಭದಲ್ಲಿ ನಡೆದುಕೊಳ್ಳುವಂತೆ ಇತ್ತು.

ಆ ಸಂಜೆ ನಾನು ಅಕ್ಕನ ಭುಜದ ಮೇಲೆ ನನ್ನ ಗಲ್ಲವನ್ನು ಇರಿಸಿ ತದೇಕಚಿತ್ತದಿಂದ ಹಾಲಿನ ಪಾತ್ರೆಯನ್ನು ನೋಡುತ್ತಿದ್ದೆ. ಆ ಪಾತ್ರೆಯಲ್ಲಿ ಹಾಲಿನ ನೊರೆಯ ಮೇಲೆ ಬೀಳುತ್ತಿದ್ದ ಎರಡು ಬಿಳಿ ಧಾರೆಗಳು ಸುರ್ರ ಸುರ್ರ ಶಬ್ದದೊಂದಿಗೆ ಸಂಜೆಯ ಚಟುವಟಿಕೆಗಳನ್ನು ಸುತ್ತುವರೆದಿದ್ದವು. ಆ ಲಯಕ್ಕೆ ಹೊರತಾಗಿ ಇನ್ನೊಂದು ವಿಷಯವಿತ್ತು, ಅದು ಅಕ್ಕನ ಮೌನ.

ಅದು ಬಾಯಿಗೆ ಹೊಲಿಗೆ ಹಾಕಿಕೊಂಡು ಮೂಡಿದ್ದಾಗಿರಲಿಲ್ಲ. ಆ ಮೌನದಲ್ಲಿ ಸಿಡಿಮದ್ದು ತುಂಬಿತ್ತು ಮತ್ತು ಅದು ನನಗೆ ಆಮೇಲೆ ಕಾಣಿಸಿತು. ನಂತರದಲ್ಲಿ ಅವಳ ಬುದ್ಧಿವಂತಿಕೆ, ಪರಿಣತಿ ಮತ್ತು ಅವಳ ಅಚಲ ಮೌನ ನನ್ನ ಜೀವನವನ್ನು ಬದಲಾಯಿಸಿತು. ಆದರೆ ಅಕ್ಕ ಸ್ವತಃ ಅಪಾಯಕಾರಿ ವರ್ತುಲದಲ್ಲಿ ಹೊರಟುಹೋದಳು.

ಅಕ್ಕ ನನಗೆ ವಿವರವಾಗಿ ತಿಳಿಸಿ ಹೇಳುತ್ತಿರಲಿಲ್ಲ. ಅವಳ ಒಂದು ಸನ್ನೆ, ಒಂದು ಯೋಚನೆಯ ಉಸಿರು ನನಗೆ ಸಾಕಾಗುತ್ತಿತ್ತು. ಅವಳು ನನ್ನ ಪ್ರತಿಯೊಂದು ಕುತೂಹಲ, ಜಿಜ್ಞಾಸೆ ಮತ್ತು ಬಯಕೆಗಳನ್ನು ಕೇವಲ ಒಂದು ಸಣ್ಣ ಬೆನ್ನು ತಟ್ಟುವಿಕೆಯಿಂದ ಜ್ಞಾನದ ಧಾರೆಯಲ್ಲಿ ಇಳಿಸಿಬಿಡುತ್ತಿದ್ದಳು. ನಾನು ಆ ಧಾರೆಯಲ್ಲಿ ಮುಳುಗುತ್ತಾ ತೇಲುತ್ತಾ ದೂರ ಹೋಗುತ್ತಿರುವಾಗ ಅವಳು ದಡದಲ್ಲಿ ನಿಂತಿರುತ್ತಿದ್ದಳು. ಅವಳ ಸಣ್ಣ ಸಣ್ಣ ಸಂಕೇತಗಳು, ಸಂಕ್ಷಿಪ್ತ ಮತ್ತು ಸ್ಥಿರವಾದ ದೃಷ್ಟಿಯ ನಿರ್ದೇಶನದಲ್ಲಿ ನಾನು ಆ ಧಾರೆಯಲ್ಲಿ ಹರಿಯುತ್ತಲೇ ಇದ್ದೆ. ನನ್ನ ಜೀವನವು ಯಾವಾಗಲೂ ಅಕ್ಕನ ನಿರ್ದೇಶನ ಅಥವಾ ನಿಯಂತ್ರಣದಲ್ಲಿರುತ್ತದೆ ಎಂದು ಆರಂಭದಲ್ಲಿ ಭಾವಿಸಿದ್ದೆ. ಆದರೆ ಮುಂದೆ ಹೋದಂತೆ ಆ ಧಾರೆ ಇನ್ನೊಂದು ದಿಕ್ಕಿನತ್ತ ತಿರುಗಿತು. ನಿಧಾನವಾಗಿ ಆದರೆ ನಿರಂತರ ಗತಿಯಿಂದ ನನ್ನ ಮತ್ತು ನನ್ನ ಆದಿವಾಸಿ ಬುಡಕಟ್ಟು ಗ್ರಾಮ ಬಾಸಾಮುಡಾದ ನಡುವಿನ ಅಂತರವು ಹೆಚ್ಚುತ್ತ ಹೋಯಿತು. ನನಗೆ ವಿದ್ಯಾಭ್ಯಾಸ ಮಾಡಿಸಲು, ಹೇಗಾದರೂ ಮಾಡಿ ಇಂಟರ್ ಮೀಡಿಯೇಟ್‌ವರೆಗೂ ತಲುಪಿಸಲು ಅಕ್ಕ ಭೂಮಿ ಆಕಾಶ ಒಂದು ಮಾಡಿದ್ದಳು. ಅವಳು ಇಡೀ ಕಾಡನ್ನು ನಡುಗಿಸಿಬಿಟ್ಟಿದ್ದಳು. ನನ್ನ ವಿದ್ಯಾಭ್ಯಾಸದ ವೆಚ್ಚವನ್ನು ಭರಿಸಲು ಅವಳು ಎಷ್ಟೊಂದು ಮರಗಳಿಂದ ಎಷ್ಟೊಂದು ಕೊಂಬೆಗಳನ್ನು ಕಡಿದಳು, ಎಷ್ಟೊಂದು ಮರದ ತೊಗಟೆಗಳನ್ನು ಸಂಗ್ರಹಿಸಿದಳು ಎಂಬುದಕ್ಕೆ ಲೆಕ್ಕವಿಲ್ಲ. ಅಂಟು, ಜೇನು, ಮಹುವಾ ಹಣ್ಣುಗಳು, ದ್ರಾಕ್ಷಿ, ನೇರಳೆ ಹಣ್ಣು, ಮಾವು, ಕಾಡು ಕೋಳಿ, ಮೀನುಗಳು ಮತ್ತು ಹಕ್ಕಿಗಳು ಯಾವುದನ್ನೂ ಬಿಡಲಿಲ್ಲ. ಕಾಡಿನಲ್ಲಿರುವ ಎಲ್ಲದರ ಮೇಲೆ ಅವಳಿಗೆ ಅಧಿಕಾರವಿತ್ತು ಮತ್ತು ಅದನ್ನು ಪಡೆಯುವ ತನ್ನ ಪ್ರಯತ್ನಗಳಲ್ಲಿ ಅವಳು ಯಾವುದೇ ಅಡೆತಡೆಗಳು ಬಂದರೂ ಎದುರಿಸುತ್ತಿದ್ದಳು – ಅದು ದಾರಿಯಲ್ಲಿ ಬರುವ ಕಾಡುಪ್ರಾಣಿಯಾಗಲಿ ಅಥವಾ ಅರಣ್ಯ ಇಲಾಖೆಯ ಅಧಿಕಾರಿಯಾಗಲಿ.

ನನ್ನನ್ನು ನಾಗರಿಕತೆಯತ್ತ ತಳ್ಳಿದ ಅಕ್ಕ, ತನ್ನ ಗ್ರಾಮೀಣ ಜೀವನವನ್ನು ಶಾಶ್ವತವಾಗಿ ತೊರೆದು ಕಾಡಿನೊಳಗೆ, ದುರ್ಗಮ ಭಾಗಗಳಿಗೆ ಏಕೆ ಹೋದಳು ಎಂದು ನನಗೆ ಅರ್ಥವಾಗಲಿಲ್ಲ. ಕ್ರಮೇಣ ಅಕ್ಕನ ವ್ಯಕ್ತಿತ್ವದ ಅಪರೂಪದ ಶಾಂತ ಮತ್ತು ಸಹನೆಯ ಗುಣಗಳು ಕಣ್ಮರೆಯಾಗತೊಡಗಿದವು. ಅವಳು ಸ್ವತಃ ತನ್ನಲ್ಲಿ ತಾನೇ ರಹಸ್ಯವಾದ ಭಯಾನಕ ಕಾಡಿನಂತೆ ಬದಲಾದಳು.

❑❑❑

ಮೌನ

ನಾನು ಇಪ್ಪತ್ತು ವರ್ಷದವನಿದ್ದಾಗ ಅಕ್ಕ ಇಪ್ಪತ್ತೇಳು ದಾಟುತ್ತಿದ್ದಳು. ಅವಳು ಮದುವೆಯಾಗಲಿಲ್ಲ. ಅವಳು ಕಾಡನ್ನೇ ತನ್ನ ಜೀವನ ಸಂಗಾತಿಯನ್ನಾಗಿ ಮಾಡಿಕೊಂಡಳು. ನಾನು ರಾಯಪುರದ ಇಂಜಿನಿಯರಿಂಗ್ ಕಾಲೇಜಿನ ಆದಿವಾಸಿ ಬುಡಕಟ್ಟು ವಸತಿ ನಿಲಯದಲ್ಲಿ ನನ್ನ ಅಂತಿಮ ವರ್ಷದ ಪರೀಕ್ಷೆಯ ಕೊನೆಯ ಪತ್ರಿಕೆಗೆ ತಯಾರಿ ನಡೆಸುತ್ತಿದ್ದೆ. ಆಗ ಅಕ್ಕ ಮನೆ ಬಿಟ್ಟು 'ದಾದಾ ಲೋಗ್' ಜೊತೆ ಕಾಡಿಗೆ ಹೋಗಿದ್ದಾಳೆ ಎಂಬ ಸುದ್ದಿ ಹಳ್ಳಿಯ ಪರಿಚಯಸ್ಥರಿಂದ ನನಗೆ ತಿಳಿಯಿತು.

ಉತ್ತರ ಪತ್ರಿಕೆಯಲ್ಲಿ ಕೊನೆಯ ಪ್ರಶ್ನೆಗೆ ಉತ್ತರ ಬರೆದು ಪರೀಕ್ಷಾ ಕೇಂದ್ರದಿಂದ ನೇರವಾಗಿ ಬಸ್ ನಿಲ್ದಾಣಕ್ಕೆ ಹೋದೆ. ನನ್ನ ಹಳ್ಳಿಯಿಂದ ಮೂರು ಕಿಲೋಮೀಟರ್ ದೂರದ ಕಾಲುದಾರಿಯ ಬಳಿಗೆ ಕರೆದೊಯ್ಯುವ ಬಸ್ಸನ್ನು ಹಿಡಿದೆ.

ಬಾಸಾಮುಡಾ ಅನೇಕ ಆದಿವಾಸಿ ಬುಡಕಟ್ಟು ಗ್ರಾಮಗಳಂತೆ ಒಂದು ಗ್ರಾಮವಾಗಿದೆ. ಅಂತಹ ಗ್ರಾಮಗಳಲ್ಲಿ ಯಾವುದೇ ಬಸ್ ನಿಲ್ದಾಣವಿರುವುದಿಲ್ಲ. ಮುಖ್ಯರಸ್ತೆಯಲ್ಲಿ ಗ್ರಾಮದ ಹೆಸರಿನ ತಗಡಿನ ಫಲಕವಿರುತ್ತದೆ, ಅಲ್ಲಿ ಬಸ್ ನಿಲ್ಲುತ್ತದೆ, ಜನರು ಹತ್ತಿ-ಇಳಿಯುತ್ತಾರೆ.

ಅಂತಹ ಎಲ್ಲಾ ಫಲಕಗಳ ಗ್ರಾಮದ ಹೆಸರಿನ ಕೆಳಗೆ ಬಾಣದ ಚಿಹ್ನೆ ಬರೆದಿರುತ್ತದೆ. ಆ ಚಿಹ್ನೆ ಮರಗಿಡಗಳಿಂದ ಆವೃತವಾದ ಕಾಲುದಾರಿ ಇರುವ ದಿಕ್ಕನ್ನು ತೋರಿಸುತ್ತದೆ.

ಕಾಲುದಾರಿ ಮಾಡುವ ಪ್ರಕ್ರಿಯೆ ಹೇಗೆ ಆರಂಭವಾಗುತ್ತದೆ ಎಂದು ಯೋಚಿಸುತ್ತಾ ನಾನು ಗ್ರಾಮವನ್ನು ಮುಖ್ಯರಸ್ತೆಗೆ ಸಂಪರ್ಕ ಕಲ್ಪಿಸುವ ಕಾಲುದಾರಿಯಲ್ಲಿ ನಡೆದೆ. ಮೊದಲ ಬಾರಿಗೆ ಹಳ್ಳಿಯಿಂದ ಮುಖ್ಯರಸ್ತೆಗೆ ಯಾವುದೋ ವ್ಯಕ್ತಿ ನಡೆದುಕೊಂಡು ಬಂದಿರಬಹುದು. ಅವನ ಹೆಜ್ಜೆ ಗುರುತುಗಳು ಬೇರೆಯವರಿಗೆ ಉಪಯೋಗವಾಗಿರಬಹುದು. ಮತ್ತೆ ನಾಲ್ಕು ಹೆಜ್ಜೆ ಗುರುತುಗಳು ಇನ್ನಷ್ಟು ಕಾಲುಗಳಿಗೆ ಮಾರ್ಗದರ್ಶಕವಾಗಿರಬಹುದು. ಅನೇಕ ಹೆಜ್ಜೆಗಳು ಹಿಂದಿನ ಗುರುತುಗಳನ್ನು ಅಳಿಸುತ್ತ ಧೂಳಿನ ಕಂದು ಮೇಲ್ಮೈಯನ್ನು ನೆಲಸಮಗೊಳಿಸಿರಬಹುದು. ಸಮತಟ್ಟಾದ ಮಣ್ಣು ಗಟ್ಟಿಯಾದ ಮೇಲ್ಮೈಯಾಗಿ ಮಾರ್ಪಟ್ಟಿರಬಹುದು. ಕೊನೆಗೆ ಆ ಸ್ಥಳವು ಭೂಮಿಯಿಂದ ಬೇರ್ಪಟ್ಟು ಕಾಲುದಾರಿ ಆಗಿರಬಹುದು.

ಕಾಡಿನಿಂದ ನಡೆದುಕೊಂಡು ಮುಖ್ಯರಸ್ತೆಯನ್ನು ತಲುಪಲು ಪ್ರಯತ್ನಿಸಿದ ಮೊದಲ ವ್ಯಕ್ತಿಗೆ ತಾನು ಕಾಲುದಾರಿಯ ನಿರ್ಮಾಣಕ್ಕೆ ಕೈ ಹಾಕುತ್ತಿರುವೆನೆಂದು ಗೊತ್ತಿರಲಿಕ್ಕಿಲ್ಲ. ನಂತರ ಅವನನ್ನು ಹಿಂಬಾಲಿಸಿದವರಿಗೂ ಅವರು ಕೇವಲ ನಡೆಯುತ್ತಿಲ್ಲ, ನಡೆಯುವಾಗ ದಾರಿಯನ್ನೂ ಮಾಡುತ್ತಿದ್ದೇವೆ ಎಂದು ತಿಳಿದಿರಲಿಕ್ಕಿಲ್ಲ. ಅದಾದ ಮೇಲೆ ಅರಣ್ಯದಿಂದ ಮುಖ್ಯರಸ್ತೆಗೆ ಅರಿವಿಲ್ಲದೆ ಮಾಡಿಕೊಂಡಿರುವ ಆ ದಾರಿಯೇ, ನಗರದಿಂದ ಕಾಡಿಗೆ ಹೋಗುವುದಕ್ಕೂ ನಿರ್ಮಾಣವಾದ ದಾರಿ ಎಂದು ಪ್ರಯಾಣಿಕರಿಗೆ ತಿಳಿದಿರುವುದಿಲ್ಲ. ಹೊರಗಿನಿಂದ ಬರುವವರ ಸಂಖ್ಯೆ ಹೆಚ್ಚಾದಂತೆ ಈ ಪಾದಚಾರಿ ಮಾರ್ಗ ಅಗಲವಾಗಿ ರಸ್ತೆಯಾಗಿ ಮಾರ್ಪಟ್ಟು ಅಸಂಖ್ಯ ಹೆಜ್ಜೆ ಗುರುತುಗಳು ಟೈರುಗಳ ಅಡಿಯಲ್ಲಿ ಹೂತುಹೋಗುವವು...

ನಾನು ಹಠಾತ್ತನೆ ನಡೆಯುವುದನ್ನು ನಿಲ್ಲಿಸಿದೆ. ಯಾವುದೋ ಒಂದು ವಿಷಯದ ಬಗ್ಗೆ ಇಷ್ಟೊಂದು ಯೋಚಿಸಿದ್ದು ಇದೇ ಮೊದಲು, ಅದೂ ಕೂಡ ಯಾವುದೇ ಸಂದರ್ಭವಿಲ್ಲದೆ.

ನಾನು ತರಾತುರಿಯಲ್ಲಿ ನೂರಾ ಇಪ್ಪತ್ತು ಕಿಲೋಮೀಟರ್ ದೂರ ಪ್ರಯಾಣಿಸಿ ನಗರದಿಂದ ಹಳ್ಳಿಗೆ, ಅಕ್ಕನ ಬಗ್ಗೆ ಏನಾದರೂ ತಿಳಿದುಕೊಳ್ಳುವ ಹಂಬಲದಿಂದ ಬಂದಿದ್ದೇನೆ, ಆದರೆ ಅಕ್ಕನ ಬಗ್ಗೆ ಯೋಚಿಸುವ ಬದಲು ಕಾಲುದಾರಿಯ ಬಗ್ಗೆ ಏಕೆ ಯೋಚಿಸಲು ಪ್ರಾರಂಭಿಸಿದೆ?

ತಲೆ ಜಾಡಿಸಿ ಕಾಲುದಾರಿಯನ್ನು ಮನಸಿನಿಂದ ದೂರ ತಳ್ಳಿ, ನನ್ನ ಆಲೋಚನೆಗಳನ್ನು ಅಕ್ಕನ ಮೇಲೆ ಕೇಂದ್ರೀಕರಿಸಿದೆ. ಅವಳು ಮನೆ ಬಿಟ್ಟು ಹೋಗಿರುವುದರ ಹಿಂದಿನ ಕಾರಣದ ಬಗ್ಗೆ ಹೆಚ್ಚು ಯೋಚಿಸುವ ಅಗತ್ಯವಿರಲಿಲ್ಲ. ಒಂದಲ್ಲ ಒಂದು ದಿನ ಅವಳು ಮನೆ ಬಿಟ್ಟು ಹೋಗುತ್ತಾಳೆ ಎಂದು ನನಗೆ ಬಾಲ್ಯದಿಂದಲೂ ತಿಳಿದಿತ್ತು. ಸಂದೇಶವಾಹಕರು ಹೇಳಿದ 'ದಾದಾ ಲೋಗ್' ಅವರನ್ನು ನಾನು ಇದುವರೆಗೆ ನೋಡಿರಲಿಲ್ಲ. ಆದರೆ ನನ್ನ ಅಕ್ಕ ಬಹಳ ಹಿಂದೆಯೇ ಅವರೊಂದಿಗೆ ರಹಸ್ಯ ಸಂಪರ್ಕ ಹೊಂದಿದ್ದಳು ಎಂದು ನನಗೆ ಗೊತ್ತಿತ್ತು. ಆಗ ಇದರ ಬಗ್ಗೆ ನನ್ನ ಬಿಟ್ಟರೆ ಬೇರಾರಿಗೂ ಗೊತ್ತಿರಲಿಲ್ಲ.

ಈಗ ಅಕ್ಕ ಮತ್ತು ದಾದಾ ಲೋಗ್ ನಡುವಿನ ಸಂಬಂಧ ಬೆಳಕಿಗೆ ಬಂದಿದೆ. ಹಾಗಾಗಿ ಹಳ್ಳಿಯ ಜನರು ಅವಳ ಬಗ್ಗೆ ಏನು ಅಭಿಪ್ರಾಯ ಹೊಂದಿದ್ದಾರೆ ಎಂಬುದರ ಜೊತೆಗೆ ಅವಳು ನನಗಾಗಿ ಯಾವ ಕೊನೆಯ ಸಂದೇಶವನ್ನು ಬಿಟ್ಟಿದ್ದಾಳೆ ಎಂಬುದನ್ನು ತಿಳಿಯಬೇಕು.

ದಾರಿಯಲ್ಲಿ ಅನೇಕ ಪರಿಚಯಸ್ಥರು ಭೇಟಿಯಾದರು. ಆದರೆ ಈ ಬಾರಿ ಅವರ ವರ್ತನೆ ಸ್ನೇಹಪರವಾಗಿರಲಿಲ್ಲ. ಬದಲಿಗೆ ಬೆರಗುಗಣ್ಣುಗಳಿಂದ ನೋಡುತ್ತ, ನನ್ನ ಸಂಪರ್ಕಕ್ಕೆ ಬಂದರೆ ಅವರಿಗೆ ಅಪಾಯ ಕಟ್ಟಿಟ್ಟ ಬುತ್ತಿ ಎಂಬಂತೆ ನನ್ನಿಂದ ದೂರ ಸರಿಯಲು ಪ್ರಯತ್ನಿಸುತ್ತಿದ್ದರು.

ಸ್ವಲ್ಪ ಸಮಯದ ನಂತರ, ಎದುರಿನಿಂದ ಸೈಕಲ್ ತುಳಿಯುತ್ತ ನನ್ನ ಸೋದರ ಸಂಬಂಧಿ ಸೋಯಮ್ ರಾಮ ಬರುತ್ತಿದ್ದ. ಅವನಿಗೆ ಕೈ ಬೀಸಿ ನಿಲ್ಲಿಸಲು ಸೂಚಿಸಿದೆ. ಆದರೆ ಅವನೂ ಕೂಡ ನನ್ನನ್ನು ನಿರ್ಲಕ್ಷಿಸಿ ಪಕ್ಕದಿಂದ ಪಾರಾಗಲು ಪ್ರಯತ್ನಿಸಿದ. ನಾನು ಒಂದು ಹೆಜ್ಜೆ ಜಿಗಿದು ಅವನ ಸೈಕಲ್ ಕ್ಯಾರಿಯರ್ ಹಿಡಿದೆ. ಅವಸರದಲ್ಲಿ ತನ್ನ ಎಡಗಾಲನ್ನು ನೆಲದ ಮೇಲೆ

ಇಟ್ಟು ಬಲತೊಡೆಯನ್ನು ಸೈಕಲ್ ಕಂಬಿಯ ಮೇಲೆ ಬ್ಯಾಲೆನ್ಸ್ ಮಾಡುತ್ತಾ, ನನ್ನನ್ನು ಬೈಯುತ್ತಾ ಸಿಟ್ಟಿನಿಂದ ನನ್ನೆಡೆಗೆ ನೋಡಿದ.

"ಎಲ್ಲಿಗಿ ಹೊಂಟಿ?"

"ಇಲ್ಲೇ ಹೊಂಟಿನಿ"

"ಭಾಳ ಜರೂರ ಕೆಲ್ಸ ಐತೇನು?"

"ಹಂಗೇನಿಲ್ಲ, ಅಪ್ಪಾಗ ಬೀಡಿ ತರಾಕ ಹೊಂಟಿನಿ"

"ಬಾ ಇಲ್ಲಿ. ನಿನ್ನ ಜೋಡಿ ಸ್ವಲ್ಪ ಮಾತಾಡಬೇಕು"

ಅವನ ಸೈಕಲ್ ಹ್ಯಾಂಡಲ್ ಹಿಡಿದು ಎಡಕ್ಕೆ ತಿರುಗಿಸಿ, ಅವನನ್ನು ಸೈಕಲ್ ಸಮೇತ ಎಳೆಯುತ್ತ ಕಾಲುದಾರಿಯಿಂದ ಸ್ವಲ್ಪ ದೂರದ ಹುಣಸೆ ಮರದ ಕೆಳಗೆ ಕರೆತಂದೆ. ಅವನ ಒಂದು ಕಾಲು ಇನ್ನೂ ಸೈಕಲ್‌ನ ಕಂಬಿಯ ಮೇಲೆ ನೇತಾಡುತ್ತಿತ್ತು. ಇನ್ನೊಂದು ಕಾಲಿನಿಂದ ಕುಂಟುತ್ತಾ ಅವನು ಮರದ ಬಳಿಗೆ ಬಂದ. ಆಗಲೇ ಏದುಸಿರು ಬಿಡುತ್ತಿದ್ದ ಅವನು ನನ್ನ ಕಠೋರ ನಡವಳಿಕೆಯಿಂದ ಇನ್ನಷ್ಟು ಗಾಬರಿಯಾದ.

"ಮಾದವಿ ಅಕ್ಕ ಎಲ್ಲದಾಳ?" ನಾನು ಅವನ ಕಣ್ಣಲ್ಲಿ ಕಣ್ಣಿಟ್ಟು ನೋಡುತ್ತಾ ಕೇಳಿದೆ.

"ಅಕಿ ಮನಿ ಬಿಟ್ಟು ಹೋಗ್ಯಾಳ"

"ಯಾಕ, ಯಾರ ಜೋಡಿ?"

"ಗೊತ್ತಿಲ್ಲ, ನನಗ ಗೊತ್ತಿಲ್ಲ"

"ನಿನಗ ಗೊತ್ತಿಲ್ಲೊ ಇಲ್ಲಾ ಹೇಳಾಕ ಆಗೋಲ್ಲೋ"

ಅವನು ಸ್ವಲ್ಪ ಹೊತ್ತು ತಲೆ ಬಾಗಿಸಿ ಒಂದೇ ಕಾಲಿನಲ್ಲಿ ನಿಂತಿದ್ದ. ಆಮೇಲೆ ಕಂಬಿಯ ಮೇಲೆ ನೇತಾಡುತ್ತಿದ್ದ ಕಾಲನ್ನು ಪೆಡಲ್ ಮೇಲೆ ಇಟ್ಟು, ಸೈಕಲ್ ಹ್ಯಾಂಡಲ್ ಮೇಲೆ ಬಿಗಿಯಾಗಿದ್ದ ನನ್ನ ಕೈಯನ್ನು ಬಿಡಿಸಲು ಪ್ರಯತ್ನಿಸತೊಡಗಿದ.

ನಾನು ಅವನ ಅಂಗಿಯ ಕಾಲರನ್ನು ಹಿಂದಿನಿಂದ ಹಿಡಿದೆ.

"ಅಕಿ ದಾದಾ ಲೋಗ್ ಜೋಡಿ ಹೋಗಾಗ ಊರಿನ ಮಂದಿ ಅಕಿ ಬಗ್ಗೆ ಏನ್ ಮಾತಾಡಾಕತ್ತಿದ್ರು?"

ಅವನು ಅಸಹಾಯಕ ಕಣ್ಣುಗಳಿಂದ ನನ್ನನ್ನು ನೋಡಿದ,

"ಊರಲ್ಲಿ ಎಲ್ಲಾರೂ ಅಂಜಿ ಕುಂತಾರ. ಯಾರೂ ಏನೂ ಹೇಳಾಕತ್ತಿಲ್ಲ."

ಅವನು ಕೂಡ ಹೆದರಿದ್ದ ಎಂಬುದು ಅವನ ಕಣ್ಣುಗಳಲ್ಲಿ ನನಗೆ ಕಾಣಿಸುತ್ತಿತ್ತು. ನಾನು ಸೈಕಲ್‌ನ ಹ್ಯಾಂಡಲನ್ನು ಬಿಟ್ಟ ತಕ್ಷಣ, ಅವನು ತನ್ನ ಬಲಗಾಲಿನ ಶಕ್ತಿಯನ್ನು ಪೆಡಲ್ ಮೇಲೆ

ಹಾಕಿದ. ಸೈಕಲ್ ಓಲಾಡುತ್ತಾ ಕಾಲುದಾರಿಯ ಮೇಲೆ ಬಂದ ತಕ್ಷಣ ಬದುಕಿದೆಯಾ ಬಡಜೀವವೇ ಎಂದು ಎರಡೂ ಕಾಲುಗಳಿಂದ ಪೆಡಲ್ ತುಳಿಯುತ್ತಾ ಪಾರಾಗಿ ಓಡಿದ. ನಾನು ಸ್ವಲ್ಪ ಹೊತ್ತು ಅವನು ಹೋಗುವುದನ್ನೇ ನೋಡುತ್ತ, ತಿರುಗಿ ಹಳ್ಳಿಯ ದಾರಿ ಹಿಡಿದೆ.

ದಾರಿಯಲ್ಲಿ ನಮ್ಮ ನೆರೆಯ ಜೋಗಿ ಒಯಾಮಿಯ ಹೊಲವಿತ್ತು. ಹೊಲದಲ್ಲಿ ಬೆಳೆದಿದ್ದ ಕಳೆಯನ್ನು ಕಡಿಯುತ್ತಿದ್ದ ಅವನು, ನಾನು ಬರುವುದನ್ನು ನೋಡಿ ತಕ್ಷಣ ಬೆನ್ನು ತಿರುಗಿಸಿದ. ಗ್ರಾಮದ ದೊಡ್ಡ ಚೌಕಿನಲ್ಲಿ ಆಲದ ಮರದ ಕೆಳಗೆ ಕೆಲವು ಗ್ರಾಮಸ್ಥರು ಮಣ್ಣಿನ ಕಟ್ಟೆಯ ಮೇಲೆ ಕುಳಿತಿದ್ದರು. ಅವರೆಲ್ಲರೂ ತುಂಬಾ ವಿಚಿತ್ರವಾದ ಮತ್ತು ಅನುಮಾನದ ದೃಷ್ಟಿಯಿಂದ ನನ್ನನ್ನು ನೋಡಿದರು.

ನಾನು ನನ್ನ ಮನೆಗೆ ಹೋಗುವ ಬೀದಿಗೆ ತಿರುಗಿದಾಗ, ಪಕ್ಕದ ಗುಡಿಸಲುಗಳ ಹೊರಗಿನ ಮಣ್ಣಿನ ಕಟ್ಟೆಗಳ ಮೇಲೆ ಕುಳಿತಿದ್ದ ಅಕ್ಕ ತಂಗಿಯರು, ಚಿಕ್ಕಮ್ಮಂದಿರು ಮತ್ತು ಇತರ ಸಂಬಂಧಿಗಳು ನನ್ನೊಂದಿಗೆ ಮಾತನಾಡುವ ಯಾವುದೇ ಉತ್ಸಾಹವನ್ನು ತೋರಿಸಲಿಲ್ಲ. ಬೀದಿಯಲ್ಲಿ ಆಡುತ್ತಿದ್ದ ಅವರ ಮಕ್ಕಳು ಸಹ ಯಾವುದೋ ಭಯಾನಕ ಪ್ರಾಣಿ ಬೀದಿಗೆ ಬಂದಂತೆ ತಮ್ಮ ಆಟವನ್ನು ಬಿಟ್ಟು ಪಕ್ಕಕ್ಕೆ ಸರಿದರು. ಅವರು ನನಗೆ ಭಯಪಡದಿದ್ದರೂ, ಅವರ ಮುಖದಲ್ಲಿ ನನ್ನಿಂದ ಏನಾದರೂ ಅಪಾಯ ಅಥವಾ ತೊಂದರೆಯಾಗಬಹುದು ಎಂಬ ಭಾವವಿತ್ತು.

ಮನೆ ತಲುಪುವ ಮುಂಚೆಯೇ ನನಗೆ ಅಲ್ಲೇನು ಕಾದಿರಬಹುದು ಎಂದು ಊಹಿಸಿದ್ದೆ. ಅವ್ವ ನನ್ನನ್ನು ನೋಡಿದ ತಕ್ಷಣ, ಎಷ್ಟು ಜೋರಾಗಿ ಮತ್ತು ಬಡಬಡನೆ ಬೈಯಲು ಪ್ರಾರಂಭಿಸಿದಳು ಎಂದರೆ, ಸ್ವಲ್ಪ ಸಮಯದವರೆಗೆ ನನಗೆ ಏನು ಹೇಳಬೇಕೆಂದು ಅರ್ಥವಾಗಲಿಲ್ಲ. ಅಕ್ಕನ ವಿಷಯ ಎಲ್ಲ ಗೊತ್ತಿದ್ದರೂ ನಾನು ಮೊದಲೇ ಏನನ್ನೂ ಹೇಳಿರಲಿಲ್ಲ. ಈ ಮನೆಯ ಹೆಸರಿಗೆ ಕಳಂಕ ತರಲು ಅಕ್ಕ-ತಮ್ಮ ಇಬ್ಬರೂ ಸಮಾನ ಜವಾಬ್ದಾರರು ಎಂಬುದು ಅವಳ ಆರೋಪವಾಗಿತ್ತು.

ನನ್ನ ಮತ್ತು ಅಕ್ಕನ ಸಂಬಂಧದ ಬಗ್ಗೆ ಅವಳು ತುಂಬಾ ಅಸಭ್ಯ ಮತ್ತು ಅಸಹ್ಯ ರೀತಿಯಲ್ಲಿ ಮಾತನಾಡುತ್ತಿದ್ದಳು. ಅಕ್ಕನನ್ನು ಬೆತ್ತಲೆ ಮಾಡುವ, ಗುಪ್ತಾಂಗಗಳ ಮೇಲೆ ಕೆಸರು ಎರಚುವ ಎಂತೆಂಥ ಹೊಲಸು ಬೈಗುಳಗಳನ್ನು ಪ್ರಯೋಗಿಸುತ್ತಿದ್ದಳೆಂದರೆ ಅವುಗಳಲ್ಲಿ ಅರ್ಧದಷ್ಟು ನನಗೆ ಅರ್ಥವಾಗಲಿಲ್ಲ. ಅಕ್ಕನ ಎಲುಬುಗಳನ್ನು ಮುರಿದು ಹಸಿಯಾಗಿ ಅಗಿಯುವ ಪ್ರತಿಜ್ಞೆ ಮಾಡಿದ್ದರೆ ಅದು ಅವಳ ಸ್ವಭಾವದ, ನಡವಳಿಕೆಯ ದೃಷ್ಟಿಯಿಂದ ಸಹಜವಾದ ಪ್ರತಿಜ್ಞೆಯಾಗುತ್ತಿತ್ತು. ಆದರೆ ಅವಳು ತೆಗೆದುಕೊಂಡ ಪ್ರತಿಜ್ಞೆಗಳು ಎಷ್ಟು ವಿಕೃತವಾಗಿದ್ದವು ಎಂದರೆ ನಾನು ಮೊದಲ ಬಾರಿಗೆ ಅವ್ವನ ಮೇಲೆ ಕೈ ಎತ್ತಿ, ನನ್ನ ಅಂಗೈಯಿಂದ ಅವಳು ಬೈಯುತ್ತಿದ್ದ ಬಾಯಿಯನ್ನು ಗಟ್ಟಿಯಾಗಿ ಅದುಮಿ ಹಿಡಿದೆ. ಅವಳು ಒಂದು ಪ್ರಾಣಿಯಂತೆ ಕುಂಯ್ ಕುಂಯ್ ಎನ್ನುವವರೆಗೆ ಹಾಗೆಯೇ ಅದುಮಿ ಹಿಡಿದಿದ್ದೆ.

ಇಷ್ಟೆಲ್ಲಾ ಆಗುತ್ತಿರುವಾಗ ಅಪ್ಪ ಒಂದು ಕಡೆ ಮುಖ ಉಬ್ಬಿಸಿಕೊಂಡು ಕುಳಿತಿದ್ದ. ಮಾತು ಮಾತಿಗೂ ಗದರಿಸುತ್ತ, ಕೋಲನ್ನು ಎತ್ತಿಕೊಂಡು ಬರುತ್ತಿದ್ದ ಆ ಕಠೋರವಾದ ವ್ಯಕ್ತಿಯ

ಮೌನದಲ್ಲಿ ಏನೋ ಆಳವಾದ ರಹಸ್ಯವಿತ್ತು. ನಾನು ಅವ್ವನನ್ನು ಪಕ್ಕಕ್ಕೆ ಸರಿಸಿ ಅಪ್ಪನ ಕಡೆ ತಿರುಗಿದೆ. ನಾನು ಅವನ ಹತ್ತಿರ ಬರುವುದನ್ನು ನೋಡಿ ಹೆದರಿ ಹಿಂದೆ ಸರಿಯತೊಡಗಿದ. ಅವನ ಕೈ ಗೋಡೆಗೆ ಒರಗಿ ನಿಂತಿದ್ದ ಕೋಲಿನ ಕಡೆಗೆ ಹೋಯಿತು. ಅವನು ನನಗೆ ಹೆದರಿದ್ದ ಎಂಬುದು ಸ್ಪಷ್ಟವಾಯಿತು. ಕೋಲು ಈಗ ಅವನ ಕೈಯಲ್ಲಿ ಆಕ್ರಮಣದ ಅಸ್ತ್ರವಾಗಿ ಅಲ್ಲ, ತನ್ನನ್ನು ತಾ ರಕ್ಷಿಸಿಕೊಳ್ಳುವ ಸಾಧನ ಎಂಬಂತೆ ಕಾಣುತ್ತಿತ್ತು. ತುಂಬಾ ಹೊತ್ತು ಅವನನ್ನು ದಿಟ್ಟಿಸುತ್ತಲೇ ಇದ್ದೆ. ಅಕ್ಕ ಮನೆಯಿಂದ ಹೊರಡುವ ಮುನ್ನ ಏನೆಲ್ಲಾ ನಡೆದಿದ್ದರೂ ಅದರಲ್ಲಿ ಅವನ ದುಷ್ಟತನ, ದುರಾಸೆ ಮುಖ್ಯ ಪಾತ್ರ ವಹಿಸಿರಬೇಕು ಎಂಬುದು ಅವನ ಕಣ್ಣುಗಳಿಂದ, ಮುಖದಲ್ಲಿನ ಭಾವದಿಂದ ಮತ್ತು ಹಣೆಯ ಮೇಲಿನ ಬೆವರಿನಿಂದ ಸ್ಪಷ್ಟವಾಗಿ ಗೋಚರಿಸುತ್ತಿತ್ತು.

ಅವ್ವ ದನಿಯೇರಿಸಿ ಕೂಗಿ ಕೂಗಿ ಜೋರಾಗಿ ಅಳುತ್ತಿದ್ದಳು. ಆ ಅಳುವಿನಲ್ಲಿ ಯಾವುದೇ ದುಃಖವಾಗಲೀ, ಸಂಕಟವಾಗಲೀ ಇರಲಿಲ್ಲ. ಅದು ಗುಂಪನ್ನು ಸೇರಿಸಲು ವಿಶೇಷ ರೀತಿಯ ತಂತ್ರವಾಗಿತ್ತು. ಸ್ವಲ್ಪವೇ ಸಮಯದಲ್ಲಿ ಚಿಕ್ಕಪ್ಪ ಒಳಗೆ ಓಡಿ ಬಂದ. ಅವನ ಮುಖ ಕೋಪದಿಂದ ಕೆಂಡವಾಗಿತ್ತು. ಅವನು ನನ್ನ ಮತ್ತು ಅಕ್ಕನ ಬಗ್ಗೆ ಕಹಿಯಾದ ಮಾತನ್ನು ಹೇಳಲು ಬಾಯಿ ತೆರೆದ. ನಾನು ಕೈಯೆತ್ತಿ ಏನೂ ಹೇಳದಂತೆ ತಡೆದೆ. ನಾನು ಯಾರಿಗೂ ಏನೂ ಹೇಳದೆ ನೇರವಾಗಿ ನನ್ನ ಮತ್ತು ಅಕ್ಕನ ಜಂಟಿ ಕೋಣೆಗೆ ಹೋದೆ.

ಮೊದಲು ಕೀಲಿ ತೆಗೆದು ನನ್ನ ಕಬ್ಬಿಣದ ಪೆಟ್ಟಿಗೆಯನ್ನು ತೆರೆದೆ. ಅದರಲ್ಲಿ ನನ್ನ ಹಳೆಯ ಬಟ್ಟೆ ಬಿಟ್ಟರೆ ಬೇರೇನೂ ಇರಲಿಲ್ಲ. ಅಕ್ಕ ನನಗಾಗಿ ಏನಾದರೂ ಬಿಟ್ಟು ಹೋಗುತ್ತಿದ್ದ ಗೂಡನ್ನು ಸೂಕ್ಷ್ಮವಾಗಿ ನೋಡಿದೆ. ಆ ಗೂಡಿನಲ್ಲಿಯೂ ಏನೂ ಇರಲಿಲ್ಲ. ಅಕ್ಕ ನನಗೆ ಯಾವುದೇ ಸಂದೇಶವನ್ನು ಬಿಟ್ಟು ಹೋಗಿರಲಿಲ್ಲ. ಅದರ ಸಹಾಯದಿಂದ ನಾನು ನನ್ನ ಮುಂಬರುವ ದಿನಗಳ ಬಗ್ಗೆ ಏನನ್ನಾದರೂ ನಿರ್ಧರಿಸಬಹುದಿತ್ತು. ನಾನು ಆಳವಾದ ಉಸಿರನ್ನು ತೆಗೆದುಕೊಂಡೆ. ಜೀವನದಲ್ಲಿ ಮೊದಲ ಬಾರಿಗೆ ತುಂಬಾ ಒಂಟಿತನವನ್ನು ಅನುಭವಿಸಿದೆ.

ನಾನು ಮನೆಯಿಂದ ಹೊರಗೆ ಬಂದಾಗ ಬಾಗಿಲ ಬಳಿ ಅದೇ ಜನರ ಗುಂಪು ಇತ್ತು. ಯಾವುದೋ ರಹಸ್ಯವನ್ನು ತಿಳಿದುಕೊಳ್ಳುವ ದುಷ್ಟ ಕುತೂಹಲದಿಂದ ಕೂಡಿದ ಮುಖಗಳು. ಅವುಗಳನ್ನು ನಿರ್ಲಕ್ಷಿಸಿ ರಸ್ತೆಯಲ್ಲಿ ಸ್ಥಿರವಾಗಿ ನಡೆದು ಕವಲುದಾರಿ ತಲುಪಿದೆ. ಅಲ್ಲಿಂದ ಒಂದು ಮಾರ್ಗವು ಕಾಡಿನ ಕಡೆಗೆ, ಮತ್ತೊಂದು ಮುಖ್ಯರಸ್ತೆಯ ಕಡೆಗೆ ಹೋಗುತ್ತಿತ್ತು.

ಈಗ ನಾನು ಯಾರಿಂದಲೂ ಏನನ್ನೂ ತಿಳಿದುಕೊಳ್ಳಲು ಅಥವಾ ಅರ್ಥಮಾಡಿಕೊಳ್ಳಲು ಬಯಸಲಿಲ್ಲ. ಆ ಕವಲುದಾರಿಯಲ್ಲಿ ಸ್ವಲ್ಪ ಹೊತ್ತು ನಿಂತಿದ್ದೆ. ಅಕ್ಕ ಎಲ್ಲೋ ಕಳೆದು ಹೋಗಿದ್ದರೆ, ಖಂಡಿತವಾಗಿಯೂ ಅವಳನ್ನು ಹುಡುಕಲು ಹೋಗುತ್ತಿದ್ದೆ. ಆದರೆ ಅವಳು ಕಳೆದುಹೋಗಿರಲಿಲ್ಲ, ಅವಳಾಗೇ ಹೋಗಿದ್ದಳು. ಅವಳು ಯಾವುದೇ ಸಂದೇಶವನ್ನು ಕೂಡ ಬಿಟ್ಟಿರಲಿಲ್ಲ. ಬಾಲ್ಯದಲ್ಲಿ ಒಂದು ದಿನ ಕಾಡಿನ ಮಧ್ಯದಲ್ಲಿ ಒಬ್ಬ ಮಾವುತ ನನ್ನನ್ನು ಒಂಟಿಯಾಗಿ ಬಿಟ್ಟು ಹೋದಂತೆಯೇ ಅವಳು ನನ್ನನ್ನು ಬಿಟ್ಟು ಹೊರಟು ಹೋಗಿದ್ದಳು.

ಆನೆಯನ್ನು ಮರಕ್ಕೆ ಕಟ್ಟಿ ಹಾಕಿ ಅವನು ದಟ್ಟವಾದ ಪೊದೆಯೊಳಗೆ ಹೋಗಿದ್ದು ಏಕೆ ಎಂಬುದು ಇಂದಿಗೂ ನಿಗೂಢ. ನನಗೆ ಶಿಕ್ಷಣ ನೀಡಿ ನನ್ನ ಜೀವನವನ್ನು ತುಂಬಾ

ಕಾಳಜಿಯಿಂದ ರೂಪಿಸಿದ ಅಕ್ಕ, ಜೀವನದ ಆ ಹಂತದಲ್ಲಿ ನನ್ನನ್ನು ಏಕೆ ಒಂಟಿಯಾಗಿ ಬಿಟ್ಟು ಹೋದಳು ಎಂದು ಈಗ ವಯಸ್ಕನಾದ ನಂತರವೂ ನನಗೆ ಅರ್ಥವಾಗುತ್ತಿಲ್ಲ.

ನಾನೀಗ ಏನು ಮಾಡಬೇಕು? ಯಾವ ಮಾರ್ಗವನ್ನು ಆರಿಸಬೇಕು? ನನ್ನೊಳಗೆ ಮತ್ತೆ ಸಂದಿಗ್ಧತೆ ಶುರುವಾಯಿತು. ಕೊನೆಗೆ ಏನೂ ಅರ್ಥವಾಗದಿದ್ದಾಗ ನೆಲದ ಮೇಲೆ ಬಿದ್ದಿದ್ದ ಎರಡು ಕಲ್ಲುಗಳನ್ನು ಎತ್ತಿಕೊಂಡೆ. ಮೊದಲ ಕಲ್ಲು ಚಪ್ಪಟೆ ಮತ್ತು ಕಪ್ಪಾಗಿತ್ತು, ಎರಡನೆಯದು ಸಂಪೂರ್ಣವಾಗಿ ದುಂಡಗಾಗಿ ಬಿಳಿಯಾಗಿತ್ತು. ಮೊದಲ ಕಲ್ಲನ್ನು ಕಾಡಿಗೆ ಹೋಗುವ ದಾರಿಗೆ ಮತ್ತು ಎರಡನೆಯದನ್ನು ಮುಖ್ಯರಸ್ತೆಯ ಕಡೆಗೆ ಹೋಗುವ ದಾರಿಗೆ ಎಸೆದೆ. ಮೊದಲ ಕಲ್ಲು ಮರದ ಕೊಂಬೆಗೆ ಬಡಿದು ಸ್ವಲ್ಪವೇ ದೂರದಲ್ಲಿ ಬಿದ್ದಿತು ಮತ್ತು ಎರಡನೆಯದು ನೆಲದ ಮೇಲೆ ಉರುಳುತ್ತಾ ತುಂಬಾ ದೂರ ಹೋಯಿತು. ನಾನು ನನ್ನ ಹೆಜ್ಜೆಗಳನ್ನು ಮುಖ್ಯರಸ್ತೆಯ ಕಡೆಗೆ ಇಡುತ್ತ ನಡೆದೆ. ಯಾವ ಕಲ್ಲು ಯಾವ ರಸ್ತೆಯಲ್ಲಿ ದೂರ ಹೋಗುವುದೋ ಆ ಮಾರ್ಗವನ್ನು ಆರಿಸಿಕೊಳ್ಳಲು ನಾನು ನಿರ್ಧರಿಸಿದ್ದೆ.

ಯಾವುದೇ ವ್ಯಕ್ತಿ ತನ್ನ ಅದೃಷ್ಟ ಮತ್ತು ಹಣೆಬರಹವನ್ನು ಆಯ್ಕೆ ಮಾಡಲು ಸಾಧ್ಯವಿಲ್ಲ. ಆದರೆ ಅವನು ಖಂಡಿತವಾಗಿಯೂ ಗಾಳಿಯಲ್ಲಿ ನಾಣ್ಯವನ್ನು ಎಸೆಯಬಹುದು. ನನ್ನ ಈ ಕಲ್ಲು ತೂರಾಟವನ್ನು ಹಳ್ಳಿಯ ಜನ ಆಶ್ಚರ್ಯದಿಂದ ನೋಡುತ್ತಿದ್ದರು. ನಾನು ಮುಂದೆ ನಡೆದು ಹೋಗಿ ನನ್ನನ್ನು ಈ ಸಂದಿಗ್ಧ ಮತ್ತು ಗೊಂದಲದಿಂದ ಪಾರು ಮಾಡಿ ಸೂಕ್ತ ಮಾರ್ಗವನ್ನು ಆಯ್ಕೆ ಮಾಡಲು ಸಹಾಯ ಮಾಡಿದ ಆ ದುಂಡಗಿನ ಬಿಳಿಕಲ್ಲನ್ನು ಎತ್ತಿಕೊಂಡೆ.

ಆ ಕಲ್ಲು ಈಗಲೂ ನನ್ನ ಬಳಿ ಭದ್ರವಾಗಿದೆ. ಹಳ್ಳಿಯ ಜನರಿಗೆ ತಮ್ಮ ಅನೇಕ ಕಲ್ಲಿನ ದೇವ ದೇವತೆಗಳ ಮೇಲೆ ನಂಬಿಕೆ ಇರುವ ಹಾಗೆ ನನಗೆ ಆ ದುಂಡಗಿನ, ಬಿಳಿ ಮತ್ತು ಹೊಳೆಯುವ ಕಲ್ಲಿನ ಮೇಲೆ ಯಾವ ನಂಬಿಕೆಯೂ ಇಲ್ಲ. ಅವರ ಅನೇಕ ಮೂಢನಂಬಿಕೆಗಳ ಹೊರತಾಗಿಯೂ, ಅವರಿಗೆ ವಸ್ತುಗಳ ತಿಳಿವಳಿಕೆ ಮತ್ತು ವಾಸ್ತವ ಜೀವನದ ಕುರಿತು ಜ್ಞಾನವಿದೆ. ನಮ್ಮ ಪೂರ್ವಜರ ಸನಾತನ ಉಪಪ್ರಜ್ಞೆಯಿದೆ. ಆದರೆ ನನ್ನ ಬಳಿ ಅಕ್ಕನ ಮೌನ ಮತ್ತು ಈ ದುಂಡಗಿನ ನಿರರ್ಥಕ ಕಲ್ಲು ಬಿಟ್ಟರೆ ಬೇರೇನೂ ಇಲ್ಲ.

ಮಾನಸಿಕ ರೂಪದಲ್ಲಿ ನಾನು ಅಕ್ಕನಿಗೆ 'ಮೌನ' ಮತ್ತು ಆ ಕಲ್ಲಿಗೆ 'ಚಿಂತಾಮಣಿ' ಎಂದು ಹೆಸರಿಟ್ಟೆ. ಏಕೆಂದರೆ ಚಿಂತನೆ ಮಾಡುವುದರಿಂದ ನಮಗೆ ಮಾರ್ಗವನ್ನು ನಿರ್ಧರಿಸುವ ಅವಕಾಶ ದೊರೆಯುತ್ತದೆ. ಬಹಳ ಎಚ್ಚರಿಕೆಯಿಂದ ಆಯ್ಕೆ ಮಾಡಿದ ಮಾರ್ಗಗಳು ನಮ್ಮನ್ನು ಎಲ್ಲಿಯೂ ತಲುಪಿಸುವುದಿಲ್ಲ. ಆದರೆ ಚಿಂತನೆ ನಮ್ಮನ್ನು ಎಲ್ಲೋ ಒಂದು ಕಡೆ ತಲುಪಿಸುತ್ತದೆ.

ನಾನು ಆ ಚಿಂತಾಮಣಿಯ ಪ್ರಯೋಗವನ್ನು ಇನ್ನೂ ಹಲವು ಬಾರಿ ಮಾಡಿದೆ. ಆ ಕಲ್ಲನ್ನು ಮುಟ್ಟಿದಾಗಲೆಲ್ಲ ಅದು ನನಗೆ ಹೊಸ ಕಲ್ಪನೆಯನ್ನು ನೀಡುತ್ತಿತ್ತು. ಪ್ರತಿ ಬಾರಿಯೂ ಮನೆಯಿಂದ ದೂರವಿದ್ದಾಗ ಯಾವುದೋ ಅಜ್ಞಾತ ದಿಕ್ಕಿನಲ್ಲಿ ಚಲಿಸುವಂತೆ ನನಗೆ ಪ್ರೇರಣೆ ನೀಡುತ್ತಿತ್ತು.

❑❑❑

ಹಡಗು

ಇಂಜಿನಿಯರಿಂಗ್‌ನ ನಾಲ್ಕು ವರ್ಷಗಳು ಮುಗಿದಿದ್ದವು. ಎರಡು ತಿಂಗಳ ನಂತರ, ನನ್ನ ಪದವಿಯನ್ನು ಕೈಯಲ್ಲಿ ಹಿಡಿದುಕೊಂಡು ಕಾಲೇಜು ಕ್ಯಾಂಪಸ್‌ನಲ್ಲಿ ಒಬ್ಬನೇ ಬೆಂಚಿನ ಮೇಲೆ ಕುಳಿತಿದ್ದೆ. ಎಲ್ಲಾ ವಿದ್ಯಾರ್ಥಿಗಳು ತಮ್ಮ ತಮ್ಮ ಫಲಿತಾಂಶಗಳೊಂದಿಗೆ ಹೊರಟು ಹೋದರು. ನಾನು ಸುತ್ತಲೂ ಗಮನಿಸಿ ನೋಡಿದೆ, ಅಂದು ಕಾಡಿನಲ್ಲಿ ಎತ್ತರದ ಮರವನ್ನು ಹತ್ತಿ ದಾರಿಯನ್ನು ಹುಡುಕಿದಂತೆ. ಆ ದಿನ ನನಗೆ ಯಾವ ದಾರಿಯೂ ಸಿಕ್ಕಿರಲಿಲ್ಲ. ಆದರೆ ಇಂದು ನನ್ನ ಮುಂದೆ ಹಲವು ದಾರಿಗಳಿವೆ. ಎಲ್ಲಿಗೆ ಹೋಗಬೇಕು ಎಂದು ಗೊತ್ತಿಲ್ಲದಿದ್ದರೆ, ಹಲವು ದಾರಿಗಳಿದ್ದೂ ಒಂದೂ ದಾರಿಯೂ ಇಲ್ಲದಂತೆ. ಒಂದು ಸಂಗತಿ ನನಗೆ ಚೆನ್ನಾಗಿ ಅರ್ಥವಾಗಿತ್ತು – ಹಲವು ಆಯ್ಕೆಗಳಲ್ಲಿ ಒಂದನ್ನು ನಮ್ಮದಾಗಿಸಿಕೊಳ್ಳಲು ಬುದ್ಧಿವಂತಿಕೆ ಮಾತ್ರ ಸಾಕಾಗುವುದಿಲ್ಲ.

ಒಂದು ಗಂಟೆ ಕಳೆದ ಮೇಲೆ ನಾನು ರೈಲ್ವೇ ನಿಲ್ದಾಣದ ಟಿಕೆಟ್ ಕಿಟಕಿಯ ಬಳಿ ಪ್ಲಾಟ್‌ಫಾರ್ಮ್‌ನ ಗ್ರಾನೈಟ್ ಬೆಂಚಿನ ಮೇಲೆ ಬ್ರೀಫ್‌ಕೇಸ್‌ನೊಂದಿಗೆ ಕುಳಿತಿದ್ದೆ. ಈ ನಗರದ ಮೂಲಕ ಹಾದು ಹೋಗಿ ಬೇರೆ ನಗರಗಳಿಗೆ ತಲುಪಿಸುವ ಆ ರೈಲುಗಳ ಹೆಸರುಗಳನ್ನು ಓದುತ್ತ ಕುಳಿತಿದ್ದೆ. ಜೇಬಿನಲ್ಲಿದ್ದ ದುಂಡನೆಯ ಕಲ್ಲನ್ನು ಕೈಯಲ್ಲಿ ಹಿಡಿದಿದ್ದೆ. ನನ್ನ ಬೆರಳುಗಳು ಜಪಮಾಲೆಯ ಮಣಿಯಂತೆ ಅದನ್ನು ದುಂಡಗೆ ತಿರುಗಿಸುತ್ತಲೇ ಇದ್ದವು.

ಸಮಯ ಸುಮಾರು ಮೂರು ಗಂಟೆ ಹದಿನೈದು ನಿಮಿಷವಾಗಿತ್ತು. ಆಗ ನನ್ನ ವಯಸ್ಸಿನ ಯುವಕನೊಬ್ಬ ಬಂದು ನನ್ನ ಬೆಂಚಿನ ಮೇಲೆ ಕುಳಿತ. ಅವನ ಮುಖ ಸ್ಕಾರ್ಫ್‌ನಿಂದ ಮುಚ್ಚಿತ್ತು. ಅವನು ಬಿಸಿಲಿನ ಕನ್ನಡಕ, ಟೋಪಿಯನ್ನು ಧರಿಸಿದ್ದ. ಕೈಯಲ್ಲಿ ಒಂದು ಸಣ್ಣ ಏರ್ ಬ್ಯಾಗ್, ಭುಜದ ಮೇಲೆ ಭಾರವಾದ ಚೀಲದ ಗಂಟಿತ್ತು. ತನ್ನ ಚೀಲವನ್ನು ಇಳಿಸಿ ನನ್ನ ಬ್ರೀಫ್‌ಕೇಸ್ ಬಳಿ ಇಟ್ಟು, ಬಹುಪರಿಚಿತನಂತೆ ನನ್ನ ಭುಜವನ್ನು ತಟ್ಟಿದ. ನಾನು ಆಶ್ಚರ್ಯದಿಂದ ಅವನನ್ನು ನೋಡಿದೆ. ಅವನು ತನ್ನ ಮುಖದಿಂದ ತನ್ನ ಸ್ಕಾರ್ಫನ್ನು ತೆಗೆದು, ಒಂದು ಕೈಯಿಂದ ಸನ್‌ಗ್ಲಾಸ್, ಇನ್ನೊಂದು ಕೈಯಿಂದ ಟೋಪಿಯನ್ನು ತೆಗೆದು, ತನ್ನ ಹುಬ್ಬುಗಳನ್ನು ಮೇಲಕ್ಕೆತ್ತಿ ತಮಾಷೆ ಮಾಡುವ ಹಾಗೆ ನಗುತ್ತಾ ಕೇಳಿದ "ಗುರುತು ಸಿಕ್ಕಿತೊ ಇಲ್ಲೋ?"

ಅವನು ನನ್ನ ಕ್ಲಾಸ್‌ಮೇಟ್ ಧನಂಜಯ. ಅವನ ದುಂಡುಮುಖದಲ್ಲಿ ಅನೌಪಚಾರಿಕವಾದ ಆತ್ಮೀಯತೆ ಇತ್ತು. ಕಲ್ಲಿನ ಮೇಲೆ ಚಲಿಸುತ್ತಿದ್ದ ನನ್ನ ಬೆರಳುಗಳು ತಂತಾನೇ ನಿಂತವು. ನಾನು

ಜೇಬಿನಿಂದ ಕೈಯನ್ನು ತೆಗೆದು ಅವನ ಕಡೆಗೆ ಚಾಚಿದೆ.

"ಎಲ್ಲಿಗೆ ಸವಾರಿ?" ಎಂದು ಕೇಳಿದ.

"ಎಲ್ಲಿಗೂ ಇಲ್ಲ" ನಗುತ್ತಾ ಉತ್ತರಿಸಿದೆ.

"ವೆರಿ ಗುಡ್" ಅವನ ಮುಖದಲ್ಲಿನ ನಗು ಗಾಢವಾಯಿತು. "ಎಲ್ಲಿಗೂ ಹೋಗದಿರುವ ಬದಲು ಎಲ್ಲಿಗಾದರೂ ಹೋಗುವುದು ಉತ್ತಮ" ಎಂದ.

ನಾನು ಅವನ ಮಾತಿಗೆ ಒಪ್ಪಿಗೆ ಸೂಚಿಸಿ ತಲೆಯಾಡಿಸಿದೆ. "ನನಗೂ ಹಾಗೇ ಅನಿಸುತ್ತಿದೆ. ನಾನು ನಿಲ್ದಾಣಕ್ಕೆ ಬಂದಿರುವುದು ಎಲ್ಲಿಗೋ ಹೋಗುವುದಕ್ಕಲ್ಲ, ಆದರೆ ಎಲ್ಲಿಗಾದರೂ ಹೋಗಲಿಕ್ಕೆ."

ಈ ಬಾರಿ ಅವನು ಗಂಭೀರವಾದ ಮುಖಭಾವದಿಂದ ನನ್ನ ಮುಖವನ್ನು ಗಮನಿಸಿ ನೋಡಿದ.

"ಅದಿರಲಿ", ನಾನು ಅವನ ಮುಖದಲ್ಲಿನ ಹಠಾತ್ ಗಂಭೀರತೆಯನ್ನು ತೊಡೆದು ಹಾಕಲು ಕೇಳಿದೆ, "ಎಲ್ಲಿಗೆ ಹೊರಟಿದ್ದೀಯಾ?"

"ಮುಂಬೈಗೆ ಹೋಗ್ತಿದ್ದೀನಿ."

"ಯಾವುದಾದ್ರೂ ಕೆಲಸಕ್ಕಾ ಅಥವಾ ಹಾಗೇ ಸುಮ್ನೆನಾ?"

"ನಾನು ಎಲ್.ಬಿ.ಎಸ್. ನಾಟಿಕಲ್ ಕಾಲೇಜಿನಲ್ಲಿ ಗ್ರ್ಯಾಜುವೇಶನ್ ಮಾಡಲು ಹೋಗ್ತಿದ್ದೀನಿ. ಗ್ರ್ಯಾಜುವೇಶನ್ ಕಂಪ್ಲೀಟ್ ಆದ್ರೆ ಹಡಗಿನಲ್ಲಿ ಇಂಜಿನಿಯರ್ ಆಗ್ತೇನೆ."

'ಹಡಗು' ಮೊದಲ ಬಾರಿಗೆ ಈ ಪದವು ನನ್ನ ಬಾಯಿಂದ ಹೊರಬಂದಿತು. ನಾನು ಈ ಮೊದಲು ಹಡಗಿನ ಬಗ್ಗೆ ಅದು ತುಂಬಾ ದೊಡ್ಡದಾಗಿರುತ್ತದೆ ಎಂದು ಮಾತ್ರ ಕೇಳಿದ್ದೆ.

ಅದರ ಬೃಹತ್ ಆಕಾರದ ಬಗ್ಗೆ ನಾನು ಕಲ್ಪನೆ ಕೂಡ ಮಾಡಿರಲಿಲ್ಲ.

ಆ ದಿನ, ರೈಲ್ವೇ ನಿಲ್ದಾಣದ ಪ್ಲಾಟ್‌ಫಾರ್ಮ್‌ನಲ್ಲಿ, ಬಹಳ ದಿನಗಳ ನಂತರ ಬಾಲ್ಯದ ದಿನಗಳಲ್ಲಿ ಆಗುತ್ತಿದ್ದಂತಹ ವಿಚಿತ್ರ ಕುತೂಹಲ ನನ್ನನ್ನು ಸುತ್ತುವರೆಯಿತು.

ಮೊದಲ ಬಾರಿಗೆ ಆನೆಯನ್ನು ನೋಡಿದಾಗ ನನಗಾದ ಸಂವೇದನೆಯನ್ನು ಮತ್ತೆ ಅನುಭವಿಸಿದೆ.

"ನಾನೂ ನಿನ್ನ ಜೊತೆ ಬರಬಹುದೇ?" ಉತ್ಸುಕತೆಯಿಂದ ಕೇಳಿದೆ.

"ಯಾಕಿಲ್ಲ. ನನ್ನ ಜೊತೆಗೆ ಬಾ, ಬಹುಶಃ ನಾವಿಬ್ಬರೂ ಆಯ್ಕೆಯಾಗಬಹುದು."

"ಸರಿ ಹಾಗಾದ್ರೆ", ನಾನು ಒಪ್ಪಿಗೆಯಿಂದ ತಲೆಯಾಡಿಸಿ ಎದ್ದುನಿಂತು, "ನಾನೂ ನಿನ್ನ ಜೊತೆ ಬರ್ತೀನಿ" ಎಂದು ಹೇಳಿ ಟಿಕೇಟ್ ಕಿಟಕಿಯತ್ತ ನಡೆದೆ.

ನಾನು ಟಿಕೆಟ್ ಕಿಟಕಿಯ ಮುಂದೆ ಸರತಿ ಸಾಲಿನಲ್ಲಿ ನಿಂತಿದ್ದೆ. ಬಹುಶಃ ನನ್ನ ಸ್ನೇಹಿತ ನಾನು ನನ್ನ ಕರಿಯರ್ ನಿರ್ಮಿಸಿಕೊಳ್ಳಲು ಅಥವಾ ಜೀವನೋಪಾಯದ ಗಟ್ಟಿಯಾದ ಮಾರ್ಗವನ್ನು ಕಂಡುಕೊಳ್ಳಲು ಸಾಲಿನಲ್ಲಿ ನಿಂತಿದ್ದೇನೆಂದು ಯೋಚಿಸಿರಬಹುದು. ಆದರೆ ನಾನು ಮತ್ತೆ ಯಾವುದಾದರೂ 'ದೊಡ್ಡ ವಸ್ತು'ವನ್ನು ನೋಡುವ ಮೋಹಪಾಶದಲ್ಲಿ ಸಿಲುಕಿದ್ದೇನೆ ಎಂಬುದು ಅವನಿಗೆ ಗೊತ್ತಿರಲಿಲ್ಲ. ನನ್ನ ಹಣೆಬರಹವು ನನ್ನನ್ನು ಯಾವುದೇ ದೊಡ್ಡ ಗುರಿಯತ್ತ ಅಥವಾ ಯಾವುದೇ ಕರಿಯರ್ ಅಥವಾ ಜೀವನೋಪಾಯದ ಕಡೆಗೆ ಕೊಂಡೊಯ್ಯುತ್ತಿಲ್ಲ. ಬದಲಾಗಿ ಅಜ್ಞಾತ 'ವಿರಾಟ ಸ್ವರೂಪ'ದ ಕಡೆಗೆ ಕರೆದೊಯ್ಯುತ್ತಿದೆ.

ಯೋಚಿಸಿದಂತೆಯೇ ಆಯಿತು. ಎಲ್.ಬಿ.ಎಸ್. (ಲಾಲ್ ಬಹದ್ದೂರ್ ಶಾಸ್ತ್ರಿ) ನಾಟಿಕಲ್ ಕಾಲೇಜಿನಲ್ಲಿ ಪ್ರವೇಶ ಪಡೆದ ನಂತರ, ನಮ್ಮನ್ನು ಮೊದಲ ಬಾರಿಗೆ ಟ್ರೇನಿಂಗ್ ಶಿಪ್‌ನಲ್ಲಿ ಕರೆದುಕೊಂಡು ಹೋದಾಗ, ಹಡಗಿನ ಬಾಹ್ಯ ಆಕಾರವನ್ನು ನೋಡಿ ನಾನು ದಂಗಾಗಿ ಹೋದೆ. ಹಡಗಿನೊಳಗೆ ಹರಡಿರುವ ಬೃಹತ್ ಯಂತ್ರಗಳನ್ನು ನೋಡಿ ಹೃದಯ ವೇಗವಾಗಿ ಬಡಿದುಕೊಳ್ಳಲಾರಂಭಿಸಿತು. ಧನಂಜಯ ಕೂಡ ನನ್ನೊಂದಿಗೆ ಇದ್ದ. ಅವನು ಬಹಳ ಗಂಭೀರವಾಗಿ ಒಬ್ಬ ಹಿರಿಯ ಇಂಜಿನಿಯರ್ ಹೇಳುತ್ತಿದ್ದುದನ್ನು ಕೇಳಿಸಿಕೊಳ್ಳುತ್ತ, ಬೇಗ ಬೇಗ ನೋಟ್ಸ್ ಮಾಡಿಕೊಳ್ಳುತ್ತಿದ್ದ. ಅವನನ್ನು ನೋಡಿ ನನ್ನಲ್ಲಿ ಧನ್ಯತಾಭಾವ ಉಕ್ಕಿ ಬಂತು. ಅವನಿಂದಾಗಿಯೇ ನಾನು ಇಂದು ಇಲ್ಲಿದ್ದೇನೆ. ಯಂತ್ರಗಳ ಭಯಾನಕ ಶಬ್ದಗಳ ನಡುವೆ, ಜೀವನದಲ್ಲಿ ಮೊದಲ ಬಾರಿಗೆ ಭಾವುಕನಾಗಿ ಅವನ ಕೈ ಹಿಡಿದೆ. ಆತ ನನ್ನೆಡೆಗೆ ನೋಡಿದ,

"ಏನ್ ವಿಷಯ? ಏನೋ ಚಿಂತೆ ಕಾಡ್ತಾ ಇದೆ ಅನಿಸುತ್ತೆ?"

ನನ್ನ ನಡುಕವನ್ನು ಮತ್ತು ಉಕ್ಕಿ ಬರುತ್ತಿರುವ ಅಳುವನ್ನು ನಿಯಂತ್ರಿಸಿಕೊಳ್ಳಲು ಆಳವಾದ ಉಸಿರನ್ನು ತೆಗೆದುಕೊಂಡು ಅವನ ಕೈ ಒತ್ತಿ ಕೃತಜ್ಞತೆ ಸಲ್ಲಿಸಿದೆ. ಅವನೂ ಕೂಡ ನಗುತ್ತಾ ನನ್ನ ಕೈ ಹಿಡಿದುಕೊಂಡ. ಕೆಲಹೊತ್ತು ಒಳಗಿನ ಕಾರಿಡಾರ್‌ನಲ್ಲಿ ನನ್ನ ಕೈ ಹಿಡಿದು ತಿರುಗಾಡುತ್ತಲೇ ಇದ್ದ. ಹಲವಾರು ಅಡ್ಡಾದಿಡ್ಡಿ ಮೆಟ್ಟಿಲುಗಳನ್ನು ಏರುತ್ತಾ ನಾವು ಡೆಕ್ ಮೇಲೆ ತಲುಪಿದೆವು.

ತುಂಬಾ ಬಿಸಿಲಿತ್ತು. ಗಾಳಿ ಮೆಲ್ಲನೆ ಬೀಸುತ್ತಿತ್ತು. ಸಮುದ್ರದ ದಡದಲ್ಲಿ ನಿಂತಿದ್ದ ತೆಂಗಿನ ಮರಗಳು ಓಲಾಡುತ್ತಿದ್ದವು. ಮಡ್ ಆಯ್ಲ್ಯಾಂಡ್‌ನ ಕಲ್ಲಿನ ತೀರದಿಂದ ದುರ್ವಾಸನೆಯು ಗಾಳಿಯಲ್ಲಿ ತೇಲಿ ಬರುತ್ತಿತ್ತು. ಆದರೆ ನನ್ನ ಹೃದಯವು ಜೀವನದ ಹೊಸ ಹೊಳಪು ಮತ್ತು ಭ್ರಾತೃತ್ವದ ಸಂತೋಷದಿಂದ ತುಂಬಿತ್ತು.

"ಧನಂಜಯ, ನಾನು ನಿನಗೆ ಆಭಾರಿಯಾಗಿದ್ದೇನೆ." ಡೆಕ್‌ನ ರೇಲಿಂಗ್‌ಗೆ ಒರಗಿ ನಿಂತಿದ್ದ ಸ್ನೇಹಿತನಿಗೆ ಹೇಳಿದೆ. "ಈ ಜಾಗ ನನ್ನನ್ನು ಎಷ್ಟು ರೋಮಾಂಚನಗೊಳಿಸಿದೆ ಎಂದು ನಾನು ಶಬ್ದಗಳಲ್ಲಿ ಹೇಳಲಾರೆ."

"ನೀನು ಸಹಜವಾಗಿಲ್ಲ, ಯಾವುದೋ ವಿಷಯ ನಿನ್ನನ್ನು ತುಂಬಾ ಎಕ್ಸೈಟ್ ಮಾಡಿದೆ ಎನಿಸುತ್ತದೆ. ನಿನಗೇನಾದರೂ ಪ್ರಾಬ್ಲಮ್ ಇದೆಯಾ?"

"ಹೌದು, ನನ್ನ ಪ್ರಾಬ್ಲಮ್ ಏನೆಂದರೆ, ಯಾವುದೇ ದೊಡ್ಡ ಸ್ಟ್ರಕ್ಚರ್ ನೋಡಿ ನಾನು ಉತ್ತೇಜಿತನಾಗುತ್ತೇನೆ. ಯಾವುದೇ ದೊಡ್ಡ ಆಕಾರ ನನ್ನನ್ನು ಸಮ್ಮೋಹನಗೊಳಿಸುತ್ತದೆ. ಹಡಗಿನೊಳಗಿನ ಪ್ರಪಂಚವು ನನ್ನ ಕಲ್ಪನೆಗಿಂತ ಇಷ್ಟು ದೊಡ್ಡದಾಗಿರುತ್ತದೆ ಎಂದು ನಾನು ಎಂದಿಗೂ ಊಹಿಸಿರಲಿಲ್ಲ."

"ನೋಡು ಗೆಳೆಯಾ, ನಾವೀಗ ಬರೀ ಟ್ರೇನಿಂಗ್ ಶಿಪ್‌ನಲ್ಲಿದ್ದೀವಿ. ಮುಂದಿನ ದಿನಗಳಲ್ಲಿ ಸಮುದ್ರದ ಮಧ್ಯದಲ್ಲಿ ತೇಲುತ್ತಾ ಸಾಗುವ ನಿಜವಾದ ಹಡಗಿನಲ್ಲಿ ಇರುತ್ತೇವೆ. ದಡದಲ್ಲಿ ನಿಂತಿರುವ ಹಡಗನ್ನು ನೋಡಿಯೇ ನೀನು ಇಷ್ಟೊಂದು ನಲಿದಾಡುತ್ತಿದ್ದೀಯಾ ಅಂದ್ರೆ, ಸಮುದ್ರವನ್ನು ಹೇಗೆ ಎದುರಿಸುತ್ತೀಯಾ? ಚಲಿಸುವ ಹಡಗು ಈ ನಮ್ಮ ಟ್ರೇನಿಂಗ್ ಶಿಪ್‌ಗಿಂತ ನಾಲ್ಕು ಪಟ್ಟು ದೊಡ್ಡದಾಗಿರುತ್ತದೆ. ಸಮುದ್ರವು ನಮ್ಮ ಭೂಭಾಗಕ್ಕಿಂತ ಮೂರು ಪಟ್ಟು ದೊಡ್ಡದಾಗಿದೆ."

"ಪರವಾಗಿಲ್ಲ, ನೋಡಿಕೊಂಡರಾಯಿತು. ನೀನು ನನ್ನ ಜೊತೆಗಿದ್ದರೆ ಎಲ್ಲವನ್ನೂ ಕಲಿತುಬಿಡುತ್ತೇನೆ." ನಾನು ಅವನ ಎರಡೂ ಭುಜಗಳ ಮೇಲೆ ನನ್ನ ಕೈಗಳನ್ನು ಇಡುತ್ತ ಹೇಳಿದೆ. ಅವನು ಮುಗುಳ್ನಕ್ಕು ನನ್ನ ಭುಜದ ಸುತ್ತ ತನ್ನ ಕೈಯನ್ನು ಹಾಕಿದ. ನಾವಿಬ್ಬರೂ ಡೆಕ್ ಮೇಲೆ ಸುತ್ತಾಡುತ್ತ ಮರಳಿ ಮೆಟ್ಟಿಲುಗಳತ್ತ ತಲುಪಿದೆವು.

"ನಾನು ಮರೀನ್ ಇಂಜಿನಿಯರಿಂಗನ್ನು ಯಾಕೆ ಆಯ್ಕೆ ಮಾಡಿಕೊಂಡೆ ಎಂದು ಹೇಳಲೆ?" ಅವನು ಮೆಟ್ಟಿಲುಗಳನ್ನು ಇಳಿಯುವಾಗ ಕೇಳಿದ. ನಾನು ಕುತೂಹಲದ ಕಣ್ಣುಗಳಿಂದ ಅವನನ್ನು ನೋಡಿದೆ. "ನೀನು ದೊಡ್ಡ ವಸ್ತು ಮತ್ತು ವಿಸ್ತಾರಗಳಿಂದ ಹೇಗೆ ಪ್ರಭಾವಿತನಾಗುತ್ತೀಯೋ ಹಾಗೆ ನಾನು ಆಳದಿಂದ ಪ್ರಭಾವಿತನಾಗುತ್ತೇನೆ." ಕೊನೆಯ ಮೆಟ್ಟಿಲು ಇಳಿದ ಮೇಲೆ ಅವನು ನನ್ನ ಭುಜದಿಂದ ತನ್ನ ಕೈಯನ್ನು ತೆಗೆದ. ಈಗ ನಾವು ಎಂಜಿನ್ ರೂಮಿನ ಮುಂದೆ ನಿಂತಿದ್ದೆವು.

"ಕೆಳಗಿರುವ ಎಲ್ಲವೂ ನನ್ನನ್ನು ತುಂಬಾ ಆಕರ್ಷಿಸುತ್ತದೆ. ಆ ಪ್ರಪಾತದಲ್ಲಿ ಅಜ್ಞಾತಲೋಕವಿದೆ. ಅದರ ಪ್ರಲೋಭನೆ ನನ್ನ ಮನಸ್ಸನ್ನು ತನ್ನೆಡೆಗೆ ಎಳೆದುಕೊಳ್ಳುತ್ತಲೇ ಇರುತ್ತದೆ. ಆಳವನ್ನು ಇಣುಕಿ ನೋಡಿದಾಗೆಲ್ಲಾ ಕೆಲವು ಕ್ಷಣಗಳ ಹಿಂದೆ ನೀನು ರೋಮಾಂಚನಗೊಂಡಷ್ಟು ನಾನು ಕೂಡ ರೋಮಾಂಚಿತನಾಗುತ್ತೇನೆ."

"ಮೈ ಗಾಡ್" ನಾನು ತಲೆಯ ಮೇಲೆ ಕೈ ಇಟ್ಟುಕೊಳ್ಳುತ್ತ ಹೇಳಿದೆ.

"ಹಾಗಾದರೆ ನಿನ್ನೊಂದಿಗೆ ಹಡಗಿನಲ್ಲಿ ಪ್ರಯಾಣಿಸುವುದು ತುಂಬಾ ಅಪಾಯಕಾರಿ."

"ಯಾಕೆ ? ಹಾಗೇಕೆ ಯೋಚಿಸುತ್ತಿದ್ದೀಯಾ?"

"ಯಾವಾಗಲೋ ಒಂದು ದಿನ, ಆಳದ ಮಜಾ ತೆಗೆದುಕೊಳ್ಳುವ ಪ್ರಯತ್ನದಲ್ಲಿ ನೀನು ಹಡಗನ್ನು ಮುಳುಗಿಸಿಬಿಡ್ತೀಯಾ."

ಅವನು ನಕ್ಕು ತಮಾಷೆಯ ಮೂಡಿನಲ್ಲಿ ತಲೆ ಅಲ್ಲಾಡಿಸಿ ಹೇಳತೊಡಗಿದ.

"ನೀನು ಹೇಳಿದ್ದು ಸರಿಯಾಗಿದೆ. ನೀನು ದೊಡ್ಡದಾದ ಅನ್ವೇಷಣೆಯಲ್ಲಿ ಅಲ್ಲಿ ಇಲ್ಲಿ ಅಲೆದಾಡಲು ಪ್ರಯತ್ನಿಸಿದರೆ, ನಾನು ಹಡಗನ್ನು ಮುಳುಗಿಸಿಬಿಡುತ್ತೇನೆ."

"ಹಾಗಾದರೆ ಪರವಾಗಿಲ್ಲ" ಈ ಸಲ ನಾನೂ ನಗುತ್ತಾ ಅವನ ಭುಜ ತಟ್ಟಿ, "ನೀನು ನನ್ನನ್ನು ಅಲೆದಾಡಲು ಬಿಡಬೇಡ. ನಾನು ನಿನ್ನನ್ನು ಮುಳುಗಲು ಬಿಡುವುದಿಲ್ಲ."

"ಗೆಳೆಯಾ, ಜೀವನದುದ್ದಕ್ಕೂ ಅಲೆದಾಡುವುದಕ್ಕಿಂತ ಒಮ್ಮೆಗೆ ಮುಳುಗುವುದು ಉತ್ತಮ."

"ಮುಳುಗಿದ ಮೇಲೂ ನೆಮ್ಮದಿ ಸಿಗದಿದ್ದರೆ ಎಲ್ಲಿಗೆ ಹೋಗುವೆ?" ಈ ಸಲ ನನ್ನ ಪ್ರಶ್ನೆಯನ್ನು ಕವನದ ರೀತಿಯಲ್ಲಿ ಮಂಡಿಸಿದೆ.

ಅವನು ಸ್ವಲ್ಪ ಹೊತ್ತು ಆಲೋಚಿಸಿ, "ಅದು ಸರಿ, ಅಲೆದಾಡುವಾಗ ನಿಲ್ಲಲು ಜಾಗ ಸಿಗದಿದ್ದರೆ ಎಲ್ಲಿಗೆ ಹೋಗುವೆ?"

ನನ್ನ ಬಳಿ ಸಿದ್ಧ ಉತ್ತರವಿರಲಿಲ್ಲ. ಆದರೂ ಅವನ ಜೊತೆಗಿನ ಸಂಭಾಷಣೆ ಜಾರಿಯಲ್ಲಿಡಲು ಮಜಾ ಬರುತ್ತಿತ್ತು, "ಅಲೆದಾಡುವವರಿಗೆ ಒಂದಿಲ್ಲ ಒಂದು ದಡ ಸಿಕ್ಕೇ ಸಿಗುತ್ತದೆ."

"ಮುಳುಗುವವರಿಗೂ ಒಣ ಹುಲ್ಲಿನ ಸಹಾಯವಾದರೂ ಸಿಕ್ಕೇ ಸಿಗುತ್ತದೆ" ಈ ಬಾರಿ ಅವನು ತುಂಬಾ ಉತ್ಸಾಹದಿಂದ ಪ್ರಾಸಬದ್ಧವಾಗಿ ಹೇಳಿದ್ದ. ನಾನು ಯೋಚಿಸುತ್ತಲೇ ಇದ್ದೆ. ಅವನು ನನ್ನ ಕುತ್ತಿಗೆಗೆ ತೋಳು ಹಾಕಿ "ಹೋಗಲಿ ಬಿಡು ಗೆಳೆಯಾ... ಇವೆಲ್ಲಾ ಇದ್ದದ್ದೇ... ಮುಳುಗೋದು ಅಲೆದಾಡೋದು ಜೀವನ ಪೂರ್ತಿ ಇದೆ. ಮೊದಲು ಏನಾದ್ರೂ ತಿನ್ನೋಣ ನಡಿ" ಎಂದ.

ನಾನೂ ಕೂಡ ಅವನ ಕುತ್ತಿಗೆಯ ಸುತ್ತ ಕೈ ಹಾಕಿದೆ. ಟ್ರೇನಿಂಗ್ ಶಿಪ್‌ನಿಂದ ಇಳಿದು ಕ್ಯಾಂಟೀನ್ ಕಡೆಗೆ ಹೋಗುವ ದಾರಿಯಲ್ಲಿ ನಡೆಯಲಾರಂಭಿಸಿದೆವು. ಹೀಗೆ ಹೆಗಲ ಮೇಲೆ ಕೈಹಾಕಿ ನಡೆಯುತ್ತಿರುವ ನಾವು, ಮುಂದಿನ ದಿನಗಳಲ್ಲಿ ಬೇರೆಯಾಗುತ್ತೇವೆ, ನನ್ನಿಂದ ಬೇರ್ಪಟ್ಟು ಅವನು ಪಾತಾಳದ ಆಳಕ್ಕೆ ಹೋಗುತ್ತಾನೆ ಮತ್ತು ನನ್ನ ಹಣೆಬರಹವು ನನ್ನನ್ನು ಅನಂತ ದೂರದತ್ತ ಕೊಂಡೊಯ್ಯುತ್ತದೆ ಎಂಬ ಕಲ್ಪನೆಯೂ ಆಗ ಇರಲಿಲ್ಲ.

ನಾವು ಕ್ಯಾಂಟೀನ್ ಪ್ರವೇಶಿಸಿದೆವು. ಆ ಕ್ಯಾಂಟೀನ್ ಹೊರಗಿನಿಂದ ಎಷ್ಟು ಸರಳವಾಗಿತ್ತೋ, ಒಳಗೂ ಅಷ್ಟೇ ಸ್ವಚ್ಛ, ಸಭ್ಯವಾಗಿತ್ತು. ಸುತ್ತಲೂ ನೋಡಿದ ಧನಂಜಯ "ಗೆಳೆಯಾ, ಈ ಕ್ಯಾಂಟೀನ್ ತುಂಬಾ ಶಾಂತ ಮತ್ತು ಸಭ್ಯವಾಗಿದೆ. ಪಕ್ಕಾ ನಮ್ಮ ಶಾಸ್ತ್ರೀಜಿ ಇದ್ದ ಹಾಗೆ" ಎಂದು ಕೌಂಟರ್ ಹಿಂದೆ ಗೋಡೆಗೆ ನೇತುಹಾಕಿದ್ದ ಲಾಲ್ ಬಹದ್ದೂರ್ ಶಾಸ್ತ್ರಿಯವರ ಭಾವಚಿತ್ರವನ್ನು ನೋಡುತ್ತಾ ಹೇಳಿದ.

ನಾನು ಮೊದಲು ಆ ಭಾವಚಿತ್ರದತ್ತ ಗಮನ ಹರಿಸಿರಲಿಲ್ಲ. ಅತ್ತ ತಿರುಗಿ ಚಿತ್ರವನ್ನು ನೋಡಿದೆ. ಕೆಲವು ಕ್ಷಣಗಳವರೆಗೆ ನನ್ನ ಗಮನವು ಶಾಸ್ತ್ರೀಜಿಯವರ ಸೌಮ್ಯ ಮುಖ ಮತ್ತು ಅವರ ಅತ್ಯಂತ ಶಾಂತವಾದ, ವಿನಮ್ರ ನಗುವಿನ ಮೇಲೆ ಕೇಂದ್ರೀಕೃತವಾಗಿತ್ತು. ಶಾಲಾ ದಿನಗಳಲ್ಲಿ ನಾನು ಶಾಸ್ತ್ರಿಯವರ ಭಾವಚಿತ್ರವನ್ನು ಹೆಡ್ ಮಾಸ್ತರರ ಕೊಠಡಿಯಲ್ಲಿ ನೋಡಿದ್ದೆ.

ಆದರೆ ಆ ಸಮಯದಲ್ಲಿ ಅವರ ಭಾವಚಿತ್ರದ ಜೊತೆಗೆ ಗಾಂಧೀಜಿ, ನೆಹರೂ, ಭಗತ್ ಸಿಂಗ್, ಚಂದ್ರಶೇಖರ್ ಆಜಾದ್ ಮತ್ತು ಸುಭಾಷ್ ಚಂದ್ರ ಬೋಸ್ ಅವರ ಭಾವಚಿತ್ರಗಳು ಇರುತ್ತಿದ್ದವು. ಆದುದರಿಂದಲೇ ಅವರ ಮುಖಲಕ್ಷಣವನ್ನು ಅಷ್ಟು ಗಂಭೀರತೆಯಿಂದ ಪ್ರತ್ಯೇಕವಾಗಿ ನೋಡಲು ಸಾಧ್ಯವಾಗಿರಲಿಲ್ಲ.

"ಏನ್ ನೋಡ್ತಾ ಇದ್ದೀಯಾ?" ಧನಂಜಯ ಕೇಳಿದ.

"ಶಾಸ್ತ್ರೀಜಿ ಅವರನ್ನು ನಾನು ಒಬ್ಬಂಟಿಯಾಗಿ ನೋಡಿರಲಿಲ್ಲ," ನಾನು ಭಾವಚಿತ್ರದಿಂದ ಕಣ್ಣು ತೆಗೆಯದೆ ಹೇಳಿದೆ, "ಅವರ ಮುಖವನ್ನು ಇಷ್ಟು ಗಮನಿಸಿ ನೋಡುತ್ತಿರುವುದು ಇದೇ ಮೊದಲು. ಎಷ್ಟೊಂದು ಇನೋಸೆಂಟ್ ಮುಖ. ಇಷ್ಟೊಂದು ವಿಶಿಷ್ಟ ಮತ್ತು ಮೃದುವಾದ ಆಶಾಭಾವನೆಯನ್ನು ನಾನು ಯಾವುದೇ ನಾಯಕನ ಮುಖದಲ್ಲಿ ನೋಡಿರಲಿಲ್ಲ."

ನನ್ನ ಮಾತುಗಳನ್ನು ಕೇಳಿದ ಧನಂಜಯ ಎದ್ದು ನಿಂತು ಶಾಸ್ತ್ರೀಜಿಯವರ ಭಾವಚಿತ್ರದ ಮುಂದೆ ಕೈ ಜೋಡಿಸಿ, "ಶಾಸ್ತ್ರೀಜಿ! ಪ್ರಣಾಮಗಳು. ನಾವು ನಿಮ್ಮ ಆಶ್ರಯದಲ್ಲಿ ಬಂದಿದ್ದೇವೆ. ನಮ್ಮ ದೋಣಿಯನ್ನೂ ದಡ ಸೇರಿಸಿಬಿಡಿ."

ಈ ಮಾತನ್ನು ಕೇಳಿದ ಅಕ್ಕಪಕ್ಕದ ಕುರ್ಚಿಗಳ ಮೇಲೆ ಕುಳಿತ ವಿದ್ಯಾರ್ಥಿಗಳೆಲ್ಲ ತಮಾಷೆಯ ಮೂಡಿಗೆ ಬಂದರು. ಅವರು ಸಹ ಎದ್ದು ನಿಂತು ಶಾಸ್ತ್ರೀಜಿ ಅವರಿಗೆ ನಮನ ಸಲ್ಲಿಸಲು ಪ್ರಾರಂಭಿಸಿ, ತಮ್ಮ ಅನೇಕ ತುಂಟತನದ ಆಸೆಗಳ ಈಡೇರುವಿಕೆಗಾಗಿ ಅವರ ಆಶೀರ್ವಾದವನ್ನು ಕೇಳಲು ಪ್ರಾರಂಭಿಸಿದರು. ಆ ಹುಡುಗರು ಎಷ್ಟು ಚೇಷ್ಟೆ ಮಾಡುತ್ತಿದ್ದರೆಂದರೆ ಕೊನೆಗೆ ಭಾವಚಿತ್ರದಲ್ಲಿದ್ದ ಶಾಸ್ತ್ರೀಜಿ ಅವರೇ ನಾಚಿಕೊಂಡರು.

ನಂತರದ ದಿನಗಳಲ್ಲಿ ನಾನು, ಧನಂಜಯ ಆ ಕ್ಯಾಂಟೀನ್‌ಗೆ ತಿಂಡಿಗೆ ಹೋದಾಗಲೆಲ್ಲ, ಒಂದಲ್ಲ ಒಂದು ವಿದ್ಯಾರ್ಥಿಗಳ ಗುಂಪು ಸಿಗುತ್ತಿತ್ತು. ಅವರೊಂದಿಗೆ ನಾವು 'ಶಾಸ್ತ್ರಿ'ಯವರನ್ನು ಹಂಚಿಕೊಳ್ಳುತ್ತಿದ್ದೆವು. ಕ್ಯಾಂಟೀನಿಗೆ ನಿತ್ಯ ಬರುವ ಎಲ್.ಬಿ.ಎಸ್. ನಾಟಿಕಲ್ ಕಾಲೇಜಿನ ವಿದ್ಯಾರ್ಥಿಗಳಲ್ಲಿ ಮಾತ್ರವಲ್ಲದೆ ಈಗ ಇಡೀ ವಿಭಾಗದಲ್ಲಿ ಶಾಸ್ತ್ರೀಯತೆಯ ಅಲೆ ಹರಿಯಲಾರಂಭಿಸಿತ್ತು. ಕ್ಯಾಂಟೀನ್ ಸಿಬ್ಬಂದಿ ಮತ್ತು ಕ್ಯಾಂಪಸ್ ಕ್ಲೀನಿಂಗ್ ಸಿಬ್ಬಂದಿ ಕೂಡ ಶಾಸ್ತ್ರೀಜಿ ಅವರಿಗೆ ಸಂಬಂಧಿಸಿದ ಕೆಲವು ಆಸಕ್ತಿದಾಯಕ ಕಥೆ ಅಥವಾ ಸ್ಫೂರ್ತಿದಾಯಕ ಘಟನೆಗಳನ್ನು ಎಲ್ಲಿಂದಲೋ ಹುಡುಕಿ ತರುತ್ತಿದ್ದರು. ಆಮೇಲೆ ಆ ಹಳೇ ಘಟನೆಗಳ ಜೊತೆ ಒಂದಷ್ಟು ಹೊಸ ಸಂಗತಿಗಳನ್ನು ಬೆರೆಸಿ ಹರಟೆಗಳು ಸೃಷ್ಟಿಯಾಗತೊಡಗಿದವು. ಕ್ರಮೇಣ ದಿವಂಗತ ಲಾಲ್ ಬಹದ್ದೂರ್ ಶಾಸ್ತ್ರಿಯವರ ಹೆಸರಿನ ಮುಂದೆ 'ದಿವಂಗತ' ಎಂಬ ಪದದ ಅಗತ್ಯವಿಲ್ಲ ಎಂಬಂತಹ ವಾತಾವರಣ ಉಂಟಾಯಿತು. ಅವರು ಪುನರುಜ್ಜೀವನಗೊಂಡರು. ಅಷ್ಟೇ ಅಲ್ಲದೇ ಸದ್ಯದ ಟ್ರೆಂಡ್‌ನಲ್ಲಿದ್ದ ಹೇಳಿಕೆಗಳ ಜೊತೆಗೆ ಅವರ ಸೊಗಸಾದ ನಡವಳಿಕೆ ಮತ್ತು ಮಧುರವಾದ ಪ್ರವೃತ್ತಿಯನ್ನು ಪ್ರಸ್ತುತಪಡಿಸಲಾಯಿತು. ಈ ಪ್ರಸ್ತುತಿಯಲ್ಲಿ ಸ್ವಲ್ಪ ನಾಟಕೀಯತೆ, ಸ್ವಲ್ಪ ವಿಟ್ ಇರುತ್ತಿತ್ತು. ಆದರೆ ಶಾಸ್ತ್ರೀಜಿಯವರ ಮೇಲಿನ ಗೌರವವು ಒಂಚೂರೂ ಕಡಿಮೆಯಾಗಲಿಲ್ಲ.

❑❑❑

ಸಮುದ್ರ

ಉಳಿದ ತಿಂಗಳುಗಳ ತರಬೇತಿಯನ್ನು ಧನಂಜಯ ಮತ್ತು ನಾನು ಒಟ್ಟಿಗೆ ಕಳೆದೆವು. ಆದರೆ ಚಲಿಸುವ ಹಡಗಿನಲ್ಲಿ ಒಟ್ಟಿಗೆ ಪ್ರಯಾಣಿಸುವ ನಮ್ಮ ಕನಸು ನನಸಾಗಲಿಲ್ಲ. ಧನಂಜಯ ತನ್ನ ವೈಯಕ್ತಿಕ ಪ್ರಯತ್ನಗಳ ಮೂಲಕ ನನ್ನನ್ನು ಗ್ರೇಡ್ ಇನ್‌ಸ್ಟಂಟ್ ಶಿಪ್ಪಿಂಗ್ ಕಂಪನಿಯಲ್ಲಿ ಕೆಲಸಕ್ಕೆ ಸೇರಲು ಸಹಾಯ ಮಾಡಿದ. ತಾನು ಸ್ವತಃ ನೀರಿನಾಳದ ಜಗತ್ತಿನಲ್ಲಿ ಧುಮುಕುವ ಮೂಲಕ ಸಬ್‌ಮೆರೀನ್ ಇಂಜಿನಿಯರಿಂಗ್ ಮಾರ್ಗವನ್ನು ಹಿಡಿದ.

ನನ್ನ ಹಡಗು ಎಂ.ವಿ. 'ಜಲದೂತ' ಬಾಂಬೆಯಿಂದ ತೈವಾನ್‌ಗೆ ಹೋಗುತ್ತಿತ್ತು, ಅದೇ ದಿನ ಧನಂಜಯ ತನ್ನ ಜಲಾಂತರ್ಗಾಮಿ ನೌಕೆಯೊಂದಿಗೆ ಮೊದಲ ಬಾರಿಗೆ ಸಮುದ್ರದ ಆಳವನ್ನು ಪ್ರವೇಶಿಸಿದ. ನಮ್ಮ ಬಾಹ್ಯ ಸಂಪರ್ಕಗಳು ಕಡಿದುಹೋದವು. ಆದರೆ ಸಮುದ್ರದ ಮೇಲಿನ ಕಂಪನ ಮತ್ತು ಆಳದ ಮೌನಗಳು ಅಂತಃಸಂಪರ್ಕದಲ್ಲಿ ಉಳಿದವು. ಅವನು ಮತ್ತು ನಾನು ಒಬ್ಬರಿಗೊಬ್ಬರು ಕಳಚಿಹೋಗದಂತೆ ಹಿಡಿದುಕೊಂಡಿದ್ದೇವೆ ಎಂದು ಯಾವಾಗಲೂ ಅನಿಸುತ್ತಿತ್ತು.

ಅಂದು ನನ್ನ ಮೊದಲ ಸಮುದ್ರಯಾನ. ಟ್ರೇನಿಂಗ್ ಶಿಪ್‌ಗೆ ಹೋಲಿಸಿದರೆ ಚಲಿಸುವ ಹಡಗಿನ ಯಂತ್ರೋಪಕರಣಗಳು ಬೃಹತ್ ಗಾತ್ರದವಾಗಿದ್ದವು. ನಾನು ಧೈರ್ಯದಿಂದಲೇ ಅವುಗಳನ್ನು ಸ್ಪರ್ಶಿಸಿದೆ. ಆ ಯಂತ್ರಗಳ ಕಂಪನ ಮತ್ತು ಘರ್ಷಣೆಯ ನಡುವೆ, ಜನರು ಬಲಿಪೀಠದ ಮೇಲೆ ಹೂವುಗಳನ್ನು ಇಡುವಂತೆ ನನ್ನ ಅಸ್ತಿತ್ವವನ್ನು ಇರಿಸಿದೆ. ಆ ಆರು ತಿಂಗಳ ಸುದೀರ್ಘ ಪ್ರಯಾಣದ ಬಗ್ಗೆ ನಾನು ಏನನ್ನೂ ಯೋಚಿಸಲಿಲ್ಲ. ಮೌನವಾಗಿ ಎಂಜಿನ್ ಕೋಣೆಯಲ್ಲಿ ನನ್ನ ಕೆಲಸದಲ್ಲಿ ತೊಡಗಿಕೊಂಡೆ. ಶಿಫ್ಟ್ ಮುಗಿದ ಮೇಲೆ ಮುಖ್ಯ ಇಂಜಿನಿಯರ್ ಶಫಿ ಸಾಹೇಬರು ಭುಜದ ಮೇಲೆ ಕೈಯಿಟ್ಟು ನನ್ನ ಕೆಲಸವನ್ನು ಹೊಗಳಿದರು. ಅವರಿಗೆ ಧನ್ಯವಾದ ಹೇಳಿ ಎಂಜಿನ್ ಕೋಣೆಯಿಂದ ಹೊರಟು ಡೆಕ್ ಮೇಲೆ ಬಂದೆ. ಡೆಕ್‌ನ ಮೇಲೆ ತುಂಬಿದ್ದ ಸರಕುಗಳ ಉದ್ದನೆಯ ಗೋಡೆಯನ್ನು ದಾಟಿ, ಹಡಗಿನ ಮುಂಭಾಗವನ್ನು ತಲುಪಿದೆ.

ನಾನು ಎಲ್ಲಿ ಇರಬೇಕೆಂದು ಬಯಸಿದ್ದೆನೋ ಅಲ್ಲಿದ್ದೆ. ನನ್ನ ಮುಂದೆ ಮಿತಿಯಿಲ್ಲದ ವಿಸ್ತಾರವಿತ್ತು. ಎಷ್ಟು ಸಮ್ಮೋಹಕವಾಗಿತ್ತು ಎಂದರೆ ನನ್ನನ್ನು ನಾನು ನಿಯಂತ್ರಿಸಿಕೊಳ್ಳುವುದು

ಕಷ್ಟವಾಯಿತು. ರೇಲಿಂಗನ್ನು ಬಿಗಿಯಾಗಿ ಹಿಡಿದುಕೊಂಡು, ಕಣ್ಣುಗಳನ್ನು ದಿಗಂತದ ಕಡೆಗೆ ಹರಿಸಿದೆ. ಸಮುದ್ರ ಮತ್ತು ಆಗಸ ಎಲ್ಲಿ ಸಂಧಿಸುತ್ತವೋ ಅಲ್ಲಿ ಅಸ್ತಮಿಸುವ ಸೂರ್ಯ ತನ್ನ ಕೆಂಪುಬಣ್ಣವನ್ನು ಹರಡುತ್ತಿದ್ದ. ಆ ಬೆಳಕಿನ ಕೆಳಗೆ ಸಮುದ್ರ ಮಂದವಾಗಿ ಕದಲುತ್ತಿತ್ತು. ಈ ದೃಶ್ಯದಲ್ಲಿ ತಾಳ್ಮೆಯ ಬಿಸುಪಿತ್ತು, ಸೌಮ್ಯತೆಯಿತ್ತು. ಆದರೆ ಒಮ್ಮೆ ಕಣ್ಣು ಮುಚ್ಚಿದರೆ ಸಾಕು, ಒಂಟಿತನ ಮತ್ತು ವೈರಾಗ್ಯದ ಅನುಭವವಾಗುತ್ತಿತ್ತು.

ಹಾಗೆಯೇ ಕಣ್ಣು ಮುಚ್ಚಿಕೊಂಡು ನಿಂತಿದ್ದೆ. ಸ್ವಲ್ಪ ಸಮಯದ ನಂತರ, ನನ್ನೊಳಗೆ ಏನೋ ನಡೆಯುತ್ತಿದೆ ಎಂಬಂತೆ ವಿಭಿನ್ನ ರೀತಿಯ ಗುಸುಗುಸು ಸದ್ದಿನ ಅನುಭವವಾಯಿತು. ಸಮುದ್ರದ ಗಾಳಿ, ಹಡಗಿಗೆ ಬಡಿಯುವ ನೀರಿನ ಸದ್ದುಗಳ ಬದಲಿಗೆ ನನಗೆ ಎಲೆಗಳ ಚರಪರ ಸದ್ದು ಕೇಳಿಸಿತು. ಈ ಒಣ ಎಲೆಗಳ ಸದ್ದು ಕಾಡಿನಿಂದ ಬರುತ್ತಿತ್ತು. ನಾನು ಸ್ವಲ್ಪ ಸಮಯದವರೆಗೆ ನಿರಂತರವಾಗಿ ಹೆಚ್ಚುತ್ತಿರುವ ಸದ್ದನ್ನು ಕೇಳುತ್ತಿದ್ದೆ. ನನಗೆ ಆ ಕಾಲುದಾರಿ ಕಾಣಿಸಿತು, ಅದರ ಜೊತೆಗೆ ಕವಲುದಾರಿಯೂ ಕಂಡಿತು. ಅವುಗಳನ್ನು ಸಾವಿರಾರು ಕಿಲೋಮೀಟರ್ ಹಿಂದೆ ಬಿಟ್ಟು ನಾನು ಇಲ್ಲಿಯವರೆಗೆ ಬಂದಿದ್ದೆ.

ಈಗ ನನಗೇಕೆ ಇದೆಲ್ಲ ನೆನಪಾಗುತ್ತಿದೆ? ಮೌನ ನನ್ನನ್ನು ಕರೆಯುತ್ತಿದ್ದಾಳೆಯೇ? ನಾನು ತುಂಬಾ ವಿಚಲಿತನಾದೆ. ನನಗೆ ಗೊತ್ತಿಲ್ಲದಂತೆ ನನ್ನ ಕೈ ನನ್ನ ಜೇಬಿನಲ್ಲಿ ಹೋಗಿ, ಚಿಂತಾಮಣಿಯನ್ನು ಹಿಡಿದುಕೊಂಡಿತು.

ಆ ದುಂಡನೆಯ ಕಲ್ಲನ್ನು ಕೈಗೆ ತೆಗೆದುಕೊಂಡ ಕೂಡಲೇ ಅದು ಲೈಫ್‌ವಿಷನ್ ಡಿವೈಸ್‌ನಂತೆ ದೃಶ್ಯವನ್ನು ತೆರೆದಿಟ್ಟಿತು. ಈ ಬಾರಿ ಇಡೀ ಕಾಡು ನನ್ನ ಕಣ್ಮುಂದೆ ಇತ್ತು. ಅಂತಹದೇ ಒಂಟಿ ರಾತ್ರಿ. ಅದೇ ಬೆಳದಿಂಗಳು. ಅದೇ ಪಿಸುಮಾತುಗಳು... ಆದರೆ ಈಗ ಕಾಡುಪ್ರಾಣಿಗಳ ಬದಲು ಮಚ್ಚೆಗಳಿರುವ ಸಮವಸ್ತ್ರ ಧರಿಸಿದ ಯುವಕ ಯುವತಿಯರ ಒಂದು ಗುಂಪು ಹೆಗಲ ಮೇಲೆ ಬಂದೂಕು ನೇತಾಡಿಸಿಕೊಂಡು ಎಲ್ಲೋ ಹೋಗುತ್ತಿದೆ. ಅವರೆಲ್ಲರೂ ಒಬ್ಬರ ಹಿಂದೆ ಒಬ್ಬರಂತೆ ನಡೆಯುತ್ತಿದ್ದಾರೆ. ಅವರ ಕೊನೆಯಲ್ಲಿನ ಆಕೃತಿಯ ಬೆನ್ನ ಮೇಲೆ ಹಾರಾಡುವ ಸುರುಳಿಯಾಕಾರದ ಕೂದಲನ್ನು ನೋಡುತ್ತೇನೆ. ದಪ್ಪ ಗುಂಗುರು ಕೂದಲಿನ ಆ ಚಿರಪರಿಚಿತ ಆಕೃತಿಯು ನನ್ನ ದೃಷ್ಟಿಯಿಂದ ಕಣ್ಮರೆಯಾಗುವವರೆಗೂ ನೋಡುತ್ತಲೇ ಇದ್ದೆ.

ಬೇಕಿದ್ದರೆ ಚಿಂತಾಮಣಿಯ ಮೇಲೆ ಇನ್ನಷ್ಟು ಒತ್ತಡ ಹಾಕಿ ಅಕ್ಕನ ಮುಖ ನೋಡಬಹುದಿತ್ತು. ಆದರೆ ಸದ್ಯಕ್ಕೆ ಯಾವುದೇ ಪರಿಸ್ಥಿತಿಯಲ್ಲೂ ಅವಳ ಕಣ್ಣುಗಳನ್ನು ಎದುರಿಸುವ ಶಕ್ತಿ ನನಗಿಲ್ಲ.

ಜೇಬಿನಿಂದ ಕೈ ತೆಗೆದು, ಕಣ್ಣು ತೆರೆದೆ. ನಾನು ರೇಲಿಂಗ್‌ಗೆ ಒರಗಿ ತಲೆ ತಗ್ಗಿಸಿ ನಿಂತಿದ್ದೆ. ಹಡಗಿನ ಎರಡೂ ಬದಿಗಳಲ್ಲಿ ಅಲೆಗಳು ಮೂಡತೊಡಗಿದವು. ಗಾಳಿಯ ವೇಗ ಮೊದಲಿಗಿಂತ ಹೆಚ್ಚಾಯಿತು. ಆವೇಶಕ್ಕೆ ಬಂದಂತೆ ನೀರು ಕೈಕಾಲುಗಳನ್ನು ಬಡಿದುಕೊಂಡು ಪರಸ್ಪರ ಢಿಕ್ಕಿ ಹೊಡೆದು ಮುಳುಗುತ್ತಿದ್ದವು. ಈ ತೆರೆಗಳಿಂದಾಗಿ ಅಸ್ತಮಿಸುವ ಸೂರ್ಯನಿಗೆ ಸಮುದ್ರದ ಮೇಲ್ಮೈಯಲ್ಲಿ ಎಲ್ಲಿಯೂ ತನ್ನ ಮುಖವನ್ನು ಉಳಿಸಿಕೊಳ್ಳಲು ಸಾಧ್ಯವಾಗಲಿಲ್ಲ. ಆದರೆ ಸ್ವಲ್ಪ

ಸಮಯದ ನಂತರ ಈ ಹೋರಾಟ ಮಾಡುತ್ತಿದ್ದ ತೆರೆಗಳು ಇಡೀ ಸೂರ್ಯನನ್ನು ಬಚ್ಚಿಟ್ಟುಬಿಟ್ಟವು. ಕೆಲ ಹೊತ್ತು ಸೂರ್ಯನ ಕೊನೆಯ ಬೆಳಕು ದಿಗಂತದಲ್ಲಿ ಮಿನುಗುತ್ತಲೇ ಇತ್ತು. ಬೆಳಕಿನ ಚಿನ್ನದ ಹೊಳಪು ಕ್ರಮೇಣ ದುರ್ಬಲಗೊಂಡು ರಾತ್ರಿಯ ಕತ್ತಲೆ ಪ್ರಾರಂಭವಾಗುವ ಹಂತವನ್ನು ತಲುಪಿತು.

ಹೊರಗೆ ಸಂಪೂರ್ಣವಾಗಿ ಕತ್ತಲಾದಾಗ ಕೆಳಗೆ ಬಂದೆ. ಡೈನಿಂಗ್ ರೂಮಿನಿಂದ ಊಟದ ಸುವಾಸನೆ ಬರುತ್ತಿತ್ತು. ನಾನು ಒಳಗೆ ಬಂದಾಗ ಅಲ್ಲಿ ಗದ್ದಲದ ವಾತಾವರಣವಿತ್ತು. ಇದು ನಮ್ಮ ಪ್ರಯಾಣದ ಮೊದಲ ರಾತ್ರಿ. ಆದ್ದರಿಂದ ಈ ರಾತ್ರಿಯನ್ನು ವರ್ಣರಂಜಿತವಾಗಿಸಲು ಎಲ್ಲಾ ರೀತಿಯ ವ್ಯವಸ್ಥೆಯನ್ನು ಮಾಡಲಾಗಿತ್ತು. ಸೆಂಟ್ರಲ್ ಡೈನಿಂಗ್ ಟೇಬಲ್ ಮೇಲೆ ವಿವಿಧ ರೀತಿಯ ಜ್ಯೂಸ್, ಸ್ನ್ಯಾಕ್ಸ್, ಸೂಪ್ ಮತ್ತು ಡ್ರಿಂಕ್ಸ್‌ಗಳನ್ನು ಜೋಡಿಸಲಾಗಿತ್ತು. ಎಲ್ಲರೂ ತಮ್ಮ ಗ್ಲಾಸುಗಳಿಗೆ ಮದ್ಯ ಸುರಿದುಕೊಂಡ ಮೇಲೆ ಕ್ಯಾಪ್ಟನ್ ದತ್ ಎಲ್ಲರನ್ನೂ ಉದ್ದೇಶಿಸಿ, "ವಿ ಆರ್ ಆಲ್ ಟುಗೆದರ್ ಫಾರ್ ಸಿಕ್ಸ್ ಮಂತ್ಸ್" ಎಂದು ಹೇಳಿ ತಮ್ಮ ಗ್ಲಾಸನ್ನು ಗಾಳಿಯಲ್ಲಿ ಎತ್ತಿ ಹಿಡಿದರು. ಇದಕ್ಕೆ ಉತ್ತರವಾಗಿ ಹಡಗಿನ ಎಲ್ಲಾ ಉದ್ಯೋಗಿಗಳು ತಮ್ಮ ತಮ್ಮ ಗ್ಲಾಸುಗಳನ್ನು ಎತ್ತಿ ಹಿಡಿದು "ಚೀಯರ್ಸ್" ಎಂದು ಹರ್ಷೋದ್ಗಾರ ಮಾಡಿದರು. ಹಡಗಿನ ವಿಭಾಗಗಳನ್ನು ನಿರ್ವಹಿಸಲು, ನಿಯಂತ್ರಿಸಲು ಮತ್ತು ವ್ಯವಸ್ಥಿತವಾಗಿಡಲು ಮಾಡಿದ ವಿವಿಧ ತಂಡಗಳ ಸಹೋದ್ಯೋಗಿಗಳು ತಮ್ಮದೇ ಗುಂಪುಗಳಾಗಿ ವಿಭಜನೆಗೊಂಡರು. ಒಂದು ಕಡೆ ಚೀಫ್ ಇಂಜಿನಿಯರ್ ಶಫಿ ಸಾಹೇಬರು ತಮ್ಮ ಇಬ್ಬರು ಸಹಾಯಕರೊಂದಿಗೆ ನಿಂತಿದ್ದರು. ಇನ್ನೊಂದು ಮೂಲೆಯಲ್ಲಿ ಚಾಲಕರ ತಂಡದ ಸಿಬ್ಬಂದಿ ಒಬ್ಬರಿಗೊಬ್ಬರ ಗ್ಲಾಸುಗಳನ್ನು ತಾಕಿಸುತ್ತಿದ್ದರು. ಅಡುಗೆಯವರು ಮತ್ತು ವೇಟರ್‌ಗಳ ಗುಂಪಿನಲ್ಲಿ ಸ್ವಚ್ಛಗೊಳಿಸುವವರು, ಮೋಟರ್‌ಮೆನ್‌ಗಳು, ವೈರ್‌ಮೆನ್ ಮತ್ತು ಪ್ಲಂಬರ್‌ಗಳು – ಎಲ್ಲರೂ ಒಟ್ಟಿಗೆ ನಿಂತಿದ್ದರು. ಅವರ ನಡುವೆ ತಮಾಷೆ ಮತ್ತು ನಗುವಿನ ಸದ್ದು ಜೋರಾಗಿತ್ತು.

ನಾನು ಡೈನಿಂಗ್ ಹಾಲ್‌ನ ಮಂದಬೆಳಕಿನ, ಕಡಿಮೆ ಜನಸಂದಣಿಯ ಭಾಗಕ್ಕೆ ನಡೆದು ಸ್ವಲ್ಪ ಹೊತ್ತು ಹಾಗೇ ನಿಂತಿದ್ದೆ. ಸಂಗೀತ ಮತ್ತು ಮದ್ಯದಿಂದ ತುಂಬಿರುವ ಈ ಕೂಟದಲ್ಲಿ ಉಪಸ್ಥಿತನಿರುವುದು ನನಗೆ ತುಂಬಾ ಅಸಹನೀಯ ಎನಿಸುತ್ತಿತ್ತು. ನನ್ನಲ್ಲಿ ಯಾವುದೇ ಥರದ ಮೇಲು ಕೀಳು ಎಂಬ ಭಾವನೆ ಇರಲಿಲ್ಲ. ಆದರೂ ಪ್ರಕೃತಿಯಲ್ಲಿ ಬೆಳೆದಿರುವ ನನ್ನಂಥವರು ಜನಸಾಮಾನ್ಯರಂತೆ ಇತರರೊಂದಿಗೆ ಸುಲಭವಾಗಿ ಬೆರೆಯುವುದು ಕಷ್ಟವಾಗುತ್ತದೆ.

ಕೂಟದ ವಿವಿಧ ದೃಶ್ಯಗಳನ್ನು, ಪಾತ್ರಗಳನ್ನು ಸೂಕ್ಷ್ಮವಾಗಿ ಗಮನಿಸುತ್ತಿರುವಾಗ, ನನ್ನ ಕಣ್ಣುಗಳು ಒಂದೆಡೆ ನಿಂತವು. ನನ್ನಂತೆಯೇ ಕ್ಯಾಪ್ಟನ್ ದತ್ ಕೂಡ ಒಂದು ಮೂಲೆಯಲ್ಲಿ ಒಬ್ಬಂಟಿಯಾಗಿ ನಿಂತು ನನ್ನನ್ನೇ ಎವೆಯಿಕ್ಕದೆ ನೋಡುತ್ತಿದ್ದರು. ಅವರ ಕಣ್ಣುಗಳಲ್ಲಿ ಯಾವುದೇ ಥರದ ಅಹಿತಕರ ನೋಟ ಇರಲಿಲ್ಲವಾದರೂ ನಾನು ಸಹಜವಾಗಿರಲು ಕಷ್ಟಪಡುವಂತಾಯಿತು. ಸ್ವಲ್ಪ ಹೊತ್ತು ಕಣ್ಣು ಬೇರೆ ಕಡೆ ಹಾಯಿಸಿದರೂ ಯಾರೋ ನನ್ನನ್ನು ಗಮನಿಸುತ್ತಿದ್ದಾರೆ ಎಂಬ ಭಾವನೆಯಿಂದ ತಪ್ಪಿಸಿಕೊಳ್ಳಲಾಗಲಿಲ್ಲ. ಸ್ವಲ್ಪ ಸಮಯದ ನಂತರ, ಗಾಳಿಯಲ್ಲಿ ಹಾರುತ್ತಿದ್ದ ನನ್ನ ಕೂದಲನ್ನು ಸರಿ ಮಾಡಿಕೊಳ್ಳುವ ನೆಪದಲ್ಲಿ ಅವರತ್ತ

ನೋಡಲು ತಲೆಯನ್ನು ತಿರುಗಿಸಿದೆ. ನನ್ನ ತಣ್ಣಗಿನ ಕಣ್ಣುಗಳಲ್ಲಿ ವಿರಕ್ತ ಭಾವವಿತ್ತು. ಈಗ ಅವರು ಅಲ್ಲಿ ನಿಂತಿರದೆ, ಕುಡಿದ ನಶೆಯಲ್ಲಿ ಪರಸ್ಪರ ವಾದಕ್ಕಿಳಿದಿದ್ದ ಹಡಗಿನ ಸಿಬ್ಬಂದಿಯನ್ನು ಸರಿಸುತ್ತಾ ದಾರಿ ಮಾಡಿಕೊಂಡು ನನ್ನತ್ತ ಬರುತ್ತಿದ್ದರು. ಆ ಸಮಯದಲ್ಲಿ ನಾನು ನೇರವಾಗಿ ನಿಂತು ಅವರಿಗೆ ನಮಸ್ಕಾರ ಮಾಡಬೇಕಿತ್ತು. ಆದರೆ ಕೈ ಕಟ್ಟಿಕೊಂಡು ನಿಂತಿದ್ದೆ. ತದನಂತರ ಕ್ಯಾಪ್ಟನ್ ದತ್ ಹಸ್ತಲಾಘವಕ್ಕೆ ತಮ್ಮ ಕೈ ಚಾಚಿದಾಗ ನಾನೂ ಬಲಗೈಯನ್ನು ಚಾಚಿದೆ.

ಅವರ ಕಣ್ಣುಗಳಲ್ಲಿ ನನ್ನ ಸ್ವಭಾವಕ್ಕೆ ಸರಿಹೊಂದುವಂತಹ ಏನೋ ಒಂದು ಹೊಳಪು ಇತ್ತು. ಕೈಕುಲುಕಿದ ಅವರು ನನ್ನ ಭುಜದ ಮೇಲೆ ತಮ್ಮ ತೋಳನ್ನು ಇರಿಸಿ ನನ್ನನ್ನು ತಮ್ಮೊಂದಿಗೆ ಸೆಂಟ್ರಲ್ ಡೈನಿಂಗ್ ಟೇಬಲ್ ಕಡೆಗೆ ಕರೆದೊಯ್ದರು. ಅವರು ಖುದ್ದು ತಮ್ಮ ಕೈಗಳಿಂದ ಡ್ರಿಂಕ್ಸ್ ತಯಾರಿಸಿ ಗ್ಲಾಸನ್ನು ನನ್ನ ಕಡೆಗೆ ಚಾಚಿದರು. ಹಾಗೆಯೇ ಭುಜದ ಮೇಲೆ ಕೈ ಹಾಕಿಕೊಂಡು ಒಂದು ಮೂಲೆಗೆ ಕರೆದೊಯ್ದರು. ಆ ಮೂಲೆಯಲ್ಲಿ ಒಂದು ಟೇಬಲ್ ಮತ್ತು ಟೇಬಲ್ ಪಕ್ಕದಲ್ಲಿ ಒಂದು ಕಿಟಕಿ ಇತ್ತು.

ನಾವಿಬ್ಬರೂ ಟೇಬಲ್ ಬಳಿಯ ಕುರ್ಚಿಗಳ ಮೇಲೆ ಪರಸ್ಪರ ಮುಖಾಮುಖಿಯಾಗಿ ಕುಳಿತಾಗ ಕ್ಯಾಪ್ಟನ್ ದತ್ ತಮ್ಮ ಗ್ಲಾಸನ್ನು ನನ್ನ ಗ್ಲಾಸಿಗೆ ತಾಕಿಸಿದರು. ಒಂದು ದೀರ್ಘವಾದ ಸಿಪ್ ತೆಗೆದುಕೊಂಡು, ನಿಧಾನವಾಗಿ ಮುಗುಳ್ನಕ್ಕು, "ಈ ಮದ್ಯ ಮತ್ತು ಸಭ್ಯತೆಯ ಒಂದು ಬೇಡಿಕೆಯೆಂದರೆ ಯಾವುದೋ ಒಂದು ವಿಷಯವನ್ನು 'ಕೆದಕು' ಎಂದು ಒತ್ತಡ ಹಾಕುವುದು" ಎಂದರು.

ಆದರೆ ನಾನು ಏನನ್ನೂ ಹೇಳಲಿಲ್ಲ. ಮುಗುಳ್ನಗಲೂ ಇಲ್ಲ. ಅವರು ನಿಗೂಢ ನಗೆಯನ್ನು ಬೀರುತ್ತಿದ್ದರು. "ಮಾತು ಶುರು ಮಾಡಲು ಯಾವುದಾದರೂ ವಿಷಯ ಅಥವಾ ನೆಪವನ್ನು ಹುಡುಕುತ್ತಿದ್ದೀಯಾ?"

"ಇಲ್ಲ, ನಾನು ಯಾವುದೇ ನೆಪವನ್ನು ಹುಡುಕುತ್ತಿಲ್ಲ. ನಿಮ್ಮೊಂದಿಗೆ ಮಾತನಾಡಲು ಸ್ವಲ್ಪವೂ ಹಿಂಜರಿಯುವ ಆವಶ್ಯಕತೆ ಇಲ್ಲ ಎಂದು ಭಾವಿಸುತ್ತೇನೆ."

"ನಿನ್ನ ನೋಡಿದಾಗ ಮೂಡಿದ ನನ್ನ ಊಹೆ ಸರಿಯಾಗಿದೆ. ನೀನು ಕಾಡುಹರಟೆಗಳಲ್ಲಿ ಸೇರುವುದಿಲ್ಲ. ಅಪರೂಪಕ್ಕೆ ಮಾತಾಡಿದರೂ, ವಿಶೇಷವಾದುದನ್ನು ಹೇಳುತ್ತೀಯ. ನಾಲಿಗೆಗಿಂತ ಕಣ್ಣಿಂದ ಹೆಚ್ಚು ಮಾತನಾಡುವ ಜನರಲ್ಲಿ ನೀನೂ ಒಬ್ಬ."

"ನನ್ನ ಕಣ್ಣುಗಳು ಏನನ್ನಾದರೂ ಹೇಳುತ್ತವೆ, ಯಾರೋ ಒಬ್ಬರು ಅದರ ಭಾವಗಳನ್ನು ಓದುತ್ತಾರೆ ಎಂದರೆ ನಾನು ಅದೃಷ್ಟಶಾಲಿ. ಎಲ್ಲರಿಗೂ ನಾನು ಅರ್ಥವಾಗುತ್ತೇನೋ ಇಲ್ಲವೋ ಗೊತ್ತಿಲ್ಲ. ಆದರೆ ಈ ಜಗತ್ತಿನಲ್ಲಿ ಇನ್ನೂ ಕೆಲವು ಜನರಿದ್ದಾರೆ. ಅವರು ತಮ್ಮ ಕಣ್ಣುಗಳಿಗೆ ಮಾತನಾಡಲು ಕೂಡ ಬಿಡುವುದಿಲ್ಲ."

ಕ್ಯಾಪ್ಟನ್ ದತ್ ತಮ್ಮ ಮೀಸೆಯನ್ನು ನ್ಯಾಪ್‌ಕಿನ್‌ನಿಂದ ಒರೆಸುತ್ತಾ ನನ್ನನ್ನು ದಿಟ್ಟಿಸಿ ನೋಡಿದರು. ಅಷ್ಟು ಬೇಗ ಮತ್ತು ಯಾವುದೇ ಹಿಂಜರಿಕೆಯಿಲ್ಲದೆ ನಾನು ನೇರವಾಗಿ ಅವರ 'ಮೂಲ ಸ್ವಭಾವ'ವನ್ನು ಸೂಚಿಸುತ್ತಿದ್ದೇನೆ ಎಂದು ಅವರಿಗೆ ನಂಬಿಕೆ ಬರಲಿಲ್ಲ.

"ಅದಿರಲಿ..." ಅವರು ಸಂಭಾಷಣೆಯ ದಿಕ್ಕನ್ನು ಬದಲಾಯಿಸಿದರು. "ಇದು ಒಂದೆರಡು ದಿನಗಳ ಅಥವಾ ವಾರ–ಹದಿನೈದು ದಿನಗಳ ವಿಷಯವಾಗಿದ್ದರೆ, ಯಾವುದೇ ಸಮಸ್ಯೆ ಇರುತ್ತಿರಲಿಲ್ಲ. ಆದರೆ ಇದು ಆರು ತಿಂಗಳ ಪ್ರವಾಸವಾಗಿದೆ. ನಿನ್ನಂತಹ ಚಿಂತನಶೀಲ ವ್ಯಕ್ತಿಗೆ ಸಮುದ್ರವು ಎಷ್ಟು ಅಪಾಯಕಾರಿ ಎಂದು ತಿಳಿದುಕೊಳ್ಳುವುದು ಮುಖ್ಯ."

ಈ ಬಾರಿ ನಾನೂ ಅವರ ಮುಖವನ್ನು ಸೂಕ್ಷ್ಮವಾಗಿ ನೋಡಿದೆ.

"ನೀನು ನನ್ನಿಂದ ಭಯಪಡಬೇಡಬೇಕಾಗಿಲ್ಲ" ಅವರು ಮುಗುಳ್ನಕ್ಕು ಮತ್ತೊಮ್ಮೆ ನನ್ನ ಭುಜವನ್ನು ತಟ್ಟಿದರು.

"ನಿನಗೆ ಕೆಲವು ದಿನಗಳವರೆಗೆ ಚಡಪಡಿಕೆ ಇರುತ್ತದೆ. ಸಮುದ್ರವನ್ನು ಅರ್ಥಮಾಡಿಕೊಳ್ಳಲು ಸ್ವಲ್ಪ ಸಮಯ ತೆಗೆದುಕೊಳ್ಳುತ್ತದೆ. ಕೆಲವು ದಿನಗಳವರೆಗೆ ಅದು ನಿಮ್ಮ ಮನೆ–ಸಂಸಾರವನ್ನು ಮತ್ತೆ ಮತ್ತೆ ನೆನಪಿಸುತ್ತದೆ. ಕ್ರಮೇಣ ನೀನು ಎಲ್ಲವನ್ನೂ ಮರೆತುಬಿಡುತ್ತಿ. ಸಮುದ್ರವು ನಿನ್ನ ಚಿಂತೆಯನ್ನು ದಡಕ್ಕೆ ತಲುಪಿಸಲು ಕಲಿಸುತ್ತದೆ."

ನಾನು ಟೇಬಲ್ ಮೇಲೆ ಮೊಣಕೈಯನ್ನು ಇರಿಸಿ, ಅಂಗೈಯನ್ನು ಗಲ್ಲದ ಮೇಲೆ ಇಟ್ಟು ಗಮನದಿಂದ ಅವರ ಮಾತುಗಳನ್ನು ಕೇಳಲು ಪ್ರಾರಂಭಿಸಿದೆ. ಅವರು ತಮ್ಮ ಅಭಿಪ್ರಾಯಗಳನ್ನು ವ್ಯಕ್ತಪಡಿಸಿದ ಭಾಷೆ ಕೇವಲ ನಾವಿಕನ ಭಾಷೆಯಾಗಿರಲಿಲ್ಲ. ಇಂಥವರ ಭಾಷೆ ವಿಶೇಷವಾಗಿರುತ್ತದೆ. ಇಂಥವರ ಬದುಕಿನಲ್ಲಿ ಏನೋ ಸಂಭವಿಸಿರುತ್ತದೆ. ಇವರು ಬದುಕು ಮತ್ತು ಸಾವಿನ ಜಟಾಪಟಿಯ ಜೊತೆಗೆ ಸ್ವಲ್ಪ ಸಮಯ ಕಳೆದಿರುತ್ತಾರೆ ಅಥವಾ ಯಾವುದೋ ದುರ್ಘಟನೆಯಲ್ಲಿ ತಮ್ಮೊಳಗಿನ ಸೂಕ್ಷ್ಮತೆಯನ್ನು ಸೃಷ್ಟಿಸುವ ಮತ್ತು ಮನುಷ್ಯನನ್ನು ಮನುಷ್ಯನಾಗಿರಿಸುವ ಒಂದು ಭಾಗವನ್ನು ಕಳೆದುಕೊಂಡಿರುತ್ತಾರೆ.

"ಸರ್, ನೀವು ಹೇಳಿದ್ದು ಸರಿ" ಅವರ ಮಾತಿನ ನಡುವೆ ಸಿಕ್ಕ ತುಸು ಬಿಡುವಲ್ಲಿ ನಾನು ನನ್ನ ಅಭಿಪ್ರಾಯವನ್ನು ವ್ಯಕ್ತಪಡಿಸಿದೆ. "ನಮ್ಮನ್ನು ನಾವು ಸಮುದ್ರಕ್ಕೆ ಒಪ್ಪಿಸಿಕೊಂಡ ಮೇಲೆ ಯಾವುದೇ ರೀತಿಯ ಮಣ್ಣಿನ ಬಾಂಧವ್ಯ ಅಥವಾ ಸಂಸಾರದ ಮೋಹವನ್ನು ಎಷ್ಟು ಕಾಲ ಸಂಭಾಳಿಸಿ ಇಟ್ಟುಕೊಳ್ಳಬಹುದು?"

"ಕಷ್ಟವಿದೆ" ಎಂದು ಅವರು ತಮ್ಮ ದಟ್ಟವಾದ ಗಡ್ಡದ ಮೇಲೆ ಕೈ ಸವರುತ್ತಾ ಹೇಳಿದರು. "ಮಣ್ಣಿನ ಬಾಂಧವ್ಯ ಕೂಡ ತನ್ನ ಹಿಡಿತವನ್ನು ಅಷ್ಟು ಸುಲಭವಾಗಿ ಬಿಟ್ಟುಕೊಡುವುದಿಲ್ಲ" ಎಂದು ಮುಗುಳ್ನಕ್ಕು ನಕಾರಾತ್ಮಕವಾಗಿ ತಲೆ ಅಲ್ಲಾಡಿಸುತ್ತ ಹೇಳಿದರು.

"ಈ ಎಲ್ಲಾ ಗೊಂದಲಗಳಲ್ಲಿ ಸಿಕ್ಕಿಹಾಕಿಕೊಳ್ಳುವುದರಲ್ಲಿ ಅರ್ಥವಿಲ್ಲ. ನೆಲವಾಗಲಿ ಅಥವಾ ಸಮುದ್ರವಾಗಿರಲಿ, ಅಂತಿಮವಾಗಿ ಬೇಸರವನ್ನು ಉಂಟುಮಾಡುತ್ತದೆ. ಒಂದಲ್ಲ ಒಂದು ದಿನ ನಾವು ಮದ್ಯಪಾನ ಮಾಡಲು ಪ್ರಾರಂಭಿಸುತ್ತೇವೆ, ನಂತರ ಹಸ್ತಮೈಥುನ ಮಾಡಿಕೊಳ್ಳುವ ಇಚ್ಛೆಯಾಗುತ್ತದೆ. ಮದ್ಯವಿಲ್ಲದೆ, ಹಸ್ತಮೈಥುನವನ್ನು ಆಶ್ರಯಿಸದೆ ಸಮುದ್ರವನ್ನು ದಾಟುವುದು ತುಂಬಾ ಕಷ್ಟಕರವೆಂದು ತೋರುತ್ತದೆ. ಏಕೆಂದರೆ ಕೇವಲ ಸಾಗರದ ಹಲವಾರು ಬಿರುಗಾಳಿಗಳ ವಿರುದ್ಧ ಹೋರಾಡಿದರೆ ಸಾಕಾಗುವುದಿಲ್ಲ, ಒಬ್ಬ

ನಾವಿಕನ ನಿಜವಾದ ಹೋರಾಟ ತನ್ನ ಭಾವನೆಗಳೊಂದಿಗೆ ಇರುತ್ತದೆ. ಯಾವ ಕಂಟ್ರೋಲ್‌ರೂಮ್‌ನಲ್ಲಿ ನಾವು ಹಗಲಿರುಳು ಯಂತ್ರಗಳ ಜೊತೆ ಹೆಣಗಾಡುತ್ತೇವೋ ಅದಕ್ಕಿಂತಲೂ ದೊಡ್ಡ ಕಂಟ್ರೋಲ್ ರೂಮ್ ನಮ್ಮೊಳಗೇ ಇರುತ್ತದೆ. ನಾವು ಟೂಲ್ಸ್‌ಗಳನ್ನು ಸರಿಯಾಗಿ ಬಳಸಲು ಕಲಿತರೆ ಯಾವುದೇ ರೀತಿಯ ಇಮೋಷನ್ ನಮ್ಮ ಸಿಸ್ಟಮನ್ನು ಹಾಳುಮಾಡಲು ಸಾಧ್ಯವಿಲ್ಲ."

ಕ್ಯಾಪ್ಟನ್ ದತ್ ಅವರ ಮಾತಿಗೆ ಮರು ಹೇಳದೆ, ಊಟ ಮುಗಿಯುವವರೆಗೂ ಅವರ ಮಾತು ಕೇಳುತ್ತಲೇ ಇದ್ದೆ. ಅವರು ಏನು ಹೇಳುತ್ತಿದ್ದರೋ, ಅವುಗಳಲ್ಲಿ ಹೆಚ್ಚಿನವು ನನ್ನ ಅನುಭವದ ಕ್ಷೇತ್ರದಿಂದ ಹೊರಗಿದ್ದವು. ಇನ್ನೂ ಬದುಕುವುದು ಹೇಗೆಂದು ತಿಳಿಯದ ನನ್ನಂತಹ ಮನುಷ್ಯನಿಗೆ, ಬದುಕನ್ನು ಮೀರಿದ ವ್ಯಕ್ತಿಯ ಮಾತುಗಳನ್ನು ಅರ್ಥಮಾಡಿಕೊಳ್ಳುವುದು ತುಂಬಾ ಕಷ್ಟಕರವಾಗಿತ್ತು.

ಡೈನಿಂಗ್ ಹಾಲ್‌ನಿಂದ ಡೆಕ್ ಮೇಲೆ ಬಂದು ಆಳವಾದ ಉಸಿರನ್ನು ತೆಗೆದುಕೊಂಡೆ. ಕೆಳಗಿನ ಹಾಲ್‌ನಲ್ಲಿ ತುಂಬಾ ಸೆಕೆಯಾಗುತ್ತಿತ್ತು, ಉಸಿರುಗಟ್ಟುತ್ತಿತ್ತು. ಆದರೆ ಡೆಕ್‌ನ ಮೇಲೆ ಮಾರ್ಚ್ ತಿಂಗಳ ಆಹ್ಲಾದಕರ ತಂಗಾಳಿ ಬೀಸುತ್ತಿತ್ತು.

ಕೆಲವು ಉದ್ಯೋಗಿಗಳು ಕುಡಿದು, ಊಟ ಮಾಡಿ ಡೆಕ್‌ನ ಮೇಲಿನ ಕುರ್ಚಿಗಳಲ್ಲಿ ಒರಗಿದ್ದರು. ಸಣ್ಣಗೆ ತೂಕಡಿಸುತ್ತಾ ರಾತ್ರಿ ನಿದ್ದೆಗೆ ಜಾರುವ ಹಂತದಲ್ಲಿದ್ದರು. ಈ ಸಮಯದಲ್ಲಿ ತಂಪಾದ ಗಾಳಿ ಮತ್ತು ಹಡಗಿನ ಓಲಾಟ ನಿದ್ರೆಗೆ ಹಿತಕರವಾಗಿತ್ತು.

ಡೆಕ್‌ನಿಂದ ಇಳಿದು ಕಾರಿಡಾರಿನಲ್ಲಿ ನಡೆಯುತ್ತ ನನ್ನ ಕ್ಯಾಬಿನ್ ಹೊಕ್ಕು ಬಾಗಿಲು ಮುಚ್ಚಿದೆ. ಈಗ ನನ್ನ ಮುಂದೆ ಅನಂತ ಸಮುದ್ರವಾಗಲೀ ಹಡಗಾಗಲೀ ಇರಲಿಲ್ಲ. ಬಟ್ಟೆಗಳನ್ನು ಬದಲಾಯಿಸಿ, ನನ್ನ ಕಿರಿದಾದ ಹಾಸಿಗೆಯ ಮೇಲೆ ಮಲಗಿದೆ. ಕೆಲಕಾಲ ಸಮಯ ಹೀಗೆ ಸಾಗುತ್ತಲೇ ಇತ್ತು. ಸ್ವಲ್ಪ ಸಮಯದ ನಂತರ, ಹಡಗಿನ ಕೆಳಗೆ ಆಳದಲ್ಲಿ ಯಂತ್ರಗಳ ಮಂದವಾದ ಕಂಪನದ ಸದ್ದು ಕೇಳಿಸತೊಡಗಿತು. ಹಡಗು ನಿಧಾನವಾಗಿ ಓಲಾಡುವುದನ್ನು ನಿಲ್ಲಿಸಿತ್ತು. ನೀರಿನ ಮೇಲ್ಮೈಯಲ್ಲಿ ಚಲಿಸದೆ ನಯವಾದ ರಸ್ತೆಯಲ್ಲಿ ಹೋಗುತ್ತಿರುವಂತೆ ಅದು ಈಗ ನೇರವಾಗಿ ಹೋಗುತ್ತಿತ್ತು. ಎಂಜಿನ್ ಪೂರ್ಣ ವೇಗದಲ್ಲಿತ್ತು. ಪ್ರೊಪೆಲ್ಲರ್‌ಗಳು ನೀರಿನ ಆಳವನ್ನು ಹೆಚ್ಚಿನ ವೇಗದಲ್ಲಿ ಕತ್ತರಿಸುತ್ತಿದ್ದವು. ಪಿಸ್ಟನ್‌ಗಳ ಶಬ್ದವು ಲಯಬದ್ಧವಾಗಿ, ನಿರ್ವಿಘ್ನವಾಗಿತ್ತು. ಇಡೀ ವಿಶ್ವವೇ ಈ ಶಬ್ದದ ಸುತ್ತ ಸುತ್ತುತ್ತಿದೆ ಎಂದು ಅನಿಸಿತು. ಗಾಢವಾದ ಆ ಧ್ವನಿಯಲ್ಲಿ ಸಾಕಷ್ಟು ಸೆಳೆತವಿತ್ತು. ಆ ಧ್ವನಿಯಿಂದ ನನ್ನ ಗಮನವನ್ನು ಬೇರೆಡೆಗೆ ತಿರುಗಿಸಲು ಪ್ರಯತ್ನಿಸಲಿಲ್ಲ. ಏಕೆಂದರೆ ನನಗೆ ನಿದ್ರೆಯಾಗಲೀ, ಯಾವುದೇ ಆಲೋಚನೆಯಾಗಲೀ ಬರುತ್ತಿರಲಿಲ್ಲ. ಸಾಮಾನ್ಯವಾಗಿ ನಿದ್ರೆ ಬರದಿದ್ದಾಗ ಆಲೋಚನೆಗಳು ಬರಲು ಪ್ರಾರಂಭಿಸುತ್ತವೆ ಮತ್ತು ಆಲೋಚನೆಗಳು ಬರಲು ಪ್ರಾರಂಭಿಸಿದಾಗ ನಿದ್ರೆ ಕೂಡ ಬರಲು ಪ್ರಾರಂಭಿಸುತ್ತದೆ. ಆಗ ಎರಡರ ಮಧ್ಯೆ ದ್ವಂದ್ವಯುದ್ಧ ಶುರುವಾಗುತ್ತದೆ. ನಿದ್ರೆಯು ಆಲೋಚನೆಗಳು ಮುಂದೆ ಸಾಗದಂತೆ ತಡೆಯುತ್ತದೆ ಮತ್ತು ಆಲೋಚನೆಗಳು ಮತ್ತೆ ಮತ್ತೆ ಅಲುಗಾಡಿಸುತ್ತಾ ನಿದ್ರೆಯನ್ನು ಓಡಿಸಲು ಪ್ರಯತ್ನಿಸುತ್ತವೆ. ಆದರೆ ನಿದ್ರೆ ಮತ್ತು

ಆಲೋಚನೆಗಳ ಮಧ್ಯೆ ಒಂದು ಸ್ಥಿತಿ ಇದೆ, ಅದನ್ನು ನಾವು ಆಗಾಗ್ಗೆ ಮರೆತುಬಿಡುತ್ತೇವೆ- ಅದೇ ಕಲ್ಪನೆ.

ಈ ಬಾರಿಯ ಕಲ್ಪನೆಯ ಸ್ವರೂಪ ನನ್ನ ಹಿಂದಿನ ಅನೇಕ ಕಲ್ಪನೆಗಳಿಗಿಂತ ಭಿನ್ನವಾಗಿತ್ತು. ವಿಶಾಲವಾದ ಬಯಲು ಅಥವಾ ಅನಂತ ವಿಸ್ತಾರಕ್ಕೆ ನನ್ನನ್ನು ಕರೆದೊಯ್ಯುವ ಬದಲು, ಅದು ನನ್ನನ್ನು ಹಡಗಿನ ಕೆಳಭಾಗಕ್ಕೆ, ಡೆಕ್‌ನಿಂದ ನೂರು ಅಡಿ ಕೆಳಗೆ, ಸಾವಿರಾರು ಟನ್‌ಗಳಷ್ಟು ಸರಕುಗಳನ್ನು ಸಂಗ್ರಹಿಸಿದ ಗೋದಾಮಿಗೆ ಕರೆದೊಯ್ಯಿತು. ಅಲ್ಲಿಗೆ ಹೋದಾಗ ನನ್ನ ಕಲ್ಪನೆಯ ಮತ್ತೊಂದು ಕಠಿಣ ಮತ್ತು ವಸ್ತುನಿಷ್ಠ ಕಣ್ಣು ತೆರೆಯಿತು. ಆ ನೋಟ ನನ್ನೊಳಗೆ ವೈಚಾರಿಕ ಕ್ಷೋಭೆಯನ್ನು ಸೃಷ್ಟಿಸಿತು. ಗೋದಾಮಿನಲ್ಲಿ ತುಂಬಿದ ಸರಕುಗಳನ್ನು ನೋಡಿದಾಗ, ಆ ವಸ್ತುಗಳನ್ನು ಉತ್ಪಾದಿಸುವ ಲಕ್ಷಾಂತರ ಜನರು ಕಾಣಿಸಿದರು. ಗದ್ದೆಗಳಲ್ಲಿ ಉಳುವವರು, ಗಣಿಗಳಲ್ಲಿ ಗಣಿಗಾರಿಕೆ ಮತ್ತು ಕಾರ್ಖಾನೆಗಳಲ್ಲಿ ಯಂತ್ರಗಳೊಂದಿಗೆ ಕೆಲಸ ಮಾಡುತ್ತಿರುವವರು – ಹೀಗೆ. ಅವರೆಲ್ಲಾ ಅರ್ಥಪೂರ್ಣವಾದ, ಸ್ಪಷ್ಟವಾದ ಉದ್ದೇಶದಿಂದ ಕೆಲಸಗಳಲ್ಲಿ ನಿರತರಾಗಿದ್ದಾರೆ. ಅವರ ಶ್ರಮದಿಂದ ತಯಾರಿಸಿದ ಸರಕುಗಳನ್ನು ಹಡಗುಗಳಲ್ಲಿ ತುಂಬಿಸಿದರೂ, ಅವನ್ನು ಎಲ್ಲಿಗೆ ತೆಗೆದುಕೊಂಡು ಹೋಗುತ್ತಾರೆ ಎಂದು ಅವರಿಗೆ ತಿಳಿದಿರುವುದಿಲ್ಲ. ಅವರು ಆ ಬಗ್ಗೆ ಯೋಚಿಸುವುದೂ ಇಲ್ಲ.

ಮಾನವ ಸಮಾಜಕ್ಕೆ ಹಡಗುಗಳ ಮೌಲ್ಯ ಮತ್ತು ಪ್ರಾಮುಖ್ಯದ ಬಗ್ಗೆ ನಾನು ಹಿಂದೆಂದೂ ಯೋಚಿಸಿರಲಿಲ್ಲ. ಸರಕುಗಳನ್ನು ಉತ್ಪಾದಿಸುವ ಮತ್ತು ಇತರ ಸ್ಥಳಗಳಿಗೆ ಸಾಗಿಸುವ ಮರ್ಚಂಟ್ ನೇವಿಯ ಸಾವಿರಾರು ಉದ್ಯೋಗಿಗಳಲ್ಲಿ, ಈ ಸರಕುಗಳ ನಿಜವಾದ ನಿಯಂತ್ರಕ ಯಾರು ಎಂದು ನಾನು ಎಂದಿಗೂ ಯೋಚಿಸಿರಲಿಲ್ಲ.

ಇಲ್ಲಿಯ ತನಕ ಬಂದ ನನ್ನ ಕಲ್ಪನೆಯು ಅಲ್ಲಿಗೇ ನನ್ನನ್ನು ಬಿಟ್ಟುಹೋಯಿತು. ನನ್ನ ಕಲ್ಪನೆ 'ನಿಜವಾದ ನಿಯಂತ್ರಕ'ನ ಯಾವುದೇ ಮುಖದ ಚಿತ್ರವನ್ನು ರಚಿಸಲು ಸಾಧ್ಯವಾಗದೆ ಅಪೂರ್ಣವಾಯ್ತು. ಏಕೆಂದರೆ ಅದು ನನ್ನನ್ನು ಎಲ್ಲೆಲ್ಲಿಗೋ ಕರೆದುಕೊಂಡು ಹೋದರೂ ಸತ್ಯ ಪ್ರಕಟವಾಗುವ ಜಾಗಕ್ಕೆ ಕರೆದೊಯ್ಯಲಿಲ್ಲ.

ನಾನು ನನ್ನ ಕಲ್ಪನೆಯನ್ನು ಜಾಡಿಸಿಕೊಂಡು ಎದ್ದು ನಿಂತೆ. ನಿಲ್ಲುವ ಯಾವುದೇ ಉದ್ದೇಶವಿರಲಿಲ್ಲವಾದರೂ ಸುಮ್ಮನೆ ಎದ್ದು ನಿಂತೆ. ಆಮೇಲೆ ಕ್ಯಾಬಿನ್ ಬಾಗಿಲು ತೆರೆದು ಹೊರಬಂದು, ಕಾರಿಡಾರ್‌ನಲ್ಲಿ ನಡೆಯುತ್ತಾ ಮತ್ತೆ ಡೆಕ್ ಮೇಲೆ ಬಂದೆ. ತಲೆಯೆತ್ತಿ ಹಡಗಿನ ಡೆಕ್ ಮೇಲೆ ಒಂದರ ಮೇಲೊಂದರಂತೆ ಜೋಡಿಸಿಟ್ಟಿದ್ದ ಕಂಟ್ಶೈನರ್‌ಗಳನ್ನು ನೋಡಿದೆ. ಅವುಗಳ ಎತ್ತರವು ಯಾವುದೇ ಸ್ಕೈ ಸ್ಕ್ರೇಪರ್‌ಗಿಂತ ಕಡಿಮೆ ಇರಲಿಲ್ಲ.

ನಾನು ಬಹು ಅಂತಸ್ತಿನ ಕಂಟ್ಶೈನರ್‌ಗಳ ನಡುವೆ ನಿಂತಿದ್ದೆ. ಶ್ರೀಲಂಕಾದ ತೀರ ಪ್ರದೇಶವನ್ನು ನಮ್ಮ ಹಡಗು ಹಾದುಹೋಗುತ್ತಿದೆ, ಕಂಟ್ಶೈನರ್‌ಗಳ ಎತ್ತರವಾದ, ಉದ್ದವಾದ ನೆರಳುಗಳು ಸಾಗರದ ಮೇಲೆ ತೇಲುತ್ತಿವೆ. ಈ ವಿಶಾಲವಾದ ನೆರಳುಗಳ ನಡುವೆ ನನ್ನ ನೆರಳೂ ನಿಂತಿದೆ – ಬೃಹತ್ ಪ್ರಮಾಣದ ನೆರಳುಗಳ ನಡುವೆ ಸಣ್ಣ ಮಾನವನ ನೆರಳು.

ಸ್ವಲ್ಪ ಸಮಯದ ನಂತರ, ನನ್ನ ನೆರಳಿನ ಬಳಿ ಮತ್ತೊಂದು ಮನುಷ್ಯ ಗಾತ್ರದ ನೆರಳು ಕಂಡಿತು. ನೆರಳು ಧರಿಸಿದ್ದ ಸಡಿಲವಾದ ಮೇಲಂಗಿ ಗಾಳಿಗೆ ಪಟದಂತೆ ಹಾರಾಡುತ್ತಿತ್ತು. ಹಿಂತಿರುಗಿ ನೋಡಿದಾಗ, ಕ್ಯಾಪ್ಟನ್ ದತ್ ನೈಟ್‌ಗೌನ್ ಧರಿಸಿ ನನ್ನ ಮುಂದೆ ನಿಂತಿದ್ದರು.

"ಏನಾಯ್ತು... ನಿದ್ದೆ ಬರುತ್ತಿಲ್ಲವೇ?"

"ಹೌದು ಸರ್, ಇದು ಹಡಗಿನಲ್ಲಿ ನನ್ನ ಮೊದಲ ರಾತ್ರಿ. ಎಲ್ಲವೂ ಹೊಸದಾಗಿ ಅದ್ಭುತವಾಗಿ ತೋರುತ್ತಿದೆ."

"ಆದರೆ ನಿನ್ನ ಮುಖವನ್ನು ನೋಡಿದರೆ ನೀನು ಸಮುದ್ರ ಅಥವಾ ಬೆಳದಿಂಗಳ ರಾತ್ರಿಯಿಂದ ರೋಮಾಂಚನಗೊಂಡಂತೆ ತೋರುತ್ತಿಲ್ಲ."

ನಾನು ಯಾವುದೇ ಉತ್ತರವನ್ನು ನೀಡಲಿಲ್ಲ.

"ಏನು ಯೋಚಿಸುತ್ತಿರುವೆ?" ಕ್ಯಾಪ್ಟನ್ ದತ್ ಹತ್ತಿರ ಬಂದು ಕೇಳಿದರು.

"ಏನಿಲ್ಲ! ಏನನ್ನೂ ಯೋಚಿಸುತ್ತಿಲ್ಲ, ಹಡಗಿನ ನೆರಳನ್ನು ನೋಡುತ್ತಿದ್ದೇನೆ."

"ಹೂಂ..." ಕ್ಯಾಪ್ಟನ್ ದತ್ ನನ್ನತ್ತ ನೋಡಿ ತಲೆಯಾಡಿಸಿದರು. "ಆರಂಭದ ದಿನಗಳಲ್ಲಿ ಎಲ್ಲರಿಗೂ ಹೀಗೆ ಆಗುತ್ತದೆ. ಹಡಗಿನಲ್ಲಿ ಆರು ತಿಂಗಳು ಕಳೆದು ಮನೆಗೆ ಹಿಂತಿರುಗಿದಾಗ, ನೀನು ಈಗ ಹಡಗಿನ ನೆರಳನ್ನು ನೋಡುತ್ತಿರುವಂತೆ ನಿನ್ನ ಮನೆಯನ್ನೂ ನೋಡುವೆ. ಈಗ ಇಲ್ಲಿನ ನಿರ್ಜನ ಏಕತಾನತೆಯಿಂದ ವಿಚಲಿತನಾಗುತ್ತಿರುವೆಯಲ್ಲ, ಅಲ್ಲಿನ ಗದ್ದಲ ಗಲಾಟೆಗಳಿಂದ ಅಷ್ಟೇ ವಿಚಲಿತನಾಗುವೆ."

ಶುಷ್ಕದೃಷ್ಟಿಯಿಂದ ಅವರನ್ನು ನೋಡಿದೆ. ಅವರು ತಮ್ಮ ಅನುಭವದ ದೊಡ್ಡಸ್ತಿಕೆಯನ್ನು ನನ್ನ ಮೇಲೆ ಹೇರುತ್ತಿದ್ದಾರೆ ಎಂದು ಒಂದು ಕ್ಷಣ ಅನಿಸಿತು. ಅವರ ಮಾತಿನಲ್ಲಿ ಯಾವುದೇ ಸಿದ್ಧಾಂತದ ಕುರುಹು ಇಲ್ಲದಿದ್ದರೂ, ಅವರು ಏನೇ ಹೇಳಿದರೂ ತಮ್ಮ ಸುದೀರ್ಘ ಅನುಭವದ ಹಿನ್ನೆಲೆಯಲ್ಲಿ ಹೇಳುತ್ತಿದ್ದರು. ಅವರು ಉಲ್ಲೇಖಿಸುತ್ತಿರುವ ಅನುಭವ ಎಲ್ಲರಿಗೂ ಆಗಬಹುದು, ಅದರಲ್ಲಿ ಯಾವುದೇ ಸಂದೇಹವಿಲ್ಲ. ಆದರೆ ಸರಕು ಹಡಗುಗಳಲ್ಲಿ ಕೆಲಸ ಮಾಡುವ ಉದ್ಯೋಗಿಗಳು ಆರು ತಿಂಗಳು ಸಾಗರದ ಮೇಲೆ, ಇನ್ನಾರು ತಿಂಗಳು ಭೂಮಿಯ ಮೇಲೆ ಕಳೆಯಬೇಕಾದ ಈ ಜೀವನಚಕ್ರವನ್ನು ಹೇಗೆ ಸಂಭಾಳಿಸುತ್ತಾರೆ; ಸಮುದ್ರದ ಏಕತಾನತೆಯ ಉದಾಸೀನತೆ ಮತ್ತು ಭೂಮಿಯ ವೈವಿಧ್ಯಮಯ ಚಟುವಟಿಕೆಗಳಲ್ಲಿ ಅವರು ತಮ್ಮ ಅಸ್ತಿತ್ವದ ಅರ್ಥವನ್ನು ಹೇಗೆ ಕಂಡುಕೊಳ್ಳುತ್ತಾರೆ; ಹೇರಲ್ಪಟ್ಟ ಜೀವನಕ್ರಮ ಅಥವಾ ಹಣೆಬರಹದ ಗೊಂದಲವನ್ನು ಹೇಗೆ ವ್ಯಕ್ತಪಡಿಸುತ್ತಾರೆ – ಸದ್ಯಕ್ಕೆ ನನಗೆ ಇವು ಯಾವುದೂ ಮುಖ್ಯವಾಗಿರಲಿಲ್ಲ.

ನನಗೆ ಈ ಪ್ರಶ್ನೆಗಳು ಗೌಣವಾಗಿದ್ದವು. ಹಡಗನ್ನು ಹತ್ತುವ ಮುಂಚೆಯೇ ನಾನು ಪ್ರಾಣಿಗಳ ಹಾಗೆ ಸಹಜವಾದ ಪ್ರವೃತ್ತಿಯೊಂದಿಗೆ ಬದುಕಲು ಕಲಿತಿದ್ದೇನೆ. ನಾನು ಪ್ರಾಣಿಗಳಂತೆ ಪ್ರಶ್ನೆಯಿಲ್ಲದೆ ಜೀವನವನ್ನು ನಡೆಸುತ್ತಿದ್ದೇನೆ ಮತ್ತು ಹಾಗೆ ಬದುಕುವುದೇ ಸರಿ ಎಂದು

ಅನ್ನಿಸುತ್ತದೆ. ಅವು ಪರಿಸರವನ್ನು ತಮ್ಮ ಅನುಕೂಲಕ್ಕೆ ತಕ್ಕಂತೆ ಬದಲಾಯಿಸಿಕೊಳ್ಳುವುದಿಲ್ಲ, ಬದಲಿಗೆ ತಾವು ಖುದ್ದಾಗಿ ಪರಿಸರಕ್ಕೆ ಹೊಂದಿಕೊಳ್ಳುತ್ತವೆ. ಏಕೆಂದರೆ ಮನುಷ್ಯನಂತೆ ಪ್ರಾಣಿಗಳಿಗೆ ಸಹಜ ಪ್ರವೃತ್ತಿಯನ್ನು ನಿಯಂತ್ರಿಸುವ ಚಾಣಾಕ್ಷತೆ ಇಲ್ಲ.

ಸಾಕು... ಸಾಕು... ಏನೆಲ್ಲಾ ಯೋಚನೆ ಮಾಡ್ತಿದ್ದೀಯಾ ಎನ್ನುವಂತೆ ಕ್ಯಾಪ್ಟನ್ ದತ್ ನನ್ನ ಭುಜದ ಮೇಲೆ ಕೈ ಹಾಕಿದರು.

ಈ ಬಾರಿ ನಾನು ಅವರತ್ತ ತಲೆ ಎತ್ತಿ ನೋಡಲಿಲ್ಲ. ಅವರು ನನ್ನ ಭುಜದ ಮೇಲೆ ಕೈ ಹಾಕಿ ಒಬ್ಬ ರೋಗಿ ಅಥವಾ ಕುಡುಕನನ್ನು ಮನೆಗೆ ತಲುಪಿಸಲು ಸಹಾಯ ಮಾಡುವಂತೆ ನನ್ನನ್ನು ತಮ್ಮ ಜೊತೆಗೆ ಕರೆದುಕೊಂಡು ಹೊರಟರು. ಡೆಕ್‌ನಿಂದ ಎಂಟು–ಹತ್ತು ಮೆಟ್ಟಿಲುಗಳನ್ನು ಇಳಿದು ನಾವು ಕಾರಿಡಾರ್‌ಗೆ ಬಂದೆವು. ಅವರ ಬಲಗೈ ಈಗಲೂ ನನ್ನ ಭುಜದ ಮೇಲಿತ್ತು. ಅವರು ನನ್ನ ಕ್ಯಾಬಿನ್ ಮುಂದೆ ನಿಂತು ಬಾಗಿಲು ತೆರೆದರು, ನಾನು ಮೌನವಾಗಿ ಸಾಕುಪ್ರಾಣಿಯಂತೆ ಕ್ಯಾಬಿನ್ ಒಳಗೆ ಹೋದೆ.

●

ನನ್ನ ಎರಡನೇ ದಿನದ ಕೆಲಸ ಮೊದಲ ದಿನಕ್ಕೆ ಹೋಲಿಸಿದರೆ ಹೆಚ್ಚಾಗಿತ್ತು. ಜನರೇಟರ್‌ಗಳಲ್ಲಿ ಒಂದರ ಹಿಂದೆ ಒಂದರಂತೆ ದೋಷಗಳು ಕಾಣಿಸಿಕೊಂಡವು. ಕಂಟ್ರೋಲ್ ರೂಮ್‌ನಿಂದ ನಿರಂತರವಾಗಿ ವಿದ್ಯುತ್ ಪೂರೈಕೆಗೆ ಬೇಡಿಕೆ ಬರುತ್ತಿತ್ತು. ಅದನ್ನು ಪೂರೈಸಲು ನಮಗೆ ಸಾಧ್ಯವಾಗುತ್ತಿರಲಿಲ್ಲ. ಬೆಳಗ್ಗೆಯಿಂದ ಮಧ್ಯಾಹ್ನದವರೆಗೆ ಸತತ ಹೋರಾಟದ ನಂತರ ಬಹುತೇಕ ಸ್ಥಗಿತಗೊಳ್ಳುತ್ತಿದ್ದ ಜನರೇಟರ್‌ಗಳಿಗೆ ಸ್ವಲ್ಪ ಜೀವ ಬಂದಿತು. ಆದರೆ ಎಷ್ಟೇ ಪ್ರಯತ್ನಿಸಿದರೂ ಸಮಯಕ್ಕೆ ಸರಿಯಾಗಿ ಸಿಂಗಾಪೂರ್ ಟ್ರಾನ್ಸಿಟ್‌ಗೆ ಹಡಗು ತಲುಪಲು ಬೇಕಾದ ವೇಗವನ್ನು ಉದ್ದೀಪಿಸಲು ಸಾಧ್ಯವಾಗಲಿಲ್ಲ.

ನನ್ನಲ್ಲಿ ಒಂದು ರೀತಿಯ ಚಡಪಡಿಕೆ ಆವರಿಸಿತು. ಯಂತ್ರಗಳು ಕೆಡುವುದಕ್ಕೂ ನನ್ನ ವೈಯಕ್ತಿಕ ಸಾಮರ್ಥ್ಯಕ್ಕೂ ಯಾವುದೇ ಸಂಬಂಧವಿರಲಿಲ್ಲ. ಆದರೆ ಹಡಗನ್ನು ಸರಿಯಾದ ವೇಗಕ್ಕೆ ತರುವ ಜವಾಬ್ದಾರಿ ಕೇವಲ ನನ್ನದು ಮಾತ್ರ ಎಂಬಂತೆ ನನ್ನ ಪ್ರಯತ್ನಗಳ ತೀವ್ರತೆಯಿತ್ತು, ಅದೇ ಚಡಪಡಿಕೆಯ ಭಾವದಲ್ಲಿ ಮತ್ತೊಮ್ಮೆ ನನ್ನ ಕೈ ಜೇಬಿಗೆ ಹೋಯಿತು. ಆ ದುಂಡಗಿನ ಕಲ್ಲು, ಆ ಚಿಂತಾಮಣಿಯನ್ನು ನನ್ನ ಮುಷ್ಟಿಯಲ್ಲಿ ಹಿಡಿದೆ. ಮರುಕ್ಷಣವೇ ನನಗೆ ದಿಕ್ಕು ತೋಚಿದಂತಾಯಿತು. ಕೆಳಗೆ ಇಳಿದು ಬಂದು ಎಂಜಿನ್ ಕೋಣೆಗೆ ಹೋಗಿ ಪಿಸ್ಟನ್‌ಗಳನ್ನು ಪರೀಕ್ಷಿಸಲು ಪ್ರಾರಂಭಿಸಿದೆ. ಮೊದಲ ನೋಟದಲ್ಲೇ ನಿಜವಾದ ಸಮಸ್ಯೆ ಪಿಸ್ಟನ್‌ಗಳಲ್ಲಿದೆ ಎಂದು ತಿಳಿದಿತ್ತು. ಅದರ ಒಳಗಿನ ರಿಂಗ್ ಮುರಿದುಹೋಗಿದ್ದರಿಂದ ಜನರೇಟರ್‌ಗಳು ಹೆಚ್ಚುವರಿ ಹೊರೆ ಹೊರಬೇಕಾಗುತ್ತಿತ್ತು.

ನಾನು ಯಾರಿಗೂ ಏನನ್ನೂ ಹೇಳಲಿಲ್ಲ, ನನ್ನ ಮುಖ್ಯಸ್ಥರಿಂದ ಕೂಡ ಯಾವುದೇ ಸಲಹೆಯನ್ನು ಪಡೆಯಲಿಲ್ಲ. ಹಿಂದೆ ಮುಂದೆ ಯೋಚಿಸದೆ, ಯಾವುದೇ ಪರಿಣಾಮಗಳ ಬಗ್ಗೆ ಚಿಂತಿಸದೆ, ನೇರವಾಗಿ ಪವರ್ ಸ್ಟೇಷನ್ ಬಳಿಗೆ ಹೋಗಿ, ಒಂದಾದ ಮೇಲೊಂದರಂತೆ

ಲಿವರ್‌ಗಳನ್ನು ಎಳೆಯುವ ಮೂಲಕ ಎಲ್ಲಾ ಮೂರು ಜನರೇಟರ್‌ಗಳನ್ನು ಸ್ವಿಚ್ ಆಫ್ ಮಾಡಿದೆ. ಹಡಗನ್ನು ಸಮುದ್ರದ ಮಧ್ಯದಲ್ಲಿ ನಿಲ್ಲಿಸುವ ನಿರ್ಧಾರವನ್ನು ಹಡಗಿನ ಕ್ಯಾಪ್ಟನ್ ಹೊರತುಪಡಿಸಿ ಯಾರೂ ತೆಗೆದುಕೊಳ್ಳುವಂತಿಲ್ಲ ಎಂದು ನನಗೆ ತಿಳಿದಿದೆ. ಆದರೆ ಆ ಸಮಯದಲ್ಲಿ ನನ್ನ ಕೈಯಲ್ಲಿ 'ಚಿಂತಾಮಣಿ' ಇತ್ತು ಮತ್ತು ಅದರ ಮುಂದೆ ಯಾವುದೇ ಕ್ಯಾಪ್ಟನ್‌ಗೆ ಪ್ರಾಮುಖ್ಯವಿರಲಿಲ್ಲ.

ಮುಂದಿನ ಕ್ಷಣದಲ್ಲಿ ಚಾಲಕರ ಗುಂಪಿನ ಸಿಬ್ಬಂದಿ ಮತ್ತು ಎಂಜಿನಿಯರ್‌ಗಳು ನನ್ನನ್ನು ಸುತ್ತುವರೆದರು. ಮುಖ್ಯ ಇಂಜಿನಿಯರ್ ಶಫಿ ಸಾಹೇಬರು ಎರಡೂ ಭುಜಗಳನ್ನು ಹಿಡಿದು ನನ್ನನ್ನು ಅಲ್ಲಾಡಿಸಿದರು.

"ನಿನಗೆ ಮೈಮೇಲೆ ಎಚ್ಚರವಿದೆ ತಾನೇ?"

ನಾನು ತಲೆಯೆತ್ತಿ ಅವರತ್ತ ನೋಡಿದೆ. ಆ ಸಮಯದಲ್ಲಿ ನನ್ನ ಕಣ್ಣುಗಳಲ್ಲಿ ಏನಿತ್ತು ಎಂದು ನನಗೆ ತಿಳಿದಿಲ್ಲ. ಅವರ ಕೈಗಳು ತನ್ನಿಂದ ತಾನೇ ಸಡಿಲವಾದವು. ಹತ್ತಿರದಲ್ಲಿ ನಿಂತಿದ್ದ ಇತರ ಉದ್ಯೋಗಿಗಳತ್ತ ಕಣ್ಣು ಹಾಯಿಸುವ ಬಗ್ಗೆ ನಾನು ಚಿಂತಿಸಲಿಲ್ಲ. ಬೋಲ್ಟ್ ತೆಗೆಯುವ ಇಲೆಕ್ಟ್ರಿಕ್ ಸ್ಪ್ಯಾನರ್ ಕೈಯಲ್ಲಿ ಹಿಡಿದು ಪಿಸ್ಟನ್‌ಗಳ ಪ್ಯಾನೆಲ್ ಕಡೆಗೆ ನಡೆದಾಗ ಕೆಲವು ಉದ್ಯೋಗಿಗಳು ನನ್ನನ್ನು ತಡೆಯಲು ಪ್ರಯತ್ನಿಸಿದರು, ಆದರೆ ಚೀಫ್ ಇಂಜಿನಿಯರ್ ಕೈ ಎತ್ತಿ ಅವರನ್ನು ತಡೆದರು. ಪ್ಯಾನೆಲ್ಲಿನ ಮೊದಲನೇ ಬೋಲ್ಟ್ ತೆಗೆಯಲು ಸ್ಪ್ಯಾನರ್ ಅಂಟಿಸಿದಾಗ, ಅವರು ನನ್ನ ಭುಜದ ಮೇಲೆ ಕೈ ಹಾಕಿ, "ನೀನು ಏನು ಮಾಡಲು ಹೊರಟಿರುವೆ ಎಂದು ನಾನು ಕೇಳಬಹುದಾ?"

"ನಾನು ಈ ಸಮಯದಲ್ಲಿ ಏನು ಮಾಡಬೇಕೋ ಅದನ್ನೇ ಮಾಡುತ್ತಿದ್ದೇನೆ."

ಈ ಉತ್ತರವನ್ನು ಕೇಳಿ ಅವರ ಜಾಗದಲ್ಲಿ ಬೇರೆ ಯಾರೇ ಇದ್ದರೂ ನನ್ನನ್ನು ಎಂಜಿನ್ ರೂಮಿನಿಂದ ಹೊರಗೆ ತಳ್ಳುತ್ತಿದ್ದರು. ಆದರೆ ಅವರ ಪ್ರತಿಕ್ರಿಯೆ ಸಂಪೂರ್ಣವಾಗಿ ವಿರುದ್ಧವಾಗಿತ್ತು. ಅವರು ಕೆಳಕ್ಕೆ ಬಾಗಿ, ತಮ್ಮ ಮೊಳಕಾಲುಗಳ ಮೇಲೆ ಕೈ ಆನಿಸಿಕೊಂಡು, ನನ್ನ ಮುಖದ ಬಳಿ ತಮ್ಮ ಮುಖ ತಂದು, "ನನ್ನಿಂದ ಏನಾದರೂ ಸಹಾಯ ಬೇಕಾ?" ಎಂದು ಮೃದುದನಿಯಲ್ಲಿ ಕೇಳಿದರು.

ಇದು ನಾನು ನಾಚಿ ನೀರಾಗುವ ಸಂದರ್ಭವಾಗಿತ್ತು, ಆದರೆ ನನ್ನ ಬಾಯಿಯಿಂದ ಒರಟಾದ ಮತ್ತು ಕೆಲಸಕ್ಕೆ ಬೇಕಾದ ಉತ್ತರ ಹೊರಬಂತು, "ಪಿಸ್ಟನ್ ನಂಬರ್ 3, 5 ಮತ್ತು 6 ಇವುಗಳ ರಿಂಗ್ ಮುರಿದು ಹೋಗಿವೆ. ಅವುಗಳನ್ನು ಕೂಡಲೇ ಬದಲಾಯಿಸಬೇಕು."

ನನ್ನ ಮಾತು ಕೇಳಿ ತಮ್ಮ ಸೊಂಟವನ್ನು ನೇರ ಮಾಡಿಕೊಂಡರು. ಆಗ ಮೂಗಿಗೆ ಜಾರಿದ ಕನ್ನಡಕದ ಫ್ರೇಮನ್ನು ಬಲಗೈ ತೋರುಬೆರಳಿನಿಂದ ಹಿಂದಕ್ಕೆ ಸರಿಸಿ ಸ್ವಲ್ಪ ಸಮಯದವರೆಗೆ ತಮ್ಮ ಗಡ್ಡವನ್ನು ಕೆರೆಯುತ್ತಲಿದ್ದರು. ಅವರು ಬಯಸಿದರೆ, ಪಿಸ್ಟನ್ ಬ್ಲಾಕ್ ತೆರೆಯದೆಯೇ ಒಳಗಿನ ರಿಂಗುಗಳು ಮುರಿದುಹೋಗಿವೆ ಎಂದು ನಿನಗೆ ಹೇಗೆ ಗೊತ್ತಾಯ್ತು ಎಂದು ಕೇಳಬಹುದಿತ್ತು. ಆದರೆ ಅಂತಹ ಯಾವುದೇ ಪ್ರಶ್ನೆಯನ್ನು ಕೇಳುವ ಬದಲು ಅವರು

ಹಿರಿಯ ಇಂಜಿನಿಯರ್ ಸಂಜಯ್ ದೇಶಪಾಂಡೆ, ಎರಡನೆಯ ಇಂಜಿನಿಯರ್ ಮುಖೇಶ್ ವರ್ಮಾ ಮತ್ತು ಮೂರನೇ ಇಂಜಿನಿಯರ್ ಜೋಗಿಂದರ್ ಸಿಂಗ್ ಅವರನ್ನು ಕರೆದು ಅವರಿಗೆ ವಿವರಿಸಲು ಪ್ರಾರಂಭಿಸಿದರು. ಮೂವರೂ ಇಂಜಿನಿಯರ್‌ಗಳು ತಲೆಯಲ್ಲಾಡಿಸಿ ಒಪ್ಪಿಗೆ ಸೂಚಿಸಿ ತಮ್ಮ ತಂತ್ರಜ್ಞರೊಂದಿಗೆ ನನ್ನ ಬಳಿಗೆ ಬಂದರು. ಈಗ ಒಂದು ತಂಡ ಸಿದ್ಧವಾಗಿ, ನಾನು ಅದರ ಅಘೋಷಿತ ನಾಯಕನಾಗಿದ್ದೆ.

ಆ ಕೆಲಸವನ್ನು ಪೂರ್ಣಗೊಳಿಸಲು ನಮಗೆ ನಲವತ್ತೈದು ನಿಮಿಷಗಳು ಬೇಕಾದವು. ಹಡಗು ಮತ್ತೆ ಮುಂದೆ ಸಾಗಿ ಯಾವುದೇ ಅಡೆತಡೆಯಿಲ್ಲದೆ ಕೇವಲ ಮೂವತ್ತು ನಿಮಿಷಗಳಲ್ಲಿ ನಿಗದಿತ ವೇಗವನ್ನು ಸಾಧಿಸಿದಾಗ ಎಲ್ಲರ ಮುಖದಲ್ಲೂ ಸಂತಸದ ಅಲೆ ಕಾಣಿಸಿತು. ಆದರೆ ನನ್ನೊಳಗೆ ಸಂತೋಷದ ಬದಲು ಆಳವಾದ ವ್ಯಾಕುಲತೆಯಿತ್ತು. ಏಕೆಂದರೆ ಈ ಕೆಟ್ಟುಹೋದ ಯಂತ್ರವನ್ನು ಸರಿ ಮಾಡುವುದಕ್ಕೆ ಕಾರಣವಾದದ್ದು ನನ್ನ ಪ್ರತಿಭೆ ಅಥವಾ ಶ್ರಮವಲ್ಲ, ಅದರಲ್ಲಿ ಬೇರೆಯದರ ಕೈವಾಡವಿತ್ತು – ಒಂದು ದುಂಡಗಿನ ಕಲ್ಲು. ಅದನ್ನು ಮುಟ್ಟಿದ ತಕ್ಷಣ ನಿಜವಾದ ಸಮಸ್ಯೆ ಎಲ್ಲಿದೆ ಎಂದು ನನಗೆ ತಿಳಿದಿತ್ತು. "ನೀನು ಪಿಸ್ಟನ್‌ಗಳ ಸಮಸ್ಯೆಯನ್ನು ಅರಿತುಕೊಳ್ಳುವಲ್ಲಿ ಒಂಚೂರು ವಿಳಂಬ ಮಾಡಿದ್ದರೂ, ಬ್ರೇಕ್ ಡೌನ್ ಆಗಿ, ನಮ್ಮ ಅನೇಕ ಗಂಟೆಗಳು ವ್ಯರ್ಥವಾಗುತ್ತಿದ್ದವು" ಚೀಫ್ ಇಂಜಿನಿಯರ್ ನನ್ನ ಬೆನ್ನು ತಟ್ಟಿ ಅಭಿನಂದಿಸಿದರು. ಹಡಗಿನ ಇತರ ಉದ್ಯೋಗಿಗಳು ಸಹ ನನ್ನ ಕಡೆಗೆ ಮೆಚ್ಚುಗೆಯ ದೃಷ್ಟಿಯಿಂದ ನೋಡಿದರು. ಮೊದಲ ಬಾರಿಗೆ ಈ ಪ್ರಶ್ನೆ ನನ್ನ ಮನಸ್ಸಿನಲ್ಲಿ ಮೂಡಿತು, ಈ ಅದ್ಭುತವಾದ ಕಲ್ಲನ್ನು ಹೊರತುಪಡಿಸಿದರೆ ನನಗೆ ಅಸ್ತಿತ್ವವಿಲ್ಲವೇ? ಅದುವೇ ನನಗೆ ಪ್ರತಿ ಬಾರಿ ದಾರಿ ತೋರಿಸುತ್ತ ಇರುತ್ತದೆಯೇ? ಯಾವುದೇ ಮಾಂತ್ರಿಕ 'ಚಿಂತಾಮಣಿ'ಯನ್ನು ಆಶ್ರಯಿಸದೆ ಸ್ವಂತವಾಗಿ ಏನನ್ನೂ ಮಾಡುವ ಸಾಮರ್ಥ್ಯ ನನಗಿಲ್ಲವೇ? ಆ ದಿನ ಮೊದಲ ಬಾರಿಗೆ ಈ ಪ್ರಶ್ನೆ ನನ್ನೊಳಗೆ ಹುಟ್ಟಿಕೊಂಡಿತ್ತು. ಈ ಪ್ರಶ್ನೆ ಉದ್ಭವಿಸಿದ ತಕ್ಷಣ ಅದರ ಹಿಂದೆಯೇ ಒಂದು ದಿನ ಈ ಕಲ್ಲು ನನ್ನಿಂದ ಬೇರ್ಪಟ್ಟರೆ ಗತಿಯೇನು ಎಂಬ ಪ್ರಶ್ನೆ ಮೂಡಿತು.

ಎರಡು ದಿನಗಳು ಕಳೆದ ಮೇಲೆ ನಮ್ಮ ಹಡಗು ಸಮಯಕ್ಕೆ ಸರಿಯಾಗಿ ಸಿಂಗಾಪೂರ್ ಟ್ರಾನ್ಸಿಟ್ ತಲುಪಿತು. ಸರಕು ತುಂಬಲು ಹಡಗಿನ ಡೆಕ್‌ನ ಕೆಳಗಿನ ಜಾಗದಲ್ಲಿ ಪ್ರಪಂಚದ ಎಲ್ಲ ಹಡಗುಗಳ ಮಹಾಪೂರವೇ ನೆರೆದಿತ್ತು. ನೂರಾರು ಹಡಗುಗಳು ಕಬ್ಬಿಣದ ಉದ್ದಾನುದ್ದ ಗಟ್ಟಿಗಳ ನಡುವೆ ದೊಡ್ಡ ಡೈರಿ ಫಾರ್ಮ್‌ನಲ್ಲಿ ಕಟ್ಟಿದ ಎಮ್ಮೆಗಳಂತೆ ಸಾಲಾಗಿ ನಿಂತಿದ್ದವು.

ಸೂರ್ಯನ ಬೆಳಕಿನಲ್ಲಿ ಆ ವಾಣಿಜ್ಯ ಬಂದರು ಹೊಳೆಯುತ್ತಿತ್ತು. ಅತ್ಯಾಧುನಿಕ ಕ್ರೇನ್‌ಗಳು, ಬೃಹತ್ ಯಂತ್ರಗಳು ಮತ್ತು ಗಾಜಿನ ಗೋಡೆಯ ಕಟ್ಟಡಗಳಿಂದಾಗಿ ಆ ಬಂದರು ಜಗತ್ತನ್ನೆಲ್ಲಾ ಸೆಳೆಯುತ್ತಿತ್ತು.

ಮನುಷ್ಯ ಎಷ್ಟೊಂದು ದೊಡ್ಡ ಯೋಜನೆಗಳನ್ನು ಹಾಕಿಕೊಳ್ಳುತ್ತಾನೆ ಮತ್ತು ಆ ಯೋಜನೆಗಳ ಮುಂದೆ ತಾನೇ ಕುಬ್ಜನಾಗುತ್ತಾನೆ... ನಾನು ಡೆಕ್ ಮೇಲೆ ನಿಂತು ಯೋಚಿಸುತ್ತಿದ್ದೆ. ಪರ್ಚೇಜ್ ಆರ್ಡರ್, ಇನ್‌ವಾಯ್ಸ್‌ಗಳನ್ನು ಕೈಯಲ್ಲಿ ಹಿಡಿದುಕೊಂಡು ದೊಡ್ಡ ದೊಡ್ಡ ಆಮದು ಕಂಪನಿಗಳ ಏಜೆಂಟರು ಇರುವೆಗಳಂತೆ ಇಲ್ಲಿಂದ ಅಲ್ಲಿಗೆ ಓಡಾಡುತ್ತಿದ್ದರು.

ಗ್ಯಾಂಗ್‌ವೇ ಮೇಲೆ ಇಳಿಜಾರಾದ ಹಡಗುಗಳ ಡೆಕ್‌ನಿಂದ ಬಂದರು ಕಟ್ಟೆಯ ಕಡೆಗೆ, ಹಡಗಿನ ಕೆಳಗಿನ ಭಾಗದಲ್ಲಿ ತೆರೆದ ಬಾಗಿಲಿನ ಮೂಲಕ, ಸರಕು ತುಂಬಲು ಹಡಗಿನ ಡೆಕ್‌ನ ಕೆಳಗಿನ ಜಾಗ ಮತ್ತು ಬಂದರು ಕಟ್ಟೆ ನಡುವಿನ ಉದ್ದವಾದ ಕಬ್ಬಿಣದ ಫಲಕದ ಮೇಲೆ ಬಿಳಿ ಹೆಲ್ಮೆಟ್, ನೀಲಿ ಸಮವಸ್ತ್ರ, ಕ್ಯಾನ್ವಾಸ್ ಶೂ ಧರಿಸಿದ ನೂರಾರು ಉದ್ಯೋಗಿಗಳು ಕ್ರಿಮಿ ಕೀಟಗಳಂತೆ ಅಡ್ಡಾಡುತ್ತಿದ್ದರು.

ನಾನು ಗ್ಯಾಂಗ್‌ವೇಯ ಇಳಿಜಾರಿನ ಮೇಲೆ ನಿಧಾನವಾಗಿ ಹೆಜ್ಜೆ ಹಾಕುತ್ತಾ ರ್‍ಯಾಂಪ್ ಮೇಲೆ ಇಳಿದು ಬಂದೆ. ರ್‍ಯಾಂಪ್‌ನ ರೇಲಿಂಗ್ ಬಿಸಿಲಿನಿಂದ ಸುಡುತ್ತಿತ್ತು. ರ್‍ಯಾಂಪ್‌ಗೆ ಬಡಿಯುತ್ತಿದ್ದ ಕೊಳಕು ನೀರು, ಡೀಸೆಲ್ ಮತ್ತು ಮೊಬಿಲ್ ಎಣ್ಣೆಯ ಗಬ್ಬು ವಾಸನೆಯ ಬಿಸಿ ಹೊಗೆಯನ್ನು ಹೊರಹಾಕುತ್ತಿತ್ತು.

ನಾನು ಜೇಬಿನಿಂದ ಕರವಸ್ತ್ರವನ್ನು ತೆಗೆದುಕೊಂಡೆ. ಬಂದರಿನ ಪ್ಲಾಟ್‌ಫಾರ್ಮ್‌ನಲ್ಲಿ ಇಳಿದು, ಹಣೆಯಿಂದ ಸುರಿಯುತ್ತಿದ್ದ ಬೆವರನ್ನು ಒರೆಸಿಕೊಂಡು, ಸ್ನ್ಯಾಕ್ಸ್ ಕಾರ್ನರ್ ಕಡೆಗೆ ಸಾಗಿದೆ. ಆ ಅಂತಾರಾಷ್ಟ್ರೀಯ ರೆಸ್ಟೋರೆಂಟ್‌ಗೆ ಹೋಗಿ ಗಾಜಿನ ಗೋಡೆಯ ಬಳಿ ಇದ್ದ ಕುರ್ಚಿಯನ್ನು ಆರಿಸಿಕೊಂಡೆ. ಅಲ್ಲಿಂದ ಕುದಿಯುತ್ತಿರುವ ಘಾಟ್‌ಗಳು, ಸುಡುತ್ತಿರುವ ರ್‍ಯಾಂಪ್‌ಗಳು ಮತ್ತು ಹಡಗುಗಳನ್ನು ಮುಂದಿನಿಂದ ನೋಡಬಹುದಿತ್ತು.

ನಮ್ಮ ಹಡಗು 'ಜಲದೂತ' ಮುಂದೆಯೇ ನಿಂತಿತ್ತು. ನಾನು ಅದನ್ನು ಇಲ್ಲಿಯವರೆಗೂ ದೂರ ನಿಂತು ನೋಡಿರಲಿಲ್ಲ. ಆದ್ದರಿಂದ ನನ್ನ ಮನಸ್ಸಿನಲ್ಲಿ ಅದರ ಬಾಹ್ಯರೂಪದ ಕಲ್ಪನೆಯೇ ಇರಲಿಲ್ಲ. ಅದನ್ನು ಸ್ವಲ್ಪ ಹೊತ್ತು ಸುಮ್ಮನೆ ನೋಡುತ್ತಿದ್ದೆ. ಅದರ ಹೊಳೆಯುವ ಕಪ್ಪು ದೇಹವನ್ನು ನೋಡಿದಾಗ ನನ್ನ ಬಾಲ್ಯದಲ್ಲಿ ನನ್ನ ಹಳ್ಳಿಗೆ ಬಂದ ಆನೆ, ನಾನು ಅದರ ಹಿಂದೆಹಿಂದೆಯೇ ನಡೆಯುತ್ತ ಕಾಡಿನಲ್ಲಿ ಹೋಗಿಬಿಟ್ಟಿದ್ದು ಮತ್ತು... ಎಲ್ಲವೂ ನೆನಪಾಯಿತು...

ಮುಂದೆ ಏನನ್ನೋ ಯೋಚಿಸುವ ಬದಲು, 'ಜಲದೂತ'ದಿಂದ ದೃಷ್ಟಿಯನ್ನು ತೆಗೆದು ಇತರ ಹಡಗುಗಳನ್ನು ನೋಡಲಾರಂಭಿಸಿದೆ. ನಮ್ಮ ಹಡಗಿನ ಎಡಭಾಗದಲ್ಲಿ ಕಾಫಿ ಮತ್ತು ಮಸಾಲೆಗಳಿಂದ ತುಂಬಿದ ಬ್ರೆಜಿಲಿಯನ್ ಹಡಗು ನಿಂತಿತ್ತು. ಬಲಭಾಗದಲ್ಲಿ ಸಾವಿರಾರು ಎಲೆಕ್ಟ್ರಾನಿಕ್ ಆಟಿಕೆಗಳು ಮತ್ತು ಚಿಲ್ಲರೆ ಮಾರುಕಟ್ಟೆಯಲ್ಲಿ ಮಾರಾಟವಾಗುವ ಉಪಕರಣಗಳನ್ನು ಲೋಡ್ ಮಾಡಲಾದ ಚೀನಾದ ಹಡಗು ನಿಂತಿತ್ತು. ಮಲೇಷ್ಯಾ ಮತ್ತು ಇಂಡೋನೇಷ್ಯಾದ ಖಾದ್ಯ ತೈಲ ಪಾಮೋಲಿನ್‌ನ ಎರಡು ಹಡಗುಗಳ ನಂತರ, ಕಲ್ಲಿದ್ದಲು, ಸಿಮೆಂಟ್, ಡಾಂಬರು, ಟಾರ್ಪೌಲಿನ್‌ಗಳು, ಯೂರಿಯಾ, ಪಾಲಿಯೆಸ್ಟರ್, ಎಲ್ಲಾ ರೀತಿಯ ಉಪಕರಣಗಳು, ಯಂತ್ರಗಳು ಮತ್ತು ಬಿಡಿ ಭಾಗಗಳು, ಧಾನ್ಯಗಳು, ಹಣ್ಣುಗಳು, ಹಾಲಿನ ಪುಡಿಯ ಚೀಲಗಳು, ಮಾಂಸ, ಮೀನುಗಳಿಂದ ತುಂಬಿದ ಅನೇಕ ಹಡಗುಗಳ ಮೇಲೆ ಸುತ್ತಾಡಿದ ನನ್ನ ಕಣ್ಣುಗಳು ಅಂತಿಮವಾಗಿ ನನ್ನ ಟೇಬಲ್‌ಗೆ ಮರಳಿದವು. ಅಲ್ಲಿ ಸ್ಯಾಂಡ್‌ವಿಚ್ ಮತ್ತು ಒಂದು ಕಪ್ ಕಾಫಿಯನ್ನು ಇಡಲಾಗಿತ್ತು.

ಸ್ವಲ್ಪ ಹೊತ್ತು ಕಾಫಿಯಿಂದ ಬರುತ್ತಿರುವ ಹೊಗೆಯನ್ನು ಮತ್ತು ಆ ಬ್ರೆಡ್ ತುಂಡನ್ನು ನೋಡುತ್ತಲೇ ಇದ್ದೆ. "ಒಂದು ತುಂಡು ಬ್ರೆಡ್‌ಗಾಗಿ ಮನುಷ್ಯ ಎಲ್ಲೆಲ್ಲಿಗೆ ಹೋಗಬೇಕಾಗುತ್ತದೆ

ಮತ್ತು ಏನೇನು ಮಾಡಬೇಕಾಗುತ್ತದೆ..." ಎಂದು ಯೋಚಿಸಿ, ಆ ಯೋಚನೆಯನ್ನು ಅಲ್ಲಿಗೆ ಬಿಟ್ಟೆ. ಕಣ್ಮುಂದೆ ನಡೆಯುವ ಪ್ರಪಂಚದ ಎಲ್ಲಾ ವ್ಯವಹಾರಗಳನ್ನು ಬ್ರೆಡ್‌ಗೆ ಹೋಲಿಸಿ ನೋಡುವುದು ಸರಿಯಲ್ಲ. ನಾನು ವಾಣಿಜ್ಯ ಬಂದರಿನ ಕ್ಯಾಂಟೀನ್‌ನಲ್ಲಿ ಕುಳಿತಿದ್ದೇನೆ. ಬ್ರೆಡ್ ಬಗ್ಗೆ ಯೋಚಿಸುವ ಬದಲು, ಇಷ್ಟು ವಿಶಾಲವಾದ ಮಹಾಸಾಗರದಲ್ಲಿ ಈ ಭೂಪ್ರದೇಶವನ್ನು ಯಾರು ಕಂಡುಹಿಡಿದರು, ಈ ಬಂದರಿನ ಅಡಿಪಾಯವನ್ನು ಹಾಕುವ ಕನಸು ಕಂಡವರು ಯಾರು ಎಂದು ಆಶ್ಚರ್ಯ ಪಡಬೇಕು.

ಎದುರಿಗಿರುವ ವಿಹಂಗಮ ನೋಟಕ್ಕೆ ಹೋಲಿಸಿ ನೋಡಿದರೆ, ಬ್ರೆಡ್ ಸ್ಲೈಸ್ ಮತ್ತು ಒಂದು ಕಪ್ ಕಾಫಿಯೊಂದಿಗೆ ಕುಳಿತುಕೊಳ್ಳುವ ಮನುಷ್ಯನ ಪ್ರಾಮುಖ್ಯವೇನಿದೆ? ಕನಸುಗಳಿಲ್ಲದ, ಉದ್ದೇಶವಿಲ್ಲದ ಒಬ್ಬ ಮನುಷ್ಯ ಯಾವುದೋ ಅಸ್ಪಷ್ಟವಾದ ಗೊಂದಲದಲ್ಲಿ ತೇಲಾಡುತ್ತಾನೆ.

ನಾನು ಕುರ್ಚಿಯಿಂದ ಎದ್ದು, ಟೇಬಲ್ ಸಹಾಯದಿಂದ ನೇರವಾಗಿ ನಿಂತೆ. ನನಗೆ ಈಗ ಸ್ವಂತ ಆಲೋಚನೆಗಳಿಂದ ವಾಕರಿಕೆ ಬರುತ್ತಿತ್ತು. ನೀರಿನಿಂದ ಹೊರತೆಗೆದ ಮೀನುಗಳು ಒದ್ದಾಡುವಂತೆ ನನ್ನೊಳಗಿನ ಅಶಾಂತಿ ಮತ್ತು ಚಡಪಡಿಕೆಯಿಂದ ಒದ್ದಾಡುತ್ತಿದ್ದೆ. ನಾನು ಅವಸರದಿಂದ ವಾಪಸ್ಸು 'ಜಲದೂತ'ದ ಕಡೆಗೆ ನಡೆಯಲಾರಂಭಿಸಿದೆ.

ಡೆಕ್ ಮೇಲೆ ಬಂದು ನೇರವಾಗಿ ಕಾರಿಡಾರ್‌ಗೆ ಬಂದೆ. ಅಲ್ಲಿ ಎರಡೂ ಬದಿಗಳಲ್ಲಿ ಉದ್ಯೋಗಿಗಳಿಗೆ ಕ್ಯಾಬಿನ್‌ಗಳಿದ್ದವು. ಬಹುತೇಕ ಕ್ಯಾಬಿನ್‌ಗಳ ಬಾಗಿಲು ತೆರೆದಿದ್ದು, ಅವುಗಳಲ್ಲಿ ಯಾರೂ ಇರಲಿಲ್ಲ. ಕ್ಯಾಪ್ಟನ್ ದತ್ ಹೊರತುಪಡಿಸಿ ಎಲ್ಲರೂ ಮನರಂಜನೆ, ಮೋಜು-ಮಸ್ತಿಗಾಗಿ ಸಿಂಗಾಪೂರಿನ ಬೀದಿಗಳಿಗೆ ಹೋಗಿದ್ದರು. ಅವರ ಕ್ಯಾಬಿನ್ನಿನ ಅರ್ಧ ತೆರೆದ ಬಾಗಿಲಿನ ಬಳಿ ಸ್ವಲ್ಪ ಹೊತ್ತು ನಿಂತಿದ್ದೆ. ಅವರು ಕ್ಯಾಬಿನ್ ಕಿಟಕಿಯ ಬಳಿ ಟೇಬಲ್ ಮೇಲೆ ಬಾಗಿದ್ದರು. ಅವರ ಮುಂದೆ ಇದ್ದ ಒಂದು ಡೈರಿಯಲ್ಲಿ ಅವರು ಏನೋ ಬರೆಯುತ್ತಿದ್ದರು. ಅಂತಹ ಧ್ಯಾನಸ್ಥ ಸ್ಥಿತಿಯಲ್ಲಿ ಅವರನ್ನು ಹಿಂದೆಂದೂ ನೋಡಿರಲಿಲ್ಲ. ಅವರು ನಿಜವಾದ ತಪಸ್ವಿಯಂತೆ ಕಾಣುತ್ತಿದ್ದರು. ಅವರ ತಪಸ್ಸು ಭಂಗ ಮಾಡುವುದು ಸರಿಯೆನಿಸಲಿಲ್ಲ. ಅವರ ಕ್ಯಾಬಿನ್‌ನಿಂದ ನನ್ನ ಕ್ಯಾಬಿನ್ ಕಡೆಗೆ ಹೋಗುವಾಗ, ಕೆಲವರು ಜೀವನವನ್ನು ಹೇಗೆ ಸಮಗ್ರವಾಗಿ ಜೀವಿಸುತ್ತಾರಲ್ಲ ಎಂದು ಯೋಚಿಸಿದೆ.

ಕ್ಯಾಬಿನ್ ಪ್ರವೇಶಿಸಿ ಒಂದು ಆಳವಾದ ಉಸಿರನ್ನು ತೆಗೆದುಕೊಂಡೆ. ಒಂದು ವಿಚಿತ್ರ ರೀತಿಯ ನಿಷ್ಪ್ರಯೋಜಕತೆ ಮತ್ತು ಬೇಸರ ಉಂಟಾಯಿತು. ಹಾಸಿಗೆಯ ಮೇಲೆ ಬಿದ್ದು ಬೆಡ್‌ಶೀಟನ್ನು ಜಾಡಿಸಿದೆ, ಅದು ಬೆಡ್‌ಶೀಟ್ ಅಲ್ಲ, ಜೀವನದ ಪ್ರಾಪಂಚಿಕ ಭಾಗವೆಂಬಂತೆ. ನಂತರ ತಲೆಯಿಂದ ಕಾಲಿನವರೆಗೆ ಬೆಡ್‌ಶೀಟನ್ನು ಹೊದ್ದು ಮಲಗಿದೆ.

ಮರುದಿನ ಮತ್ತೆ ಕೆಲಸದಲ್ಲಿ ಮುಳುಗಿಸಿಕೊಂಡೆ. ಈಗ ಎಂಜಿನ್ ರೂಮಿನ ಪರಿಸರ ಮೊದಲಿಗಿಂತ ಸ್ವಲ್ಪ ಹೆಚ್ಚು ಇಷ್ಟವಾಗುತ್ತಿತ್ತು. ಮೂರು-ನಾಲ್ಕು ದಿನಗಳ ಯಾಂತ್ರಿಕ ಜಂಜಾಟಗಳ ನಂತರ, ಸಿಂಗಾಪೂರಿನ ವರ್ಣರಂಜಿತ ರಾತ್ರಿ ಎಲ್ಲಾ ಉದ್ಯೋಗಿಗಳಿಗೆ ಸ್ಫೂರ್ತಿ ಮತ್ತು ಶಕ್ತಿಯನ್ನು ನೀಡಿತ್ತು. ನಾನು ಕೂಡ ತುಂಬಾ ಹಗುರವಾದ ಮನಸ್ಥಿತಿಯಲ್ಲಿದ್ದೆ.

ಕಳೆದ ಮೂರ್ನಾಲ್ಕು ದಿನಗಳಿಂದ ನಡೆಯುತ್ತಿದ್ದ ಚಂಚಲ ಆಲೋಚನೆಗಳು ನನ್ನನ್ನು ತೊರೆದು ಹೋಗಿದ್ದವು.

ಸಿಂಗಾಪೂರಿನಿಂದ ತೈವಾನ್‌ನ ನಮ್ಮ ಪ್ರಯಾಣವು ತುಂಬಾ ಆಹ್ಲಾದಕರವಾಗಿತ್ತು. ಈಗ ತಂಡದ ಸಿಬ್ಬಂದಿಯೊಂದಿಗೆ ನನ್ನ ಮಾತುಕತೆ ಸ್ವಲ್ಪ ಸಹಜವಾಗಿ, ವ್ಯಾವಹಾರಿಕವಾಗಿತ್ತು. ನನ್ನ ಕಠಿಣ ಹೊರರೂಪ ಈಗ ಸಭ್ಯ ಮತ್ತು ಸ್ನೇಹಪರವಾಗುತ್ತಿರುವುದನ್ನು ನೋಡುತ್ತಿದ್ದೆ.

ಚೀಫ್ ಇಂಜಿನಿಯರ್ ಶಫಿ ಸಾಹೇಬರ ಅಭಿಮಾನ ಈಗ ನನ್ನ ಮೇಲೆ ಇನ್ನಷ್ಟು ಹೆಚ್ಚಾಗಿತ್ತು. ಮೊದಲು ಸಲಹೆಗಳನ್ನಷ್ಟೆ ಕೊಡುತ್ತಿದ್ದರು. ಆದರೆ ಈಗ ಪ್ರೀತಿಯಿಂದ ಬೈಯುತ್ತಿದ್ದರು. ನನ್ನ ಊಟ ತಿಂಡಿಯ ಬಗ್ಗೆ, ಆರೋಗ್ಯದ ಬಗ್ಗೆ ನನ್ನ ಸ್ವಂತ ಪೋಷಕರಂತೆ ಕಾಳಜಿ ವಹಿಸತೊಡಗಿದರು. ಸೀನಿಯರ್ ಇಂಜಿನಿಯರ್ ಸಂಜಯ್ ದೇಶಪಾಂಡೆ ಅಷ್ಟು ಲವಲವಿಕೆಯಿಂದ ಇರದಿದ್ದರೂ ಯಾರಾದರೂ ತಮಾಷೆ ಮಾಡಿದರೆ ತಲೆಕೆಡಿಸಿಕೊಳ್ಳುತ್ತಿರಲಿಲ್ಲ. ಅದರ ಕಾರಣ ನನಗೆ ಆಮೇಲೆ ಗೊತ್ತಾಯಿತು. ಅವರು ತಪ್ಪು ತಿಳಿದುಕೊಳ್ಳದಿರುವ ಕಾರಣ ಅವರು ಬಹಳ ಉದಾರ ಅಥವಾ ತೆರೆದ ಮನಸ್ಸಿನವರಾಗಿದ್ದಾರೆ ಅಂತಲ್ಲ, ವಾಸ್ತವದಲ್ಲಿ ಅವರಲ್ಲಿ ಹಾಸ್ಯಪ್ರಜ್ಞೆ ಎಂಬುದು ಇರಲೇ ಇಲ್ಲ. ಅದಕ್ಕೂ ಹೆಚ್ಚಾಗಿ ಅವರಿಗೆ ತಮಾಷೆಯ ವಿಷಯಗಳು ಅರ್ಥವಾಗುತ್ತಲೇ ಇರಲಿಲ್ಲ. ಎರಡನೆಯ ಇಂಜಿನಿಯರ್ ಮುಖೇಶ್ ವರ್ಮಾ ವ್ಯವಹಾರದಲ್ಲಿ ಕುಶಲರಾಗಿದ್ದರಲ್ಲದೆ ಸ್ವಲ್ಪ ತಮಾಷೆ ಕೂಡ ಮಾಡುತ್ತಿದ್ದರು. ಅವರು ತಮ್ಮ ಎಲ್ಲಾ ಹಳೆಯ ಗೆಳತಿಯರ ಫೋಟೋಗಳನ್ನು ಇಟ್ಟುಕೊಂಡು, ಪ್ರತಿದಿನ ಅವರನ್ನು ಮಿಸ್ ಮಾಡಿಕೊಳ್ಳುತ್ತಿದ್ದರು. ಎಷ್ಟು ಆಳವಾಗಿ ಮಿಸ್ ಮಾಡಿಕೊಳ್ಳುತ್ತಿದ್ದರೆಂದರೆ ಕೇಳುಗರ ಕಣ್ಣ ಮುಂದೆ ಅವರ ಮಧುರ ನೆನಪುಗಳು ಜೀವಂತವಾಗಿಬಿಡುತ್ತಿದ್ದವು. ಮೂರನೇ ಇಂಜಿನಿಯರ್ ಜೋಗಿಂದರ್ ಸಿಂಗ್ ಅವರಿಗೆ ಅಂತಹ ಯಾವುದೇ ಸ್ಮರಣೀಯ ಭೂತಕಾಲ ಇರಲಿಲ್ಲ. ಆದ್ದರಿಂದ ಮುಖೇಶ್ ವರ್ಮಾ ಅವರ ಭೂತಕಾಲದಲ್ಲಿ ಇಳಿದು, ಅವರ ರೋಮಾಂಚಕ ಕ್ಷಣಗಳಿಂದ ಮುಖೇಶ್ ವರ್ಮಾ ಅವರನ್ನು ಪಕ್ಕಕ್ಕೆ ಸರಿಸಿ ತಾವೇ ಹೀರೋ ಆಗಿಬಿಡುತ್ತಿದ್ದರು.

ವಯಸ್ಸು ಮತ್ತು ಸ್ಥಾನಮಾನಗಳಲ್ಲಿ ನಾನು ಆ ಮೂವರಿಗಿಂತ ಚಿಕ್ಕವನಾಗಿದ್ದರಿಂದ, ಎಲ್ಲರಿಗೂ ಗೌರವ ಕೊಡಬೇಕಾಗಿತ್ತು. ನಾನು ಅವರ ಮಾತುಕತೆಯಲ್ಲಿ, ತಮಾಷೆಯಲ್ಲಿ ಖಂಡಿತವಾಗಿ ಜೊತೆಯಾಗಿರುತ್ತಿದ್ದೆ ಆದರೆ ಸಕ್ರಿಯವಾಗಿ ಭಾಗವಹಿಸುತ್ತಿರಲಿಲ್ಲ. ಏಕೆಂದರೆ ನಾನು ವ್ಯಾವಹಾರಿಕವಾಗಿ ಅಷ್ಟೊಂದು ನಿಪುಣನಾಗಿರಲಿಲ್ಲ ಮತ್ತು ನನ್ನ ಬಳಿ ಯಾವುದೇ ರೀತಿಯ ತಮಾಷೆಯ ಅಥವಾ ಸಂತೋಷಪಡಿಸುವ ವಿಷಯಗಳು, ಅನುಭವಗಳು ಇರಲಿಲ್ಲ. ಶಫಿ ಸಾಹೇಬರು ನನ್ನನ್ನು ಸದಾ ಜೊತೆಯಲ್ಲಿ ಕರೆದುಕೊಂಡು ಹೋಗುತ್ತಿದ್ದರು. ನನ್ನನ್ನು ಸ್ಮಾರ್ಟ್ ಮಾಡುವ ಅವರ ಪ್ರಯತ್ನ ನಿರಂತರವಾಗಿ ನಡೆಯುತ್ತಿತ್ತು. ಅವರ ಲಖ್ನವಿ ಶೈಲಿಯಲ್ಲಿ, ಅವರು ನನಗೆ ಹಳೆಯ ಶಿಷ್ಟಾಚಾರಗಳನ್ನು, ನಂಬಿಕೆ, ನಿಷ್ಠೆಗಳನ್ನು ಕಲಿಸುತ್ತಿದ್ದರು. ಕುಟುಂಬದ ಸಿದ್ಧಾಂತಗಳು, ಆಚಾರ-ವಿಚಾರಗಳ ಬಗ್ಗೆ ಹೇಳುವಾಗ, ಆ ಹಳೆಯ ಸಂಗತಿಗಳನ್ನೆಲ್ಲ ಬಿಟ್ಟು ಸಮಯ ತುಂಬಾ ಮುಂದೆ ಹೋಗಿದೆ ಎನ್ನುವುದನ್ನು ಅವರು ಆಗಾಗ ಮರೆತುಬಿಡುತ್ತಿದ್ದರು.

ನನ್ನ ಇತರ ಸ್ನೇಹಿತರ ಬಳಿಯೂ ತಮ್ಮ ತಮ್ಮ ಕುಟುಂಬಗಳ ನೆನಪುಗಳಿದ್ದವು. ಅವುಗಳಲ್ಲಿ ಅವರ ಜನರು, ಅವರ ಸಂಬಂಧಗಳಿದ್ದವು. ಅವರು ತಮ್ಮ ಸುಖ ದುಃಖಗಳು, ಪ್ರೀತಿ, ಪ್ರೇಮ ಮತ್ತು ತಮ್ಮ ಪ್ರತೀಕಾರಗಳೊಂದಿಗೆ ಬದುಕುತ್ತಿದ್ದರು.

ನನ್ನ ಬಳಿ ಏನಿದೆ? ನಾನು ಯಾವ ವಂಶ, ಯಾವ ಪರಿವಾರದ ಸಂಬಂಧಗಳನ್ನು ಉಲ್ಲೇಖಿಸಲಿ? ನಾನು ಎಲ್ಲಿಂದ ಬಂದಿದ್ದೆನೋ ಅಲ್ಲಿ ಇನ್ನೂ ನಾಗರಿಕತೆ ಬರಬೇಕಿದೆ. ಇಲ್ಲಿಯವರೆಗೆ 'ಮನುಷ್ಯ'ನನ್ನು 'ವ್ಯಕ್ತಿ' ಎಂದು ಗುರುತಿಸಿ ಹೇಳುವ ಜೀವನದ ಯಾವುದೇ ಹರಿಯುವ ನದಿ ಅಲ್ಲಿ ತಲುಪಿಲ್ಲ.

ನಾನು ಅಭಿವೃದ್ಧಿ ಮತ್ತು ನಾಗರಿಕತೆಯ ಹರಿಯುವ ಹೊಳೆಯನ್ನು ದಾಟಿ ನೇರವಾಗಿ ಈ ಹಡಗಿಗೆ ಬಂದಿದ್ದೇನೆ. ಸುಸಂಸ್ಕೃತನಾಗದ ಒಬ್ಬ ಕಾಡುಮನುಷ್ಯನನ್ನು ಒಂದು ಭೌಗೋಳಿಕ ಪರಿಸರದಿಂದ ತೆಗೆದು ಇನ್ನೊಂದು ಭೌಗೋಳಿಕ ಪರಿಸರಕ್ಕೆ ಕರೆದೊಯ್ಯುವಂತೆ ನಾನು ಈ ಜಾಗತಿಕ ಹಿನ್ನೆಲೆಗೆ ಬಂದಿದ್ದೇನೆ.

ಚಿಕ್ಕ ಹಳ್ಳಿಯ ಕಾಲುದಾರಿಯಿಂದ ಪ್ರಪಂಚದ ಅತಿ ದೊಡ್ಡ ಟ್ರಾನ್ಸಿಟ್‌ವರೆಗಿನ ಈ ಪ್ರಯಾಣ ಮಾಡಿದ ನನ್ನ ಈ ಜಾಗತಿಕ ಸಮುದ್ರ ಸಂಚಾರಕ್ಕೂ ಮತ್ತು ನನ್ನ ವೈಯಕ್ತಿಕ ಜೀವನಕ್ಕೂ ಯಾವುದೇ ಸಾಮ್ಯತೆಯಿರಲಿಲ್ಲ. ನನ್ನ ಪ್ರಯಾಣಕ್ಕೆ ಯಾವುದೇ ಅರ್ಥಪೂರ್ಣ ಕಾರಣವಿಲ್ಲ. ನಾನೇಕೆ ಇಲ್ಲಿಗೆ ಬಂದೆ? ಇಲ್ಲೇನು ಮಾಡುತ್ತಿದ್ದೇನೆ?

ಒಂದು ರಾತ್ರಿ ಯೆಮೆನ್ ಬಂದರಿನಿಂದ ಹೊರಟು ಡೆಕ್ ಮೇಲೆ ನಿಂತು ನನಗೆ ನಾನೇ ಈ ಪ್ರಶ್ನೆ ಕೇಳಿಕೊಂಡಿದ್ದೆ. ಒಂದು ಅಸಹನೀಯವಾದ ಆಘಾತದಿಂದ ಉತ್ತರದ ಅರಿವಾಗಿತ್ತು. ಬಾಲ್ಯದಲ್ಲಿ ಆನೆಯ ಸಮ್ಮೋಹನ ನನ್ನನ್ನು ದಾರಿ ತಪ್ಪುವಂತೆ ಮಾಡಿತ್ತು. ಹಾಗೆಯೇ ಈಗ ಈ ಹಡಗು ನನ್ನನ್ನು ಎಲ್ಲೋ ಕರೆದುಕೊಂಡು ಹೋಗುತ್ತಿದೆ.

ಹರಿಯುವ ಜೀವನದ ಹೊಳೆಯ ಜೊತೆಗೆ ಸೇರಲು ಸಾಧ್ಯವಿಲ್ಲವೇ? ಪ್ರತಿಬಾರಿಯೂ 'ಹಡಗು', 'ಆನೆ'ಯಂಥ ಸಮ್ಮೋಹನದ ಗೋಡೆಗಳು ನನ್ನ ಮತ್ತು ನಿಜಜೀವನದ ನಡುವೆ ಗೋಡೆಯಂತೆ ನಿಲ್ಲುತ್ತಲೇ ಇರುತ್ತವೆಯೇ?

ಆ ರಾತ್ರಿ ಡೆಕ್ ಮೇಲೆ ಮೊದಲ ಬಾರಿಗೆ ಭವಿಷ್ಯದ ಜೀವನವನ್ನು ಅನುಮಾನದ ಕಣ್ಣುಗಳಿಂದ ನೋಡುತ್ತಿರುವಾಗ, ಭುಜದ ಮೇಲೆ ಯಾರೋ ಕೈಯಿಟ್ಟ ಅನುಭವವಾಯಿತು. ಆ ಕೈನ ಭಾರ ಮತ್ತು ಒತ್ತಡ ನನಗೆ ಅಪರಿಚಿತವಾಗಿರಲಿಲ್ಲ. ಪ್ರತಿ ಬಾರಿಯಂತೆ, ಈ ಬಾರಿಯೂ ಕ್ಯಾಪ್ಟನ್ ದತ್ ಮೊದಲು ನನ್ನ ಭುಜದ ಮೇಲೆ ಕೈಯಿಟ್ಟು, ತಮ್ಮ ಉದ್ದನೆಯ ತೋಳಿನಿಂದ ನನ್ನನ್ನು ಸುತ್ತುವರೆದರು. ಏನನ್ನೂ ಮಾತನಾಡದೆ ಅವರು ನನ್ನನ್ನು ತಮ್ಮೊಂದಿಗೆ ಕರೆದುಕೊಂಡು ಕಾರಿಡಾರ್ ಮೂಲಕ ನಡೆದು ಕ್ಯಾಬಿನ್ ತಲುಪಿ, ಕ್ಯಾಬಿನ್ ಬಾಗಿಲು ತೆರೆದರು.

ಆದರೆ ಈ ಬಾರಿ ತಲೆಬಾಗಿ ಸುಮ್ಮನೆ ಕ್ಯಾಬಿನ್ ಒಳಗೆ ಹೋಗುವ ಬದಲು ನಾನು ನಿಂತೆ. ಕಾರಿಡಾರ್‌ನ ಮಂದಬೆಳಕಿನಲ್ಲಿ ಮೊದಲ ಬಾರಿಗೆ ಯಾವುದೇ ಹಿಂಜರಿಕೆಯಿಲ್ಲದೆ ಅವರ ಕಣ್ಣುಗಳಲ್ಲಿ ಆಳವಾಗಿ ಇಣುಕಿ ನೋಡಿದೆ. ಈ ಮನುಷ್ಯನ ಒಳಗೆ ಏನು ನಡೆಯುತ್ತಿದೆ

ಎಂದು ನಾನೂ ನೋಡಬೇಕೆಂದುಕೊಂಡೆ. ಏಕೆಂದರೆ ಕೆಲವೇ ದಿನಗಳ ಹಿಂದೆ ಅವರನ್ನು ಮಧ್ಯರಾತ್ರಿಯಲ್ಲಿ ಡೆಕ್ ಮೇಲೆ ನೋಡಿದ್ದೆ. ರೇಲಿಂಗ್ ಬಳಿ ಅವರು ಕಲ್ಲಿನ ಪ್ರತಿಮೆಯಂತೆ ನಿಂತಿದ್ದರು. ಹತ್ತಿಪ್ಪತ್ತು ನಿಮಿಷ ಅಥವಾ ಒಂದೆರಡು ಗಂಟೆ ಅಲ್ಲ, ಅವರು ಪೂರ್ತಿ ನಾಲ್ಕು ಗಂಟೆಗಳ ಕಾಲ ಕದಲದೆ ನಿಂತಿದ್ದರು. ಬೆಳಗಾಗುವ ಹೊತ್ತಿಗೆ ನಾನು ಅವರ ಬಳಿಗೆ ಹೋಗಿ ಅವರ ಭುಜದ ಮೇಲೆ ನಿಧಾನವಾಗಿ ಕೈ ಹಾಕಿದೆ. ಅವರು ತಿರುಗಿ ನನ್ನತ್ತ ನೋಡಿದಾಗ ಅವರ ಕಣ್ಣುಗಳನ್ನು ನೋಡುತ್ತಲೇ ಉಳಿದೆ. ಆ ಕಣ್ಣುಗಳಲ್ಲಿ ಮೊದಲ ಬಾರಿಗೆ ನನಗೆ ಪ್ರಾಣಿಗಳ ಕಾಲಾತೀತ ಮತ್ತು ಅರ್ಥಹೀನ ಭಾವನೆ ಕಾಣಿಸಿತ್ತು. ನಾನು ತಕ್ಷಣ ನನ್ನ ನೋಟವನ್ನು ತಪ್ಪಿಸಿ, ನನ್ನ ಹಾವಭಾವಗಳಿಂದ ಆ ಕಣ್ಣುಗಳಲ್ಲಿ ಏನನ್ನು ನೋಡಿದೆ ಎಂದು ತೋರ್ಪಡಿಸಿಕೊಳ್ಳಲಿಲ್ಲ.

ಆದರೆ ಇಂದು ನಾನು ಅವರ ಕಣ್ಣುಗಳನ್ನು ಆಳವಾಗಿ ನೋಡಿದಾಗ, ಅವರೇ ಕಣ್ಣುಗಳನ್ನು ತಪ್ಪಿಸಿಕೊಂಡು, ತಕ್ಷಣವೇ ತಿರುಗಿ ಹೊರಟುಹೋದರು.

ಮರುದಿನ, ಬ್ರೇಕ್‌ಫಾಸ್ಟ್ ಸಮಯದಲ್ಲಿ ನಾನು ಮತ್ತೆ ಡೈನಿಂಗ್ ಹಾಲ್‌ನಲ್ಲಿ ಅವರನ್ನು ಎದುರಾದಾಗ, ನಾನು ಅವರ ಗುಪ್ತ ರಹಸ್ಯವನ್ನು ಅರಿತವನಂತೆ ನನ್ನ ನೋಟವನ್ನು ತಪ್ಪಿಸಿಕೊಳ್ಳುತ್ತಿದ್ದರು. ಆಗ ಅವರ ಮುಖದಲ್ಲಿ ಅನಾವಶ್ಯಕವಾದ ವೃತ್ತಿಪರ ಭಾವ ಕಾಣಿಸಿಕೊಂಡು ಅನಗತ್ಯವಾಗಿ ಕೆಲವು ಉದ್ಯೋಗಿಗಳಿಗೆ ಆದೇಶ, ಸೂಚನೆಗಳನ್ನು ನೀಡಲಾರಂಭಿಸಿದರು. ಆ ಸಮಯದಲ್ಲಿ ಅವಸರದಲ್ಲಿ ನೀಡುವ ಅವರ ಆದೇಶಗಳು ಮತ್ತು ಸೂಚನೆಗಳು ಎಷ್ಟು ಅಪ್ರಾಯೋಗಿಕವಾಗಿವೆ ಎಂದು ಅವರಿಗೆ ತಿಳಿದಿರಲಿಲ್ಲ. ಅವರ ಅಸಹನೆಯ ಮನಃಸ್ಥಿತಿಯನ್ನು ನೋಡಿ ಕೊನೆಗೆ ಅವರ ಕಣ್ಮುಂದಿನಿಂದ ದೂರ ಸರಿಯುವುದೇ ಒಳ್ಳೆಯದು ಅನ್ನಿಸಿತು.

ನನ್ನ ಮತ್ತು ಅವರ ನಡುವೆ ಏನೋ ಇದೆ ಎಂದು ಮೊದಲಿನಿಂದಲೂ ಅನಿಸಿತ್ತು – ಯಾವುದೋ ಅನುಪಯುಕ್ತ, ಕಡಿದುಹೋದ ಕೈಗೆ ಸಿಗದ ಸೂತ್ರ. ನಾವಿಬ್ಬರೂ ವಿಭಿನ್ನ ಹಿನ್ನೆಲೆಯಿಂದ ಬಂದವರು, ನಮ್ಮ ಸ್ಥಾನಗಳು ಮತ್ತು ವಯಸ್ಸಿನ ನಡುವೆ ದೊಡ್ಡ ಅಂತರವಿದೆ. ಆದರೆ ಒಬ್ಬರಿಗೊಬ್ಬರು ಸಂಪೂರ್ಣವಾಗಿ ಅಪರಿಚಿತರಾಗಿದ್ದರೂ ನಾವಿಬ್ಬರು ಪರಸ್ಪರರ ಆರೈಕೆಯಲ್ಲಿದ್ದೇವೆ. ಇದು ವಿಚಿತ್ರವಾದ ಮತ್ತು ರಹಸ್ಯವಾದುದು.

ನನಗೆ ಬೇಜಾರಾದಾಗೆಲ್ಲ ರಾತ್ರಿಯ ನೀರವತೆಯಲ್ಲಿ ಡೆಕ್‌ನ ರೇಲಿಂಗ್ ಹಿಡಿದುಕೊಂಡು ನಿಲ್ಲುತ್ತೇನೆ. ಆಗ ಪ್ರತಿ ಬಾರಿಯೂ ಅವರು ನನ್ನನ್ನು ನನ್ನ ಆಳವಾದ ಏಕಾಂತದಿಂದ ಹೊರಗೆ ತಂದು, ಏನನ್ನೂ ಹೇಳದೆ ಕೇಳದೆ, ಯಾವುದೇ ದೊಡ್ಡತನವನ್ನು ತೋರಿಸದೆ ಸಹಜ ಭಾವದಿಂದ ನನ್ನನ್ನು ಕ್ಯಾಬಿನ್‌ವರೆಗೆ ಬಿಡುತ್ತಾರೆ. ಆದರೆ ಪ್ರತಿಬಾರಿ ನಾನು ಕ್ಯಾಬಿನ್‌ಗೆ ಹೋಗಿ ಸುಮ್ಮನೆ ಮಲಗುವುದಿಲ್ಲ ಎಂದು ಅವರಿಗೆ ತಿಳಿದಿಲ್ಲ. ಅವರು ಹೋದಮೇಲೆ ಅನೇಕ ಬಾರಿ ಬಾಗಿಲು ತೆರೆದು ಅವರನ್ನು ಹಿಂಬಾಲಿಸಿದ್ದೇನೆ. ನನ್ನನ್ನು ಕ್ಯಾಬಿನ್‌ನ ಬಳಿ ಬಿಟ್ಟು ಅವರು ಮತ್ತೆ ಡೆಕ್ ಮೇಲೆ ಹೋಗಿ ನಾನು ಸ್ವಲ್ಪ ಸಮಯದ ಹಿಂದೆ ನಿಂತಿದ್ದ ಅದೇ ಜಾಗದಲ್ಲಿ ನಿಲ್ಲುವುದನ್ನು ಅನೇಕ ಬಾರಿ ನೋಡಿದ್ದೇನೆ.

ಆದರೆ ಅವರು ಪ್ರತಿಬಾರಿಯೂ ಶಾಂತವಾಗಿ ನಿಲ್ಲುವುದಿಲ್ಲ. ನನಗೆ ಅವರ ಮುಖದಲ್ಲಿನ ಭಾವನೆಗಳನ್ನು ಓದಲಾಗುತ್ತಿರಲಿಲ್ಲ. ಆದರೆ ಅವರ ಚಲನವಲನಗಳನ್ನು ನೋಡಿದರೆ ಅವರು ಸಮುದ್ರವನ್ನು ನೋಡುತ್ತಿಲ್ಲ, ಸಮುದ್ರದ ಮೇಲ್ಮೈಯಲ್ಲಿ ನಡೆಯುತ್ತಿರುವ ಯಾವುದೋ ಅಗೋಚರ ವಿದ್ಯಮಾನವನ್ನು ನೋಡುತ್ತಿದ್ದಾರೆ ಎಂದು ತೋರುತ್ತಿತ್ತು. ದೂರದಿಂದ ಏನನ್ನೋ ಬರುತ್ತಿರುವುದನ್ನು ನೋಡಿದವರಂತೆ ಅನೇಕ ಬಾರಿ ಇದ್ದಕ್ಕಿದ್ದಂತೆ ಗಾಬರಿಯಾಗುತ್ತಿದ್ದರು. ಅದು ತೇಲುತ್ತ ಒಮ್ಮೆಲೆ ಅವರ ಮುಂದೆ ಬಂದಂತೆ ಹೆದರಿ ಒಂದೆರಡು ಹೆಜ್ಜೆ ಹಿಂದಕ್ಕೆ ಇಡುತ್ತಿದ್ದರು. ನಂತರ ಓಡಿಹೋಗಿ ಕಂಟೈನರ್ ಹಿಂದೆ ಅಡಗಿಕೊಂಡು, ನಿಧಾನವಾಗಿ ಇಣುಕಿ ಅದನ್ನು ನೋಡುತ್ತಿದ್ದರು.

ಆದರೆ ಪ್ರತಿಬಾರಿಯೂ ಅವರು ಭಯದಿಂದ ಬಚ್ಚಿಟ್ಟುಕೊಳ್ಳುತ್ತಿರಲಿಲ್ಲ. ಹಲವು ಬಾರಿ ಅವರು ತುಂಬಾ ಆಕ್ರಮಣಕಾರಿ ಮತ್ತು ಕೋಪಗೊಂಡಂತೆ ಕಾಣಿಸುತ್ತಿದ್ದರು. ಎದುರಿಗೆ ನಡೆಯುತ್ತಿರುವುದನ್ನು ಕಂಡು ವಿಪರೀತ ಕೋಪಗೊಂಡಂತೆ ತೋರುತ್ತಿದ್ದರು. ಅವರು ಮತ್ತೆ ಮತ್ತೆ ಆ ಕಡೆಯಿಂದ ಈ ಕಡೆಗೆ, ಈ ಕಡೆಯಿಂದ ಆ ಕಡೆಗೆ ನಡೆದಾಡುತ್ತಿದ್ದರು. ಹತಾಶೆಯ, ದುಃಖದ ನಿಟ್ಟುಸಿರು ಬಿಡುತ್ತಿದ್ದರು, ಎಚ್ಚರಿಕೆ ಕೊಡುವವರಂತೆ ಬೆರಳನ್ನು ಎತ್ತುತ್ತಿದ್ದರು, ಕಾಲುಗಳಿಂದ ನೆಲಕ್ಕೆ ಒದೆಯುತ್ತಿದ್ದರು, ಇನ್ನೂ ಕೆಲವೊಮ್ಮೆ ತಮ್ಮ ಮುಷ್ಟಿಯಿಂದ ರೇಲಿಂಗ್ ಮೇಲೆ ಹೊಡೆಯುತ್ತಿದ್ದರು.

ಈ ರಾತ್ರಿಯ ಸಮಯದಲ್ಲಿ ಆತ್ಮ ನಿಯಂತ್ರಿತ ಕ್ಯಾಪ್ಟನ್‌ನನ್ನು ನನ್ನ ಹೊರತಾಗಿ ಯಾರೂ ನೋಡಿರಲಿಲ್ಲ. ಅವರ ಬಳಿಗೆ ಹೋಗಿ ಭುಜದ ಮೇಲೆ ಕೈ ಹಾಕುವ ಅಥವಾ ತೋಳುಗಳಿಂದ ಸುತ್ತುವರಿದು ಅವರನ್ನು ಕ್ಯಾಬಿನ್‌ಗೆ ಕರೆದೊಯ್ಯುವ ಧೈರ್ಯ ನನಗೆ ಇರಲಿಲ್ಲ.

●

ಮುಂಬೈನಿಂದ ಸಿಂಗಾಪೂರ್, ಸಿಂಗಾಪೂರಿನಿಂದ ತೈವಾನ್, ತೈವಾನ್‌ನಿಂದ ಯೆಮೆನ್ ಮೂಲಕ ಜಪಾನ್, ಮಲೇಷ್ಯಾ ಮತ್ತು ಇಂಡೋನೇಷ್ಯಾದ ಬಂದರುಗಳಲ್ಲಿ ಸರಕುಗಳನ್ನು ಲೋಡ್ ಮತ್ತು ಅನ್‌ಲೋಡ್ ಮಾಡಿ, ಆರು ತಿಂಗಳಾದ ಮೇಲೆ ನಮ್ಮ ಹಡಗು ಮುಂಬೈಗೆ ಹಿಂತಿರುಗುವ ಹೊತ್ತಿಗೆ ಹಡಗಿನ ಸಿಬ್ಬಂದಿಯಾದ ನಾವೆಲ್ಲರೂ ಬಹುತೇಕ ಸರಕುಗಳಾಗಿ ಮಾರ್ಪಟ್ಟಿದ್ದೆವು.

ನಾನೀಗ ವಾಪಸು ಭೂಮಿಯ ಮೇಲಿದ್ದೇನೆ. ಭೂಮಿಯಿಂದ ದೂರ ಮತ್ತು ಆಳವಾದ ನೀರಿನಲ್ಲಿ ಕಳೆದ ಆರು ತಿಂಗಳ ಅವಧಿ ನನಗೆ ಬಹಳಷ್ಟು ಕಲಿಸಿತು. ನನಗಾದಂತಹ ಅನುಭವಗಳು ನೆಲದ ಮೇಲಿನ ಅನುಭವಗಳಿಗಿಂತ ಸಂಪೂರ್ಣವಾಗಿ ಭಿನ್ನವಾಗಿದ್ದವು. ಆದರೆ ನೆಲಕ್ಕೆ ಕಾಲಿಟ್ಟ ತಕ್ಷಣ ಬೇರೆ ತರಹದ ಭಾವನೆಗಳು ನನ್ನನ್ನು ಆವರಿಸಿಕೊಂಡವು. ನಾನು ದುಃಸ್ವಪ್ನದಿಂದ ಎಚ್ಚರಗೊಂಡಂತೆ ಭಾಸವಾಯಿತು. ಇಲ್ಲಿಯವರೆಗೆ ನಾನು ಯಾವುದೋ ಅರ್ಥಹೀನ ಫ್ಯಾಂಟಸಿಯಲ್ಲಿದ್ದೆ, ಈಗ ನಿಜವಾದ ಜಗತ್ತು ನನ್ನ ಸುತ್ತಲೂ ಇದೆ ಎನಿಸಿತು.

ಬಂದರಿನಿಂದ ಸಿ.ಎಸ್.ಟಿ. ಟರ್ಮಿನಸ್ ತನಕ ಸ್ನೇಹಿತರೆಲ್ಲ ನನ್ನ ಜೊತೆಗಿದ್ದರು. ಅವರು ಖುಷಿಯಿಂದ ಚಿಲಿಪಿಲಿಗುಟ್ಟುತ್ತಿದ್ದರು. ಆರು ತಿಂಗಳ ಏಕಾಂಗಿ ವಲಸೆಯ ನಂತರ ಅವರು ತಮ್ಮ ಮನೆಗಳಿಗೆ ಮರಳುತ್ತಿದ್ದರು. ಅವರ ಮೊಬೈಲ್ ಫೋನುಗಳು ನಿರಂತರವಾಗಿ ರಿಂಗಣಿಸುತ್ತಿದ್ದವು. ಬಹುದಿನಗಳಾದ ಮೇಲೆ ಅವರು 'ಕವರೇಜ್ ಏರಿಯಾ'ಗೆ ಬಂದಿದ್ದರು. ಈಗ ಅವರ ಭಾವನೆಗಳು ಒಂದು ಮೊಬೈಲ್ ಟವರ್‌ನಿಂದ ಇನ್ನೊಂದು ಮೊಬೈಲ್ ಟವರ್‌ಗೆ ಮುಕ್ತವಾಗಿ ಹರಿಯುತ್ತಿದ್ದವು. ಅವರು ತಮ್ಮ ಮಕ್ಕಳನ್ನು ಚುಂಬಿಸುತ್ತಿದ್ದರು, ತಮ್ಮ ಹೆಂಡತಿಯನ್ನು ತಮ್ಮ ತೋಳುಗಳಲ್ಲಿ ಬಂಧಿಸಿಕೊಳ್ಳುತ್ತಿದ್ದರು, ತಮ್ಮ ತಂದೆ ತಾಯಿಯ ಪಾದಗಳನ್ನು ಸ್ಪರ್ಶಿಸುತ್ತಿದ್ದರು, ಗೆಳೆಯರನ್ನು ತಬ್ಬಿಕೊಳ್ಳುತ್ತಿದ್ದರು ಮತ್ತು ಇದೆಲ್ಲವನ್ನೂ ಅವರು ತಮ್ಮ ಸೆಲ್ ಫೋನ್‌ಗಳ ಮೂಲಕ ಮಾಡುತ್ತಿದ್ದರು. ಆದರೆ ಈ ಯಾಂತ್ರಿಕ ಸಂಬಂಧಗಳ ಹೊರತಾಗಿಯೂ, ಆ ಜನರು ತಮ್ಮ ಅನುಭವಗಳನ್ನು, ಭಾವನೆಗಳನ್ನು ಸರಿಯಾಗಿ ಅನುಭವಿಸುವ ಮತ್ತು ಸ್ವೀಕರಿಸುವ ಮಾನವೀಯ ಗುಣಗಳನ್ನು ಹೊಂದಿದ್ದರು. ಅವರು ಈಗ ಜಡವಾದ 'ಕಾರ್ಗೋ'ನಿಂದ ಜೀವಂತ ಮನುಷ್ಯರಾಗಿ ರೂಪಾಂತರಗೊಂಡು ತಮ್ಮ ಕುಟುಂಬ ಜೀವನದ ಸಂತೋಷಗಳನ್ನು ಸಂಪೂರ್ಣವಾಗಿ ಜೀವಿಸುತ್ತಿದ್ದರು.

ನಾನು ಗ್ರಾನೈಟ್ ಕಟ್ಟೆಯ ಮೇಲೆ ಕುಳಿತುಕೊಂಡು ಆ ಅಗೋಚರ ಭಾವನೆಗಳು ಹರಿಯುವುದನ್ನು ನೋಡುತ್ತಿದ್ದೆ. ಮೊಬೈಲ್ ಟವರ್‌ಗಳ ಮೂಲಕ ಹರಿಯುವ ಈ ಮಾನವೀಯ ಅನುಭೂತಿಗಳ ತರಂಗಗಳನ್ನು ಮತ್ತು ಅವುಗಳ ವಿಭಿನ್ನ ಛಾಯೆಗಳನ್ನು ನೋಡಲು ಎಲ್ಲರಿಗೂ ಸಾಧ್ಯವಿಲ್ಲ. ಇದನ್ನು ನೋಡಲು ವಿಭಿನ್ನ ರೀತಿಯ ಪಾರದರ್ಶಕತೆಯ ಅಗತ್ಯವಿದೆ. ದುರದೃಷ್ಟವಶಾತ್ ಯಾವುದೇ ಕುಟುಂಬ ಜೀವನವನ್ನು ಹೊಂದಿರದ ಅಥವಾ ಜೀವನ ಶಿಥಿಲಗೊಂಡ ನನ್ನಂತಹವರಿಗೆ ಮಾತ್ರ ಇದನ್ನು ನೋಡಲು ಸಾಧ್ಯವಾಗುವುದಿಲ್ಲ.

ನಾಲ್ಕು ವರ್ಷಗಳ ಹಿಂದೆ ರಾಯಪುರ ರೈಲು ನಿಲ್ದಾಣದ ಬೆಂಚಿನ ಮೇಲೆ ಕುಳಿತಿದ್ದಂತೆಯೇ ಇಂದು ಮತ್ತೆ ಜನನಿಬಿಡ ರೈಲ್ವೇ ಟರ್ಮಿನಸ್‌ನಲ್ಲಿ ಕುಳಿತಿದ್ದೇನೆ – ಅಷ್ಟೇ ನಿರುದ್ದೇಶದಿಂದ ಮತ್ತು ಅಷ್ಟೇ ಭಾರವಿಲ್ಲದೆ. ಎಲ್ಲಿಗೆ ಹೋಗುವುದು ಮತ್ತು ಎಲ್ಲಿಗೋ ಹೋಗುವುದು ಎಂದು ಯಾವ ಉತ್ಸಾಹವೂ ಬೇಸರವೂ ಇಲ್ಲದೇ ಕಾದು ಕುಳಿತಿದ್ದೆ.

ನನ್ನ ಜೇಬಿನಲ್ಲಿದ್ದ ಆ ದುಂಡು ಕಲ್ಲಿನ ಮೇಲೆ ನನ್ನ ಬೆರಳುಗಳು ಮತ್ತೆ ಚಲಿಸತೊಡಗಿದವು. ಜನರು ತಮ್ಮ ಪ್ರೀತಿಪಾತ್ರರ ಜೊತೆಗೆ ಇರುವ ಸಂಬಂಧದಂತೆ ಆ ಕಲ್ಲು ಈಗ ನನ್ನ ಇಂದ್ರಿಯಗಳೊಂದಿಗೆ ಅಂಥದೇ ಸಂಬಂಧವನ್ನು ಬೆಳೆಸಿಕೊಂಡಿದೆ. ಅದನ್ನು ಸ್ಪರ್ಶಿಸಿದಾಗ ರೋಮಾಂಚನವಾಗುತ್ತದೆ. ಅದು ನನ್ನ ಶಾಂತವಾದ ನರಮಂಡಲದಲ್ಲಿ ವಿದ್ಯುತ್ ಹರಿಸುತ್ತದೆ. ಆದರೆ ಅದರ ಕಂಪನ ಮತ್ತು ಸ್ಪಂದನೆಯನ್ನು ಯಾವುದೇ ಮಾನವೀಯ ಅನುಭೂತಿಯೊಂದಿಗೆ ಹೋಲಿಸುವುದರ ಮೂಲಕ ಅದನ್ನು ಅಗೌರವಗೊಳಿಸಲು ಬಯಸುವುದಿಲ್ಲ. ಅದು ಕೇವಲ ಒಂದು ಕಲ್ಲು. ನನಗೆ ಪ್ರಿಯವಾದ ಕಲ್ಲು.

ಸ್ವಲ್ಪ ಸಮಯದ ನಂತರ ಕಲ್ಲು ಸಂಪರ್ಕಕ್ಕೆ ಬರುವುದರ ಜೊತೆಗೆ ಹಿಂದೆ ಪರಿಚಿತವಾದ ಅನ್ಯೋನ್ಯತೆ ಅನುಭವಕ್ಕೆ ಬಂತು. ಕಲ್ಲಿನ ಮೇಲೆ ವೃತ್ತಾಕಾರವಾಗಿ ಚಲಿಸುತ್ತಿದ್ದ ಬೆರಳುಗಳು

ತನ್ನಿಂತಾನೇ ನಿಂತವು. ನನ್ನನ್ನು ನಾ ತಯಾರು ಮಾಡಿಕೊಂಡೆ. ನನ್ನ ಭುಜವನ್ನು ಮುಟ್ಟುವ ಮುಂದಿನ ಕೈ ಧನಂಜಯನದ್ದು ಎಂದು ನನಗೆ ತಿಳಿದಿತ್ತು ಮತ್ತು ನನ್ನ ಊಹೆ ಸಂಪೂರ್ಣವಾಗಿ ನಿಜವಾಗಿತ್ತು. ಭುಜದ ಮೇಲೆ ಸ್ನೇಹದ ಕೈ ತಟ್ಟಿದ ತಕ್ಷಣ ಎದ್ದು ಹಿಂದೆ ತಿರುಗಿ ಧನಂಜಯನನ್ನು ತಬ್ಬಿಕೊಂಡೆ. ಈ ಅನಪೇಕ್ಷಿತ, ತ್ವರಿತ ಮತ್ತು ಹಠಾತ್ ಅಪ್ಪುಗೆ ಧನಂಜಯನಿಗೆ ಸಂತೋಷ ಮತ್ತು ಆಶ್ಚರ್ಯ ಉಂಟು ಮಾಡಿತು.

"ನಾನು ನಿನ್ನ ಹಿಂದೆ ನಿಂತಿದ್ದೇನೆ ಎಂದು ನಿನಗೆ ಹೇಗೆ ಗೊತ್ತಾಯಿತು?"

"ಗೆಳೆಯಾ! ನಿನ್ನನ್ನು ಮಾತ್ರ ಬೆನ್ನ ಹಿಂದೆ ನಿಂತರೂ ಗುರುತು ಹಿಡಿಯಬಲ್ಲೆ."

"ಓಹೋ, ಹಾಗಾ ಗೆಳೆಯಾ. ತುಂಬಾ ಚೆನ್ನಾಗಿದೆ. ಜನರು ತಮ್ಮ ಬೆನ್ನ ಹಿಂದೆ ಚೂರಿ ಹಾಕುವವರನ್ನು ಗುರುತಿಸಲು ಸಾಧ್ಯವಾಗುವುದಿಲ್ಲ. ಆದರೆ ನೀನು ಬೆನ್ನ ಹಿಂದೆ ಇರುವ ಗೆಳೆಯನನ್ನು ಗುರುತಿಸಿದ್ದೀಯಾ."

ನಾನು ಮುಗುಳ್ನಕ್ಕು, ಆರು ತಿಂಗಳ ಹಿಂದಿನ ಮಾತುಗಳನ್ನು ನೆನಪಿಸಿಕೊಳ್ಳುತ್ತಾ ಹೇಳಿದೆ, "ಶಾಸ್ತ್ರೀಜಿಯವರು ಹೇಳಿದ್ದರು, ಯಾವ ಸ್ನೇಹದಲ್ಲಿ ಮುಚ್ಚುಮರೆ ಇರುವುದಿಲ್ಲವೋ, ಅದು ಹೆಚ್ಚು ನಿಕಟವಾಗಿರುತ್ತದೆ."

ಧನಂಜಯ ನನ್ನ ಮಾತನ್ನು ಗಂಭೀರವಾಗಿ ಸ್ವೀಕರಿಸಿ ತಲೆಯಾಡಿಸಿದ. ಅವನು ಕೂಡ ದನಿಗೂಡಿಸಿದ. "ಶಾಸ್ತ್ರೀಜಿಯವರು ಹೇಳಿದ್ದು ಸಂಪೂರ್ಣ ಸರಿಯಾಗಿದೆ. ಆದರೆ ತುಂಬಾ ಆತ್ಮೀಯರಾಗಿರುವ ಜನರು ಒಬ್ಬರಿಂದೊಬ್ಬರು ಏಕೆ ದೂರವಾಗುತ್ತಾರೆ ಎಂದು ಏಕೆ ಹೇಳಲಿಲ್ಲ?"

"ಶಾಸ್ತ್ರೀಜಿ ಅವರಿಗೆ ಇದು ಚೆನ್ನಾಗಿ ಗೊತ್ತಿತ್ತು" ನನ್ನ ಮಾತನ್ನು ಗಂಭೀರವಾಗಿ ಹೇಳಲು, ಮುಖದಲ್ಲಿ ಸ್ವಲ್ಪ ನಾಟಕೀಯತೆಯನ್ನು ಬೆರೆಸಿ ನಾನು ಹೇಳಿದೆ. "ದೂರ ಮತ್ತು ಅಂತರವು ಪ್ರೀತಿಯನ್ನು ಹೆಚ್ಚಿಸುತ್ತದೆ. ಆದ್ದರಿಂದ, ಶಾಸ್ತ್ರೀಜಿಯವರ ಮಾರ್ಗವನ್ನು ಅನುಸರಿಸುವವರು ಯಾವಾಗಲೂ ಒಟ್ಟಿಗೆ ಇರುವ ಬದಲು, ಭೇಟಿಯಾಗುವ ಮತ್ತು ದೂರವಾಗುವ ಪ್ರಕ್ರಿಯೆಯನ್ನು ಮುಂದುವರಿಸಬೇಕು."

ಧನಂಜಯ ಮತ್ತೊಮ್ಮೆ ಖುಷಿಪಟ್ಟು ನನ್ನನ್ನು ತಬ್ಬಿ, "ಗೆಳೆಯಾ, ನೀನು ಈಗ ತುಂಬಾ ಚೆನ್ನಾಗಿ ಮಾತನಾಡಲು ಶುರುಮಾಡಿದ್ದೀಯ."

"ಒಳ್ಳೆಯ ವ್ಯಕ್ತಿ ಮುಂದೆ ನಿಂತಿದ್ದರೆ, ಬಾಯಿಂದ ಒಳ್ಳೆಯ ಮಾತುಗಳೇ ಹೊರಬರುತ್ತವೆ" ತನ್ನ ಹೊಗಳಿಕೆ ಕೇಳಿ ಧನಂಜಯ ಸ್ವಲ್ಪ ನಾಚಿಕೊಂಡ. ನಾವಿಬ್ಬರೂ ನಮ್ಮ ನಮ್ಮ ಏರ್‌ಬ್ಯಾಗ್‌ಗಳನ್ನು ಎತ್ತಿಕೊಂಡು ಟಿಕೆಟ್ ಕಿಟಕಿಯತ್ತ ನಡೆದೆವು.

ಮುಂಬೈನಿಂದ ರಾಯಪುರದ ಆ ಪ್ರಯಾಣದಲ್ಲಿ ನಾವು ತುಂಬಾ ಮಾತನಾಡಿದೆವು. ವಿವಿಧ ನಿಲ್ದಾಣಗಳಿಂದ ವಿವಿಧ ಆಹಾರ ಪದಾರ್ಥಗಳನ್ನು ತಿನ್ನುತ್ತಾ, ಪ್ರತಿ ನಗರದ ಸ್ಥಳೀಯ ಭಾಷೆಯನ್ನೂ ಸವಿಯುತ್ತಾ, ಪ್ರಯಾಣಿಕರ ನಗುವನ್ನು ಮತ್ತು ಅವರ ವಿಶಿಷ್ಟ ಕಾಳಜಿಯನ್ನು ಶಾಸ್ತ್ರೀಜಿಯವರ 'ಆಲೋಚನೆ'ಗೆ ಹೊಂದಿಸುತ್ತಾ, ರಾಯಪುರವನ್ನು ತಲುಪಿದಾಗ ನಮಗೆ

ತುಂಬಾ ಸಂತೋಷವಾಗಿತ್ತು. ಕಳೆದ ಆರು ತಿಂಗಳ ಒಂಟಿತನ ಮತ್ತು ಒರಟು ಭಾವನೆಗಳ ಕುರುಹೂ ಉಳಿದಿರಲಿಲ್ಲ.

ಆ ಪ್ರಯಾಣದಲ್ಲಿ ನಾವು ಶಾಸ್ತ್ರೀಜಿಯವರ ನೆಪದಲ್ಲಿ ಅನೇಕ ವಿಷಯಗಳ ಬಗ್ಗೆ ಮಾತನಾಡಿದೆವು. ಆದರೆ ನಾನು ಅಥವಾ ಧನಂಜಯ, ಶಾಸ್ತ್ರೀಜಿಯವರ ವ್ಯಕ್ತಿತ್ವದ ಘನತೆಗೆ ಧಕ್ಕೆಯಾಗಲು ಅವಕಾಶ ನೀಡಲಿಲ್ಲ ಮತ್ತು ತಮಾಷೆಗಾಗಿಯೂ ಅವರಿಗೆ ಅಗೌರವ ತೋರಲಿಲ್ಲ. ಶಾಸ್ತ್ರೀಜಿಯವರ ಆದರ್ಶಗಳ ಬಗ್ಗೆ ನಮಗೆ ಏನೂ ತಿಳಿದಿಲ್ಲದಿದ್ದರೂ, ನಾವು ಅವರ ಮೃದು ಮುಗ್ಧ ನಗುವಿನ ಚಿತ್ರವನ್ನು ನೋಡಿದ್ದೆವು. ಅವರ ಅದೇ ನಗು ನಮ್ಮಿಬ್ಬರ ಸಂಬಂಧದ ಕೇಂದ್ರಬಿಂದುವಾಗಿತ್ತು.

ರಾಯಪುರ ನಿಲ್ದಾಣದಲ್ಲಿ ನಾವಿಬ್ಬರೂ ಒಬ್ಬರನ್ನೊಬ್ಬರು ಅಪ್ಪಿಕೊಂಡು ವಿದಾಯ ಹೇಳಿದೆವು. ಧನಂಜಯ ಹೋದಮೇಲೆ ಸ್ವಲ್ಪ ಹೊತ್ತು ಹಾಗೇ ನಿಂತಿದ್ದೆ. ಆಮೇಲೆ ರೈಲ್ವೆ ನಿಲ್ದಾಣದಿಂದ ಹೊರಬಂದು ಬಸ್ ನಿಲ್ದಾಣಕ್ಕೆ ಹೋಗಲು ರಿಕ್ಷಾ ಹತ್ತಿದೆ. ಸುಮಾರು ನಾಲ್ಕು ವರ್ಷಗಳಾದ ಮೇಲೆ ಈ ನಗರವನ್ನು ನೋಡುತ್ತಿದ್ದೆ. ಖಂಡಿತವಾಗಿಯೂ ಕೆಲವು ಬದಲಾವಣೆಗಳು ಕಾಣಿಸುತ್ತಿದ್ದವು. ಆದರೆ ಅವು ಕೇವಲ ಮೇಲ್ನೋಟಕ್ಕೆ ಕಾಣುವ ಸಣ್ಣಪುಟ್ಟ ಬದಲಾವಣೆಗಳಾಗಿದ್ದವು. ಆದರೂ ಅವು ನಗರದ ಮನೋಧರ್ಮಕ್ಕೆ ಅಷ್ಟಾಗಿ ಹೊಂದಿಕೆಯಾಗುತ್ತಿರಲಿಲ್ಲ. ರಸ್ತೆಯ ಒಂದು ಬದಿಯಲ್ಲಿ, ಫುಟ್‌ಪಾತ್‌ಗೆ ಅಂಟಿಸಿ ಒಂದು ವೇದಿಕೆಯನ್ನು ಸಿದ್ಧಪಡಿಸಲಾಗಿತ್ತು. ಅದರಲ್ಲಿ ಮರ ಗಿಡಗಳನ್ನು ಹೊರತುಪಡಿಸಿ, ಆದಿವಾಸಿ ಕಲಾವಿದರ ಶಿಲ್ಪಗಳನ್ನು ಇರಿಸಲಾಗಿತ್ತು. ಆ ಉದ್ದನೆಯ ಅಸಂಸ್ಕೃತ ಆರ್ಟ್ ಗ್ಯಾಲರಿಯ ಗೋಡೆಗಳ ಮೇಲೆ ವರ್ಣರಂಜಿತ ಟೆರಾಕೋಟಾದ ಮ್ಯೂರಲ್ ಅಂಟಿಸಲಾಗಿತ್ತು. ಆದಿವಾಸಿ ಜನಾಂಗದವರ ಬಗ್ಗೆ ಸರ್ಕಾರದ ವಿಶೇಷ ಆಸಕ್ತಿಗೆ ವ್ಯತಿರಿಕ್ತವಾಗಿ, ರಸ್ತೆಯ ಇನ್ನೊಂದು ಬದಿಯಲ್ಲಿ ಅನೇಕ ಹೆಸರಾಂತ ಕಂಪನಿಗಳ ಶೋರೂಂಗಳನ್ನು ತೆರೆದು, ಅಲ್ಲಿ ಪ್ರಕಾಶಮಾನವಾದ ಜಾಹೀರಾತು ಫಲಕಗಳನ್ನು ಹಾಕಲಾಗಿತ್ತು. ಒಂದೆಡೆ ಆದಿಯುಗದ ಜೀವನ, ಇನ್ನೊಂದೆಡೆ ಆಧುನಿಕ ಮಾರುಕಟ್ಟೆಗಳು; ಒಂದೆಡೆ ಟೆರಾಕೋಟಾ ಮ್ಯೂರಲ್‌ಗಳು, ಇನ್ನೊಂದೆಡೆ ಡಿಜಿಟಲ್ ಸೈನ್ ಬೋರ್ಡ್‌ಗಳು.

ಈ ಪೆಡಲ್ ರಿಕ್ಷಾದ ಬದಲು ಆಟೋರಿಕ್ಷಾದಲ್ಲಿ ಕುಳಿತಿದ್ದರೆ ಈ ಎಲ್ಲ ವಿಷಯಗಳತ್ತ ನನ್ನ ಗಮನ ಹೋಗುತ್ತಿರಲಿಲ್ಲ. ನಾವು ಪೆಡಲ್ ರಿಕ್ಷಾದಲ್ಲಿ ಒಂದು ಸ್ಥಳದಿಂದ ಇನ್ನೊಂದು ಸ್ಥಳಕ್ಕೆ ಹೋದಾಗ, ಆ ಪರಿಸರವನ್ನು ಅರ್ಥಮಾಡಿಕೊಳ್ಳಲು ನಮಗೆ ಪೂರ್ಣ ಸಮಯ ಸಿಗುತ್ತದೆ. ಪೆಡಲ್ ರಿಕ್ಷಾದ ನಿಧಾನವಾದ ಗುಂಗು ನಮ್ಮ ಸುತ್ತಲಿನ ಪರಿಸರದೊಂದಿಗಿನ ನಮ್ಮ ಪರಿಚಯವನ್ನು ಹೆಚ್ಚಿಸುತ್ತದೆ. ಆದರೆ ಅದೇ ರಸ್ತೆಯಲ್ಲಿ ವೇಗವಾಗಿ ಚಲಿಸುವ ವಾಹನಗಳೂ ಇರುತ್ತವೆ. ಅವು ಕೆಲವೊಮ್ಮೆ ಪೆಡಲ್ ರಿಕ್ಷಾಗಳ ನಿಧಾನವಾದ ಶಬ್ದದಿಂದ ಸಿಟ್ಟಿಗೆದ್ದು ಅವುಗಳಿಗೆ ಢಿಕ್ಕಿ ಹೊಡೆದು ಮುಂದೆ ಹೋಗಿಬಿಡುತ್ತವೆ.

ಹೋಗಲಿ ಬಿಡಿ, ಸನ್ನಿವೇಶ ಹೇಗಿದೆಯೆಂದರೆ ಅರ್ಧ ನಗರವು ತನ್ನ ಮಲ್ಟಿಪ್ಲೆಕ್ಸ್ ಮಹತ್ವಾಕಾಂಕ್ಷೆಗಳೊಂದಿಗೆ ತ್ವರಿತವಾಗಿ ಮತ್ತು ವೇಗವಾಗಿ ಬೆಳೆಯುವ ಆತುರದಲ್ಲಿದೆ;

ಉಳಿದ ಅರ್ಧವು ತನ್ನ ಹಳೆಯ ವ್ಯವಹಾರಗಳು, ವಿಚಿತ್ರವಾದ ಅಡ್ಡಾದಿಡ್ಡಿ ಮನೆಗಳು, ಅತಿಕ್ರಮಣದ ದೇವರು, ಭಜರಂಗಬಲಿಯ ದೇವಾಲಯಗಳು ಮತ್ತು ರಸ್ತೆಗಡ್ಡಿಪಡಿಸುವ ಬಾಬಾಗಳ ಗೋರಿಗಳಿಗೆ ಅಂಟಿಕೊಂಡು ಕೂತಿದೆ.

ಇಂತಹ ದ್ವಿಮುಖ ಬದಲಾವಣೆಗಳು ಹಳ್ಳಿಗಳ ಕಡೆಗೆ ಹೋಗಿರಬಹುದೇ? ಬಸ್ಸಿನಲ್ಲಿ ಕುಳಿತ ಮೇಲೆ ನನಗೆ ಬಹಳ ದಿನಗಳ ನಂತರ ಹಳ್ಳಿ ನೆನಪಾಯಿತು. ಆ ಕಾಲುದಾರಿ, ಆ ಕವಲುದಾರಿ ಮತ್ತು ಎಲ್ಲಕ್ಕಿಂತ ಕೊನೆಗೆ ಮನೆಯ ನೆನಪಾಯಿತು. ಮನೆಯ ಕಲ್ಪನೆ ಬಂದ ನಂತರ ನನ್ನ ಮನಸ್ಸು ಏಕೋ ಮಂಕಾಯಿತು. ನನ್ನೊಳಗೆ ಏನೋ ಒಂದಿತ್ತು. ಅದು ನನ್ನ ನೆನಪುಗಳಿಗೂ ಮನೆಯ ಹತ್ತಿರ ಹೋಗುವುದನ್ನು ತಡೆಯಲು ಬಯಸುತ್ತಿತ್ತು.

ಈ ಮನೆಗೆ ಮರಳುವುದರಲ್ಲಿ ನನ್ನಲ್ಲಿ ಯಾವುದೇ ಸಡಗರವಾಗಲಿ, ಉತ್ಸಾಹವಾಗಲಿ ಇರಲಿಲ್ಲ. ಆದರೆ ಬಾಸಾಮುಡಾದಲ್ಲಿ ಬಸ್ ನಿಂತ ತಕ್ಷಣ ನಾನು ಸದ್ದಿಲ್ಲದೆ ಇಳಿದು, ನಾಲ್ಕು ವರ್ಷಗಳಿಂದ ಕಾಲುದಾರಿಯ ರೂಪದಲ್ಲಿ ನೆನಪಿಸಿಕೊಳ್ಳುತ್ತಿದ್ದ ದಾರಿಯತ್ತ ಸಾಗಿದೆ. ಆದರೆ ಈ ನಾಲ್ಕು ವರ್ಷಗಳಲ್ಲಿ ಈ ಕಾಲುದಾರಿ ಉತ್ತಮ ರಸ್ತೆಯಾಗಿ ಬದಲಾಗಿತ್ತು, ಆ ರಸ್ತೆಯ ಅರ್ಧಕ್ಕೂ ಹೆಚ್ಚಿನ ಭಾಗಕ್ಕೆ ಡಾಂಬರಿನ ಕೆಲಸವೂ ಮುಗಿದು, ಅನೇಕ ದೊಡ್ಡ ವಾಹನಗಳ ಚಕ್ರದ ಗುರುತುಗಳು ಅಭಿವೃದ್ಧಿಯು ಅತ್ಯಂತ ವೇಗವಾಗಿ ನಡೆಯುತ್ತಿದೆ ಎಂದು ಹೇಳುತ್ತಿದ್ದವು.

ಆದರೆ ಮುಂದೆ ಸಾಗುತ್ತಿದ್ದಂತೆ ರಸ್ತೆಯ ಎರಡೂ ಬದಿಗಳಲ್ಲಿನ ಹೊಲಗಳು ಸಂಪೂರ್ಣ ನಿರ್ಜನವಾಗಿರುವುದನ್ನು ಕಂಡು ಅಚ್ಚರಿಯಾಯಿತು. ಆ ಹೊಲಗಳಲ್ಲಿ ಎಷ್ಟೊಂದು ಕಳೆ ಮತ್ತು ಮುಳ್ಳಿನ ಗಿಡಗಳು ಬೆಳೆದು ನಿಂತಿದ್ದವೆಂದರೆ ವರ್ಷಾನುಗಟ್ಟಲೆ ಅಲ್ಲಿ ಉಳುಮೆ ಮಾಡಿಲ್ಲದಂತೆ ತೋರುತ್ತಿತ್ತು. ಹೊಲಗಳನ್ನು ದಾಟಿ ಹಳ್ಳಿಯ ಕೆರೆಯನ್ನು ತಲುಪಿದೆ. ಅಲ್ಲಿಯೂ ಸಾಮಾನ್ಯವಾಗಿ ಕಾಣುತ್ತಿದ್ದ, ಕೆರೆಯ ದಡದಲ್ಲಿ ಹೆಂಗಸರು ಸ್ನಾನ ಮಾಡುವ, ಬಟ್ಟೆ ತೊಳೆಯುವ ದೃಶ್ಯ ಕಂಡುಬರಲಿಲ್ಲ. ಆಲದ ಮರದ ಕೆಳಗೆ ದುಂಡುಸುತ್ತಿನ ಕಟ್ಟೆಯ ಮೇಲೆ, ಬಾವಿಯ ಮಗ್ಗುಲಲ್ಲಿ ಕುಳಿತು ಬೀಡಿ ಸೇದುತ್ತಿದ್ದ ಸೋಮಾರಿಗಳ ಗುಂಪು ಕಾಣೆಯಾಗಿತ್ತು. ಇದಕ್ಕಿಂತಲೂ ಆಶ್ಚರ್ಯವಾಗಿದ್ದೇನೆಂದರೆ ನಾನು ನೋಡಿದ ಬಹುತೇಕ ಮನೆಗಳ ಬಾಗಿಲು ಕಿಟಕಿಗಳು ಮುರಿದು ಹೋಗಿದ್ದವು ಇಲ್ಲಾ ಬೀಗ ಹಾಕಿದ್ದವು.

ಸ್ವಲ್ಪ ಸಮಯದ ನಂತರ ಹಿಂದಿನಿಂದ ವಾಹನದ ಹಾರ್ನ್ ಸದ್ದು ಕೇಳಿಸಿತು. ನಾನು ರಸ್ತೆಯಿಂದ ಕೆಳಗೆ ಇಳಿದು ನಿಂತೆ. ಮುಂದಿನ ಕ್ಷಣದಲ್ಲಿ ಒಂದು ಜೀಪು ವೇಗವಾಗಿ ಬರುತ್ತಿರುವುದು ಕಾಣಿಸಿತು, ಅದರಲ್ಲಿ ಕೆಲವು ಪೊಲೀಸ್ ಅಧಿಕಾರಿಗಳು ಕುಳಿತಿದ್ದರು. ಜೀಪಿನ ಹಿಂದೆ ಪೊಲೀಸ್ ವ್ಯಾನ್ ಇತ್ತು. ಆ ಬಲೆಯ ಕಿಟಕಿಗಳ ವ್ಯಾನ್ ಹತ್ತಿರದಿಂದ ಹಾದು ಹೋದಾಗ ಅದರ ಧೂಳು ಮತ್ತು ಹೊಗೆಯ ಮೋಡದಲ್ಲಿ ವ್ಯಾನಿನೊಳಗೆ ಕೈಯಲ್ಲಿ ಬಂದೂಕುಗಳನ್ನು ಹಿಡಿದುಕೊಂಡು ಸಾಲಾಗಿ ಕುಳಿತಿದ್ದ ಪೊಲೀಸರನ್ನು ನೋಡಿದೆ.

ಹಳ್ಳಿಯಲ್ಲಿ ಸಶಸ್ತ್ರ ಪೊಲೀಸ್ ಪಡೆಯ ಅಗತ್ಯವೇನಿದೆ ಎಂದು ಊಹಿಸುವುದು ಕಷ್ಟವಾಯ್ತು. ನಡೆಯುತ್ತಾ ಕವಲುದಾರಿಯ ಹತ್ತಿರ ಬಂದೆ. ಅಲ್ಲಿಂದ ಒಂದು ರಸ್ತೆ ನನ್ನ ಮನೆಯ ಕಡೆಗೆ ಹೋಗುತ್ತಿತ್ತು. ಆ ಬೀದಿಗೆ ಹೋದಮೇಲೆ ಇನ್ನಷ್ಟು ಆಶ್ಚರ್ಯವಾಯಿತು.

ಬಹುತೇಕ ಮಣ್ಣಿನ ಗೋಡೆಯ ಮನೆಗಳು ಒಡೆದು–ಬಿದ್ದು ಹೋಗಿದ್ದವು ಅಥವಾ ಸುಟ್ಟು ಹೋಗಿದ್ದವು. ನನ್ನ ಮನೆಯ ಸ್ಥಿತಿಯೂ ಹಾಗೆಯೇ ಇತ್ತು. ಒಂದು ಬದಿಯ ಗೋಡೆ ಕುಸಿದು ಬಿದ್ದಿತ್ತು, ಮನೆಯ ಅಂಗಳದಲ್ಲಿ ಕಳೆ ಬೆಳೆದಿತ್ತು, ಪಡಸಾಲೆ ಧೂಳಿನಿಂದ ತುಂಬಿಕೊಂಡಿತ್ತು. ಬಾಗಿಲಿನ ಒಂದು ಚಿಲಕ ಕೆಳಗೆ ಬಿದ್ದು ಹಲವು ಭಾಗದಲ್ಲಿ ಜೇಡರ ಬಲೆಗಳು ನೇತಾಡುತ್ತಿದ್ದವು.

ನನ್ನ ಏರ್‌ಬ್ಯಾಗನ್ನು ಪಡಸಾಲೆಯಲ್ಲಿಟ್ಟು ಒಂದು ಕೈಯಿಂದ ಜೇಡರ ಬಲೆಗಳನ್ನು ತೆಗೆದು ಮನೆಯೊಳಗೆ ಪ್ರವೇಶಿಸಿದೆ. ಅಲ್ಲಿನ ಪರಿಸ್ಥಿತಿ ಇನ್ನೂ ಶೋಚನೀಯವಾಗಿತ್ತು. ಧೂಳು ಮತ್ತು ಜೇಡರ ಬಲೆಗಳಿಗೆ ಅಲ್ಲಿಯೂ ಕೊರತೆ ಇರಲಿಲ್ಲ. ಆದರೆ ಇಡೀ ದೃಶ್ಯವನ್ನು ನೋಡಿದರೆ ಮನೆಯನ್ನು ಕೇವಲ ಬಿಟ್ಟು ಹೋಗಿಲ್ಲ, ಕೆಡವಿ ಹೋದಂತಿತ್ತು. ಎಲ್ಲವನ್ನೂ ಬೇಕಾಬಿಟ್ಟಿಯಾಗಿ ಎಸೆದು ಬೀಳಿಸಲಾಗಿತ್ತು. ನೆಲದಲ್ಲಿ ಗುಂಡಿಗಳನ್ನು ತೋಡಿ, ಛಾವಣಿಯನ್ನೂ ನಾಶ ಮಾಡಲಾಗಿತ್ತು. ಈ ಮನೆಯಲ್ಲಿ ಶೋಧ ಕಾರ್ಯಾಚರಣೆ ನಡೆದಿರಬೇಕು ಎಂದು ಸ್ಪಷ್ಟವಾಗಿ ಕಾಣಿಸಿತು.

ಒಡೆದ ಛಾವಣಿಯಿಂದ ಬರುತ್ತಿದ್ದ ಪ್ರಖರವಾದ ಸೂರ್ಯನ ಬೆಳಕಿನಲ್ಲಿ ಸ್ವಲ್ಪ ಹೊತ್ತು ಸುಮ್ಮನೆ ನಿಂತಿದ್ದೆ. ನನ್ನ ಮನೆ ಮನೆಯಾಗಿ ಉಳಿದಿರಲಿಲ್ಲ, ವಿನಾಶದ ರಾಶಿಯಾಗಿತ್ತು. ಇದನ್ನು ಕಂಡು, ಒಬ್ಬ ವ್ಯಕ್ತಿಯು ತನ್ನ ಮನೆಯ ನಾಶವನ್ನು ನೋಡಿದ ನಂತರ ಸಾಮಾನ್ಯವಾಗಿ ಅನುಭವಿಸುವ ಯಾವುದೇ ಯಾತನೆಯ ಭಾವನೆಗಳನ್ನು ನಾನು ಅನುಭವಿಸಲಿಲ್ಲ.

ನಾನು ಬೇರೇನಾದರೂ ಯೋಚಿಸುವ ಮೊದಲು, ಮನೆಯ ಹೊರಗೆ ಏಕಕಾಲದಲ್ಲಿ ಹಲವಾರು ಹೆಜ್ಜೆಯ ಶಬ್ದಗಳು ಕೇಳಿಬಂದವು. ಇದು ಖಂಡಿತವಾಗಿಯೂ ಅಧಿಕಾರದ ಬೂಟುಗಳ ಹೆಜ್ಜೆಯ ಸದ್ದಾಗಿತ್ತು. ಮನೆಯ ಹೊರಗಿನ ಬೀದಿಯಲ್ಲಿ ಅದರ ಭಯ ನಿರಂತರವಾಗಿ ಹೆಚ್ಚುತ್ತ ಬರುತ್ತಿತ್ತು. ನಾನು ತಿರುಗಿ ನೋಡಿದೆ, ನನ್ನ ಮನೆಯ ಮುಂದೆ ಹತ್ತು–ಹನ್ನೆರಡು ಪೊಲೀಸರು ಒಟ್ಟಿಗೆ ನಿಂತಿದ್ದರು. ನನ್ನ ಸೋದರ ಸಂಬಂಧಿ ಸುಖದೇವ್ ಪೊಲೀಸ್ ಸಮವಸ್ತ್ರ ಧರಿಸಿ ಮುಂಭಾಗದಲ್ಲಿ ನಿಂತಿದ್ದನ್ನು ನೋಡಿ ತುಂಬಾ ಆಶ್ಚರ್ಯವಾಯಿತು. ನಾನು ಇತರ ಮುಖಗಳನ್ನು ಸಹ ನೋಡಿದೆ, ಆ ಗುಂಪಿನಲ್ಲಿ ಅರ್ಧಕ್ಕಿಂತ ಹೆಚ್ಚು ಪೊಲೀಸರು ನನ್ನ ಸ್ವಂತ ಹಳ್ಳಿಯವರೇ ಆಗಿದ್ದರು. ಎಲ್ಲರ ಕೈಯಲ್ಲೂ ಬಂದೂಕುಗಳಿದ್ದವು ಮತ್ತು ಭುಜದ ಮೇಲೆ ಅಂಟಿಸಿದ್ದ ಪಟ್ಟಿಗಳ ಮೇಲೆ ಎಸ್.ಪಿ.ಓ ಎಂದು ಬರೆದಿತ್ತು.

ಕೆಲ ಸಮಯ ನಾನು ಅವರನ್ನು, ಅವರು ನನ್ನನ್ನು ನೋಡುತ್ತಲಿದ್ದೆವು. ಆಗ ಒಬ್ಬ ಪೊಲೀಸ್ ಕೆಳಗೆ ಬಾಗಿ ನನ್ನ ಏರ್ ಬ್ಯಾಗನ್ನು ಎತ್ತಿಕೊಂಡ. ಇನ್ನಿಬ್ಬರು ಪೊಲೀಸರು ಮುಂದೆ ಬಂದು ನನ್ನ ಒಂದೊಂದು ತೋಳನ್ನು ಹಿಡಿದರು.

"ನಿನ್ನನ್ನು ಪೋಲೀಸ್ ಠಾಣೆಗೆ ಕರೆದೊಯ್ಯುತ್ತಿದ್ದೇವೆ" ಎಂದು ಸುಖದೇವ್ ಯಾವುದೇ ಔಪಚಾರಿಕತೆ ಇಲ್ಲದೆ ಸಾಮಾನ್ಯ ಧ್ವನಿಯಲ್ಲಿ ಆದೇಶಿಸಿದ.

"ನಡೆ ಹೋಗೋಣ" ಎಂದು ನಾನು ಯಾವುದೇ ಹಿಂಜರಿಕೆಯಿಲ್ಲದೆ ಹೆಜ್ಜೆ ಹಾಕಿದೆ. ನನ್ನ ನಿರ್ಭೀತ ಮನಃಸ್ಥಿತಿ ನೋಡಿ ಅವನು ಸ್ವಲ್ಪ ವಿಚಲಿತನಾದ. ಪೊಲೀಸ್ ಠಾಣೆ ಅಂದ ಕೂಡಲೇ ಅಥವಾ ಅವರ ಹೆಗಲ ಮೇಲೆ ತೂಗಾಡುತ್ತಿರುವ ಬಂದೂಕುಗಳಿಂದ ನಾನು ಹೆದರುತ್ತೇನೆ ಎಂದು ಭಾವಿಸಿ, ನನ್ನನ್ನು ಹಿಡಿದುಕೊಂಡು ಹೋಗುವ ಆಟವನ್ನು ಹಳ್ಳಿಗೆ ತೋರಿಸುವ ಅವಕಾಶ ಸಿಗುವುದು ಎಂದುಕೊಂಡಿದ್ದರು. ನಾವು ಬೀದಿಯಿಂದ ಹೊರಬಂದು ಪೊಲೀಸ್ ಠಾಣೆ ಕಡೆಗೆ ಹೋಗುತ್ತಿರುವಾಗ, ಬೊಂಬೆಗಳಂತಿದ್ದ ಅವರ ಚಲನವಲನಗಳನ್ನು ನೋಡಿ ನಗು ಬಂತು. ಅವರೆಲ್ಲ ತಲೆ ಎತ್ತಿ ಒಂದೇ ದಿಕ್ಕಿನಲ್ಲಿ ನೋಡುತ್ತಿದ್ದರು.

ಪೊಲೀಸ್ ಠಾಣೆಯ ಆವರಣವನ್ನು ಪ್ರವೇಶಿಸಿದ ನಂತರವೂ ನಾನು ನನ್ನ ವೇಗವನ್ನು ಕಡಿಮೆ ಮಾಡಲಿಲ್ಲ. ಅದೇ ವೇಗದಲ್ಲಿ ನಡೆಯುತ್ತಾ ನೇರವಾಗಿ ಪೊಲೀಸ್ ಠಾಣಾಧಿಕಾರಿಯವರ ಕಛೇರಿಯ ಒಳಗೆ ಹೋಗಿ ಅವರ ಮುಂದೆ ನಿಂತೆ. ಆ ಗ್ರಾಮಾಂತರ ಪ್ರದೇಶದ ಪೊಲೀಸ್ ಠಾಣೆಯಲ್ಲಿ ಠಾಣಾಧಿಕಾರಿಯ ಮುಂದೆ ಯಾರೋ ಸಹಜವಾಗಿ ಮುಂದೆ ಬಂದು ನಿಂತಿದ್ದು ಒಂದು ವಿಶಿಷ್ಟ ಘಟನೆಯಾಗಿತ್ತು. ಏಕೆಂದರೆ ಇಲ್ಲಿಗೆ ಯಾರನ್ನಾದರೂ ಕರೆಸಿದರೆ ಅವರು ಕೈಮುಗಿಯುತ್ತಾ ಒಳಗೆ ಬರುತ್ತಾರೆ ಅಥವಾ ಒದ್ದು ಒಳಗೆ ಕಳಿಸಲಾಗುತ್ತದೆ. ಆ ನಿರೀಕ್ಷಿತ ಎಂಟ್ರಿಗಿಂತ ನನ್ನ ಎಂಟ್ರಿ ಸ್ವಲ್ಪ ಭಿನ್ನವಾಗಿತ್ತು. ನಾನು ಸ್ವಾಭಾವಿಕವಾಗಿ ಪೊಲೀಸ್ ಅಧಿಕಾರಿಯ ಕಡೆಗೆ ನನ್ನ ಹಸ್ತವನ್ನು ಚಾಚಿದಾಗ ಅವರು ಒಂದು ಕ್ಷಣ ಹಿಂಜರಿದರು.

"ಕುಳಿತುಕೊಳ್ಳಿ", ಅವರು ನನ್ನ ಕೈಯನ್ನು ನಿಧಾನವಾಗಿ ಮುಟ್ಟಿ, ಕುರ್ಚಿಯ ಕಡೆಗೆ ಕೈ ತೋರಿಸಿದರು.

"ಹೇಳಿ", ನಾನು ಶಫಿ ಸಾಹೇಬರ ದಾಟಿಯಲ್ಲಿ ಮಾತನಾಡಲು ಪ್ರಾರಂಭಿಸಿದೆ.

ಮಾತನ್ನು ಶುರುಮಾಡಲು ಕಾರಣವನ್ನು ಹುಡುಕುತ್ತಿರುವಂತೆ ಅವರು ಸ್ವಲ್ಪ ಹೊತ್ತು ತಮ್ಮ ಕಪ್ಪು ಕೆನ್ನೆಯ ಮೇಲೆ ಕೈಯಿಂದ ಸವರಿಕೊಳ್ಳುತ್ತ ಯೋಚಿಸಿದರು. ಆಮೇಲೆ ನನ್ನತ್ತ ನೋಡಿ, "ಮೊಟ್ಟ ಮೊದಲಿಗೆ ನನಗೆ ಗೊತ್ತಾಗಬೇಕಿರುವುದು, ಇಷ್ಟು ದಿನ ನೀವು ಎಲ್ಲಿದ್ದಿರಿ? ಕಳೆದ ಮೂರು–ನಾಲ್ಕು ವರ್ಷಗಳಿಂದ ನಿಮ್ಮನ್ನು ಇಲ್ಲಿ ಯಾರೂ ನೋಡಿಲ್ಲ."

"ನಾನು ಇಂಜಿನಿಯರಿಂಗ್ ಓದಲು ಮುಂಬೈಗೆ ಹೋಗಿದ್ದೆ, ಅಲ್ಲೇ ನನಗೆ ಶಿಪ್ಪಿಂಗ್ ಕಂಪನಿಯಲ್ಲಿ ಕೆಲಸ ಸಿಕ್ಕಿತು."

"ನಿಮ್ಮ ಅಧ್ಯಯನ ಮತ್ತು ಕೆಲಸದ ಬಗ್ಗೆ ನಿಮ್ಮ ಕುಟುಂಬಕ್ಕೆ ಏನನ್ನಾದರೂ ಹೇಳಿದ್ರಾ?"

"ಇಲ್ಲ"

"ಯಾಕೆ?"

"ನಾಲ್ಕು ವರ್ಷಗಳ ಹಿಂದೆ ಮನೆ ಬಿಟ್ಟು ಹೋದ ನನ್ನ ಅಕ್ಕನನ್ನು ಬಿಟ್ಟರೆ, ನನ್ನ ಕುಟುಂಬದೊಂದಿಗೆ ನನಗೆ ಯಾವುದೇ ಬಾಂಧವ್ಯವಿಲ್ಲ."

"ಹಾಗಾದರೆ ನೀವು ಇಷ್ಟು ದಿನಗಳ ನಂತರ ಇಲ್ಲಿಗೇಕೆ ಬಂದಿದ್ದೀರಿ?"

"ನನ್ನ ಅಕ್ಕನನ್ನು ಭೇಟಿಯಾಗಲು"

"ಅವಳು ಎಲ್ಲಿದ್ದಾಳೆಂದು ನಿಮಗೆ ಗೊತ್ತಿದೆಯೇ?"

"ಕಾಡಿನಲ್ಲಿ"

"ಕಾಡಿನಲ್ಲಿ ಎಲ್ಲಿ?"

"ನನಗೆ ಗೊತ್ತಿಲ್ಲ."

"ಹಾಗಾದರೆ ನೀವು ಹೇಗೆ ಭೇಟಿಯಾಗುತ್ತೀರಿ?"

"ನಾನು ಆರು ತಿಂಗಳ ಕಾಲ ರಜೆಯಲ್ಲಿದ್ದೇನೆ. ಹೀಗೇ ಕಾಡಿನಲ್ಲಿ ಸುತ್ತಾಡುತ್ತೇನೆ. ಬಹುಶಃ ಅವಳು ಎಲ್ಲೋ ಒಂದು ಕಡೆ ಸಿಗಬಹುದು."

"ನಿಮ್ಮ ಅಕ್ಕನ ಬಗ್ಗೆ ಏನಾದರೂ ಗೊತ್ತಿದೆಯಾ?"

"ಮನೆಯಿಂದ ಹೊರಡುವ ಮೊದಲು ಅವಳು ತನ್ನ ಮನೆಯ ಉಡುಪುಗಳನ್ನು ತ್ಯಜಿಸಿ ತನ್ನ ಕೆಲವು ಸಹಚರರೊಂದಿಗೆ ಕಾಡಿಗೆ ಹೋಗಿದ್ದಳು ಎಂಬ ಸುದ್ದಿ ಮಾತ್ರ ನನಗೆ ಬಂದಿತ್ತು."

"ನಿಮ್ಮ ಅಕ್ಕ ಮತ್ತು ಅವರ ಸಹಚರರ ಬಗ್ಗೆ ಇನ್ನೂ ಏನಾದರೂ ಹೆಚ್ಚಿನ ಮಾಹಿತಿಯನ್ನು ಕೊಡುವಿರಾ?"

"ಇಲ್ಲ. ಅವರ ಬಗ್ಗೆ ನನಗೇನೂ ಗೊತ್ತಿಲ್ಲ."

"ಸರಿ ಹಾಗಾದ್ರೆ. ನಿಮ್ಮ ಅಕ್ಕ ನಕ್ಸಲ್ ಚಳವಳಿಗೆ ಸೇರಿದ್ದಾಳೆ ಎಂದು ನಿಮಗೆ ತಿಳಿಸುವುದು ಈಗ ಮುಖ್ಯ ಎಂದು ಭಾವಿಸುತ್ತೇನೆ. ಈಗ ಅವಳು ಈ ಪ್ರದೇಶದ ಏರಿಯಾ ಕಮಾಂಡರ್ ಆಗಿದ್ದಾಳೆ."

"ನಕ್ಸಲ್ ಚಳವಳಿ ಏನೆಂದು ನನಗೆ ಗೊತ್ತಿಲ್ಲ. ಆದರೆ ನನ್ನ ಅಕ್ಕ ತೆಗೆದುಕೊಳ್ಳುವ ಯಾವುದೇ ನಿರ್ಧಾರವನ್ನು ನಾನು ಗೌರವಿಸುತ್ತೇನೆ. ಕಾಡಿನಲ್ಲಿ ಅಕ್ಕನನ್ನು ಭೇಟಿಯಾಗಲು ಹೋಗುತ್ತಿದ್ದೇನೆ. ಯಾವುದೇ ಪ್ರದೇಶದ ಏರಿಯಾ ಕಮಾಂಡರ್‌ಳನ್ನು ಅಲ್ಲ."

"ನೋಡಿ, ಸದ್ಯಕ್ಕೆ ಪರಿಸ್ಥಿತಿ ಹೇಗಿದೆಯೆಂದರೆ, ಸಮೀಪದ ಐವತ್ತು ಹಳ್ಳಿಗಳು ಈ ಚಳವಳಿಯ ಹಿಡಿತಕ್ಕೆ ಸಿಕ್ಕಿ ಹಾಕಿಕೊಂಡಿವೆ. ಈ ಎಲ್ಲಾ ಹಳ್ಳಿಗಳನ್ನು ಖಾಲಿ ಮಾಡಿಸಿ ಹಳ್ಳಿಯ ಎಲ್ಲಾ ಜನರನ್ನು ಪರಿಹಾರ ಶಿಬಿರಗಳಿಗೆ ಸ್ಥಳಾಂತರಿಸಲಾಗಿದೆ."

"ನೋಡಿ!" ನಾನು ಅದೇ ಧ್ವನಿಯಲ್ಲಿ ಪೊಲೀಸ್ ಠಾಣಾಧಿಕಾರಿಗೆ ವಿವರಿಸಲು ಪ್ರಯತ್ನಿಸಿದೆ, "ನನಗೆ ಯಾವುದೇ ಚಳವಳಿ ಅಥವಾ ಯಾವುದೇ ಸ್ಥಳಾಂತರದೊಂದಿಗೆ ಸಂಬಂಧವಿಲ್ಲ. ನಾನು ನನ್ನ ಅಕ್ಕನನ್ನು ಭೇಟಿಯಾಗಲು ಹೋಗುತ್ತಿದ್ದೇನೆ."

"ನಾನು ನಿಮಗೆ ಕಾಡಿನ ಒಳಗೆ ಹೋಗಲು ಅನುಮತಿ ನೀಡಲು ಸಾಧ್ಯವಿಲ್ಲ."

"ನಾನು ನಿಮ್ಮ ಅನುಮತಿ ಕೇಳುತ್ತಿಲ್ಲ. ನಾನು ಮೂಲತಃ ಒಬ್ಬ ಆದಿವಾಸಿ ಜನಾಂಗದವನಾಗಿದ್ದು, ನನಗೆ ಕಾಡಿನ ಒಳಗೆ ಹೋಗಲು ಯಾರ ಅನುಮತಿಯ ಆವಶ್ಯಕತೆಯಿಲ್ಲ."

"ನೋಡಿ, ಕಾಡನ್ನು ಮತ್ತು ನೀವು ಆದಿವಾಸಿಯಾಗಿರುವುದನ್ನು ಆ ರೀತಿಯಲ್ಲಿ ನೋಡಬೇಡಿ. ನಾನು ಸ್ವತಃ ಜಾತಿಯಿಂದ ಆದಿವಾಸಿಯಾಗಿದ್ದೇನೆ. ಆದರೆ ಈಗ ಪರಿಸ್ಥಿತಿ ತುಂಬಾ ಬದಲಾಗಿದೆ, ಅಪಾಯಕಾರಿಯಾಗಿದೆ!"

"ನೀವು ನನ್ನನ್ನು ಇಲ್ಲಿಗೆ ಏಕೆ ಕರೆತಂದಿದ್ದೀರಿ? ನನ್ನಿಂದ ನಿಮಗೆ ಏನು ಬೇಕು?" ನಾನು ತಣ್ಣಗಿನ ಧ್ವನಿಯಲ್ಲಿ ಕೇಳಿದೆ.

ಒಬ್ಬ ಅಧಿಕಾರಿ ಯಾರಿಗಾದರೂ ಅವರ ಸ್ಥಾನವನ್ನು, ಸ್ಥಿತಿಯನ್ನು ತೋರಿಸುವ ಮೊದಲು ನೋಡುವಂತೆ, ಸ್ವಲ್ಪ ಸಮಯದವರೆಗೆ ಅವರು ನನ್ನನ್ನು ನೋಡುತ್ತಿದ್ದರು. ಆದರೆ ಎಷ್ಟೇ ಪ್ರಯತ್ನಿಸಿದರೂ ಆ ಕ್ರೌರ್ಯವನ್ನು ಮುಖದಲ್ಲಿ ತರಲಾಗಲಿಲ್ಲ. ಅದು ಕೇವಲ ತರಬೇತಿಯಿಂದ ಬರುವುದಿಲ್ಲ, ಒಳಗಿನ ಸೊಕ್ಕಿನ ದುರಹಂಕಾರದಿಂದಲೂ ಬರುವುದಿಲ್ಲ. ಬದಲಿಗೆ ಕಹಿ ಅನುಭವದಿಂದ ಮತ್ತು ಭಯಾನಕ ಅಮಾನವೀಯ ದ್ವೇಷದಿಂದ ಬರುತ್ತದೆ. ಅವರು ಮೂಲತಃ ಆದಿವಾಸಿ ಜನಾಂಗದವರಾಗಿದ್ದರೂ ಅವರೊಳಗೆ ಇನ್ನೂ ಆ ದ್ವೇಷದ ಅಭಾವವಿತ್ತು.

"ನಾನು ನಿಮ್ಮನ್ನು ಇಲ್ಲಿ ಕರೆಸಿದ್ದು ಏಕೆಂದರೆ ನಕ್ಸಲ್ ಚಳವಳಿಯೊಂದಿಗೆ ಸಂಬಂಧ ಹೊಂದಿರುವವರ ಹತ್ತಿರದ ಸಂಬಂಧಿಯನ್ನು ಕಣ್ಗಾವಲಿನಲ್ಲಿ ಇಡುವುದು ನನ್ನ ಕರ್ತವ್ಯ. ನೀವು ಈ ಪ್ರದೇಶದಲ್ಲಿ ಇರಲು ಬಯಸಿದರೆ, ಪ್ರತಿ ಇಪ್ಪತ್ನಾಲ್ಕು ಗಂಟೆಗಳಿಗೊಮ್ಮೆ ಪೊಲೀಸ್ ಠಾಣೆಗೆ ಬಂದು ಹಾಜರಿ ಹಾಕಬೇಕಾಗುತ್ತದೆ."

"ಆಗಲಿ", ನಾನು ಎದ್ದು ನಿಂತೆ. "ನಿಮ್ಮ ಕರ್ತವ್ಯಕ್ಕೆ ಯಾವುದೇ ಅಡ್ಡಿಯಾಗದಂತೆ ನೋಡಿಕೊಳ್ಳಲು ನಾನು ಪ್ರಯತ್ನಿಸುತ್ತೇನೆ. ಈಗ ನನಗೆ ಅನುಮತಿ ಕೊಡಿ. ನನ್ನ ವಸ್ತುಗಳಿಂದ ನಿಮಗೆ ಯಾವುದೇ ಪ್ರಯೋಜನವಿಲ್ಲದಿದ್ದರೆ, ಅವನ್ನೂ ಹಿಂತಿರುಗಿಸಿ."

ನನ್ನ ಏರ್‌ಬ್ಯಾಗ್‌ನಿಂದ ಎಲ್ಲಾ ವಸ್ತುಗಳನ್ನು ಹೊರತೆಗೆದು ಮೇಜಿನ ಮೇಲೆ ಇರಿಸಲಾಗಿತ್ತು. ನಾವು ಮಾತನಾಡುತ್ತಿರುವಾಗ, ಸುಖದೇವ್ ನನ್ನ ಬ್ಯಾಗ್‌ನಿಂದ ವಸ್ತುಗಳನ್ನು ಹೊರತೆಗೆದು ಇಡುತ್ತಿದ್ದ. ಬಟ್ಟೆ, ಬೆಡ್‌ಶೀಟ್, ಟವೆಲ್ ಮತ್ತು ಒಳಉಡುಪುಗಳು ಒಂದೆಡೆ ಇದ್ದವು. ಸೋಪು, ಟೂತ್‌ಪೇಸ್ಟ್, ಟೂತ್‌ಬ್ರಷ್, ಎಣ್ಣೆ ಮತ್ತು ಬಾಚಣಿಗೆ ಇನ್ನೊಂದೆಡೆ. ಈ ಎಲ್ಲಾ ವಸ್ತುಗಳ ಜೊತೆಗೆ ನನ್ನ ಪ್ರಮಾಣಪತ್ರಗಳು, ಗುರುತಿನ ಚೀಟಿ, ನನ್ನ ಉದ್ಯೋಗ ಒಪ್ಪಂದಕ್ಕೆ ಸಂಬಂಧಿಸಿದ ದಾಖಲೆಗಳ ಜೊತೆಗೆ ನಾಲ್ಕು ವರ್ಷಗಳಿಂದ ನನ್ನ ಒಡನಾಡಿಯಾಗಿದ್ದ ಆ ದುಂಡುಕಲ್ಲು ಕೂಡಾ ಇತ್ತು.

ಪೋಲೀಸ್ ಅಧಿಕಾರಿ ಸ್ವಲ್ಪ ಸಮಯ ನನ್ನ ಪೇಪರ್‌ಗಳನ್ನು ಪರಿಶೀಲಿಸಿ, ತಲೆ ಎತ್ತಿ ನನ್ನತ್ತ ನೋಡಿದರು.

"ಈ ದಾಖಲೆಗಳನ್ನು ತನಿಖೆಗಾಗಿ ಹೆಡ್ ಕ್ವಾರ್ಟರ್ಸ್‌ಗೆ ಕಳಿಸಲಾಗುತ್ತದೆ."

"ಸರಿ" ನಾನು ಯಾವುದೇ ಅಭ್ಯಂತರವಿಲ್ಲದೆ ಅವರ ಕೋರಿಕೆಗೆ ಒಪ್ಪಿದೆ.

ನನ್ನ ದಾಖಲೆಗಳನ್ನು ಕಡತದಲ್ಲಿಟ್ಟು, ಪೊಲೀಸ್ ಠಾಣಾಧಿಕಾರಿ ಸುಖದೇವ್ ಕಡೆಗೆ ನೋಡಿ, "ಅವರ ವಸ್ತುಗಳನ್ನು ಕೊಟ್ಟುಬಿಡು" ಎಂದು ಹೇಳಿದರು.

ಸುಖದೇವ್ ಎಲ್ಲಾ ವಸ್ತುಗಳನ್ನು ಚೀಲದಲ್ಲಿ ತುಂಬಿ, ಚೀಲವನ್ನು ನನ್ನ ಕೈಗೆ ಕೊಟ್ಟ.

"ನಿಮ್ಮ ಮೇಜಿನ ಮೇಲೆ ನನ್ನ ಇನ್ನೊಂದು ವಸ್ತುವಿದೆ. ಅದನ್ನೂ ಪರಿಶೀಲಿಸಿ" ನಾನು ಪೊಲೀಸ್ ಅಧಿಕಾರಿಯನ್ನು ನೋಡಿ ಹೇಳಿದೆ.

ಪೊಲೀಸ್ ಅಧಿಕಾರಿ ನನ್ನನ್ನು ಆಶ್ಚರ್ಯದಿಂದ ನೋಡಿದರು.

"ಯಾವ ವಸ್ತು?"

ನಾನು ಮೇಜಿನ ಮೇಲಿದ್ದ ನನ್ನ ಕಲ್ಲಿನ ಕಡೆಗೆ ಬೆರಳು ತೋರಿಸಿದೆ. ಅವರು ಸ್ವಲ್ಪ ಸಮಯ ಆ ಕಲ್ಲನ್ನು ಗಮನಿಸಿದರು.

"ಏನಿದು?" ಅವರು ತಮ್ಮ ಕಣ್ಣುಗಳನ್ನು ನನ್ನ ಕಡೆಗೆ ತಿರುಗಿಸಿ ಕೇಳಿದರು.

"ನೀವೇ ಪರಿಶೀಲಿಸಿ. ನಿಮಗೆ ಸಂಪೂರ್ಣ ಹಕ್ಕಿದೆ."

ಈ ಬಾರಿ ಅವರು ಸ್ವಲ್ಪ ನಿರಾಶೆಯ ಕಣ್ಣುಗಳಿಂದ ನನ್ನನ್ನು ನೋಡಿದರು.

"ನಾನಿನ್ನೂ ನಿಮ್ಮ ಜೊತೆಗೆ ಅಧಿಕಾರಿಯಂತೆ ಕಾಣಿಸಿಕೊಂಡಿಲ್ಲ. ನೀವೂ ಸಹ ಒಳ್ಳೆಯ ಪ್ರಜೆಯಂತೆ ನನ್ನ ಪ್ರಶ್ನೆಗಳಿಗೆ ನೇರ ಮತ್ತು ಸ್ಪಷ್ಟ ಉತ್ತರ ನೀಡಬೇಕು."

ನಾನು ಗೌರವದಿಂದ ತಲೆಯಾಡಿಸಿದೆ.

"ನನ್ನ ಪೌರತ್ವದ ಬಗ್ಗೆ ನನಗೆ ಏನೂ ತಿಳಿದಿಲ್ಲ" ನಾನು ತುಂಬಾ ವಿನಮ್ರತೆಯಿಂದ ನನ್ನ ವಿಷಯವನ್ನು ಪ್ರಸ್ತುತಪಡಿಸಿದೆ. "ನನ್ನ ಚೀಲದಲ್ಲಿ ನಿಮಗೆ ಸಿಕ್ಕ ಆ ಕಲ್ಲು ಭೌತಿಕವಾಗಿ ಯಾವ ಗುಣಮಟ್ಟದ್ದು ಅಥವಾ ಯಾವ ವರ್ಗದ ಕಲ್ಲು ಎಂದು ನನಗೆ ತಿಳಿದಿಲ್ಲ. ಆದರೆ ನನಗೆ ಈ ಕಲ್ಲಿನ ಪ್ರಾಮುಖ್ಯವು ಲೈಫ್ ವಿಶನ್ ಡಿವೈಸ್‌ಗಿಂತ ಕಡಿಮೆಯಿಲ್ಲ."

ನನ್ನ ಈ ಉತ್ತರವನ್ನು ಕೇಳಿ ಅವರು ಎಷ್ಟು ಗಂಭೀರರಾದರೆಂದರೆ, ನಾನು ಶಸ್ತ್ರಾಸ್ತ್ರಗಳ ಸಂಗ್ರಹವನ್ನು ಬಹಿರಂಗಪಡಿಸಿದಂತೆ, ಆ ಕಲ್ಲನ್ನು ಬಹಳ ಎಚ್ಚರಿಕೆಯಿಂದ ಮತ್ತು ಅನುಮಾನದ ಕಣ್ಣುಗಳಿಂದ ನೋಡಿದರು. ಅವರ ಮೆದುಳಿನಲ್ಲಿ ನಡೆಯುತ್ತಿದ್ದ ಪೊಲೀಸರ ಜಾಣತನ ಮತ್ತು ಪೆದ್ದುತನವನ್ನು ಮತ್ತಷ್ಟು ಆನಂದಿಸಲು ನಾನು ಕಲ್ಲನ್ನು ಎತ್ತಿಕೊಂಡು, ಅವರ ಕಣ್ಣುಗಳ ಮುಂದೆ ನನ್ನ ಅಂಗೈಯಲ್ಲಿ ತೆಗೆದುಕೊಂಡು ಹೇಳಲು ಪ್ರಾರಂಭಿಸಿದೆ.

"ಸ್ವಲ್ಪ ಲಕ್ಷ್ಯ ಕೊಟ್ಟು ನೋಡಿ. ನೀವು ನಿಜವಾಗಿಯೂ ಆದಿವಾಸಿ ಜನಾಂಗದವರಾಗಿದ್ದರೆ ಮತ್ತು ನಿಮ್ಮ ಸರಕಾರೀಕರಣವಾಗಿರದಿದ್ದರೆ ಈ ಕಲ್ಲಿನಲ್ಲಿ ನಿಮಗೂ ಕೂಡ ಒಂದು ವಿಶನ್ ಕಾಣಿಸುತ್ತದೆ. ನಿಮಗೆ ದಟ್ಟವಾದ ಕಾಡು ಕಾಣಿಸುತ್ತದೆ. ಮೊದಲಿಗೆ ಕತ್ತಿಗಳು, ಕುಡುಗೋಲುಗಳು, ಬಿಲ್ಲು ಬಾಣಗಳು, ಕೊಡಲಿಗಳು, ಈಟಿಗಳನ್ನು ಕೈಯಲ್ಲಿ ಹಿಡಿದುಕೊಂಡು ತಿರುಗುತ್ತಿರುವ ನಿಮ್ಮ ಸಂಬಂಧಿಕರು ಕಾಣಿಸುತ್ತಾರೆ. ಎರಡು ಭಾಗಗಳಾದ ನಿಮ್ಮ ಇಡೀ ಸಮುದಾಯ ಕಾಣಿಸುತ್ತದೆ. ಅರ್ಧ ಜನ ಮಚ್ಚೆ ಸಮವಸ್ತ್ರ, ಇನ್ನರ್ಧ ಜನ ನಿಮ್ಮಂತೆ ಖಾಕಿ ಸಮವಸ್ತ್ರ ಧರಿಸಿದ್ದಾರೆ. ಇಬ್ಬರೂ ತಮ್ಮ ಸಾಂಪ್ರದಾಯಿಕ ಆಯುಧಗಳನ್ನು ಬಿಟ್ಟು ಕೈಯಲ್ಲಿ ಬಂದೂಕುಗಳನ್ನು ಹಿಡಿದು, ಒಬ್ಬರಿಗೊಬ್ಬರು ವಿರುದ್ಧವಾಗಿ ನಿಂತಿದ್ದಾರೆ."

ನನ್ನ ಮಾತುಗಳನ್ನು ಕೇಳಿ ಅವರು ಹಾವು ಅಥವಾ ಚೇಳು ಕಚ್ಚಿದಂತೆ ಥಟ್ಟನೆ ಎದ್ದು ನಿಂತರು. ಅವರನ್ನು ಅದೇ ಅಸಹಾಯಕ ಸ್ಥಿತಿಯಲ್ಲಿ ಬಿಟ್ಟು ನಾನು ನನ್ನ ಏರ್‌ಬ್ಯಾಗನ್ನು ಎತ್ತಿಕೊಂಡು ಠಾಣೆಯಿಂದ ಹೊರಬಂದೆ.

❑❑❑

ಪ್ರತಿಮೆ

ಪೊಲೀಸ್ ಠಾಣೆಯಿಂದ ಹೊರಬಂದು, ವೇಗವಾಗಿ ನಡೆಯುತ್ತಾ, ನಾನು ಮತ್ತೆ ಅದೇ ಕವಲುದಾರಿಗೆ ಬಂದೆ. ಅಲ್ಲಿಂದ ಒಂದು ದಾರಿ ಕಾಡಿನ ಕಡೆಗೆ ಮತ್ತೊಂದು ಮುಖ್ಯರಸ್ತೆಗೆ ಹೋಗುತ್ತಿತ್ತು. ನನಗೆ ಈಗ ದ್ವಂದ್ವದಲ್ಲಿ ನಿಲ್ಲುವ ಅಗತ್ಯವಿರಲಿಲ್ಲ. ನೇರವಾಗಿ ಕಾಡಿನ ದಾರಿಯಲ್ಲಿ ನಡೆದೆ.

ಸ್ವಲ್ಪ ದೂರ ನಡೆದ ಮೇಲೆ ಚೆಕ್‌ಪೋಸ್ಟ್ ಕಂಡಿತು. ಅಲ್ಲಿ ಇಬ್ಬರು ಸೈನಿಕರು ತಮ್ಮ ಮಷೀನ್ ಗನ್‌ಗಳನ್ನು ಮರಳಿನಿಂದ ತುಂಬಿದ ಸಿಮೆಂಟ್ ಚೀಲಗಳ ತಡೆಗೋಡೆಯ ಮೇಲೆ ಇರಿಸಿಕೊಂಡು ಕಾವಲು ಕಾಯುತ್ತಿದ್ದರು. ಕ್ಯಾಬಿನ್‌ನಲ್ಲಿ ಇದ್ದ ಇನ್ನೊಬ್ಬ ಸೈನಿಕ, ವೈರ್‌ಲೆಸ್ ಸೆಟ್‌ನಲ್ಲಿ ಯಾರೊಂದಿಗೋ ಮಾತನಾಡುತ್ತಿದ್ದ. ತಡೆಗೋಡೆಯ ಬಲ ಮತ್ತು ಎಡಭಾಗದಲ್ಲಿ ನಿಂತಿದ್ದ ಸೈನಿಕರಿಬ್ಬರೂ ನಾನು ಬರುವುದನ್ನು ನೋಡಿ ಅಲರ್ಟ್ ಆದರು. ಕ್ಯಾಬಿನ್‌ನಲ್ಲಿ ನಿಂತಿದ್ದ ಸೈನಿಕ ನನ್ನನ್ನು ಅನುಮಾನದ ಕಣ್ಣುಗಳಿಂದ ನೋಡುತ್ತಾ ಹೊರಬಂದ. ಆತನಿಗೆ ನನ್ನ ಬಗ್ಗೆ ಸಂದೇಶ ನೀಡಲಾಗುತ್ತಿದೆ ಎಂಬುದು ಅವನ ಮುಖದಿಂದಲೇ ತಿಳಿಯುತ್ತಿತ್ತು. ನನ್ನ ರೂಪ, ಮೈಕಟ್ಟು, ಉಡುಗೆ ತೊಡುಗೆ ಮತ್ತು ಭುಜದ ಮೇಲೆ ನೇತಾಡುವ ಚೀಲದ ಬಗ್ಗೆ ದೃಢೀಕರಣ ಬಂದಾಗ, ಅವನು ವೈರ್‌ಲೆಸ್‌ನಲ್ಲಿ ಬಂದ ಆದೇಶದಂತೆ ತಡೆಗೋಡೆಯನ್ನು ತೆರೆಯಲು ಸೈನಿಕನಿಗೆ ಆದೇಶಿಸಿದ.

ನಾನು ಕ್ಯಾಬಿನ್ ಬಳಿ ಹಾದುಹೋಗುವ ತಡೆಗೋಡೆಯನ್ನು ದಾಟುತ್ತಿರುವಾಗ, ಮಸುಕಾಗಿ ಕಾಣಿಸುತ್ತಿದ್ದ ಅವನನ್ನು ಓರೆಗಣ್ಣಿನಿಂದ ನೋಡಿದೆ. ಆ ಮುಖ ನನಗೆ ಚಿರಪರಿಚಿತ ಎನಿಸಿತು. ಒಮ್ಮೆ ತಿರುಗಿ ದಿಟ್ಟಿಸಿ ನೋಡಿದೆ. ಹೌದು! ಅವನೇ ಇವನು – ರೋನಹೂ, ನನ್ನ ಜೊತೆ ಪ್ರೈಮರಿ ಸ್ಕೂಲ್ ತನಕ ಓದಿದ್ದ. ನಾವು ಅವನನ್ನು ಉದ್ದೇಶಪೂರ್ವಕವಾಗಿ ಚುಡಾಯಿಸುತ್ತಿದ್ದೆವು. ಮಾತುಮಾತಿಗೆ ಅಳುಮೋರೆ ಮಾಡಿಕೊಳ್ಳುವ ಅವನ ಮುಖದ ಕಾರಣ ತರಗತಿಯ ಮಕ್ಕಳು ಅವನಿಗೆ 'ರೋನಹೂ' (ಅಳುಬುರುಕ) ಎಂದು ಹೆಸರಿಟ್ಟಿದ್ದರು. ನನಗೆ ನೆನಪಿದೆ, ದೊಡ್ಡವನಾದ ಮೇಲೂ ಅವನು ಇನ್ನೂ ನಾಚಿಕೊಳ್ಳುತ್ತಿದ್ದ, ಅಂಜುಬುರುಕನಾಗಿದ್ದ ಮತ್ತು ಅವನ ಅಳು ಹದಿನಾರು–ಹದಿನೇಳು ವರ್ಷ ವಯಸ್ಸಿನವರೆಗೂ ಮುಂದುವರೆದಿತ್ತು. ಆ ಪುಕ್ಕಲು ಹುಡುಗನಿಗೆ ಸಶಸ್ತ್ರ ಪೊಲೀಸ್ ಪಡೆಯಲ್ಲಿ ಕೆಲಸ ಹೇಗೆ ಸಿಕ್ಕಿತು? ನನಗೆ ಆಶ್ಚರ್ಯವಾಯಿತು.

ರೋನಹೂ ನಂತರ ನನಗೆ ನನ್ನ ಅನೇಕ ಸಹಪಾಠಿಗಳು, ಸಂಬಂಧಿಗಳ ಹೆಸರು ಮತ್ತು ಮುಖಗಳು ಜ್ಞಾಪಕಕ್ಕೆ ಬರತೊಡಗಿದವು. ನಾನು ಕಾಡಿನೊಳಗೆ ದೂರ ನಡೆದಾಗ ಅನೇಕ ಪರಿಚಿತ ಮುಖಗಳು ಕಾಣಿಸಿದವು, ಕಾಕತಾಳೀಯವೆಂಬಂತೆ ಅವರೂ ಕೂಡ ಪೊಲೀಸ್ ಸಮವಸ್ತ್ರದಲ್ಲಿದ್ದು ಗಸ್ತು ತಿರುಗುತ್ತಿದ್ದರು. ಪ್ರತಿ ನೂರು ಹೆಜ್ಜೆಗಳ ಅಂತರದಲ್ಲಿ ಒಬ್ಬ ಕಾವಲುಗಾರ ಕೈಯಲ್ಲಿ ಬಂದೂಕು ಹಿಡಿದು ಅಡ್ಡಾಡುತ್ತಿದ್ದ. ಅವರ ಬಳಿಯಿಂದ ಹಾದು ಹೋದಾಗ ನಾನು ನಡೆದಾಡುವ ಮನುಷ್ಯನಲ್ಲ, ಇನ್ನೊಂದು ಗ್ರಹದ ಜೀವಿ ಎಂಬಂತೆ ವಿಚಿತ್ರವಾಗಿ ನೋಡುತ್ತಿದ್ದರು. ಆ ಸೆಕ್ಯುರಿಟಿ ಗಾರ್ಡ್‌ಗಳ ಸಾಲಿನಲ್ಲಿ ನನ್ನ ಸೋದರ ಸಂಬಂಧಿಗಳನ್ನು ಮತ್ತು ಕೆಲವು ಸಹಪಾಠಿಗಳನ್ನೂ ನೋಡಿದೆ. ಮೇಲಾಗಿ ಆ ಸರತಿ ಸಾಲಿನಲ್ಲಿ ನನ್ನ ಬಾಲ್ಯದ ಆತ್ಮೀಯ ಗೆಳೆಯ ಪುನುರಾಮ್ ಕೂಡ ಸೇರಿಕೊಂಡಿದ್ದ. ಆ ಎಲ್ಲ ಜನರ ಕಣ್ಣುಗಳಲ್ಲಿ ನನ್ನನ್ನು ನೋಡಿ ಗುರುತು ಹಿಡಿದ ಹೊಳಪಿತ್ತು. ಆದರೆ ಅವರು ತಕ್ಷಣ ನೋಡಿಯೂ ನೋಡದವರಂತೆ ಮುಂದೆ ಸಾಗಿದರು. ನಾನು ಅವರಲ್ಲಿ ಯಾರನ್ನೂ ಮಾತನಾಡಿಸಲಿಲ್ಲ, ನನ್ನ ಅಕ್ಕನ ಬಗ್ಗೆ ಯಾವ ವಿಚಾರಣೆಯನ್ನೂ ಮಾಡಲಿಲ್ಲ. ಆ ಗಸ್ತು ತಂಡ ಆ ರಸ್ತೆಯಲ್ಲಿ ಇಲ್ಲವೇ ಇಲ್ಲ ಎಂಬಂತೆ ನಾನು ಮುಂದೆ ಸಾಗುತ್ತಿದ್ದೆ.

ರಸ್ತೆ ಈಗ ಸ್ವಲ್ಪ ಹೆಚ್ಚು ಅಂಕುಡೊಂಕಾಗುತ್ತ ಕಡಿದಾಗುತ್ತ ಹೋಗುತ್ತಿತ್ತು. ಮೊದಲ ಎರಡು ತಿರುವುಗಳನ್ನು ಸುಲಭವಾಗಿ ದಾಟಿದೆ. ಮೂರನೇ ತಿರುವನ್ನು ಏದುಸಿರು ಬಿಡುತ್ತ ಹತ್ತಿ, ತಿರುವು ಮುಗಿದ ಮೇಲೆ ನಿಂತೆ. ನನ್ನ ಬಲಭಾಗದಲ್ಲಿ ಹಲವಾರು ಮನುಷ್ಯ ಪ್ರತಿಮೆಗಳು ನಿಂತಿದ್ದವು. ಕಾಡಿನಲ್ಲಿ ಈ ಪ್ರತಿಮೆಗಳನ್ನು ಏಕೆ ನಿಲ್ಲಿಸಲಾಗಿದೆ? ನಾನು ಸ್ವಲ್ಪ ಹೊತ್ತು ಯೋಚಿಸುತ್ತಾ ನಿಂತೆ. ಸಿಮೆಂಟಿನಿಂದ ಮಾಡಿದ ಈ ಮನುಷ್ಯಾಕೃತಿಗಳ ಕೈಯಲ್ಲಿ ಬಂದೂಕುಗಳು ಇದ್ದವು. ಸಿಮೆಂಟಿನ ಕಪ್ಪು ಬೂಟು, ಸಿಮೆಂಟಿನ ಖಾಕಿ ಸಮವಸ್ತ್ರ, ಕೈಯಲ್ಲಿ ಸಿಮೆಂಟಿನ ಗನ್, ತಲೆಗೆ ಸಿಮೆಂಟಿನ ಹೆಲ್ಮೆಟ್ ಹಾಕಿಕೊಂಡು ಬಹಳ ಹೆಮ್ಮೆಯಿಂದ ನಿಂತಿದ್ದರು. ಅವರ ಸಿಮೆಂಟಿನ ಪ್ಲಾಸ್ಟರ್ ಕೆಲವೆಡೆ ಕಳಚಿ ಬಿದ್ದಿತ್ತು.

ನಿಧಾನವಾಗಿ ನಡೆಯುತ್ತ ಮನುಷ್ಯಾಕೃತಿಗಳ ಸಾಲಿನ ಬಳಿ ತಲುಪಿದೆ. ಅವರೆಲ್ಲರೂ ತಮ್ಮದೇ ಆದ ಪ್ರತ್ಯೇಕ ವೇದಿಕೆಗಳಲ್ಲಿ ನಿಂತಿರುವುದನ್ನು ನೋಡಿದೆ. ಪ್ರತಿ ವೇದಿಕೆಯ ಕೆಳಗೆ ಚೌಕಾಕಾರದ ಬಿಳಿ ಅಮೃತಶಿಲೆಯ ಕಲ್ಲನ್ನು ಹೊಂದಿಸಲಾಗಿತ್ತು. ಆ ಶಾಸನಗಳ ಮೇಲೆ ಮೊದಲು 'ಶಹೀದ್'(ಹುತಾತ್ಮ) ಎಂಬ ಪದವನ್ನು ಕೆಂಪು ಬಣ್ಣದಲ್ಲಿ ಬರೆದು, ಆ ಪದದ ಕೆಳಗೆ ಸಂಬಂಧಪಟ್ಟ ವ್ಯಕ್ತಿಯ ಜನನ ಮತ್ತು ಮರಣದ ದಿನಾಂಕಗಳನ್ನು ಕಪ್ಪು ಅಕ್ಷರಗಳಲ್ಲಿ ಬರೆಯಲಾಗಿತ್ತು. ಅವರಲ್ಲಿ ಮೂರ್ನಾಲ್ಕು ಮಂದಿ ಹುತಾತ್ಮರ ಪ್ರತಿಮೆಗಳಲ್ಲಿ ಕಡಿಮೆ ಸಿಮೆಂಟ್ ಮತ್ತು ಹೆಚ್ಚು ಮರಳಿನಿಂದಾಗಿ ಒಬ್ಬರ ಕೈ, ಇನ್ನೊಬ್ಬರ ಕಾಲು ಮತ್ತು ಇನ್ನೊಬ್ಬರ ಅರ್ಧ ಬಂದೂಕು ತುಂಡಾಗಿ ಬಿದ್ದಿದ್ದವು.

ಮೊದಲ ಪ್ರತಿಮೆ ನನ್ನ ನೆರೆಯ ಸೋಯಮ್ ಗಂಗಾ ಅವರ ಮಗ ಸೋಯಮ್ ನರ್ವಾ. ಬಾಲ್ಯದಿಂದಲೂ ಕೌಜುಗ ಹಕ್ಕಿಗಳನ್ನು ಬೇಟೆಯಾಡುವುದು ಮತ್ತು ಕೋಳಿಗಳನ್ನು ಸಾಕುವುದು ಅವನ ಹವ್ಯಾಸವಾಗಿತ್ತು. ಅವನು ತನ್ನ ತಂದೆಯ ಯಾವುದೇ ಕೆಲಸದಲ್ಲಿ

ಸಹಾಯ ಮಾಡುತ್ತಿರಲಿಲ್ಲ. ಅದಕ್ಕಾಗಿ ಬಾಲ್ಯದಿಂದ ಹದಿಹರೆಯದವರೆಗೂ ಅವನಿಗೆ ಪ್ರತಿದಿನ ಹೊಡೆತ ಬೀಳುತ್ತಿತ್ತು. ಪದೇ ಪದೇ ಹೊಡೆತ ತಿಂದ ಅವನು ಎಷ್ಟು ಹಠಮಾರಿಯಾಗಿದ್ದ ಎಂದರೆ ಕೊನೆಗೆ ಅವನ ತಂದೆಯ ಕೋಲು ಕೂಡ ಮುರಿದು ಹೋಯಿತು. ನನಗೆ ನೆನಪಿರುವಂತೆ, ನಂತರದ ದಿನಗಳಲ್ಲಿ ಮಾರುಕಟ್ಟೆಯಲ್ಲಿ ಕೋಳಿಗಳ ಜಗಳ ಆಡಿಸುವುದು ಮತ್ತು ಮಹುವಾ ಮದ್ಯ ಕುಡಿಯುವುದನ್ನು ಬಿಟ್ಟರೆ ಅವನಿಗೆ ಜೀವನದಲ್ಲಿ ಬೇರಾವ ಉದ್ದೇಶವಿರಲಿಲ್ಲ.

ಎರಡನೆಯ ಪ್ರತಿಮೆ ನನ್ನ ಚಿಕ್ಕಪ್ಪ ಮಡಕಮ್ ಆಯಿತ್ ಅವರ ಮಗ ಮಡಕಮ್ ಬುದರೈಯಾ ಅವನದು. ಅವನು ಹಳ್ಳಿಯಲ್ಲೆಲ್ಲಾ 'ಚುಚರೂ' ಎಂದು ಕರೆಯಲ್ಪಡುತ್ತಿದ್ದ. ಅವನು 'ಗೃಹವಾಸಿ'ಯಾಗಿದ್ದ. ಮನೆಯ ನಾಲ್ಕಾರು ಕೆಲಸಗಳನ್ನು ಮಾಡಿ, ಬೆಳಗ್ಗೆ–ಸಂಜೆ ಮಲವಿಸರ್ಜನೆಗಾಗಿ ಮೈದಾನಕ್ಕೆ ಹೋಗುವುದನ್ನು ಹೊರತುಪಡಿಸಿ ಅವನನ್ನು ಮನೆಯಿಂದ ಹೊರಗೆ ನೋಡುವುದು ಅಸಾಧ್ಯವಾಗಿತ್ತು. ಅವನು ತನ್ನ ಮನೆಯ ಜಗುಲಿಯಲ್ಲಿ ಹೆಬ್ಬೆರಳು ಬಾಯಲ್ಲಿಟ್ಟುಕೊಂಡು ಗಂಟೆಗಟ್ಟಲೆ ಕೂರುತ್ತಿದ್ದ. ಕೊಟ್ಟಿಗೆಯಲ್ಲಿ ಹಾಕಿದ ಮೇವನ್ನು ಎತ್ತು ತಿನ್ನುವಂತೆ ಅವನು ತಿನ್ನಲು ಏನೇ ಸಿಕ್ಕರೂ ತಿನ್ನುತ್ತಿದ್ದ. ಅವನ ಸೋಮಾರಿತನ ಮತ್ತು ಹೆಬ್ಬೆರಳು ಚೀಪುವ ಮಗುವಿನಂತಹ ಚಟದಿಂದ, ಚಿಕ್ಕಪ್ಪ ಆಗಾಗ್ಗೆ ಅವನನ್ನು ಗದರಿಸುತ್ತಿದ್ದರು. ಚಿಕ್ಕಪ್ಪ ಮಾತ್ರ ತುಂಬಾ ಚುರುಕಾಗಿದ್ದು, ಯಾರ ಜೊತೆಯೇ ಆಗಲಿ ಜಗಳವಾಡಲು ಸದಾ ಸಿದ್ಧನಾಗಿರುತ್ತಿದ್ದ. ಆದುದರಿಂದ ಸ್ವಂತಮಗನ ಈ 'ಹಸಿವ'ನ್ನು ಸಹಿಸಲಾಗಲಿಲ್ಲ. ಒಮ್ಮೆಯಂತೂ ಅವನು ಚುಚರೂವನ್ನು ಎತ್ತಿಗೆ ಹೊಡೆಯುವ ಬಾರುಕೋಲಿನಿಂದ ಹೊಡೆದಿದ್ದ. ಚುಚರೂ ಒಂದಿಷ್ಟೂ ಅಳಲಿಲ್ಲ ಅಥವಾ ಕಿರುಚಲಿಲ್ಲ, ಆದರೆ ಅವನ ಬಾಯಿಯಿಂದ ಬಹಳಷ್ಟು ನೊರೆ ಹೊರಬಂತು. ಆ ದಿನದಿಂದ ಚುಚರೂವನ್ನು ಅವನ ಹಣೆಬರಹ ಎಂದು ಕೈ ಬಿಡಲಾಯಿತು.

ಮೂರನೆಯ ಪ್ರತಿಮೆಯು ನನ್ನ ಮಾವ ಒಡಿಯಮ್ ಅಡಮಾ ಅವರ ಮಗ ಸೋಡಿ ಅಡಮಾ ಅವನದ್ದಾಗಿತ್ತು. ನನ್ನ ಮಾವನ ಕುಟುಂಬ ನಮ್ಮ ಹಳ್ಳಿಯಿಂದ ಸ್ವಲ್ಪ ದೂರವಿತ್ತು. ನನ್ನ ತಂದೆಯ ಅತ್ಯಂತ ದುರಾಸೆಯ ಮತ್ತು ಕುತಂತ್ರದ ನಡವಳಿಕೆಯಿಂದಾಗಿ, ಮಾವನಿಗೆ ನನ್ನ ತಂದೆಯೆಂದರೆ ಆಗಿ ಬರುತ್ತಿರಲಿಲ್ಲ. ಅವನ ಮತ್ತು ನಮ್ಮ ನಡುವೆ ಕುಟುಂಬ ಸಂಬಂಧಗಳು ಇರಲೇ ಇಲ್ಲ ಎನ್ನುವಂತಿದ್ದವು. ಆದರೆ ಕೆಲವೊಮ್ಮೆ ಯಾವುದಾದರೂ ದೊಡ್ಡ ಮಾರುಕಟ್ಟೆ ಅಥವಾ ಬಜಾರಿನಲ್ಲಿ ಸೋಡಿಯನ್ನು ಭೇಟಿಯಾಗುತ್ತಿದ್ದೆ. ಅವನು ತುಂಬಾ ಜಾಣ ಹುಡುಗನಾಗಿದ್ದ. ಅವನು ಸುತ್ತಾಡಲು ಅಥವಾ ಮೋಜು ಮಾಡಲು ಮಾರುಕಟ್ಟೆಗೆ ಬರುತ್ತಿರಲಿಲ್ಲ. ಕೆಲವೊಮ್ಮೆ ಅವನು ತನ್ನ ತೋಟದಿಂದ ತರಕಾರಿಗಳನ್ನು, ಓಕ್ ಮರದ ಹಣ್ಣು, ಕೆಲವೊಮ್ಮೆ ಕೆರೆಯಿಂದ ಹಿಡಿದ ಮೀನುಗಳನ್ನು ಮಾರಲು ಬರುತ್ತಿದ್ದ. ಸ್ವಭಾವತಃ ಜಿಪುಣನಾಗಿದ್ದರೂ, ನನಗೆ ಚಹಾ ಮತ್ತು ಭುಜಿಯಾ ತಿನ್ನಿಸುವುದರಲ್ಲಿ ಎಂದಿಗೂ ಜಿಪುಣತನ ಮಾಡುತ್ತಿರಲಿಲ್ಲ. ನಾಲ್ಕನೇ, ಐದನೇ ಮತ್ತು ಆರನೇ ಪ್ರತಿಮೆಗಳ ಹೆಸರನ್ನು ಓದಿದೆ, ಅವುಗಳ ಮುಖವನ್ನು ನೋಡಿದೆ, ಆದರೆ ಸಾಕಷ್ಟು ಗಮನ ಹರಿಸಿದರೂ ನನಗೆ ಏನೂ ಅರ್ಥವಾಗಲಿಲ್ಲ. ಬಹುಶಃ ನನಗೆ ಅವರ ಪರಿಚಯ ಇರಲಿಲ್ಲ. ಆದರೆ ಅವರ

ಹೆಸರಿಂದ ಅವರ ಕುಲ ಗೋತ್ರದ ಗುರುತನ್ನು ಆಧರಿಸಿ, ಅವರೂ ಪರಸ್ಪರ ಸಂಬಂಧಿಕರೆಂದು ಅಂದಾಜಿಸಬಹುದಿತ್ತು.

ಏಳನೆಯ ಪ್ರತಿಮೆ ನನ್ನ ಹಳ್ಳಿಯ ಮುಖ್ಯಸ್ಥನ ಮಗನದ್ದಾಗಿತ್ತು, ಅವನು ನಂಬರ್ ಒನ್ ದುಷ್ಟನಾಗಿದ್ದ. ಎಲ್ಲರನ್ನೂ ಹೆದರಿಸುವುದು, ಮಾರುಕಟ್ಟೆಯಲ್ಲಿ ಇನ್ನೊಬ್ಬರ ಕೈಯಿಂದ ಕೋಳಿಯನ್ನು, ಹಣವನ್ನು ಕಿತ್ತುಕೊಳ್ಳುವುದು, ಸಾರ್ವಜನಿಕವಾಗಿ ಹುಡುಗಿಯರ ಕೈ ಹಿಡಿದು ಎಳೆಯುವುದು – ಅನೇಕ ದುಷ್ಕೃತ್ಯಗಳನ್ನು ಅವನು ತನ್ನ ಹದಿಹರೆಯದಿಂದಲೂ ಮಾಡುತ್ತಾ ಬಂದಿದ್ದ. ಕೇವಲ ಇಪ್ಪತ್ತು ವರ್ಷ ವಯಸ್ಸಿನಲ್ಲೇ ಮೂವರು ಹುಡುಗಿಯರನ್ನು ಗರ್ಭಿಣಿಯಾಗಿಸಿ, ಅಕ್ರಮ ಸಂತಾನಗಳ ತಂದೆಯಾಗಿದ್ದ.

ಎಂಟನೆಯ ಪ್ರತಿಮೆಯ ಮುಖದ ಪ್ಲಾಸ್ಟರ್ ಎಷ್ಟು ಕಿತ್ತು ಹೋಗಿತ್ತೆಂದರೆ ಸಿಮೆಂಟಿನ ಆಧಾರಕ್ಕೆ ಒಳಗೆ ಇರಿಸಲಾದ ಕಬ್ಬಿಣದ ಸರಳುಗಳು ಕಾಣಿಸುತ್ತಿದ್ದವು.ಹಾಗಾಗಿ ಆ ಮುಖವನ್ನು ಗುರುತು ಹಿಡಿಯಲಾಗಲಿಲ್ಲ, ಆದರೆ ನನ್ನ ಕಣ್ಣುಗಳು ಅವನ ಮುಖದಿಂದ ಅವನ ಪಾದದ ಕಡೆಗೆ ಜಾರಿ, ವೇದಿಕೆಯ ಮೇಲಿನ ಶಾಸನದಲ್ಲಿ ಅವನ ಹೆಸರನ್ನು ಓದಿದಾಗ ನಾನು ಸ್ತಬ್ಧನಾಗಿದ್ದೆ. ಅದು ನನ್ನ ಅಪ್ಪನ ಪ್ರತಿಮೆಯಾಗಿತ್ತು. ನನಗೆ ಅಚ್ಚರಿಯೆನಿಸಿದ್ದು ಅದು ನನ್ನ ಅಪ್ಪನ ಪ್ರತಿಮೆ ಎಂದಲ್ಲ; ಅಚ್ಚರಿಯಾಗಿದ್ದು ಅವನಂತಹ ಕೆಲಸಕ್ಕೆ ಬಾರದ ಅಯೋಗ್ಯನಿಗೆ ಅದು ಹೇಗೆ 'ಹುತಾತ್ಮ' ಸ್ಥಾನಮಾನ ಸಿಕ್ಕಿತೆಂದು. ಮನಸ್ಸಿಗೆ ಮತ್ತೆ ಅಸಹ್ಯವೆನಿಸಿತು. ನಾನು ತಕ್ಷಣ ಮುಖ ತಿರುಗಿಸಿ ಒಂಬತ್ತನೆಯ ಪ್ರತಿಮೆಯನ್ನು ನೋಡದೆ ಮುಂದೆ ಸಾಗಿದೆ.

ಆದರೆ ಸ್ವಲ್ಪ ದೂರ ಹೋದ ಮೇಲೆ ನನಗೂ, ನಾನು ನೋಡದೆ ಬಿಟ್ಟ ಒಂಬತ್ತನೆಯ ಪ್ರತಿಮೆಗೂ ಏನೋ ಸಂಬಂಧವಿದೆ ಅನ್ನಿಸಿತು. ನನ್ನೊಳಗಿನ ಆ ಅಜ್ಞಾತ ಭಾವನೆಯನ್ನು ನಾನು ನಿರ್ಲಕ್ಷಿಸಲಾಗುತ್ತಿರಲಿಲ್ಲ. ನಾನು ನಿಂತುಕೊಂಡೆ. ಸ್ವಲ್ಪ ಹೊತ್ತು ಹಾಗೆಯೇ ನಿಂತಿದ್ದೆ. ಕಾಡಿನಲ್ಲಿ ಇದ್ದಕ್ಕಿದ್ದಂತೆ ಒಂದು ನಿಗೂಢ ನಿಶ್ಶಬ್ದತೆ ಉಂಟಾಯಿತು, ಎಲೆಗಳ ಚರಪರ ಸದ್ದು ಕೂಡ ಕೆಲಕಾಲ ನಿಂತಿತು. ನಾನು ತಿರುಗಿ ಒಂಬತ್ತನೆಯ ಪ್ರತಿಮೆಯನ್ನು ಸುಮಾರು ಹತ್ತು-ಹನ್ನೆರಡು ಹೆಜ್ಜೆಗಳ ದೂರದಿಂದ ನೋಡಿದೆ. ನಿಧಾನವಾಗಿ ಅದರ ಕಡೆಗೆ ಚಲಿಸಿದೆ. ಅದರ ಮುಂದೆ ನಿಂತು, ಅದನ್ನು ಮತ್ತೆ ಪಾದದವರೆಗೆ ನೋಡಿ ಶಾಸನದಲ್ಲಿರುವ ಹೆಸರನ್ನು ಓದಿ, ಆಳವಾದ ಉಸಿರನ್ನು ತೆಗೆದುಕೊಂಡೆ, ಒಬ್ಬರ ಮೋಸವನ್ನು ಗ್ರಹಿಸಿದ ನಂತರ ಇನ್ನೊಬ್ಬರು ನಿಟ್ಟುಸಿರು ಬಿಡುವಂತೆ.

ನನ್ನೊಳಗಿನ ದ್ವೇಷವನ್ನು ತಡೆಯಲು, ನನ್ನ ಕೋಪವನ್ನು ನಿಯಂತ್ರಿಸಲು ನನ್ನ ಕೈಲಾದಷ್ಟು ಪ್ರಯತ್ನಿಸಿದೆ. ಆದರೆ ಅದರ ವೇಗ ನನ್ನ ನಿಯಂತ್ರಣಕ್ಕೆ ಮೀರಿತ್ತು. ಮರುಕ್ಷಣವೇ ಯಾವ ಹುತಾತ್ಮ ಪ್ರತಿಮೆಯ ಕೆಳಗೆ ನನ್ನ ಹೆಸರು ಬರೆದಿತ್ತೋ, ಆ ಪ್ರತಿಮೆಗೆ ನನ್ನೆಲ್ಲ ಶಕ್ತಿ ಹಾಕಿ ಒದ್ದೆ. ನನ್ನ ಮೊದಲ ಒದೆಯಿಂದ ಆ ಪ್ರತಿಮೆ ಸ್ವಲ್ಪ ವಕ್ರವಾಯಿತು. ಅದರ ಈ ವಿಕೃತವಾದ ವಕ್ರತೆ ನನ್ನನ್ನು ಇನ್ನಷ್ಟು ಕೆರಳಿಸಿತು. ಎರಡೂ ಕೈಗಳಿಂದ ದೊಡ್ಡ ಕಲ್ಲನ್ನು ಎತ್ತಿಕೊಂಡು ನೇರವಾಗಿ ಅದರ ತಲೆಗೆ ಹೊಡೆದೆ. ಪ್ರತಿಮೆಯ ತಲೆಯ ಅರ್ಧದಷ್ಟು ಪ್ಲಾಸ್ಟರ್ ಒಡೆದು ಕಟ್ಟೆಯ ಮೇಲೆ ಬಿದ್ದು, ಅದರ ಕುತ್ತಿಗೆ ಸರಳುಗಳ ಆಧಾರದಿಂದ ನೇತಾಡುತ್ತಿತ್ತು.

ನನ್ನ ಜೀವನದಲ್ಲಿ ಮೊದಲ ಬಾರಿಗೆ ತುಂಬಾ ಕೋಪಗೊಂಡಿದ್ದೆ, ಮೊದಲ ಬಾರಿಗೆ ಇನ್ನೊಬ್ಬರ ಮೇಲೆ ಆಕ್ರಮಣ ಮಾಡಿದ್ದೆ. ನನ್ನ ಪ್ರತಿಮೆಯನ್ನು ಅವಶೇಷಗಳ ರಾಶಿಯಾಗಿ ಪರಿವರ್ತಿಸುವವರೆಗೂ ಶಾಂತಿ ಸಿಗಲಿಲ್ಲ. ನಾಲ್ಕು ವರ್ಷಗಳ ನನ್ನ ಇಲ್ಲದಿರುವಿಕೆಯ ಲಾಭವನ್ನು ಪಡೆದು ಸರ್ಕಾರಿ ನೌಕರರು ನಕ್ಸಲರ ದಾಳಿಯಲ್ಲಿ ನನ್ನನ್ನು ಕೊಂದು ಹುತಾತ್ಮನನ್ನಾಗಿ ಮಾಡಿರಬಹುದು. ನನ್ನ ಹುತಾತ್ಮತೆಗೆ ಪ್ರತಿಯಾಗಿ ನೀಡಿದ ಅಪಾರ ಪ್ರಮಾಣದ ಹಣವನ್ನು ಲಪಟಾಯಿಸಿರಬಹುದು. ಆದರೆ ನಾನು ಬದುಕಿರುವಾಗಲೇ ನನ್ನ ಪ್ರತಿಮೆಯ ಅಸ್ತಿತ್ವವನ್ನು ಹೇಗೆ ಸಹಿಸಿಕೊಳ್ಳಲಿ?

ಇದು ಎಂತಹ ವಿಚಿತ್ರ ಪರಿಸ್ಥಿತಿ? ನಾನು ಯೋಚನೆಯಲ್ಲಿ ಮುಳುಗಿದೆ. ನನ್ನ ಆಲೋಚನೆ ಮತ್ತು ಕಲ್ಪನೆ ಒಟ್ಟಿಗೆ ವೇಗವಾಗಿ ಚಲಿಸಲು ಪ್ರಾರಂಭಿಸಿದವು. ನಾನು ಹುತಾತ್ಮನಾಗಿರುವುದನ್ನು ಸಾಬೀತುಪಡಿಸಲು, ಖಂಡಿತವಾಗಿಯೂ ಬೇರೊಬ್ಬರ ಮೃತ ದೇಹವನ್ನು ನನ್ನ ಹೆಸರಿನಲ್ಲಿ ಪ್ರಸ್ತುತಪಡಿಸಿರಬೇಕು. ನಿಜವಾಗಿ ಕೊಲ್ಲಲ್ಪಟ್ಟ ವ್ಯಕ್ತಿಯ ಗುರುತನ್ನು ಅಳಿಸಿಹಾಕಿ, ನನ್ನ ಅಸ್ತಿತ್ವವನ್ನು ಸಿಮೆಂಟ್ ಪ್ರತಿಮೆಯಿಂದ ಬದಲಾಯಿಸುವುದರಿಂದ ಯಾರಿಗೆ ಏನು ಲಾಭ ಆಗಿರಬಹುದು? ನನ್ನ ಅಪ್ಪ ಈಗ ಸತ್ತಿದ್ದಾನೆ. ಅಕ್ಕ ಕಾಡಿಗೆ ಹೋಗಿದ್ದಾಳೆ. ಪರಿಹಾರ ಪಡೆಯಲು ಒಬ್ಬ ಹಕ್ಕುದಾರ ಮಾತ್ರ ಉಳಿದಿದ್ದಳು – ನನ್ನ ಅವ್ವ, ನಾನು ಬದುಕಿರಲಿ ಅಥವಾ ಸತ್ತಿರಲಿ ಅದರಿಂದ ಅವಳಿಗೆ ಯಾವುದೇ ವ್ಯತ್ಯಾಸವಾಗುವುದಿಲ್ಲ. ಆದರೆ ಹಣದ ವಿಷಯಕ್ಕೆ ಬಂದರೆ, ಅವಳು ಅದಕ್ಕಾಗಿ ಏನು ಬೇಕಾದರೂ ಮಾಡಬಲ್ಲಳು. ಹಳ್ಳಿಯ ಮುಗ್ಧ ಹೆಣ್ಣುಮಕ್ಕಳಿಗೆ ಆಸೆ ತೋರಿಸಿ ಪೊಲೀಸ್ ಅಧಿಕಾರಿಗಳಿಗೆ ಒದಗಿಸುತ್ತಾಳೆ ಎಂದು ಊರು ಬಿಡುವ ಮುನ್ನ ಗುಸುಗುಸು ಮಾತು ಕೇಳಿದ್ದೆ.

ಆದರೆ ನನ್ನ ಹುತಾತ್ಮತೆ ಮತ್ತು ಅದಕ್ಕೆ ಪ್ರತಿಯಾಗಿ ಪಡೆದ ಪರಿಹಾರದ ವಿಷಯ ಬಹಳ ನಿಗೂಢವಾಗಿದೆ. ಲಂಚವಿಲ್ಲದೆ ಸರಕಾರಿ ಇಲಾಖೆಗಳಲ್ಲಿ ಇಂತಹ ಕೆಲಸ ನಡೆಯುವುದಿಲ್ಲ. ನನ್ನನ್ನು ಹುತಾತ್ಮನನ್ನಾಗಿ ಮಾಡಲು ನನ್ನ ಅವ್ವ ಅಧಿಕಾರಿಗಳಿಗೆ ಲಂಚ ಕೊಟ್ಟಿರಬಹುದೇ? ಕೊಟ್ಟಿದ್ದರೆ ಅದನ್ನು ಯಾವ ರೂಪದಲ್ಲಿ ಕೊಟ್ಟಿರಬಹುದು?

ನನಗೆ ಭಯಂಕರ ತಲೆಸುತ್ತು ಬಂದಂತಾಯಿತು. ಆದರೆ ಈ ಬಾರಿ ಕೋಪವನ್ನು ನಿಯಂತ್ರಿಸಿಕೊಂಡು, ವಿಷಯದ ಇನ್ನೊಂದು ಮುಖದತ್ತ ಗಮನ ಹರಿಸಿದೆ– ಒಂದು ಸಾಧ್ಯತೆ ಇರಬಹುದು, ಎನ್‌ಕೌಂಟರ್‌ನಲ್ಲಿ ಎಷ್ಟು ನಕ್ಸಲರು ಕೊಲ್ಲಲ್ಪಟ್ಟರು ಎಂಬ ಎಣಿಕೆಯನ್ನು ಹೆಚ್ಚು ಮಾಡಿ ಹೇಳಿರಬಹುದು; ಹಾಗೆಯೇ ಈ ಹೋರಾಟದಲ್ಲಿ ಎಷ್ಟು ಎಸ್.ಪಿ.ಓಗಳು ಹುತಾತ್ಮರಾದರು ಎಂಬ ಎಣಿಕೆಯನ್ನು ಹೆಚ್ಚು ಮಾಡಿ ಹೇಳಿರಬಹುದು.

ಅಂಕಿ ಅಂಶಗಳ ಈ ಆಟದಲ್ಲಿ ಲೇಖನಿ ಮತ್ತು ಸಂಖ್ಯೆಗಳಿಂದ ಕೆಲಸ ನಡೆಯುವುದಿಲ್ಲ. ಘಟನೆಗಳ ವಾಸ್ತವಿಕ ಸಂಗತಿಗಳು ಬೇರೆಯಾಗಿರಬಹುದು ಅಥವಾ ಅದರ ದಾಖಲೀಕರಣ ಕೂಡ ಬೇರೆಯಾಗಿರಬಹುದು. ಶಕ್ತಿಗಳು ಎಷ್ಟು ನಿರಂಕುಶವಾಗಿರುತ್ತವೋ, ದಾಖಲೆಗಳು ಅಷ್ಟೇ ಸುಳ್ಳಾಗಿರುತ್ತವೆ. ಆದರೆ ಎಲ್ಲಾ ರೀತಿಯ ಚಮತ್ಕಾರಗಳ ಹೊರತಾಗಿಯೂ, ಈ ಶಕ್ತಿಗಳು ಒಂದು ವಸ್ತುವಿಲ್ಲದೆ ಕೆಲಸ ಮಾಡಲು ಸಾಧ್ಯವಿಲ್ಲ – ಶವಗಳು. ಅಂಕಿ ಅಂಶಗಳನ್ನು

ಅವರು ಹೇಗೆ ಬೇಕಾದರೂ ತಿರುಚಬಹುದು, ಆದರೆ ಯಾವುದೇ ಸಂದರ್ಭದಲ್ಲಿ ಮೃತದೇಹಗಳು ಬೇಕಾಗುತ್ತವೆ.

ನಾನು ಮತ್ತೊಮ್ಮೆ ಕಣ್ಣೆತ್ತಿ ಹುತಾತ್ಮರ ಪ್ರತಿಮೆಗಳನ್ನು ನೋಡಿದೆ. ನನ್ನ ಪ್ರತಿಮೆಯ ಅವಶೇಷಗಳಿಗೆ ಕೊನೆಯ ಒದೆಯನ್ನು ನೀಡಿ, ತಿರುಗಿ ನೋಡದೆ ಮುಂದೆ ಸಾಗಿದೆ. ಮುಂದೆ ಸಾಗುತ್ತಿದ್ದಂತೆ, ಸಂಜೆಯಾಗಲು ಪ್ರಾರಂಭಿಸಿತು. ಈಗ ಆ ಪ್ರತಿಮೆಗಳನ್ನು ತುಂಬಾ ಹಿಂದೆ ಬಿಟ್ಟಿದ್ದೆ. ಅವುಗಳ ನೆರಳಿನಿಂದ ಮುಕ್ತವಾದ ಮೇಲೆ ತುಂಬಾ ಹಗುರವಾದ ಅನುಭವವಾಯಿತು. ಆದರೆ ಈ ಬಿಡುಗಡೆ ಹೆಚ್ಚು ಕಾಲ ಉಳಿಯುವಂತಿರಲಿಲ್ಲ. ಮುಂದೆ ಹೋದಾಗ ನಿರ್ಜನವಾದ ಹಳ್ಳಿ ಮತ್ತು ಸುಟ್ಟು ಹೋದ ಅನೇಕ ಗುಡಿಸಲುಗಳನ್ನು ನೋಡಿದೆ. ಆಗ ನನ್ನ ಕಣ್ಣುಗಳು ಎಡಗಡೆಯ ರಸ್ತೆಬದಿಯಲ್ಲಿ ಕಟ್ಟಿದ ಚಿಕ್ಕ ಚಿಕ್ಕ ಸಮಾಧಿಗಳ ಮೇಲೆ ಬಿದ್ದವು.

ಒಂದು ಸಾಲಿನಲ್ಲಿದ್ದ ಈ ಎಲ್ಲಾ ಸಮಾಧಿಗಳ ಮೇಲೆ ಹಳ್ಳಿಯ ಕೆಲಸ ಬಾರದ ಕಮ್ಮಾರ ತಯಾರಿಸಿದ ಸುತ್ತಿಗೆ ಮತ್ತು ಕುಡುಗೋಲಿನ ಚಿಹ್ನೆಗಳನ್ನು ಬಿಡಿಸಲಾಗಿತ್ತು. ಇದಲ್ಲದೆ, ಎಲ್ಲಾ ಸಮಾಧಿಗಳ ಬಳಿ ಕೆಂಪು ಧ್ವಜಗಳನ್ನು ಸಹ ನೆಡಲಾಗಿತ್ತು. ಬಹುತೇಕ ಧ್ವಜಗಳು ಬಣ್ಣ ಕಳೆದುಕೊಂಡಿದ್ದವು. ಸುತ್ತಿಗೆ, ಕುಡುಗೋಲು ಸಹ ಮಂಜು ಮಂಜಾಗಿದ್ದವು.

ನಾನು ಮತ್ತೊಮ್ಮೆ ನಿಲ್ಲಬೇಕಾಯಿತು. ಈ ಸಮಾಧಿಗಳ ಕೆಳಗೆ ಕೂಡ ಹುತಾತ್ಮರ ಹೆಸರನ್ನು ಬರೆಯಲಾಗಿತ್ತು. ಮೊದಲ ಸಮಾಧಿ ರೂಕನಿ ನರವಾ ಅವಳದಾಗಿತ್ತು, ನನ್ನ ನೆರೆಯ ಸೋಯಮ್ ಗಂಗಾ ಅವರ ಮಗಳು ಮತ್ತು ಎಸ್.ಪಿ.ಓ. ರೂಪದಲ್ಲಿ ಹುತಾತ್ಮರಾದ ಸೋಯಮ್ ನರವಾ ಅವರ ಸಹೋದರಿ. ಎರಡನೆಯ ಸಮಾಧಿಯು ಸನ್ನು ಬುದರ್ರೈಯಾನದು, ನನ್ನ ಚಿಕ್ಕಪ್ಪನ ಕಿರಿಯ ಮಗ ಮತ್ತು 'ಹುತಾತ್ಮ' ಎಸ್.ಪಿ.ಓ. ಮಡಕಮ್ ಬುದರ್ರೈಯಾನ ಸಹೋದರ. ಮೂರನೆಯ ಸಮಾಧಿಯು ವಂಜಮ್ ಅಡಮಾ, ನನ್ನ ಮಾವ ಪೋಡಿಯಮ್ ಅಡಮಾನ ಕಿರಿಯ ಸಹೋದರನ ಮಗ ಮತ್ತು ಸೋಡಿ ಅಡಮಾ ಅವರ ಸೋದರಸಂಬಂಧಿಯಾಗಿದ್ದ.

ಈಗ ನನಗೆ ಮುಂದಿನ ಹೆಸರುಗಳನ್ನು ಓದುವ ಅಗತ್ಯವಿಲ್ಲ. ಚಿತ್ರಣ ತುಂಬಾ ಸ್ಪಷ್ಟವಾಗಿದೆ. ಒಟ್ಟಾರೆ ಹೇಳಬೇಕೆಂದರೆ ಇಷ್ಟೇ ವಿಷಯ, ಇಲ್ಲಿನ ಸ್ಥಳೀಯ ಜನರು ಎರಡು ಬಂಡೆಗಳ ನಡುವೆ ಪುಡಿಯಾಗುತ್ತಿದ್ದಾರೆ. ಎರಡು ಸಂಪೂರ್ಣವಾಗಿ ವಿರುದ್ಧವಾದ ಶಕ್ತಿಗಳು ಹಳ್ಳಿಯ ಜನರನ್ನು ಎರಡು ಪಾಲು ಮಾಡಿಕೊಂಡಿವೆ. ಎರಡೂ ಕಡೆಗಳಲ್ಲಿ ಸಮಾನ ಸಂಖ್ಯೆಯ ನೇಮಕಾತಿಗಳು ನಡೆದಿವೆ. ಒಂದು ಕಡೆ ಯುವಕರನ್ನು ಎಸ್.ಪಿ.ಓ ಮಾಡಲಾಗಿದೆ, ಇನ್ನೊಂದು ಕಡೆ ಅಷ್ಟೇ ಸಂಖ್ಯೆಯ ಯುವಕರನ್ನು ಮಾವೋವಾದಿಗಳಾಗಿ ಮಾಡಲಾಗಿದೆ. ಎರಡೂ ಕಡೆಗಳಲ್ಲಿ ಸಮಾನ ಸಂಖ್ಯೆಯಲ್ಲಿ ಹುತಾತ್ಮರನ್ನಾಗಿ ಮಾಡಲಾಗುತ್ತಿದೆ.

ಮುಳುಗುತ್ತಿರುವ ಮಧ್ಯಾಹ್ನದಲ್ಲಿ ಸ್ವಲ್ಪ ಹೊತ್ತು ನಾನು ಅಲ್ಲಿಯೇ ನಿಂತಿದ್ದೆ. ತಿಳಿ ಹಳದಿ ಸೂರ್ಯನ ಬೆಳಕು ಕುಡುಗೋಲುಗಳ ಮೇಲೆ ಬಿದ್ದು, ಅವುಗಳ ನೆರಳುಗಳು ಸರತಿಯಲ್ಲಿದ್ದ ಸಮಾಧಿಗಳನ್ನು ಪರಸ್ಪರ ಜೋಡಿಸುತ್ತಿದ್ದವು.

ಈ ಭಯಾನಕ ಯುದ್ಧದ ಸಾಮಗ್ರಿಗಳು ಭವಿಷ್ಯದಲ್ಲಿ ಸಮಾಜಶಾಸ್ತ್ರಜ್ಞರಿಗೆ ಮತ್ತು ಇತಿಹಾಸಕಾರರಿಗೆ ಬಹಳ ಉಪಯುಕ್ತವಾಗಲಿವೆ. ಈ ಸಮಾಧಿಗಳ ಮತ್ತು ಹುತಾತ್ಮರ ಸ್ಮಾರಕಗಳ ಬಗ್ಗೆ ಸಂಶೋಧನೆ ಮಾಡಲಾಗುವುದು. ಅವುಗಳ ಕಲ್ಲುಗಳು ಮತ್ತು ಅವುಗಳ ಮೇಲೆ ಬರೆದ ಬರಹಗಳನ್ನು ತುಂಬಾ ಎಚ್ಚರಿಕೆಯಿಂದ ಓದಲಾಗುವುದು. ಅನೇಕ ಸಂಶೋಧನಾ ಪ್ರಬಂಧಗಳನ್ನು, ಪುಸ್ತಕಗಳನ್ನು ಬರೆಯಲಾಗುವುದು. ಮಾನವಶಾಸ್ತ್ರೀಯ ಸಂಸ್ಥೆಗಳು ಮತ್ತು ಮಾನವ ವಸ್ತುಸಂಗ್ರಹಾಲಯಗಳ ಮೂಲಕ ಹಾದುಹೋಗುತ್ತ, ಈ ಇತಿಹಾಸದ ಅವಧಿಯು ಶೈಕ್ಷಣಿಕ ನೆಲಮಾಳಿಗೆಗಳಲ್ಲಿ ಹೋಗಿ ಶಾಶ್ವತವಾಗಿ ಮುಚ್ಚಲ್ಪಡುವವು.

ನಾನು ಸಮಾಧಿಗಳಿಂದ ದೃಷ್ಟಿ ಸರಿಸಿ ಆ ನಿರ್ಜನ ಹಳ್ಳಿಯನ್ನು ವಿಸ್ತಾರವಾಗಿ ನೋಡಿದೆ. ಆಮೇಲೆ ತಲೆಬಾಗಿಸಿಕೊಂಡು, ಮೆಲ್ಲನೆ ನಡೆಯತೊಡಗಿದೆ. ಹಗಲು ಈಗ ಸಂಪೂರ್ಣವಾಗಿ ಮುಗಿಯುವ ತಯಾರಿಯಲ್ಲಿತ್ತು ಮತ್ತು ಕಾಡು ಹೆಚ್ಚು ದುರ್ಗಮವಾಗತೊಡಗಿತ್ತು. ಕೊನೆಗೆ ಆ ಸಮಯ ಬಂದೇಬಿಟ್ಟಿತು – ರಸ್ತೆ ಕೊನೆಗೊಂಡಿತು.

ಈಗ ಸೂರ್ಯ ಸಂಪೂರ್ಣವಾಗಿ ಮುಳುಗಿದ್ದ. ಆಕಾಶದಲ್ಲಿ ಕೆಲವು ನಕ್ಷತ್ರಗಳೂ ಕಾಣಿಸಿಕೊಳ್ಳತೊಡಗಿದವು. ದಿಕ್ಕು ತೋಚದೆ ಎರಡು ಗಂಟೆ ನಡೆಯುತ್ತಲೇ ಇದ್ದೆ. ಒಣ ಎಲೆಗಳ ಅದೇ ಹಳೆಯ ರಾಗ ನನ್ನ ಜೊತೆಯಲ್ಲಿ ಚಲಿಸತೊಡಗಿತು. ಒಂದು ಸಣ್ಣ ತೆರೆದ ಜಾಗದಲ್ಲಿ, ಒಂದು ದೊಡ್ಡ ಮರದ ಬಳಿ ನಿಂತೆ. ನನ್ನ ಸುತ್ತಲಿನ ದೃಶ್ಯ ಚಿರಪರಿಚಿತ ಎನಿಸಿತು. ಆ ಮರವನ್ನು ಸೂಕ್ಷ್ಮವಾಗಿ ನೋಡಿದೆ. ಅದೇ ಮರದ ಕೊಂಬೆಯಲ್ಲಿ ನಾನು ಭಯಾನಕ ರಾತ್ರಿಯನ್ನು ಕಳೆದಿದ್ದೇನೆ ಎಂದು ಅರ್ಥಮಾಡಿಕೊಳ್ಳಲು ಹೆಚ್ಚು ಸಮಯ ಹಿಡಿಯಲಿಲ್ಲ.

ಏರ್‌ಬ್ಯಾಗನ್ನು ತೆಗೆದು ನೆಲದ ಮೇಲೆ ಇರಿಸಿ ಮರದ ಕೆಳಗೆ ಕುಳಿತೆ. ಕೆಲಕಾಲ ಜೀರುಂಡೆಗಳ ಸದ್ದು ಮತ್ತು ಮಿಂಚುಳ್ಳಿಗಳ ಮಿನುಗು ನನ್ನನ್ನು ಸುತ್ತುವರೆದಿದ್ದವು. ನಂತರ ನನ್ನ ಕಿವಿಯಲ್ಲಿ ಮೌನದ ಸರಳ-ನಿಜವಾದ ಲಯ ಕೇಳಿಸಿತು. ಅದು ಅಕ್ಕನ ಅಂತರಾತ್ಮದ ಧ್ವನಿ, ಅದು ನನಗೆ 'ಮೌನ' ಎಂಬ ಹೆಸರಿನಿಂದ ಪರಿಚಿತವಾಗಿದೆ. ಈ ಮೌನದ ಕಲರವ ನನ್ನೊಳಗೆ ಬದುಕಿನ ಹಿಂದಿನ ಭಾಗಗಳನ್ನು ನೇಯಲು ಪ್ರಾರಂಭಿಸಿತು, ಅವುಗಳನ್ನು ನಾನು ನಿರ್ದಯವಾಗಿ ಕಿತ್ತು ಬಿಸಾಡಿಬಿಟ್ಟೆ.

ನಾಟಿಕಲ್ ಇಂಜಿನಿಯರಿಂಗ್‌ನಲ್ಲಿ ಓದುತ್ತಿರುವಾಗ ಮತ್ತು ನಂತರದ ಆರು ತಿಂಗಳ ಸಮುದ್ರಯಾನದಲ್ಲಿ ಆ ತೆರೆದುಕೊಂಡಿದ್ದ ಗಾಯಗಳು ಒಣಗಿದ್ದವು. ಆದರೆ ಮೌನವು ಆ ಸ್ಥಳದಲ್ಲಿಯೇ ಸೂಜಿಯನ್ನು ಚುಚ್ಚಿ ನೇಯಲು ಪ್ರಾರಂಭಿಸಿತು. ಇದು ಅಂತಿಂತಹ ಚುಚ್ಚುವಿಕೆ ಆಗಿರಲಿಲ್ಲ, ನಾನು 'ಚಿಂತಾಮಣಿ'ಯನ್ನು ಬಳಸಿ ಅದರಿಂದ ತಪ್ಪಿಸಿಕೊಳ್ಳಲಾಗುತ್ತಿರಲಿಲ್ಲ. ಏಕೆಂದರೆ ಮೌನ, ಉತ್ಸಾಹಕ್ಕಿಂತ ಹೆಚ್ಚು ಶಕ್ತಿಶಾಲಿಯಾಗಿರುತ್ತದೆ. ಉತ್ಸಾಹವನ್ನು ನಿಯಂತ್ರಿಸಿ ಇರಿಸಿಕೊಳ್ಳಬಹುದು ಆದರೆ ಮೌನವನ್ನು ನಿಯಂತ್ರಿಸುವುದನ್ನು ಬಿಡಿ, ಅದನ್ನು ಹಿಡಿಯಲು ಸಹ ಸಾಧ್ಯವಿಲ್ಲ.

❑❑❑

ಕಾಡು

ನಾನು ಹೈಯರ್ ಸೆಕೆಂಡರಿ ಶಾಲೆಯಲ್ಲಿ ಒಂಬತ್ತನೇ ತರಗತಿಯ ವಿದ್ಯಾರ್ಥಿಯಾಗಿದ್ದಾಗ ಈ ಮೌನದ ಮೊದಲ ಹೆಜ್ಜೆಗಳನ್ನು ನೋಡಿದ್ದೆ. ಆ ಮೌನ ನನ್ನ ಅಕ್ಕನ ವ್ಯಕ್ತಿತ್ವವನ್ನು ಬಹಳ ನಿಖರವಾಗಿ ಸ್ವಾಧೀನಪಡಿಸಿಕೊಂಡಿತ್ತು. ಆ ಸಮಯದಲ್ಲಿ ನನ್ನ ಸುತ್ತ ನಡೆಯುವ ಚಟುವಟಿಕೆಗಳ ಬಗ್ಗೆ ನನ್ನದೇ ಆದ ರೀತಿಯಲ್ಲಿ ಯೋಚಿಸುವಷ್ಟು ತಿಳಿವಳಿಕೆ ಇರಲಿಲ್ಲ. ಆದರೆ ಅಕ್ಕನ ಬದಲಾದ ನಡವಳಿಕೆ ಮತ್ತು ಅವಳ ರಹಸ್ಯ ಚಟುವಟಿಕೆಗಳು ನನ್ನನ್ನು ಯೋಚಿಸುವಂತೆ ಬಲವಂತ ಮಾಡಿದ್ದವು. ನನ್ನ ಶಾಲೆ ಹಳ್ಳಿಯಿಂದ ಬಹಳ ದೂರವಿತ್ತು. ಆದ್ದರಿಂದ, ನನ್ನ ಹೆಚ್ಚಿನ ಸಮಯ ಮನೆಯ ಹೊರಗೆ ಕಳೆಯುತ್ತಿತ್ತು. ಆದರೆ ಮನೆಗೆ ಬಂದ ಕೂಡಲೇ ಅಕ್ಕನನ್ನು ಕಣ್ಗಾವಲಿನಲ್ಲಿ ಇಟ್ಟುಕೊಳ್ಳುತ್ತಿದ್ದೆ.

ಕಳೆದ ಕೆಲವು ದಿನಗಳಿಂದ ನನ್ನ ಅಕ್ಕನ ಚಟುವಟಿಕೆಗಳಲ್ಲಿ ಕೆಲವು ರಹಸ್ಯ ಬದಲಾವಣೆಗಳು ನಡೆಯುತ್ತಿವೆ ಎಂದು ನನ್ನ ಅನುಭವಕ್ಕೆ ಬರುತ್ತಿತ್ತು. ಮೊದಲು ಅವಳು ನನ್ನನ್ನು ಶಾಲೆಗೆ ಸಿದ್ಧಪಡಿಸಿ, ಶಾಲೆಗೆ ಹೋಗುವ ದಾರಿಯಲ್ಲಿ ನನ್ನನ್ನು ಬಿಟ್ಟು, ಕಾಳುಗಳನ್ನು ಸಂಗ್ರಹಿಸಲು ಕಾಡಿಗೆ ಹೋಗುತ್ತಿದ್ದಳು. ಆದರೆ ಈಗ ಮುಂಜಾನೆಯ ಕತ್ತಲಿನಲ್ಲಿ ಯಾರಾದರೂ ಏಳುವ ಮುನ್ನ, ಯಾವುದೇ ಸದ್ದು ಮಾಡದೆ ಸಾವಕಾಶವಾಗಿ ಹೆಜ್ಜೆ ಇಡುತ್ತ ಬುಟ್ಟಿಯನ್ನು ಹೊತ್ತು ಮನೆಯಿಂದ ಹೋಗಿಬಿಡುತ್ತಿದ್ದಳು.

ಮೊದಲು ಅವಳು ತನ್ನ ಬುಟ್ಟಿಯನ್ನು ಅಂಗಳದಲ್ಲಿ ಅಥವಾ ಜಗುಲಿಯಲ್ಲಿ ಇಡುತ್ತಿದ್ದಳು. ಆ ಬುಟ್ಟಿಯನ್ನು ಎಂದಿಗೂ ಎಲೆ ಅಥವಾ ಹುಲ್ಲಿನಿಂದ ಮುಚ್ಚುತ್ತಿರಲಿಲ್ಲ. ಈಗ ಬುಟ್ಟಿಯಲ್ಲಿ ವಸ್ತುಗಳನ್ನು ಬಚ್ಚಿಡುವುದಲ್ಲದೆ, ಉರುವಲು ಮತ್ತು ಹಸುವಿನ ಸಗಣಿಯ ಬೆರಣಿಗಳನ್ನು ಇಡುವ ಹಿಂದಿನ ಕೋಣೆಯ ಅಟ್ಟದ ಮೇಲೆ ಅದನ್ನು ಇಡಲಾಗುತ್ತಿತ್ತು.

ಒಂದು ರಾತ್ರಿ ಯಾವುದೋ ಕಾರಣಕ್ಕೆ ಎಚ್ಚರವಾದಾಗ, ಅಕ್ಕ ಕಂದೀಲಿನ ಬಳಿ ಕುಳಿತು ಏನೋ ಲೆಕ್ಕಾಚಾರ ಮಾಡುತ್ತಿದ್ದುದನ್ನು ನೋಡಿದೆ. ಬೆರಳ ತುದಿಗಳಿಗೆ ಹೆಬ್ಬೆರಳಿನಿಂದ ಮುಟ್ಟಿ ಏನನ್ನೋ ಎಣಿಸುತ್ತಿದ್ದಳು. ಮೊದಲು ಅವಳು ತನ್ನ ಮಾರುಕಟ್ಟೆಯ ಖರೀದಿ ಮತ್ತು ಮಾರಾಟದ ಲೆಕ್ಕವನ್ನು ನನ್ನಿಂದ ಮಾಡಿಸುತ್ತಿದ್ದಳು, ಈಗ ತಾನೇ ಲೆಕ್ಕ ಹಾಕಲು ಕಲಿತಿದ್ದಳು.

ಎಣಿಕೆ ಮುಗಿಸಿ ಅವಳು ಯೋಚಿಸತೊಡಗಿದಳು. ಮತ್ತೊಮ್ಮೆ ಅವಳು ಬುಟ್ಟಿಯೊಳಗೆ ಇಣುಕಿ ನೋಡಿದಳು, ಕೆಲವು ವಸ್ತುಗಳನ್ನು ಮೇಲೆ ಕೆಳಗೆ ಮಾಡಿ, ಮತ್ತೆ ಎಣಿಸಲು ಪ್ರಾರಂಭಿಸಿದಳು. ಅವಳು ಪಿಸುಗುಟ್ಟುವ ಧ್ವನಿಯಲ್ಲಿ ಏನನ್ನೋ ಗೊಣಗುತ್ತಿದ್ದಳು. ಈ ಗೊಣಗಾಟ ಅವಳು ತನ್ನ ಬೆರಳ ತುದಿಯಲ್ಲಿ ಎಣಿಸುತ್ತಿರುವ ವಸ್ತುಗಳ ಬಗ್ಗೆ ಇರಬಹುದು. ಆದರೆ ಅವಳ ಧ್ವನಿ ಎಷ್ಟು ಹಗುರವಾಗಿತ್ತು ಎಂದರೆ ನನಗೆ ಏನೂ ಕೇಳಿಸುತ್ತಿರಲಿಲ್ಲ. ಸೂಕ್ಷ್ಮವಾಗಿ ಗಮನಿಸಿದರೆ, ಅವಳು ಯಾವುದೋ ವಸ್ತುಗಳ ಕಟ್ಟುಗಳನ್ನು ಮತ್ತು ಪೊಟ್ಟಣಗಳನ್ನು ಎಣಿಸುತ್ತಿದ್ದಳು ಎಂದು ಅರ್ಥವಾಯಿತು.

ಕಾಳು ಸಂಗ್ರಹಿಸುವ, ತೆಂದು ಎಲೆಗಳನ್ನು ಕೀಳುವ ಆದಿವಾಸಿ ಹುಡುಗಿಯ ಬುಟ್ಟಿಯಲ್ಲಿ ಇದ್ಯಾವ ರೀತಿಯ ಪೊಟ್ಟಣಗಳ ಮತ್ತು ಕಟ್ಟುಗಳ ಎಣಿಕೆಯಾಗುತ್ತಿದೆ ಎಂದು ನನಗೆ ಅರ್ಥವಾಗಲಿಲ್ಲ.

ಸ್ವಲ್ಪ ಸಮಯದ ನಂತರ ಅಕ್ಕ ಕಂದೀಲಿನ ದೀಪವನ್ನು ನಂದಿಸಿದಳು. ಕತ್ತಲಲ್ಲಿ ಕೆಲವು ಕ್ಷಣಗಳು ಹೀಗೆಯೇ ಕಳೆದವು. ಆಗ ಮನೆಯ ಹಿತ್ತಿಲಿನಲ್ಲಿ ಲಘು ಶಬ್ದಗಳು ಕೇಳಿ ಬಂದವು. ಆಗ ಬಾಗಿಲಿನ ಸೀಳುಗಳಿಂದ ಮೂರು ಬಾರಿ ಟಾರ್ಚ್ ಬೆಳಕಿನ ಮಿಂಚು ಕಾಣಿಸಿತು. ಕೆಲಕಾಲ ಮೌನ ಆವರಿಸಿತು. ನಂತರ ಬಾಗಿಲ ಚಿಲಕದ ಮತ್ತು ಕಿರ್ ಎಂದು ನಿಧಾನವಾಗಿ ಬಾಗಿಲು ತೆರೆಯುವ ಶಬ್ದ ಕೇಳಿಸಿತು. ಅಕ್ಕ ಈಗ ಬೆಳದಿಂಗಳ ಬೆಳಕಿನಲ್ಲಿ ಬಾಗಿಲ ಮಧ್ಯದಲ್ಲಿ ನಿಂತಿದ್ದಳು. ಅವಳು ತನ್ನ ಎರಡೂ ಕೈಗಳನ್ನು ಚಾಚಿದಾಗ, ಅವಳ ಕೈಯಲ್ಲಿ ಯಾರೋ ಒಂದು ಬುಟ್ಟಿಯನ್ನು ಇಟ್ಟರು. ಅಕ್ಕ ಆ ಬುಟ್ಟಿಯೊಂದಿಗೆ ಒಳಗೆ ಬಂದು, ಅದನ್ನು ಒಂದು ಮೂಲೆಯಲ್ಲಿಟ್ಟು ಮತ್ತೆ ಬಾಗಿಲಲ್ಲಿ ಹೋಗಿ ನಿಂತಳು. ಮುಂದಿನ ಕ್ಷಣದಲ್ಲಿ ಮತ್ತೊಂದು ಬುಟ್ಟಿಯನ್ನು ಅವಳ ಕೈಗೆ ವರ್ಗಾಯಿಸಲಾಯಿತು, ನಂತರ ಮೂರನೆಯದು, ನಂತರ ನಾಲ್ಕನೆಯದು. ಈ ನಾಲ್ಕು ಭಾರವಾದ ಬುಟ್ಟಿಗಳನ್ನು ಮೂಲೆಯಲ್ಲಿಟ್ಟ ಅಕ್ಕ ತನ್ನ ಬುಟ್ಟಿಯನ್ನು ಎತ್ತಿಕೊಂಡು ಬಾಗಿಲಿನ ಬಳಿಗೆ ಬಂದಾಗ ಅಲ್ಲೊಂದು ನೆರಳು ಪ್ರಕಟವಾಯಿತು. ಆ ನೆರಳು ಅಕ್ಕನ ಕೈಯಿಂದ ಬುಟ್ಟಿಯನ್ನು ತೆಗೆದುಕೊಂಡಿತು. ಸ್ವಲ್ಪ ಸಮಯದವರೆಗೆ ನೆರಳಿನ ಕೈಗಳು ಬುಟ್ಟಿಯಲ್ಲಿ ಬಿದ್ದಿರುವ ವಸ್ತುಗಳನ್ನು ತಿರುಗಿಸುತ್ತಲೇ ಇದ್ದವು. ಸ್ವಲ್ಪ ಸಮಯದವರೆಗೆ ಇಬ್ಬರ ನಡುವೆ ಗುಸುಗುಸು ಮುಂದುವರೆಯಿತು. ಆಮೇಲೆ ಅಕ್ಕ ಬಾಗಿಲು ಮುಚ್ಚಿದಳು.

ಹಿತ್ತಿಲಿನಲ್ಲಿ ನಡೆಯುವ ಬುಟ್ಟಿ ವಿನಿಮಯದ ಬಗ್ಗೆ ಈ ಮೊದಲು ನನಗೆ ಏನೂ ತಿಳಿದಿರಲಿಲ್ಲ. ನನ್ನ ಹೃದಯ ತುಂಬಾ ವೇಗವಾಗಿ ಬಡಿಯಲಾರಂಭಿಸಿತ್ತು. ಇದೆಲ್ಲ ಏನು ನಡೆಯುತ್ತಿದೆ ಎಂದು ನನಗೆ ಅರ್ಥವಾಗಲಿಲ್ಲ. ಆದರೆ ಯಾವುದೋ ಅತ್ಯಂತ ರಹಸ್ಯವಾದ ಮತ್ತು ಅಪಾಯಕಾರಿ ಕಾರ್ಯಾಚರಣೆ ನಡೆಯುತ್ತಿದೆ ಎಂದು ಅನ್ನಿಸಿತು.

ರಾತ್ರಿ ಮುಗಿದು ಬೆಳಗಾಗುವ ಹೊತ್ತಿರಬೇಕು, ಮತ್ತೊಮ್ಮೆ ಬಾಗಿಲು ತೆರೆಯುವ ಕ್ಷೀಣವಾದ ಶಬ್ದ ಕೇಳಿಸಿತು. ಆದರೆ ಈ ಬಾರಿ ಹಿಂದಿನ ಬಾಗಿಲು ಅಲ್ಲ, ಮುಂದಿನ ಬಾಗಿಲು ತೆರೆಯಲಾಗಿತ್ತು. ಅಂಗಳದಲ್ಲಿ ಮರದ ತೊಲೆಗೆ ನೇತಾಡುತ್ತಿದ್ದ ಕಂದೀಲಿನ ಬೆಳಕು ಬಾಗಿಲ

ಮೇಲೆ ಬೀಳುತ್ತಿತ್ತು. ಅಕ್ಕ ಸ್ವಲ್ಪ ಹೊತ್ತು ಬಾಗಿಲಲ್ಲಿ ನಿಂತಿದ್ದು, ಮೂಲೆಯಲ್ಲಿ ಬಿದ್ದಿದ್ದ ಬುಟ್ಟಿಗಳಲ್ಲಿ ಒಂದನ್ನು ಎತ್ತಿಕೊಂಡು ಸದ್ದಿಲ್ಲದ ಹೆಜ್ಜೆಗಳನ್ನಿಡುತ್ತ ಜಗುಲಿ ದಾಟಿ ಮನೆಯಿಂದ ಹೊರಗೆ ಹೋದಳು.

ಈಗ ಸುಮ್ಮನೆ ಬಿದ್ದುಕೊಂಡಿರಲು ಸಾಧ್ಯವಾಗಲಿಲ್ಲ. ಎದ್ದು ಬೆಂಕಿಕಡ್ಡಿಗಳನ್ನು ಹುಡುಕತೊಡಗಿದೆ. ನನ್ನ ಕೈಗೆ ಬೆಂಕಿಪೆಟ್ಟಿಗೆ ಸಿಕ್ಕಾಗ, ಬೆಂಕಿಕಡ್ಡಿಯನ್ನು ಹೊತ್ತಿಸಿ ಕಂದೀಲಿನ ಗಾಜನ್ನು ಮೇಲಕ್ಕೆತ್ತಿ ಉರಿಯುತ್ತಿರುವ ಬೆಂಕಿಕಡ್ಡಿಯ ಜ್ವಾಲೆಯನ್ನು ಕಂದೀಲಿನ ಬತ್ತಿಗೆ ಅಂಟಿಸಿದೆ. ಕಂದೀಲನ್ನು ಎತ್ತಿಕೊಂಡು ಮೂಲೆಯಲ್ಲಿ ಬಿದ್ದಿದ್ದ ಬುಟ್ಟಿಗಳ ಕಡೆಗೆ ನಡೆದೆ. ಈಗ ನನ್ನ ಹೃದಯದಲ್ಲಿ ಯಾವುದೇ ಗಾಬರಿ ಇರಲಿಲ್ಲ, ಬೆಳೆದ ವಯಸ್ಕನಂತೆ ನನ್ನ ಎದೆಯನ್ನು ಗಟ್ಟಿಮಾಡಿಕೊಂಡೆ.

ಕಂದೀಲನ್ನು ಆ ಬುಟ್ಟಿಗಳ ಬಳಿ ಇರಿಸಿ, ಮೊಣಕಾಲುಗಳ ಮೇಲೆ ಕುಳಿತೆ. ಮೊದಲ ಬುಟ್ಟಿಯಿಂದ ಎಲೆಗಳನ್ನು ಸರಿಸಿ ಅದರಲ್ಲಿ ಇಣುಕಿ ನೋಡಿದೆ, ಆ ಬುಟ್ಟಿ ಕಾಡತೂಸುಗಳಿಂದ ತುಂಬಿತ್ತು. ಅದನ್ನು ಹೇಗಿತ್ತೋ ಹಾಗೆಯೇ ಮುಚ್ಚಿದೆ. ಎರಡನೇ ಬುಟ್ಟಿಯಲ್ಲಿ ಡಿಟೋನೇಟರ್ ವೈರ್, ಮದ್ದುಗುಂಡುಗಳ ಪೆಟ್ಟಿಗೆಗಳು ಮತ್ತು ಔಷಧಿಗಳಿದ್ದವು. ಮೂರನೇ ಬುಟ್ಟಿಯಲ್ಲಿ ಸುಮಾರು ಒಂದು ಡಜನ್ ರಿವಾಲ್ವರ್‌ಗಳು, ಐದಾರು ಗ್ರೆನೇಡ್‌ಗಳು ಮತ್ತು ನಾಲ್ಕು ಮುದ್ರಿತ ಕರಪತ್ರಗಳ ಬಂಡಲ್‌ಗಳು ಇದ್ದವು.

ಸ್ವಲ್ಪ ಸಮಯದ ನಂತರ, ಅಂಗಳದ ಹೊರಗೆ ಬೇಲಿಯ ಚಿಕ್ಕ ಬಾಗಿಲನ್ನು ಸರಿಸಿದ ಸದ್ದು ಕೇಳಿಸಿತು. ನಾನು ತಕ್ಷಣ ಕಂದೀಲನ್ನು ನಂದಿಸಿ ನನ್ನ ಜಾಗಕ್ಕೆ ಹೋಗಿ ಮಲಗಿದೆ. ಅಕ್ಕ ಮತ್ತೆ ಕೋಣೆಗೆ ಬಂದಳು, ಈ ಬಾರಿ ಅವಳ ಜೊತೆಗೆ ಅವಳದೇ ವಯಸ್ಸಿನ ಇಬ್ಬರು ಹುಡುಗಿಯರಿದ್ದರು. ಮೂವರೂ ತಲಾ ಒಂದೊಂದು ಬುಟ್ಟಿಯನ್ನು ತಲೆಯ ಮೇಲೆ ಇಟ್ಟುಕೊಂಡು ಕೋಣೆಯಿಂದ ಹೊರಗೆ ಹೋದರು.

●

ಮರುದಿನ ಶಾಲೆಯಲ್ಲಿ ನನಗೆ ಪಾಠದ ಕಡೆಗೆ ಗಮನ ಹರಿಸಲಾಗಲಿಲ್ಲ. ಅಕ್ಕನ ಈ ರಹಸ್ಯ ಚಟುವಟಿಕೆಗಳ ಅರ್ಥವೇನು? ಇದೆಲ್ಲ ಯಾವಾಗಿನಿಂದ ನಡೆಯುತ್ತಿದೆ? ಮತ್ತು ಇದರ ಪರಿಣಾಮ ಏನಾಗುವುದು? ಎಂದು ಇಡೀ ದಿನ ಯೋಚಿಸುತ್ತಿದ್ದೆ.

ಆ ರಾತ್ರಿ ಊಟ ಮುಗಿಸಿ ಕಂದೀಲಿನ ಬೆಳಕಿನಲ್ಲಿ ನೋಟ್‌ಬುಕ್ ಮತ್ತು ಪುಸ್ತಕ ತೆರೆದುಕೊಂಡು ಕುಳಿತಾಗ ನನ್ನ ಗಮನವು ಓದು ಬರಹದ ಮೇಲಿರದೆ ಬೇರೆಲ್ಲೋ ತೊಡಕುಹಾಕಿಕೊಂಡಿತ್ತು. ಅಕ್ಕ ತನ್ನ ಮನೆಕೆಲಸಗಳನ್ನು ಮುಗಿಸಿ, ಒದ್ದೆಯಾದ ಕೈಗಳನ್ನು ತನ್ನ ಬಟ್ಟೆಗೆ ಒರೆಸಿಕೊಂಡು ನನ್ನ ಬಳಿ ಬಂದು, ಗೋಡೆಗೆ ಬೆನ್ನು ಒರಗಿಸಿಕೊಂಡು ಕುಳಿತಳು. ಪುಸ್ತಕಗಳನ್ನು ಮುಚ್ಚಿ, ನಾನು ಕೂಡ ಗೋಡೆಗೆ ಬೆನ್ನು ಒರಗಿಸಿಕೊಂಡು ಕುಳಿತೆ. ನಾವಿಬ್ಬರೂ ಬಹಳ ಹೊತ್ತು ಹೀಗೆಯೇ ಕುಳಿತಿದ್ದೆವು. ಅಕ್ಕ ನನ್ನೊಳಗೆ ನಡೆಯುತ್ತಿರುವ ಪ್ರಕ್ಷುಬ್ಧತೆಯನ್ನು ಬಹುಬೇಗ ಗ್ರಹಿಸಬಲ್ಲಳು. ಪ್ರಕ್ಷುಬ್ಧತೆ ಮಾತ್ರವಲ್ಲ, ಅದರ ಕಾರಣಗಳನ್ನು ಸಹ.

ಅವಳು ತನ್ನ ಕತ್ತನ್ನು ನನ್ನ ಕಡೆಗೆ ತಿರುಗಿಸಿದಳು, ನಾನು ಉದ್ದೇಶಪೂರ್ವಕವಾಗಿ ಕೆನ್ನೆ ಉಬ್ಬಿಸಿಕೊಂಡು ಕುಳಿತಿದ್ದೆ. ಅವಳು ನನ್ನ ಕೈಯನ್ನು ನಿಧಾನವಾಗಿ ಮುಟ್ಟಿದಳು ಆದರೆ ಅವಳ ಕಡೆಗೆ ನೋಡುವ ಬದಲು ನಾನು ಕಂದೀಲಿನ ಜ್ವಾಲೆಯತ್ತ ನೋಡುತ್ತಿದ್ದೆ. ಅವಳು ತನ್ನ ಬಲಗೈಯಿಂದ ನನ್ನ ಕೆನ್ನೆಯನ್ನು ಮೃದುವಾಗಿ ಮುಟ್ಟಿದಳು. ನಾನು ಮಿಸುಕಾಡಲಿಲ್ಲ, ಅವಳು ತನ್ನ ಬೆರಳುಗಳ ಮೇಲೆ ಸ್ವಲ್ಪ ಒತ್ತಡ ಹಾಕಿ, ನನ್ನ ಮುಖವನ್ನು ತನ್ನ ಕಡೆಗೆ ತಿರುಗಿಸಿಕೊಂಡಳು.

ಅಕ್ಕನ ಕಣ್ಣಲ್ಲಿ ಕಣ್ಣಿಟ್ಟು ನೋಡುವುದಕ್ಕೆ ನನಗೆ ಇದೇ ಮೊದಲ ಅವಕಾಶವಾಗಿತ್ತು. ಅವಳೂ ಕೂಡ ನನ್ನನ್ನು ಮೊದಲೆಂದೂ ನೋಡದಿರುವ ರೀತಿಯಲ್ಲಿ ನೋಡುತ್ತಿದ್ದಳು. ನನ್ನೊಳಗೆ ಯಾವುದೇ ಭಾವನೆಯನ್ನು ಅನುಭವಿಸದೆ, ತುಂಬಾ ಹೊತ್ತು ಅವಳ ಕಣ್ಣುಗಳಲ್ಲಿ ಬದಲಾದ ಮತ್ತು ಬದಲಾಗುತ್ತಿರುವ ಭಾವನೆಗಳನ್ನು ನೋಡುತ್ತಿದ್ದೆ. ಸ್ವಲ್ಪ ಸಮಯದ ನಂತರ, ಅಕ್ಕ ನನ್ನ ಕೆನ್ನೆಯಿಂದ ತನ್ನ ಕೈಯನ್ನು ತೆಗೆದು ನನ್ನ ತಲೆಯನ್ನು ನೇವರಿಸಲು ಪ್ರಾರಂಭಿಸಿದಳು. ನನ್ನ ಭುಜದ ಮೇಲೆ ಕೈಯಿಟ್ಟು, ತನ್ನ ಮೃದುವಾದ ಕೈಗಳಿಂದ ನನ್ನ ತಲೆಯನ್ನು ತನ್ನ ಭುಜದ ಮೇಲೆ ಇರಿಸಿಕೊಂಡಳು.

ಆದರೆ, ನನ್ನ ಕೂದಲನ್ನು ನೇವರಿಸುವ ಬೆರಳುಗಳು, ತಲೆಯನ್ನು ತಟ್ಟುವ ಅಂಗೈ, ಭುಜದಿಂದ ಕೊಡುವ ಆಧಾರ ಅಥವಾ ಕಣ್ಣುಗಳಲ್ಲಿನ ತೇವಾಂಶವು ನನ್ನ ಹಾವಭಾವವನ್ನು ಬದಲಾಯಿಸುವಷ್ಟು ನಾನು ಚಿಕ್ಕವನಾಗಲಿ ಅಥವಾ ಮುಗ್ಧನಾಗಲಿ ಆಗಿರಲಿಲ್ಲ. ಅವಳ ಸ್ಪರ್ಶದಲ್ಲಿ ಮೊದಲಿನಂತೆ ಸ್ಪಂದನೆಯಿಲ್ಲ ಎಂದು ಅರಿವಾಗಲು ಹೆಚ್ಚು ಸಮಯ ಬೇಕಾಗಲಿಲ್ಲ.

ಅವು ತುಂಬಾ ಕಠಿಣವಾದ, ಕಠೋರವಾದ ಮತ್ತು ಬಾಧಿಸುವ ಕ್ಷಣಗಳಾಗಿದ್ದವು. ಜಾರಿ ಹೋಗುತ್ತಿದ್ದ ಆ ಕ್ಷಣಗಳಲ್ಲಿ ನಾವಿಬ್ಬರೂ ನಮ್ಮೊಂದಿಗೆ ಹೋರಾಡುತ್ತಿದ್ದೆವು. ಅವು ನಿಜವಾಗಿಯೂ ಅಸಹನೀಯ ಮತ್ತು ನೋವಿನ ಕ್ಷಣಗಳಾಗಿದ್ದವು. ಏಕೆಂದರೆ ಅವು ನಮ್ಮ ನಡುವೆ ಇದ್ದ ಸಾಮೀಪ್ಯವನ್ನು ನಾಶಮಾಡುವ ಹುನ್ನಾರದಲ್ಲಿದ್ದವು.

ಆ ಸಮಯದಲ್ಲಿ ನಮ್ಮ ನಡುವೆ ಏನಾದರೂ ಮಾತುಕತೆ ನಡೆದಿದ್ದರೆ, ಬಹುಶಃ ಮುಸುಕಿದ ಮಂಜು ಸ್ವಲ್ಪ ಸಮಯದವರೆಗೆ ತೆರವುಗೊಳ್ಳುತ್ತಿತ್ತು. 'ನೀನು ಮನಸ್ಸಿನೊಳಗೆ ಅಡಗಿರುವುದನ್ನು ಹೊರತರಬಾರದೇಕೆ' ಎನ್ನುವಂತೆ ಅಕ್ಕ ಒಮ್ಮೆ ನನ್ನ ಹೆಗಲ ಮೇಲೆ ತನ್ನ ತೋಳಿನಿಂದ ತುಸು ಒತ್ತಡವನ್ನು ಹಾಕಿದಳು.

ಆದರೆ ನಾನು ಅವಳ ತೋಳನ್ನು ನನ್ನ ಭುಜದ ಆಚೆಗೆ ಸರಿಸಿದೆ. ಈಗ ನಾನು ಮತ್ತೊಮ್ಮೆ ಕಂದೀಲಿನ ಮಿನುಗುವ ಜ್ವಾಲೆಯತ್ತ ನೋಡುತ್ತಿದ್ದೆ. ಸಮಯ ತುಂಬಾ ನಿಧಾನವಾಗಿ ಸಾಗುತ್ತಿತ್ತು. ನಿಮಿಷಗಳು ನಿಮಿಷಗಳಾಗಿರಲಿಲ್ಲ, ಕಾಲಾವಧಿಗಳಾಗಿ ಬದಲಾಗಿದ್ದವು.

ಮುಂಬರುವ ಕ್ಷಣಗಳಲ್ಲಿ ಏನಾದರೂ ಆಗಬಹುದು ಎನಿಸುತ್ತಿತ್ತು, ಅಂದರೆ ಅಕ್ಕನಿಂದ ನನ್ನನ್ನು ದೂರ ಮಾಡುವಂತಹದು ಏನಾದರೂ. ಒಂದರ ಹಿಂದೆ ಒಂದರಂತೆ ಹಲವಾರು ನಿಮಿಷಗಳು ಕಳೆದವು. ಕಂದೀಲಿನ ಜ್ವಾಲೆಯು ಈಗ ನಡುಗಲು ಪ್ರಾರಂಭಿಸಿತ್ತು. ಅದು

ನಂದಿಹೋಗುವ ಮುನ್ನ ಅಕ್ಕ ಮತ್ತೊಮ್ಮೆ ನನ್ನ ಕೈಯನ್ನು ತನ್ನ ಕೈಯೊಳಗೆ ತೆಗೆದುಕೊಂಡು ಒತ್ತಿದಳು. ನಾನು ಅವಳತ್ತ ನೋಡಿದೆ. ಅವಳ ಕಣ್ಣುಗಳು ನನ್ನನ್ನು ಏನನ್ನೋ ಕೇಳುತ್ತಿದ್ದವು. ತುಂಬಾ ದಯನೀಯವಾದ ಮತ್ತು ಕರುಣಾಜನಕ ಪ್ರಶ್ನೆಯಾಗಿತ್ತು, 'ನಿನಗೆ ನನ್ನ ಮೇಲೆ ನಂಬಿಕೆಯಿಲ್ಲವೇ? ನಾನೇನಾದರೂ ತಪ್ಪು ಮಾಡುತ್ತಿದ್ದೇನೆ ಎಂದು ನಿನಗೆ ಅನ್ನಿಸುತ್ತಿದೆಯೇ?' ಆದರೆ ನನ್ನ ಕಣ್ಣುಗಳು ಅವಳ ಕಣ್ಣುಗಳಿಗೆ ಉತ್ತರಿಸುವ ಮೊದಲೇ ಕಂದೀಲಿನ ಜ್ವಾಲೆಯು ಕೊನೆಯ ಬಾರಿಗೆ ಮಿನುಗಿ ಪಕ್ಕನೆ ಆರಿಹೋಯಿತು.

ಈಗ ಮತ್ತೊಮ್ಮೆ ಕತ್ತಲು ಆವರಿಸಿತು. ಹೊರಗೆ ಯಾರೋ ಕಂದೀಲ ಜ್ವಾಲೆ ಆರಲು ಕಾತರದಿಂದ ಕಾಯುತ್ತಿರುವಂತೆ, ಕತ್ತಲೆಯಾದ ತಕ್ಷಣ ಹಿಂದಿನ ಬಾಗಿಲಿನ ಸೀಳುಗಳಲ್ಲಿ ಟಾರ್ಚ್ ಬೆಳಕು ಮೂರು ಬಾರಿ ಬೆಳಗಿತು. ಅಕ್ಕ ನಿರ್ಣಯವೆಂಬಂತೆ ಕೊನೆಯ ಬಾರಿಗೆ ನನ್ನ ಕೈಯನ್ನು ಹಿಸುಕಿದಳು. ಅವಳು ಎದ್ದು ಬಾಗಿಲ ಬಳಿ ಹೋದಳು, ನಾನು ನನ್ನ ಹಾಸಿಗೆಗೆ ಹೋದೆ. ನಾನು ಬಲಗೈ ತೋಳಿನ ಮೇಲೆ ತಲೆಯನ್ನು ಇರಿಸಿಕೊಂಡು, ನನ್ನ ಕಣ್ಣುಗಳನ್ನು ಬಾಗಿಲಿನ ಮೇಲೆ ಇರಿಸಿದೆ.

ಬಾಗಿಲು ತೆರೆದ ತಕ್ಷಣ, ಏಳು ನೆರಳುಗಳು ಒಂದರ ನಂತರ ಒಂದರಂತೆ ಒಳಗೆ ಪ್ರವೇಶಿಸಿದವು. ಅಕ್ಕ ಬಾಗಿಲು ಮುಚ್ಚಿದಳು. ಕೆಲಕಾಲ ಕತ್ತಲಲ್ಲಿ ಗುಸುಗುಸು ಮಾತುಗಳು ಕೇಳಿಸುತ್ತಿದ್ದವು. ಬೆಂಕಿಕಡ್ಡಿಯನ್ನು ಉಜ್ಜಿದ ಸದ್ದು ಕೇಳಿಸಿತು. ಕತ್ತಲೆಯಲ್ಲಿ ದೀಪ ಹೊಳೆಯಿತು. ಅಕ್ಕ ಒಂದು ಕೈಯಲ್ಲಿ ಉರಿಯುತ್ತಿರುವ ಬೆಂಕಿಕಡ್ಡಿಯನ್ನು ಹಿಡಿದು ಇನ್ನೊಂದು ಕೈಯಿಂದ ಕಂದೀಲಿನ ಗಾಜನ್ನು ಮೇಲಕ್ಕೆತ್ತುತ್ತಿದ್ದಳು. ಕಂದೀಲಿನ ಆರಿದ ಬತ್ತಿಯನ್ನು ಅಲ್ಲಾಡಿಸಿ ಬೆಂಕಿಕಡ್ಡಿಯ ಜ್ವಾಲೆಯನ್ನು ಅಂಟಿಸಿ, ತೆಳು ಹಳದಿ ಬೆಳಕಿನಲ್ಲಿ ನನ್ನತ್ತ ನೋಡಿದಳು. ಅವಳ ದೃಷ್ಟಿಯಲ್ಲಿ ಯಾವುದೇ ರೀತಿಯ ಆಕ್ಷೇಪಣೆ ಇರಲಿಲ್ಲ. ನನ್ನ ಕಣ್ಣುಗಳು ಅಷ್ಟೇ ಅಸಹಾಯಕವಾಗಿದ್ದವು.

ಆಮೇಲೆ ನಾನು ನೋಡಿದ ದೃಶ್ಯ, ಅದೊಂದು ದೃಶ್ಯವಾಗಿರಲಿಲ್ಲ – ದೃಷ್ಟಾಂತವಾಗಿತ್ತು. ನನ್ನ ಮನೆಯ ಹಿಂದಿನ ಕೋಣೆ ಇತಿಹಾಸದ ಪ್ರಮುಖ ಹಂತವಾಗಿ ಮಾರ್ಪಟ್ಟಿದೆ ಎಂದು ಆಗ ತಿಳಿದಿರಲಿಲ್ಲ.

ಸ್ವಲ್ಪ ಸಮಯದ ಹಿಂದೆ ಸದ್ದಿಲ್ಲದೆ ಪ್ರವೇಶಿಸಿದ ಏಳು ನೆರಳುಗಳು ಯುವತಿಯರ ನೆರಳುಗಳಾಗಿದ್ದವು. ಕಂದೀಲಿನ ಬೆಳಕು ಬಂದ ನಂತರ ಆ ಹುಡುಗಿಯರು ಮಚ್ಚೆಯುಳ್ಳ ಬಿಗಿಯಾದ ಸಮವಸ್ತ್ರವನ್ನು ಧರಿಸಿರುವುದನ್ನು ನೋಡಿದೆ, ಅವರೆಲ್ಲರ ಕೈಯಲ್ಲಿ ಬಂದೂಕುಗಳಿದ್ದವು. ಆ ಹುಡುಗಿಯರು ತಮ್ಮ ಬೂಟುಗಳು, ಸಾಕ್ಸ್‌ಗಳು, ಮೇಲುಡುಗೆ ಮತ್ತು ಒಳಉಡುಪುಗಳನ್ನು ಬಹುತೇಕ ಸೈನಿಕರಷ್ಟೇ ಚುರುಕುತನದಿಂದ ಬಿಚ್ಚಿದರು. ಭತರಾ ಜಾತಿಯ ಹೆಂಗಸರು ತೊಡುತ್ತಿದ್ದ ಖಾದಿ ಸೀರೆಯನ್ನು ಅಕ್ಕ ಆ ಬೆತ್ತಲೆ ಹುಡುಗಿಯರಿಗೆ ಒಬ್ಬೊಬ್ಬರಿಗೇ ತಾನು ಉಡುತ್ತಿದ್ದ ರೀತಿಯಲ್ಲಿ ಉಡಿಸಿದಳು. ಅವರ ಕಿವಿ, ಮೂಗು, ಕುತ್ತಿಗೆ ಮತ್ತು ಕೈ ಕಾಲುಗಳಲ್ಲಿ ಅದೇ ಸಾಂಪ್ರದಾಯಿಕ ಭತರಾ ಜಾತಿಯ ಆಭರಣಗಳನ್ನು ತೊಡಿಸಿದಳು. ಅವರ ಮಣಿಕಟ್ಟು ಮತ್ತು ತೋಳುಗಳ ಮೇಲೆ ಹಚ್ಚೆಗಳನ್ನು ಹಾಕಲಾಯಿತು.

ಅಕ್ಕನಿಗೆ ಈ ಕೆಲಸದಲ್ಲಿ ಹಳೇ ಅನುಭವವಿರುವಂತೆ ಇದೆಲ್ಲಾ ಅಷ್ಟು ಬೇಗ ಬೇಗ ನಡೆಯಿತು. ಅವರಿಗೆ ಸೀರೆ, ಆಭರಣ ತೊಡಿಸುವುದಷ್ಟೇ ಅಲ್ಲ, ಆ ಯುವತಿಯರ ಕತ್ತರಿಸಿದ ಕೂದಲಿನಿಂದ 'ಭತರಾ ಜೂಡಾ' ಮಾಡಿ ಅದರಲ್ಲಿ ಮರದ ಬಾಚಣಿಗೆ ಅಳವಡಿಸುವ ಕೆಲಸವೂ ಬಹಳ ಜಾಗರೂಕತೆಯಿಂದ ಮುಗಿದಿತ್ತು.

ಅಕ್ಕ ಅಟ್ಟದಿಂದ ಏಳು ಬುಟ್ಟಿಗಳನ್ನು ಕೆಳಗಿಳಿಸಿ ಎಲ್ಲಾ ಹುಡುಗಿಯರಿಗೆ ತಲಾ ಒಂದೊಂದು ಬುಟ್ಟಿಯನ್ನು ಹಂಚಿದಳು. ಹುಡುಗಿಯರು ತಮ್ಮ ಸಮವಸ್ತ್ರ ಮತ್ತು ಬೂಟುಗಳನ್ನು ಬುಟ್ಟಿಗೆ ಹಾಕಿ, ಕ್ಲಿಕ್-ಕ್ಲಿಕ್ ಶಬ್ದಗಳೊಂದಿಗೆ ತಮ್ಮ ಬಂದೂಕುಗಳನ್ನು ಮಡಚಿದರು. ಬಂದೂಕುಗಳನ್ನು ಸಮವಸ್ತ್ರದ ಕೆಳಗೆ ಮತ್ತು ಸಮವಸ್ತ್ರಗಳನ್ನು ತೆಂದು ಎಲೆಗಳಿಂದ ಮುಚ್ಚಿ ಮರೆಮಾಡಲಾಯಿತು.

ಈಗ ಅವರು ತಮ್ಮತಮ್ಮಲ್ಲೇ ಗುಸುಗುಸು ಮಾತನಾಡಲು ಪ್ರಾರಂಭಿಸಿದರು. ಅಂಗಳದಲ್ಲಿ ನಿಂತಿದ್ದ ಕೋಳಿ ಕೂಗುವವರೆಗೂ ಅವರ ಸಮಾಲೋಚನೆ ಮುಂದುವರೆಯಿತು. ಅವರಲ್ಲಿನ ಹುಡುಗಿಯೊಬ್ಬಳು ನಿರ್ಣಾಯಕ ರೀತಿಯಲ್ಲಿ ತಲೆಯಾಡಿಸಿದಳು. ಅವಳ ಸನ್ನೆಯನ್ನು ಅರ್ಥಮಾಡಿಕೊಂಡ ಅಕ್ಕ, ಮುಂದಿನ ಬಾಗಿಲಿನ ಚಿಲಕ ತೆರೆದು, ಸುತ್ತಲೂ ನೋಡಿದಳು. ನಂತರ ಕೈ ಬೀಸಿ ಹುಡುಗಿಯರನ್ನು ಹೊರಗೆ ಹೋಗುವಂತೆ ಸೂಚಿಸಿದಳು. ತಮ್ಮ ತಮ್ಮ ಬುಟ್ಟಿಗಳನ್ನು ತಲೆಯ ಮೇಲೆ ಇರಿಸಿಕೊಂಡ ಹುಡುಗಿಯರು ಬಾಗಿಲಿನಿಂದ ಹೊರಗೆ ಹೋದರು. ಅವರನ್ನು ನೋಡಿದರೆ ಭತರಾ ಜಾತಿಯ ಹುಡುಗಿಯರಲ್ಲ, ಬೇರೆಯವರು ಎಂದು ಯಾರೂ ಹೇಳಲಾರರು.

ಆ ನಿಶಾಚರಿ ಹೋರಾಟಗಾರ್ತಿ ಹುಡುಗಿಯರನ್ನು ಬೀಳ್ಕೊಟ್ಟ ಅಕ್ಕ ಬಾಗಿಲು ಮುಚ್ಚಿ ನನ್ನ ಬಳಿ ಬಂದು ಮಲಗಿದಳು. ನಾವು ತುಂಬಾ ಹೊತ್ತು ಮಲಗಿದ್ದೆವು. ನಮ್ಮಿಬ್ಬರ ಮಧ್ಯದ ಮೌನ ನಿಶ್ಶಬ್ದದಲ್ಲಿ ಮುಂದುವರೆಯಿತು. ಅದು ಎಷ್ಟು ಕ್ರೂರ ಮತ್ತು ನಿಷ್ಠುರ ಮೌನವಾಗಿತ್ತು ಎಂದರೆ ನನ್ನ ಬಿಕ್ಕಳಿಕೆಗಳನ್ನು ಮತ್ತು ಅಕ್ಕನ ವ್ಯಗ್ರವಾದ ಚಡಪಡಿಕೆಗಳನ್ನು ಕೊನೆಯವರೆಗೂ ಹೊರಗೆ ಬರಲು ಬಿಡಲಿಲ್ಲ. ಅವು ಉಸಿರುಗಟ್ಟಿಕೊಂಡು ಒಳಗಡೆಯೇ ಉಳಿದವು.

●

ಇಂದು ಕೂಡ ಅಂತಹದೇ ಒಂದು ರಾತ್ರಿ. ನನ್ನ ಮನೆಯ ಕೋಣೆಯಲ್ಲಿ ಅಲ್ಲ, ಕಾಡಿನ ಮಧ್ಯದಲ್ಲಿ ಕುಳಿತಿದ್ದೇನೆ. ಯಾವುದೇ ಬಾಲಿಶ ಭಾವಾವೇಶದಿಂದಲ್ಲ, ತೀವ್ರವಾದ ವಯಸ್ಕರ ಜಿದ್ದಿನಿಂದ.

ನಾನು ಮತ್ತೆ ಅಲ್ಲಿದ್ದೇನೆ. ಅದೇ ಜಾಗ. ಅದೇ ಹಳೆಯ ಆಲದ ಮರದ ಕೆಳಗೆ. ನನಗೆ ಈ ಮರದ ಕಾಂಡ ಮತ್ತು ಅದರ ಪ್ರತಿಯೊಂದು ರೆಂಬೆಕೊಂಬೆಗಳ ಪರಿಚಯವಿದೆ. ಹದಿನೇಳು ವರ್ಷಗಳು ಕಳೆದಿವೆ, ಆದರೆ ನಾನು ಈ ಮರದ ಕೊಂಬೆಯ ಮೇಲೆ ಕುಳಿತು ರಾತ್ರಿಯಿಡೀ ಸಾವು-ಬದುಕಿನ ಹೋರಾಟವನ್ನು ನೋಡಿದೆ ಎಂಬುದನ್ನು ಮರೆತಿಲ್ಲ. ಆ ಹೋರಾಟವು ನನಗೆ ಒಂದು ರೂಪಕವಾಗಿ, ಶಾಶ್ವತ ಚಿತ್ರಣವಾಗಿ ಮಾರ್ಪಟ್ಟಿದೆ, ಅದು ನನ್ನ

ತಿಳಿವಳಿಕೆಗೆ ಸಂಪೂರ್ಣವಾದ ಹೊಸ ಆಯಾಮವನ್ನು ನೀಡಿತು. ಈ ಮರ ಬೋಧಿವೃಕ್ಷವಲ್ಲ. ಆದರೂ ನನಗೆ ಈ ಮರದ ಮಹತ್ತ್ವ ಬೋಧಿವೃಕ್ಷಕ್ಕಿಂತ ಹೆಚ್ಚಾಗಿದೆ. ಏಕೆಂದರೆ ಒಂದು ರಾತ್ರಿ ಈ ಮರದ ಕೊಂಬೆಯ ಮೇಲೆ ಪ್ರಾಣಿಗಳಂತೆ ಸಹಜ ಸ್ವಭಾವಗಳೊಂದಿಗೆ ಹೇಗೆ ಬದುಕಬೇಕು ಎಂದು ತಿಳಿದುಕೊಂಡೆ.

ಏರ್‌ಬ್ಯಾಗಿನಿಂದ ತೆಳುವಾದ ಬಟ್ಟೆಯನ್ನು ಹೊರತೆಗೆದು ನೆಲಕ್ಕೆ ಹಾಸಿ, ಚಾದರವನ್ನು ಹೊದ್ದು ಮಲಗಿದೆ. ತುಂಬಾ ದಣಿದಿದ್ದೇನೆ, ಬೇಗನೆ ನಿದ್ರೆಗೆ ಜಾರುತ್ತೇನೆ ಎಂದು ಭಾವಿಸಿದೆ. ಆದರೆ ನಿದ್ರೆಯ ಬದಲಿಗೆ ಮತ್ತೊಮ್ಮೆ ಆಲೋಚನೆಗಳು ನನ್ನನ್ನು ಸುತ್ತುವರೆದವು. ತುಂಬಾ ಹೊತ್ತು ಯೋಚಿಸುತ್ತಿದ್ದೆ. ನಾನೇನು ಮಾಡಲು ಇಲ್ಲಿಗೆ ಬಂದಿದ್ದೇನೆ? ಕೇವಲ ಅಕ್ಕನನ್ನು ಹುಡುಕಲು ಅಥವಾ ಅಕ್ಕನನ್ನು ನನ್ನಿಂದ ದೂರ ಮಾಡಿದ ಕಾರಣಗಳನ್ನು ಹುಡುಕಲು? ಅಕ್ಕ ಸಿಕ್ಕರೂ, ನನ್ನ ಮತ್ತು ಅವಳನ್ನು ದೂರ ಮಾಡಿದ ವಿಷಯಗಳಿಂದ ಅವಳನ್ನು ಬಿಡಿಸಬಲ್ಲೆನೆ?

ನಾಲ್ಕೂ ದಿಕ್ಕುಗಳಿಂದ ಸುತ್ತುವರೆದಿರುವ ಎಲ್ಲಾ ಸಂಕಷ್ಟಗಳಿಂದ ಅವಳನ್ನು ದೂರ ಮಾಡಲು ಸಾಧ್ಯವಾಗದಿದ್ದರೆ, ಆ ಪರಿಸ್ಥಿತಿಗಳನ್ನು ನಾನು ಬದಲಾಯಿಸಲು ಸಾಧ್ಯವಾಗದಿದ್ದರೆ, ಈ ವೈಯಕ್ತಿಕ ಸರ್ಚ್ ಆಪರೇಷನ್ ನಿರರ್ಥಕ ತಿರುಗಾಟವೆ ಹೊರತು ಬೇರೇನೂ ಅಲ್ಲ, ಏಕೆಂದರೆ ಅಕ್ಕ ಶಾಶ್ವತವಾಗಿ ಕಾಡಿಗೆ ಹೋಗಿದ್ದು ರಹಸ್ಯವೇನಲ್ಲ. ನನ್ನದು ನಿರ್ಲಿಪ್ತತೆಯೂ ಅಲ್ಲ. ಗಡಿಯಲ್ಲಿರುವ ಇತರ ಜನರಂತೆ ಎಲ್ಲದರಿಂದ ಅಂತರ ಕಾಯ್ದುಕೊಂಡು ನಾನು ಅಕ್ಕ ಇರುವ ಸ್ಥಳಕ್ಕೆ ತಲುಪಲು ಸಾಧ್ಯವಿಲ್ಲ. ಆ ಸ್ಥಳವನ್ನು ತಲುಪುವ ಮಾರ್ಗವು ತುಂಬಾ ದುರ್ಗಮವಾಗಿದೆ. ಒಂದು ದೊಡ್ಡ ಇಚ್ಛಾಶಕ್ತಿ ಅಥವಾ ದೊಡ್ಡ ಗುರಿ ಮಾತ್ರ ನನ್ನನ್ನು ಆ ಮಾರ್ಗದಲ್ಲಿ ಕರೆದೊಯ್ಯಬಲ್ಲದು. ಆದರೆ ನನ್ನೊಳಗೆ ಯಾವುದೇ ಇಚ್ಛಾಶಕ್ತಿ ಅಥವಾ ಗುರಿ ಇಲ್ಲ ಎಂದು ನನಗೆ ತಿಳಿದಿದೆ. ಹಾಗೇ ಸುಮ್ಮನೆ ಈ ಎಲ್ಲದರ ಮಧ್ಯದಲ್ಲಿ ಹೊರಗಿನವನಂತೆ ನಡೆದು ಹೋಗುತ್ತಿದ್ದೇನೆ, ನಾನೇಕೆ ಜೀವಿಸುತ್ತಿದ್ದೇನೆ ಎಂಬುದು ಕೂಡ ಗೊತ್ತಿಲ್ಲದಂತೆ...

ಆಳವಾದ ಉಸಿರನ್ನು ತೆಗೆದುಕೊಂಡು ಮರದ ಒಣಗಿದ ಕೊಂಬೆಗಳ ನಡುವೆ ಚಂದ್ರನನ್ನು ನೋಡಿದೆ. ಕಣ್ಣು ಮುಚ್ಚಿದರೂ ನಿದ್ರೆ ಬರುತ್ತಿಲ್ಲ. ಅಶಾಂತ ಸಮುದಾಯದ ನಡುವೆ ವೈಯಕ್ತಿಕವಾಗಿ ಶಾಂತಿಯಿಂದ ಬದುಕಲು ಸಾಧ್ಯವಿಲ್ಲ ಎಂದು ನನಗನಿಸಿತು. ಎಲ್ಲಿ ಹಿಂಸೆ ಇರುತ್ತದೆಯೋ ಅಲ್ಲಿ ನಿದ್ರೆ ಇರುವುದಿಲ್ಲ. ನಾನು ಚಿಕ್ಕವನಿದ್ದಾಗ ಒಂದು ಹಿಂಸಾತ್ಮಕ ಘಟನೆಯನ್ನು ನೋಡಿ ಇದೇ ಮರದ ಕೊಂಬೆಯ ಮೇಲೆ ಮಲಗಿದ್ದೆ. ಆದರೆ ಈಗ ನಾನು ಮಗುವಲ್ಲ ಮತ್ತು ಹಿಂಸೆ ಕೇವಲ ಒಂದು ಮರಕ್ಕೆ ಸೀಮಿತವಾಗಿಲ್ಲ, ಅದು ಇಡೀ ಕಾಡಿಗೆ ವ್ಯಾಪಿಸಿದೆ. ಹದಿನೇಳು ವರ್ಷಗಳ ಹಿಂದೆ ನಾನು ಕಂಡ ಹಿಂಸೆಯೂ ಪ್ರತ್ಯಕ್ಷ ಪ್ರಾಣಿಗಳ ಹಿಂಸೆಯಾಗಿತ್ತು ಮತ್ತು ಅದರ ಮೂಲ ಕೇಂದ್ರಬಿಂದು ಹಸಿವಾಗಿತ್ತು. ಈಗ ಮನುಷ್ಯರು ಪ್ರಾಣಿಗಳ ಸ್ಥಾನವನ್ನು ಪಡೆದುಕೊಂಡಿದ್ದಾರೆ ಮತ್ತು ಅದರ ಕೇಂದ್ರಬಿಂದು ಏನೆಂಬುದು ನನಗೆ ಗೊತ್ತಿಲ್ಲ.

ರಾತ್ರಿ ಕಳೆದು ಕ್ರಮೇಣ ಮಂಜು ಹೆಚ್ಚಾಗುತ್ತಿತ್ತು. ಕೇಶಕಾಲ್ ಕಣಿವೆ ಮತ್ತು ಬೈಲಾಡಿಲ ಬೆಟ್ಟಗಳನ್ನು ಸುತ್ತಿಕೊಂಡು ಬರುವ ತಂಪಾದ ಗಾಳಿ ನನ್ನ ದಣಿದ ದೇಹವನ್ನು ಸವರುತ್ತಿತ್ತು.

ಚೀಲದಿಂದ ಇನ್ನೊಂದು ಚಾದರನ್ನು ತೆಗೆದುಕೊಂಡು ಹೊದ್ದುಕೊಂಡೆ. ಮಂಜು ಇನ್ನೂ ಹೆಚ್ಚು ದಟ್ಟವಾಯಿತು. ಗಾಳಿ ಈಗ ಮೊದಲಿನ ವೇಗದಲ್ಲಿ ಬರುತ್ತಿರಲಿಲ್ಲ. ಆಗೊಮ್ಮೆ ಈಗೊಮ್ಮೆ ಗಾಳಿ ದೊಡ್ಡ ಹುಮ್ಮಸ್ಸಿನಿಂದ ಬಂದು ನಿದ್ದೆಯನ್ನು ಬಡಿದೆಬ್ಬಿಸಿ ಹೋಗುತ್ತಿತ್ತು. ಜೀರುಂಡೆಗಳ ಸದ್ದು ಮೊದಲಿನಿಂದಲೂ ಕೇಳಿಸುತ್ತಿದ್ದರೂ ಈಗ ಅವೆಲ್ಲ ಒಟ್ಟಿಗೆ ಸೇರಿ ಒಂದೇ ಸ್ವರದಲ್ಲಿ ಹಾಡುತ್ತಿರುವಂತೆ ಅನಿಸುತ್ತಿತ್ತು.

ಅರ್ಧ ಗಂಟೆಯ ನಂತರ ಇದ್ದಕ್ಕಿದ್ದಂತೆ ಒಂದು ಹಕ್ಕಿಯ ಸದ್ದು ಕೇಳಿಸಿತು. ಇಷ್ಟೊಂದು ತಡರಾತ್ರಿಯಲ್ಲಿ ಹಕ್ಕಿಯ ಸದ್ದು ಕೇಳುವುದು ಸಹಜವಾಗಿರುವುದಿಲ್ಲ. ಬೇಟೆಗಾರ ಪ್ರಾಣಿಯು ತನ್ನ ಬೇಟೆಯ ಕಡೆಗೆ ಚಲಿಸುತ್ತಿರುವುದನ್ನು ನೋಡಿದಾಗ ಗದ್ದೆ ಗೊರವ ಹಕ್ಕಿಯ ಗಂಟಲಿನಿಂದ ಹೊರಹೊಮ್ಮುವ ವ್ಯಗ್ರ ಮತ್ತು ಆತಂಕದ ಧ್ವನಿಯ ಹಾಗಿತ್ತು.

ಮುಂದಿನ ಕ್ಷಣದಲ್ಲಿ ಕೆಲವು ಹೆಜ್ಜೆ ಸದ್ದುಗಳು ಕೇಳಿಸಿದವು. ನನ್ನ ಆರನೇ ಇಂದ್ರಿಯವು ಮತ್ತೊಮ್ಮೆ ಜಾಗೃತವಾಯಿತು. ನಾನು ತಕ್ಷಣ ಹಾಸಿಗೆ ಮತ್ತು ಹೊದಿಕೆಯನ್ನು ಚೀಲಕ್ಕೆ ಹಾಕಿದೆ. ಚೀಲವನ್ನು ಹೆಗಲಿಗೆ ಹಾಕಿಕೊಂಡು ಮರವನ್ನು ಹತ್ತಲು ಪ್ರಾರಂಭಿಸಿದೆ. ಕೆಲವೇ ಕ್ಷಣಗಳಲ್ಲಿ ನಾನು ಮತ್ತೆ ಅದೇ ಹಳೆಯ ಕೊಂಬೆಗೆ ಮರಳಿದ್ದೆ. ಅಲ್ಲಿ ಚಿಕ್ಕವನಿದ್ದಾಗ ಈಗಾಗಲೇ ಒಂದು ರಾತ್ರಿ ಕಳೆದಿದ್ದೆ.

ಹೆಜ್ಜೆ ಶಬ್ದಗಳು ಈಗ ಹೆಚ್ಚಿನ ಸಂಖ್ಯೆಯಲ್ಲಿ ಮತ್ತು ಹೆಚ್ಚಿನ ವೇಗದಲ್ಲಿ ಮರದ ಹತ್ತಿರ ಬರುತ್ತಿದ್ದವು. ನಾನು ಶಬ್ದಗಳು ಬರುವ ದಿಕ್ಕಿನಲ್ಲಿ ಗಮನ ಕೇಂದ್ರೀಕರಿಸಲು ಪ್ರಯತ್ನಿಸಿದೆ. ನಂತರ ಆ ಸ್ಥಳವನ್ನು ಗುರುತಿಸಿದೆ. ಒಂದು ರಾತ್ರಿ ಅಲ್ಲಿಂದ ಹೊರಬಂದು ಅನೇಕ ಕಾಡು ನಾಯಿಗಳು ಈ ಮರದ ಬಳಿ ಜಮಾಯಿಸಿದ್ದವು.

ಆದರೆ ಈ ಬಾರಿ ನಾಯಿಗಳ ಬದಲು ಮನುಷ್ಯರ ಆಕೃತಿಗಳು ಕಾಣಿಸಿದವು. ಮೊದಲು ಒಂದು, ಆಮೇಲೆ ಎರಡನೆಯದು, ಮೂರನೆಯದು ಮತ್ತು ಸ್ವಲ್ಪ ಸಮಯದೊಳಗೆ ಇಡೀ ಹಿಂಡು ಪೊದೆಗಳಿಂದ ಹೊರಬಂದು ಮರದ ಕೆಳಗೆ ಒಟ್ಟುಗೂಡಿತು. ಅಲ್ಲಿ ಸುಮಾರು ಹತ್ತು-ಹನ್ನೆರಡು ಜನ, ತಲೆತಗ್ಗಿಸಿ ಗುಂಪಿನ ರೂಪದಲ್ಲಿ ಮರದ ಕೆಳಗೆ ಮೌನವಾಗಿ ನಿಂತಿದ್ದರು. ಬೆಳದಿಂಗಳ ಬೆಳಕಲ್ಲಿ ಗ್ರಾಮೀಣ ಉಡುಗೆ ತೊಟ್ಟಿದ್ದ ಅವರೆಲ್ಲ ತುಂಬಾ ಭಯಗೊಂಡಿದ್ದು ಮಾತ್ರ ಕಾಣುತ್ತಿತ್ತು. ಯಾರೋ ಒಬ್ಬರ ಕಟ್ಟುನಿಟ್ಟಿನ ನಿಯಂತ್ರಣದಲ್ಲಿ ಅವರನ್ನು ಒಂದೇ ಸ್ಥಳದಲ್ಲಿ ಸೇರಿಸಿದಂತಿತ್ತು.

ಮರುಕ್ಷಣವೇ ಏಳೆಂಟು ಬಂದೂಕುಧಾರಿಗಳು ಮಂಜಿನಿಂದ ಹೊರಬಂದು ಮರದ ಬಳಿ ಒಂದು ವೃತ್ತವನ್ನು ರಚಿಸಿದರು. ಅವರೆಲ್ಲರೂ ಈಶಾನ್ಯ ಪ್ರದೇಶಗಳ ಯುವಕರು, ಕಡಿಮೆ ಎತ್ತರ ಮತ್ತು ಚಪ್ಪಟೆ ಮೂಗು ಹೊಂದಿದ್ದರು. ಇದ್ದಕ್ಕಿದ್ದಂತೆ ವೃತ್ತದ ಹಿಂದಿನಿಂದ ಬೆಳಕು ಮಿನುಗಿತು. ಅದು ಯಾವುದೋ ದೊಡ್ಡ ವಾಹನದ ಹೆಡ್‌ಲೈಟ್‌ಗಳ ಬೆಳಕು. ಆ ಬೆಳಕಿನ ಅಡಿಯಲ್ಲಿ ಇನ್ನೂ ನಾಲ್ವರು ಒತ್ತೆಯಾಳುಗಳನ್ನು ಬಂದೂಕಿನ ತುದಿಯಿಂದ ತಳ್ಳುತ್ತಾ ಕರೆತರಲಾಯಿತು. ಆ ನಾಲ್ವರೂ ಮಚ್ಚೆಯುಳ್ಳ ಸಮವಸ್ತ್ರ ಧರಿಸಿದ್ದರು. ಅವರಲ್ಲಿ ಇಬ್ಬರು ಪುರುಷರು ಮತ್ತು ಇಬ್ಬರು ಮಹಿಳೆಯರಿದ್ದರು. ನಾಲ್ವರನ್ನೂ ಒಟ್ಟಿಗೆ ನಿಲ್ಲುವಂತೆ

ಮಾಡಲಾಯಿತು. ಆ ನಾಲ್ವರೂ ಪರಸ್ಪರರ ಕೈಗಳನ್ನು ಬಿಗಿಯಾಗಿ ಹಿಡಿದುಕೊಂಡರು. ಆಗ ನಾಲ್ವರು ಸೈನಿಕರು ಅವರ ಹಣೆಯ ಮೇಲೆ ಬಂದೂಕು ತಾಕಿಸಿ ನಿಂತರು. 'ಆರ್ಡರ್' ನೀಡಿದ ತಕ್ಷಣ, ಗುಂಡು ಹಾರಿಸಲಾಯಿತು.

ಉತ್ತಮ ತರಬೇತಿಯ ನಂತರ ಯೋಜನೆಯನ್ನು ಜಾರಿಗೆ ತರಲಾಗಿದೆ ಎಂಬಂತೆ, ಈ ಘಟನೆಯು ಯಾವುದೇ ಮುನ್ನುಡಿಯಿಲ್ಲದೆ ಮತ್ತು ಯಾವುದೇ ಔಪಚಾರಿಕ ಸಿದ್ಧತೆಯಿಲ್ಲದೆ ಬಹಳ ಬೇಗನೆ ಮುಗಿದು ಹೋಯಿತು.

ಯೋಜನೆಯ ಎರಡನೇ ಹಂತದಲ್ಲಿ, ಗಾಬರಿಯಾದ ಮತ್ತು ಭಯಭೀತರಾದ ಗ್ರಾಮಸ್ಥರೆಲ್ಲರಿಗೂ ತಮ್ಮ ಬಟ್ಟೆಗಳನ್ನು ತೆಗೆಯುವಂತೆ ಆದೇಶಿಸಲಾಯಿತು. ಹೆಚ್ಚಿನ ಜನರು ಚೌಕಳಿ ಲುಂಗಿ ಮತ್ತು ಬನಿಯನ್ ಧರಿಸಿದ್ದರು. ಕೆಲವರು ಸೊಂಟಕ್ಕೆ ಟವೆಲ್ ಮಾತ್ರ ಸುತ್ತಿಕೊಂಡಿದ್ದರು. ಬಟ್ಟೆಗಳನ್ನು ತೆಗೆದು ಅವರು ಅವನ್ನೆಲ್ಲಾ ಒಂದೆಡೆಗೆ ಸಂಗ್ರಹಿಸಲು ಪ್ರಾರಂಭಿಸಿದರು. ತಮ್ಮ ಗುಪ್ತಾಂಗಗಳನ್ನು ತಮ್ಮ ಕೈಗಳಿಂದ ಮುಚ್ಚಿಕೊಂಡು ಹೆಡ್‌ಲೈಟ್ ಬೆಳಕಿನಲ್ಲಿ ಬಂದು ನಿಂತರು. ಒಬ್ಬ ಯುವಕ ತನ್ನ ಕೈಯಲ್ಲಿ ಮಡಚಿದ ಬಟ್ಟೆಯ ಮೂಟೆಯನ್ನು ಹಿಡಿದು ಮುಂದೆ ಬಂದ. ಆ ಮೂಟೆಯಿಂದ ಮಚ್ಚೆಯುಳ್ಳ ಸಮವಸ್ತ್ರಗಳನ್ನು ಹೊರತೆಗೆದು ಬೆತ್ತಲೆ ಗ್ರಾಮಸ್ಥರಿಗೆ ಹಂಚಲಾಯಿತು. ಅವರಿಗೆ ಈ ಥರದ ಬಟ್ಟೆಯ ಅಭ್ಯಾಸವಿರಲಿಲ್ಲ. ಅನೇಕರಿಗೆ ಅದನ್ನು ಹೇಗೆ ಧರಿಸಬೇಕೆಂದು ಕೂಡ ತಿಳಿದಿರಲಿಲ್ಲ.

ಆದರೆ ಎಲ್ಲಾ ಆತುರತೆ ಮತ್ತು ಗಾಬರಿಯ ಹೊರತಾಗಿಯೂ ಅವರು ಈ ದೊಡ್ಡ ಮತ್ತು ಸಣ್ಣ ಗಾತ್ರದ ಬಟ್ಟೆಗಳನ್ನು ಬೆಂಕಿಯಿಂದ ಸುತ್ತುವರೆದಿರುವವರಂತೆ ಅಥವಾ ನೀರಿನಲ್ಲಿ ಮುಳುಗಿದ ವ್ಯಕ್ತಿಯು ತನ್ನ ಪ್ರಾಣವನ್ನು ಉಳಿಸಿಕೊಳ್ಳುವ ಪ್ರಯತ್ನದಲ್ಲಿ ತನ್ನ ಕೈ ಕಾಲುಗಳನ್ನು ಬಡಿದಾಡುತ್ತಿರುವಂತೆ ಬೇಗ ಬೇಗನೆ ಧರಿಸುತ್ತಿದ್ದರು. ತಪ್ಪು ಅಳತೆಯ ಬಟ್ಟೆಗಳು ಸಿಕ್ಕ ಜನರು, ತಮ್ಮ ಪ್ಯಾಂಟನ್ನು ಸೊಂಟದವರೆಗೆ ಎತ್ತಿಕೊಳ್ಳಲು ಮತ್ತು ತಮ್ಮ ಶರ್ಟ್‌ಗಳ ಬಟನ್‌ಗಳನ್ನು ಹಾಕಿಕೊಳ್ಳಲು ಸಂಪೂರ್ಣವಾಗಿ ವಿಫಲರಾಗಿದ್ದರು. ಬಟ್ಟೆ ತೊಡದೆ ಇರುವುದೇ ದೊಡ್ಡ ಅಪರಾಧವೆಂಬಂತೆ ಅವರ ಮುಖದಿಂದ ಬೆವರು ಸುರಿಯುತ್ತಿತ್ತು.

ಯೋಜನೆಯ ಮೂರನೇ ಹಂತದಲ್ಲಿ ಅವರೆಲ್ಲರನ್ನು ಸಾಲಿನಲ್ಲಿ ನಿಲ್ಲುವಂತೆ ಮಾಡಲಾಯಿತು. ಅಲ್ಲದೇ ಈ ಬಾರಿಯೂ 'ಆರ್ಡರ್' ಬಂದ ತಕ್ಷಣ ಎಲ್ಲರಿಗೂ ಗುಂಡು ಹಾರಿಸಲಾಯಿತು. ಈ ಹತ್ಯಾಕಾಂಡವನ್ನು ಎನ್‌ಕೌಂಟರ್‌ನಂತೆ ಕಾಣುವಂತೆ ಮಾಡಲು ಶವಗಳನ್ನು ವಿವಿಧ ದಿಕ್ಕುಗಳಲ್ಲಿ ಪೊದೆಗಳ ಹಿಂದೆ ಚದುರಿಸಲಾಯಿತು.

ಯೋಜನೆ ಪೂರ್ಣಗೊಳಿಸಿ, ಎಲ್ಲಾ ಕಮಾಂಡೋಗಳು ತಮ್ಮ ಸಮವಸ್ತ್ರ ಮತ್ತು ಟೋಪಿಗಳಿಂದ ಧೂಳನ್ನು ಜಾಡಿಸಿಕೊಂಡು, ಹೊರಡಲು ಸಿದ್ಧವಾಗಿದ್ದ ವಾಹನದ ಕಡೆಗೆ ತೆರಳಿದರು. ಎಲ್ಲ ಕಮಾಂಡೋಗಳು ಒಬ್ಬೊಬ್ಬರಾಗಿ ವ್ಯಾನು ಹತ್ತಿದಾಗ, ವ್ಯಾನು ನಿಧಾನವಾಗಿ ಮುಂದೆ ಸಾಗಿ, ನಾನು ಇಲ್ಲಿಗೆ ಬಂದ ದಾರಿಯಲ್ಲಿ ಚಲಿಸತೊಡಗಿತು.

ನಾನು ತಲೆ ತಿರುಗಿಸಿ ದೂರ ಹೋಗುತ್ತಿರುವ ನಾಗಾ ಬೆಟಾಲಿಯನ್‌ನ ವ್ಯಾನನ್ನು ನೋಡುತ್ತಲೇ ಇದ್ದೆ. ವ್ಯಾನಿನ ಹಿಂದಿನ ಬಾಗಿಲು ತೆರೆದಿತ್ತು. ಆದರೆ ಕತ್ತಲೆಯಿಂದಾಗಿ ಒಳಗೆ ಕುಳಿತಿದ್ದ ಸೈನಿಕರು ಕಾಣಿಸಲಿಲ್ಲ. ಸ್ವಲ್ಪ ಸಮಯದ ನಂತರ, ವ್ಯಾನಿನ ಆಕೃತಿ ಕೂಡ ಕತ್ತಲೆಯಲ್ಲಿ ವಿಲೀನವಾಯಿತು. ಹಿಂದೆ ಮಿನುಗುವ ಕೆಂಪು ದೀಪ ಮಾತ್ರ ಕಾಣಿಸುತ್ತಿತ್ತು. ಆದರೆ ಆ ಕೆಂಪು ದೀಪವು ಕತ್ತಲೆಯಲ್ಲಿ ಕಳೆದುಹೋಗುವ ಮುನ್ನವೇ ಒಂದು ಪ್ರತಿಘಾತಕ ಆರ್ಡರನ್ನು ನೀಡಲಾಯಿತು. ಒಂದು ಭಯಾನಕ ವಿಸ್ಫೋಟದಿಂದ ಇಡೀ ಅರಣ್ಯ ಬೆಳಗಿಬಿಟ್ಟಿತು. ಆ ಕ್ಷಣಿಕ ಬೆಳಕಿನಲ್ಲಿ ನಾನು ವ್ಯಾನಿನ ಬಿಡಿ ಭಾಗಗಳು ಗಾಳಿಯಲ್ಲಿ ಎತ್ತರಕ್ಕೆ ಹಾರುತ್ತಿರುವುದನ್ನು ನೋಡಿದೆ. ಅನೇಕ ಹಕ್ಕಿಗಳು ಒಂದೇ ಬಾರಿಗೆ ಕಿರುಚುತ್ತ, ಅಸ್ತವ್ಯಸ್ತವಾಗಿ ಅಲ್ಲಿ ಇಲ್ಲಿ ಹಾರಾಡುವುದನ್ನು ನೋಡಿದೆ. ಉರಿಯುತ್ತಿದ್ದ ವ್ಯಾನಿನ ತುಂಡುಗಳು ನೆಲದ ಮೇಲೆ ಅಲ್ಲೊಂದು ಇಲ್ಲೊಂದು ಚೆಲ್ಲಾಪಿಲ್ಲಿಯಾಗಿ ಬಿದ್ದವು. ಕೆಲ ಸಮಯ, ಆ ವಿವಿಧ ಭಾಗಗಳಿಂದ ಏಳುವ ಜ್ವಾಲೆಯ ಬೆಳಕನ್ನು ಧೂಳು ಮತ್ತು ಹೊಗೆ ಮೋಡದಂತೆ ಆವರಿಸಿಕೊಂಡಿದ್ದವು. ಅಮೇಲೆ ಧೂಳು ನಿಧಾನವಾಗಿ ತೆರವುಗೊಳ್ಳಲು ಪ್ರಾರಂಭಿಸಿತು. ಸತ್ತ–ಅರ್ಧ ಸತ್ತ ಕಮಾಂಡೋಗಳ ದೇಹಗಳು ಅಲ್ಲೊಂದು ಇಲ್ಲೊಂದು ಕಾಣಿಸಿದವು. ಆಗ ಸುತ್ತಮುತ್ತಲಿನ ಪೊದೆಗಳಿಂದ ನಲವತ್ತು–ಐವತ್ತು ಗೆರಿಲ್ಲಾಗಳು ಏಕಕಾಲದಲ್ಲಿ ಹೊರಬಂದರು. ಅವರು ಸತ್ತ ಮತ್ತು ಸಾಯುತ್ತಿರುವ ಕಮಾಂಡೋಗಳ ಶಸ್ತ್ರಾಸ್ತ್ರಗಳನ್ನು ಮತ್ತು ಕಾಡತೂಸುಗಳ ಪೆಟ್ಟಿಗೆಗಳನ್ನು ಎತ್ತಿಕೊಂಡು ಮತ್ತೆ ದಟ್ಟವಾದ ಪೊದೆಗಳಲ್ಲಿ ಹೊರಟು ಹೋದರು.

ಅಂತಹ ಘಟನೆಗಳು ಯಾವುದೇ ಒಂಟಿ ವ್ಯಕ್ತಿಯನ್ನು ತಲೆಸುತ್ತಿ ಬೀಳಿಸಬಹುದು. ನನ್ನ ಹೃದಯವೂ ಕೂಡ ತುಂಬಾ ವೇಗವಾಗಿ ಹೊಡೆದುಕೊಳ್ಳುತ್ತಿತ್ತು. ಕೆಲವು ಕ್ಷಣಗಳವರೆಗೆ ನಾನು ಸಂಪೂರ್ಣವಾಗಿ ತಣ್ಣಗಾಗಿದ್ದೆ. ಮರದ ಕೊಂಬೆಯ ಮೇಲೆ ಹಿಡಿತವನ್ನು ಉಳಿಸಿಕೊಳ್ಳಲು ಸಾಧ್ಯವಾಗದೆ ನಾನು ಯಾವುದೇ ಕ್ಷಣದಲ್ಲಿ ಬೀಳಬಹುದು ಎಂದು ಅನಿಸುತ್ತಿತ್ತು. ಆದರೆ ಅಂತಹ ಕ್ಷಣಗಳಲ್ಲಿ ಯಾಕೋ ಗೊತ್ತಿಲ್ಲ, ನನ್ನೊಳಗೆ ಇದ್ದಕ್ಕಿದ್ದಂತೆ ಏನೋ ಬದಲಾಗುತ್ತದೆ, ಅದು ಹೇಗೆ ಎಂದು ನನಗೆ ತಿಳಿದಿಲ್ಲ. ಆ ಬದಲಾವಣೆಯನ್ನು ಪದಗಳಲ್ಲಿ ವ್ಯಕ್ತಪಡಿಸುವುದು ಕಷ್ಟ. ನನ್ನೊಳಗೆ ವಿಭಿನ್ನ ರೀತಿಯ ಸುಸ್ತು ಮತ್ತು ನಶೆ ಹರಡುತ್ತದೆ. ನಾನು ಪ್ರಾಣಿಗಳಂತೆ ದೊಡ್ಡದಾಗಿ ಆಕಳಿಸುತ್ತೇನೆ. ಪ್ರಾಣಿಯು ತನ್ನ ತಲೆಯ ಮೇಲೆ ಬಿದ್ದ ಒಣಹುಲ್ಲಿನ ಕಡ್ಡಿಯನ್ನು ಜಾಡಿಸುವಂತೆ ನಾನು ನನ್ನ ತಲೆಯನ್ನು ಸಹಜವಾಗಿ ಜಾಡಿಸುತ್ತೇನೆ. ಸುತ್ತಲೂ ಹರಡಿರುವ ವಿಧ್ವಂಸ ಮತ್ತು ರಕ್ತಪಾತವನ್ನು ನಿದ್ದೆಯ ಕಣ್ಣುಗಳಿಂದ ನೋಡಿ, ಮರದ ಕೊಂಬೆಯ ಮೇಲೆ ಮುಖ ತಾಗಿಸಿ ಮಲಗಿದೆ.

ನಾನು ಮಂದ, ತಟಸ್ಥ ಮತ್ತು ಅಸ್ತವ್ಯಸ್ತವಾಗಿರುವ ಜೀವನವನ್ನು ನಡೆಸುತ್ತಿದ್ದೇನೆ. ಯೋಜಿತ ಜೀವನವನ್ನು ನಡೆಸುವ ಗೆರಿಲ್ಲಾಗಳು ಅಥವಾ ಕಮಾಂಡೋಗಳು ತಮ್ಮ ಸಾವನ್ನು ತಮ್ಮೊಂದಿಗೆ ಹೊತ್ತುಕೊಂಡು ತಿರುಗಾಡುತ್ತಾರೆ ಎಂದು ನನಗೆ ತಿಳಿದಿದೆ. ಅಂತೆಯೇ, ನಾನು ಯಾವಾಗಲೂ ಅರ್ಧ ರೂಪುಗೊಂಡ ಆಲೋಚನೆಗಳಿಂದ ತುಂಬಿದ ಮೆದುಳಿನೊಂದಿಗೆ ತಿರುಗುತ್ತೇನೆ. ಕೆಲವೊಮ್ಮೆ ಎಲ್ಲಿ ಬೇಕಾದಲ್ಲಿ ನನ್ನ ಆಲೋಚನೆಗಳನ್ನು ಜಾಡಿಸಿ ನಿದ್ದೆಗೆ ಜಾರಿಬಿಡುತ್ತೇನೆ.

ಈಗ ನನ್ನ ಕಣ್ಣುಗಳಿಗೆ ನಿಜವಾಗಿಯೂ ನಿದ್ದೆ ಆವರಿಸತೊಡಗಿತು. ಮೊದಲು ಒಂದೆರಡು ತೂಕಡಿಕೆಗಳು ಬಂದು ನಿಧಾನವಾಗಿ ಅದೇ ಮರದ ಕೊಂಬೆಯ ಮೇಲೆ ನಿದ್ರೆಗೆ ಜಾರಿದೆ. ಹಕ್ಕಿಗಳ ಚಿಲಿಪಿಲಿ ನನ್ನನ್ನು ಎಚ್ಚರಗೊಳ್ಳಲು ಒತ್ತಾಯಿಸುವವರೆಗೂ ಮಲಗಿದ್ದೆ.

ಬೆಳಗ್ಗೆ ಕಣ್ಣು ತೆರೆದು, ಬಿಳಿ ಮಂಜಿನಿಂದ ಆವೃತವಾದ ಕಾಡನ್ನು ನೋಡಿದೆ. ನಾನು ಮಲಗಿದ್ದ ಕೊಂಬೆಯ ಚಿಕ್ಕ ರೆಂಬೆಯ ಮೇಲೆ ಕುಳಿತಿದ್ದ ಹಕ್ಕಿಯೊಂದು ಬಹಳ ದೊಡ್ಡ ಧ್ವನಿಯಲ್ಲಿ ಕಿರುಚುತ್ತಿತ್ತು. ನಾನು ಎದ್ದ ತಕ್ಷಣ ಘುರ್ ಎಂದು ಹಾರಿಹೋಗಿ, ಒಂದು ದೊಡ್ಡ ಸುತ್ತನ್ನು ಹಾಕಿ, ಮತ್ತೆ ನನ್ನ ಮುಂದೆ ಬಂದು ಕುಳಿತು ಚಿಂವ್ ಚಿಂವ್ ಎನ್ನುತ್ತ ಚಿಲಿಪಿಲಿ ಮಾಡಲು ಪ್ರಾರಂಭಿಸಿತು. ಆದರೆ ಈ ಬಾರಿ ಅದರ ದನಿಯಲ್ಲಿ ಮೊದಲಿನಂತೆ ಕಿರುಚಾಟ ಇಲ್ಲದೇ ಏನೋ ಹೇಳುತ್ತಿರುವಂತೆ ಭಾಸವಾಯಿತು. ಅದರ ಮಾತು ನನಗೆ ಅರ್ಥವಾಯಿತು. ನನ್ನ ಬಲಗೈಯ ಹತ್ತಿರ, ಮೇಲಕ್ಕೆ ಏರುತ್ತಿರುವ ಮತ್ತೊಂದು ಕೊಂಬೆಯ ಎರಡು ರೆಂಬೆಗಳ ನಡುವೆ ಅದರ ಗೂಡಿತ್ತು, ಅದರಿಂದ ಎರಡು ಮರಿಗಳು ಇಣುಕುತ್ತಿದ್ದವು. ಆ ಶಾಪಗ್ರಸ್ತ ಮರದ ರೆಂಬೆಗಳ ಮೇಲೆ ಕಟ್ಟಿರುವ ಗೂಡಿನಿಂದ ಇಣುಕಿ ನೋಡುತ್ತಿದ್ದ ಈ 'ಜೀವನ'ವನ್ನು ನಾನು ಸ್ವಲ್ಪ ಸಮಯ ನೋಡುತ್ತಲೇ ಇದ್ದೆ. ಆ ಮರಿಗಳು ಎಷ್ಟು ಚಿಕ್ಕವು ಮತ್ತು ಮುಗ್ಧವಾಗಿದ್ದವು ಎಂದರೆ ಅವುಗಳಿಗೆ ತಮ್ಮ ಬಗ್ಗೆ ವ್ಯಕ್ತಪಡಿಸುವುದನ್ನು ಬಿಡಿ, ಚಿಂವ್ ಚಿಂವ್ ಎಂದು ಕೂಗಲು ಕೂಡ ಬರುತ್ತಿರಲಿಲ್ಲ.

ಮರದ ಕೆಳಗೆ ಬಿದ್ದಿರುವ ಮೃತದೇಹಗಳು ಮನುಷ್ಯತ್ವದ ಬಗ್ಗೆ ಏನನ್ನೋ ಹೇಳುತ್ತಿದ್ದವು. ಮನುಷ್ಯ ಮತ್ತು ಅವನ ನೀತಿ ಅಥವಾ ವಿಧಿಯ ಮುಂದೆ ಈ ಹಕ್ಕಿಗೂಡನ್ನು ರೂಪಕವಾಗಿ ಇಡಬೇಕೆಂದು ನಾನು ಬಯಸಿದೆ. ಆದರೆ ಮರುಕ್ಷಣವೇ ನನ್ನ ಈ ಅರೆಬೆಂದ ಯೋಚನೆಗೆ ನಾನೇ ಛೀಮಾರಿ ಹಾಕಿಕೊಂಡೆ. ಇಂತಹ ಆಲಂಕಾರಿಕ ರೂಪಕಗಳ ಮೂಲಕ ಏನನ್ನಾದರೂ ಬದಲಾಯಿಸಬಹುದಾಗಿದ್ದರೆ ಇಂದು ಮನುಷ್ಯ ಈ ಸ್ಥಿತಿಯಲ್ಲಿ ಇರುತ್ತಿರಲಿಲ್ಲ.

ನಾನು ಮರದಿಂದ ಕೆಳಗಿಳಿದು ಬಂದೆ. ನಿನ್ನೆ ರಾತ್ರಿ ನಾಟಕ ಆಡಿದ್ದ ವೇದಿಕೆಯ ಜಾಗದಲ್ಲಿ ಬೆಳಗಿನ ಕಿರಣಗಳು ಬೀಳುತ್ತಿದ್ದವು. ಇತಿಹಾಸದ ಈ ಕ್ರೂರ ಅಧ್ಯಾಯದಲ್ಲಿ ದಾಳಗಳಂತೆ ನಟಿಸಿದ ಎಲ್ಲಾ ಪಾತ್ರಗಳು ತಮ್ಮ ಕರ್ತವ್ಯವನ್ನು ನಿರ್ವಹಿಸಿದ್ದವು. ನಾಟಕದ ಪರದೆ ಬಿದ್ದಿತ್ತು. ಆದರೆ ಕಾಡಿಗೂ ಇತಿಹಾಸದ ಯಾವುದೇ ಕ್ರೂರ ಅಧ್ಯಾಯಕ್ಕೂ ಸಂಬಂಧವಿರಲಿಲ್ಲ. ಮರ–ಗಿಡಗಳ, ಪ್ರಾಣಿ–ಪಕ್ಷಿಗಳ ಎಲ್ಲಾ ಚಟುವಟಿಕೆಗಳು ಕ್ರಮಬದ್ಧವಾಗಿ ನಡೆಯುತ್ತಿದ್ದವು. ಪ್ರಾಣಿಗಳು ನಡುಗುತ್ತ ಮೈಮುರಿಯುತ್ತಿದ್ದವು. ಪಕ್ಷಿಗಳು ಒಂದನ್ನೊಂದು ಕರೆಯುತ್ತಿದ್ದವು. ಚಿಟ್ಟೆಗಳು, ಮಿಡತೆಗಳು ಮತ್ತು ದುಂಬಿಗಳ ಗುನುಗುವಿಕೆಯ ಕಲರವದಿಂದ ಇಡೀ ಕಾಡು ಸಂಭ್ರಮಿಸುತ್ತಿತ್ತು.

ನಾನು ಮುಂದೆ ನಡೆಯುತ್ತಾ ಸಾಗಿ, ಸ್ವಲ್ಪ ಸಮಯದ ನಂತರ ಬೆಲ್ಲದ ತಾಳೆ ಮರದ ಬಳಿ ನಿಂತೆ. ಅಲ್ಲಿ ತಾಳೆ ಮರದ ರಸ ಹನಿ ಹನಿಯಾಗಿ ಜಿನುಗುತ್ತಿತ್ತು. ಒಂದು ಎಲೆಯನ್ನು ತೆಗೆದುಕೊಂಡು, ಅದರ ದೋಣಿಯನ್ನು ಮಾಡಿಕೊಂಡು ಆ ದೋಣಿಯಲ್ಲಿ ತಾಳೆಯ ಹನಿಗಳನ್ನು ಸಂಗ್ರಹಿಸಲು ಪ್ರಾರಂಭಿಸಿದೆ. ಆಮೇಲೆ ರಸವನ್ನು ಸವಿಯುತ್ತಾ ಕುಡಿದೆ. ಕಾಡಿಗೆ

ಬಂದ ಮೇಲೆ ಇದು ನನ್ನ ಮೊದಲ ಊಟವಾಗಿತ್ತು. ಕೊಂಚ ತಾಳೆಯ ರಸದ ನಶೆಯಲ್ಲಿ ಓಲಾಡುತ್ತಾ, ದಟ್ಟಕಾಡಿನ ಮಧ್ಯದಲ್ಲಿದ್ದ ಒಂದು ರಸ್ತೆಗೆ ಸೇರಿದೆ. ಅನೇಕ ಏರಿಳಿತಗಳು ಮತ್ತು ತಿರುವುಗಳೊಂದಿಗೆ ಕೂಡಿದ ಅಗಲವಾದ ರಸ್ತೆ ಅದಾಗಿತ್ತು. ಅದು ನನ್ನನ್ನು ಎಲ್ಲಿಗೆ ತಲುಪಿಸುತ್ತದೆ ಎಂದು ನನಗೆ ತಿಳಿದಿರಲಿಲ್ಲ. ಸ್ವಲ್ಪ ಹೊತ್ತಿನ ನಂತರ ಹಿಂದಿನಿಂದ ವಾಹನದ ಸದ್ದು ಕೇಳಿಸಿತು. ತಿರುಗಿ ನೋಡಿದಾಗ ಕಣಿವೆಯ ಕಡಿದಾದ ತಿರುವಿನಲ್ಲಿ ಜೀಪ್ ಬರುತ್ತಿತ್ತು. ಅದೊಂದು ಹಳೆಯ ಮತ್ತು ದಣಿದಂತಿದ್ದ ಪ್ರಯಾಣಿಕರ ಜೀಪ್ ಆಗಿತ್ತು. ಆದರೆ ಅದು ತನ್ನ ಸಾಗಿಸುವ ಸಾಮರ್ಥ್ಯಕ್ಕಿಂತ ಹೆಚ್ಚಿನ ಪ್ರಯಾಣಿಕರನ್ನು ಹೊತ್ತೊಯ್ಯುತ್ತಿತ್ತು. ಕ್ಯಾರಿಯರ್ ಮೇಲೆ ಮಾತ್ರವಲ್ಲ, ಮುಂಭಾಗದ ಬಾನೆಟ್ ಮೇಲೆಯೂ ಜನರು ಒಂದು ಕೈಯಿಂದ ಕ್ಯಾರಿಯರ್‌ನ್ನು ಹಿಡಿದು ನಿಂತಿದ್ದರು. ಆ ಎಲ್ಲಾ ಪ್ರಯಾಣಿಕರ ಮುಖದಲ್ಲಿ ವಿಪತ್ತು ಪೀಡಿತ ಪ್ರದೇಶದಿಂದ ಮನೆ–ಮಠಗಳನ್ನು ಬಿಟ್ಟು ಓಡಿಹೋಗುವ ಜನರ ಮುಖದಲ್ಲಿರುವಂತಹ ಭಾವಗಳಿದ್ದವು.

ನನ್ನ ಊಹೆ ಸರಿಯಾಗಿತ್ತು. ಸ್ವಲ್ಪ ಸಮಯದ ನಂತರ, ಅದೇ ರೀತಿಯ ವಾಹನಗಳ ಸಾಲು ರಸ್ತೆಗೆ ಬಂದಿತು. ಯಾವುದೋ ಒಂದು ಸುದ್ದಿ ಕಾಡಿನಲ್ಲಿ ಕಾಳ್ಗಿಚ್ಚಿನಂತೆ ಹಬ್ಬಿತ್ತು. ನಿನ್ನೆ ರಾತ್ರಿಯ ಪ್ರತಿದಾಳಿಯ ವಿಸ್ಫೋಟಕ್ಕೆ ಉತ್ತರವಾಗಿ, ಖಂಡಿತವಾಗಿಯೂ ದೊಡ್ಡ ಕೂಂಬಿಂಗ್ ಆಪರೇಷನ್ ನಡೆಯಲಿದೆ. ಈ ಆತಂಕ ವಾಹನಗಳಲ್ಲಿ ಓಡುತ್ತಿದ್ದವರ ಮುಖದಲ್ಲಷ್ಟೇ ಅಲ್ಲ, ರಸ್ತೆಬದಿಯ ಪೊದೆಗಳು ಮತ್ತು ಗಿಡಗಂಟಿಗಳಿಂದ ಭಯಭೀತರಾಗಿ ಇಣುಕಿ ನೋಡುತ್ತಿದ್ದ ಮುಖಗಳಲ್ಲೂ ಇತ್ತು.

ಪೊದೆಗಳಲ್ಲಿ ಅಡಗಿರುವ ಜನರೂ ರಸ್ತೆಗೆ ಬರಲು ಬಯಸಿದ್ದರು. ಆದಷ್ಟು ಬೇಗ ಈ ಪ್ರದೇಶವನ್ನು ತೊರೆದು ಎಲ್ಲಿಗಾದರೂ ದೂರ ಹೋಗಬೇಕೆಂದು ಬಯಸಿದ್ದರು. ಆದರೆ ಯಾರೊಬ್ಬರೂ ರಸ್ತೆಗೆ ಬರಲು ಧೈರ್ಯ ಮಾಡುತ್ತಿರಲಿಲ್ಲ. ಪ್ರಯಾಣಿಕ ವಾಹನಗಳ ಸಾಲು ಮುಂದೆ ಹೋದಾಗ ನಾನು ಮತ್ತೆ ನಡೆಯಲು ಪ್ರಾರಂಭಿಸಿದೆ. ಆಮೇಲೆ ಯಾರೋ ಪೊದೆಯಿಂದ ಹೊರಬಂದು ನನ್ನೊಂದಿಗೆ ಸೇರಿಕೊಂಡರು ಎಂದು ನನಗನಿಸಿತು. ನಾನು ನಡೆಯುವಾಗ ಕಣ್ಣು ಹಾಯಿಸಿದೆ. ಅವನು ಮಧ್ಯವಯಸ್ಕನಾಗಿದ್ದ. ಬಟ್ಟೆಯ ಹೆಸರಲ್ಲಿ ಲುಂಗಿ ಮಾತ್ರ ಧರಿಸಿದ್ದ ಅವನ ಕೈಯಲ್ಲಿ ಈಟಿ ಇತ್ತು. ಅವನು ನನ್ನ ಜೊತೆ ನಡೆಯುವ ಬದಲು ಎರಡು ಹೆಜ್ಜೆ ಹಿಂದೆಯೇ ನಡೆಯುತ್ತಿದ್ದ.

ಒಬ್ಬ ವ್ಯಕ್ತಿ ಧೈರ್ಯ ಮಾಡಿ ರಸ್ತೆಯ ಮೇಲೆ ಬಂದ ತಕ್ಷಣ, ಇನ್ನಷ್ಟು ಜನ ಒಬ್ಬೊಬ್ಬರಾಗಿ ಪೊದೆಗಳಿಂದ ರಸ್ತೆಗೆ ಬರತೊಡಗಿದರು. ಸ್ವಲ್ಪ ಸಮಯದ ನಂತರ ನಾನು ಹಿಂತಿರುಗಿ ನೋಡಿ, ಬೆಚ್ಚಿ ಬಿದ್ದೆ. ನನ್ನ ಹಿಂದೆ ನೂರಾರು ಆದಿವಾಸಿ ಮಹಿಳೆಯರು ಮತ್ತು ಪುರುಷರ ಗುಂಪು ಇತ್ತು. ಅವರೆಲ್ಲರೂ ತಮ್ಮ ಕೈಯಲ್ಲಿ ಬಿಲ್ಲು, ಬಾಣ, ಈಟಿ, ಕುಡುಗೋಲುಗಳನ್ನು ಹಿಡಿದುಕೊಂಡು, ಎಲ್ಲರೂ ಸೇರಿ ಒಟ್ಟಿಗೆ ನನ್ನನ್ನು ನೋಡುತ್ತಿದ್ದರು. ಅವರು ಪರಸ್ಪರ ಮಾತನಾಡುತ್ತಿರಲಿಲ್ಲ. ಅವರ ಮುಖಗಳಲ್ಲಿ ಯಾವುದೇ ಭಾವನೆ ಕೂಡ ಇರಲಿಲ್ಲ. ಇದು ಆತ್ಮರಕ್ಷಣೆಯ ಸ್ವಯಂಪ್ರೇರಿತ ಆಜ್ಞೆಯಾಗಿತ್ತು ಮತ್ತು ನಾನು ಆ ಗುಂಪಿನ ಅಘೋಷಿತ ಕಮಾಂಡರ್ ಆಗಿದ್ದೆ. ನನಗೆ ಗೊತ್ತಿಲ್ಲದೇ ನನ್ನ ಹಿಂದೆ ಬಂದವರ ನಾಯಕನಾಗಿದ್ದೆ.

ಸುಮಾರು ಹದಿನೈದು–ಇಪ್ಪತ್ತು ನಿಮಿಷಗಳ ಕಾಲ ನಮ್ಮ ಮೌನಯಾತ್ರೆ ಮುಂದುವರೆಯಿತು. ಏತನ್ಮಧ್ಯೆ, ನನ್ನ ವೇಗವನ್ನು ನಿಧಾನಗೊಳಿಸಿ, ಜೊತೆಗೆ ನಡೆಯುತ್ತಿದ್ದ ಜನರಿಗೆ ಮುಂದೆ ಹೋಗಲು ಅವಕಾಶ ನೀಡಿದೆ. ಆದರೆ ಪ್ರತಿ ಬಾರಿಯೂ ಈ ಪ್ರಯತ್ನದಲ್ಲಿ ವಿಫಲನಾದೆ. ಅವರಲ್ಲಿ ಯಾರೂ ಮುಂದೆ ಬರಲು ಬಯಸಲಿಲ್ಲ. ನಾನು ಅನಗತ್ಯವಾಗಿ ಈ ನೂರಾರು ಭಯಭೀತ ಜನರ ಮುಂದಾಳತ್ವ ವಹಿಸುವುದರಲ್ಲಿ ಅಸಹಾಯಕನಾಗಿದ್ದೆ.

ಸ್ವಲ್ಪ ಸಮಯದ ನಂತರ, ಕಣ್ಣಿಗೆ ಕಾಣದ ತಿರುವಿನ ಇನ್ನೊಂದು ಬದಿಯಲ್ಲಿ ನಮಗೆ ಹಲವಾರು ವಾಹನಗಳು ಏಕಕಾಲದಲ್ಲಿ ಹಾರ್ನ್ ಮಾಡುವ ಮತ್ತು ಸೈರನ್‌ಗಳ ಸದ್ದು ಕೇಳಿಸಿತು. ನಾನು ಮೊದಲ ಸಾಲಿನಲ್ಲಿ ಇದ್ದುದರಿಂದ, ತಿರುವಿನಲ್ಲಿ ತಿರುಗಿದ ತಕ್ಷಣ, ನನ್ನ ನೋಟಕ್ಕೆ ಮೊದಲಿಗೆ ಮುಂದಿದ್ದ ದೃಶ್ಯ ಕಾಣಿಸಿತು. ನಮ್ಮನ್ನು ಹಿಂದೆ ಬಿಟ್ಟು ಹೋದ ಗಾಡಿಗಳು ರಸ್ತೆಯ ಎಡಬದಿಯಲ್ಲಿ ಒಂದರ ಹಿಂದೆ ಒಂದರಂತೆ ನಿಂತಿದ್ದವು.

ಎಲ್ಲಕ್ಕಿಂತ ಮುಂದೆ ನಿಲ್ಲಿಸಿದ್ದ ಜೀಪಿನ ಮುಂದೆ ಎರಡು ದೊಡ್ಡ ಮರಗಳನ್ನು ಕಡಿದು ರಸ್ತೆಗೆ ಅಡ್ಡ ಹಾಕಿ, ರಸ್ತೆಯನ್ನು ಮಧ್ಯದಿಂದ ಕತ್ತರಿಸಲಾಗಿತ್ತು. ಬಿದ್ದ ಮರಗಳು ಮತ್ತು ಕತ್ತರಿಸಿದ ರಸ್ತೆಯ ಇನ್ನೊಂದು ಬದಿಯಲ್ಲಿಯೂ ಇದೇ ರೀತಿಯ ವಾಹನಗಳ ಸಾಲು ಇತ್ತು. ಒಂದೇ ವ್ಯತ್ಯಾಸವೆಂದರೆ ಆ ಬದಿಯಲ್ಲಿ ಯಾವುದೇ ಪ್ರಯಾಣಿಕ ವಾಹನಗಳು ನಿಂತಿರಲಿಲ್ಲ, ನಾಗಾ ಬೆಟಾಲಿಯನ್‌ನ ಗಣಿ ವಿರೋಧಿ ವಾಹನ, ಎರಡು ವ್ಯಾನ್‌ಗಳು ಮತ್ತು ಎರಡು ಮಿಲಿಟರಿ ಟ್ರಕ್‌ಗಳು ನಿಂತಿದ್ದವು.

ಹಿಂದಿನ ರಾತ್ರಿ ನಡೆದ ಸ್ಫೋಟ ಈಗ ಹೊಸ ದಾಳಿಯ ಅಗತ್ಯವನ್ನು ಸೃಷ್ಟಿಸಿದೆ ಎಂದು ನನಗೆ ಅರ್ಥವಾಗಲು ಹೆಚ್ಚು ಸಮಯ ಬೇಕಾಗಲಿಲ್ಲ. ಅದೇ ಕಾರಣಕ್ಕೆ ಕಾಡಿನ ಜನರು ಗೊತ್ತು ಗುರಿಯಿಲ್ಲದ ಈ ದಾಳಿಯ ಜ್ವಾಲೆಗಳಿಗೆ ತುತ್ತಾಗಬಾರದೆಂಬ ಭಯದಿಂದ ಓಡಿ ಹೋಗುತ್ತಿದ್ದರು. ಆದರೆ ಈ ಸಮಯದಲ್ಲಿ ಇಬ್ಬರ ಮುಂದೆ ಒಂದೇ ರೀತಿಯ ಅಡೆತಡೆಗಳಿದ್ದವು. ಈ ತಡೆಗೋಡೆಯ ಒಂದು ಬದಿಯಲ್ಲಿ ನಾಗಾ ಬೆಟಾಲಿಯನ್‌ನ ಕಮಾಂಡರ್ ಎಲ್ಲರಿಗಿಂತ ಮುಂದೆ ನಿಂತಿದ್ದ, ಇನ್ನೊಂದು ಬದಿಯಲ್ಲಿ ನೂರಾರು ಕಾಡು ಜನರೊಂದಿಗೆ ನಾನು ನಿಂತಿದ್ದೆ.

ಕತ್ತರಿಸಿದ ರಸ್ತೆಯ ಬಳಿ ಬಿದ್ದಿದ್ದ ಮರದ ಕೊಂಬೆಯ ಹಾರಾಡುವ ಎಲೆಗಳ ನೆರಳು ಕಮಾಂಡರ್ ಮುಖದ ಮೇಲೆ ಬೀಳುತ್ತಿತ್ತು. ನಾನು ನೂರಾರು ಶಸ್ತ್ರಸಜ್ಜಿತ ಆದಿವಾಸಿಗಳ ಪ್ರತಿನಿಧಿ ಎಂಬಂತೆ ಅವನು ತನ್ನ ಚುಚ್ಚುವ, ಬೆಕ್ಕಿನಂಥ ಕಣ್ಣುಗಳಿಂದ ನನ್ನನ್ನು ನೋಡುತ್ತಿದ್ದ.

ಅಷ್ಟೊತ್ತಿಗಾಗಲೇ ಹದಿನಾರು ಕಮಾಂಡೋಗಳು ಆಂಟಿಮೈನ್ಸ್ ವಾಹನದಿಂದ ಇಳಿದು ಪೊಜಿಷನ್ ತೆಗೆದುಕೊಂಡಿದ್ದರು. ಇತ್ತ ಕಡೆ ಗೊಂಡಿ ಮತ್ತು ಹಲ್ಬಿ ಭಾಷೆಯ ಮಿಶ್ರಣದ ಗುಸುಗುಸು ಮಾತು ಪ್ರಾರಂಭವಾಗಿತ್ತು. ಇದು ಅತ್ಯಂತ ಘಾತಕವಾದ ಪಿಸುಮಾತಾಗಿತ್ತು, ವೇಗವಾಗಿ ಉರಿಯುತ್ತಿದ್ದ ಹಗ್ಗದ ತುದಿಯ ಇನ್ನೊಂದು ತುದಿ ಒಂದು ದೊಡ್ಡ ಸಾಮೂಹಿಕ ಸ್ಫೋಟಕ್ಕೆ ಸಂಪರ್ಕ ಹೊಂದಿರುವಂತೆ.

ಈಗ ನನ್ನ 'ಚಿಂತಾಮಣಿ'ಯನ್ನು ಮತ್ತೊಮ್ಮೆ ಕೈಗೆ ತೆಗೆದುಕೊಳ್ಳುವುದನ್ನು ಬಿಟ್ಟು, ಬೇರೇನನ್ನೂ ಮಾಡಲಾರದವನಾಗಿದ್ದೆ. ನಾನು ಎಡಗೈಯನ್ನು ನನ್ನ ಜೇಬಿನಲ್ಲಿಟ್ಟು ಮುಷ್ಟಿಯಲ್ಲಿ ಕಲ್ಲನ್ನು ಹಿಸುಕಿದೆ. ಕಮಾಂಡರ್ ನನ್ನ ಈ ಕ್ರಿಯೆಯ ಬಗ್ಗೆ ಹೆಚ್ಚು ಜಾಗರೂಕನಾಗಿ ತನ್ನ ಸೊಂಟದ ಬೆಲ್ಟ್‌ನಿಂದ ರಿವಾಲ್ವರನ್ನು ತೆಗೆದು ನನ್ನತ್ತ ಗುರಿ ಹಿಡಿದ.

ಆದರೆ ನಾನು ಸ್ವಲ್ಪವೂ ವಿಚಲಿತನಾಗಲಿಲ್ಲ. ನಾನು ಗುಂಪಿನ ಭಾಗವಾಗಿಲ್ಲ ಎಂದು ದೃಢವಾಗಿ ನಂಬಿದ್ದೆ. ನನ್ನ ಹಿಂದೆ ನಿಂತಿರುವ ಜನರು ನನ್ನನ್ನು ತಮ್ಮ ಪ್ರತಿನಿಧಿ ಎಂದು ಪರಿಗಣಿಸುವ ಸಾಧ್ಯತೆಯಿದೆ ಮತ್ತು ಮುಂದೆ ನಿಂತಿರುವ ಬೆಟಾಲಿಯನ್ ಕೂಡ ನನ್ನನ್ನು ಬಂಡಾಯ ಗುಂಪಿನ ನಾಯಕ ಎಂದು ಪರಿಗಣಿಸುವ ಸಾಧ್ಯತೆಯಿದೆ. ಇದು ಬಹಳ ಸೂಕ್ಷ್ಮವಾದ ಕ್ಷಣವಾಗಿತ್ತು. ನನ್ನ ಯಾವುದೇ ಸಣ್ಣ ಕ್ರಿಯೆ ತಪ್ಪು ತಿಳಿವಳಿಕೆ ಮೂಡಿಸಬಹುದಿತ್ತು. ಹಾಗಾಗಿ ಏನನ್ನೂ ಹೇಳದೆ, ಮಾಡದೆ, ನನ್ನ ಜೇಬಿನಲ್ಲಿದ್ದ ಕಲ್ಲನ್ನು ಬೆರಳುಗಳಿಂದ ತಿರುಗಿಸುತ್ತ ಅಧಿಕಾರಿಯ ಕಣ್ಣಲ್ಲಿ ಕಣ್ಣಿಟ್ಟು ನೋಡಿದೆ. ಅವನ ಚಿಕ್ಕದಾದ ಆದರೆ ಅತ್ಯಂತ ಜಾಗರೂಕ ಕಣ್ಣುಗಳು ಅವನ ಮುಂದೆ ಇರುವ ವ್ಯಕ್ತಿಯ ಯಾವುದೇ ಉದ್ದೇಶವನ್ನು ಗ್ರಹಿಸುವ ಸಾಮರ್ಥ್ಯವನ್ನು ಹೊಂದಿದ್ದವು. ನನಗೂ ಅದೇ ಬೇಕಿತ್ತು, ಅವನು ನನ್ನ ಉದ್ದೇಶವನ್ನು ಕಣ್ಣುಗಳಿಂದಲೇ ಅರ್ಥಮಾಡಿಕೊಳ್ಳುವುದು. ಅನಗತ್ಯ ರಕ್ತಪಾತ ಆಗುವುದು ನನಗೆ ಇಷ್ಟವಿರಲಿಲ್ಲ. ನನ್ನ ಏಕೈಕ ಉದ್ದೇಶವೆಂದರೆ, ಕಡಿದ ರಸ್ತೆ ಮತ್ತು ಕಡಿದ ಮರಗಳ ಆ ಬದಿಯಲ್ಲಿ ಮತ್ತು ಈ ಬದಿಯಲ್ಲಿ ನಿಂತ ಜನರು ಸೇರಿ ಅಡೆತಡೆಗಳನ್ನು ತೆಗೆದು ಪರಸ್ಪರ ಮುಂದೆ ಹೋಗಲು ದಾರಿ ಮಾಡಿಕೊಡಬೇಕು.

ಆದರೆ ನೂರಾರು ಜನರು ಒಬ್ಬರು ಇನ್ನೊಬ್ಬರ ಬಗ್ಗೆ ಅನುಮಾನ ಮತ್ತು ಅಪನಂಬಿಕೆಯಿಂದ ಮುಖಾಮುಖಿಯಾಗಿ ನಿಂತಾಗ, ಯಾವುದೇ ಒಬ್ಬ ವ್ಯಕ್ತಿಯ ಉದ್ದೇಶಗಳಿಗೆ ಅರ್ಥವಿರುವುದಿಲ್ಲ. ಇದರ ಹೊರತಾಗಿಯೂ, ನನ್ನ ಸಂಕಲ್ಪವನ್ನು ಬಲವಾಗಿಡಲು ನಾನು ಬೆರಳಿನಿಂದ ದುಂಡಗಿನ ಕಲ್ಲನ್ನು ತಿರುಗಿಸುವುದನ್ನು ಮುಂದುವರೆಸಿದೆ.

ತಡೆಗೋಡೆಯ ಇನ್ನೊಂದು ಬದಿಯಲ್ಲಿ ನಿಂತಿದ್ದ ಅಧಿಕಾರಿ ಮತ್ತು ನನ್ನ ನಡುವೆ ಹತ್ತು-ಹದಿನೈದು ಅಡಿ ಅಂತರವಿತ್ತು. ಆದರೆ ಅವನ ಕಣ್ಣುಗಳು ಈಗ ಮತ್ತಷ್ಟು ಕಿರಿದಾಗಿ, ತೀಕ್ಷ್ಣವಾಗಿದ್ದವು. ಆ ಕಣ್ಣುಗಳು ನನ್ನ ಎಡಜೇಬಿನಲ್ಲಿ ನಡೆಯುತ್ತಿರುವ ಚಟುವಟಿಕೆಗಳ ಮೇಲೆ ಕೇಂದ್ರೀಕೃತವಾಗಿದ್ದವು. ಅವನು ನನ್ನ ಮುಖದ ಭಾವನೆಗಳನ್ನು ಓದಲು ಪ್ರಯತ್ನಿಸಿದ.

ನನ್ನ ಇಚ್ಛಾಶಕ್ತಿಯನ್ನು ಒಗ್ಗೂಡಿಸುವ ಯಾವುದೇ ಗುಪ್ತ ವಿದ್ಯೆ ನನಗೆ ತಿಳಿದಿಲ್ಲ ಅಥವಾ ನಾನು ಯಾವುದೇ ಸಂಮೋಹನ ಅಥವಾ ಮಾಂತ್ರಿಕ ಕಲೆಯ ಪರಿಣಿತನಲ್ಲ. ಮನುಷ್ಯನ ದೇಹದಲ್ಲಿ ತೇಲುತ್ತಿರುವ ಭಾಷೆಯ ಬಣ್ಣ ಮತ್ತು ಶೈಲಿಯೊಂದಿಗೆ ನನ್ನ ದೇಹದಲ್ಲಿ ತೇಲುತ್ತಿರುವ ಭಾಷೆಯ ಬಣ್ಣ ಮತ್ತು ಶೈಲಿಯನ್ನು ಹೇಗೆ ಹೊಂದಿಸುವುದು ಎಂದು ಮಾತ್ರ ನನಗೆ ತಿಳಿದಿದೆ.

ತದನಂತರ, ಯಾವುದೇ ದುರಹಂಕಾರದಿಂದಲ್ಲ, ಆದರೆ ಸಹಜ ನಂಬಿಕೆಯಿಂದ ನಾನು ನಿರ್ಣಾಯಕ ರೀತಿಯಲ್ಲಿ ಕಲ್ಲನ್ನು ಹಿಸುಕಿ, ನಗುವ ಕಣ್ಣುಗಳ ಸನ್ನೆಯೊಂದಿಗೆ ಹುಬ್ಬುಗಳನ್ನು ಮೇಲಕ್ಕೆತ್ತಿ ಕಮಾಂಡರ್‌ನನ್ನು ಕೇಳಿದೆ: "ಏನು ಬೇಕು ನಿನಗೆ?"

ವಿಪರೀತ ಜಾಗರೂಕತೆಯಿಂದ ಕಿರಿದಾದ ಆ ವ್ಯಕ್ತಿಯ ಕಣ್ಣುಗಳು ಸ್ವಲ್ಪ ಅಗಲವಾದವು. ಆಗ ಅವನೂ ಕೂಡ ಮುಗುಳ್ನಗುತ್ತಾ ಅರ್ಥವಾದ ರೀತಿಯಲ್ಲಿ ತಲೆಯಾಡಿಸಿ ತನ್ನ ರಿವಾಲ್ವರನ್ನು ಮತ್ತೆ ಸೊಂಟದ ಬೆಲ್ಟ್‌ನಲ್ಲಿ ಹಾಕಿಕೊಂಡ. ಈಗ ಗುಸುಗುಸು ನಿಲ್ಲಿಸಿ ಒಂದೇ ಕಡೆಗೆ ಸೇರಿದ್ದ ನೂರಾರು ಜನರತ್ತ ತಿರುಗಿ ನೋಡಿದೆ. ಅವರ ಉದ್ದೇಶಗಳು ಅವರ ಕಣ್ಣುಗಳಿಂದ ಮಾತ್ರವಲ್ಲದೆ ಅವರ ಶಸ್ತ್ರಾಸ್ತ್ರಗಳ ಮೇಲೆ ಬಿಗಿಯಾದ ಹಿಡಿತದಿಂದಲೂ ಸ್ಪಷ್ಟವಾಗಿ ಕಂಡುಬಂದವು. ಅವರೆಲ್ಲರೂ ಹೋರಾಡಲು–ಸಾಯಲು ಸಿದ್ಧರಾಗಿದ್ದರು.

ಕೆಲ ಹೊತ್ತು ಅವರನ್ನೆಲ್ಲ ನೋಡುತ್ತಲೇ ಇದ್ದೆ. ನಂತರ ನಾನು 'ಇಲ್ಲ' ಎಂದು ತಲೆ ಅಲ್ಲಾಡಿಸಿದೆ. ಅವರೆಲ್ಲರೂ ಆಶ್ಚರ್ಯದಿಂದ ನನ್ನತ್ತ ನೋಡಿದರು. ಅಪನಂಬಿಕೆಯಿಂದ ಒಬ್ಬರನ್ನೊಬ್ಬರು ನೋಡಿಕೊಂಡರು. ಅವರ ಕೈಗಳು ಮತ್ತು ಆಯುಧಗಳು ನಿಧಾನವಾಗಿ ಕೆಳಗಿಳಿಯಲು ಪ್ರಾರಂಭಿಸಿದವು.

ನಾನು ಮತ್ತೊಮ್ಮೆ ಕಮಾಂಡರ್ ಕಡೆಗೆ ತಿರುಗಿ ನೋಡಿದೆ. ಅವನು ತನ್ನ ತುಟಿಗಳ ಮೇಲೆ ಬೆರಳಿಟ್ಟುಕೊಂಡು ನನ್ನನ್ನೂ ನನ್ನ ಹಿಂದೆ ನಿಂತವರನ್ನೂ ಸ್ವಲ್ಪ ಹೊತ್ತು ನೋಡುತ್ತಲೇ ಇದ್ದ. ಅವನು ನಿರ್ಣಯ ತೆಗೆದುಕೊಂಡವನಂತೆ ತನ್ನ ತಲೆಯನ್ನು ಅಲ್ಲಾಡಿಸಿ, ಹಿಂದೆ ತಿರುಗಿ ತನ್ನ ಎರಡೂ ಕೈಗಳ ಸನ್ನೆಗಳ ಮೂಲಕ ಕಮಾಂಡೋಗಳಿಗೆ ಕೆಲವು ಸಂಕೇತಗಳನ್ನು ನೀಡಿದ. ಮುಂದಿನ ಕ್ಷಣದಲ್ಲಿ ಎಲ್ಲಾ ಕಮಾಂಡೋಗಳು ತಮ್ಮ ಮಷೀನ್ ಗನ್ನನ್ನು ಮತ್ತೆ ತಮ್ಮ ಹೆಗಲ ಮೇಲೆ ನೇತುಹಾಕಿಕೊಂಡು ಕತ್ತರಿಸಿದ ಮರಗಳನ್ನು ತೆಗೆದುಹಾಕಲು ಒಗ್ಗೂಡಿದರು.

ಈಗ ನಾನು ಒಮ್ಮೆ ಹಿಂತಿರುಗಿ ನೋಡಿದರೆ ಸಾಕಿತ್ತು, ಆ ಎಲ್ಲಾ ಅರಣ್ಯವಾಸಿಗಳು ತಾವು ಏನು ಮಾಡಬೇಕೆಂದು ಅರ್ಥಮಾಡಿಕೊಂಡರು. ಕೈಯಲ್ಲಿ ಕೊಡಲಿ ಹಿಡಿದವರು ಮುಂದೆ ಬಂದು ರಸ್ತೆಯಲ್ಲಿ ಬಿದ್ದಿದ್ದ ಮರಗಳ ಕೊಂಬೆಗಳನ್ನು ಕಡಿಯತೊಡಗಿದರು. ಮೊದಲು ಕೊಂಬೆಗಳನ್ನು ಕತ್ತರಿಸಿ ಕಾಂಡದಿಂದ ಬೇರ್ಪಡಿಸಲಾಯಿತು, ಆ ಕತ್ತರಿಸಿದ ಕೊಂಬೆಗಳನ್ನು ಎಳೆದು ರಸ್ತೆಬದಿಯಲ್ಲಿ ನೆಡಲಾಯಿತು. ಇನ್ನೊಂದು ಕಡೆ ನಾಗಾ ಬೆಟಾಲಿಯನ್‌ನ ಸೈನಿಕರು ಮತ್ತು ಹಳ್ಳಿ ಹುಡುಗರು ಒಟ್ಟಾಗಿ ಮರದ ಕಾಂಡವನ್ನು ಉರುಳಿಸಿ ತೆಗೆಯಲು ಪ್ರಯತ್ನಿಸತೊಡಗಿದರು. ಬಲ ಪ್ರಯೋಗಿಸುವಾಗ ಅವರ ಗಂಟಲಿನಾಳದಿಂದ ಹೊರಬರುತ್ತಿದ್ದ ಹೂಂಕಾರ ಎಷ್ಟು ಸಮ್ಮಿಳಿತವಾಗಿತ್ತು ಎಂದರೆ ಇವರಿಬ್ಬರು ಬೇರೆ ಬೇರೆ ಬುಡಕಟ್ಟುಗಳು ಎಂದು ಯಾರೂ ಪ್ರತ್ಯೇಕಿಸಲಾರದ ಹಾಗಿತ್ತು. ಪರಿಸ್ಥಿತಿಯಿಂದ ಪರಸ್ಪರ ವಿರೋಧಕ್ಕೆ ಒಳಗಾದ ಜನರು ಒಂದು ಅಡಚಣೆಯನ್ನು ತೆಗೆದುಹಾಕುವ ಸಂದರ್ಭದಲ್ಲಿ ಸಂಯೋಜಿತ ಪ್ರಯತ್ನಕ್ಕೆ ಕೈ ಹಾಕಿದ ಹೂಂಕಾರವಾಗಿತ್ತು. ಈಗ ಅವರೆಲ್ಲರ ಮೈಯಲ್ಲಿ ಒಂದೇ ಭಾಷೆ ತೇಲುತ್ತಿತ್ತು.

ಆದರೆ ಈ ಭಾಷೆಯು ಭವಿಷ್ಯದಲ್ಲಿಯೂ ಮುಂದುವರಿಯುತ್ತದೆಯೇ? ಅಕಸ್ಮಾತ್ ಮೇಲಿನಿಂದ ಯಾವುದಾದರೂ 'ಆರ್ಡರ್' ಬಂದರೆ ಈ ಹೂಂಕಾರ ಚೀತ್ಕಾರವಾಗಿ ಮಾರ್ಪಡುವುದಿಲ್ಲವೇ?

ಮರಗಳನ್ನು ತೆಗೆದು, ರಸ್ತೆಯ ಅಗಲವಾದ ಬಿರುಕುಗಳನ್ನು ಕಲ್ಲುಗಳಿಂದ ತುಂಬಿದ ಮೇಲೆ ವಾಹನಗಳು ಚಲಿಸಲು ಪ್ರಾರಂಭಿಸಿದವು. ನಾನು ಸೈಲೆನ್ಸರ್‌ಗಳಿಂದ ಬರುತ್ತಿರುವ ಧೂಳು ಮತ್ತು ಹೊಗೆಯಿಂದ ದೂರವಾಗುತ್ತ ರಸ್ತೆಯಿಂದ ಕೆಳಗಿಳಿದು, ದಕ್ಷಿಣ ಬಸ್ತರ್‌ಗೆ ಹೋಗುವ ದಟ್ಟವಾದ ಪೊದೆಗಳಿಂದ ತುಂಬಿದ ತಿರುವಿನ ಆಳವಾದ ಇಳಿಜಾರಿಗೆ ಇಳಿಯುತ್ತ ಸಾಗಿದೆ. ನಾನು ನನ್ನ ಕೆಲಸವನ್ನು ಮಾಡಿದ್ದೇನೆ, ಮುಂದೆ ಏನೇ ಸಂಭವಿಸಿದರೂ ಅದಕ್ಕೆ ನಾನು ಜವಾಬ್ದಾರನಲ್ಲ ಎಂದು ಭಾವಿಸಿದೆ.

ಆ ಕಡಿದಾದ ಕಣಿವೆಯಲ್ಲಿ ನನ್ನ ಮೊದಲ ಹೆಜ್ಜೆ ಇಟ್ಟು ವೇಗವಾಗಿ ಇಳಿಯುತ್ತ ಸಾಗಿದೆ. ಆ ಬೆಟ್ಟದಿಂದ ಕೆಳಗೆ ಇಳಿಯಲು ನನಗೆ ಪೂರ್ತಿ ಎರಡು ಗಂಟೆ ಬೇಕಾಯಿತು. ಕೆಳಗೆ ಬಂದಾಗ ಒಂದು ಕಿರಿದಾದ ರಸ್ತೆ ಕಂಡಿತು, ಅದು ತೀರಾ ಕಳಪೆ ಸ್ಥಿತಿಯಲ್ಲಿತ್ತು. ಈ ರಸ್ತೆಯಲ್ಲಿ ಯಾವುದೇ ಮೈಲಿಗಲ್ಲುಗಳು ಅಥವಾ ಯಾವುದೇ ದಿಕ್ಕಿನ ಚಿಹ್ನೆಗಳು ಇರಲಿಲ್ಲ, ಆದ್ದರಿಂದ ಈ ಕ್ಷಣದಲ್ಲಿ ನಾನು ಎಲ್ಲಿದ್ದೇನೆ, ಈ ರಸ್ತೆ ಯಾವ ಪ್ರದೇಶವನ್ನು ಯಾವ ಪ್ರದೇಶಕ್ಕೆ ಜೋಡಿಸುತ್ತದೆ ಎಂದು ಊಹಿಸಲು ಸಾಧ್ಯವಾಗಲಿಲ್ಲ.

ನಾನು ದಕ್ಷಿಣದ ಕಡೆಗೆ ಹೋಗಲು ನಿರ್ಧರಿಸಿದೆ, ಏಕೆಂದರೆ ನಾನು ನನ್ನ ಪ್ರಯಾಣವನ್ನು ಪೂರ್ವದ ತುದಿಯಿಂದ ಪ್ರಾರಂಭಿಸಿದ್ದೆ. ಸ್ವಲ್ಪ ದೂರ ನಡೆದಾಗ ಎರಡು ರೋಡ್ ರೋಲರ್‌ಗಳು, ರಸ್ತೆಯಲ್ಲಿ ಡಾಂಬರು ಮತ್ತು ಜಲ್ಲಿ ಹಾಕುವ ಎರಡು ಯಂತ್ರಗಳು ಕಂಡವು. ಈ ಯಂತ್ರಗಳು ಸುಟ್ಟು ಹೋಗಿ ತುಂಬಾ ಹಾನಿಗೊಳಗಾಗಿದ್ದವು. ಗಣಿಗಾರಿಕೆಗೆ ಬಳಸುವ ಉಪಕರಣಗಳಾದ ಜೆ.ಸಿ.ಬಿ. ಮತ್ತು ಎರಡು ಡಿಸ್ಚಾರ್ಜ್ ಲೋಡರ್‌ಗಳು ನನ್ನ ಕಣ್ಣಿಗೆ ಬಿದ್ದವು. ಜೆ.ಸಿ.ಬಿ. ಮತ್ತು ಡಿಸ್ಚಾರ್ಜ್ ಲೋಡರ್‌ಗಳ ಟೈರುಗಳನ್ನು, ಅವುಗಳ ಡೀಸೆಲ್ ಟ್ಯಾಂಕ್‌ಗಳನ್ನು ಒಡೆದು ಸುಟ್ಟುಹಾಕಲಾಗಿತ್ತು.

ರಸ್ತೆ ನಿರ್ಮಿಸುವುದು ಮತ್ತು ರಸ್ತೆ ನಿರ್ಮಾಣಕ್ಕೆ ಅವಕಾಶ ನೀಡದಿರುವುದು ಇವೆರಡರ ನಡುವಿನ ಕದನ ಇಲ್ಲಿ ನಡೆದಿತ್ತು ಎಂಬುದು ಸ್ಪಷ್ಟವಾಗಿ ಗೋಚರಿಸಿತು. ಕೆಲವೆಡೆ ರಸ್ತೆ ನಿರ್ಮಾಣ ಮಾಡುವವರು ಒಂದೋ ಎರಡೋ ಕಿಲೋಮೀಟರ್‌ಗಳವರೆಗೆ ಯಶಸ್ವಿಯಾದರೆ ಕೆಲವೆಡೆ ಆಯುಧಗಳನ್ನೆಲ್ಲ ಬಿಟ್ಟು ಓಡಿಹೋಗಬೇಕಾಗಿ ಬಂದಿತ್ತು.

ಭೂಮಿಯ ಮೇಲೆ ತಲೆ ಕೆಳಗಾಗಿ ಬಿದ್ದಿದ್ದ ಜೆ.ಸಿ.ಬಿ ಬಳಿಯಿಂದ ಹಾದು ಹೋಗುತ್ತಿದ್ದಾಗ, ಜೆ.ಸಿ.ಬಿಯ ಬೃಹತ್ ಆಟೋಮ್ಯಾಟಿಕ್ ಸಲಿಕೆಯ ಮೇಲೆ ಕಾಗೆಯೊಂದು ಕುಳಿತದ್ದನ್ನು ನೋಡಿದೆ. ಅದು ಎಷ್ಟು ಜೋರಾಗಿ ಕಾವ್–ಕಾವ್ ಎನ್ನುತ್ತಿತ್ತು ಎಂದರೆ ಯಾವುದೋ ದೂರು ಹೇಳುತ್ತಿದೆ ಎನಿಸುತ್ತಿತ್ತು. ಸ್ವಲ್ಪ ಹೊತ್ತು ನಿಂತು ಅದನ್ನು ನೋಡುತ್ತಿದ್ದೆ. ಆ ಕಪ್ಪು ಹಕ್ಕಿಯ ಕಣ್ಣುಗಳಲ್ಲಿ ಹೆದರಿಕೆ ಇದ್ದಿದ್ದರೆ ತೊಂದರೆಯೇ ಇರಲಿಲ್ಲ. ಆದರೆ ಆ ಸಮಯದಲ್ಲಿ ನಾನು ಅದರ ದೃಷ್ಟಿಯಲ್ಲಿ ಎಷ್ಟು ತುಚ್ಚನಾಗಿದ್ದೆನೆಂದರೆ, ಅದಕ್ಕೆ ವಿವರಿಸುವುದರಲ್ಲಿ ಯಾವ ಅರ್ಥವೂ ಇರಲಿಲ್ಲ.

ಅಭಿವೃದ್ಧಿ ಮತ್ತು ಹಾಳುಗೆಡವಿದ ಅಭಿವೃದ್ಧಿಯ ನಡುವೆ ಈ ಕಾಗೆಯೇಕೆ ಕಾವ್–ಕಾವ್ ಎನ್ನುತ್ತಿದೆ ಎಂದು ನನಗೆ ಗೊತ್ತಿಲ್ಲ. ಇಷ್ಟೊಂದು ಆಧುನಿಕ ಉಪಕರಣಗಳನ್ನು ಹೊಂದಿದ

ಜನರು ಈ ದಟ್ಟ ಅರಣ್ಯಕ್ಕೆ ಏಕೆ ಬರುತ್ತಿದ್ದಾರೆ ಎಂಬುದು ಬಹುಶಃ ಅದಕ್ಕೆ ಅರ್ಥವಾಗುತ್ತಿಲ್ಲ. ರಸ್ತೆಗಳನ್ನು ಏಕೆ ನಿರ್ಮಿಸಲಾಗುತ್ತಿದೆ? ಈಗಾಗಲೇ ನಿರ್ಮಿಸಿದ ರಸ್ತೆಗಳನ್ನು ಏಕೆ ನಾಶಪಡಿಸಲಾಗುತ್ತಿದೆ? ತನ್ನ ಬಿಲ್ಲು ಬಾಣಗಳು, ಕೊಡಲಿಯೊಂದಿಗೆ, ಗರಿ ಮತ್ತು ಲಂಗೋಟಿ ತೊಟ್ಟುಕೊಂಡು, ಒಂದು ಕೈಯಲ್ಲಿ ಕೋಳಿ, ಇನ್ನೊಂದು ಕೈಯಲ್ಲಿ ಮಹುವಾ ತುಂಬಿದ ಮಡಕೆಯನ್ನು ಹಿಡಿದುಕೊಂಡು ತಿರುಗಾಡುತ್ತಿದ್ದ ಮನುಷ್ಯ ಈಗ ಎಲ್ಲಿಗೆ ಹೋಗಿದ್ದಾನೆ? ಎಂದು ಬಹುಶಃ ಅದಕ್ಕೆ ಅರ್ಥಮಾಡಿಕೊಳ್ಳಲು ಸಾಧ್ಯವಾಗುತ್ತಿಲ್ಲ. ತಲೆಯ ಮೇಲೆ ಪೊರಕೆ ಮತ್ತು ಕಂಕುಳಲ್ಲಿ ಮಕ್ಕಳನ್ನು ಹೊತ್ತುಕೊಂಡು ತಿರುಗಾಡುವ ಹೆಂಗಸರನ್ನು ನೋಡಿ ಅದರ ಕಣ್ಣುಗಳಿಗೆ ರೂಢಿಯಾಗಿತ್ತು. ತನ್ನ ಸುತ್ತ ಹರಡಿಕೊಂಡಿರುವ ಮರ, ಗಿಡ, ನದಿ, ಪ್ರಾಣಿ, ಪಕ್ಷಿ, ಮನುಷ್ಯರ ನಡುವಿನ ಪರಸ್ಪರ ಸಂಬಂಧವನ್ನು ಗಮನಿಸುತ್ತಿದ್ದ ಅದು ಈಗ ಈ ಬದಲಾವಣೆಗಳನ್ನು ಕಂಡು ಬೆಕ್ಕಸಬೆರಗಾಗಿತ್ತು.

ತಾನು ಕಾವ್-ಕಾವ್ ಎಂದು ಕೂಗುವುದರಿಂದ ಏನೂ ಆಗುವುದಿಲ್ಲ ಎಂದು ಆ ಕಾಗೆಗೂ ಪ್ರಾಯಶಃ ಗೊತ್ತಿರಲಿಕ್ಕಿಲ್ಲ. ಪ್ರಾಚೀನ ಸಮಾಜವನ್ನು ಪ್ರಗತಿಯ ಪಥಕ್ಕೆ ತರಲು ಮತ್ತು ಅವರ ಸಂಸ್ಕೃತಿಯನ್ನು ಬೇರು ಸಮೇತ ಕಿತ್ತು ಹಾಕಲು ಒಂದಾದ ನಂತರ ಒಂದರಂತೆ ಜೆ.ಸಿ.ಬಿ, ರೋಡ್ ರೋಲರ್‌ಗಳು ಮತ್ತು ಡಿಸ್ಚಾರ್ಜ್ ಲೋಡರ್‌ಗಳು ಬರುತ್ತಲೇ ಇರುತ್ತವೆ.

ಕಾಗೆಯ ಧ್ವನಿ ದೂರದವರೆಗೆ ಕೇಳಿಸುತ್ತಿತ್ತು. ನಾನು ಮೌನವಾಗಿ ತಲೆಬಾಗಿಸಿಕೊಂಡು ನಡೆಯುತ್ತಿದ್ದೆ. ನನ್ನ ತಲೆ ಕೆಟ್ಟುಹೋಗಿದೆಯಾ ಎಂದು ಗೊಂದಲ ಶುರುವಾಯಿತು. ಕಾಗೆ ಕಾವ್-ಕಾವ್ ಎಂದು ಕೂಗುವುದನ್ನು ಅಭಿವೃದ್ಧಿ ಮತ್ತು ಸ್ಥಳಾಂತರದೊಂದಿಗೆ ಹೋಲಿಸಿ ನೋಡುವುದು ಎಷ್ಟು ಅಸಮಂಜಸವಾಗಿದೆ? ಈ ಕಾಡಿನಿಂದ ಹೊರಬರುವಷ್ಟರಲ್ಲಿ ನನಗೆ ಹುಚ್ಚು ಹಿಡಿಯಬಹುದೇ?

ಮಧ್ಯಾಹ್ನ ಮುಗಿದು ಸಂಜೆಯಾಗುವವರೆಗೆ ನಾನು ಮತ್ತೆ ಏನನ್ನೂ ಯೋಚಿಸಲಿಲ್ಲ. ದಾರಿಯಲ್ಲಿ ಪೊದೆಗಳು ಮತ್ತು ಹುಲ್ಲಿನ ನಡುವೆ ಯಾವುದೇ ತಿನ್ನಬಹುದಾದ ವಸ್ತು ಕಾಣಿಸಿತೋ ಅದನ್ನು ನನ್ನ ಆಹಾರವನ್ನಾಗಿ ಮಾಡಿಕೊಂಡೆ. ಗಡ್ಡೆ-ಗೆಣಸು, ಹುಣಸೆಹಣ್ಣು, ಅರ್ಧ ಮಾಗಿದ ಪೇರಲಗಳಿಂದ ನನ್ನ ಹೊಟ್ಟೆಯನ್ನಷ್ಟೆ ಅಲ್ಲ, ಜೇಬು ಮತ್ತು ಚೀಲವನ್ನೂ ತುಂಬಿಕೊಂಡೆ.

ಸ್ವಲ್ಪ ಸಮಯದ ನಂತರ ಬಂಡೆಗಳ ನಡುವೆ ಜೋರಾಗಿ ನೀರು ಹರಿಯುವ ಶಬ್ದ ಕೇಳಿಸಿತು. ನಾನು ಧ್ವನಿಯ ದಿಕ್ಕಿನಲ್ಲಿ ಬೆಟ್ಟವನ್ನು ಇಳಿಯತೊಡಗಿದೆ. ಹರಿಯುವ ನೀರಿನ ಸದ್ದು ಈಗ ಹೆಚ್ಚು ಸ್ಪಷ್ಟವಾಗಿ ಕೇಳಿಸತೊಡಗಿತು. ನಾನೀಗ ಒಂದು ದೊಡ್ಡ ಬಂಡೆಯ ಮೇಲೆ ನಿಂತಿದ್ದೆ, ಅಲ್ಲಿಂದ ನದಿಯ ನೊರೆಯಂತಹ ಪ್ರವಾಹ ನನಗೆ ಸ್ಪಷ್ಟವಾಗಿ ಗೋಚರಿಸುತ್ತಿತ್ತು.

ಆ ಬಂಡೆಯ ಕೆಳಗೆ ಒಂದು ಗುಹೆ ಇತ್ತು, ಅದು ನದಿಯ ದಡಕ್ಕೆ ಅಂಟಿಕೊಂಡಂತೆ ಇತ್ತು. ಅದರ ಕೆಳಗೆ ಬಂದು ಆ ಗುಹೆಯನ್ನು ನನ್ನ ವಿಶ್ರಾಂತಿ ಸ್ಥಳವಾಗಿ ಆರಿಸಿಕೊಂಡೆ. ಇದು ನನ್ನ ಕಾಡಿನ ಪ್ರಯಾಣದ ಎರಡನೇ ನಿಲ್ದಾಣವಾಗಿತ್ತು.

ಏರ್‌ಬ್ಯಾಗನ್ನು ಆ ಕಲ್ಲಿನ ಮೇಲೆ ಇರಿಸಿ ಬಟ್ಟೆ ಬಿಚ್ಚಿದೆ. ತಲೆಬಾಗಿ ನದಿಗೆ ವಂದಿಸಿ ಅದರ ನೊರೆಯ ಧಾರೆಯಲ್ಲಿ ಇಳಿದೆ. ಕಣ್ಣು ಮುಚ್ಚಿ ಮುಳುಗಿ ನೀರು ಮೇಲೆ ಹರಿಯುವಂತೆ ಮಾಡಿದೆ. ನನ್ನ ಹೃದಯ ಸಂಪೂರ್ಣವಾಗಿ ಶಾಂತವಾಯಿತು. ನನ್ನ ಕಣ್ಣುಗಳನ್ನು ತೆರೆದು ನದಿಗೆ ಹೇಳಿದೆ, "ನಾನು ನಿನಗೆ ತುಂಬಾ ಕೃತಜ್ಞನಾಗಿದ್ದೇನೆ... ನೀನು ವಿಶ್ವದ ಅತ್ಯುತ್ತಮ ನದಿ." ನದಿಯ ನೀರನ್ನು ಬೊಗಸೆಯಲ್ಲಿ ತುಂಬಿ ಹಿಡಿದು ಚುಂಬಿಸಿದೆ. ಮರುಕ್ಷಣ ನದಿ ನನ್ನನ್ನು ಆಲಿಂಗನಕ್ಕೆ ಎಳೆದುಕೊಂಡಿತು, ಅಲೆಯೊಂದು ಜಿಗಿದು ಹಾರಿ ನನ್ನ ಎದೆಗೆ ಮುತ್ತಿಕ್ಕಿತು. ನಾನು ಖುಷಿಯಿಂದ ನರಳಿ, ಬಾಹುಗಳನ್ನು ಹರಡಿದೆ. ನನ್ನ ಬಾಲ್ಯದಲ್ಲಿ ಅಕ್ಕ ನನಗೆ ಸ್ನಾನ ಮಾಡಿಸಿದಂತೆ ಆ ಜಲಧಾರೆ ನನಗೆ ಸ್ನಾನ ಮಾಡಿಸಿ ಮುದ್ದಿಸಿತು.

ಒಂದು ಗಂಟೆ ನಾನು ಹಾಗೇ ನೀರಿನಲ್ಲಿ ನಿಂತಿದ್ದೆ. ನದಿಯಿಂದ ಹೊರಬಂದಾಗ ಕತ್ತಲು ಆವರಿಸತೊಡಗಿತ್ತು. ಮಸುಕಾದ ಬೆಳಕಿನಲ್ಲಿ ಅದೇ ಗುಹೆಗೆ ಮರಳಿ ಬಂದೆ. ಬ್ಯಾಗಿನಿಂದ ಟವೆಲ್ ತೆಗೆದುಕೊಂಡು ದೇಹವನ್ನು ಒರೆಸಿಕೊಂಡು, ಬಟ್ಟೆಗಳನ್ನು ಧರಿಸಿ ಹಾಸಿಗೆಯನ್ನು ಹಾಸಿದೆ.

ಮುಂಜಾನೆ ನಿದ್ದೆಯಿಂದ ಎದ್ದು, ಲಘು ತಂಪಾದ ಗಾಳಿ, ಹಕ್ಕಿಗಳ ಹಾಡುಗಾರಿಕೆ, ನದಿಯ ಜುಳುಜುಳು, ಸೂರ್ಯನ ಚಿನ್ನದ ಕಿರಣಗಳು ಮತ್ತು ನನ್ನ ವಿಶ್ರಾಂತಿ ಸ್ಥಳಕ್ಕೆ ಧನ್ಯವಾದ ಹೇಳಿದೆ. ಅವೆಲ್ಲ ನನಗೆ ತಮ್ಮ ಅಪ್ಪುಗೆಯಲ್ಲಿ ಗಾಢವಾಗಿ ನಿದ್ರಿಸಲು ಅವಕಾಶವನ್ನು ನೀಡಿದ್ದವು.

ಸ್ವಲ್ಪ ಸಮಯ ಹಾಗೇ ಸುಮ್ಮನೆ ನನ್ನ ಹಾಸಿಗೆಯ ಮೇಲೆ ಕುಳಿತಿದ್ದೆ. ಎದ್ದು ಹಾಸಿಗೆ ಹೊದಿಕೆಯನ್ನು ಮಡಿಸಿಕೊಂಡು ನನ್ನ ಬ್ಯಾಗನ್ನು ಭುಜಕ್ಕೆ ನೇತು ಹಾಕಿಕೊಂಡು ಕಲ್ಲು ಬಂಡೆಗಳಿಲ್ಲದ ನದಿಯ ದಡದಲ್ಲಿ ನಡೆಯುತ್ತ ಹೊರಟೆ. ನದಿಯ ಆಳವಿಲ್ಲದ ತಪ್ಪಲಿನಲ್ಲಿ ನಡೆದು ದಾಟಿದೆ. ಸ್ವಲ್ಪ ನಿಂತು ಪೂರ್ಣವಾಗಿ ಮೈ ಬಗ್ಗಿಸಿ ನದಿಗೆ ನಮಸ್ಕರಿಸಿ ವಿದಾಯ ಹೇಳಿದೆ. ಈ ಬಾರಿ ನದಿಗೆ ಏನನ್ನೂ ಹೇಳಲಿಲ್ಲ. ನನ್ನ ಮನಸ್ಸು ಸಂಪೂರ್ಣ ಖಾಲಿಯಾಗಿತ್ತು.

ನನ್ನಲ್ಲಿ ಈಗ ಹಲವಾರು ಗಂಟೆಗಳ ಕಾಲ ಕಾಡಿನಲ್ಲಿ ಅಲೆದಾಡುವ ಶಕ್ತಿ ಬಂದಿತ್ತು. ತುಂಬಾ ಶಾಂತವಾಗಿ ತಿರುವುಗಳ ನಂತರ ತಿರುವುಗಳನ್ನು ತೆಗೆದುಕೊಳ್ಳುತ್ತಿದ್ದೆ. ಕಾಡಿನ ಅಪರಿಚಿತ ಜಾಗಗಳು ಮತ್ತು ಅಂಕುಡೊಂಕಾದ ಇಳಿಜಾರುಗಳನ್ನು ಕ್ರಮಿಸಿ ಅಂತಿಮವಾಗಿ ಒಂದು ಒಳ್ಳೆಯ ರಸ್ತೆಯನ್ನು ತಲುಪಿದೆ. ಆಕಾಶದಲ್ಲಿನ ಸೂರ್ಯ ಆಗಲೇ ತಲೆಯ ಮೇಲೆ ಬಂದಿದ್ದ.

ಸ್ವಲ್ಪ ಸಮಯದ ನಂತರ, ಒಂದು ಮೈಲುಗಲ್ಲಿನ ಮೇಲೆ ನಾನು ಐದು ಕಿಲೋಮೀಟರ್ ದೂರದಲ್ಲಿದ್ದ ಹಳ್ಳಿಯ ಹೆಸರನ್ನು ಓದಿದೆ – 'ಎರ್ರಬೋರ್'. ನನಗೆ ನೆನಪಾಯಿತು. ನನ್ನ ಹಳ್ಳಿಯ ಪೊಲೀಸ್ ಠಾಣೆಯಲ್ಲಿ, ನನ್ನ ಅವ್ವ ಎರ್ರಬೋರ್‌ನಲ್ಲಿನ ಪರಿಹಾರ ಶಿಬಿರದಲ್ಲಿದ್ದಾಳೆ ಎಂದು ಮಾಹಿತಿ ನೀಡಲಾಗಿತ್ತು.

ಪರಿಹಾರ ಶಿಬಿರದ ಚೆಕ್‌ಪೋಸ್ಟ್ ತಲುಪಿ, ನನ್ನ ಅವ್ವ ಮತ್ತು ನನ್ನ ಹಳ್ಳಿಯ ಹೆಸರನ್ನು ಹೇಳಿದಾಗ, ಚೆಕ್‌ಪೋಸ್ಟ್‌ನಲ್ಲಿ ನಿಂತಿದ್ದ ಇಬ್ಬರೂ ಸೈನಿಕರು ಪರಸ್ಪರ ಮುಖ ನೋಡಲಾರಂಭಿಸಿದರು. ಇಬ್ಬರ ಮುಖದಲ್ಲೂ ಒಟ್ಟಿಗೇ ವಿಚಿತ್ರ ನಗು ಮೂಡಿತು. ಅದು ಕೀಳು ಭಾವನೆಯ ಮತ್ತು ವ್ಯಂಗ್ಯದ ನಗುವಾಗಿತ್ತು. ದೂರದಲ್ಲಿ ನಿಂತು ಚೂಪಾದ ಕಣ್ಣುಗಳಿಂದ ನನ್ನನ್ನೇ ದಿಟ್ಟಿಸಿ ನೋಡುತ್ತಿದ್ದ ಮತ್ತೊಬ್ಬ ಸೈನಿಕ ಬಳಿ ಬಂದು ನನ್ನ ಹೆಸರು ಕೇಳಿ ತನ್ನ ವೈರ್‌ಲೆಸ್ ಸೆಟ್‌ನಿಂದ ನನ್ನ ಬಗ್ಗೆ ಒಂದಷ್ಟು ಮಾಹಿತಿ ಪಡೆದುಕೊಂಡ. ನಂತರ ಬ್ಯಾರಿಯರ್‌ನ ಎಡಭಾಗದಲ್ಲಿ ನಿಂತಿದ್ದ ಸೈನಿಕನಿಗೆ ಬ್ಯಾರಿಯರ್ ತೆಗೆಯುವಂತೆ ಸೂಚಿಸಿದ. ನಾನು ಚೆಕ್‌ಪೋಸ್ಟ್‌ನ್ನು ದಾಟಿದಾಗ ಅವನು ಹತ್ತಿರ ಬಂದು ಶಿಬಿರದ ಒಳಪ್ರದೇಶಗಳ ಬಗ್ಗೆ ಮಾಹಿತಿ ನೀಡಿ, ನನ್ನ ಅವ್ವನ ಕೋಣೆ ಹನ್ನೊಂದನೇ ಬೀದಿಯಲ್ಲಿದೆ, ಅವಳ ಕೋಣೆ ಸಂಖ್ಯೆ ನೂರಾ ಅರವತ್ತೆಂಟು ಎಂದು ಹೇಳಿದ.

ನಾನು ಪರಿಹಾರ ಶಿಬಿರದ ಒಳಗಿನ ರಸ್ತೆಯಲ್ಲಿ ಸಾಗಿದೆ. ಸುತ್ತಮುತ್ತಲಿನ ಕೋಣೆಗಳಿಂದ ಅನೇಕ ಮುಖಗಳು ಏಕಕಾಲದಲ್ಲಿ ನನ್ನನ್ನು ನೋಡುತ್ತಿದ್ದವು. ಆ ರಸ್ತೆಯನ್ನು ದಾಟಿ, ಪರಿಹಾರ ಶಿಬಿರದ ರೇಷನ್ ಡಿಪೋ ಇರುವ ಸ್ಥಳವನ್ನು ತಲುಪಿದೆ. ಅದು ಒಂದು ಚೌಕವಾಗಿತ್ತು, ಅದರ ಮಧ್ಯದಲ್ಲಿ ಪಡಿತರ ಮತ್ತು ಪರಿಹಾರ ಸಾಮಗ್ರಿಗಳನ್ನು ವಿತರಿಸಲು ಬೂತ್‌ಗಳಿದ್ದವು. ಅಲ್ಲಿ ಅಪಾರ ಜನಸ್ತೋಮವಿದ್ದು, ಜನರು ಸರತಿ ಸಾಲಿನಲ್ಲಿ ನಿಲ್ಲುವ ಬದಲು ಬೂತ್‌ನ ಕಿಟಕಿಯತ್ತ ತೆರಳಲು ಹರಸಾಹಸ ಪಡುತ್ತಿದ್ದರು.

ಎಲ್ಲರೂ ಒಟ್ಟಾಗಿ ಗೊಂಡಿ ಭಾಷೆಯಲ್ಲಿ ಕೂಗಾಡುತ್ತಿದ್ದು, ಮೂರು ದಿನಗಳಿಂದ ರೇಷನ್ ಸಿಗದ ಕಾರಣ ಅಸಮಾಧಾನಗೊಂಡಿದ್ದರು. ಎಸ್.ಪಿ.ಓ.ನ ಕೆಲವು ಸೈನಿಕರು ಅವರ ಭಾಷೆಯಲ್ಲಿ ಹೇಳಿ ಬೆದರಿಸುತ್ತಿದ್ದರು. ಭವಿಷ್ಯದಲ್ಲಿ ಅವರು ದಾದಾ ಜನರಿಗೆ (ನಕ್ಸಲರಿಗೆ) ತಮ್ಮ ಪಡಿತರವನ್ನು ನೀಡಿದರೆ, ಅವರಿಗೆ ಪಡಿತರ ನೀಡುವುದನ್ನು ನಿಲ್ಲಿಸಲಾಗುವುದು ಎಂದು ಚೆತಾವಣೆ ನೀಡುತ್ತಿದ್ದರು. ಎಸ್.ಪಿ.ಓ. ಆರೋಪಗಳಿಗೆ ಪ್ರತಿಯಾಗಿ, ಇದು ಸುಳ್ಳು ಆರೋಪವಾಗಿದ್ದು, ನಮಗೆ ರೇಷನ್ ನೀಡಲು ಸಾಧ್ಯವಾಗದಿದ್ದರೆ ನಮ್ಮನ್ನು ಹಸಿವಿನಿಂದ ಸಾಯಿಸುವ ಬದಲು ಗುಂಡಿಕ್ಕಿ ಕೊಂದುಬಿಡಿ ಎಂದು ಎಲ್ಲರೂ ಒಂದೇ ಸ್ವರದಲ್ಲಿ ಪುನರಾವರ್ತಿಸುತ್ತಿದ್ದರು.

ಆ ಚೌಕವನ್ನು ದಾಟಿ ನಾನು ಹನ್ನೊಂದನೇ ಬೀದಿಗೆ ತಿರುಗಿದೆ. ಆ ಬೀದಿಯ ಎರಡೂ ಬದಿಯ ಕೋಣೆಗಳ ತೆರೆದ ಮತ್ತು ಅರ್ಧ ತೆರೆದ ಬಾಗಿಲುಗಳ ಬಳಿ ಮಹಿಳೆಯರು ಮತ್ತು ಮಕ್ಕಳು ಕುಳಿತಿದ್ದರು. ಅಲ್ಲಿ ಒಂದು ಸಾಮೂಹಿಕ ಶೋಕಾಚರಣೆ ನಡೆಯುತ್ತಿತ್ತು. ಮಕ್ಕಳ ಹಸಿವು ಮತ್ತು ಅವರ ತಾಯಂದಿರ ಭಯವು ಸೇರಿಕೊಂಡು ಆ ಶೋಕವನ್ನು ವಿಚಿತ್ರವಾದ ರೋದನೆಯನ್ನಾಗಿ ಪರಿವರ್ತಿಸಿತ್ತು. ನಾನು ಪರಿಹಾರ ಶಿಬಿರದ ಮೂಲಕವಲ್ಲ, ಯಾತನಾ ಶಿಬಿರದ ಬೀದಿಗಳಲ್ಲಿ ಹಾದುಹೋಗುತ್ತಿದ್ದೇನೆ ಎಂದು ಅನಿಸಿತು.

ಕೋಣೆ ನಂಬರ್ ನೂರಾ ಅರವತ್ತೆಂಟನ್ನು ತಲುಪಿ ನೋಡಿದಾಗ ಅದರ ಬಾಗಿಲು ಒಳಗಿನಿಂದ ಮುಚ್ಚಲಾಗಿತ್ತು. ಕೋಣೆಯೊಳಗೆ ಯಾವುದೇ ಸದ್ದಿರಲಿಲ್ಲ. ಬಹುಶಃ ಅವ್ವ

ಮಲಗಿರಬಹುದು. ನಾನು ಬಂದಿದ್ದೇನೆ ಎಂಬುದು ಗೊತ್ತಿರಲಿಕ್ಕಿಲ್ಲ.

ನಾನು ಚೀಲವನ್ನು ಭುಜದಿಂದ ತೆಗೆದು ನೆಲದ ಮೇಲೆ ಇಟ್ಟೆ. ಬಾಗಿಲ ಬಳಿ ಹೋಗಿ ಎರಡು ಬಾರಿ ತಟ್ಟಿದೆ. ಒಳಗೆ ಯಾವುದೇ ಚಲನೆ ಇರಲಿಲ್ಲ. ಕೆಲವು ಕ್ಷಣ ಕಾದು ಮತ್ತೆ ಬಾಗಿಲು ತಟ್ಟಿದೆ, ಈ ಬಾರಿ ಸ್ವಲ್ಪ ಜೋರಾಗಿ.

"ಯಾರದು?" ಅವ್ವನ ಧ್ವನಿ ಕೇಳಿಸಿತು.

ನಾಲ್ಕು ವರ್ಷಗಳ ನಂತರ ಈ ಧ್ವನಿಯನ್ನು ಕೇಳುತ್ತಿದ್ದೆ, ಆದರೆ ನನಗೆ ಸ್ವಲ್ಪವೂ ಸಂತೋಷವಾಗಲಿಲ್ಲ.

"ನಾನು" ಎಂದು ಹೇಳಿ, ಬಾಗಿಲು ತೆರೆದ ತಕ್ಷಣ ನನ್ನ ಮುಖವನ್ನು ನೋಡಿ ಅವಳ ಮುಖದಲ್ಲಿ ಯಾವ ಭಾವ ಕಾಣಿಸಿಕೊಳ್ಳುತ್ತದೆ ಎಂದು ಊಹಿಸಲು ಪ್ರಾರಂಭಿಸಿದೆ.

ಅವ್ವ ಪೂರ್ತಿಯಾಗಿ ಬಾಗಿಲು ತೆರೆಯಲಿಲ್ಲ, ಅವಳು ಒಂದು ಬಾಗಿಲನ್ನು ಮಾತ್ರ ತೆರೆದಳು, ಅದೂ ಅರ್ಧದಷ್ಟು. ಸ್ವಲ್ಪ ಸಮಯದವರೆಗೆ ಅವಳು ನನ್ನನ್ನು ಗುರುತಿಸಲು ಪ್ರಯತ್ನಿಸುತ್ತಿದ್ದಳು, ನಂತರ ಇದ್ದಕ್ಕಿದ್ದಂತೆ ಅವಳ ಮುಖದ ಭಾವ ಬದಲಾಯಿತು.

"ನೀ ಯಾಕ್ ಬಂದಿ ಇಲ್ಲಿಗಿ?"

ಅವಳ ಕಣ್ಣುಗಳಲ್ಲಿ ದುಃಖವಾಗಲೀ ಬೇಸರವಾಗಲೀ ಕಾಣಲಿಲ್ಲ, ಆದರೆ ವಿಚಿತ್ರ ದ್ವೇಷವಿತ್ತು.

"ನಾ ಒಳಗ ಬರಬೇಕು. ಬಾಗಲ ತಗಿ"

"ಇದು ನಿಮ್ಮಪ್ಪನ ಮನಿ ಅಲ್ಲ... ನೀ ಹೋಗ ಇಲ್ಲಿಂದ..."

ಅವ್ವನ ಈ ಉತ್ತರ ಕೇಳಿ ನಾನು ತಲ್ಲಣಗೊಂಡೆ. ಆಗ ಹಿಂದಿನ ದ್ವೇಷ ನನ್ನನ್ನು ಬಲವಾಗಿ ಕಾಡತೊಡಗಿತು. ನನ್ನನ್ನು ನಾ ನಿಯಂತ್ರಿಸಿಕೊಳ್ಳುವುದು ತುಂಬಾ ಕಷ್ಟವಾಗಿತ್ತು. ನಾನು ಎಷ್ಟು ಬಲವಾಗಿ ಬಾಗಿಲನ್ನು ಒದ್ದೆನೆಂದರೆ, ಅವ್ವನಿಗೆ ಚೇತರಿಸಿಕೊಳ್ಳಲು ಅವಕಾಶವೇ ಸಿಗಲಿಲ್ಲ. ಈ ತಳ್ಳುವಿಕೆಯಿಂದ ಆಕೆ ಚಿಮ್ಮಿ ಹಿಂದಕ್ಕೆ ಸರಿದಳು. ನಾನು ಒಳಗೆ ಬಂದೆ. ಒಳಗೆ ಬಂದ ತಕ್ಷಣ, ನನ್ನನ್ನು ಬಾಗಿಲಲ್ಲೆ ಏಕೆ ನಿಲ್ಲಿಸಲಾಗಿತ್ತು ಎಂದು ಅರ್ಥವಾಯಿತು.

ನನ್ನ ಮುಂದೆಯೇ, ಕೋಣೆಯ ನೆಲದ ಮೇಲೆ ಎರಡು ಮಿಲಿಟರಿ ಸ್ಲೀಪಿಂಗ್ ಕಿಟ್‌ಗಳನ್ನು ಹಾಸಲಾಗಿತ್ತು. ಒಂದರ ಮೇಲೆ ನಾಗಾ ಬೆಟಾಲಿಯನ್‌ನ ಸೈನಿಕನೊಬ್ಬ ಗೋಡೆಗೆ ಬೆನ್ನು ಒರಗಿಸಿ, ತನ್ನ ಕಾಲುಗಳನ್ನು ಅಗಲಿಸಿಕೊಂಡು ಕುಳಿತಿದ್ದ. ಅವನು ತನ್ನ ಪ್ಯಾಂಟನ್ನು ಮೊಣಕಾಲಿನವರೆಗೂ ಕೆಳಗಿಳಿಸಿದ್ದ. ಅವನು ಒಂದು ಕೈಯಲ್ಲಿ ಮಷೀನ್ ಗನ್ ಹಿಡಿದು, ಇನ್ನೊಂದು ಕೈಯಿಂದ ಅತ್ಯಂತ ಚಿಕ್ಕ ವಯಸ್ಸಿನ ಆದಿವಾಸಿ ಹುಡುಗಿಯ ಕೂದಲನ್ನು ಹಿಂದಿನಿಂದ ಹಿಡಿದಿದ್ದ. ಹುಡುಗಿಯ ಮುಖವನ್ನು ಬಲವಂತವಾಗಿ ತನ್ನ ತೊಡೆಗಳ ನಡುವೆ ತಂದು ತನ್ನ ಲಿಂಗವನ್ನು ಆ ಹುಡುಗಿಯ ಬಾಯಿಯೊಳಗೆ ತುರುಕಿದ್ದ.

ಇನ್ನೊಂದು ಮಿಲಿಟರಿ ಹಾಸಿಗೆಯ ಮೇಲೆ ನನಗೆ ಒಂದು ಹುಡುಗಿಯ ಅಗಲಿಸಿದ ಕಾಲುಗಳು ಮತ್ತು ಆ ಕಾಲುಗಳ ನಡುವೆ ಒಂದು ನಿತಂಬ ಕಾಣಿಸಿತು. ಆ ನಿತಂಬವು ಹುಡುಗಿಯ ತೊಡೆಗಳ ನಡುವೆ ಸಮತೋಲಿತ ವೇಗದಲ್ಲಿ ಮೇಲಕ್ಕೆ ಮತ್ತು ಕೆಳಕ್ಕೆ ಚಲಿಸುತ್ತಿತ್ತು. ನಾನು ಹೀಗೆ ಬಾಗಿಲು ತೆರೆದು ಒಳಗೆ ಬಂದ ಮೇಲೂ ಆ ಸೊಕ್ಕಿನ ನಿತಂಬದ ಚಲನೆಯಲ್ಲಿ ಯಾವುದೇ ಬದಲಾವಣೆ ಆಗಲಿಲ್ಲ.

ಮೊದಲ ಹಾಸಿಗೆ ಮೇಲೆ ಕುಳಿತಿದ್ದ ಸೈನಿಕ ನನ್ನ ಅವ್ವನತ್ತ ಒಮ್ಮೆ ನೋಡಿದ. ಅವ್ವ ಅವನಿಗೆ ಏನು ಸನ್ನೆ ಮಾಡಿದಳು ಎಂದು ನನಗೆ ನೋಡಲಾಗಲಿಲ್ಲ. ಸೈನಿಕ ನಿಧಾನವಾಗಿ ತಲೆಯಾಡಿಸಿ ತನ್ನ ಮಷೀನ್ ಗನ್ನನ್ನು ನೆಲದ ಮೇಲೆ ಇಟ್ಟ.

ನಾನು ತಿರುಗಿ ಅವ್ವನ ಕಡೆಗೆ ನೋಡಿದೆ. ನಾವಿಬ್ಬರೂ ಒಬ್ಬರ ಕಣ್ಣುಗಳಲ್ಲಿ ಇನ್ನೊಬ್ಬರು ನೋಡುತ್ತಲೇ ಇದ್ದೆವು. ಈ ಕೋಣೆಯಲ್ಲಿ ಏನು ನಡೆಯುತ್ತಿದೆ ಎಂಬುದರ ಬಗ್ಗೆ ಅವ್ವನ ಮುಖದಲ್ಲಿ ಒಂಚೂರೂ ನಾಚಿಕೆ ಇರಲಿಲ್ಲ. ಬದಲಿಗೆ ವೃತ್ತಿಪರ ವೇಶ್ಯೆಯರ ಮುಖ್ಯಸ್ಥಳು, ತನ್ನ ಅಡ್ಡೆಯನ್ನು ಚಾಲನೆಯಲ್ಲಿಡಲು ಯಾವುದೇ ಹಂತಕ್ಕೆ ಹೋಗಲು ತಯಾರು ಎನ್ನುವವಳಂತೆ, ಎಲ್ಲದಕ್ಕೂ ಸಿದ್ಧವೆಂಬಂತೆ ಸೊಂಟದ ಮೇಲೆ ಕೈಯಿಟ್ಟು ಸೆಟೆದು ನಿಂತಿದ್ದಳು.

"ಅಕ್ಕ ಎಲ್ಲೆದಾಳ?" ನಾನು ಅವಳ ಮುಖದಿಂದ ನೋಟ ಸರಿಸದೆ ಕೇಳಿದೆ.

"ನಿನ್ನ ಅಕ್ಕನ ಬಗ್ಗೆ ನಿನಗ ಗೊತ್ತಿರಬೇಕು. ನನಗೇನೂ ಗೊತ್ತಿಲ್ಲ."

"ನನಗಾ?"

"ನಿನಗ ಗೊತ್ತಿಲ್ಲ ಅಂದ್ರ ಯಾರಿಗ ಗೊತ್ತಿರತೈತಿ. ರಾತ್ರಿ ನೀನೇ ಅಲ್ಲೇನು ಅಕಿ ಜೋಡಿ ಮಲ್ಕೋತಿದ್ದುದು. ಗುಸುಗುಸು ಪಿಸಪಿಸ ಮಾತಾಡಕೋತ, ತಬ್ಕೊಂಡು ಮುದ್ದಾಡೋ ಆಟ ಆಡ್ತಾ ಇದ್ರಲ್ಲ. ಈಗ ನನಗ ಕೇಳಾಕತ್ತಿಯಲ್ಲ ಅಕ್ಕಾ ಎಲ್ಲೆಂತ." ಅವ್ವ ಇದನ್ನು ಎಷ್ಟು ವಿಕೃತವಾಗಿ, ಅಶ್ಲೀಲ ರೀತಿಯಲ್ಲಿ ಮೂತಿ ತಿರುಗಿಸಿ ಹೇಳಿದಳೆಂದರೆ, ನಾನು ಸಿಡಿದುಬಿಡುತ್ತೇನೆ ಎಂದು ನನಗನಿಸಿತು. ತುಂಬಾ ಕಷ್ಟಪಟ್ಟು ನನ್ನ ಆವೇಶವನ್ನು ವಶದಲ್ಲಿಟ್ಟುಕೊಂಡೆ.

"ಬಾಯಿಗಿ ಬಂದಂಗ ಮಾತಾಡಬೇಡ. ನಾ ಇಲ್ಲಿ ಜಗಳಾ ಮಾಡಾಕ ಬಂದಿಲ್ಲ."

"ಮತ್ಯಾಕ ಬಂದಿ? ಯಾರ ಬದುಕಿದರೇನು, ಸತ್ತರೇನು?"

"ನೀನು ಯಾರ ಸಾವು ಬದುಕಿನ ಬಗ್ಗೆ ಮಾತಾಡಕತ್ತಿ, ಸರಿಯಾಗಿ ಹೇಳು."

ಅವ್ವ ಈಗ ಇನ್ನಷ್ಟು ತೀವ್ರವಾದ ದ್ವೇಷದಿಂದ ನನ್ನತ್ತ ನೋಡುತ್ತಿದ್ದಳು.

"ನಿಮ್ಮ ಅಪ್ಪನ್ನ ನಿನ್ನ ಅಕ್ಕನ ಜೋಡಿ ಇದ್ದವ್ರ ಕೊಂದಾರ."

ಈ ವಾಕ್ಯ ಸ್ವಲ್ಪ ಸಮಯದವರೆಗೆ ಗಾಳಿಯಲ್ಲಿ ಸ್ಥಿರವಾಗಿತ್ತು. ನನ್ನ ತಲೆ ಸ್ವಲ್ಪ ಹೊತ್ತು ಜುಮ್ಮೆನ್ನುತ್ತಿತ್ತು.

"ಯಾಕ?" ಕೊನೆಗೆ ನಾನು ಮೌನ ಮುರಿದು ಕೇಳಿದೆ.

"ನನ್ನನ್ಯಾಕ ಕೇಳ್ತೀ? ಕಾಡಿನ್ಯಾಗ ತನ್ನ ಗೆಳ್ಯಾರ ಜೋಡಿ ಮಜಾ ಮಾಡಾಕತ್ತಾಳಲ್ಲ ಹೋಗಿ ಕೇಳ ಆ ಹಾದರಗಿತ್ತೀನ..."

"ನಾ ಈಗ ನಿನ್ನ ಪ್ರಶ್ನೆ ಕೇಳಾಕತ್ತಿನಿ. ಖರೇನ ಮತ್ತ ಸರಿಯಾಗಿ ಉತ್ತರ ಕೊಡು."

"ನೀ ಯಾರು ಪ್ರಶ್ನೆ ಕೇಳಾಂವ..." ಅವ್ವ ಈಗ ಪೂರ್ತಿ ಶಕ್ತಿ ಹಾಕಿ ಕಿರುಚಲು ಪ್ರಾರಂಭಿಸಿದಳು. "ದೊಡ್ಡ ಪ್ರಶ್ನೆ ಕೇಳಾಕ ಬಂದಾನ. ನಿನ್ನಕ್ಕ ಮನಿ ಬಿಟ್ಟು ಹೋದಾಗ ನೀ ಎಲ್ಲಿದ್ದಿ? ನಿನ್ನಕ್ಕ ಮಾಡಿದ್ದ ಕೆಲಸದಿಂದ ನಿನ್ನ ಅಪ್ಪನ್ನ ಪೋಲೀಸರು ಕರಕೊಂಡು ಹೋದಾಗ ನೀ ಎಲ್ಲಿದ್ದಿ? ನಿನ್ನ ಅಪ್ಪನ್ನ ಪೋಲೀಸರು ಜೋರಿ ಮಾಡಿ ಬಾತ್ಮೀದಾರ ಆಗಾಕ ಒತ್ತಾಯ ಮಾಡಿದಾಗ, ಅದಕ ವಿರುದ್ಧ ಬಿದ್ದ ನಿನ್ನ ಅಕ್ಕನ ಜೋಡಿ ಇದ್ದವರು ಜನತಾ ಅದಾಲತನ್ಯಾಗ ನಿಮ್ಮಪ್ಪನ ಕುತ್ತಿಗಿ ಸೀಳಿದಾಗ ನೀ ಎಲ್ಲಿದ್ದಿ?"

ನಾನು ಮೌನವಾಗಿ ತಲೆಬಾಗಿಸಿ ನಿಂತಿದ್ದೆ. ಏನನ್ನೂ ಕೇಳುವುದು ಮತ್ತು ಹೇಳುವುದರಲ್ಲಿ ಅರ್ಥವಿಲ್ಲ ಎಂದನಿಸಿತು. ಏನೆಲ್ಲಾ ನಡೆದಿದೆಯೋ ಅದರಲ್ಲಿ ಯಾರೋ ಒಬ್ಬ ವ್ಯಕ್ತಿಯ ತಪ್ಪಿಲ್ಲ. ಈ ಶಿಬಿರದಲ್ಲಿ ಎಷ್ಟು ಜನರಿದ್ದಾರೋ, ಅವರೆಲ್ಲರ ಜೊತೆಗೂ ಏನಾದರೂ ಒಂದು ಸಂಭವಿಸಿದೆ. ಜನರನ್ನು ತುಂಡುಗಳಾಗಿ, ಭಾಗಗಳಾಗಿ ಸೀಳುತ್ತಿರುವ ಸಮಯದಲ್ಲಿ ಏನೇ ನಡೆದರೂ ಅದರ ಹೊಣೆಯನ್ನು ಆ ಕಾಲದ ಮೇಲೆ ಹೊರಿಸಬೇಕು. ಇದರಲ್ಲಿ ಎಲ್ಲವೂ ಕಲೆತುಹೋಗುತ್ತದೆ; ಪ್ರತಿಯೊಂದು ರೀತಿಯ ಹಿಂಸೆ, ಸೇಡು, ಬರ್ಬರತೆ, ಅತ್ಯಾಚಾರ ಮತ್ತು ಹತ್ಯಾಕಾಂಡವು ಸ್ವಾಭಾವಿಕ ಪ್ರಕ್ರಿಯೆಯಾಗಿ ಬದಲಾಗುತ್ತದೆ. ಇಲ್ಲಿಯವರೆಗೆ ನಡೆದದ್ದೆಲ್ಲ ಸ್ವಾಭಾವಿಕ. ಈಗ ಈ ಕೋಣೆಯಲ್ಲಿ ಮತ್ತು ಕೋಣೆಯ ಹೊರಗಿನ ಶಿಬಿರದಲ್ಲಿ ನಡೆಯುತ್ತಿರುವುದು ಸಹ ಸ್ವಾಭಾವಿಕ ಎಂದು ನನಗನಿಸಿತು.

ಅತ್ಯಾಚಾರಕ್ಕೊಳಗಾದ ಹುಡುಗಿ ತನ್ನ ಎರಡೂ ಕಾಲುಗಳನ್ನು ಹೊಟ್ಟೆಯ ಕಡೆಗೆ ಎಳೆದುಕೊಂಡು ಅಸಹಾಯಕ ಪ್ರಾಣಿಯಂತೆ ನನ್ನನ್ನು ನೋಡುತ್ತಿದ್ದಳು. ಆ ಹುಡುಗಿ ಅಲ್ಲಿ ನಡೆಯುತ್ತಿರುವುದು ತನಗೆ ಸಾಮಾನ್ಯ ದಿನಚರಿಯಾಗಿದೆ ಎಂಬಂತೆ, ಆ ನೋವು ಅಸಹನೀಯ ಅಥವಾ ಅವಮಾನಕರವಲ್ಲ ಎಂಬಂತೆ ಸ್ವಾಭಾವಿಕವಾಗಿದ್ದಳು. ಆ ಹುಡುಗಿಯ ಕಣ್ಣುಗಳನ್ನು ನೋಡಿದಾಗ ನನಗೆ ಸರಪಳಿಯಿಂದ ಕಟ್ಟಿದ ಮತ್ತು ಕಾಡುನಾಯಿಗಳಿಂದ ಸುತ್ತುವರಿದ ಆನೆಯ ನೆನಪಾಯಿತು. ಸಾವಿನ ಅನಿವಾರ್ಯತೆಯನ್ನು ಸ್ವೀಕರಿಸಿದ ನಂತರ ಅದು ಎಲ್ಲಾ ರೀತಿಯ ಪ್ರತಿಭಟನೆಯನ್ನು ನಿಲ್ಲಿಸಿತ್ತು.

ಇಷ್ಟು ದಿನಗಳ ಈ ಪ್ರವಾಸದಲ್ಲಿ ಇದು ನಾನು ಕಂಡ ಅತ್ಯಂತ ಭೀಕರ ಮತ್ತು ಬೀಭತ್ಸ ದೃಶ್ಯವಾಗಿತ್ತು. ಆದರೆ ಇದರ ಅಭ್ಯಾಸವಾಗಿದ್ದ ಜನರಿಗೆ ಇದು ಸಾಮಾನ್ಯ ಸಂಗತಿಯಾಗಿತ್ತು. ನನ್ನ ಮುಂದೆ ನಡೆಯುತ್ತಿರುವ ಲೈಂಗಿಕ ಕ್ರಿಯೆಯು ಕೇವಲ ಯಾಂತ್ರಿಕ ಔಪಚಾರಿಕತೆಯಾಗಿತ್ತು. ಇದು ಬಹುತೇಕ ಸೈನಿಕ ಕಾರ್ಯಾಚರಣೆಯಾಗಿತ್ತು. ಈ ಸೈನಿಕ ಕಾರ್ಯಾಚರಣೆಯನ್ನು ನೈತಿಕ ಅಥವಾ ಕಾನೂನಿನ ದೃಷ್ಟಿಕೋನದಿಂದ ಪರಿಶೀಲಿಸುವುದರಲ್ಲಿ ಯಾವುದೇ ಅರ್ಥವಿಲ್ಲ.

ನಾನು ಬೇರೆ ಏನಾದರೂ ಯೋಚಿಸುವ ಮೊದಲು, ಬೀದಿಯಲ್ಲಿ ಏಕಕಾಲದಲ್ಲಿ ಅನೇಕ ಜನರು ಓಡುವ ಮತ್ತು ಕಿರುಚುವ ಶಬ್ದ ಕೇಳಿಸಿತು. ಅದು ಹತ್ತಿರದ ಕೋಣೆಗಳಿಂದ ಮಹಿಳೆಯರು ಮತ್ತು ಮಕ್ಕಳು ಭಯಭೀತರಾಗಿ ಕಿರುಚಾಡುತ್ತಿದ್ದ ಶಬ್ದವಾಗಿತ್ತು. ನಾನು ಮುರಿದ ತಗಡಿನ ಗೇಟಿನ ಹೊರಗೆ ನೋಡಿದೆ. ಕೆಲ ಸಮಯದ ಹಿಂದೆ ಬೂತ್ ಎದುರು ಎತ್ತರದ ಧ್ವನಿಯಲ್ಲಿ ಪಡಿತರ ನೀಡುವಂತೆ ಒತ್ತಾಯಿಸುತ್ತಿದ್ದ ಜನರು ಈಗ ಗಾಬರಿಯಿಂದ ಓಡಿ ಹೋಗುತ್ತಿದ್ದರು. ಈ ದಿಕ್ಕೆಟ್ಟು ಓಡುವಿಕೆಯಲ್ಲಿ ಕೆಲವು ಮಕ್ಕಳು ಮತ್ತು ಮಹಿಳೆಯರು ಸಿಲುಕಿಕೊಂಡಿದ್ದರು. ಗಾಬರಿಯಿಂದ ರಸ್ತೆಯಲ್ಲಿ ಓಡುತ್ತಿರುವ ಜನರನ್ನು ಎಸ್.ಪಿ.ಓ. ಸೈನಿಕರು ಮತ್ತು ಸಲ್ವಾ ಜುಡುಂನ ಗೂಂಡಾಗಳು ಅಟ್ಟಿಸಿಕೊಂಡು ಬರುತ್ತಾ ಮನಬಂದಂತೆ ಲಾಠಿಗಳಿಂದ ಹೊಡೆಯುತ್ತಿದ್ದರು.

ಈ ಓಡಾಟ ಮತ್ತು ಕೂಗಾಟ ನಾನು ನಿಂತಿದ್ದ ಕೋಣೆಯ ಮೇಲೆ ಯಾವುದೇ ಪರಿಣಾಮವನ್ನು ಬೀರಲಿಲ್ಲ. ತಮ್ಮ ಕರ್ತವ್ಯವನ್ನು ಮುಗಿಸಿದ ಸೈನಿಕರಿಬ್ಬರೂ ಎದ್ದು ನಿಂತು ಪ್ಯಾಂಟ್‌ನ ಜಿಪ್ ಹಾಕಿಕೊಳ್ಳುತ್ತಿದ್ದರು. ಅವ್ವ ಕಸ ಗುಡಿಸುತ್ತಾ ನೆಲದ ಮೇಲೆ ಚೆಲ್ಲಾಪಿಲ್ಲಿಯಾಗಿ ಬಿದ್ದಿದ್ದ ಕೋಳಿಯ ಮೂಳೆಗಳು, ಸಿಗರೇಟ್ ತುಂಡುಗಳು ಮತ್ತು ಮದ್ಯದ ಬಾಟಲಿಗಳನ್ನು ತೆರವುಗೊಳಿಸುತ್ತಿದ್ದಳು. ನಾನು ಮಿಲಿಟರಿ ಹಾಸಿಗೆಗಳತ್ತ ನೋಡಲಿಲ್ಲ. ಆ ಹಾಸಿಗೆಗಳ ಮೇಲೆ ಏನೇನು ನಡೆಯಿತೋ, ಆ ಕೃತ್ಯ ಮತ್ತು ದೃಶ್ಯದ ಬಗ್ಗೆ ಪ್ರತ್ಯೇಕವಾಗಿ ಯೋಚಿಸುವ ಅಗತ್ಯವಿರಲಿಲ್ಲ. ಅವೆಲ್ಲಾ ನನ್ನ ಮನದೊಳಗೆ ಖಾಯಂ ಚಿತ್ರಗಳಾಗಿ ಕೆತ್ತಿಬಿಟ್ಟಿದ್ದವು.

ಹೊರಬಂದು ಇಡೀ ಬೀದಿಯನ್ನು ನೋಡಿದೆ. ಮಕ್ಕಳು ಮತ್ತು ಮಹಿಳೆಯರು ಈಗ ಭಯದಿಂದ ಮೌನವಾಗಿದ್ದರು. ಸಲ್ವಾ ಜುಡುಂನ ಗೂಂಡಾಗಳು ಬಂಡುಕೋರ ಶರಣಾರ್ಥಿಗಳನ್ನು ಓಡಿಸಿ ಹಿಂತಿರುಗುತ್ತಿದ್ದರು. ಅವರನ್ನು ನೋಡಿದ ಕೂಡಲೇ ಎಲ್ಲ ಹೆಂಗಸರು ತಮ್ಮ ತಮ್ಮ ಮಕ್ಕಳನ್ನು ಎತ್ತಿಕೊಂಡು ತಮ್ಮ ಕೋಣೆಯೊಳಗೆ ಹೋದರು.

ಸ್ವಲ್ಪ ಸಮಯದ ನಂತರ, ಆ ಶಿಬಿರದ ಚೌಕದಲ್ಲಿ ಒಂದು ಜಾಲರಿ ವ್ಯಾನ್ ಬಂದು ನಿಂತಿತು. ವ್ಯಾನನ್ನು ನೋಡಿದ ತಕ್ಷಣ ಏಕಕಾಲಕ್ಕೆ ಅನೇಕ ಜನರು ತಮ್ಮ ತಮ್ಮ ಕೋಣೆಗಳಿಂದ ಹೊರಬಂದು ಓಡತೊಡಗಿದರು. ಓಡಿ ಹೋಗುತ್ತಿರುವವರನ್ನು ಸುತ್ತುವರೆದು ಹಿಡಿಯುವ ಬದಲು ಬೆನ್ನಟ್ಟಿ ಹಿಗ್ಗಾಮುಗ್ಗಾ ಥಳಿಸಲಾಗುತ್ತಿತ್ತು. ಗಾಯಗೊಂಡು ಬಿದ್ದವರನ್ನು ಹಿಡಿದು ತಂದು ವ್ಯಾನಿನೊಳಗೆ ತುಂಬಲಾಯಿತು. ಧೂಳನ್ನು ಒದೆಯುತ್ತಾ ವ್ಯಾನ್ ಹೋದಮೇಲೆ ಶಿಬಿರವು ನಿಶ್ಶಬ್ದವಾಯಿತು.

●

ಒಂದು ಶಿಬಿರದಲ್ಲಿ ಇಷ್ಟೆಲ್ಲಾ ನೋಡಿದರೂ, ಒಂದು ಶಿಬಿರದಿಂದ ಇನ್ನೊಂದು ಶಿಬಿರಕ್ಕೆ ಅಲೆಯುತ್ತಲೇ ಇದ್ದೆ. ಆ ಎರಡು ತಿಂಗಳುಗಳಲ್ಲಿ ನಾನು ಏನು ತಿಂದೆ, ಏನು ಕುಡಿದೆ ಮತ್ತು ನನ್ನ ಹಗಲು ರಾತ್ರಿಗಳನ್ನು ಹೇಗೆ ಕಳೆದೆ ಎಂಬುದು ನನಗೆ ಗೊತ್ತಿಲ್ಲ. ವಾಸ್ತವವಾಗಿ ಆ ದಿನಗಳಲ್ಲಿ ನನ್ನ ವ್ಯಕ್ತಿತ್ವ (ಅದು ಹೇಗೇ ಇರಲಿ) ಮತ್ತು ನನ್ನ ದೇಹದ ಬಗ್ಗೆ ಯೋಚಿಸುವುದನ್ನು ನಿಲ್ಲಿಸಿದ್ದೆ. ಒಂದು ಇಡೀ ಸಮುದಾಯವು ಹೇಗೆ ತಿರಸ್ಕರಿಸಿದ ವಾಸ್ತವದ ಭಾಗವಾಗುತ್ತದೆ

ಎಂಬುದನ್ನು ನೋಡುತ್ತಿದ್ದೆ. ಕಾನೂನಿನ ರಕ್ಷಣೆಯೊಂದಿಗೆ ಸುರಕ್ಷಿತವಾಗಿರುವುದರ ಜೊತೆಗೆ ಈ ಸಮುದಾಯವು ಯಾವುದೋ ದೊಡ್ಡ ಮಹಾಶಕ್ತಿಗಾಗಿ ಬಲಿಯ ರೂಪದಲ್ಲಿ ಸ್ವೀಕೃತ ಕೂಡ ಆಗುತ್ತಾ ಹೋಗುತ್ತಿದೆ. ಎಂಬುದನ್ನು ನೋಡುತ್ತಿದ್ದೆ.

ಎಲ್ಲೆಡೆ ಶರಣಾರ್ಥಿಗಳ ಸಂಖ್ಯೆ ದಿನದಿಂದ ದಿನಕ್ಕೆ ಹೆಚ್ಚಾಗುತ್ತಿತ್ತು. ಹತ್ತಿರದ ಎಲ್ಲಾ ಸಣ್ಣ ಮತ್ತು ದೊಡ್ಡ ಹಳ್ಳಿಗಳನ್ನು ಖಾಲಿ ಮಾಡಿಸಲಾಗಿತ್ತು ಮತ್ತು ಜನರನ್ನು ಬಲವಂತವಾಗಿ ಶಿಬಿರಗಳಿಗೆ ಸೇರಿಸಲಾಗುತ್ತಿತ್ತು. ನಾನು ಕೂಡ ಈಗ ಆ ಗುಂಪಿನ ಭಾಗವಾಗುತ್ತ, ದಿನದಿಂದ ದಿನಕ್ಕೆ ವಿಶಾಲವಾದ ಸ್ಥಳಾಂತರದ ಕೆಸರಿನಲ್ಲಿ ಮುಳುಗಿಹೋಗುತ್ತಿದ್ದೇನೆ ಎಂದು ಆಗ ತಿಳಿದಿರಲಿಲ್ಲ. ನನ್ನ ಮಾನಸಿಕ ಸ್ಥಿತಿ ಮೊದಲಿನಂತಿರಲಿಲ್ಲ. ನಾನು ಸ್ವತಂತ್ರವಾಗಿ ಯೋಚಿಸಲು, ನಿರ್ಧಾರಗಳನ್ನು ತೆಗೆದುಕೊಳ್ಳಲು ಅಸಮರ್ಥನಾಗಿದ್ದೆ. ಇಲ್ಲಿಗೆ ಬಂದ ನನ್ನ ನಿಜವಾದ ಉದ್ದೇಶವೇನೆಂದು ಮರೆತುಹೋಗಿತ್ತು.

ಒಂದು ದಿನ ಅಂತಹ ಶಿಬಿರದಲ್ಲಿ ಹೊಟ್ಟೆಯ ಕಾಯಿಲೆಯ ಸೋಂಕಿಗೆ ಒಳಗಾದೆ. ದೇಹದಲ್ಲಿ ನೀರು ಕಡಿಮೆಯಾಗಿ, ಮೂರ್ಛೆ ಹೋಗುವ ಪರಿಸ್ಥಿತಿ ಕೂಡ ಬಂತು. ಅಲ್ಲಿಂದ ನನ್ನನ್ನು ಎತ್ತಿಕೊಂಡು ದಟ್ಟ ಕಾಡಿಗೆ ಕರೆತಂದವರು ಯಾರು ಎಂದು ನನಗೆ ಗೊತ್ತಿಲ್ಲ. ಆ ಜಾಗವು ಎಲ್ಲಾ ಕಡೆಗಳಲ್ಲಿ ದೊಡ್ಡ ಮರಗಳಿಂದ ಆವೃತವಾಗಿತ್ತು. ಹಗಲಿನಲ್ಲೂ ಕೂಡ ಅಲ್ಲಿ ಬೆಳಕು ಬರುವುದು ಕಷ್ಟವಾಗಿತ್ತು.

ಅಲ್ಲಿ ವಾಸಿಸಲು ಸಿದ್ಧವಾದ ಕೋಣೆಗಳು ಇರಲಿಲ್ಲ. ಅಲ್ಲಿ ಕೇವಲ ಪ್ಲಾಸ್ಟಿಕ್ ಶೀಟುಗಳನ್ನು ಹಾಸಲಾಗಿತ್ತು ಮತ್ತು ಹೊದಿಕೆಗೆ ಕಂಬಳಿಗಳಿದ್ದವು. ಅಡುಗೆ ಪಾತ್ರೆಗಳ ಹೊರತಾಗಿ, ಅಲ್ಲಿ ಪ್ರತಿಯೊಬ್ಬ ವ್ಯಕ್ತಿಯ ಬಳಿ ತನ್ನದೇ ಆದ ವೈಯಕ್ತಿಕ ಕಿಟ್ ಮತ್ತು ಬಂದೂಕು ಇತ್ತು.

ಎರಡು ದಿನಗಳವರೆಗೆ ನನ್ನನ್ನು ಅಲ್ಲಿ ಇರಿಸಲಾಗಿತ್ತು. ಶಿಬಿರದಿಂದ ಒಬ್ಬ ಸರ್ಕಾರಿ ವೈದ್ಯರನ್ನು ಹಿಡಿದುಕೊಂಡು ತಂದು, ಬಹುತೇಕ ಬೆದರಿಸಿ ನನಗೆ ಚಿಕಿತ್ಸೆ ಕೊಡಿಸುತ್ತಿದ್ದರು. ಚಿಕಿತ್ಸೆ ಕೊಡಿಸುತ್ತಿದ್ದವರು ಒಮ್ಮೆಯೂ ನನ್ನ ಆರೋಗ್ಯ ಹೇಗಿದೆ ಎಂದು ಕೇಳಲಿಲ್ಲ. ವೈದ್ಯರು ನನ್ನ ನಾಡಿಮಿಡಿತದ ಮೇಲೆ ಕೈ ಇಟ್ಟಾಗ ಮತ್ತು ನನ್ನ ಎದೆಯ ಮೇಲೆ ಸ್ಟೆತಸ್ಕೋಪನ್ನು ಇರಿಸಿ ನನ್ನ ಹೃದಯದ ಬಡಿತವನ್ನು ಕೇಳುವಾಗ ಅವರೆಲ್ಲರೂ ವೈದ್ಯರ ಮುಖವನ್ನು ನೋಡುತ್ತಿದ್ದರು. ಅವರ ಮುಖದಲ್ಲಿನ ಭಾವಗಳು, ವೈದ್ಯರು ರೋಗಿಯನ್ನು ಉಳಿಸುವಲ್ಲಿ ಯಶಸ್ವಿಯಾಗದಿದ್ದರೆ ವೈದ್ಯನ ಪರಿಸ್ಥಿತಿ ಚೆನ್ನಾಗಿರುವುದಿಲ್ಲ ಎನ್ನುವಂತಿದ್ದವು. ಒಂದು ಇಡೀ ದಿನ ಹೀಗೆ ಕಳೆಯಿತು. ಎರಡನೆಯ ದಿನ ಎರಡು ಇಂಜೆಕ್ಷನ್ ಕೊಟ್ಟರೂ ನನ್ನ ಸ್ಥಿತಿಯಲ್ಲಿ ಯಾವುದೇ ಸುಧಾರಣೆ ಕಾಣದಿದ್ದಾಗ ವೈದ್ಯರು ಆತಂಕಗೊಂಡರು. ಆಗೊಮ್ಮೆ ಈಗೊಮ್ಮೆ ಹೊಟ್ಟೆ ಕಿವುಚಿ, ತೆಳುವಾದ ಭೇದಿಯಾಗುತ್ತಿತ್ತು. ನಾನು ಮಲಗಿದ್ದ ಪ್ಲಾಸ್ಟಿಕ್ ಶೀಟ್‌ನ ಮೇಲೆಲ್ಲಾ ತೆಳುವಾದ ಕಕ್ಕಸ್ಸು ಹರಿದುಹೋಗುತ್ತಿತ್ತು.

ಸ್ವಲ್ಪ ಸಮಯದ ನಂತರ, ಇಬ್ಬರು ಸೇರಿ ನನ್ನನ್ನು ಎತ್ತಿದರು ಮತ್ತು ಇನ್ನೊಬ್ಬ ವ್ಯಕ್ತಿ ನನ್ನ ಕೆಳಗಿನಿಂದ ಕೊಳಕು ಶೀಟನ್ನು ತೆಗೆದು ಇನ್ನೊಂದು ಶೀಟನ್ನು ಹಾಕಿದ. ಕಪ್ಪಗೆ, ಮಧ್ಯಮ ಎತ್ತರದ, ತುಂಬಾ ತೆಳ್ಳಗಿದ್ದ ವೈದ್ಯರು ಮತ್ತೊಮ್ಮೆ ನನ್ನ ನಾಡಿಮಿಡಿತವನ್ನು

ಪರೀಕ್ಷಿಸಿ, ಕೈಯಲ್ಲಿ ಆಯುಧ ಇಲ್ಲದ ವ್ಯಕ್ತಿಯ ಕಡೆಗೆ ತಿರುಗಿದರು. ಅವನು ಇತರ ಸದಸ್ಯರಿಗಿಂತ ಸ್ವಲ್ಪ ಹೆಚ್ಚು ಜವಾಬ್ದಾರಿ ಮತ್ತು ಪ್ರಭಾವಶಾಲಿಯಾಗಿ ತೋರುತ್ತಿದ್ದ.

"ಸಲೈನ್ ಇಲ್ಲದೆ ನಿಯಂತ್ರಣಕ್ಕೆ ಬರುವುದಿಲ್ಲ" ವೈದ್ಯರು ಆ ವ್ಯಕ್ತಿಗೆ ಹೇಳಿ, "ನೀವು ಸಲೈನ್ ವ್ಯವಸ್ಥೆ ಮಾಡಬಹುದೇ?" ಎಂದು ಕೇಳಿದರು.

ಆ ವ್ಯಕ್ತಿ ನಕಾರಾತ್ಮಕವಾಗಿ ತಲೆ ಅಲ್ಲಾಡಿಸಿ ಹೇಳಿದ, "ನಿಮಗೆ ಬೇರೆ ದಾರಿ ಇಲ್ಲವೇ?"

"ನೀವು ಒಂದು ಕೆಲಸ ಮಾಡಿ" ಡಾಕ್ಟರ್ ತನ್ನ ಜೇಬಿನಿಂದ ಕೀ ತೆಗೆದು ಕೊಡುತ್ತ, "ನೀವು ನನ್ನನ್ನು ಇಲ್ಲಿಗೆ ಕರೆತಂದಿರುವ ಶಿಬಿರದ ನಾಲ್ಕನೇ ಬೀದಿಯಲ್ಲಿರುವ ಒಂದು ಕೋಣೆಯಲ್ಲಿ ಒಂದು ಕಪಾಟಿದೆ. ಅದರಲ್ಲಿ ಸಲೈನ್ ಜೊತೆಗೆ ಕೆಲವು ಇಂಜೆಕ್ಷನ್‌ಗಳಿವೆ. ಸಾಧ್ಯವಾದರೆ, ನನ್ನ ಸಂಪೂರ್ಣ ಕಿಟ್ ತನ್ನಿ. ಆದರೆ ಈ ಕೆಲಸವನ್ನು ಬಹಳ ಎಚ್ಚರಿಕೆಯಿಂದ ಮಾಡಬೇಕು. ನಾನು ಎರಡು ದಿನಗಳಿಂದ ನಿಮ್ಮೊಂದಿಗೆ ಇದ್ದೇನೆ. ಅವರಿಗೆ ಈ ವಿಷಯ ತಿಳಿದರೆ..."

ವೈದ್ಯರ ಮುಂದೆ ನಿಂತಿದ್ದ ವ್ಯಕ್ತಿ ಅವನ ಭುಜದ ಮೇಲೆ ಕೈಯಿಟ್ಟು ಅವನಿಗೆ ಧೈರ್ಯ ತುಂಬಿ, ಒಂದು ದಿಕ್ಕಿನಲ್ಲಿ ವೇಗವಾಗಿ ನಡೆದುಹೋದ. ತುಕಡಿಯ ಇಬ್ಬರು ಸದಸ್ಯರು ಅವನ ಕಡೆಗೆ ವೇಗವಾಗಿ ಓಡಿಹೋದರು. ಆ ವ್ಯಕ್ತಿ ಅವರನ್ನು ಸ್ವಲ್ಪ ದೂರ ಕರೆದೊಯ್ದು ಏನನ್ನೋ ವಿವರಿಸಲು ಪ್ರಾರಂಭಿಸಿದ, ನಂತರ ಕೀಲಿಕೈಯನ್ನು ತುಕಡಿಗೆ ಹಸ್ತಾಂತರಿಸಿದ. ಇಬ್ಬರೂ ಅರ್ಥವಾದಂತೆ ತಲೆಯಾಡಿಸಿ, ತಮ್ಮ ಕಿಟ್‌ನಿಂದ ಬಟ್ಟೆಗಳನ್ನು ತೆಗೆದುಕೊಂಡು ಬದಲಾಯಿಸಿದರು. ಈಗ ಅವರು ಸಮವಸ್ತ್ರದಲ್ಲಿರಲಿಲ್ಲ, ಸಾಮಾನ್ಯ ಬಟ್ಟೆಯಲ್ಲಿದ್ದರು. ಅವರು ತಮ್ಮ ಬಂದೂಕುಗಳನ್ನು ಅಲ್ಲೇ ಬಿಟ್ಟು ಬೇಗನೆ ಹೊರಟುಹೋದರು.

ಸುಮಾರು ಎರಡು ಗಂಟೆಗಳ ನಂತರ ಅವರು ಓಡುತ್ತಾ, ತೇಕುತ್ತ ಸಲೈನ್ ಜೊತೆಗೆ ಹಿಂತಿರುಗಿದಾಗ, ನನ್ನನ್ನು ಉಳಿಸಲು ಇಷ್ಟೊಂದು ಪ್ರಯತ್ನಗಳು ಏಕೆ ನಡೆಯುತ್ತಿವೆ ಎಂದು ಯೋಚನೆಗೆ ಬಿದ್ದೆ.

ತಕ್ಷಣ ಸಲೈನ್ ಹಾಕಲಾಯಿತು. ವೈದ್ಯರು ಹದಿನೈದು ನಿಮಿಷಗಳ ಅಂತರದಲ್ಲಿ ಮೂರು ಇಂಜೆಕ್ಷನ್‌ಗಳನ್ನು ಸಲೈನ್ ಬಾಟಲಿಗಳಲ್ಲಿ ಚುಚ್ಚಿದರು. ನನ್ನ ದೇಹದಿಂದ ಬೆವರು ಹರಿದು, ಕ್ರಮೇಣ ನಾನು ಸುಲಭವಾಗಿ ಉಸಿರಾಡಲು ಸಾಧ್ಯವಾಯಿತು. ಸ್ವಲ್ಪ ಸಮಯದಲ್ಲಿ ನನಗೆ ನಿದ್ದೆ ಬಂತು.

ಬೆಳಗ್ಗೆ ನಿದ್ದೆಯಿಂದ ಎದ್ದು ನೋಡಿದಾಗ, ನನ್ನನ್ನು ಎತ್ತಿಕೊಂಡು ಎಲ್ಲೋ ಕರೆದುಕೊಂಡು ಹೋಗುತ್ತಿದ್ದರು. ನನ್ನನ್ನು ಎತ್ತಿಕೊಂಡು ಹೋಗುತ್ತಿದ್ದವರು ಎಷ್ಟು ಕುಶಲತೆಯಿಂದ ಮತ್ತು ವೇಗವಾಗಿ ನನ್ನನ್ನು ಹೊತ್ತು ಒಯ್ಯುತ್ತಿದ್ದರೆಂದರೆ ಇಬ್ಬರೂ ಈ ಕೆಲಸದಲ್ಲಿ ಪಳಗಿದವರಂತಿದ್ದರು. ತುಕಡಿಯ ಇತರ ಸದಸ್ಯರು ಸಹ ತಮ್ಮ ಕಿಟ್‌ನ್ನು ಬೆನ್ನಿನ ಮೇಲೆ, ಅವರ ಎಲ್ಲಾ ಹಾಸಿಗೆ ಹೊದಿಕೆಗಳನ್ನು, ಅಡುಗೆ ಮಾಡುವ ಆಹಾರ ಪದಾರ್ಥಗಳನ್ನು ಮತ್ತು ತಮ್ಮ ಶಸ್ತ್ರಾಸ್ತ್ರಗಳನ್ನು ಹೆಗಲ ಮೇಲೆ ಹೊತ್ತುಕೊಂಡು ನಮ್ಮೊಂದಿಗೆ ನಡೆಯುತ್ತಿದ್ದರು.

ನಿನ್ನೆ ನಾನು ಅರೆಪ್ರಜ್ಞಾವಸ್ಥೆಯಲ್ಲಿದ್ದೆ. ಅದಕ್ಕೇ ನನಗೇನೂ ಅರ್ಥವಾಗುತ್ತಿರಲಿಲ್ಲ. ಆದರೆ ಇವತ್ತು ನಿದ್ದೆಯಿಂದ ಎಚ್ಚರವಾದಾಗ ಆರೋಗ್ಯ ಸ್ವಲ್ಪ ಸುಧಾರಿಸಿದೆ ಎನಿಸಿತು. ನಿನ್ನೆಯವರೆಗೆ ಮನಸ್ಸಿನಲ್ಲಿದ್ದ ಗೊಂದಲದ ಜಾಗದಲ್ಲಿ ಸ್ವಲ್ಪ ಸ್ಥಿರತೆ ಬಂದಿತ್ತು. ನನ್ನೊಂದಿಗೆ ಚಲಿಸುತ್ತಿರುವ ಜನರ ಸಂಭಾಷಣೆ ಸ್ವಲ್ಪಮಟ್ಟಿಗೆ ಅರ್ಥವಾಗುತ್ತಿತ್ತು.

ಪೂರ್ಣ ಏಕಾಗ್ರತೆಯಿಂದ ಅವರ ಮಾತನ್ನು ಕೇಳಲು ನನಗೆ ಸಾಧ್ಯವಾಗುತ್ತಿರಲಿಲ್ಲ. ಆದರೆ ಅವರ ಮಾತಿನಲ್ಲಿ ಪ್ರತಿ ನಾಲ್ಕಾರು ವಾಕ್ಯಗಳ ನಂತರ, ಅಕ್ಕನ ಹೆಸರು ಬರುತ್ತಿತ್ತು. ಅವರು ಅವಳ ಹೆಸರನ್ನು ಗೌರವದಿಂದ ತೆಗೆದುಕೊಳ್ಳುವುದನ್ನು ನೋಡಿದರೆ, ಅವರು ಅಕ್ಕನ ಸಹಚರರು ಮತ್ತು ನಾನು ಈಗ ಗೆರಿಲ್ಲಾ ವಲಯದಲ್ಲಿದ್ದೇನೆ ಎಂದು ಸ್ಪಷ್ಟವಾಯಿತು.

ನಾಲ್ಕು ಗಂಟೆಗಳ ನಡಿಗೆಯ ನಂತರ, ಅವರೆಲ್ಲರೂ ಮತ್ತೆ ದಟ್ಟವಾದ ಪೊದೆಯನ್ನು ಪ್ರವೇಶಿಸಿದರು. ಅಲ್ಲಿ ಕೆಲವು ಮರಗಳನ್ನು ಕತ್ತರಿಸಿ ಆ ಜಾಗವನ್ನು ಸ್ವಚ್ಛಗೊಳಿಸಲಾಗಿತ್ತು.

ನೆಲದ ಮೇಲೆ ಪ್ಲಾಸ್ಟಿಕ್ ಶೀಟುಗಳನ್ನು ಹಾಸಿ ಮೊದಲು ನನ್ನನ್ನು ಮಲಗಿಸಿ, ಅವರು ಎಲ್ಲಾ ವಸ್ತುಗಳನ್ನು ಇಳಿಸಿದರು. ಸ್ವಲ್ಪ ಸಮಯ ನೆಲದ ಮೇಲೆ ಕುಳಿತು ವಿಶ್ರಾಂತಿ ಪಡೆದರು. ನನ್ನನ್ನು ಕರೆತಂದ ಇಬ್ಬರು ಯುವಕರಲ್ಲಿ ಒಬ್ಬ ತುಂಬಾ ಚಿಕ್ಕವನಾಗಿದ್ದ. ಅವನು ತನ್ನ ಇನ್ನೊಬ್ಬ ಒಡನಾಡಿಗಿಂತ ಸ್ವಲ್ಪ ಕಡಿಮೆ ದಣಿದಿದ್ದ. ಅವರ ಪರಿಶ್ರಮ ಮತ್ತು ಅವರು ನನಗಾಗಿ ಮಾಡಿದ ಕಠಿಣ ಸೇವೆಗಳಿಗಾಗಿ ನಾನು ಅವರನ್ನು ಕೃತಜ್ಞತೆಯಿಂದ ನೋಡಿದಾಗ, ಅವರು ನಗಲು ಪ್ರಾರಂಭಿಸಿದರು.

ನಾನು ಅಸ್ವಸ್ಥನಾಗಿದ್ದರಿಂದ ಮತ್ತು ಅವರ ಅತಿಥಿಯಾಗಿದ್ದರಿಂದ, ರಾತ್ರಿಯಲ್ಲಿ ಬೀಳುವ ಇಬ್ಬನಿ ನನ್ನ ಆರೋಗ್ಯದ ಮೇಲೆ ಕೆಟ್ಟ ಪರಿಣಾಮ ಬೀರಬಾರದೆಂದು ನನ್ನ ಮೇಲೆ ಪ್ಲಾಸ್ಟಿಕ್ ಹಾಳೆಯನ್ನು ಹೊದಿಸಲಾಯಿತು.

ಸ್ವಲ್ಪ ಸಮಯದ ನಂತರ ಅವರೆಲ್ಲರೂ ತಮ್ಮ ತಮ್ಮ ಕೆಲಸದಲ್ಲಿ ನಿರತರಾದರು. ಇಬ್ಬರು ಸದಸ್ಯರು ಬಕೆಟ್‌ಗಳನ್ನು ಎತ್ತಿಕೊಂಡು ನೀರು ತರಲು ಹೋದರು. ಇಬ್ಬರು ಸದಸ್ಯರು ಹತ್ತಿರದ ಒಣಗಿದ ಕೊಂಬೆಗಳನ್ನು ಆರಿಸಲು ಹೋದರು. ಆಮೇಲೆ ಒಲೆ ಉರಿಯಿತು. ಎಲ್ಲಕ್ಕಿಂತ ಮೊದಲು ಚಹಾ ತಯಾರಿಸಲು ಸಿದ್ಧತೆ ನಡೆಯಿತು. ಸೌದೆಯ ಒಲೆಯ ಮೇಲೆ ಅಲ್ಯೂಮಿನಿಯಂ ಪಾತ್ರೆಯಲ್ಲಿ ಚಹಾ ಎಲೆಗಳು ತುಂಬಾ ಹೊತ್ತು ಕುದಿಯುತ್ತಿದ್ದವು. ಇನ್ನೊಂದು ಪಾತ್ರೆಯಲ್ಲಿ ಹಾಲಿನ ಪುಡಿ ದ್ರಾವಣವನ್ನು ತಯಾರಿಸಲಾಯಿತು. ಚಹಾಕ್ಕೆ ಹಾಲಿನ ಪುಡಿಯ ದ್ರಾವಣವನ್ನು ಬೆರೆಸಿ ಚಹಾವನ್ನು ಪ್ಲಾಸ್ಟಿಕ್ ಕಪ್ಪುಗಳಲ್ಲಿ ಸೋಸಲಾಯಿತು.

ಪ್ಲಾಟೂನಿನ ಸದಸ್ಯರ ದಿನಚರಿ ಮತ್ತು ಅವರ ಕೆಲಸ ನಡೆಯುತ್ತಿರುವ ಮಧ್ಯಮ ವೇಗ ನೋಡಿದರೆ ನಾವು ಯುದ್ಧಭೂಮಿಯಲ್ಲಿದ್ದೇವೆ ಎಂದು ತೋರಲಿಲ್ಲ. ಅವರ ಮುಖದಲ್ಲಿ ಯಾವುದೇ ಉದ್ವೇಗವಾಗಲೀ, ಗೊಂದಲವಾಗಲೀ ಇರಲಿಲ್ಲ. ಕಾಡಿನೊಳಗಿನ ಕಷ್ಟದ ಬದುಕಿಗೆ ಅವರು ಹೊಂದಿಕೊಂಡಂತೆ ತೋರುತ್ತಿತ್ತು. ಈಗ ಅವರ ಸಹಜತೆಯನ್ನು ನೋಡಿ ಪಕ್ಷದ ಪೂರ್ಣಾವಧಿಯ ಕೇಡರ್ ಆಗುವ ಮೊದಲು ಅವರೆಲ್ಲರೂ ಎಂತಹ ಕಷ್ಟಗಳನ್ನು

ಎದುರಿಸಬೇಕಾಗಿರಬಹುದು ಎಂದು ಯಾರೂ ಊಹಿಸಲು ಸಾಧ್ಯವಿಲ್ಲ. ಕಾಡಿನಲ್ಲಿ ಹಲವಾರು ತಿಂಗಳುಗಳನ್ನು ಕಳೆದ ಮೇಲೆ, ಒಂದು ಕಾಲದಲ್ಲಿ ಅವರೂ ಸಾಮಾನ್ಯ ಸಮಾಜದ ಭಾಗವಾಗಿದ್ದರು ಎಂಬುದನ್ನು ಅವರೇ ಮರೆತುಬಿಡುತ್ತಾರೆಯೇ? ಅವರಿಗೆ ತಮ್ಮ ನಿಕಟ ಸಂಬಂಧಿಗಳ ನೆನಪು ಕಾಡುವುದಿಲ್ಲವೇ? ಅವರು ಎಷ್ಟೇ ಸ್ಥಳಗಳನ್ನು ಬದಲಾಯಿಸಿದರೂ, ಎಷ್ಟೇ ಬಾರಿ ಪ್ರತಿದಾಳಿ ಮಾಡಿದರೂ, ಎಷ್ಟೇ ಎನ್‌ಕೌಂಟರ್‌ಗಳಲ್ಲಿ ಬದುಕಿ ಉಳಿದರೂ, ಒಂದಲ್ಲ ಒಂದು ದಿನ... ಎಂಬ ಯೋಚನೆ ಅವರಿಗೆ ಬರುವುದಿಲ್ಲವೇ?

ಮತ್ತಷ್ಟು ಯೋಚಿಸುವ ಮತ್ತು ಪರಿಣಾಮದ ಕಲ್ಪನೆ ಮಾಡುವ ಮೊದಲು ನನ್ನ ಆಲೋಚನಾಸರಣಿಯನ್ನು ಒಂದು ಕ್ಷಣ ನಿಲ್ಲಿಸಿದೆ. ಅಂತಿಮ ಪರಿಣಾಮವನ್ನು ಊಹಿಸಲು ನನಗೆ ಯಾವುದೇ ಹಕ್ಕಿಲ್ಲ ಅನಿಸಿತು. ಮೊಟ್ಟಮೊದಲು ಅವರ ಮೈಯಲ್ಲಿ ತೇಲುತ್ತಿರುವ ಭಾಷೆಯನ್ನು ಓದಲು ಕಲಿಯಬೇಕು. ಒಬ್ಬ ವ್ಯಕ್ತಿಯು ಎಷ್ಟೇ ನಿಷ್ಪಕ್ಷಪಾತಿಯಾಗಿದ್ದರೂ, ತಾನಿರುವ ಗುಂಪಿನ ಮಾತನಾಡುವ ರೀತಿ, ದೇಹ ಭಾಷೆಯನ್ನು ಸ್ವಲ್ಪ ಸಮಯದ ನಂತರ ತನ್ನದಾಗಿಸಿಕೊಳ್ಳುತ್ತಾನೆ. ಅವನು ಇದನ್ನು ಪ್ರಜ್ಞಾಪೂರ್ವಕವಾಗಿ ಮಾಡುವುದಿಲ್ಲ, ಆದರೆ ಕಾಲಾಂತರದಲ್ಲಿ ಭಾಷೆಯ ಹರಿವು ಅವನನ್ನು ತನ್ನೊಂದಿಗೆ ತೇಲಿಸಿಕೊಂಡು ಹೋಗುತ್ತದೆ.

ಈ ಕಾಡಿನಲ್ಲಿ ವಾಸಿಸುವ ಜನರು ತಮ್ಮದೇ ಆದ ಭೌತಿಕ ಭಾಷೆಯನ್ನು ರಚಿಸಿದ್ದಾರೆ; ಅದರಲ್ಲಿ 'ಭಯ' ಅಥವಾ 'ಸಾವು' ಎಂಬ ಪದಗಳಿಲ್ಲ. ಆ ಪಕ್ಷದ ಹಿರಿಯ ಸದಸ್ಯ ಒಂದು ಕಪ್ ಚಹಾದೊಂದಿಗೆ ನನ್ನ ಬಳಿಗೆ ಬಂದು ಕುಳಿತ. ನಾನು ಎದ್ದೇಳಲು ಪ್ರಯತ್ನಿಸಿದಾಗ, ಅವನು ನನ್ನ ಬೆನ್ನಿನ ಮೇಲೆ ಕೈಯಿಟ್ಟು ನನಗೆ ಆಧಾರ ಕೊಟ್ಟ. ಚಹಾದ ಕಪ್ಪನ್ನು ನನ್ನ ಕೈಗೆ ನೀಡಿ ಕೇಳಿದ.

"ಈಗ ನಿನ್ನ ಆರೋಗ್ಯ ಹೇಗಿದೆ?"

"ಚೆನ್ನಾಗಿದ್ದೇನೆ" ನಗುತ್ತಾ ಹೇಳಿದೆ, "ನನ್ನನ್ನು ಉಪಚರಿಸುತ್ತಿರುವವರು ಯಾರೆಂದು ಕೊನೆಯವರೆಗೂ ತಿಳಿಯದಂತಹ ದುರದೃಷ್ಟಕರ ಜನರಲ್ಲಿ ನಾನೂ ಒಬ್ಬ."

ಆ ವ್ಯಕ್ತಿ ನನ್ನನ್ನು ಆತ್ಮೀಯತೆಯಿಂದ ನೋಡುತ್ತ ನನ್ನ ಭುಜ ತಟ್ಟಿ, "ಆ ಶಿಬಿರದಲ್ಲಿ ಹದಿನೇಳು ಜನ ಈ ಕಾಯಿಲೆಯಿಂದ ಬಳಲುತ್ತಿದ್ದರು. ಬದುಕುಳಿದ ಇಬ್ಬರು ಅದೃಷ್ಟವಂತರಲ್ಲಿ ನೀನೂ ಒಬ್ಬ."

ಈ ರೋಗವು ಇಷ್ಟು ಭಯಾನಕವಾಗಿದೆ ಎಂದು ತಿಳಿದಾಗ ನನಗೆ ನಿಜವಾಗಿಯೂ ಆಶ್ಚರ್ಯವಾಯಿತು.

"ಉಳಿದ ಹದಿನೈದು ಜನರು ಸಕಾಲದಲ್ಲಿ ಚಿಕಿತ್ಸೆ ಸಿಗದೆ ಸಾವನ್ನಪ್ಪಿದರೆ?"

ನಾನು ಮತ್ತೊಮ್ಮೆ ಕೃತಜ್ಞತೆಯ ಕಣ್ಣುಗಳಿಂದ ಅವನನ್ನು ನೋಡಿದೆ.

ನನ್ನ ಕೃತಜ್ಞತೆಯನ್ನು ನಿರ್ಲಕ್ಷಿಸುತ್ತಾ ಅವನು ಹೇಳಿದ, "ನಾಳೆ ನಾವು ನಿನ್ನನ್ನು ಜಗದಲ್‌ಪುರಕ್ಕೆ ಹೋಗುವ ಬಸ್ಸಿನಲ್ಲಿ ಕೂರಿಸುತ್ತೇವೆ. ಜಗದಲ್‌ಪುರಕ್ಕೆ ಹೋಗಿ, ಅಲ್ಲಿಂದ

ಎಲ್ಲಿಗೆ ಬೇಕಾದರೂ ಹೋಗಲು ನೀನು ಸ್ವತಂತ್ರ. ಆದರೆ ಯಾವುದೇ ಪರಿಸ್ಥಿತಿಯಲ್ಲಿ, ನೀನು ಎರಡು ದಿನಗಳಲ್ಲಿ ಬಸ್ತರ್‌ನಿಂದ ಹೊರಗೆ ಹೋಗಬೇಕು."

ಅವನ ಬದಲಾದ ವರ್ತನೆಯನ್ನು ಸ್ವಲ್ಪ ಸಮಯ ಗಮನಿಸುತ್ತಿದ್ದೆ. ನಾನು ಕೇಳಿದೆ, "ನಾನು ಎರಡು ದಿನಗಳಲ್ಲಿ ಬಸ್ತರನ್ನು ಬಿಡಬೇಕೆಂಬುದು ಯಾರ ಆದೇಶ? ನಿನ್ನದೋ ಅಥವಾ ನಿಮ್ಮ ಏರಿಯಾ ಕಮಾಂಡರ್‌ದೋ?!"

ಅವನು ತಲೆಯೆತ್ತಿ ಸೂಕ್ಷ್ಮವಾಗಿ ನನ್ನನ್ನು ನೋಡಿ, "ಕ್ಷಮಿಸು ಗೆಳೆಯ! ಇದು ಆದೇಶವಲ್ಲ. ನಾವು ನಿನ್ನ ಜೀವವನ್ನು ಉಳಿಸಿದ್ದೇವೆ ಎಂದು ನೀನು ಒಪ್ಪಿಕೊಂಡರೆ, ಅದಕ್ಕೆ ಪ್ರತಿಯಾಗಿ ನೀನು ಬಸ್ತರ್‌ನಿಂದ ಹೊರಹೋಗಬೇಕು ಎಂಬುದು ನಮ್ಮ ಬೇಡಿಕೆಯಾಗಿದೆ."

ನಾನು ಒಪ್ಪಿಗೆಯಿಂದ ತಲೆಯಾಡಿಸಿ, ಚಹಾದ ಗುಟುಕನ್ನು ಕುಡಿದು ಹೇಳಿದೆ, "ಸರಿ, ನಾನು ಹೊರಡುತ್ತೇನೆ, ಆದರೆ ನಾನು ಇಲ್ಲಿಗೆ ಬಂದ ಉದ್ದೇಶ ಈಡೇರುವುದಿಲ್ಲ ಎಂದು ವಿಷಾದಿಸುತ್ತೇನೆ."

ಈ ಬಾರಿ ಅವನು ಏನನ್ನೂ ಹೇಳಲಿಲ್ಲ. ತಲೆ ಬಗ್ಗಿಸಿ ಮೌನವಾಗಿ ಕುಳಿತಿದ್ದು, ಅನಂತರ ಎದ್ದು ಹೋದ.

ನಾನು ಮಧ್ಯಾಹ್ನದವರೆಗೂ ಸುಮ್ಮನೆ ಮಲಗಿದ್ದೆ. ನನಗೆ ಬೆಳಗ್ಗೆ ಕೊಟ್ಟ ಔಷಧಗಳು ಸರಿಯಾಗಿ ಕೆಲಸ ಮಾಡುತ್ತಿದ್ದವಾದ್ದರಿಂದ ಒಮ್ಮೆಯೂ ಹೊಟ್ಟೆನೋವು ಬಂದಿರಲಿಲ್ಲ.

ಸೌದೆ ಒಲೆಯಿಂದ ಅನ್ನ ಬೇಯುವ ಸುವಾಸನೆ ಬರತೊಡಗಿತು. ಅನ್ನ ಬೇಯಿಸಿ, ಬೇಳೆಕಾಳುಗಳ ಪಾತ್ರೆಯನ್ನು ಒಲೆಯ ಮೇಲೆ ಇಡಲಾಯಿತು. ಅಕ್ಕಿಗಿಂತ ಬೇಳೆ ಬೇಯಲು ಹೆಚ್ಚು ಸಮಯ ತೆಗೆದುಕೊಳ್ಳುತ್ತದೆ. ಹೀಗೆ ಒಂದು ಕಡೆ ಬೇಳೆಕಾಳುಗಳು ಬೇಯುತ್ತಲಿದ್ದರೆ, ಇನ್ನೊಂದು ಕಡೆ ಪ್ಲಾಟೂನಿನ ಸದಸ್ಯರೆಲ್ಲ ಒಂದೆಡೆ ಸೇರಿ ನಾಳೆಯ ಕಾರ್ಯತಂತ್ರವನ್ನು ಸಿದ್ಧಪಡಿಸುವುದರಲ್ಲಿ ನಿರತರಾಗಿದ್ದರು.

ಅವರಲ್ಲಿ ಎಲ್ಲರಿಗಿಂತ ಕಿರಿಯ ಸದಸ್ಯ, ನನ್ನನ್ನು ಇಲ್ಲಿಗೆ ಕರೆತಂದ ಗಟ್ಟಿಮುಟ್ಟಾದ ದೇಹವುಳ್ಳ ಹುಡುಗ, ಅವರೆಲ್ಲರಿಂದ ಪ್ರತ್ಯೇಕವಾಗಿ ಒಲೆಯ ಬಳಿ ಕುಳಿತು, ತರಕಾರಿಗಳನ್ನು ಕತ್ತರಿಸುವಲ್ಲಿ ಮಗ್ನನಾಗಿದ್ದ. ಈರುಳ್ಳಿ, ಹಸಿಮೆಣಸಿನಕಾಯಿ, ಟೊಮೇಟೊ, ಎಲೆಕೋಸು, ಪಾಲಕ್ ಮತ್ತು ಆಲೂಗಡ್ಡೆ... ಒಂದೇ ವೇಗದಲ್ಲಿ ಏಕಪ್ರಕಾರವಾಗಿ ಕಚಕಚನೆ ಕತ್ತರಿಸುತ್ತಲೇ ಇದ್ದ. ನಡುನಡುವೆ ಪಾತ್ರೆಯ ಮುಚ್ಚಳವನ್ನು ಮೇಲಕ್ಕೆತ್ತಿ ಬೇಳೆಕಾಳುಗಳನ್ನೂ ನೋಡುತ್ತಿದ್ದ. ದೊಡ್ಡ ಚಮಚವನ್ನು ಪಾತ್ರೆಯಲ್ಲಿ ಕಲಕಿ, ಒಂದೆರಡು ಕಾಳುಗಳನ್ನು ಹಿಚುಕಿ ನೋಡುತ್ತಿದ್ದ. ಬೇಳೆಕಾಳುಗಳು ಇನ್ನೂ ಬೆಂದಿಲ್ಲ ಎಂದು ತಿಳಿದಾಗ, ಅವನು ಕೋಪಗೊಂಡು ಒಲೆಯ ಬೆಂಕಿಯನ್ನು ಇನ್ನಷ್ಟು ಹೆಚ್ಚಿಗೆ ಮಾಡಲು ಪ್ರಯತ್ನಿಸುತ್ತಿದ್ದ. ಅವನಿಗೆ ತುಂಬಾ ಹಸಿವಾಗಿ, ಬೇಳೆಕಾಳುಗಳು ಬೆಂದಿಲ್ಲವೆಂದು ಸಿಟ್ಟಿಗೆದ್ದಿದ್ದಾನೆ ಎಂಬುದು ಅವನ ನಡೆಯಿಂದ ಸ್ಪಷ್ಟವಾಗಿ ಗೋಚರಿಸುತ್ತಿತ್ತು.

ಕೊನೆಗೆ ಮುಕ್ಕಾಲು ಗಂಟೆಯ ನಂತರ ಪ್ಲಾಟೂನಿನ ಇತರ ಸದಸ್ಯರ ಸಮಾಲೋಚನೆ ಮತ್ತು ಅವನ ಯಾಚನೆ ಕೊನೆಗೊಂಡಿತು. ಬೇಳೆಕಾಳು ಬೆಂದಿತ್ತು. ಪಲ್ಯೆ ಮಾಡುವ ಪಾತ್ರೆಯನ್ನು ಒಲೆಯ ಮೇಲೆ ಇರಿಸಲಾಯಿತು. ಎಣ್ಣೆಯಲ್ಲಿ ಚಟಪಟನೆ ಹುರಿಯುತ್ತಿರುವ ಹಸಿರು ಮೆಣಸಿನಕಾಯಿ, ಶುಂಠಿ ಮತ್ತು ಈರುಳ್ಳಿಯ ಸುವಾಸನೆಯು ಇಡೀ ವಾತಾವರಣವನ್ನು ಆವರಿಸಿತು.

ಎಲೆ ಬಟ್ಟಲುಗಳಲ್ಲಿ ಊಟ ಬಡಿಸಿದ ತಕ್ಷಣ ಆ ಹುಡುಗನಿಗೆ ತಡೆಯಲಾಗಲಿಲ್ಲ. ಅನ್ನ, ಬೇಳೆ ಸಾರು ಮತ್ತು ಪಲ್ಯೆಯ ಹಬೆಯ ಬಿಸಿಯನ್ನು ಆರಿಸಲು ಜೋರು ಜೋರಾಗಿ ಊದಲು ಆರಂಭಿಸಿದ. ಅದು ಸರಿಯಾಗಿ ತಣ್ಣಗಾಗುವ ಮೊದಲೇ, ಅವನು ಒಂದು ತುತ್ತನ್ನು ಬಾಯಿಗೆ ತುರುಕಿಕೊಂಡ. ಮರುಕ್ಷಣದಲ್ಲಿ ಅವನ ಬಾಯಿಂದ ನರಳುವಿಕೆ ಹೊರಬಂತು. ತುಂಬಾ ಬಿಸಿಯಾದ ಮತ್ತು ಖಾರವಾದ ಅಡುಗೆ ಅವನ ಬಾಯಿಯನ್ನು ಉರಿಸಿದವು. ಕಣ್ಣುಗಳಲ್ಲಿ ನೀರು ಬಂತು, ಮುಖ ಕೆಂಪಾಯಿತು. ಆದರೆ ಅವನು ಹೇಗೋ ಮಾಡಿ ತುತ್ತನ್ನು ನುಂಗಿದ. ಹುಡುಗನ ಅಸಹನೆ, ಹಸಿವು ಮತ್ತು ಹುಡುಗುತನ ನೋಡಿ ಅವನ ವಯಸ್ಸು ಗೆರಿಲ್ಲಾ ಆಗುವಷ್ಟು ಆಗಿಲ್ಲ ಎಂದು ನನಗನಿಸಿತು.

ಒಲೆಯ ಮೇಲೆ ಈಗ ಇನ್ನೊಂದು ಪಾತ್ರೆಯನ್ನು ಇಡಲಾಗಿತ್ತು. ಒಬ್ಬ ಮಹಿಳಾ ಕೇಡರ್ ಬಹಳ ತನ್ಮಯತೆಯಿಂದ ಪಾತ್ರೆಯಲ್ಲಿ ಸೌಟು ತಿರುಗಿಸುತ್ತಿದ್ದಳು. ಇದೇ ಹುಡುಗಿ ಸ್ವಲ್ಪ ಸಮಯದ ಹಿಂದೆ ಬಟ್ಟೆ ಒಗೆಯುವುದರಲ್ಲಿ ನಿರತಳಾಗಿದ್ದು ನೆನಪಾಯಿತು. ಅವಳು ಬಟ್ಟೆ ಒಗೆಯುವಾಗ, ಅವಳ ಗಮನವು ಬಟ್ಟೆ, ತೊಳೆಯುವ ಸೋಪು ಮತ್ತು ಬ್ರಷ್‌ನ ಮೇಲೆ ಮಾತ್ರ ಇತ್ತು.

ಸ್ವಲ್ಪ ಸಮಯದ ನಂತರ ಅವಳು ಚಮಚವನ್ನು ಪಾತ್ರೆಗೆ ಹಾಕಿದಳು ಮತ್ತು ಬಟ್ಟಲಿನಲ್ಲಿ ಖಿಚಡಿಯಂತಹದನ್ನು ತೆಗೆಯಲು ಪ್ರಾರಂಭಿಸಿದಳು. ಆ ಬಟ್ಟಲನ್ನು ನನ್ನ ಬಳಿಗೆ ತಂದು, 'ಜೋಹಾರ್ ಲೇ' ಸಾಂಪ್ರದಾಯಿಕ ರೀತಿಯಲ್ಲಿ ನನಗೆ ವಂದಿಸಿ ಬಟ್ಟಲನ್ನು ನನ್ನ ಕೈಗೆ ಇಟ್ಟಳು. ಬಟ್ಟಲಿನಲ್ಲಿ ನಿಜವಾಗಿಯೂ ಖಿಚಡಿ ಇತ್ತು. ಹೆಸರು ಬೇಳೆ, ಅಕ್ಕಿ, ಅಗಸೆ ಬೀಜದ ಮಿಶ್ರಣದಿಂದ ತಯಾರಿಸಿದ ಅತ್ಯಂತ ರುಚಿಕರವಾದ ಮತ್ತು ಪೌಷ್ಟಿಕವಾದ ಖಿಚಡಿ. ಇದರಲ್ಲಿ ರುಚಿಯನ್ನು ಹೆಚ್ಚಿಸಲು ಕೆಲವು ಕಡಲೆಕಾಯಿಗಳನ್ನು ಸೇರಿಸಲಾಗುತ್ತದೆ.

ನಾನು ಆ ಖಿಚಡಿಯನ್ನು ಮನಸಾರೆ ಹೊಗಳಿದೆ. ಹುಡುಗಿ ನಾಚಿಕೆಯಿಂದ ತಲೆಯಾಡಿಸಿ ಅಷ್ಟೊಂದು ಹೊಗಳಬೇಡಿ ಎಂದು ವಿನಂತಿಸಿದಳು. ಆದರೆ ನನ್ನ ಹೃದಯವು ಅವಳ ಬಗ್ಗೆ ಕೃತಜ್ಞತೆಯಿಂದ ತುಂಬಿತ್ತು. ಸ್ವಲ್ಪ ಸಮಯದ ಹಿಂದೆ ಅವಳು ನನ್ನ ತೆಳುವಾದ ಕಕ್ಕಸ್ಸಿನ ಕೆಟ್ಟ ವಾಸನೆಯ ಬಟ್ಟೆಗಳನ್ನು ತೊಳೆಯುತ್ತಿದ್ದಳು. ಆಗಲೇ ಅವಳು ನನ್ನ ಒಳಗನ್ನೂ ತೊಳೆದುಬಿಟ್ಟಿದ್ದಳು. ನಾನು ಅವಳನ್ನು ಮಂತ್ರಮುಗ್ಧನಾಗಿ ನೋಡುತ್ತಲೇ ಇದ್ದೆ. ಆ ಹುಡುಗಿಯಲ್ಲಿ ನಿಜವಾಗಿಯೂ ವಿಭಿನ್ನ ರೀತಿಯ ಸೆಳೆತವಿತ್ತು. ಊಟ ಮಾಡಿ ಎಲ್ಲರೂ ತಮ್ಮ ಕಿಟ್‌ಗಳನ್ನು ತೆರೆದರು. ನಿಯತಕಾಲಿಕೆಗಳು ಮತ್ತು ಪುಸ್ತಕಗಳನ್ನು ಕಿಟ್‌ನಿಂದ ಹೊರತೆಗೆದು ಓದಲು ಪ್ರಾರಂಭಿಸಿದರು.

ಎರಡು ಗಂಟೆಗಳ ಅಧ್ಯಯನದ ನಂತರ ವಿಚಾರ ವಿಮರ್ಶೆ ನಡೆಯಿತು. ಆಮೇಲೆ ಕಿಟ್‌ನಿಂದ ಒಂದು ರೇಡಿಯೊವನ್ನು ಹೊರತೆಗೆಯಲಾಯಿತು. ಹದಿನೈದು ನಿಮಿಷಗಳ ಕಾಲ ಅವರು ಬಿ.ಬಿ.ಸಿ.ಯಿಂದ ಪ್ರಸಾರವಾದ ಸುದ್ದಿಗಳನ್ನು ಕೇಳುತ್ತಲಿದ್ದರು. ನಂತರ ವಿವಿಧ ಭಾರತಿಯಲ್ಲಿ 'ಜಯಮಾಲಾ' ಕಾರ್ಯಕ್ರಮ ಕೇಳಿದರು.

ಸಂಜೆ, ಹಿರಿಯ ಕೇಡರ್ ತನ್ನ ಕಿಟ್‌ನಿಂದ ಲ್ಯಾಪ್‌ಟಾಪ್ ತೆಗೆದಾಗ ನಾನು ದಂಗಾದೆ. ಇಷ್ಟು ದಟ್ಟವಾದ ಕಾಡಿನಲ್ಲಿ ಅವರು ತಮ್ಮ ಲ್ಯಾಪ್‌ಟಾಪ್‌ನ ಬ್ಯಾಟರಿಯನ್ನು ಹೇಗೆ ಚಾರ್ಜ್ ಮಾಡುತ್ತಾರೆ? ನನ್ನ ಪ್ರಶ್ನೆಗೆ ಬೇಗನೆ ಉತ್ತರ ಸಿಕ್ಕಿತು. ಅವನು ತನ್ನ ಕಿಟ್‌ನಿಂದ ಸೋಲಾರ್ ಪ್ಯಾನಲ್‌ನ್ನು ತೆಗೆದು, ಸಿ.ಎಸ್.ಎಫ್.ಎಲ್ ಬಲ್ಬ್ ಆನ್ ಮಾಡಿದ. ಲ್ಯಾಪ್‌ಟಾಪ್ ಮತ್ತು ಟ್ರಾನ್ಸಿಸ್ಟರ್‌ನ್ನು ಚಾರ್ಜಿಂಗ್‌ನಲ್ಲಿ ಇರಿಸಲಾಯಿತು. ಮತ್ತೊಮ್ಮೆ ಒಲೆ ಉರಿಸಲಾಯಿತು. ರಾತ್ರಿಯ ಊಟಕ್ಕೆ ತಯಾರಿ ಶುರುವಾಯಿತು. ನನಗೆ ಊಟಕ್ಕೂ ಮುನ್ನ ಕೊಡುವ ಔಷಧಿ ಕೊಡಲಾಯಿತು.

ಸ್ವಲ್ಪ ಸಮಯದ ನಂತರ ಲ್ಯಾಪ್‌ಟಾಪ್‌ನಲ್ಲಿ ಏನನ್ನೋ ತೋರಿಸಲಾರಂಭಿಸಿದಾಗ ನಾನು ಎದ್ದು ಹೋಗಿ ಅವರ ನಡುವೆ ಕುಳಿತೆ. ನಾನು ಸ್ವಲ್ಪ ಸಮಯದವರೆಗೆ ಯೂಟ್ಯೂಬ್‌ನಿಂದ ಡೌನ್‌ಲೋಡ್ ಮಾಡಿದ ಟಿ.ವಿ ಕಾರ್ಯಕ್ರಮಗಳನ್ನು ನೋಡುತ್ತಿದ್ದೆ. ಅದರಲ್ಲಿ ಕೆಲವು ರಾಷ್ಟ್ರಮಟ್ಟದ ಚರ್ಚೆಗಳು ಮತ್ತು ಕೆಲವು ಬಿ.ಬಿ.ಸಿ ಚರ್ಚೆಗಳು ಇದ್ದವು. ಪ್ರಸಾರವಾದ ಬಹುತೇಕ ಚರ್ಚೆಗಳಲ್ಲಿ ಒಬ್ಬ ಮಹಿಳೆ ಎಲ್ಲರನ್ನೂ ಮೀರಿಸಿ ಭಾಗವಹಿಸುತ್ತಿದ್ದಳು. ಮಹಿಳೆ ಸ್ಕ್ರೀನ್ ಮೇಲೆ ತುಂಬಾ ಆರೋಗ್ಯವಂತ, ಸುಂದರ ಮತ್ತು ಬುದ್ಧಿವಂತಳಾಗಿ ಕಾಣುತ್ತಿದ್ದಳು. ಆಕೆ ಇಂಗ್ಲಿಷ್‌ನಲ್ಲಿ ಹೇಳಿದ್ದನ್ನು ಪಕ್ಷದ ಹಿರಿಯ ಸದಸ್ಯ ಗೊಂಡಿ ಭಾಷೆಗೆ ಅನುವಾದಿಸಿ ಹೇಳುತ್ತಲಿದ್ದ. ಚರ್ಚೆ ಮುಗಿದ ಮೇಲೆ ನಾನು ಈ ಮಹಿಳೆ ಯಾರು ಎಂದು ಕೇಳಿದೆ. ಅವಳು ಅರುಂಧತಿ ರಾಯ್ ಮತ್ತು ನಾವು ಅವಳನ್ನು ತುಂಬಾ ಗೌರವಿಸುತ್ತೇವೆ ಎಂದು ಅವರು ನನಗೆ ಹೇಳಿದರು. ಅರುಂಧತಿ ರಾಯ್ ಬಗ್ಗೆ ನನಗೆ ಯಾವುದೇ ಮಾಹಿತಿ ಇರಲಿಲ್ಲ. ಆದ್ದರಿಂದ, ನಾನು ಅವರಿಗೆ ಸಂಬಂಧಿಸಿದ ಯಾವುದೇ ಪ್ರಶ್ನೆಗಳನ್ನು ಕೇಳಲಿಲ್ಲ, ಆದರೆ ಪರದೆಯ ಮೇಲೆ ಹೊಳೆಯುವ ಅವರ ಮುಖದ ಬೆಳಕು ನನ್ನನ್ನು ಪ್ರಭಾವಿಸಿತು.

ಈಗ ಗಾಳಿ ಸ್ವಲ್ಪ ತೀವವಾಯಿತು. ದಿನದ ಸುದೀರ್ಘ ಸೆಕೆಯ ನಂತರ, ತಂಪಾದ ಗಾಳಿಯಿಂದ ಎಲ್ಲರಿಗೂ ಸಮಾಧಾನವಾಯಿತು. ಇದು ಶಾಂತ ಮತ್ತು ಹಸಿರಿನಿಂದ ಸುತ್ತುವರಿದ ಅದ್ಭುತ ಗುಪ್ತ ಸ್ಥಳವಾಗಿತ್ತು. ಇದು ಗೆರಿಲ್ಲಾ ವಲಯದ ಬೇಸ್‌ಕ್ಯಾಂಪ್ ಎಂದು ಊಹಿಸಲು ಅಸಾಧ್ಯವಾಗಿತ್ತು.

ರಾತ್ರಿಯ ಊಟವು ದಿನದ ಊಟಕ್ಕಿಂತ ರುಚಿಯಲ್ಲಿ ಕಡಿಮೆಯೇನಿರಲಿಲ್ಲ. ಈ ಬಾರಿ ಹುಡುಗಿ ನನಗೆ ಪ್ರತ್ಯೇಕವಾಗಿ ಹಲಸಿನ ಪಲ್ಯೆ ಮತ್ತು ಕೊತ್ತಂಬರಿ, ಮೆಣಸಿನಕಾಯಿ, ಟೊಮೇಟೊ, ಶುಂಠಿ, ಬೆಳ್ಳುಳ್ಳಿ ಚಟ್ನಿಯನ್ನು ಸಿದ್ಧಪಡಿಸಿದ್ದಳು. ಆ ಪಲ್ಯೆ ಮತ್ತು ಚಟ್ನಿಯನ್ನು ಸವಿದ ತಕ್ಷಣ ನನಗೆ ಒಂದು ವಿಷಯ ನೆನಪಿಗೆ ಬಂತು, ಖಂಡಿತವಾಗಿಯೂ ಈ ರುಚಿಯ ಹಿಂದೆ ಬೇರೊಬ್ಬರ ಕೈವಾಡವಿದೆ.

ನಾನು ಊಟದ ತುತ್ತನ್ನು ಜಗಿಯುತ್ತಾ ನಿಲ್ಲಿಸಿದಾಗ ಹುಡುಗಿ ಚಿಂತಿತಳಾಗಿ ನನ್ನತ್ತ ನೋಡತೊಡಗಿದಳು, ಪಲ್ಯೆ ಮತ್ತು ಚಟ್ನಿ ಚೆನ್ನಾಗಿಲ್ಲವೇ ಎಂದು ಕೇಳುವಂತೆ. ನಾನು ಅವಳನ್ನು ಹತ್ತಿರ ಕರೆದು ನನ್ನ ತುತ್ತನ್ನು ನುಂಗುತ್ತಾ ಕೇಳಿದೆ,

"ಈ ಪಲ್ಯೆ ಮತ್ತು ಚಟ್ನಿಯನ್ನು ಮಾಡಲು ನಿನಗೆ ಯಾರು ಕಲಿಸಿದರು?"

ಉತ್ತರ ಹೇಳುವ ಬದಲು ಅವಳು ಮೌನವಾಗಿ ನಿಂತಳು.

"ಮಾದವಿ ಇರಮಾ ಅಕ್ಕ ನಿನಗೆ ಕಲಿಸಿದ್ದಾಳೆಯೇ?"

ಈ ಬಾರಿ ಸ್ವಲ್ಪ ಹೊತ್ತು ಅಸಮಂಜಸದಲ್ಲಿ ನಿಂತ ಅವಳು ನಿಧಾನವಾಗಿ ತಲೆ ತಗ್ಗಿಸಿದಳು.

ಈ ಹುಡುಗಿ ಮಾದವಿ ಇರಮಾ, ಅಂದರೆ ನನ್ನ ಅಕ್ಕನ ಜೊತೆ ಸ್ವಲ್ಪ ಸಮಯ ಕಳೆದಿದ್ದಾಳೆ ಮತ್ತು ಅವಳಿಂದ ಸಾಕಷ್ಟು ಕಲಿತಿದ್ದಾಳೆ ಎಂದು ನನಗೆ ಈಗ ಅರ್ಥವಾಯಿತು. ಹಾಗಾಗಿ ಇಲ್ಲಿಯೂ 'ಮೌನ' ತನ್ನ ಕೆಲಸವನ್ನು ಮಾಡುತ್ತಿದ್ದಾಳೆ ಎಂದರ್ಥ. ಅವಳ ಕೈಗಳು ಇಲ್ಲಿಯವರೆಗೆ ತಲುಪಿವೆ. ಹಾಗಾಗಿ ನನ್ನನ್ನು ಆ ಶಿಬಿರದಿಂದ ಇಲ್ಲಿಗೆ ಕರೆತರುವಲ್ಲಿ ಮೌನಳ ಕೈವಾಡವಿದೆ ಎಂದು ಕೂಡ ಇದರ ಅರ್ಥ. ಇದರ ಇನ್ನೊಂದು ಅರ್ಥ, ನನ್ನ ಹಳ್ಳಿಯ ಕವಲುದಾರಿ ಮತ್ತು ಚೆಕ್‌ಪೋಸ್ಟ್ ಬ್ಯಾರಿಯರ್ ದಾಟಿ ಕಾಡಿನತ್ತ ಮೊದಲ ಹೆಜ್ಜೆ ಇಟ್ಟ ಕ್ಷಣದಿಂದ ನಾನು ಮೌನಳ ಕಣ್ಗಾವಲಿನಲ್ಲಿದ್ದೆ.

ನಾನು ಶಾಂತವಾಗಿ ತಿನ್ನುತ್ತಿದ್ದೆ. ಆದರೆ ಈಗ ನನ್ನ ರುಚಿಯ ಇಂದ್ರಿಯಗಳನ್ನು ಬಿಟ್ಟು ಉಳಿದೆಲ್ಲ ಇಂದ್ರಿಯಗಳು ಸಕ್ರಿಯವಾಗಿದ್ದವು. ಎಲ್ಲಕ್ಕಿಂತ ಹೆಚ್ಚು ಪರಿಣಾಮ ನನ್ನ ಕಣ್ಣುಗಳ ಮೇಲಾಗಿತ್ತು. ನನ್ನ ಕಣ್ಣೀರು ಆಹಾರದ ಬಟ್ಟಲಿನಲ್ಲಿ ಬೀಳುವುದನ್ನು ತಡೆಯಲು ನಾನು ಯಾವುದೇ ಪ್ರಯತ್ನ ಮಾಡಲಿಲ್ಲ. ಊಟವಾದ ನಂತರ ನನ್ನ ಔಷಧಿಗಳನ್ನು ತೆಗೆದುಕೊಂಡು, ಪ್ಲಾಸ್ಟಿಕ್ ಹಾಸಿಗೆಯ ಮೇಲೆ ಮಲಗಿ, ಮೇಲೆ ಒಂದು ಕಂಬಳಿಯನ್ನು ಹೊದ್ದುಕೊಂಡೆ. ಆಂಟಿಬಯೋಟಿಕ್ ಔಷಧಿಗಳು ಬಹಳ ಬೇಗ ಪರಿಣಾಮವನ್ನು ತೋರಿಸಲಾರಂಭಿಸಿದವು. ಆಗಸದಲ್ಲಿ ಚದುರಿದ ನಕ್ಷತ್ರಗಳನ್ನು ಸ್ವಲ್ಪ ಹೊತ್ತು ನೋಡುತ್ತಲಿದ್ದೆ. ಕಣ್ಣುಗಳು ಯಾವಾಗ ಮುಚ್ಚಿಕೊಂಡವೋ ಗೊತ್ತಿಲ್ಲ.

ರಾತ್ರಿ ಎಷ್ಟು ಹೊತ್ತಾಗಿತ್ತೋ ಗೊತ್ತಿಲ್ಲ. ಅರೆನಿದ್ದೆಯಲ್ಲಿದ್ದಾಗ ನನ್ನ ಹತ್ತಿರ ಹುಲ್ಲಿನ ಚರಪರ ಶಬ್ದ ಕೇಳಿಸಿತು. ಅಶಕ್ತತೆ ಮತ್ತು ಔಷಧದ ಪ್ರಭಾವವು ನನಗೆ ನಿದ್ರೆಯಿಂದ ಎಚ್ಚರವಾಗಲು ಅನುಮತಿಸದಿದ್ದರೂ, ಮೆದುಳಿನ ಒಂದು ಜಾಗೃತ ಭಾಗವು ಯಾರೋ ನನ್ನ ಹತ್ತಿರದಲ್ಲಿದ್ದಾರೆ ಎಂಬ ಸಂಕೇತವನ್ನು ನೀಡುತ್ತಿತ್ತು. ಕೆಲವು ಕ್ಷಣಗಳು ಹೀಗೆಯೇ ಕಳೆದವು. ನಂತರ ನನ್ನ ಹಣೆಯನ್ನು ಯಾರೋ ನೇವರಿಸುತ್ತಿದ್ದಾರೆ ಅನ್ನಿಸಿತು. ಸಿಹಿಯಾದ ಮತ್ತು ನೇರಳೆ ಪರಿಮಳ ನನ್ನ ಮೂಗಿನ ಹೊಳ್ಳೆಗಳನ್ನು ಪ್ರವೇಶಿಸಿತು. ಇದು ಖಂಡಿತವಾಗಿಯೂ ಮೌನಳ ಉಸಿರಿನ ಪರಿಮಳವಾಗಿತ್ತು. ಈಗ ನನ್ನ ಮೆದುಳಿನ ಜಾಗೃತ ಭಾಗವು ತನ್ನ ವ್ಯಾಪ್ತಿಯನ್ನು ವಿಸ್ತರಿಸಿ, ನನ್ನ ಹಣೆಯ ಮೇಲೆ ಲಘುವಾದ ಚುಂಬನವನ್ನು ಕೂಡ ಅನುಭವಿಸಿದೆ. ನನ್ನ ಪ್ಲಾಸ್ಟಿಕ್ ಹಾಸಿಗೆಯ ಮೇಲೆ ನಾನೀಗ ಒಬ್ಬಂಟಿಯಲ್ಲ. ಮೌನ ನನ್ನ

ಹತ್ತಿರ ಕುಳಿತಿದ್ದಾಳೆ ಮತ್ತು ಅವಳು ನನ್ನನ್ನು ನೋಡುತ್ತಿದ್ದಾಳೆ. ನಾನು ಕಣ್ಣುಗಳನ್ನು ತೆರೆದು ಅವಳನ್ನು ನೋಡಬಲ್ಲೆ. ಆದರೆ ಹಾಗೆ ಮಾಡಲಿಲ್ಲ. ನಾನು ಕಣ್ಣು ತೆರೆಯಲಿಲ್ಲ.

ಕಳೆದ ಆರು ತಿಂಗಳಿಂದ ನಾನು ಯಾರನ್ನು ಹುಡುಕುತ್ತಿದ್ದೆನೋ, ಆರು ತಿಂಗಳಿಂದ ಯಾರಿಗಾಗಿ ಕಷ್ಟ ಪಡುತ್ತಿದ್ದೆನೋ ಅವಳು ಈಗ ನನ್ನ ಮುಂದೆ ಇದ್ದಾಳೆ. ನಾನು ಮೌನಳನ್ನು ಈಗ ಯಾವ ರೂಪದಲ್ಲಿ ನೋಡುತ್ತೀನೋ, ಆ ರೂಪದಲ್ಲಿ ಅವಳನ್ನು ನೋಡಿ ನನ್ನನ್ನು ನಿಯಂತ್ರಿಸಲು ಸಾಧ್ಯವಾಗುವುದಿಲ್ಲ ಎಂಬ ಭಯದಿಂದ ನನ್ನ ಕಣ್ಣುಗಳು ತೆರೆಯುತ್ತಿಲ್ಲ.

ಸಮಯ ಹೀಗೆಯೇ ಸಾಗುತ್ತಲಿತ್ತು. ಮಧುರವಾದ ನೇರಳೆ ಸುವಾಸನೆ ನನ್ನ ಮೂಗಿನ ಹೊಳ್ಳೆಗಳಲ್ಲಿ ಇನ್ನೂ ಬರುತ್ತಿದ್ದರೂ, ಮೌನಳು ಅಲ್ಲಿಂದ ಹೋಗಿದ್ದಾಳೆಂದು ಕಣ್ಣು ತೆರೆಯದೆಯೇ ನನಗೆ ತಿಳಿದಿತ್ತು.

●

ಮರುದಿನ ಬೆಳಗ್ಗೆ ನನಗೆ ಹಾಸಿಗೆಯಲ್ಲಿಯೇ ಚಹಾವನ್ನು ನೀಡಲಾಯಿತು. ಚಹಾ ಕುಡಿದು ಸ್ವಲ್ಪ ನಡೆದಾಡಿದೆ. ಹಲ್ಲುಜ್ಜಿ ಶಿಬಿರದಿಂದ ಸ್ವಲ್ಪ ದೂರದಲ್ಲಿರುವ ತಾತ್ಕಾಲಿಕ ಶೌಚಾಲಯದ ಕಡೆಗೆ ಹೋದಾಗ, ಶಿಬಿರದ ಎಲ್ಲಾ ಕೇಡರ್ ಚೀಲಗಳನ್ನು, ಹಾಸಿಗೆಗಳನ್ನು ಗಂಟು ಮೂಟೆ ಕಟ್ಟಿ ಆ ತಾತ್ಕಾಲಿಕ ಶಿಬಿರವನ್ನು ಬಿಡಲು ತಯಾರಿ ನಡೆಸುತ್ತಿದ್ದರು. ನಾನು ಹಿಂತಿರುಗಿ ಬಂದಾಗ ನನ್ನ ಹಾಸಿಗೆಯನ್ನೂ ತೆಗೆದುಕೊಂಡು ಹೋಗಲಾಗಿತ್ತು. ಈ ಸ್ಥಳದಲ್ಲಿ ಕೆಲವು ಗೆರಿಲ್ಲಾಗಳು ರಾತ್ರಿ ಕಳೆದಿರುವುದು ಯಾರಿಗೂ ತಿಳಿಯಬಾರದೆಂದು ಒಲೆಯನ್ನು ನಂದಿಸಿ ಅದರ ಮೇಲೆ ಕೆಸರು ಸುರಿದಿದ್ದರು.

ಸ್ವಲ್ಪ ಸಮಯದ ನಂತರ, ಆ ಹಿರಿಯ ಕೇಡರ್ ನಿಧಾನವಾಗಿ ನಡೆಯುತ್ತಾ ನನ್ನ ಬಳಿಗೆ ಬಂದ. ಅವನ ಕೈಯಲ್ಲಿ ಕಾಗದದ ಬಂಡಲ್ ಇತ್ತು. ಕಾಗದಗಳನ್ನು ಮಡಚಿ ದಪ್ಪ ರಬ್ಬರ್ ಬ್ಯಾಂಡನ್ನು ಹಾಕಲಾಗಿತ್ತು. ಬಳಿಗೆ ಬಂದ ಕೂಡಲೇ ಆ ಕಾಗದದ ಸುರುಳಿಯನ್ನು ನನ್ನ ಕಡೆಗೆ ಚಾಚಿದ. ನಾನು ಸ್ವಲ್ಪ ಗೊಂದಲದಿಂದ ಅವನತ್ತ ನೋಡಿದೆ. ರಬ್ಬರ್ ಬ್ಯಾಂಡನ್ನು ತೆಗೆದು ಕಾಗದಗಳನ್ನು ನೇರಗೊಳಿಸಿದಾಗ ದಂಗಾದೆ. ಅವು ಪೊಲೀಸ್ ಠಾಣೆಯಲ್ಲಿ ಜಪ್ತಿ ಮಾಡಿದ ದಾಖಲೆಗಳು, ಅವುಗಳನ್ನು ತನಿಖೆಗಾಗಿ ಪ್ರಧಾನ ಕಚೇರಿಗೆ ಕಳುಹಿಸಬೇಕಾಗಿತ್ತು. ಕಾಗದಗಳನ್ನು ಇಲ್ಲಿ ನೋಡಿದ ಮೇಲೆ ಯೋಚನೆಗೆ ಬಿದ್ದೆ. ಈ ಗೆರಿಲ್ಲಾಗಳಿಗೆ ಬಚ್ಚಿಟ್ಟುಕೊಂಡು ಹೋರಾಡುವುದು ಅಥವಾ ನೆಲಬಾಂಬ್ ಹಾಕುವುದು ಮಾತ್ರ ಬರುತ್ತದೆ ಎಂದು ಭಾವಿಸುತ್ತಿದ್ದೆ. ಆದರೆ ಅವರ ರಹಸ್ಯಕ್ರಿಯೆಗಳ ತಂತಿಗಳು ಒಳಗಿಂದೊಳಗೆ ಎಷ್ಟು ಹರಡಿಕೊಂಡಿವೆ ಎಂದು ನನಗೀಗ ಅರ್ಥವಾಯಿತು. ಅವರ ಬಳಿ ಅವರದೇ ಆದ ಗುಪ್ತಚರ ಸಂಸ್ಥೆಯೂ ಇದೆ, ಅದು ತನ್ನ ಕೆಲಸವನ್ನು ಅತ್ಯಂತ ಅಚ್ಚುಕಟ್ಟಾಗಿ ಮಾಡುತ್ತಿದೆ.

ಆ ಕಾಗದಗಳನ್ನು ಮತ್ತೆ ಸುರುಳಿ ಮಾಡುತ್ತ ಆ ಹಿರಿಯ ಕೇಡರ್‌ನತ್ತ ನೋಡಿದೆ. ಈ ಕಾಗದಗಳನ್ನು ಮರಳಿಸುವಾಗ ಚಮತ್ಕಾರ ಮಾಡಿದ ಅಥವಾ ಉಪಕಾರ ಮಾಡಿದ ಯಾವುದೇ ಭಾವನೆಯೂ ಅವನ ಮುಖದಲ್ಲಿ ಇರಲಿಲ್ಲ. ಇದಕ್ಕಾಗಿ ನಾನು ಅವನಿಗೆ

ಧನ್ಯವಾದ ಹೇಳಿದರೆ ಕೇವಲ ಔಪಚಾರಿಕತೆಯಾಗುತ್ತದೆ ಎಂದು ಭಾವಿಸಿದೆ. ಆದರೂ ನನ್ನ ಭಾವನೆಗಳನ್ನು ಯಾವುದಾದರೂ ರೂಪದಲ್ಲಿ ವ್ಯಕ್ತಪಡಿಸಬೇಕು ಎಂದು ನನಗನಿಸಿತು.

"ನೀವು ನಿಮ್ಮ ಕೆಲಸವನ್ನು ಮಾಡುವ ರೀತಿಯಿಂದ, ಯಾವುದೇ ಅಪಾಯಕಾರಿ ಕೆಲಸವನ್ನು ಮಾಡಲು ಎಷ್ಟು ಧೈರ್ಯ, ಎಷ್ಟು ಶ್ರದ್ಧೆ ಮತ್ತು ಎಷ್ಟು ತಾಳ್ಮೆ ಬೇಕು ಎಂದು ಅರ್ಥಮಾಡಿಕೊಳ್ಳಲು ನನಗೆ ಸಹಾಯವಾಗಿದೆ."

ಅವನು ನನ್ನ ಮಾತನ್ನು ಎಚ್ಚರಿಕೆಯಿಂದ ಆಲಿಸಿ ಯಾವುದೇ ಬುದ್ಧಿಜೀವಿಯಂತಹ ನಿಲುವಿಲ್ಲದೆ ಮಾತನಾಡಲು ಪ್ರಾರಂಭಿಸಿದ, "ಅಪಾಯವನ್ನು ಏಕೆ ಮತ್ತು ಯಾರಿಗಾಗಿ ತೆಗೆದುಕೊಳ್ಳಲಾಗುತ್ತಿದೆ ಎಂಬುದನ್ನು ತಿಳಿದುಕೊಳ್ಳುವುದು ಯಾವಾಗಲೂ ತುಂಬಾ ಮುಖ್ಯವಾಗುತ್ತದೆ. ನಾವು ಯಾವುದೇ ದೊಡ್ಡ ಅಪಾಯವನ್ನು ಎದುರು ಹಾಕಿಕೊಂಡಾಗ, ಅದಕ್ಕೆ ಯಾವ ಬೆಲೆ ತೆರಬೇಕಾಗುತ್ತದೆ ಎಂಬುದು ನಮಗೆ ಗೊತ್ತಿರುತ್ತದೆ."

"ನನ್ನ ಈ ಕಾಗದಗಳ ಬಿಡುಗಡೆಗೆ ಯಾವ ಬೆಲೆ ತೆರಬೇಕಾಯಿತು ಎಂದು ನಾನು ತಿಳಿಯಬಹುದೇ?"

"ಇಂತಹ ಪ್ರಶ್ನೆಗಳಿಗೆ ನೇರವಾದ ಉತ್ತರವಿರುವುದಿಲ್ಲ. ನಾವು ನಮ್ಮ ಯಾವುದೇ ಚಟುವಟಿಕೆಗಳನ್ನು ಪ್ರತ್ಯೇಕ ಭಾಗಗಳಾಗಿ ವಿಭಜಿಸುವುದಿಲ್ಲ. ನಮ್ಮ ಚಿಕ್ಕ ಪುಟ್ಟ ಚಟುವಟಿಕೆಗಳು ಸಹ ಒಂದು ಮುಖ್ಯ ಉದ್ದೇಶಕ್ಕೆ ಸಂಬಂಧಿಸಿರುತ್ತವೆ. ಆ ಉದ್ದೇಶಕ್ಕಾಗಿ ನಾವು ಸಂಪೂರ್ಣ ಸಮರ್ಪಣೆಯೊಂದಿಗೆ ಕೆಲಸ ಮಾಡುತ್ತೇವೆ."

"ನಿಮ್ಮ ಉದ್ದೇಶದ ಬಗ್ಗೆ ಪ್ರಶ್ನೆ ಮಾಡಲು ನನಗೆ ಅರ್ಹತೆ ಇಲ್ಲ, ಆದರೆ ನನ್ನಂತಹ ಉದ್ದೇಶವಿಲ್ಲದ ವ್ಯಕ್ತಿಗೆ ಸಹಾಯ ಮಾಡುವುದರಿಂದ ದೊಡ್ಡ ಉದ್ದೇಶವನ್ನು ಹೊಂದಿರುವ ಸಂಸ್ಥೆಗೆ ಯಾವ ಪ್ರಯೋಜನವಾಗಬಲ್ಲದು ಎಂಬುದು ನನಗೆ ಅರ್ಥವಾಗುತ್ತಿಲ್ಲ?"

"ಹೂಂ..."

ಈ ಬಾರಿ ಹಿರಿಯ ಕೇಡರ್ ನಾನು ಹೇಳಿದ ಮಾತಿನ ಹಿಂದಿನ ಆಶಯವನ್ನು ಅರ್ಥಮಾಡಿಕೊಂಡು, ಯೋಚಿಸಿ ಉತ್ತರ ನೀಡಲು ಸ್ವಲ್ಪ ಸಮಯ ತೆಗೆದುಕೊಂಡ. ಯಾವುದೋ ವಿಷಯಕ್ಕೆ ಮುನ್ನುಡಿ ಹಾಕುತ್ತಿರುವಂತೆ, ಒಂದಷ್ಟು ಹೊತ್ತು ಗಡ್ಡ ಕೆರೆದುಕೊಳ್ಳುತ್ತಲೇ ಇದ್ದ, "ನೋಡೂ, ಈಗ ಹೆಚ್ಚು ವಿವರವಾಗಿ ಮಾತನಾಡಲು ಸಮಯವಿಲ್ಲ, ಆದರೆ ನಾನು ನಿನ್ನ ಪ್ರಶ್ನೆಯನ್ನು ತಳ್ಳಿಹಾಕುವುದಿಲ್ಲ. ನೀನು ನೋಡುತ್ತಿರುವ ಹಾಗೆ ನಾವು ಯುದ್ಧದ ಮಧ್ಯದಲ್ಲಿದ್ದೇವೆ. ಇಂಥ ಸಂದರ್ಭಗಳಲ್ಲಿ, ನಮ್ಮನ್ನು ಜೋಡಿಸುವ ಪ್ರಮುಖ ಅಂಶವೆಂದರೆ ಪರಸ್ಪರ ನಂಬಿಕೆ ಮತ್ತು ಪ್ರೀತಿ. ನಮ್ಮ ಒಡನಾಡಿಗಳನ್ನು ರಕ್ಷಿಸಲು ನಾವು ಬಂದೂಕಿನ ಗುಂಡುಗಳ ಮಳೆಯ ಮೂಲಕ ನಡೆಯುತ್ತೇವೆ, ಏಕೆಂದರೆ ನಾವು ನಮ್ಮ ಉದ್ದೇಶಕ್ಕೆ ನೀಡುವಷ್ಟೇ ಪ್ರಾಮುಖ್ಯವನ್ನು ನಮ್ಮ ಒಡನಾಡಿಗಳ ಭಾವನೆಗಳಿಗೂ ನೀಡುತ್ತೇವೆ. ನೀನು ಕಾಮ್ರೇಡ್ ಮಾದವಿ ಇರಮಾ ಅವಳ ತಮ್ಮ, ಅಷ್ಟೇ ಅಲ್ಲ ನೀನು ನಮ್ಮ ಉದ್ದೇಶಗಳಿಗೆ ವಿರುದ್ಧವಾದ ಯಾವುದೇ ಕೆಲಸವನ್ನು ಮಾಡಿಲ್ಲ. ಆದ್ದರಿಂದ ನಾವು ನಿನಗೆ ಸಹಾಯ

ಮಾಡುವುದು ನಮ್ಮ ಕೇಡರ್‌ಗಳಷ್ಟೇ ಮುಖ್ಯ. ನಾವು ನಮ್ಮ ಕೇಡರ್‌ನ್ನು ಮಾತ್ರವಲ್ಲದೆ ನಮ್ಮ ಕೇಡರ್ ಪ್ರೀತಿಸುವವರನ್ನು ಸಹ ಗೌರವಿಸುತ್ತೇವೆ."

ನಮ್ಮ ಮಾತುಕತೆ ಸ್ವಲ್ಪ ಹೆಚ್ಚು ಹೊತ್ತು ಸಾಗಿತ್ತು. ಉಳಿದ ಎಲ್ಲಾ ಕೇಡರ್‌ಗಳು ತಮ್ಮ ಕಿಟ್‌ನ್ನು ಬೆನ್ನಿನ ಮೇಲೆ ಹೊತ್ತುಕೊಂಡು, ತಮ್ಮ ಹೆಗಲ ಮೇಲಿನ ಬಂದೂಕುಗಳೊಂದಿಗೆ ಹೊರಡಲು ಸಿದ್ಧರಾಗಿದ್ದರು.

ನಾನು ಕೂಡ ನನ್ನ ಏರ್‌ಬ್ಯಾಗ್ ಎತ್ತಿಕೊಂಡು ಮುಂದೆ ಸಾಗಿ ಅವರೊಂದಿಗೆ ಸೇರಿಕೊಂಡೆ. ಹಿರಿಯ ಕೇಡರ್ ಮತ್ತು ನಾನು ಜೊತೆ ಜೊತೆಗೆ ನಡೆಯುತ್ತಿದ್ದೆವು. ಕೆಲಕಾಲ ಇಡೀ ಗುಂಪಿನ ಪಾದರಕ್ಷೆಗಳ ಚರಪರ ಸದ್ದು ಕೇಳಿಸುತ್ತಿತ್ತು. ನನ್ನೊಂದಿಗೆ ನಡೆಯುತ್ತಿದ್ದ ವ್ಯಕ್ತಿ ಇನ್ನೂ ಏನನ್ನೋ ಯೋಚಿಸುತ್ತಿರುವುದನ್ನು ಗಮನಿಸಿದೆ. ಖಂಡಿತವಾಗಿಯೂ ಅವನು ನನ್ನ ಬಗ್ಗೆ ಯೋಚಿಸುತ್ತಿದ್ದ. "ಎಷ್ಟು ವಿಚಿತ್ರ" ಎಂದು ಅವನು ಮತ್ತೆ ಪ್ರಾರಂಭಿಸಿದ, "ನೀನು ಕಾರ್ಗೋ-ಶಿಪ್‌ನಲ್ಲಿ ವ್ಯವಹರಿಸುವ ಕಂಪನಿಯ ಉದ್ಯೋಗಿ. ನೀವು ಆ ಸರಕು ಹಡಗುಗಳನ್ನು ಒಂದು ದೇಶದಿಂದ ಇನ್ನೊಂದು ದೇಶಕ್ಕೆ ತೆಗೆದುಕೊಂಡು ಹೋಗುತ್ತೀರಿ, ಮತ್ತು ಆ 'ಸರಕಿ'ಗಾಗಿ ಈ ಜಗತ್ತಿನಲ್ಲಿ ಎಷ್ಟು ಯುದ್ಧಗಳು ನಡೆಯುತ್ತಿವೆ ಎಂದು ನಿಮಗೆ ತಿಳಿದಿರುವುದಿಲ್ಲ." ನಾವು ಜೊತೆಗೆ ನಡೆದುಕೊಂಡು ಹೊರಟಿದ್ದಾಗ ನಾನು ಕೇವಲ ಅವನ ಮುಖವನ್ನು ನೋಡುತ್ತ, ಅವನ ಮಾತುಗಳನ್ನು ಕೇಳುತ್ತಿದ್ದೆ.

"ಇಲ್ಲಿಂದ ಹೊರಟ ನಂತರ ನಿನ್ನ ಎರಡನೇ ಪ್ರಯಾಣ ವಿಶಾಖಪಟ್ನಂನಿಂದ ಪ್ರಾರಂಭವಾಗುತ್ತದೆ. ಇನ್ನು ಮೂರು ದಿನದಲ್ಲಿ ನೀನು ಜಪಾನ್‌ಗೆ ಕೊಂಡೊಯ್ಯಲಿರುವ ಆ ಹಡಗಿನ ಕಂಟೈನರ್‌ಗಳಲ್ಲಿ ತುಂಬಿರುವುದು ಏನೆಂದು ನಿನಗೆ ಗೊತ್ತಾ?"

ನಾನು ಅಜ್ಞಾನವನ್ನು ವ್ಯಕ್ತಪಡಿಸುತ್ತಾ ಇಲ್ಲ ಎಂದು ತಲೆ ಅಲ್ಲಾಡಿಸಿದೆ. ನನ್ನ ಮುಂದಿನ ಪ್ರವಾಸದ ಬಗ್ಗೆ ಇಷ್ಟು ವಿವರವಾದ ಮಾಹಿತಿಯನ್ನು ಅವನು ಹೇಗೆ ಪಡೆದ ಎಂದು ಆಶ್ಚರ್ಯಚಕಿತನಾದೆ.

"ಆ ಕಂಟೈನರ್‌ಗಳಲ್ಲಿ ಛತ್ತೀಸ್‌ಗಢದ ಉತ್ತಮ ಗುಣಮಟ್ಟದ ಕಬ್ಬಿಣದ ಅದಿರನ್ನು ಮಣ್ಣಿನಂತಹ ಕೆಸರಿನೊಂದಿಗೆ ಬೆರೆಸಿ ಪೈಪ್‌ಗಳ ಮೂಲಕ ತುಂಬಿಸಲಾಗಿದೆ. ಪ್ರತಿ ಟನ್‌ಗೆ ಕೇವಲ ನಾನೂರು ರೂಪಾಯಿ ದರದಲ್ಲಿ ಈ ಮಾಲು ಪೂರೈಕೆ ಮಾಡಲಾಗುತ್ತಿದೆ" ಎಂದ.

"ಅಂದ್ರೆ?" ನಾನು ನಿಲ್ಲಿಸಿ ಕೇಳಿದೆ.

"ಅಂದ್ರೆ ಇದರರ್ಥ, ಯಾವ ಖನಿಜಗಳನ್ನು ವಿದೇಶೀ ಕಂಪನಿಗಳು ಲೂಟಿ ಮಾಡುವುದರಿಂದ ರಕ್ಷಿಸಲು ನಾವು ಹೋರಾಡುತ್ತಿರುವೆವೋ, ನೀನು ಒಂದು ರೀತಿಯಲ್ಲಿ ಅದೇ ಲೂಟಿ ಮಾಡಿದ ಸರಕುಗಳ ವಾಹಕ."

ಈ ಬಾರಿ ನಾನು ಅವನನ್ನು ಸ್ವಲ್ಪ ದಿಟ್ಟಿಸಿ ನೋಡಿದೆ. ನಾವಿಬ್ಬರೂ ಕೆಲವು ಕ್ಷಣ ಒಬ್ಬರನ್ನೊಬ್ಬರು ನೋಡುತ್ತಲೇ ಇದ್ದೆವು.

"ಹಾಗಾದರೆ ಇದರ ಇನ್ನೊಂದು ಅರ್ಥ ತಿಳಿಯದೆ ಇದ್ದರೂ, ಒಂದಲ್ಲ ಒಂದು ರೀತಿಯಲ್ಲಿ ನಾನು ನಿಮ್ಮ ಉದ್ದೇಶಗಳಿಗೆ ವಿರುದ್ಧವಾಗಿದ್ದೇನೆ" ಎಂದು ಹೇಳಿದೆ.

ಅವನು ಮೆಲ್ಲಗೆ ಮುಗುಳ್ನಕ್ಕು, ನನ್ನ ಭುಜದ ಮೇಲೆ ಕೈಯಿಟ್ಟು ನನ್ನೊಂದಿಗೆ ನಡೆಯಲು ಪ್ರಾರಂಭಿಸಿದ.

"ವಾಸ್ತವವಾಗಿ, ಈ ಎಲ್ಲಾ ವಿಷಯಗಳನ್ನು ದೊಡ್ಡ ಚೌಕಟ್ಟಿನಲ್ಲಿ ನೋಡಬೇಕಾಗಿದೆ. ನಾವು ಆ ರೀತಿ ಯೋಚಿಸಿದರೆ, ಆ ಸಾವಿರಾರು ಗಣಿ ಕಾರ್ಮಿಕರು ಕೂಡ ನಮ್ಮ ಉದ್ದೇಶಗಳಿಗೆ ವಿರುದ್ಧವಾಗಿದ್ದಾರೆಂದು ಹೇಳಬಹುದು. ತದನಂತರ ಅದೇ ಸಾಲಿನಲ್ಲಿ, ರಸ್ತೆ ನಿರ್ಮಾಣದಲ್ಲಿ ತೊಡಗಿರುವ ಕಾರ್ಮಿಕರನ್ನು ನಮ್ಮ ಶತ್ರುಗಳು ಎಂದು ಕರೆಯಬೇಕಾಗಬಹುದು. ಏಕೆಂದರೆ ಈಗ ರಸ್ತೆಗಳು ನಿರ್ಮಾಣವಾಗುತ್ತಿವೆ. ಈ ರಸ್ತೆಗಳು ಖನಿಜ ನಿಕ್ಷೇಪಗಳಿಗೆ ಹಾಗೂ ರೈಲ್ವೆ ಮಾರ್ಗಕ್ಕೆ ನೇರಸಂಪರ್ಕವನ್ನು ಏರ್ಪಡಿಸುತ್ತವೆ. ನಾವು ಈ ನೌಕರರು ಮತ್ತು ಕಾರ್ಮಿಕರ ವಿರುದ್ಧ ಅಲ್ಲ. ನಮ್ಮ ನಿಜವಾದ ಹೋರಾಟವು ಈ ಕಂಪನಿಗಳಿಗೆ ಉಚಿತವೆನ್ನುವ ಬೆಲೆಯಲ್ಲಿ ಗುತ್ತಿಗೆಯನ್ನು ಒದಗಿಸುವ ನೀತಿಗಳ ವಿರುದ್ಧವಾಗಿದೆ. ಈ ಕಂಪನಿಗಳಿಗೆ ದಾರಿ ಮಾಡಿಕೊಡಲು ಗ್ರಾಮಗಳನ್ನು ಖಾಲಿ ಮಾಡಿ ರಸ್ತೆ ಬದಿಯ ಶಿಬಿರಗಳಿಗೆ ಕರೆದೊಯ್ಯುತ್ತಿರುವವರ ವಿರುದ್ಧ ನಮ್ಮ ಹೋರಾಟವಾಗಿದೆ."

ನಮ್ಮ ಮಾತುಕತೆ ಸುಮಾರು ಒಂದು ಗಂಟೆ ಮುಂದುವರೆಯಿತು. ಮೊದಲು ನನಗೆ, ಹಿರಿಯ ಕೇಡರ್ ನನ್ನ ಮೇಲೆ ಪ್ರಭಾವ ಬೀರಲು ಪ್ರಯತ್ನಿಸುತ್ತಿದ್ದಾನೆ ಮತ್ತು ಅವನ ಅಭಿಪ್ರಾಯಗಳ ಪರವಾಗಿ ಯೋಚಿಸುವಂತೆ ಒತ್ತಾಯಿಸುತ್ತಿದ್ದಾನೆ ಎಂದು ಅನಿಸಿತ್ತು. ಆದರೆ ಅವನು ಕಿರಿದಾದ ಇಳಿಜಾರಿನ ಕಾಲುದಾರಿಯ ಬಳಿ ನಿಂತುಕೊಂಡು, ನನಗೂ ಕೆಳಗೆ ಇಳಿಯಲು ಸನ್ನೆ ಮಾಡಿ, ಏನೂ ಹೇಳದೆ ಮುಂದೆ ಹೊರಟುಹೋದ. ಅವನ ಅಭಿಪ್ರಾಯಗಳಿಗೆ ನನ್ನ ಸಹಮತಿ ಇದೆಯೋ ಇಲ್ಲವೋ ಎಂಬುದನ್ನು ಕಂಡುಹಿಡಿಯಲು ಅವನು ಯಾವುದೇ ಪ್ರಯತ್ನ ಮಾಡಲಿಲ್ಲ. ದಾರಿಯಲ್ಲಿ ಅವನು ಬಹಳಷ್ಟು ಹೇಳಿದ್ದನಾದರೂ ಯಾವುದನ್ನೂ ದೃಢೀಕರಿಸಿರಲಿಲ್ಲ, ಅವನ ಆಲೋಚನೆಗಳು ಅದ್ಭುತ ಸ್ಪಷ್ಟತೆ ಮತ್ತು ತರ್ಕವನ್ನು ಹೊಂದಿದ್ದವು. ಆದರೆ ಅದರ ಹೊರತಾಗಿಯೂ ಈಗ ಅವನು ಜೀವನದಲ್ಲಿ ಯಾವ ಹಂತಕ್ಕೆ ಬಂದಿದ್ದಾನೆ ಅಂದರೆ ಅಲ್ಲಿ ವಿವರಣೆಗಳ ಅಗತ್ಯವಿರುವುದಿಲ್ಲ ಎಂದು ನನಗನಿಸಿತು. ಸ್ವಲ್ಪ ಹೊತ್ತು ಕಾಲುದಾರಿಯ ಬಳಿ ನಿಂತು ಅವನು ಹೋಗುವುದನ್ನು ನೋಡುತ್ತಿದ್ದೆ. ಸಮವಸ್ತ್ರದ ಬದಲು ಸಾಧಾರಣ ಬಟ್ಟೆಗಳನ್ನು ಧರಿಸಿದ್ದ ಪ್ಲಾಟೂನಿನ ಸದಸ್ಯನೊಬ್ಬ ನನ್ನನ್ನು ತನ್ನೊಂದಿಗೆ ಕರೆದುಕೊಂಡು ಕಾಲುದಾರಿಯ ಇಳಿಜಾರಿನಲ್ಲಿ ಇಳಿಯಲು ಪ್ರಾರಂಭಿಸಿದ. ಆ ದಾರಿ ಕೇವಲ ಕಡಿದಾಗಷ್ಟೇ ಅಲ್ಲ ಅಂಕುಡೊಂಕಾಗಿಯೂ ಇತ್ತು. ಮುಂದೆ ರಸ್ತೆ ಕಾಣಿಸಿಕೊಂಡಿತು, ಆದರೆ ರಸ್ತೆ ತಲುಪುವ ಮೊದಲೇ ಕಾಲುದಾರಿ ಕೊನೆಗೊಂಡಿತು. ಕೆಳಗೆ ಇಪ್ಪತ್ತೈದು ಅಡಿಗಳವರೆಗೆ ಈಗ ಕೇವಲ ಒರಟು ನೆಲ ಮಾತ್ರ ಇತ್ತು.

ನನ್ನೊಂದಿಗೆ ನಡೆಯುತ್ತಿದ್ದ ಕೇಡರ್ ನನ್ನ ಕೈ ಹಿಡಿದುಕೊಂಡ. ಈ ಒರಟಾದ ಕಲ್ಲಿನ ಹಾದಿಗಳಲ್ಲಿ ನಡೆಯುವುದು ನನಗೆ ಅಭ್ಯಾಸವಿಲ್ಲ ಎಂದು ಅವನಿಗೆ ತಿಳಿದಿತ್ತು.

"ಈ ಕಾಲುದಾರಿ ಕೆಳಗೆ ರಸ್ತೆಯವರೆಗೆ ಏಕೆ ಹೋಗುವುದಿಲ್ಲ?" ನಾನು ಕೇಳಿದೆ.

ನನ್ನ ಮಾತಿಗೆ ಅವನು ಮೆಲ್ಲನೆ ಮುಗುಳ್ನಕ್ಕ.

"ರಸ್ತೆಯಲ್ಲಿ ಹಾದುಹೋಗುವ ಜನರಿಗೆ ಇಲ್ಲಿ ಕಾಲುದಾರಿ ಇದೆಯೆಂದು ತಿಳಿಯಬಾರದೆಂದು."

"ಓಹ್!" ನಾನು ಆಶ್ಚರ್ಯದಿಂದ ತಲೆಯಾಡಿಸಿದೆ.

ಅವರು ವಾಸಿಸುವ ಮತ್ತು ತಿನ್ನುವ ಸ್ಥಳಗಳನ್ನು ಮಾತ್ರವಲ್ಲ, ತಮ್ಮ ಅಡಗುತಾಣಗಳಿಗೆ ಹೋಗುವ ಮಾರ್ಗಗಳನ್ನು ಸಹ ಮುಚ್ಚಿಡುತ್ತಾರೆ ಎಂದು ನನಗೀಗ ಅರ್ಥವಾಯಿತು.

ಅವನು ಒಂದು ಜಾಗದಲ್ಲಿ ನಿಂತ. ಅದು ದೊಡ್ಡ ಬಂಡೆಯಾಗಿದ್ದು, ಅದರ ಮಧ್ಯದಲ್ಲಿ ಬಿರುಕು ಇತ್ತು. ಸುಮಾರು ಮೂರು ಅಡಿ ಅಗಲ ಮತ್ತು ಇಪ್ಪತ್ತು ಇಪ್ಪತ್ತೈದು ಅಡಿ ಆಳ. ಅವನು ಜಿಗಿದು ಬಿರುಕನ್ನು ದಾಟಿದ. ಅವನು ತನ್ನ ಎರಡೂ ಕೈಗಳನ್ನು ನನ್ನ ಕಡೆಗೆ ಚಾಚಿದ, ನಾನು ಅಸಮತೋಲನಗೊಂಡರೆ ನನ್ನನ್ನು ಹಿಡಿದಿಟ್ಟುಕೊಳ್ಳಬಹುದು ಎಂದು. ಆದರೆ ನಾನು ಎಷ್ಟು ಜೋರಾಗಿ ಜಿಗಿದೆ ಎಂದರೆ ಆ ಭಯದಿಂದ ನಾನು ಅವನಿಗೆ ಢಿಕ್ಕಿ ಹೊಡೆದೆ. ನಾವಿಬ್ಬರೂ ಒಟ್ಟಿಗೆ ಬಿದ್ದು, ಇಳಿಜಾರಿನಲ್ಲಿ ಕೆಳಗೆ ಉರುಳುತ್ತಾ ರಸ್ತೆಯನ್ನು ತಲುಪಿದೆವು. ಅವನು ನಗುತ್ತಾ ಎದ್ದ.

"ವಾಹ್ ಭಾಯಿ ವಾಹ್... ನೀವು ಅದ್ಭುತ ಸ್ಟಂಟ್‌ಮ್ಯಾನ್. ನೀವು ಬಯಸಿದರೆ, ಒಂದೇ ಜಿಗಿತದಲ್ಲಿ ಕಾಡಿನಿಂದ ಹೊರಗೆ ಹೋಗಬಹುದು."

ನಾನು ಕೂಡ ಸ್ವಲ್ಪ ಹೊತ್ತು ನಕ್ಕು ಆಮೇಲೆ ಕೇಳಿದೆ.

"ನಿನಗೆ ಪೆಟ್ಟೇನೂ ಆಗಿಲ್ಲ ತಾನೇ?"

ಅವನು ತಕ್ಷಣ ಇಲ್ಲ ಎಂದು ತಲೆ ಅಲ್ಲಾಡಿಸಿದ.

ಇಬ್ಬರೂ ಧೂಳಿನ ಬಟ್ಟೆಗಳನ್ನು ಜಾಡಿಸಿಕೊಂಡು ರಸ್ತೆಗೆ ಬಂದೆವು. ಅವನು ಸ್ವಲ್ಪ ವಾಚಾಳಿ. ತನ್ನ ಗುಂಪಿನ ಶಿಸ್ತಿನಿಂದ ತಾತ್ಕಾಲಿಕ ವಿಶ್ರಾಂತಿಯ ಸಂಪೂರ್ಣ ಲಾಭವನ್ನು ಪಡೆಯುತ್ತಿದ್ದ. ಈಗ ಆ ಜಿಗಿತದ ಪ್ರಸಂಗ ನಮ್ಮೊಂದಿಗೆ ರಸ್ತೆಯಲ್ಲೂ ನಡೆಯುತ್ತಿತ್ತು. ಸ್ವಲ್ಪ ಸಮಯದಲ್ಲಿ, ನಮ್ಮ ಸಂಭಾಷಣೆಯು ನನ್ನ ವಿಚಿತ್ರವಾದ ಆದರೆ ಶಕ್ತಿಯುತವಾದ ಜಿಗಿತದಿಂದ ಪ್ರಾರಂಭವಾಗಿ, ಮನುಷ್ಯನನ್ನು ಮತ್ತು ಅವನ ಸಮಾಜವನ್ನು ಎಲ್ಲಿಂದ ಎಲ್ಲಿಗೆ ತಲುಪಿತು ಎಂಬ ಇತಿಹಾಸದ ಆ ಜಿಗಿತಗಳವರೆಗೆ ತಲುಪಿತು. ಕಾಡಿನಿಂದ ಹಡಗಿಗೆ ಹಾರಿದ್ದು ಹೇಗೆ ಎಂದು ಅವನು ಕೇಳಿದಾಗ, ನಾನು ನನ್ನ ವೃತ್ತಿಜೀವನದ ಬಗ್ಗೆ ಎಲ್ಲವನ್ನೂ ವಿವರವಾಗಿ ಹೇಳಿದೆ. ಈಗ ನಾನು ಅವನನ್ನು ಕೇಳಿದೆ, "ಈಗ ನೀನು ಹೇಳು, ಈ ಕಾಡಿನ ಗುಪ್ತ ಜಾಗಗಳು, ನಿಮ್ಮ ಬೇಸ್ ಕ್ಯಾಂಪ್‌ಗಳು ಮತ್ತು ನಿಮ್ಮ ಗೆರಿಲ್ಲಾ ವಲಯಗಳ ಹೊರಗಿನ ಪ್ರಪಂಚಕ್ಕೆ ಜಿಗಿಯುವ ಬಗ್ಗೆ ನೀನು ಏನು ಯೋಚಿಸುತ್ತಿ?"

"ಅದು ಕೊನೆಯ ಜಗಿತ."

ಅವನು ತಕ್ಷಣ ನನ್ನ ಪ್ರಶ್ನೆಗೆ ಉತ್ತರಿಸಿದ.

"ಆ ಜಗಿತದ ಬಗ್ಗೆ ಈಗಲೇ ಏನನ್ನೂ ಹೇಳಲಾಗುವುದಿಲ್ಲ."

ಪ್ರಪಂಚದಲ್ಲಿ ಇದಕ್ಕಿಂತ ಸಹಜವಾದ ಮಾತೇ ಇರಲಾರದು ಎಂಬಂತೆ ಅವನದನ್ನು ಹೇಳಿದ.

ಸ್ವಲ್ಪ ಹೊತ್ತಿನ ನಂತರ ಹಿಂದಿನಿಂದ ವಾಹನ ಬಂದ ಸದ್ದು ಕೇಳಿಸಿತು. ಒಂದು ಪ್ರಯಾಣಿಕರ ಜೀಪು ಬಂದು ನಿಂತಿತು. ಜೀಪಿನ ಡ್ರೈವರ್ ಮತ್ತು ಕೇಡರ್ ಒಬ್ಬರನ್ನೊಬ್ಬರು ನೋಡಿಕೊಂಡು ಕಣ್ಣಲ್ಲೇ ಏನೋ ಮಾತನಾಡಿಕೊಂಡರು. ಆಗ ಕೇಡರ್ ನನಗೆ ಜೀಪಿನಲ್ಲಿ ಕೂರುವಂತೆ ಸನ್ನೆ ಮಾಡಿದ. ನಾನು ಜೀಪಿನ ಕಡೆಗೆ ಹೋಗುವಾಗ ಅವನು ನನ್ನ ಭುಜದ ಮೇಲೆ ಕೈ ಇಟ್ಟ. ನಾನು ತಿರುಗಿ ಅವನನ್ನು ನೋಡಿದೆ. ಅವನು ತನ್ನ ಬಲಗೈಯನ್ನು ಮುಂದಕ್ಕೆ ಚಾಚಿದ. ಅದರರ್ಥ ಅವನು ಇನ್ನು ಮುಂದೆ ನನ್ನೊಂದಿಗೆ ಬರುವುದಿಲ್ಲ. ಕೈಕುಲುಕಿದ ಮೇಲೆ ನಾನು ಜೀಪಿನಲ್ಲಿ ಕುಳಿತಾಗ ಧನಂಜಯ ನೆನಪಾದ. ಈ ವ್ಯಕ್ತಿಯ ಕೈ ಕೂಡ ಧನಂಜಯನ ಕೈಯಂತೆಯೇ ಬೆಚ್ಚಗಿತ್ತು.

ನಾನು ಜೀಪಿನ ಹಿಂದಿನ ಸೀಟಿನಲ್ಲಿ ಕುಳಿತಿದ್ದೆ. ಜೀಪು ಮುಂದೆ ಸಾಗಿದಾಗ ನಮ್ಮ ಕಣ್ಣುಗಳು ಮತ್ತೆ ಸೇರಿದವು. ನಾವು ಒಬ್ಬರನ್ನೊಬ್ಬರು ಗಮನವಿಟ್ಟು ನೋಡುತ್ತಿದ್ದೆವು. ಜೀಪ್ ಒಂದು ತಿರುವಿನಲ್ಲಿ ತಿರುಗುತ್ತಿದ್ದಂತೆ, ನಾವು ನಮ್ಮ ಕೈಗಳನ್ನು ಮೇಲಕ್ಕೆತ್ತಿ ಪರಸ್ಪರ ಬೀಳ್ಕೊಟ್ಟೆವು. ಈ ತಿರುವಿನ ನಂತರ ಇನ್ನೂ ಅನೇಕ ತಿರುವುಗಳು ಬಂದವು. ಘಾಟ್ ದಾಟಿದ ಮೇಲೆ ನೇರವಾದ ರಸ್ತೆಯಲ್ಲಿ ಜೀಪು ವೇಗವಾಗಿ ಓಡತೊಡಗಿತು. ಸುಮಾರು ಹನ್ನೆರಡು ಕಿಲೋಮೀಟರ್ ನಂತರ ಒಂದು ಹಳ್ಳಿ ಕಾಣಿಸಿತು. ಬಸ್ ನಿಲ್ದಾಣದ ಬಳಿ ಚಾಲಕ ಜೀಪನ್ನು ನಿಲ್ಲಿಸಿ ನನಗೆ ಇಳಿಯಲು ಸೂಚಿಸಿದ. ಜಗದಲ್‌ಪುರಕ್ಕೆ ಹೋಗುವ ಬಸ್ಸು ಮುಂದೆ ಸಿದ್ಧವಾಗಿ ನಿಂತಿತ್ತು.

ಜಗದಲ್‌ಪುರ ತಲುಪಿ ಬಸ್ ನಿಲ್ದಾಣದ ಬಳಿಯಿರುವ ಧಾಬಾದಲ್ಲಿ ಊಟ ಮಾಡಿ, ರಿಕ್ಷಾದಲ್ಲಿ ಕುಳಿತು ನೇರವಾಗಿ ರೈಲ್ವೆ ಸ್ಟೇಷನ್ನಿಗೆ ಹೋದೆ. ಈ ಬಾರಿ ಯಾವುದೇ ಅಸಮಂಜಸ ಸ್ಥಿತಿ ಇರಲಿಲ್ಲ, ಏಕೆಂದರೆ ನಾನು ಎಲ್ಲಿಗೆ ಹೋಗಬೇಕೆಂದು ನನಗೆ ತಿಳಿದಿತ್ತು.

ವಿಶಾಖಪಟ್ನಂಗೆ ಟಿಕೆಟ್ ಖರೀದಿಸುವಾಗ ನನ್ನ ಮನಸ್ಸಿನಲ್ಲಿ ಯಾವುದೇ ಗೊಂದಲ ಇರಲಿಲ್ಲ. ಕಾಡಿಗೆ ಬರುವ ಮುನ್ನ ಆರು ತಿಂಗಳ ಸಮುದ್ರಯಾನದ ಅನುಭವಗಳನ್ನು ಎಷ್ಟು ಸುಲಭವಾಗಿ ಮರೆತಿದ್ದೆನೋ ಅಷ್ಟೇ ಸಲೀಸಾಗಿ, ಕಾಡಿನಲ್ಲಿನ ಆರು ತಿಂಗಳ ಪಯಣದ ಅನುಭವಗಳಿಂದ ನನ್ನನ್ನು ಬೇರ್ಪಡಿಸಿಕೊಂಡೆ.

ಪ್ಲಾಟ್‌ಫಾರ್ಮ್‌ನ ಸಿಮೆಂಟ್ ಬೆಂಚಿನ ಮೇಲೆ ಕುಳಿತು ನಾಲ್ಕು ಗಂಟೆ ತಡವಾದ ರೈಲಿಗಾಗಿ ಕಾಯುತ್ತಿರುವಾಗಲೂ ನನ್ನೊಳಗೆ ಯಾವುದೇ ನಿರಾಸಕ್ತಿ ಅಥವಾ ಹಿಂಜರಿಕೆಯನ್ನು

ಅನುಭವಿಸಲಿಲ್ಲ. ರೈಲು ಬಂದ ನಂತರ ಅದನ್ನು ಹತ್ತಿದೆ. ಚಲಿಸುವ ರೈಲಿನಿಂದ, ಬಸ್ತರ್‌ನ ಕಾಡುಗಳು ಹಿಂದೆಹಿಂದೆ ಸರಿದು ಹೋಗುತ್ತಿರುವುದನ್ನು ಕತ್ತಲೆಯಲ್ಲಿ ಮರೆಯಾಗುವವರೆಗೆ ನೋಡುತ್ತಲೇ ಇದ್ದೆ.

ನನ್ನ ಕಳೆದ ಆರು ತಿಂಗಳ ಹಗಲು ರಾತ್ರಿಗಳು ಈಗ ಮಾಯವಾಗಿದ್ದವು. ಕಾಡಿಗೆ ಬಂದಾಗ ಒಮ್ಮೆಯೂ ಹಡಗನ್ನು ನೆನಪಿಸಿಕೊಂಡಿರಲಿಲ್ಲ. ಈಗ ಮತ್ತೆ ಹಡಗಿನತ್ತ ಹೊರಟಿದ್ದೇನೆ, ಕಾಡಿನ ನೆನಪುಗಳನ್ನು ಕಾಡಿನಲ್ಲಿಯೇ ಬಿಟ್ಟು. ನನ್ನನ್ನು ಬಿಡದಿರುವ ಒಂದೇ ಒಂದು ವಿಷಯವಿತ್ತು, ನೇರಳೆ ಹಣ್ಣಿನ ಪರಿಮಳ. ಆ ಸುಗಂಧ ನನ್ನ ಜೊತೆಗೆ ಬರುತ್ತಿತ್ತು. ಅಷ್ಟೇ ಅಲ್ಲ, ಅದರ ಮಧುರ ಪ್ರಭಾವ ನಿರಂತರವಾಗಿ ಹೆಚ್ಚುತ್ತಲೇ ಇತ್ತು.

ಮಧ್ಯರಾತ್ರಿ ಹೊದಿಕೆ ತೆಗೆಯಲು ಏರ್‌ಬ್ಯಾಗ್ ಬಾಯಿ ತೆರೆದಾಗ ದಿಗ್ಭ್ರಮೆಯಾಯಿತು. ಆ ಚೀಲದಲ್ಲಿ, ನನ್ನ ಹೊದಿಕೆಯ ಮೇಲೆ ಎಲೆಗಳ ಕಟ್ಟುಗಳಲ್ಲಿ ದೊಡ್ಡ ದೊಡ್ಡ ಮಾಗಿದ ನೇರಳೆ ಹಣ್ಣುಗಳು ಇದ್ದವು. ಆ ಹಣ್ಣುಗಳನ್ನು ನೋಡುತ್ತಲೇ ಕುಳಿತೆ. ಇದು ಮೌನಳ ಮತ್ತೊಂದು ಪ್ರಹಾರವಾಗಿತ್ತು. ಅವಳು ತನ್ನ ಕೆಲಸವನ್ನು ಚೆನ್ನಾಗಿ ಮಾಡಿದ್ದಳು. ಬಾಲ್ಯದಿಂದಲೂ ನಾನು ನೇರಳೆ ಹಣ್ಣುಗಳ ಬಗ್ಗೆ ಎಷ್ಟು ಹುಚ್ಚನಾಗಿದ್ದೆ ಎಂದು ಅವಳಿಗೆ ಗೊತ್ತಿತ್ತು. ನನಗೆ ಅತ್ಯಂತ ಪ್ರಿಯವಾದ ಆ ರುಚಿಗಾಗಿ, ನೇರಳೆ ಹಣ್ಣು ಬರುವ ಋತುವಿಗಾಗಿ ಅವಳು ವರ್ಷಪೂರ್ತಿ ಕಾಯುತ್ತಿದ್ದಳು. ಅವಳ ಬುಟ್ಟಿಯಲ್ಲಿ ನೇರಳೆ ಹಣ್ಣುಗಳಿಂದ ತುಂಬಿದ ಬಟ್ಟಲುಗಳನ್ನು ನೋಡಿ ನಾನು ಎಷ್ಟೊಂದು ಉತ್ಸುಕನಾಗುತ್ತಿದ್ದೆ. ಈಗ ಆ ಬುಟ್ಟಿಯ ಸೌಂದರ್ಯ ಮಾತ್ರ ನೆನಪಿಸಿಕೊಳ್ಳಬಲ್ಲೆ. ಆ ಸೌಂದರ್ಯ ಮತ್ತು ರುಚಿಯನ್ನು ವರ್ಷಗಳ ಹಿಂದೆಯೇ ನನ್ನ ನೆನಪುಗಳಲ್ಲಿ ಗಟ್ಟಿಯಾದ ಮಸಿಯಿಂದ ಅಡಿಗೆರೆ ಹಾಕಿಕೊಂಡಿದ್ದೇನೆ. ಏಕೆಂದರೆ ಆ ಬುಟ್ಟಿಯಲ್ಲಿ ಕಾಡತೂಸು ಮತ್ತು ಮದ್ದುಗುಂಡುಗಳ ಪೆಟ್ಟಿಗೆಗಳನ್ನು ನೋಡಿದ ಮೇಲೆ ನಾನು ನೇರಳೆ ಹಣ್ಣುಗಳ ಆಸೆಯನ್ನು ಶಾಶ್ವತವಾಗಿ ಬಿಟ್ಟುಬಿಟ್ಟಿದ್ದೆ.

ಆದರೆ ಈಗ ಬಹಳ ವರ್ಷಗಳ ನಂತರ, ನನ್ನ ಬಾಯಲ್ಲಿ ನೇರಳೆ ಹಣ್ಣಿನ ರುಚಿಯನ್ನು ಅನುಭವಿಸುವುದರ ಜೊತೆಗೆ, ವಿನಾಶದ ನಡುವೆಯೂ ಸೃಷ್ಟಿಯ ಬೀಜಗಳನ್ನು ಬಿತ್ತಬಹುದು ಎಂಬುದನ್ನು ಅರ್ಥ ಮಾಡಿಕೊಳ್ಳುತ್ತಿದ್ದೇನೆ. ಎಲ್ಲವನ್ನೂ ಛಿದ್ರಗೊಳಿಸುವ ಸ್ಫೋಟದ ಹೊರತಾಗಿಯೂ, ಸೌಂದರ್ಯ ಉಳಿದಿರುತ್ತದೆ. ಆದರೆ ಮೌನಳು ದೊಡ್ಡ ಬೆಂಕಿ ಕಿಡಿಯ ಲಯದ ಭಾಗವೂ ಆಗಬಲ್ಲಳು.

❑❑❑

ಭಾಗ 2

ಸಮುದ್ರ

ರಘು

ವಿಶಾಖಪಟ್ನಂ ಬಂದರಿನಲ್ಲಿ 'ಜಲದೂತ' ನನಗಾಗಿ ಕಾದು ನಿಂತಂತೆ ತೋರುತ್ತಿತ್ತು. ನಾನು ಅದರ ಹತ್ತಿರ ಬಂದಾಗ, ನನಗೆ ನಮಸ್ಕರಿಸಿ ಸ್ವಾಗತಿಸುವಂತೆ ತನ್ನ ಮುಂಭಾಗವನ್ನು ಮೇಲೆ ಕೆಳಗೆ ಕುಲುಕಿಸಿತು. ನಾನು ಕೈ ಎತ್ತಿ ಅದಕ್ಕೆ ವಿಶ್ ಮಾಡಿ ಆರು ತಿಂಗಳವರೆಗೆ ಅದರ ಅಪ್ಪುಗೆಯೊಳಗೆ ಹೋದೆ.

ಹಡಗಿನ ಇತರ ಒಡನಾಡಿಗಳನ್ನು ಭೇಟಿ ಮಾಡುವ ಬದಲು, ನಾನು ನೇರವಾಗಿ ಎಂಜಿನ್ ಕೋಣೆಗೆ ಹೋದೆ. ಜನರೇಟರ್‌ಗಳ ಶಬ್ದ ಮತ್ತು ಯಂತ್ರಗಳ ಕಂಪನದ ನಡುವೆ, ಯಂತ್ರಗಳಲ್ಲಿ ಚಲಿಸುವ ಶಕ್ತಿಯ ಜೊತೆಗೆ ನನ್ನ ಅಪಧಮನಿಗಳ ಪ್ರವಾಹ ತಾಳಮೇಳ ಹೊಂದಿಸಿಕೊಳ್ಳುವವರೆಗೆ, ಡೀಸೆಲ್ ಮತ್ತು ಮೊಬಿಲ್ ಆಯಿಲ್‌ನ ದುರ್ಗಂಧ ನನ್ನ ಉಸಿರಾಟದ ನಾಳಗಳಲ್ಲಿ ಜಾಗ ಪಡೆಯುವವರೆಗೆ ಮತ್ತು ನನ್ನೊಳಗಿನ ಅರ್ಧ ಆದಿವಾಸಿ ಮತ್ತು ಅರ್ಧ ಲೋಹದ ವ್ಯಕ್ತಿಯ ನಡುವೆ ಸ್ಪಷ್ಟವಾದ ವಿಭಾಗವಾಗುವವರೆಗೆ ಬಹಳ ಹೊತ್ತು ಹಾಗೇ ನಿಂತಿದ್ದೆ.

ತದನಂತರ ಎಂಜಿನ್ ಕೋಣೆಯಿಂದ ಹೊರಬಂದು, ಕಬ್ಬಿಣದ ಮೆಟ್ಟಿಲುಗಳನ್ನು ಹತ್ತಿ ಡೆಕ್ ಮೇಲೆ ಬಂದೆ. ಹಡಗು ಈಗ ಆಂಧ್ರಪ್ರದೇಶದ ತೀರ ಪ್ರದೇಶಗಳನ್ನು ಬಿಟ್ಟು ಬಹಳ ಮುಂದೆ ಸಾಗಿತ್ತು. ಈ ಬಾರಿ ಜಲದೂತನ ಡೆಕ್ ಮೇಲೆ ಕಬ್ಬಿಣದ ಕಂಟೈನರ್‌ಗಳನ್ನು ತುಂಬಲಾಗಿತ್ತು. ಈ ಆರು ತಿಂಗಳ ಅವಧಿಯಲ್ಲಿ, ಜಲದೂತ ಎಲ್ಲೆಲ್ಲಿಂದ ಏನೇನನ್ನು ಹೊತ್ತುಕೊಂಡು ಎಲ್ಲೆಲ್ಲಿಗೆ ತಲುಪಿಸಿರಬಹುದು. ಈಗ ಅದು ಬೈಲಾಡಿಲಾ ಬೆಟ್ಟಗಳಿಂದ ತೆಗೆದ ಅದಿರನ್ನು ತುಂಬಿಕೊಂಡು ಜಪಾನ್‌ಗೆ ಹೋಗುತ್ತಿತ್ತು.

ಕೆಲವು ದಿನಗಳಲ್ಲಿ ನಮ್ಮ ಹಡಗು ಜಪಾನಿನ ನಾಗಸಾಕಿ ಬಂದರನ್ನು ತಲುಪಿತು. ವಿಶಾಖಪಟ್ನಂನಿಂದ ನಾಗಸಾಕಿಯವರೆಗಿನ ಈ ಪ್ರಯಾಣಕ್ಕೆ ಯಾವುದೇ ಅಡ್ಡಿಯಾಗಲಿಲ್ಲ. ಹವಾಮಾನವು ತುಂಬಾ ಅನುಕೂಲಕರವಾಗಿತ್ತು, ಆದರೆ ಈ ಬಾರಿ ನನ್ನ ಗಮನವು ನೈಸರ್ಗಿಕ ನೋಟ ಅಥವಾ ಹಡಗಿನ ಯಾಂತ್ರಿಕ ಜಟಿಲತೆಗಳ ಮೇಲೆ ಅಲ್ಲ, ಬಂದರುಗಳಲ್ಲಿ ನಡೆಯುತ್ತಿರುವ 'ಸರಕುಗಳನ್ನು' ಏರಿಸುವ–ಇಳಿಸುವುದರ ಮೇಲೆ ಹೆಚ್ಚಾಗಿತ್ತು. ಮಧ್ಯ

ಏಷ್ಯಾದ ಕರಾವಳಿ ಪ್ರದೇಶಗಳಲ್ಲಿ ಆಮದು-ರಫ್ತು ವ್ಯಾಪಾರದಲ್ಲಿ ಭಾರಿ ಏರಿಕೆಯಾಗಿದೆಎಂದು ಅನುಭವಕ್ಕೆ ಬಂದಿತು. ವಿಶೇಷವಾಗಿ ಚೀನಾ ಮತ್ತು ಜಪಾನ್ ಬಂದರುಗಳಲ್ಲಿ ಹಡಗುಗಳ ಗುಂಪು ಹೆಚ್ಚುತ್ತಿತ್ತು. ಒಂದೇ ವ್ಯತ್ಯಾಸವೆಂದರೆ ಜಪಾನ್ ಆಮದು ಮಾಡಿಕೊಳ್ಳುವಲ್ಲಿ ಮತ್ತು ಚೀನಾ ರಫ್ತಿನ ಮೇಲೆ ಹೆಚ್ಚು ಗಮನ ಹರಿಸುತ್ತಿದ್ದವು.

ಈ ಎಲ್ಲಾ ವಿಷಯಗಳ ಬಗ್ಗೆ ಮೊದಲು ನಾನು ಗಮನ ಹರಿಸಿರಲಿಲ್ಲ. ಆದರೆ 'ಸರಕಿ'ನ ಬಗ್ಗೆ ಅಲ್ಪ ಸ್ವಲ್ಪ ಜ್ಞಾನ ಸಿಕ್ಕಾಗಿನಿಂದ, ವಿಷಯಗಳನ್ನು ಸ್ವಲ್ಪ ವಿಭಿನ್ನವಾಗಿ ನೋಡಲಾರಂಭಿಸಿದ್ದೇನೆ. ನೋಡನೋಡುತ್ತಲೇ ಕೇವಲ ಮೂರು ವರ್ಷಗಳಲ್ಲಿ ಚೀನಾ ವಿಶ್ವದ ಅತಿದೊಡ್ಡ ರಫ್ತುದಾರ ದೇಶವಾಯಿತು. ಚೀನಾದ ಕಾರಣದಿಂದಾಗಿ ದೀರ್ಘಕಾಲದವರೆಗೆ ನಷ್ಟದಲ್ಲಿ ಓಡುತ್ತಿದ್ದ ವಿವಿಧ ದೇಶಗಳ ಅನೇಕ ಹಡಗು ಕಂಪನಿಗಳು ಪುನಶ್ಚೇತನಗೊಂಡವು. ಏಷ್ಯಾದ ದೇಶಗಳಿಗೆ, ಸಮುದ್ರ ವ್ಯಾಪಾರಕ್ಕೆ ಇದು ಸುವರ್ಣ ಅವಧಿಯಾಗಿತ್ತು. ಆದರೆ ಆರ್ಥಿಕ ಅಭಿವೃದ್ಧಿಯ ಈ ಅಲೆ, ಇದ್ದಕ್ಕಿದ್ದಂತೆ ಬಾನೆತ್ತರಕ್ಕೆ ಏರಿತ್ತು. ಅದು ನೆಲಕ್ಕೆ ಬಂದು ಅಪ್ಪಳಿಸಿದಾಗ ಏನಾಗುತ್ತದೆ ಎಂದು ಯಾರಿಗೂ ತಿಳಿದಿರಲಿಲ್ಲ.

ಇಷ್ಟು ಜೋರಾಗಿ ನಡೆಯುತ್ತಿರುವ ಜಾಗತಿಕ ಕೆಲಸ ಕೇವಲ ಎರಡು-ಮೂರು ತಿಂಗಳಲ್ಲಿ ಹಠಾತ್ತಾಗಿ ಸ್ಥಗಿತಗೊಂಡು, ಸಮುದ್ರದಲ್ಲಿ ತೇಲುವ ಹಡಗುಗಳು ಹಗಲು ರಾತ್ರಿ ಲಂಗರು ಹಾಕಿಕೊಂಡು ನಿಲ್ಲಬೇಕಾಗುತ್ತದೆ ಎಂದು ಯಾರೂ ನಿರೀಕ್ಷಿಸಿರಲಿಲ್ಲ.

ಅಂತಿಮವಾಗಿ ಒಂದು ದಿನ ನಮ್ಮ ಹಡಗಿಗೂ ಕೂಡ ಆರ್ಥಿಕ ಹಿಂಜರಿತದ ಬಿಸಿ ಮುಟ್ಟಿತು. ನಾಗಸಾಕಿಯಿಂದ ಶಾಂಘೈಗೆ ನಿರ್ಧಾರವಾದ ನಮ್ಮ ಪ್ರವಾಸವನ್ನು ರದ್ದುಗೊಳಿಸಲಾಯಿತು. ಹವಾಮಾನ ಅಥವಾ ಯಾವುದೇ ಯಾಂತ್ರಿಕ ಕಾರಣದಿಂದ ಅಲ್ಲ, ಬದಲಿಗೆ ನಮ್ಮ ಶಿಪ್ಪಿಂಗ್ ಕಂಪನಿ ಒಪ್ಪಂದ ಮಾಡಿಕೊಂಡಿದ್ದ ಜಪಾನಿನ ಇಂಪೋರ್ಟ್ ಎಕ್ಸ್‌ಪೋರ್ಟ್ ಕಂಪನಿ ಮುಳುಗಿಹೋಗಿತ್ತು.

ಈಗ ಕಳೆದ ಏಳು ದಿನಗಳಿಂದ ನಮ್ಮ ಖಾಲಿ ಹಡಗು ಸುಮ್ಮನೆ ಕುಲುಕಾಡುತ್ತಿತ್ತು ಮತ್ತು ಹಡಗಿನ ನೌಕರರಾದ ನಾವೆಲ್ಲರೂ ಹಗಲು ರಾತ್ರಿಗಳನ್ನು ಕೆಲಸವಿಲ್ಲದೆ ಸುಮ್ಮನೆ ಕಳೆಯುತ್ತಿದ್ದೆವು. ಆಡಬಹುದಾದ ಎಲ್ಲಾ ಕಾರ್ಡ್ಸ್ ಮತ್ತು ಚೆಸ್ ಆಟಗಳನ್ನು ಆಡಿ ಮುಗಿಸಲಾಗಿತ್ತು. ಈಗ ಮಾಡಲು ಏನೂ ಇಲ್ಲ, ಹೇಳಲು ಕೇಳಲು ಏನೂ ಉಳಿದಿಲ್ಲ. ಕೇವಲ ಒಂದು ಸಂಗತಿ ಎಲ್ಲರನ್ನೂ ಸಮಾನವಾಗಿ ಕಾಡುತ್ತಿತ್ತು – ಮತ್ತದೇ ಬೇಸರ.

ಬೇಸರವು ಯಾವುದೇ ದೊಡ್ಡ ಏರುಪೇರಿಗಿಂತ ಕೆಟ್ಟ ವಿಷಯ ಎಂದು ನನಗೆ ಆಗ ತಿಳಿದಿರಲಿಲ್ಲ. ಬೇಸರಗೊಂಡ ಮನುಷ್ಯ ಏನು ಬೇಕಾದರೂ ಮಾಡಬಲ್ಲ ಮತ್ತು ಎಂತಹ ಅತಿರೇಕಕ್ಕೂ ಹೋಗಬಲ್ಲ.

ಆ ದಿನಗಳಲ್ಲಿ 'ಜಲದೂತ' ತುಂಬಾ ಬೇಜಾರಾದಂತೆ ಕಾಣುತ್ತಿತ್ತು ಮತ್ತು ಕ್ಯಾಪ್ಟನ್ ದತ್ ಅವರ ರಹಸ್ಯ ಭೂಗತ ಕಾರ್ಯಾಚರಣೆಗಳ ವ್ಯಾಪ್ತಿಯು ವಿಸ್ತಾರವಾಗಿತ್ತು. ಅವರು ಯಾವ ಕಾಲ್ಪನಿಕ ಯುದ್ಧಗಳನ್ನು ನಡೆಸುತ್ತಿದ್ದಾರೆಂದು ತಿಳಿಯುವುದು ಕಷ್ಟಕರವಾಗಿತ್ತು, ಆದರೆ ಅವರ

ಆಕ್ರಮಣವು ಈಗ ಹುಚ್ಚುತನದ ಮಿತಿಯನ್ನು ಮುಟ್ಟುತ್ತಿದೆ ಎಂಬುದು ಸ್ಪಷ್ಟವಾಗಿತ್ತು. ಅವರ ದೈನಂದಿನ ಚರ್ಚೆಗಳಲ್ಲಿ ಮತ್ತು ನಡವಳಿಕೆಯಲ್ಲಿ ಹಠಮಾರಿತನ, ಸ್ವಲ್ಪ ಅಸಹಿಷ್ಣುತೆ ಮತ್ತು ಖಿನ್ನತೆಯಿತ್ತು. ಕೆಲವೊಮ್ಮೆ ಅವರು ಎಲ್ಲೋ ಕಳೆದುಹೋದಂತೆ, ದುಃಖದಲ್ಲಿರುವಂತೆ ಕಾಣುತ್ತಿದ್ದರು, ಕೆಲವೊಮ್ಮೆ ಯಾವುದೇ ಕಾರಣವಿಲ್ಲದೆ ಕೋಪಗೊಳ್ಳುತ್ತಿದ್ದರು. ಕ್ರಮೇಣ ಹಡಗಿನ ಎಲ್ಲಾ ಉದ್ಯೋಗಿಗಳು ಅವರಿಂದ ತಪ್ಪಿಸಿಕೊಳ್ಳುತ್ತ, ದೂರ ಸರಿಯಲು ಪ್ರಾರಂಭಿಸಿದರು. ಸಾಧ್ಯವಾದಷ್ಟು ಅವರ ಮುಂದೆ ಬರುತ್ತಿರಲಿಲ್ಲ. ಅಕಸ್ಮಾತ್ ಮುಂದೆ ಬಂದರೆ ಕ್ಯಾಪ್ಟನ್ ದತ್ ಹೇಳಿದ್ದನ್ನು ಕೇಳಿ, ಬಹಳ ವಿಧೇಯರಂತೆ ತಲೆಯಾಡಿಸಿ ಹೋಗುತ್ತಿದ್ದರು.

ಉದ್ಯೋಗಿಗಳಲ್ಲಿ ಅವರ ಬಗ್ಗೆ ಇನ್ನೂ ಗೌರವವಿತ್ತು. ಅವರಲ್ಲಿ ಯಾರೂ ಕ್ಯಾಪ್ಟನ್ ದತ್ ಮಾತಿಗೆ ಕೆಟ್ಟದಾಗಿ ಭಾವಿಸುತ್ತಿರಲಿಲ್ಲ. ಆದರೆ ಬೆನ್ನ ಹಿಂದೆ ಗೇಲಿ ಮಾಡುತ್ತಿದ್ದರೋ ಗೊತ್ತಿಲ್ಲ.

ನನಗೆ ಅವರ ಬಗ್ಗೆ ಯಾವುದೇ ಸಹಾನುಭೂತಿ ಇರಲಿಲ್ಲ. ಆದ್ದರಿಂದ ಅವರ ಕಾಲ್ಪನಿಕ ಯುದ್ಧಗಳ ಪ್ರಪಂಚದಿಂದ ಅವರನ್ನು ಹೇಗೆ ಹೊರತರುವುದು ಎಂದು ಯಾವಾಗಲೂ ಯೋಚಿಸುತ್ತಿದ್ದೆ. ಅವರ ಮನಸ್ಸಿನಲ್ಲಿ ಏನಾಗುತ್ತಿದೆ ಎಂದು ತಿಳಿದುಕೊಳ್ಳುವುದು ಕಷ್ಟಕರವಾಗಿತ್ತು. ಮುಖಭಾವದಿಂದ ಕೂಡ ಏನನ್ನೂ ಊಹಿಸಲಾಗುತ್ತಿರಲಿಲ್ಲ. ದಿನದಿಂದ ದಿನಕ್ಕೆ ಮಂಕಾಗುತ್ತಿದ್ದ ಅವರ ಗಡ್ಡ ಬಹುತೇಕ ಕಳೆಯ ರೂಪ ಪಡೆದಿತ್ತು. ಜೊತೆಗೆ ಅವರ ಕಣ್ಣುಗಳಲ್ಲಿ ಒಂದು ರೀತಿಯ ಸಮುದ್ರದ ಉಪ್ಪಿನಂಶ ಇಳಿದು ಬಂದಿತ್ತು.

ಸಮುದ್ರದೊಂದಿಗೆ ನಿರಂತರವಾಗಿ ಸಂಪರ್ಕದಲ್ಲಿರುವ ಎಲ್ಲದರ ಮೇಲೂ ಸಮುದ್ರದ ಪ್ರಭಾವ ಬೀಳುತ್ತದೆ. ತುಕ್ಕು ಕೇವಲ ಕಬ್ಬಿಣದ ಮೇಲೆ ದಾಳಿ ಮಾಡುವುದಿಲ್ಲ, ಅದು ಜೀವನದ ಸಾಮಾನ್ಯ ಚಟುವಟಿಕೆಗಳಿಂದ ಪ್ರತ್ಯೇಕವಾಗಿರುವ ಜನರ ಮೇಲೂ ದಾಳಿ ಮಾಡುತ್ತದೆ.

ಕ್ಯಾಪ್ಟನ್ ದತ್ ಕಳೆದ ಮೂರು ವರ್ಷಗಳಿಂದ ನೆಲದ ಮೇಲೆ ಕಾಲಿಟ್ಟಿರಲಿಲ್ಲ. ಹಡಗಿನಲ್ಲಿದ್ದ ಅವರ ಕ್ಯಾಬಿನ್ ಈಗ ಬಹುತೇಕ ಸಮಾಧಿಯಾಗಿ ಮಾರ್ಪಟ್ಟಿತ್ತು.

❑❑❑

ಕಾರ್ನಿವಲ್

ಕೊನೆಗೆ ಹದಿನೈದು ದಿನಗಳ ನಂತರ ನಾವು ನಾಗಸಾಕಿಯಿಂದ ಶಾಂಘೈಗೆ ಹೊರಟೆವು. ಆದರೆ ಈ ಬಾರಿ ನಮ್ಮ ಹಡಗು ಖಾಲಿಯಿತ್ತು. ಡೆಕ್‌ನ ಮೇಲೆ ಯಾವುದೇ ಕಂಟೈನರ್‌ಗಳು ಅಥವಾ ನೆಲಮಾಳಿಗೆಯಲ್ಲಿ ಯಾವುದೇ ಸರಕುಗಳಿರಲಿಲ್ಲ. ಖಾಲಿ ಹಡಗನ್ನು ಒಂದು ಬಂದರಿನಿಂದ ಇನ್ನೊಂದು ಬಂದರಿಗೆ ತೆಗೆದುಕೊಂಡು ಹೋಗುವುದು ಹಡಗಿನ ಎಲ್ಲಾ ಸಿಬ್ಬಂದಿಗೆ ಮೊದಲ ಅನುಭವವಾಗಿತ್ತು. ಏನಾಗುತ್ತಿದೆ ಎಂದು ಎಲ್ಲರೂ ಚಿಂತಿತರಾಗಿದ್ದರು. ಮುಂದೆ ಏನಾಗಲಿದೆ ಎಂದು ಕ್ಯಾಪ್ಟನ್ ದತ್ ಅವರನ್ನು ಕೇಳುವ ಧೈರ್ಯ ಯಾರಿಗೂ ಇರಲಿಲ್ಲ. ಹಡಗಿನ ಖಾಲಿತನ ಎಲ್ಲರಿಗೂ ಅಶುಭ ಸಂಕೇತವಾಗಿತ್ತು.

ಒಂದು ರಾತ್ರಿ ನಾಗಸಾಕಿಯಿಂದ ಶಾಂಘೈಗೆ ಪ್ರಯಾಣಿಸುವಾಗ, ಕ್ಯಾಪ್ಟನ್ ದತ್ ಹಡಗಿನ ಮುಂಭಾಗದಲ್ಲಿ ರೇಲಿಂಗ್ ಹಿಡಿದು ನಿಂತಾಗ, ನಾನು ಸದ್ದಿಲ್ಲದೆ ಅವರ ಬಳಿಗೆ ಹೋಗಿ ನಿಂತೆ.

ಕಳೆದ ಹಲವು ದಿನಗಳಿಂದ ನನ್ನ ಮತ್ತು ಅವರ ನಡುವೆ ಯಾವುದೇ ಮಾತುಕತೆ ನಡೆದಿರಲಿಲ್ಲ. ಆದರೆ ನನಗೆ ಗೊತ್ತಿತ್ತು, ಬಹುಶಃ ಅವರಿಗೂ ಗೊತ್ತಿತ್ತು, ಯಾವುದೋ ಒಂದು ವಿಷಯ ಅನುಕೂಲಕರ ಕ್ಷಣಕ್ಕಾಗಿ ಕಾಯುತ್ತಿದೆ ಎಂದು – ನಾವಿಬ್ಬರೂ ಒಬ್ಬರನ್ನೊಬ್ಬರು ನೋಡುವ ಕ್ಷಣ ಬರುತ್ತದೆ ಮತ್ತು ಆ ಕ್ಷಣದಲ್ಲಿ ಈ ಹಾದುಹೋಗುವ ಸಮಯವು ತನ್ನ ಧ್ವನಿಯನ್ನು ಕಂಡುಕೊಳ್ಳುತ್ತದೆ.

ಆ ರಾತ್ರಿ ಅವರು ನೀರಿನ ಮೇಲ್ಮೈಯಲ್ಲಿ ಯಾವ ಘಟನೆಗಳನ್ನು ವೀಕ್ಷಿಸುತ್ತಿದ್ದರು ಎಂದು ಊಹಿಸುವುದು ಕಷ್ಟವಿತ್ತು. ಆದರೆ ಅವರ ನಿಶ್ಶಬ್ದ ಮತ್ತು ಸ್ಥಿರವಾದ ನೋಟವನ್ನು ನೋಡಿದರೆ ಅವರ ಮುಂದೆ ಏನೂ ನಡೆಯುತ್ತಿಲ್ಲ ಎಂದು ತೋರುತ್ತಿತ್ತು. ಬದಲಿಗೆ, ಯಾವುದೋ ಒಂದು ಘಟನೆ ಸಂಭವಿಸಿದೆ, ಅದು ಸಂಭವಿಸಿದ ನಂತರದಲ್ಲಿ ಅಳಿದುಳಿದುದನ್ನು ಅವರು ನೋಡುತ್ತಿದ್ದಾರೆ ಎನಿಸುತ್ತಿತ್ತು.

ಕ್ಯಾಪ್ಟನ್ ದತ್ ಅವರಿಗೆ 'ಪ್ರತ್ಯಕ್ಷವಾಗಿ' ಸಂಭವಿಸಿದ ಘಟನೆಯ ಯಾವುದೇ ಮೂಲವನ್ನು ಹಿಡಿಯಲು ನನಗೆ ಸಾಧ್ಯವಾಗಲಿಲ್ಲ. ನಮ್ಮಿಬ್ಬರ ನಡುವೆ ನಡೆದ ಸಂಭಾಷಣೆಯ ಸಾರವೂ ನನಗೆ ಅರ್ಥವಾಗಲಿಲ್ಲ. ಇದು ಸಂದರ್ಭವೇ ಇಲ್ಲದ ಸಂಭಾಷಣೆಯಾಗಿತ್ತು. ಆ ಸಮಯದಲ್ಲಿ,

ಕ್ಯಾಪ್ಟನ್ ದತ್ ಏನು ಹೇಳುತ್ತಿದ್ದಾರೆಂದು ನನಗೆ ಅರ್ಥವಾಗದಿದ್ದಾಗ, ನಾನೇಕೆ ಯಾವುದೇ ಕುತೂಹಲವನ್ನು ವ್ಯಕ್ತಪಡಿಸಲಿಲ್ಲ ಎಂದು ನೆನಪಿಸಿಕೊಂಡಾಗ ನನಗೆ ತುಂಬಾ ಆಶ್ಚರ್ಯವಾಗುತ್ತದೆ. ಆ ರಾತ್ರಿ ನಮ್ಮಿಬ್ಬರ ನಡುವಿನ ಆ ಸುದೀರ್ಘ ಮಾತುಕತೆ ಯಾವ ಅಡ್ಡಿಯೂ ಇಲ್ಲದೆ ಹೇಗೆ ಸಾಧ್ಯವಾಯಿತು ಎಂಬುದು ನನಗೆ ಇನ್ನೂ ಅರ್ಥವಾಗುತ್ತಿಲ್ಲ.

ನಾನು ಮೊದಲೇ ನಿರೀಕ್ಷಿಸಿದಂತೆ, ನಾವಿಬ್ಬರೂ ಸಮುದ್ರವನ್ನು ನೋಡುವುದನ್ನು ಬಿಟ್ಟು, ಒಬ್ಬರನ್ನೊಬ್ಬರು ನೋಡುವ ಹಾಗೂ ನಮ್ಮ ನಡುವೆ ಸಂಭಾಷಣೆ ಪ್ರಾರಂಭವಾಗುವ ಕ್ಷಣ ಬಂತು. ಆ ಕ್ಷಣ ಬಂದ ಕೂಡಲೇ ಕ್ಯಾಪ್ಟನ್ ದತ್ ಹೇಳಿದರು,

"ಅಂಥ ವಿಶೇಷವಾಗಿ ಕೆಟ್ಟದ್ದೇನೂ ಅನಿಸುತ್ತಿಲ್ಲ ನನಗೆ... ಏನಾಗಲಿದೆ ಎಂದು ನನಗೆ ಮೊದಲೇ ಗೊತ್ತಿತ್ತು."

ಅವರಿಗೆ ಈಗಾಗಲೇ ಏನು ಗೊತ್ತಿದೆ? ನನಗೇನೂ ಗೊತ್ತಿರಲಿಲ್ಲ. ಆದರೆ ಏನೂ ತಿಳಿಯದೆ ನಾನು ಹೇಳಿದೆ, "ನೀವು ಹೇಳಿದ್ದು ಸರಿ. ಈಗ ಉಳಿದಿರುವುದು ಪರಿಣಾಮಗಳನ್ನು ಎದುರಿಸುವುದು ಮಾತ್ರ."

ನಾನು ಯಾವ ಸಂದರ್ಭದಲ್ಲಿ ಈ ಮಾತು ಹೇಳಿದೆನೋ ಗೊತ್ತಿಲ್ಲ. ಆದರೆ ಕ್ಯಾಪ್ಟನ್ ದತ್ ಮೊದಲು ನನ್ನ ಹೇಳಿಕೆಗೆ ತಲೆ ಅಲ್ಲಾಡಿಸಿದರು. ಸ್ವಲ್ಪ ಹೊತ್ತು ಯೋಚಿಸಿ, ನಕಾರಾತ್ಮಕವಾಗಿ ತಲೆ ಅಲ್ಲಾಡಿಸಿ ಹೇಳಿದರು,

"ಇಲ್ಲಿ ಯಾರೂ ಹಳೆಯ ವಸ್ತುಗಳನ್ನು ಸಂಭಾಳಿಸಿ ಇಡುವುದಿಲ್ಲ, ಅವುಗಳನ್ನು ಬಿಟ್ಟು ಬಿಡಲಾಗುತ್ತದೆ ಅಥವಾ ಒಡೆದುಬಿಡಲಾಗುತ್ತದೆ."

"ಹೌದು... ದುರದೃಷ್ಟವಶಾತ್, ಸಾಮಾನ್ಯವಾಗಿ ಎಲ್ಲ ವಸ್ತುಗಳ ಜೊತೆಗೆ ಹೀಗೆಯೇ ಆಗುತ್ತದೆ."

ಅವರು ಯಾವ ಹಳೆಯ ವಸ್ತುಗಳನ್ನು, ಯಾವ ನಿರ್ದಿಷ್ಟ ಅರ್ಥದಲ್ಲಿ ನೋಡುತ್ತಿದ್ದಾರೆಂದು ನನಗೆ ತಿಳಿದಿರಲಿಲ್ಲ. ಆದರೆ ಅವೆಲ್ಲವೂ ನನಗೆ ಚಿರಪರಿಚಿತ ವಿಷಯಗಳೆಂಬಂತೆ ಮಾತನಾಡುತ್ತಿದ್ದೆ.

"ಹೂಂ...", ಸ್ವಲ್ಪ ಹೊತ್ತು ತಲೆಯಾಡಿಸುತ್ತಲೇ ಇದ್ದರು. ತಮ್ಮ ಗಡ್ಡವನ್ನು ತುರಿಸಿಕೊಳ್ಳುತ್ತಾ ಏಕಾಗ್ರತೆಯಿಂದ ಸ್ವಲ್ಪ ಯೋಚಿಸಿ, "ಈ ಬಾರಿ ಯಾವುದೇ ರೀತಿಯ ಪರಿಹಾರ ಸಿಗುವುದೆಂದು ನನಗನಿಸುವುದಿಲ್ಲ."

"ಹೇಗಿದ್ದರೂ!" ನಾನು ಪ್ರಬುದ್ಧ ವ್ಯಕ್ತಿಯಂತೆ ಉತ್ತರಿಸಿದೆ, "ಯಾವುದೇ ಪರಿಹಾರ ಸಿಗುವುದಿಲ್ಲ ಎಂದಾಗ ಕಾಯುವಿಕೆ ಮಾತ್ರ ಉಳಿಯುತ್ತದೆ ಎಂದು ಕನಿಷ್ಠ ನಮ್ಮನ್ನು ನಾವು ಸಮಾಧಾನಪಡಿಸಿಕೊಳ್ಳಬಹುದು."

ಈ ಬಿಕ್ಕಟ್ಟನ್ನು ಹೋಗಲಾಡಿಸಲು ಯಾವ ಪರಿಹಾರಗಳ ಬಗ್ಗೆ ಚರ್ಚಿಸಲಾಗುತ್ತಿದೆಯೆಂದು ದೇವರೇ ಬಲ್ಲ. ಆದರೆ ಈ ಬಾರಿಯೂ ಪರಿಹಾರ ಇಲ್ಲದ ಕಾರಣ ಕಾಯುವಿಕೆಯ ಮೇಲೆ

ಹಾಕಿದೆ; ಈ ಮೊದಲು ಹಲವು ವಿಷಯಗಳನ್ನು ದುರದೃಷ್ಟದ ಮೇಲೆ ಹಾಕಿದಂತೆ.

"ನಾನು ದೀರ್ಘಕಾಲ ಬದುಕಲು ಯಾವುದೇ ಕಾರಣವಿಲ್ಲ."

ಈ ಮಾತನ್ನು ಸಾಮಾನ್ಯ ಪರಿಸ್ಥಿತಿಯಲ್ಲಿ ಹೇಳಿದ್ದರೆ, ಯಾವುದೇ ಸಾಮಾನ್ಯ ವ್ಯಕ್ತಿಗೆ ಇದು ತುಂಬಾ ಗಂಭೀರವಾದ ವಿಷಯವಾಗಬಹುದಿತ್ತು. ಆದರೆ ಆ ಸಮಯದಲ್ಲಿ ನಾವಿಬ್ಬರೂ ಬಹುತೇಕ ಒಂದು ರೀತಿಯ ಆಬ್ಸೆಷನ್‌ನಲ್ಲಿದ್ದೆವು ಮತ್ತು ಏನೇ ಹೇಳುತ್ತಿದ್ದರೂ ಅದಕ್ಕೆ ನೇರ ಅರ್ಥ ಅಥವಾ ಅಭಿಪ್ರಾಯವಿರಲಿಲ್ಲ. ಬದುಕಲು ಯಾವುದೇ ಕಾರಣವಿಲ್ಲ ಎಂಬುದನ್ನು ಕೂಡ ಅಷ್ಟೇ ಸಾಮಾನ್ಯ ರೀತಿಯಲ್ಲಿ ತೆಗೆದುಕೊಂಡೆ.

"ಇದರ ಬಗ್ಗೆ ಏನಾದರೂ ಮಾಡಬಹುದು" ಎಂದು ನಾನು ಹೇಳಿದೆ, "ಇಲ್ಲಿಯವರೆಗೆ ಹೇಗೆ ನಮ್ಮ ಜೀವನೋಪಾಯವು ನಡೆಯುತ್ತಿದೆಯೋ, ಅದು ಮುಂದೆಯೂ ನಡೆಯುತ್ತದೆ."

ಸ್ವಲ್ಪ ಹೊತ್ತು ಅವರು ಏನೂ ಹೇಳದೇ ನಿಂತಿದ್ದರು. ನಂತರ ನನ್ನ ಕಡೆಗೆ ಮುಖ ಮಾಡಿ, "ಜೀವನ ಈಗ ಅನಿಶ್ಚಿತವಾಗಿದೆ" ಅವರು ತಮ್ಮ ತುಟಿಗಳನ್ನು ನನ್ನ ಕಿವಿಯ ಹತ್ತಿರಕ್ಕೆ ತಂದು ಪಿಸುಗುಟ್ಟಿದರು, "ನನ್ನ, ನಿನ್ನ ಮತ್ತು ಇತರರನ್ನು ಅವಲಂಬಿಸಿರುವ ಎಲ್ಲರಿಗೂ ಅನಿಶ್ಚಿತವಾಗಿದೆ."

"ನಾನು ಸಂಪೂರ್ಣವಾಗಿ ಒಪ್ಪುತ್ತೇನೆ" ಎಂದು ತಕ್ಷಣ ಹೇಳಿದೆ, "ಆದರೂ, ಏನೇ ಆಗಲಿ ನಾವು ಸಂಭಾಳಿಸಿಕೊಳ್ಳುತ್ತೇವೆ ಎಂದು ನನಗನಿಸುತ್ತದೆ."

ಅವರು ಯಾವ ರೀತಿಯ ಅನಿಶ್ಚಿತತೆಯ ಬಗ್ಗೆ ಮಾತನಾಡುತ್ತಿದ್ದಾರೆಂದು ನನಗೆ ಗೊತ್ತಿಲ್ಲ. ನನ್ನ ಮುಖವನ್ನು ನೋಡಿದಾಗ, ನಾನು ಗೊತ್ತಿಲ್ಲದೆ ಏನೇನೋ ಹೇಳುತ್ತಿದ್ದೇನೆ ಎಂದು ಅವರಿಗೆ ಅನಿಸಿತು.

"ನೀನ್ಯಾಕೆ ಇಷ್ಟು ವಿಚಿತ್ರವಾಗಿ ಮಾತನಾಡುತ್ತಿದ್ದೀಯಾ?" ಇದ್ದಕ್ಕಿದ್ದಂತೆ ಅವರ ಧ್ವನಿ ಜೋರಾಯಿತು. "ಏನೇನೆಲ್ಲಾ ಆಗಿದೆ ಮತ್ತು ಏನೇನೆಲ್ಲಾ ಆಗಲಿದೆ ಎಂದು ನಿನಗೆ ತಿಳಿದಿಲ್ಲವೇ?"

ನಾನು ಏನೇನೆಲ್ಲಾ ಆಗಿದೆ ಮತ್ತು ಏನೇನೆಲ್ಲಾ ಆಗಲಿದೆ ಎಂದು ತಿಳಿಯಲು ಪ್ರಯತ್ನಿಸಲಿಲ್ಲ. ಆದರೂ ರಾತ್ರಿಯಾಗುತ್ತಿದ್ದಂತೆ ನಮ್ಮ ಮಾತುಕತೆ ತೀವ್ರವಾಯಿತು. ಅಜ್ಞಾತ ಸ್ಥಳದಲ್ಲಿ ಕೆಲವು ಪದಗಳ ಮತ್ತು ಚಿತ್ರಗಳ ಆಟ ನಡೆಯುತ್ತಿದೆ ಎಂದು ನನಗೆ ಅನಿಸುತ್ತಿತ್ತು. ನಮ್ಮ ಮಾತುಗಳ ತುಣುಕುಗಳು ಅನಂತತೆಯಲ್ಲಿ ಚದುರಿಹೋಗಿ ಯಾವುದೇ ಮಿತಿಯಿಲ್ಲದೆ ಅಲೆದಾಡುತ್ತಿದ್ದವು. ಆರಂಭದಲ್ಲಿ ನನ್ನ ಉದ್ದೇಶ ಕ್ಯಾಪ್ಟನ್ ದತ್ ಅವರ ಭಾವನೆಗಳನ್ನು ಅಳೆಯುವುದು ಮಾತ್ರವಾಗಿತ್ತು. ಆದರೆ ಅವರೊಳಗೆ ಏನಾಗುತ್ತಿದೆ ಎಂದು ತಿಳಿಯುವ ಬದಲು, ಏನೂ ಅರ್ಥವಾಗದೆ, ಏನನ್ನೂ ತಿಳಿಯದೆ ನಾನು ಅವರ ಮಾತಿನ ಅಲೆಗಳಲ್ಲಿ ತೇಲಿ ಹೋದೆ.

"ಇಂದು ಈ ಹಡಗು ಖಾಲಿಯಾಗಿ ಹಿಂತಿರುಗುತ್ತಿದೆ, ಇನ್ನು ಮುಂದೆ ಹಾಲು ಕೊಡಲು ಅಥವಾ ಉಳುಮೆ ಮಾಡಲು ಸಾಧ್ಯವಾಗದ ದನದಂತೆ. ಇಂತಹ ಜಾನುವಾರುಗಳನ್ನು

ಕಸಾಯಿಖಾನೆಗೆ ಕಳುಹಿಸಲಾಗುತ್ತದೆ. ಆದರೆ ಅವುಗಳಿಗೆ ಸೂಕ್ತ ಪ್ರಮಾಣದಲ್ಲಿ ಮೇವು ನೀಡಲಾಗುತ್ತದೆಯೇ, ಇಲ್ಲವೇ ಎಂಬುದರ ಬಗ್ಗೆ ಯಾರೂ ಗಮನ ಹರಿಸುವುದಿಲ್ಲ."

ನಾನು ಈ ಬಾರಿ ಏನನ್ನೂ ಹೇಳಲಿಲ್ಲ. ಒಂದೆರಡು ಕ್ಷಣಗಳ ಮೌನದ ನಂತರ ಮತ್ತೆ ಮಾತು ಆರಂಭಿಸಿದರು, "ಮೊದಲು ಏನಾಗುತ್ತಿತ್ತು ಗೊತ್ತಾ? ಜಗತ್ತಿನಲ್ಲಿ ಎಲ್ಲಿಯಾದರೂ ಕ್ಷಾಮ ಉಂಟಾದಾಗ, ನಮ್ಮ ಹಡಗುಗಳು ಒಂದು ದೇಶದ ಉತ್ಪನ್ನಗಳನ್ನು ಮತ್ತೊಂದು ದೇಶಕ್ಕೆ ಸಾಗಿಸಿ, ಸಾವಿರಾರು ಜನರನ್ನು ಹಸಿವಿನಿಂದ ಬದುಕುಳಿಸುತ್ತಿದ್ದವು. ವಸ್ತುಗಳನ್ನು ಅಗತ್ಯವಿರುವ ಸ್ಥಳಕ್ಕೆ ಕೊಂಡೊಯ್ಯುವುದು ಹಡಗುಗಳ ಪವಿತ್ರ ಕರ್ತವ್ಯವಾಗಿತ್ತು."

ನಾನು ಅವರ ಮಾತುಗಳನ್ನು ಗಮನವಿಟ್ಟು ಕೇಳುತ್ತಿದ್ದೆ. ಈಗ ಏನನ್ನೂ ಹೇಳುವ ಅಗತ್ಯವಿರಲಿಲ್ಲ, ಏಕೆಂದರೆ ವಿಷಯವು ತುಂಬಾ ದೂರ ಹೋಗಿ, ದೊಡ್ಡ ನಿರೂಪಣೆ ಪ್ರಾರಂಭವಾಗುವ ಹಂತವನ್ನು ತಲುಪಿತ್ತು. ಪ್ರಪಂಚದ ಈ ದೊಡ್ಡ ದೊಡ್ಡ ವಿದ್ಯಮಾನಗಳನ್ನು ಗ್ರಹಿಸುವಷ್ಟು ನಾನು ಮಾನಸಿಕವಾಗಿ ಇನ್ನೂ ಪ್ರಬುದ್ಧನಾಗಿಲ್ಲ ಎಂದು ಅರಿತುಕೊಂಡೆ. ಇಲ್ಲಿಯವರೆಗೆ ಬಂದಮೇಲೆ, ಮುಂದೆ ಹೋಗಲು ನನಗೆ ಸ್ವಲ್ಪ ಬೆಂಬಲ ಬೇಕಿತ್ತು. ನಾನು ಮತ್ತೊಮ್ಮೆ ನನ್ನ ಕೈಯನ್ನು ಜೇಬಿನಲ್ಲಿ ಇರಿಸಿ, ಆಗಲೇ ಪರೀಕ್ಷಿಸಿದ ಮತ್ತು ವಿಶ್ವಾಸಾರ್ಹ ಆಸರೆಯನ್ನು ಕೈಯಲ್ಲಿ ಹಿಡಿದು, ಅತ್ಯಂತ ಆತ್ಮವಿಶ್ವಾಸದಿಂದ ಸಿದ್ಧನಾದೆ. ಕ್ಯಾಪ್ಟನ್ ದತ್ ತಮ್ಮ ಮಾತನ್ನು ಮುಂದುವರಿಸಿದರು, "ನಾನು ಇತಿಹಾಸದಲ್ಲಿ ಹಲವಾರು ಪ್ರಮುಖ ನರಮೇಧಗಳನ್ನು ಅಧ್ಯಯನ ಮಾಡಿದ್ದೇನೆ, ಅಲ್ಲಿ ಲಕ್ಷಾಂತರ ಜನರು ಪ್ರತ್ಯಕ್ಷವಾಗಿ ಕೊಲ್ಲಲ್ಪಟ್ಟಿದ್ದರು. ಆದರೆ ಈಗ ಯಾವುದೂ ಪ್ರತ್ಯಕ್ಷವಾಗಿ, ನೇರವಾಗಿ ನಡೆಯುತ್ತಿಲ್ಲ. ಈಗ ಸಮಯ ಹಿಟ್ಲರನ ಬರ್ಬರತೆಯದಲ್ಲ. ಅರೆಸೈನಿಕ ಗ್ಯಾಂಗ್‌ಗಳ ಯುಗವೂ ಮುಗಿದುಹೋಗಿದೆ. ಈಗ ಹಣದುಬ್ಬರ ಎಲ್ಲವನ್ನೂ ನಿರ್ಧರಿಸುತ್ತದೆ. ವಾಲ್ ಸ್ಟ್ರೀಟ್‌ನಲ್ಲಿ ಪ್ರತಿದಿನದ ಕೆಲಸ ಮುಗಿದ ನಂತರ ಎಸೆಯಲ್ಪಟ್ಟ ಸುಕ್ಕುಗಟ್ಟಿದ ಮತ್ತು ಅಲ್ಲಲ್ಲಿ ಚದುರಿದ ಕಾಗದಗಳಲ್ಲಿ ಇಂದು ಯಾವ ದೇಶವನ್ನು ನಾಶಪಡಿಸಲಾಗಿದೆ ಎಂದು ಸ್ಪಷ್ಟವಾಗಿ ಬರೆಯಲಾಗಿರುತ್ತದೆ."

ಈ ಬಾರಿ ನಾನು ಕ್ಯಾಪ್ಟನ್ ದತ್ ಅವರ ಮಾತಿನ ಸಾರವನ್ನು ಅರ್ಥ ಮಾಡಿಕೊಳ್ಳಲು ನನ್ನ ಜೇಬಿನಲ್ಲಿದ್ದ ಚಿಂತಾಮಣಿಯನ್ನು ಹಿಡಿದುಕೊಂಡೆ. ಆದರೆ ಆ ಕಲ್ಲಿನ ಅಜ್ಞಾತ ಶಕ್ತಿಗಳು ಈ ಬಾರಿ ನನಗೆ ಯಾವುದೇ ಸಹಾಯವನ್ನು ನೀಡಲಿಲ್ಲ. ನಾವು ಮಲಗಿರುವ ಮಗುವನ್ನು ಎಬ್ಬಿಸಲು ಕೆನ್ನೆ ಅಥವಾ ಭುಜವನ್ನು ತಟ್ಟಿದಂತೆಯೇ ನಾನು ಕಲ್ಲನ್ನು ನಿಧಾನವಾಗಿ ತಟ್ಟಿದೆ.

ಕ್ಯಾಪ್ಟನ್ ದತ್ ಸ್ವಲ್ಪ ಹೊತ್ತು ಸುಮ್ಮನಾದರು. ತಿರುಗಿ ಚಂದ್ರನ ಬೆಳಕು ಬೀಳುತ್ತಿದ್ದ ವಿಶಾಲವಾದ ಡೆಕ್‌ನ್ನು ನೋಡಿದರು. ನಾನು ಕೂಡ ತಿರುಗಿ ನನ್ನ ಸ್ಥಾನವನ್ನು ಬದಲಾಯಿಸಿದೆ. ಈಗ ನಮ್ಮಿಬ್ಬರ ಬೆನ್ನುಗಳು ರೇಲಿಂಗ್ ಮೇಲೆ ಆನಿಕೊಂಡಿದ್ದವು, ನಮ್ಮ ಮುಂದೆ ಸಮುದ್ರವಲ್ಲ, ಹಡಗಿನ ಖಾಲಿ ಡೆಕ್ ಇತ್ತು. ಕ್ಯಾಪ್ಟನ್ ದತ್ ಆ ವಿಶಾಲವಾದ ಮತ್ತು ಸಮತಟ್ಟಾದ ಡೆಕ್‌ನ್ನು ಏಕಾಗ್ರತೆಯಿಂದ ನೋಡುತ್ತಿದ್ದರು. ಈಗ ಈ ಡೆಕ್ ಇತಿಹಾಸದ ಮತ್ತೊಂದು ಹಂತವಾಗಿ

ಬದಲಾಗಿದೆ ಎಂದು ಸ್ಪಷ್ಟವಾಗಿ, ಎಲ್ಲವೂ ಈಗಲೇ ನಡೆಯುತ್ತಿದೆ ಎಂಬಂತೆ ಅವರ ಮುಂದೆ ಸಮಗ್ರವಾಗಿ ಮೂಡುತ್ತಿತ್ತು.

ಸಮಸ್ಯೆ ಏನೆಂದರೆ, ಅವರ ಕಲ್ಪನೆಯು ಅವರಿಗಾಗಿ ಸೃಷ್ಟಿಸಿದ ದೃಶ್ಯಗಳನ್ನು ನಾನು ನೋಡಲಾಗುವುದಿಲ್ಲ. ಬೇರೊಬ್ಬರ ಕಲ್ಪನೆಯನ್ನು ನಮ್ಮ ಕಣ್ಣುಗಳಿಂದ ನಿಖರವಾಗಿ ನೋಡುವ ಯಾವುದೇ ಸಾಧನಗಳು ನಮ್ಮಲ್ಲಿಲ್ಲ. ಆದರೂ, ಸುಳ್ಳು ಭರವಸೆಯೊಂದಿಗೆ ನಾನು ಚಿಂತಾಮಣಿಯನ್ನು ಒತ್ತಿ ಹಿಡಿದೆ. ಅದು ಮೊದಲ ಕೆಲವು ನಿಮಿಷಗಳವರೆಗೆ ಯಾವುದೇ ಪರಿಣಾಮ ಬೀರಲಿಲ್ಲ. ಕ್ಯಾಪ್ಟನ್ ದತ್ ಏನೇ ಹೇಳುತ್ತಿದ್ದರೂ ಅದು ಆ ಮಾತುಗಳಿಗೆ ದೃಶ್ಯರೂಪವನ್ನು ನೀಡಬೇಕು ಎಂದು ನನ್ನೊಳಗಿನ ಯಾವುದೋ ತಂತ್ರಕ್ಕೆ ಮನವೊಲಿಸಿತು. ಅಂತಹ ಯಾವುದೇ ಸಾಧ್ಯತೆಯ ಬಗ್ಗೆ ನನಗೆ ಅರಿವಿರಲಿಲ್ಲ. ಅದೆಲ್ಲವನ್ನೂ ತೋರಿಸುತ್ತಿದ್ದ ನನ್ನೊಳಗಿನ ಆ ತಂತ್ರದ ಬಗ್ಗೆ ನನಗೇನೂ ಗೊತ್ತಿರಲಿಲ್ಲ. ಇದು ಯಾವುದೇ ಸಾಮಾನ್ಯ ವ್ಯಕ್ತಿಗೆ ಗೋಚರಿಸುವುದಿಲ್ಲ. ಆ ದೃಶ್ಯಗಳನ್ನು ನೋಡುವ ಉತ್ಸಾಹದಲ್ಲಿ, ನಾನು ಮಾನಸಿಕವಾಗಿ ಸಾಮಾನ್ಯ ವ್ಯಕ್ತಿಯ ಶ್ರೇಣಿಯಿಂದ ಎಷ್ಟು ವೇಗವಾಗಿ ಜಾರಿಕೊಳ್ಳುತ್ತಿದ್ದೇನೆ ಎಂಬುದನ್ನುಗಮನಿಸಲು ವಿಫಲನಾದೆ. ಆದರೆ ಆ ಸಮಯ ನಿಂತು ಯೋಚಿಸುವುದಾಗಿರಲಿಲ್ಲ, ತೇಲಿಕೊಂಡು ಹೋಗುವುದಿತ್ತು.

ಕ್ಯಾಪ್ಟನ್ ದತ್ ಅವರ ದೃಶ್ಯ ನಿರೂಪಣೆಯನ್ನು ಮೂರು ವಿಭಾಗಗಳಾಗಿ ವಿಂಗಡಿಸಲಾಗಿತ್ತು. ಮೊದಲ ವಿಭಾಗವು ಜನಾಂಗೀಯ ಹಿಂಸೆ ಮತ್ತು ಎರಡನೆಯದು ಜಾತಿ ಮತ್ತು ಧಾರ್ಮಿಕ ಹಿಂಸೆಯನ್ನು ಆಧರಿಸಿತ್ತು. ಮೂರನೇ ಮತ್ತು ಅಂತಿಮ ವಿಭಾಗದಲ್ಲಿ ಅವರು ದೊಡ್ಡದಾದ ಆರ್ಥಿಕ ಹಿಂಸೆಯ ವಿವರಣೆ ನೀಡಿದರು. ಕೊನೆಗೆ ಬಂಡವಾಳವು ಎಂದಿಗೂ ಭೇದಭಾವ ಮಾಡುವುದಿಲ್ಲ ಎಂಬ ತೀರ್ಮಾನಕ್ಕೆ ಬಂದರು. ಅದು ಧರ್ಮ, ಜಾತಿ, ಮತಗಳ ಭೇದವಿಲ್ಲದೆ ಎಲ್ಲರನ್ನೂ ಸಮಾನವಾಗಿ ಬಲಿಪಶುಗಳನ್ನಾಗಿ ಮಾಡಿಕೊಳ್ಳುತ್ತದೆ.

"ನಾನು ಹದಿನಾರು ವರ್ಷದವನಿದ್ದಾಗ, ನನ್ನ ತಂದೆ ತಾವು ಹದಿನಾರನೇ ವಯಸ್ಸಿನಲ್ಲಿ ಕಣ್ಣಾರೆ ಕಂಡ ಘಟನೆಯನ್ನು ನನಗೆ ಹೇಳಿದ್ದರು. ಆಗ ಅವರು ದಕ್ಷಿಣ ಅಮೆರಿಕಾದ ಪಶ್ಚಿಮ ವರ್ಜೀನಿಯಾದಲ್ಲಿ ವಾಸಿಸುತ್ತಿದ್ದರು ಮತ್ತು ಅವರ ತಂದೆ ಪ್ರಹ್ಲಾದ ದತ್ ಆ ಪ್ರದೇಶದ ದೊಡ್ಡ ಡ್ರೈ ಫ್ರೂಟ್ಸ್ ವ್ಯಾಪಾರಿಯಾಗಿದ್ದರು. ಅವರ ವ್ಯಾಪಾರವು ದಕ್ಷಿಣ ಅಮೆರಿಕಾದ ಪ್ರಾಂತ್ಯಗಳಾದ್ಯಂತ ಹರಡಿತ್ತು. ಒಮ್ಮೆ ಅವರು ಬಾದಾಮಿ ಬೀಜಗಳನ್ನು ಖರೀದಿಸಲು ಓಹಿಯೋ ರಾಜ್ಯದ ದುರ್ಗಮ ಪ್ರದೇಶಗಳಿಗೆ ಹೋಗುತ್ತಿದ್ದಾಗ, ಅವರು ತಮ್ಮೊಂದಿಗೆ ತಮ್ಮ ಮಗ ಮೋಹನ ದತ್ ಅವರನ್ನು ಸಹ ಕರೆದೊಯ್ದರು.

"ದಾರಿಯಲ್ಲಿ ಒಂದು ದೊಡ್ಡ ಪಟ್ಟಣವಿತ್ತು, ಅದು ವಾರ್ಷಿಕ 'ಲಿಂಚಿಂಗ್ ಕಾರ್ನಿವಲ್'ಗೆ ಹೆಸರುವಾಸಿಯಾಗಿತ್ತು. ಆಗ ನನ್ನ ತಂದೆ ಮೋಹನ ದತ್‌ಗೆ ಕೇವಲ ಹದಿನಾರು ವರ್ಷ. ಅವರಿಗೆ ಈ ಕಾರ್ನಿವಲ್‌ನ ಮಹತ್ತ್ವ ಗೊತ್ತಿರಲಿಲ್ಲ; ಆದರೆ ಏನಾಗಲಿದೆ ಎಂದು ಪ್ರಹ್ಲಾದ ದತ್‌ಗೆ ಚೆನ್ನಾಗಿ ಗೊತ್ತಿತ್ತು. ಹಾಗಾಗಿ ಕಾರ್ನಿವಲ್ ಪ್ರಾರಂಭವಾಗುವ ಮೊದಲು ಊರು

ದಾಟುವಂತೆ ತಮ್ಮ ವಿಂಟೇಜ್ ಕಾರಿನ ಚಾಲಕನಿಗೆ ಪದೇ ಪದೇ ಒತ್ತಡ ಹೇರುತ್ತಿದ್ದರು. ಆದರೆ ದುರದೃಷ್ಟವಶಾತ್ ಆ ನಗರಕ್ಕೆ ಮೂರು ಕಿಲೋಮೀಟರ್ ಇರುವ ಮೊದಲೇ ಕಾರು ಕೆಟ್ಟುಹೋಯಿತು.

ಅದು ರಜಾದಿನವಾದ್ದರಿಂದ ಯಾವುದೇ ಗ್ಯಾರೇಜ್ ತೆರೆದಿರಲಿಲ್ಲ. ಬೇರೆ ದಾರಿಯಿಲ್ಲದೆ ಅವರು ತಮ್ಮ ಕಾರನ್ನು ರಸ್ತೆಯ ಮೇಲೆ ಬಿಟ್ಟು ಕಾಲ್ನಡಿಗೆಯಲ್ಲಿ ಹೋಗಬೇಕಾಯಿತು. ಅವರು ಕೆಲವೇ ಫರ್ಲಾಂಗ್‌ಗಳಷ್ಟು ಮುಂದೆ ಸಾಗಿದ್ದರು, ಅಷ್ಟರಲ್ಲಿ ಕಾರ್ನಿವಲ್‌ನಲ್ಲಿ ಭಾಗವಹಿಸುವವರ ಗುಂಪುಗಳು ಒಂದೊಂದರಂತೆ ರಸ್ತೆಗಳಲ್ಲಿ ಜಮಾಯಿಸತೊಡಗಿದವು. ತೆರೆದ ಜೀಪುಗಳು, ಮೋಟಾರ್ ಸೈಕಲ್‌ಗಳು ಮತ್ತು ಲಾರಿಗಳಲ್ಲಿ ಪುರುಷರು ಮತ್ತು ಮಹಿಳೆಯರು ತುಂಬಿದ್ದರು. ಅವರೆಲ್ಲರೂ ಸಂತೋಷದಿಂದ ಕೂಗಾಡುತ್ತ ಕಿರುಚಾಡುತ್ತಿದ್ದರು.

ಅವರು ಪಟ್ಟಣವನ್ನು ತಲುಪಿ ನೋಡಿದಾಗ ಪಟ್ಟಣದ ಎಲ್ಲಾ ಅಂಗಡಿಗಳೂ ಮುಚ್ಚಿದ್ದವು, ಹೊರಗಿನಿಂದ ಬರುವ ಪ್ರವಾಸಿಗರಿಗೆ ಯಾವುದೇ ತೊಂದರೆಯಾಗದಂತೆ ಶಾಲೆ ಮತ್ತು ಕಚೇರಿಗಳಿಗೂ ರಜೆ ಘೋಷಿಸಲಾಗಿತ್ತು. ಜೊತೆಗೆ ಶಾಲಾ ವಿದ್ಯಾರ್ಥಿಗಳು, ಉದ್ಯೋಗಿಗಳು ಮತ್ತು ಅಂಗಡಿಯವರು ಎಲ್ಲರೂ ಆ ಉತ್ಸವದಲ್ಲಿ ಭಾಗವಹಿಸಲಿ ಎಂಬ ಆಶಯವಿತ್ತು.

ಈಗ ತಂದೆ-ಮಗ ಇಬ್ಬರೂ ಗುಂಪಿನಲ್ಲಿ ಯಾವ ರೀತಿಯಲ್ಲಿ ಸಿಕ್ಕಿಬಿದ್ದಿದ್ದರು ಎಂದರೆ ಅವರು ಬಯಸಿದರೂ ಅದರಿಂದ ಹೊರಬರಲು ಸಾಧ್ಯವಾಗಲಿಲ್ಲ. ಗುಂಪು ಅವರನ್ನು ನಿರಂತರವಾಗಿ ಲಿಂಚಿಂಗ್ ಸೈಟ್ ಕಡೆಗೆ ತಳ್ಳುತ್ತಿತ್ತು. ಲಿಂಚಿಂಗ್ ಸೈಟ್‌ನ ಸುತ್ತಲೂ ಅನೇಕ ಆಹಾರ ಮಳಿಗೆಗಳನ್ನು ತೆರೆಯಲಾಗಿತ್ತು. ಲಿಂಚಿಂಗ್ ಜಾಹೀರಾತುಗಳ ಬೃಹತ್ ಪೋಸ್ಟರ್‌ಗಳನ್ನು ಸಹ ಹಾಕಲಾಗಿತ್ತು.

ನನ್ನ ತಂದೆ ಆ ಪೋಸ್ಟರ್‌ಗಳನ್ನು ನೋಡಿ ಭಯದಿಂದ ನಡುಗಿದರು. ಆ ಪೋಸ್ಟರ್‌ಗಳಲ್ಲಿ ಕಳೆದ ಕಾರ್ನಿವಲ್‌ನಲ್ಲಿ ಕೊಲ್ಲಲ್ಪಟ್ಟ ಕಪ್ಪು ಜನರ ವಿರೂಪಗೊಂಡ ಶವಗಳ ಚಿತ್ರಗಳಿದ್ದವು. ಅವರು ಭಯಭೀತರಾಗುತ್ತಿರುವುದನ್ನು ಕಂಡು ನನ್ನ ಅಜ್ಜ ಜಾಹೀರಾತುಗಳು ಕಾಣಿಸದಿರಲೆಂದು ಅವರ ಮುಂದೆ ಗೋಡೆಯಂತೆ ನಿಂತರು.

ಆದರೆ ಅವರು ತಮ್ಮ ಮುಗ್ಧ ಮಗ ಯಾವುದನ್ನು ನೋಡದ ಹಾಗೆ ತಡೆಯಬಹುದಿತ್ತು? ಕಾರ್ನಿವಲ್ ಬ್ಯಾಂಡ್ ಪ್ರಾರಂಭವಾಯಿತು. ಲಿಂಚಿಂಗ್ ಸೈಟ್ ಸುತ್ತಮುತ್ತ ನೂರಾರು ಜನರು ರಸ್ತೆಯ ಎರಡೂ ಬದಿಗಳಲ್ಲಿ ನಿಂತಿದ್ದರು. ದೂರದಿಂದ ಸಂಗೀತ ವಾದ್ಯಗಳೊಂದಿಗೆ ಮೆರವಣಿಗೆ ಬರುತ್ತಿರುವುದು ಕಾಣಿಸಿತು. ಮೆರವಣಿಗೆ ಹತ್ತಿರ ಬಂದಾಗ, ಮೆರವಣಿಗೆಯ ಮುಂದೆ ಮೂವರು ಕಪ್ಪು ಜನರು ನಡೆದುಕೊಂಡು ಹೋಗುವುದನ್ನು ನೋಡಿದರು. ಅವರ ಕೈಗಳನ್ನು ಬೆನ್ನ ಹಿಂದೆ ಕಟ್ಟಿ, ಅವರಿಗೆ ಚಾವಟಿಯಿಂದ ಹೊಡೆಯಲಾಗುತ್ತಿತ್ತು.

ಹತ್ತಿರದಲ್ಲಿ ನಿಂತ ನೂರಾರು ಜನರು ಚಾವಟಿಯಿಂದ ಹೊಡೆಯುತ್ತಿರುವವರನ್ನು ಪ್ರೋತ್ಸಾಹಿಸಲು ಜೋರಾಗಿ ಕೂಗುತ್ತಿದ್ದರು. ಶಕ್ತಿ ಹಾಕಿ ಹೊಡೆಯಲು ಸಾಧ್ಯವಾಗದವರ

ಮೇಲೆ ತಮ್ಮ ರೋಷವನ್ನು ವ್ಯಕ್ತಪಡಿಸುತ್ತಿದ್ದರು. ಅವರು ಎಷ್ಟು ವ್ಯಗ್ರ ಮತ್ತು ಅಸಹನೆಯಿಂದ ಇದ್ದರೆಂದರೆ ಸಾಧ್ಯವಾದರೆ ಜೋರಾಗಿ ಹೊಡೆಯಲಾರದವನ ಕೈಯಿಂದ ಚಾವಟಿಯನ್ನು ಕಸಿದುಕೊಂಡು ತಾವೇ ಹೊಡೆದುಬಿಡುವವರಂತೆ.

ಆದರೆ ಪ್ರತಿ ಚಾವಟಿ ಬೀಸುವವನು ಕಾರ್ನಿವಲ್ ನಿಯಮಗಳ ಪ್ರಕಾರ ಹೆಚ್ಚಿನ ಹರಾಜು ಕೂಗಿ ಖರೀದಿಸುವ ಮೂಲಕ ಕಪ್ಪು ಜನರನ್ನು ಚಾವಟಿಯಿಂದ ಹೊಡೆಯುವ ಹಕ್ಕನ್ನು ಪಡೆದಿದ್ದ. ಆದ್ದರಿಂದ ಅವರ ಹಕ್ಕನ್ನು ಬೇರೆ ಯಾರಿಗೂ ಕಸಿದುಕೊಳ್ಳಲು ಸಾಧ್ಯವಿರಲಿಲ್ಲ.

ಈ ಕಾರ್ನಿವಲ್‌ಗಾಗಿ ಕೆಲವು ವಿಶೇಷ ರೈಲುಗಳನ್ನು ಸಹ ಓಡಿಸಲಾಗಿತ್ತು. ಮೆರವಣಿಗೆಯು ರೈಲ್ವೆ ನಿಲ್ದಾಣದ ಮೂಲಕ ಹಾದುಹೋದ ತಕ್ಷಣ, ರೈಲಿನಿಂದ ಇಳಿದ ನೂರಾರು ಜನರು ನೃತ್ಯ ಮಾಡುತ್ತಾ ಮೆರವಣಿಗೆಯಲ್ಲಿ ಸೇರಿಕೊಂಡರು. ರಸ್ತೆಯ ಇಕ್ಕೆಲಗಳಲ್ಲಿರುವ ಮನೆಗಳ ಮೇಲ್ಛಾವಣಿ ಮತ್ತು ಬಾಲ್ಕನಿಯಲ್ಲಿ ನಿಂತಿದ್ದ ಜನರು ಮೆರವಣಿಗೆಯತ್ತ ಕೈ ಬೀಸುತ್ತ, ತಮ್ಮ ಟೋಪಿಗಳನ್ನು ಎಸೆದು ಸ್ವಾಗತಿಸುತ್ತಿದ್ದರು.

ಸ್ವಲ್ಪ ಸಮಯದ ನಂತರ ಮೆರವಣಿಗೆಯ ಮುಂದೆ ನಡೆಯುತ್ತಿದ್ದ ಕಪ್ಪು ಜನರು ಲಿಂಚಿಂಗ್ ಸೈಟನ್ನು ತಲುಪಿದಾಗ ಈ ಶಬ್ದ ನಿಂತಿತು. ಈಗ ಅಲ್ಲಿ ಒಂದು ವೃತ್ತ ರಚನೆಯಾಯಿತು. ಕಪ್ಪು ಜನರನ್ನು ಸಾಲಿನಲ್ಲಿ ನಿಲ್ಲುವಂತೆ ಮಾಡಲಾಯಿತು. ಕಾರ್ನಿವಲ್ ಆಯೋಜಕರು ತಮ್ಮ ಕಾರ್ಯಕ್ರಮದ ರೂಪುರೇಷೆಗಳನ್ನು ವಿವರಿಸಿದರು. ಈ ಬಾರಿ ಬಲಿಪಶುವಿನ ದೇಹದ ವಿವಿಧ ಭಾಗಗಳನ್ನು ಕತ್ತರಿಸುವ ಹರಾಜಿನ ಆರಂಭಿಕ ಮೊತ್ತದ ಬಗ್ಗೆ ಮಾಹಿತಿ ನೀಡಲಾಯಿತು. ಪ್ರತಿ ಬಲಿಪಶುವಿನ ಕುತ್ತಿಗೆಗೆ ನಂಬರ್ ಪ್ಲೇಟ್ ನೇತುಹಾಕಲಾಯಿತು.

ಈಗ ಹರಾಜಿನಲ್ಲಿ ಭಾಗವಹಿಸಲು ಮುಂದೆ ಬರಲು ಜನರನ್ನು ಆಹ್ವಾನಿಸಲಾಯಿತು. ಮೊದಲು ಗುಂಪಿನಿಂದ ಕೆಲವು ಜನರು ಕೈ ಎತ್ತುತ್ತಾ ಮುಂದೆ ಸಾಗಿದರು. ಆದರೆ ಆಯೋಜಕರು ದೊಡ್ಡ ಧ್ವನಿಯಲ್ಲಿ ನೆರೆದಿದ್ದವರಿಗೆ ಸವಾಲು ಹಾಕಿ ರೊಚ್ಚಿಗೆಬ್ಬಿಸಿ ಹೆಚ್ಚಿನ ಸಂಖ್ಯೆಯಲ್ಲಿ ಹರಾಜಿನಲ್ಲಿ ಭಾಗವಹಿಸುವಂತೆ ಕರೆ ನೀಡಿದಾಗ ಹಲವರು ಕೈ ಎತ್ತಿ ಮುಂದೆ ಸಾಗಿದರು. ನೆರೆದಿದ್ದ ಗುಂಪು ಹರಾಜಿನಲ್ಲಿ ಭಾಗವಹಿಸಿದವರನ್ನು ಚಪ್ಪಾಳೆ ತಟ್ಟಿ ಸ್ವಾಗತಿಸಿದರು. ಸಿಳ್ಳೆ, ಚಪ್ಪಾಳೆ ಸ್ವಲ್ಪ ಕಡಿಮೆಯಾದಾಗ ಆಯೋಜಕರು ಕೈ ಎತ್ತಿ ಎಲ್ಲರಿಗೂ ಸುಮ್ಮನಿರುವಂತೆ ಸೂಚಿಸಿದರು. ಜನಸಮೂಹವು ಸಂಪೂರ್ಣವಾಗಿ ಮೌನವಾದಾಗ, ಮೊದಲ ಬಲಿಪಶುವನ್ನು ಮುಂದೆ ತರಲಾಯಿತು. ಅವನು ಎತ್ತರವಾದ ಮತ್ತು ಬಲವಾದ ಕಪ್ಪು ಜನಾಂಗದವನಾಗಿದ್ದ. ಮೊದಲು ಅವನ ಬಲಕಿವಿಯ ಹರಾಜು ಪ್ರಾರಂಭವಾಯಿತು, ಅದರಲ್ಲಿ ಅವನು ಒಂದು ದೊಡ್ಡ ಸುತ್ತಿನ ಬೆಳ್ಳಿಯ ಉಂಗುರವನ್ನು ಧರಿಸಿದ್ದ.

ಹರಾಜಿನ ಆರಂಭಿಕ ಮೊತ್ತವನ್ನು 101 ಡಾಲರ್ ಎಂದು ನಿಗದಿಪಡಿಸಲಾಗಿತ್ತು. ಬಲಕಿವಿಯ ಹರಾಜಿನಲ್ಲಿ ಆರು ಮಂದಿ ಭಾಗವಹಿಸಿದ್ದರು. ಹರಾಜು 201 ಡಾಲರ್ ತಲುಪಿದಾಗ, ಇಬ್ಬರು ಹಿಂದೆ ಸರಿದರು. ಹರಾಜು 301 ತಲುಪಿದಾಗ, ಇನ್ನಿಬ್ಬರು ಹಿಂದೆ ಸರಿದರು. ಈಗ ಇಬ್ಬರು ಮಾತ್ರ ಸ್ಪರ್ಧೆಯಲ್ಲಿ ಉಳಿದಿದ್ದರು. ಅವರಲ್ಲಿ ಒಬ್ಬ ತುಂಬಾ ಕುಳ್ಳ ಮತ್ತು ತೆಳ್ಳಗಿನ ವ್ಯಕ್ತಿ ಇದ್ದ. ಇನ್ನೊಬ್ಬ ದಪ್ಪನಾಗಿ, ಎತ್ತರವಾಗಿ ದಟ್ಟವಾದ ಗಡ್ಡ ಮತ್ತು

ಮೀಸೆಯನ್ನು ಹೊಂದಿದ್ದ, ಜೊತೆಗೆ ದೈಹಿಕವಾಗಿ ಬಹಳ ಶಕ್ತಿವಂತನಾಗಿದ್ದ. ಆದರೆ ಆ ತೆಳ್ಳಗಿನ, ಕುಳ್ಳಗಿರುವ ವ್ಯಕ್ತಿಯಂತೆ ಹರಾಜು ಮೊತ್ತವನ್ನು ಹೆಚ್ಚಿಸಿ ಕೂಗುವುದರಲ್ಲಿ ಅವನು ಧೈರ್ಯಶಾಲಿಯಾಗಿರಲಿಲ್ಲ. ಆ ತೆಳ್ಳಗಿನ ವ್ಯಕ್ತಿ ಯಾವುದೇ ಬೆಲೆಗೂ ಬಲಿಪಶುವಿನ ಬಲಕಿವಿಯನ್ನು ಬಿಡುವುದಿಲ್ಲ ಎಂದು ಅವನ ಮುಖದಲ್ಲಿ ಸ್ಪಷ್ಟವಾಗಿ ಕಾಣುತ್ತಿತ್ತು.

ಕೊನೆಯಲ್ಲಿ ಅವನಿಗೆ ಜಯ ಸಿಕ್ಕಿತು. ಜೊತೆಗೆ ಕಾರ್ನಿವಲ್‌ನ್ನು ಉದ್ಘಾಟಿಸಿದ ಕೀರ್ತಿಯೂ ಅವನಿಗೇ ಲಭಿಸಿತು. ಬಲಿಪಶುವನ್ನು ಮರದ ಕಂಬಕ್ಕೆ ಕಟ್ಟಿಹಾಕಿದಾಗ, ಗುಂಪಿನಲ್ಲಿದ್ದ ಪಿಸುಮಾತು ಮತ್ತು ನಗು ಒಂದು ಕ್ಷಣ ನಿಂತಿತು. ಆಯೋಜನಾ ಸಮಿತಿಯ ಕಾರ್ಯಕರ್ತನೊಬ್ಬ ಕುಳ್ಳ ಮನುಷ್ಯನ ಮುಂದೆ ವಿವಿಧ ರೀತಿಯ ಹೊಳೆಯುವ ಚೂರಿಗಳನ್ನು ಮತ್ತು ಚಾಕುಗಳಿಂದ ತುಂಬಿದ ಪಾತ್ರೆಯನ್ನು ಇರಿಸಿದ. ಆ ವ್ಯಕ್ತಿ ಆ ಆಯುಧಗಳನ್ನು ಸ್ವಲ್ಪ ಹೊತ್ತು ನೋಡುತ್ತಲೇ ಇದ್ದ. ಆಮೇಲೆ ಒಂದರ ನಂತರ ಒಂದರಂತೆ ಹಲವಾರು ಚಾಕುಗಳನ್ನು ಪರೀಕ್ಷಿಸಿದ ಮೇಲೆ ಅವನು ಆತ್ಮವಿಶ್ವಾಸದಿಂದ ಒಂದು ಚೂರಿಯನ್ನು ಆರಿಸಿಕೊಂಡು, ಅದನ್ನು ಕೈಯಲ್ಲಿ ಹಿಡಿದು ಬಲಿಪಶುವಿನ ಕಡೆಗೆ ಸಾಗಿದ. ಬಲಿಪಶುವಿನ ಎತ್ತರ ಮತ್ತು ಕೊಲೆಗಾರನ ಎತ್ತರದ ನಡುವೆ ಎಷ್ಟು ವ್ಯತ್ಯಾಸವಿದೆ ಎಂದು ಮೊದಲು ಯಾರೂ ಗಮನಿಸಿರಲಿಲ್ಲ. ಅವನ ಕೈ ಬಲಿಪಶುವಿನ ಕಿವಿಯನ್ನು ತಲುಪಬಹುದೇ ಅಥವಾ ಇಲ್ಲವೇ ಎಂಬುದು ಯಾರಿಗೂ ತಿಳಿದಿರಲಿಲ್ಲ.

ಅವನು ಬಲಿಪಶುವಿನ ಮುಂದೆ ನಿಂತು, ಚಾಕು ಹಿಡಿದ ಕೈಯನ್ನು ಎತ್ತಿದಾಗ ನೆರೆದಿದ್ದವರೆಲ್ಲಾ ಜೋರಾಗಿ ನಕ್ಕರು. ಅವನ ಕೈಗಳು ಬಲಿಪಶುವಿನ ಕಿವಿಯನ್ನು ಬಿಡಿ, ಭುಜವನ್ನು ತಲುಪಲೂ ಸಾಧ್ಯವಾಗಲಿಲ್ಲ. ಆ ಚಿಕ್ಕ ವ್ಯಕ್ತಿ ಈ ಅನರ್ಹತೆಯ ಬಗ್ಗೆ ತುಂಬಾ ಅಸಮಾಧಾನಗೊಂಡ. ಆಯುಧ ತುಂಬಿದ ಪಾತ್ರೆಯೊಂದಿಗೆ ನಿಂತಿದ್ದ ಮತ್ತು ತನ್ನ ಮುಖದಲ್ಲಿನ ನಗುವನ್ನು ತಡೆಯಲು ಪ್ರಯತ್ನಿಸುತ್ತಿದ್ದ ಕಾರ್ಯಕರ್ತನನ್ನು ತನ್ನ ಬಳಿಗೆ ಕರೆದ. ಕುಳ್ಳಗಿದ್ದವನು ಕಾರ್ಯಕರ್ತ ಗಾಬರಿಯಾಗುವಷ್ಟು ಕಠೋರ ನೋಟದಿಂದ ಅವನನ್ನೇ ದಿಟ್ಟಿಸಿ ನೋಡಿದ. ಕುಳ್ಳ ವ್ಯಕ್ತಿ ಪಾತ್ರೆಯನ್ನು ಹಿಡಿದುಕೊಂಡಿದ್ದ ಕಾರ್ಯಕರ್ತನ ಮುಖದಿಂದ ದೃಷ್ಟಿ ಸರಿಸಿ, ಮತ್ತೊಮ್ಮೆ ಪಾತ್ರೆಯಲ್ಲಿ ನೋಡಿ, ಈ ಬಾರಿ ಉದ್ದದ ಚಾಕುವನ್ನು ತೆಗೆದುಕೊಂಡ. ತಡಮಾಡದೆ ನೇರವಾಗಿ ಬಲಿಪಶುವಿನ ಕಡೆಗೆ ಹೋದ. ಅವನು ತನ್ನ ಚಾಕು ಹಿಡಿದ ಕೈಯನ್ನು ಗಾಳಿಯಲ್ಲಿ ಬೀಸಿದ. ಆದರೆ ಈ ಬಾರಿಯೂ ಬಲಿಪಶುವಿನ ಕಿವಿಗೆ ಚಾಕು ತಾಕದಿದ್ದಾಗ ನೆರೆದಿದ್ದವರು ಬಿದ್ದು ಬಿದ್ದು ನಕ್ಕರು. ಹರಾಜಿನಲ್ಲಿ ಎರಡನೇ ಸ್ಥಾನದಲ್ಲಿದ್ದ ಎತ್ತರದ, ಬಲಿಷ್ಠ ವ್ಯಕ್ತಿ ಮತ್ತು ಈ ಕುಳ್ಳನಿಗೆ ಸೋತವನು ಈಗ ತನ್ನ ಸೋಲಿನ ಸೇಡು ತೀರಿಸಿಕೊಳ್ಳಲು ಜೋರಾಗಿ ನಗುತ್ತಾ ಮೈದಾನದಲ್ಲಿ ಉರುಳಾಡುತ್ತಿದ್ದ.

ಕಿವಿಯನ್ನು ಹರಾಜಿಗೆ ಹಾಕಿದ ಮತ್ತು ಕಂಬಕ್ಕೆ ಕಟ್ಟಿದ್ದ ಕಪ್ಪು ಜನಾಂಗದವನು ಈ ತಮಾಷೆಯನ್ನು ಮೌನವಾಗಿ ಉರಿಯುವ ಕಣ್ಣುಗಳಿಂದ ನೋಡುತ್ತಿದ್ದ. ಸ್ವಲ್ಪ ಸಮಯದ ನಂತರ, ಅವನ ಮುಖದಲ್ಲಿಯೂ ಆ ಕುಳ್ಳ ಮನುಷ್ಯನ ಬಗ್ಗೆ ತಿರಸ್ಕಾರದ ನಗು ಕಾಣಿಸಿಕೊಂಡಿತು. ಒಮ್ಮೆ ಅವನು ತನ್ನ ಕೆಳಗಿನ ತುಟಿಯನ್ನು ತನ್ನ ಹಲ್ಲುಗಳಿಂದ ಕಚ್ಚಿ ತನ್ನ

ನಗುವನ್ನು ಹತ್ತಿಕ್ಕಲು ಪ್ರಯತ್ನಿಸಿದ, ಆದರೆ ಅವನಿಗೆ ನಗು ತಡೆಯಲಾಗಲಿಲ್ಲ. ಅವನ ಗಂಟಲಿನಿಂದ ಉಸಿರುಗಟ್ಟಿದ ಜೋರಾದ ನಗು ಸಿಡಿಯಿತು.

ಈ ಬಾರಿ ಆ ಕುಳ್ಳ ವ್ಯಕ್ತಿ ಕೋಪ ಮಾಡಿಕೊಳ್ಳದೆ, ಕಿರಿಕಿರಿಗೊಳ್ಳದೆ ನೇರವಾಗಿ ಕಾರ್ಯಕ್ರಮದ ಆಯೋಜಕರನ್ನು ನೋಡಿದ. ಆಯೋಜಕ ವೇದಿಕೆಯಿಂದ ಕೆಳಗಿಳಿದು ಅವನತ್ತ ಬಂದ. ಇಬ್ಬರ ನಡುವೆ ಸಣ್ಣ ಚರ್ಚೆ ನಡೆಯಿತು. ಇಬ್ಬರೂ ಚಾಕು ಮತ್ತು ಕಿವಿಯ ನಡುವಿನ ಅಂತರವನ್ನು ಕಡಿಮೆ ಮಾಡುವ ಉಪಾಯ ಯೋಚಿಸುತ್ತಿದ್ದರು. ಆಯೋಜಕರು ಒಂದು ಪ್ರಸ್ತಾಪವನ್ನು ಇಟ್ಟ ನಂತರ ಆ ಕುಳ್ಳ ವ್ಯಕ್ತಿ ಒಪ್ಪಿಗೆ ಸೂಚಿಸಿ ತಲೆಯಾಡಿಸಿದ. ಮರುಕ್ಷಣವೇ ಎರಡನೇ ನಂಬರ್ ಬಲಿಪಶುವನ್ನು ಮುಂದೆ ತರಲಾಯಿತು. ಅವನಿಗೆ ಒಂದನೇ ನಂಬರ್ ಬಲಿಪಶುವಿನ ಮುಂದೆ ಮೊಣಕಾಲು ಮತ್ತು ಮೊಣಕೈ ಊರಿ ಕುಳಿತುಕೊಳ್ಳಲು ಹೇಳಲಾಯಿತು. ಅವನ ಬೆನ್ನ ಮೇಲೆ ಕುಳ್ಳ ವ್ಯಕ್ತಿ ಹತ್ತಿ ನಿಂತ. ತನ್ನ ಪೊಜಿಷನ್ ಸರಿ ಮಾಡಿಕೊಂಡು ಉಗ್ರವಾದ ಕೋಪದ ಕಣ್ಣುಗಳಿಂದ ಜನರ ಗುಂಪನ್ನು ನೋಡಿದ. ಆ ಒಂದು ಕ್ಷಣದಲ್ಲಿ ಅವನ ಮುಖದಲ್ಲಿ ಕಾಣಿಸಿಕೊಂಡ ಭಾವವು ಇಡೀ ಗುಂಪನ್ನು ಸಂಪೂರ್ಣವಾಗಿ ಮೌನವಾಗಿಸಿಬಿಟ್ಟಿತು. ತನ್ನನ್ನು ಜನರ ಮುಂದೆ ಹಾಸ್ಯದ ವಸ್ತುವನ್ನಾಗಿ ಮಾಡಿದ್ದ ಕಪ್ಪು ಜನಾಂಗದವನ ಕಿವಿಯ ಮೇಲೆ ಕಣ್ಣುಗಳನ್ನು ಕೇಂದ್ರೀಕರಿಸಿದ. ಸಾಮಾನ್ಯ ಮನುಷ್ಯನ ಕಿವಿಗಿಂತ ಗಾತ್ರದಲ್ಲಿ ತುಂಬಾ ದೊಡ್ಡದಾದ ಮತ್ತು ಕಪ್ಪು ಕಿವಿಯ ಬಗ್ಗೆ ಅವನ ದ್ವೇಷ ಗಾಢ ಹತಾಶೆಯನ್ನು ಕುಳ್ಳ ವ್ಯಕ್ತಿ ತನ್ನ ಚಾಕುವಿನ ಹರಿತದ ಮೇಲೆ ಹಾಕಿದ. ಮರುಕ್ಷಣದಲ್ಲಿ ಅತ್ಯಂತ ದೃಢತೆಯಿಂದ ಅವನು ಬಲಿಪಶುವಿನ ಕಿವಿಯನ್ನು ಕತ್ತರಿಸಿದ. ಇಡೀ ಪ್ರೇಕ್ಷಕರು ವಾಹ್ ವಾಹ್ ಎನ್ನುತ್ತ ಚಪ್ಪಾಳೆಗಳ ಸುರಿಮಳೆಗೈದರು.

ಇದು ಈ ಕಾರ್ನಿವಲ್‌ನ ಉದ್ಘಾಟನಾ ಸಮಾರಂಭವಾಗಿತ್ತು. ಅದರ ನಂತರ, ಎರಡನೇ ಕಿವಿಯನ್ನು ಹರಾಜು ಮಾಡಿ, ಅದೇ ಉತ್ಸಾಹದಿಂದ ಅದನ್ನು ಕತ್ತರಿಸಲಾಯಿತು. ನಂತರ ಮೂಗನ್ನು ಹರಾಜು ಮಾಡಿ ಮೂಗನ್ನು ಕತ್ತರಿಸಲಾಯಿತು. ನಂತರ ಶಿಶ್ನ ಮತ್ತು ವೃಷಣಗಳ ಸರದಿ ಬಂತು. ಈ ಬಾರಿ ಹರಾಜು ಕೂಗುವವರ ನಡುವೆ ತೀವ್ರ ಪೈಪೋಟಿ ಕಂಡುಬಂತು. ಏಕೆಂದರೆ ಕಪ್ಪು ಜನರ ಈ ಉನ್ನತವಾದ ಅಂಗವನ್ನು ಕತ್ತರಿಸುವ ಕ್ರೇಜ್ ಈ ಕಾರ್ನಿವಲ್‌ನ ಅತ್ಯಂತ ದೊಡ್ಡ ಸಂಗತಿ ಆಗಿತ್ತು. ವೃಷಣಗಳ ಜೊತೆಗೆ ಶಿಶ್ನವನ್ನು ಕತ್ತರಿಸಿದಾಗ, ಪ್ರೇಕ್ಷಕರ ಹರ್ಷೋಲ್ಲಾಸ ಉತ್ತುಂಗವನ್ನು ತಲುಪಿತು. ಶಾಂಪೇನಿನ ಕಾರಂಜಿಗಳು ಸಿಡಿದು, ಬ್ಯಾಂಡ್ ಜೋರಾಗಿ ಬಾರಿಸಲು ಪ್ರಾರಂಭಿಸಿತು. ಎಲ್ಲರೂ ಉನ್ಮತ್ತರಾಗಿ ನೃತ್ಯ ಮಾಡಲು ಪ್ರಾರಂಭಿಸಿದರು. ಮಹಿಳೆಯರು ಮತ್ತು ಪುರುಷರು ನೃತ್ಯ ಮಾಡುತ್ತ ಹಾಡುತ್ತಿದ್ದರು. ಆ ಹಾಡು ಬಿಳಿ ಜನಾಂಗದ ಮಹಿಮೆಯನ್ನು ಮಾತ್ರ ವೈಭವೀಕರಿಸುವ ಸ್ತುತಿಗೀತೆಯಾಗಿತ್ತು.

ಒಂದರ ನಂತರ ಎರಡನೆಯವನು, ಎರಡನೆಯವನ ನಂತರ ಮೂರನೇ ಬಲಿಪಶುವನ್ನು ಕಂಬಕ್ಕೆ ಕಟ್ಟಲಾಯಿತು. ಅವರ ಜೊತೆಗೂ ಅದೇ ಪ್ರಕ್ರಿಯೆಯನ್ನು ಪುನರಾವರ್ತಿಸಲಾಯಿತು. ಅದರ ನಂತರ ಮೊದಲ ಸುತ್ತಿನ ಆಚರಣೆಗಳು ಮುಗಿದು, ಜನರು ಆಹಾರ ಮಳಿಗೆಗಳ ಮೇಲೆ ಮುಗಿಬಿದ್ದರು. ಈ ರಾಕ್ಷಸೀ ದುಷ್ಕೃತ್ಯಗಳ ನಂತರ ಜನರು, ಮದುವೆಯ ಔತಣಕ್ಕೆ

ಬಂದವರಂತೆ ಮದ್ಯ ಮತ್ತು ವಿವಿಧ ಭಕ್ಷ್ಯಗಳ ರುಚಿಯನ್ನು ಆನಂದಿಸುತ್ತಾ ಗಬಗಬನೆ ತಿನ್ನುತ್ತಿದ್ದರು.

ಆ ದಿನ, ಆಚರಣೆಯಲ್ಲಿ ಭಾಗಿಯಾಗದ ತಂದೆ ಮತ್ತು ಮಗ ಇಬ್ಬರೂ ಮೌನವಾಗಿ ಎಲ್ಲವನ್ನೂ ನೋಡುತ್ತಿದ್ದರು. ಆದಷ್ಟು ಬೇಗ ನನ್ನನ್ನು ಈ ಹುಚ್ಚರ ಊರಿನಿಂದ ಹೊರಗೆ ಕರೆದುಕೊಂಡು ಹೋಗು ಎಂದು ಮಗ ತನ್ನ ತಂದೆಗೆ ಪದೇ ಪದೇ ವಿನಂತಿಸುತ್ತಿದ್ದ ಆದರೆ ತಂದೆ ಅಸಹಾಯಕರಾಗಿದ್ದರು. ಕಾರ್ನಿವಲ್ ನಿಯಮಗಳ ಪ್ರಕಾರ, ಈ ಕಾರ್ನಿವಲ್‌ನಲ್ಲಿ ಯಾರು ಭಾಗವಹಿಸುತ್ತಾರೋ ಅಥವಾ ಲಿಂಚಿಂಗ್ ಸೈಟ್ ಸುತ್ತಮುತ್ತಲು ಇರುತ್ತಾರೋ ಅವರು ಟೌನ್‌ಹಾಲ್‌ನ ಹೊರಗಿರುವ ಉದ್ದನೆಯ ಪ್ರದರ್ಶನದ ಗೋಡೆಯ ಮೇಲೆ ಕೊಲ್ಲಲ್ಪಟ್ಟವರ ದೇಹಗಳನ್ನು ಪ್ರದರ್ಶಿಸುವವರೆಗೆ ಪಟ್ಟಣವನ್ನು ಬಿಟ್ಟು ಹೊರಹೋಗುವಂತಿಲ್ಲ.

ಒಂದು ಗಂಟೆಯ ನಂತರ ಕಾರ್ನಿವಲ್ ಸಂಗೀತ ಮತ್ತೆ ಪ್ರಾರಂಭವಾಯಿತು. ಮೊದಲಿಗೆ ಕಹಳೆ ಊದುವ ಮೂಲಕ ಜನರನ್ನು ಒಂದೇ ಸ್ಥಳದಲ್ಲಿ ಸೇರುವಂತೆ ಸೂಚಿಸಲಾಯಿತು. ಟ್ರಂಪೆಟ್ ನಿಧಾನವಾದ ಸಂಗೀತ ನುಡಿಸಲಾರಂಭಿಸಿತು. ಜನರು ನಿಧಾನವಾಗಿ ಟೌನ್‌ಹಾಲ್ ಕಡೆಗೆ ತೆರಳಲು ಪ್ರಾರಂಭಿಸಿದರು. ಇಡೀ ಜನಸಮೂಹವು ಆ ಕಡೆಗೆ ಹೋಗಲು ಉತ್ಸುಕರಾಗಿದ್ದರು. ತಂದೆ ಮತ್ತು ಮಗ ಕೂಡ ಅಸಹಾಯಕರಂತೆ ತಮ್ಮ ಕಾಲುಗಳನ್ನು ಎಳೆದುಕೊಂಡು ಅದೇ ದಿಕ್ಕಿನಲ್ಲಿ ಹೋಗಲೇಬೇಕಾಯಿತು. ಟೌನ್‌ಹಾಲ್ ಚೌಕ ತಲುಪಿದ ನಂತರ ಜನರಿಗೆ ಸರದಿ ಸಾಲಿನಲ್ಲಿ ನಿಲ್ಲುವಂತೆ ಆಗ್ರಹಿಸಲಾಯಿತು. ನೋಡನೋಡುತ್ತಲೇ ನೂರಾರು ಜನ ಸಾಲುಗಟ್ಟಿ ನಿಂತರು. ಇದರಲ್ಲಿ ತಂದೆ ಮತ್ತು ಮಗ ಕೂಡ ಸೇರಿದ್ದರು. ಆ ಶ್ವೇತವರ್ಣೀಯರ ನಡುವೆ ಅವರು ಹೊಂದುತ್ತಿರಲಿಲ್ಲವಾದರೂ ಕಪ್ಪಗಿಲ್ಲದ ಕಾರಣ ಅವರ ಜೊತೆ ನಡೆಯಲು ಯಾರಿಗೂ ಅಭ್ಯಂತರವಿರಲಿಲ್ಲ. ಟೌನ್‌ಹಾಲ್ ಗೋಡೆಯನ್ನು ತಲುಪಲು ಅವರಿಗೆ ಒಂದು ಗಂಟೆ ಹಿಡಿಯಿತು. ಅವರಿಗಿಂತ ಮುಂಚೆಯೇ ಗೋಡೆಯನ್ನು ತಲುಪಿದವರು ಬಹಳ ಮೆಚ್ಚುಗೆಯಿಂದ ಪ್ರದರ್ಶನವನ್ನು ನೋಡುತ್ತಿದ್ದರು. ಮುಂದೆ ಹೋದವರೂ ಸಹ, ಹಿಂದೆ ತಿರುಗಿ ತಿರುಗಿ ನೋಡುತ್ತ ಆ ದೃಶ್ಯವನ್ನು ಆಸ್ವಾದಿಸುತ್ತಿದ್ದರು.

ಪ್ರಹ್ಲಾದ ದತ್ ಮತ್ತು ಮೋಹನ ದತ್ ಗೋಡೆಯ ಬಳಿಯ ಸುಣ್ಣದ ಗೆರೆಯನ್ನು ದಾಟಿ ಪ್ರದರ್ಶನ ವಲಯವನ್ನು ಪ್ರವೇಶಿಸಿದಾಗ, ಅವರ ತಲೆ ಬಾಗಿದ್ದವು. ಇಬ್ಬರಲ್ಲೂ ಗೋಡೆಯತ್ತ ತಲೆ ಎತ್ತುವ ಧೈರ್ಯವಿರಲಿಲ್ಲ. ಆದರೆ ಯಾವ ಅಜ್ಞಾತ ಶಕ್ತಿಯು ತಂದೆ ಮತ್ತು ಮಗನ ಮುಖವನ್ನು ಒಟ್ಟಿಗೆ ಗೋಡೆಯ ಕಡೆಗೆ ತಿರುಗಿಸಿತು ಎಂದು ತಿಳಿಯಲಿಲ್ಲ.

ಮೊಟ್ಟಮೊದಲಿಗೆ ಅವರಿಗೆ ಮೂರು ಕಪ್ಪು ನಿತಂಬಗಳು ಕಾಣಿಸಿದವು. ಅವುಗಳನ್ನು ಬಹಳ ಎಚ್ಚರಿಕೆಯಿಂದ ಕತ್ತರಿಸಿ ಗೋಡೆಯ ಮೇಲೆ ನೇತುಹಾಕಲಾಗಿತ್ತು. ಆ ನಿತಂಬಗಳ ಮೇಲೆ ಮೂಗು ಮತ್ತು ಕಿವಿಗಳನ್ನು ಕತ್ತರಿಸಿದ ಬಲಿಪಶುಗಳ ಮುಖಗಳಿದ್ದವು. ಅವರ ಬಾಯಿಗಳಲ್ಲಿ ಅವರದೇ ಕತ್ತರಿಸಿದ ಲಿಂಗಗಳನ್ನು ತುರುಕಲಾಗಿತ್ತು. ಅವರ ಕೈಗಳ ಹತ್ತು ಬೆರಳುಗಳನ್ನು ಕತ್ತರಿಸಿ ಅವರ ಮುಖದ ಸುತ್ತ ವೃತ್ತಗಳನ್ನು ಮಾಡಿ ಅಲಂಕರಿಸಲಾಗಿತ್ತು.

ಗೋಡೆ ದಾಟಿ ತಂದೆ ಮತ್ತು ಮಗ ಇಬ್ಬರೂ ಒಬ್ಬರನ್ನೊಬ್ಬರು ನೋಡಿಕೊಂಡರು. ಒಂದಷ್ಟು ಹೊತ್ತು ಪರಸ್ಪರರ ಮುಖದಿಂದ ಕಣ್ಣು ತೆಗೆಯದೆ ಜೊತೆಯಾಗಿ ನಡೆಯುವುದನ್ನು ಮುಂದುವರೆಸಿದರು. ಮಗನ ಕಣ್ಣುಗಳು ತಂದೆಗೆ ಏನು ಹೇಳುತ್ತಿವೆ ಎಂದು ತಂದೆಗೆ ಅರ್ಥವಾಯಿತು. ಮುಂದೆ ಏನಾಗಲಿದೆ ಎಂದು ಮಗನಿಗೂ ಅರ್ಥವಾಯಿತು. ಟೌನ್‌ಹಾಲ್‌ನ ಕೆಂಪು ಇಟ್ಟಿಗೆಯ ಕಟ್ಟಡದ ಗೇಟ್‌ನಿಂದ ಹೊರಬಂದು ಇಬ್ಬರೂ ಮೌನವಾಗಿ ಪಟ್ಟಣದ ಉದ್ದದ ರಸ್ತೆಯಲ್ಲಿ ನಡೆದರು. ಅವರು ತಮ್ಮ ಚಾಲಕ ತಮಗಾಗಿ ಕಾಯುತ್ತಿದ್ದ ಚೌಕವನ್ನು ತಲುಪಿದರು. ಆ ಚಾಲಕ ಮೆಕ್ಸಿಕನ್ ವ್ಯಕ್ತಿಯಾಗಿದ್ದ. ಯಾವುದೇ ವಿನೋದದಲ್ಲಿ ತೊಡಗುವುದಕ್ಕಿಂತ ಹೆಚ್ಚಾಗಿ ತನ್ನ ಕೆಲಸಕ್ಕೆ ಹೆಚ್ಚಿನ ಪ್ರಾಮುಖ್ಯವನ್ನು ನೀಡುವವನಾಗಿದ್ದ. ತನ್ನ ವೈಯಕ್ತಿಕ ಪ್ರಯತ್ನಗಳ ಮೂಲಕ ಕೆಲವು ಬಿಡಿ ಭಾಗಗಳ ವ್ಯವಸ್ಥೆ ಮಾಡಿ ಅವರನ್ನು ಅಲ್ಲಿಂದ ಕರೆದುಕೊಂಡು ಗಮ್ಯಸ್ಥಾನಕ್ಕೆ ತಲುಪಿಸುವಷ್ಟು ವಿಂಟೇಜ್ ಕಾರನ್ನು ಸರಿಪಡಿಸಿದ್ದ.

ಆದರೆ ಪಟ್ಟಣವನ್ನು ತೊರೆದ ನಂತರ, ಮುಂದೆ ಹೋಗುವ ಬದಲು ಪಶ್ಚಿಮ ವರ್ಜೀನಿಯಾಕ್ಕೆ ಹಿಂತಿರುಗಲು ತಂದೆ ಆದೇಶಿಸಿದರು. ಈಗ ಅವರು ಬಾದಾಮಿ ಬೀಜಗಳನ್ನು ಖರೀದಿಸಲು ಹೋಗುತ್ತಿರಲಿಲ್ಲ, ಬದಲಿಗೆ ಮನೆಗೆ ಹಿಂತಿರುಗುತ್ತಿದ್ದರು.

ಮನೆಗೆ ಬಂದ ತಕ್ಷಣ, ಪ್ರಹ್ಲಾದ ದತ್ ಅವರು ತಮ್ಮ ಉಳಿತಾಯ ಹಣ, ಖಾತೆ ಪುಸ್ತಕಗಳು ಮತ್ತು ಜಮೀನಿನ ಆಸ್ತಿ ಪತ್ರಗಳನ್ನು ಸೇರಿಸಲು ಪ್ರಾರಂಭಿಸಿದರು. ಅವರು ತಮ್ಮ ಹೆಂಡತಿಗೆ ಮನೆಯ ಸಾಮಾನುಗಳನ್ನು ಗಂಟುಕಟ್ಟಲು ಆದೇಶಿಸಿದರು. ಯಾವುದೇ ಪ್ರಶ್ನೆಗಳನ್ನು ಕೇಳದೆ, ಅವರ ಹೆಂಡತಿ ತನ್ನ ಪತಿ, ಒಬ್ಬ ಮಗ ಮತ್ತು ಐದು ಸಣ್ಣ ಹೆಣ್ಣುಮಕ್ಕಳನ್ನು ಒಳಗೊಂಡಂತೆ ತನ್ನ ಮನೆಯ ಎಲ್ಲಾ ಅಗತ್ಯ ವಸ್ತುಗಳನ್ನು ಗಂಟು ಕಟ್ಟಲು ಪ್ರಾರಂಭಿಸಿದಳು. ಇದರೊಂದಿಗೆ ಅವರು ಪ್ರಯಾಣದಲ್ಲಿ ಉಪಯುಕ್ತವಾದ ಕೆಲವು ಪ್ರಮುಖ ವಸ್ತುಗಳನ್ನು ಸಹ ಮಾರುಕಟ್ಟೆಯಿಂದ ಖರೀದಿಸಿದರು. ಸುಮಾರು ಏಳು ದಿನಗಳಲ್ಲಿ ಪ್ರಹ್ಲಾದ ದತ್ ಅವರು ತಮ್ಮ ಸಂಪೂರ್ಣ ಆಸ್ತಿ ಮತ್ತು ವ್ಯವಹಾರದಿಂದ ಕೈ ತೊಳೆದುಕೊಂಡರು. ಮರುದಿನ ಡ್ರೈ ಫ್ರೂಟ್ಸ್ ವ್ಯಾಪಾರಿ ಪ್ರಹ್ಲಾದ ದತ್ ಅವರ ಇಡೀ ಕುಟುಂಬವು ಏಷ್ಯಾದ ಕಡೆಗೆ ಕರೆದೊಯ್ಯುವ ಸ್ಟೀಮರನ್ನು ಹತ್ತಿತು."

❑❑❑

ವಿಭಜನೆ

ಕ್ಯಾಪ್ಟನ್ ಅಲೋಕ್ ದತ್ ಏನೆಲ್ಲ ಹೇಳುತ್ತಿದ್ದರೋ, ಅವರು ತಮ್ಮ ಮಾತು ನಿಲ್ಲಿಸುವವರೆಗೆ ಅದು ನನ್ನ ಕಣ್ಣ ಮುಂದೆ ನಡೆಯುತ್ತಿರುವಂತೆ ಕಾಣುತ್ತಿತ್ತು. ನಂತರ ಅವರು ಮೌನವಾದರು. ತಮ್ಮ ಎರಡೂ ಕೈಗಳನ್ನು ಎದೆಯ ಹತ್ತಿರ ಇಟ್ಟುಕೊಂಡು ಸ್ವಲ್ಪ ಸಮಯ ರೇಲಿಂಗ್ ಬಳಿ ನಿಂತರು. ಆಮೇಲೆ ಡೆಕ್ ಮೇಲೆ ನಡೆದಾಡಲು ಪ್ರಾರಂಭಿಸಿದರು, ನಾನು ಕೂಡ ಅವರೊಂದಿಗೆ ಹೆಜ್ಜೆ ಹಾಕುತ್ತಿದ್ದೆ. ಇತಿಹಾಸದ ಆ ರಕ್ತಸಿಕ್ತ ಘಟನೆಯ ನೆರಳು ಇನ್ನೂ ನನ್ನ ಮನಸ್ಸಿನಲ್ಲಿ ಹಾದು ಹೋಗುತ್ತಿತ್ತು. ಮೊದಲ ಬಾರಿಗೆ ಕ್ಯಾಪ್ಟನ್ ದತ್ ಅವರೊಳಗೆ ಏನು ನಡೆಯುತ್ತಿದೆ ಮತ್ತು ಅವರು ಏಕೆ ಹೀಗೆ ಅಸಹಜವಾಗುತ್ತಿದ್ದಾರೆ ಎಂದು ನನಗೆ ತಿಳಿಯಿತು. "ಮುಂದೆ ಏನಾಯಿತು?" ಸ್ವಲ್ಪ ಸಮಯದ ನಂತರ ನಾನು ಕಥೆಯ ಮುಂದಿನ ಭಾಗವನ್ನು ತಿಳಿಯಲು ತುಂಬಾ ಕಾತರವಾಗಿರುವ ಮಗುವಿನಂತಹ ಕುತೂಹಲದಿಂದ ಕೇಳಿದೆ. ಆದರೆ ಕ್ಯಾಪ್ಟನ್ ದತ್ ನನ್ನ ಮಾತನ್ನು ಕಿವಿಗೆ ಹಾಕಿಕೊಳ್ಳಲಿಲ್ಲ. ಅವರು ಡೆಕ್‌ನಿಂದ ಕೆಳಗೆ ಹೋಗುವ ಮೆಟ್ಟಿಲುಗಳ ಕಡೆಗೆ ಹೋದರು. ಮೆಟ್ಟಿಲುಗಳ ಬಳಿ ತಲುಪಿ ಮೆಟ್ಟಿಲುಗಳ ಎರಡೂ ರೇಲಿಂಗ್‌ಗಳನ್ನು ಹಿಡಿದು ನಿಧಾನವಾಗಿ ಇಳಿಯಲು ಪ್ರಾರಂಭಿಸಿದರು. ಅವರು ತುಂಬಾ ಸುಸ್ತಾಗಿರುವುದು ಸ್ಪಷ್ಟವಾಗಿ ಗೋಚರಿಸುತ್ತಿತ್ತು. ಕೆಳಗಿಳಿದು ನೇರವಾಗಿ ತಮ್ಮ ಕ್ಯಾಬಿನ್‌ಗೆ ಹೋಗಿ ಒಳಗಿನಿಂದ ಬಾಗಿಲು ಮುಚ್ಚಿಕೊಂಡರು.

ನಾನು ಅವರ ಬಾಗಿಲಿನ ಹೊರಗೆ ಬಹಳ ಹೊತ್ತು ನಿಂತಿದ್ದೆ. ಕ್ಯಾಪ್ಟನ್ ದತ್ ಅಲ್ಲಿಂದ ಹೋಗಿದ್ದು ನೋಡಿದರೆ, ಇಂತಹ ಸಮಯದಲ್ಲಿ ಅವರಿಗೆ ಡಿಸ್ಟರ್ಬ್ ಮಾಡುವುದು ಸರಿಯಲ್ಲ ಎಂದು ನನಗೆ ತಿಳಿದಿತ್ತು. ನಮ್ಮ ಸಂಬಂಧಗಳು ಹೇಗೇ ಇರಲಿ, ಈ ಕ್ಷಣಗಳು ಬದುಕನ್ನು ಆಳವಾಗಿ ಅರ್ಥಮಾಡಿಕೊಳ್ಳಲು ಪ್ರಚೋದಿಸುತ್ತಿದ್ದವು. ಸ್ವಲ್ಪ ಸಮಯದವರೆಗೆ ಸಂಕೋಚ ನನ್ನನ್ನು ಸುತ್ತುವರೆದಿತ್ತು. ನಾನು ಪೂರ್ಣ ಅಧಿಕಾರದ ಭಾವನೆಯಿಂದ ಬಾಗಿಲನ್ನು ಬಡಿಯಲು ಪ್ರಾರಂಭಿಸಿದೆ.

ಬಾಗಿಲು ತೆರೆದಾಗ, ಮದ್ಯದ ಗ್ಲಾಸು ಅವರ ಬಲಗೈಯಲ್ಲಿತ್ತು. ಅವರು ಆಗಲೇ ಮೊದಲ ಗುಟುಕು ಕುಡಿದಾಗಿತ್ತು. ಸ್ವಲ್ಪ ಹೊತ್ತು ನನ್ನನ್ನೇ ನೋಡುತ್ತಿದ್ದರು, ನಾನು ತಲೆ ಬಾಗಿಸಿಕೊಂಡು

ಸ್ವಲ್ಪ ಹೊತ್ತು ನಿಂತಿದ್ದೆ. ಹೀಗೆ ಕೆಲವು ಕ್ಷಣಗಳು ಕಳೆದವು, ಆಮೇಲೆ ಅವರು ಬಾಗಿಲು ತೆರೆದು ಹಿಂದೆ ಸರಿದರು. ಅವರು ನನ್ನನ್ನು ಕ್ಯಾಬಿನ್ನಿನ ಒಳಗೆ ಬರುವಂತೆ ಸ್ಪಷ್ಟವಾಗಿ ಆಹ್ವಾನಿಸಲಿಲ್ಲ ಅಥವಾ ನಾನು ಬಂದಿದ್ದಕ್ಕಾಗಿ ಅವರು ಕೋಪಗೊಳ್ಳಲಿಲ್ಲ. ಅವರು ತಮ್ಮಲ್ಲಿಯೇ ಕಳೆದುಹೋಗಿದ್ದರು.

ನಾನು ಕ್ಯಾಬಿನ್ ಪ್ರವೇಶಿಸಿದ ತಕ್ಷಣ ಅರಿತುಕೊಂಡ ಒಂದು ವಿಷಯವೆಂದರೆ ಇದು ಕೇವಲ ಹಡಗಿನ ಕ್ಯಾಪ್ಟನ್‌ನ ಕ್ಯಾಬಿನ್ ಅಲ್ಲ. ಈ ಕ್ಯಾಬಿನ್‌ನ ವಾತಾವರಣದಲ್ಲಿ ಅನೇಕ ವಸ್ತುಗಳು ಒಟ್ಟುಗೂಡಿ ಮಿಶ್ರಣವಾಗಿದ್ದು, ಆ ಮಿಶ್ರಣದ ಪ್ರಭಾವ ವಾಕರಿಕೆ ತರಿಸುತ್ತಿತ್ತು.

ಕ್ಯಾಪ್ಟನ್ ದತ್ ನನಗೆ ಇನ್ನೊಂದು ಗ್ಲಾಸಿನಲ್ಲಿ ಮದ್ಯ ಸುರಿದರು. ಈಗ ನಾವಿಬ್ಬರೂ ಅವರ ಮದ್ಯದ ಕ್ಯಾಬಿನೆಟ್ ಬಳಿ ರಿವಾಲ್ವಿಂಗ್ ಚೇರ್ ಮೇಲೆ ಮುಖಾಮುಖಿಯಾಗಿ ಕುಳಿತಿದ್ದೆವು. ಡೆಕ್‌ನ ಮೇಲೆ ನಡೆಯುತ್ತಿದ್ದ ದೃಶ್ಯ ನಿರೂಪಣೆಯ ಮೊದಲ ಭಾಗ ಕರಾಚಿಯನ್ನು ತಲುಪಿತ್ತು. ಎರಡನೇ ಭಾಗ ಇನ್ನೂ ಪ್ರಾರಂಭವಾಗಿರಲಿಲ್ಲ.

ಈ ಬಾರಿ ಕ್ಯಾಪ್ಟನ್ ದತ್ ಅವರ ಕಣ್ಣುಗಳು ಸಮುದ್ರದ ಮೇಲ್ಮೈ ಅಥವಾ ತೆರೆದ ಡೆಕ್ ಮೇಲೆ ಅಲ್ಲದೆ ಮದ್ಯದ ಗ್ಲಾಸಿನ ಮೇಲೆ ಕೇಂದ್ರೀಕೃತವಾಗಿದ್ದವು. ನಿರೂಪಣೆಯ ಎರಡನೇ ಭಾಗವು ಗಾಜಿನ ಆ ಪಾರದರ್ಶಕ ವೃತ್ತದಲ್ಲಿ ತಾನೇ ಖುದ್ದಾಗಿ ಕೇಂದ್ರೀಕೃತವಾಗುತ್ತಿತ್ತು. ಒಂದು ತಿಂಗಳ ಸಮುದ್ರಯಾನದ ನಂತರ, ಅಲೋಕ್ ದತ್ ಕುಟುಂಬವು ತಮ್ಮ ಸಾಮಾನುಗಳೊಂದಿಗೆ ಕರಾಚಿ ಬಂದರಿಗೆ ತಲುಪಿ, ಎಲ್ಲಾ ಸಾಮಾನುಗಳನ್ನು, ಮಕ್ಕಳನ್ನು ಒಂದು ಜಾಗದಲ್ಲಿ ಇಳಿಸಿದರು. ಪ್ರಹ್ಲಾದ ದತ್ ಅವರು, 'ನಿನ್ನ ಕೋರಿಕೆಯ ಮೇರೆಗೆ ಎಲ್ಲ ಬಿಟ್ಟು ಬಂದೆ, ಈಗ ನಿನ್ನ ಸರದಿ' ಎಂದು ಹೇಳುವಂತೆ ಮೋಹನ ದತ್ ಅವರ ಭುಜದ ಮೇಲೆ ಕೈ ಹಾಕಿದರು.

ಮೋಹನ ದತ್ ಸ್ವಲ್ಪ ಹೊತ್ತು ತಲೆಬಾಗಿ ನಿಂತು, ತಂದೆಯ ಕೈ ಮೇಲೆ ಕೈಯಿಟ್ಟು ಜವಾಬ್ದಾರಿಯುತವಾಗಿ ತಲೆಯಾಡಿಸಿ ಕೇಳಿದರು.

"ಎಲ್ಲಿಗೆ ಹೋಗುವುದು?"

"ಮೊದಲು ನಾವು ರಾವಲ್ಪಿಂಡಿಗೆ ಹೋಗೋಣ. ರಾವಲ್ಪಿಂಡಿಯ ಬಳಿ ಪೆರಯಾರಾಯಜಾದಾ ಎಂಬ ಹಳ್ಳಿಯಿದೆ. ನಮ್ಮ ಅನೇಕ ಸಂಬಂಧಿಕರು ಮತ್ತು ಪರಿಚಯಸ್ಥರು ಅಲ್ಲಿ ವಾಸಿಸುತ್ತಿದ್ದಾರೆ."

"ಅಲ್ಲಿಗೆ ಹೋಗಿ ಏನು ಮಾಡುವುದು?"

"ಇಲ್ಲಿ ಯಾವ ನಗರದಲ್ಲಿ ವಾಸಿಸುವುದು ಮತ್ತು ಯಾವ ವ್ಯಾಪಾರ ಮಾಡುವುದು ಉತ್ತಮ ಎಂದು ನಮ್ಮ ಸಂಬಂಧಿಕರ ಸಲಹೆ ಪಡೆಯೋಣ."

ಅದಕ್ಕೆ ಒಪ್ಪಿದ ಮೋಹನ ದತ್ ಸಾಮಾನು ಸರಂಜಾಮು ಹೊರಲು ಆರಂಭಿಸಿದರು. ಬಂದರಿನಿಂದ ಹೊರಬಂದು, ರಾವಲ್ಪಿಂಡಿಗೆ ಪ್ರಯಾಣಿಸಲು ವಾಹನಗಳನ್ನು ಹುಡುಕಲು

ಪ್ರಾರಂಭಿಸಿದರು. ಮೋಹನ ದತ್ ಅವರು ಕರಾಚಿಯಿಂದ ರಾವಲ್ಪಿಂಡಿಗೆ ಪ್ರಯಾಣಿಸುವಾಗ ತಮ್ಮ ಕುಟುಂಬದ ಪ್ರತಿಯೊಬ್ಬ ಸದಸ್ಯರನ್ನು ಪ್ರೀತಿಯಿಂದ ನೋಡಿಕೊಳ್ಳುತ್ತಿದ್ದರು. ಅದನ್ನು ನೋಡಿದ ಪ್ರಹ್ಲಾದ ದತ್ ಅವರಿಗೆ ತುಂಬಾ ಆತ್ಮವಿಶ್ವಾಸ ಬಂದು ಮನಸ್ಸಿನಲ್ಲಿಯೇ ಒಂದು ನಿರ್ಧಾರ ತೆಗೆದುಕೊಂಡರು.

ರಾವಲ್ಪಿಂಡಿ ತಲುಪಿ, ರೈಲಿನಿಂದ ಕೆಳಗಿಳಿದ ಕೂಡಲೇ ಯಾವಾಗಲೂ ತಮ್ಮ ಕೈಯಲ್ಲಿ ಮಾತ್ರ ಇರುತ್ತಿದ್ದ ವ್ಯಾಪಾರದ ಬ್ಯಾಗನ್ನು ಮಗ ಮೋಹನ ದತ್‌ಗೆ ಒಪ್ಪಿಸಿದರು. ಮೋಹನ ದತ್ ಹಿಂಜರಿಯುತ್ತಿದ್ದರು. ಇಷ್ಟು ಬೇಗ ಇಷ್ಟು ದೊಡ್ಡ ಜವಾಬ್ದಾರಿಗೆ ಸಿದ್ಧರಿರಲಿಲ್ಲ ಎಂಬುದು ಅವರ ಮುಖದಿಂದ ಸ್ಪಷ್ಟವಾಗಿ ಗೋಚರಿಸುತ್ತಿತ್ತು. ಆದರೆ ಅವರ ತಂದೆ ಭುಜವನ್ನು ತಟ್ಟಿ ತಮ್ಮ ಮಗನ ಮೇಲೆ ಸಂಪೂರ್ಣ ನಂಬಿಕೆ ಇದೆ ಎಂದು ಭರವಸೆ ನೀಡಿದರು. ಮೋಹನ ದತ್ ಆ ಬ್ರೀಫ್‌ಕೇಸನ್ನು ಕೈಯಲ್ಲಿ ಹಿಡಿದುಕೊಂಡು ತಮ್ಮ ಕುಟುಂಬವನ್ನು ಸ್ವಲ್ಪ ಸಮಯ ನೋಡುತ್ತಿದ್ದರು. ಅವರು ತಮ್ಮ ಮನಸ್ಸಿನಲ್ಲಿಯೇ ಲೆಕ್ಕಾಚಾರ ಮಾಡುತ್ತ ಅಂದು ರಾವಲ್ಪಿಂಡಿಯ ರೈಲ್ವೇ ನಿಲ್ದಾಣದಲ್ಲಿ ನಿಂತು ಹದಿನಾರನೇ ವಯಸ್ಸಿನಲ್ಲಿ ಒಂದು ನಿರ್ಧಾರವನ್ನು ತೆಗೆದುಕೊಂಡರು. ಇದು ಅವರ ಜೀವನದ ಮೊದಲ ನಿರ್ಧಾರವಾಗಿತ್ತು.

ಅವರು ತಮ್ಮ ತೋರುಬೆರಳನ್ನು ತಮ್ಮ ಕಿರಿಯ ಸಹೋದರಿಯ ಕೈಯಲ್ಲಿ ಇಟ್ಟರು. ಅಪ್ಪನ ಬೆರಳು ಹಿಡಿದು ನಡೆಯುತ್ತಿದ್ದ ಪುಟ್ಟ ಹುಡುಗಿ ಈಗ ಅಣ್ಣನ ಬೆರಳು ಹಿಡಿದು ನಡೆಯತೊಡಗಿದಳು.

ಅವರ ಇಡೀ ಕುಟುಂಬವು ಬಾಡಿಗೆ ಜೀಪಿನಲ್ಲಿ ಪೆರಯಾರಾಯಜಾದಾ ಗ್ರಾಮವನ್ನು ತಲುಪಿದಾಗ, ರಾಯಜಾದಾ ತ್ರಿಭೋವನದಾಸ್ ಮೊದಲು ಬಂದು ಅವರೆಲ್ಲರನ್ನು ಬರಮಾಡಿಕೊಂಡರು. ಅವರು ಸಂಬಂಧದಲ್ಲಿ ಮೋಹನ ದತ್‌ನ ತಾತನಾಗಿದ್ದರು. ಪ್ರಹ್ಲಾದ ದತ್ ತಮ್ಮ ಅತ್ತೆಯ ಮನೆಯಲ್ಲಿ ಉಳಿಯುವ ಬದಲು ತನ್ನ ಸೋದರಸಂಬಂಧಿಗಳ ಸ್ಥಳಕ್ಕೆ ಹೋಗಲು ಬಯಸಿದ್ದರು. ಆದರೆ ತ್ರಿಭೋವನದಾಸ್ ಅವರು ಜೀಪನ್ನು ಮಧ್ಯದಲ್ಲಿ ನಿಲ್ಲಿಸಿ ಇವರು ಏನನ್ನೂ ಹೇಳಲಾಗದಷ್ಟು ಪ್ರೀತಿ ಮತ್ತು ಅಧಿಕಾರದಿಂದ ಸಾಮಾನುಗಳನ್ನು ಇಳಿಸಲು ಪ್ರಾರಂಭಿಸಿದ್ದರು.

ಮುಂದಿನ ಕೆಲವು ದಿನಗಳು ಚರ್ಚೆಯಲ್ಲಿ ಕಳೆದವು. ಆ ಹಳ್ಳಿಗೆ ಬಂದ ನಂತರ ಮೊದಲ ಬಾರಿಗೆ ಮೋಹನ ದತ್ ಅವರಿಗೆ ತಮ್ಮ ಕುಟುಂಬದ ವಂಶವೃಕ್ಷ ಎಷ್ಟು ದೊಡ್ಡದಿದೆ ಎಂದು ತಿಳಿಯಿತು. ಅವರ ಪೂರ್ವಜರು ಇತಿಹಾಸದ ಅತ್ಯಂತ ಮಹತ್ತ್ವದ ಕಾಲಮಾನವನ್ನು ದಾಟಿದ ನಂತರ ಹುಸೇನಿ ಬ್ರಾಹ್ಮಣರಾಗಿ ಈ ಗ್ರಾಮಕ್ಕೆ ಬಂದಿದ್ದರು. ಈ ಮುಸ್ಲಿಮ್ ಪ್ರಾಬಲ್ಯವಿರುವ ಪ್ರದೇಶದಲ್ಲಿ ಅವರು ಬಹಳ ಗೌರವಾನ್ವಿತರಾಗಿದ್ದರು, ಏಕೆಂದರೆ ಅವರ ಪೂರ್ವಜರು ಕರ್ಬಲಾ ಯುದ್ಧದಲ್ಲಿ ಹುಸೇನ್ ಅವರನ್ನು ಬೆಂಬಲಿಸಿದ್ದರು.

ಆದರೆ ಈಗ ಬಹಳ ವರ್ಷಗಳ ನಂತರ, ಬದಲಾಗುತ್ತಿರುವ ಸಂದರ್ಭಗಳನ್ನು ಗಮನದಲ್ಲಿಟ್ಟುಕೊಂಡು ಯಾವ ನಿಲುವು ತೆಗೆದುಕೊಳ್ಳಬೇಕು ಎಂದು ಅವರು ಮತ್ತೆ ಯೋಚಿಸುತ್ತಿದ್ದರು. ಅದು 1942ನೇ ಇಸವಿಯ ಕಾಲ, ಆಗ ಎರಡು ವಿಷಯಗಳು

ಏಕಕಾಲದಲ್ಲಿ ನಡೆಯುತ್ತಿದ್ದವು - ಸ್ವಾತಂತ್ರ್ಯ ಚಳವಳಿ ಮತ್ತು ಹಿಂದೂ ಮುಸ್ಲಿಮರ ನಡುವೆ ದೇಶದ ವಿಭಜನೆಯ ಭಯ. ಎಲ್ಲಕ್ಕಿಂತ ಹೆಚ್ಚು ಚಿಂತೆ ಈ ಹುಸೇನಿ ಬ್ರಾಹ್ಮಣರದಾಗಿತ್ತು. ಏಕೆಂದರೆ ಕಾನೂನಿನ ಪ್ರಕಾರ ಅವರು ಮುಸಲ್ಮಾನರೂ ಅಲ್ಲ, ಹಿಂದೂಗಳು ಅಲ್ಲ. ವಿಭಜನೆಯಾದರೆ ಅವರು ಎಲ್ಲಿಗೆ ಹೋಗಬೇಕು?

ಪ್ರಹ್ಲಾದ ದತ್ ಮತ್ತು ಮೋಹನ ದತ್ ಮತ್ತೊಮ್ಮೆ ಆಳವಾದ ಚಿಂತೆಯಲ್ಲಿ ಮುಳುಗಿದರು. ಇಲ್ಲಿಯವರೆಗೆ ಬಿಳಿಯರು ಮತ್ತು ಕರಿಯರ ವರ್ಣಭೇದ ನೀತಿಯ ಜಗತ್ತನ್ನು ಕಂಡಿದ್ದ ಅವರಿಗೆ ಈಗ ಹಿಂದೂ-ಮುಸಲ್ಮಾನರ ವಿಭಜಿತ ಪ್ರಪಂಚದ ಚಿತ್ರಗಳು ತೆರೆದುಕೊಳ್ಳುತ್ತಿದ್ದವು. ಸಮಸ್ಯೆಯೆಂದರೆ ವಿಭಜನೆಯ ನಂತರ, ಎರಡು ಪಂಗಡಗಳಿಂದ ಕೂಡಿದ ಮೊಹಯಾಲ್ ಎಂಬ ಅವರ ಸಮುದಾಯವು ವಿಭಜಿತ ದೇಶಗಳಲ್ಲಿ ಎಲ್ಲಿಗೆ ಹೋಗುವದು? ಅವರು ಅಲ್ಲಿಯವರೂ ಅಲ್ಲ, ಇಲ್ಲಿಯವರೂ ಅಲ್ಲ.

ಆ ಹದಿನಾರು ವರ್ಷದ ಹುಡುಗ ಮೋಹನ ದತ್ ಎಲ್ಲೆಡೆ ಪ್ರಕ್ಷುಬ್ಧತೆ ಉಂಟಾಗುತ್ತಿರುವುದನ್ನು ಸ್ಪಷ್ಟವಾಗಿ ನೋಡಿದರು. ಇಂತಹ ಸಂದರ್ಭಗಳಲ್ಲಿ, ಹೊಸ ಉದ್ಯಮವನ್ನು ಪ್ರಾರಂಭಿಸುವುದು ಸರಿಯಲ್ಲ. ಅಮೇರಿಕದಿಂದ ತಂದ ಅಪ್ಪನ ಆಸ್ತಿಯನ್ನು ಹೇಗೆ ಕಾಪಾಡುವುದು ಎಂದು ಬಹಳ ಗಂಭೀರವಾಗಿ ಯೋಚಿಸತೊಡಗಿದರು. ಕೆಲವು ಜನರು ಅವರ ಮುಂದೆ ಬಹಳ ಆಕರ್ಷಕ ಹೂಡಿಕೆ ಪ್ರಸ್ತಾಪಗಳನ್ನು ಇಟ್ಟರು. ಆದರೆ ಅವರು ಸಂಪೂರ್ಣ ಬಂಡವಾಳವನ್ನು ಬ್ಯಾಂಕಿನಲ್ಲಿ ಠೇವಣಿ ಇರಿಸಿದರು.

ಎರಡು ವಾರಗಳ ಕಾಲ ತಾತನ ಮನೆಯಲ್ಲಿ ಉಳಿದುಕೊಂಡು ಅದೇ ಗ್ರಾಮದ ಉತ್ತರದ ಮೂಲೆಯಲ್ಲಿ ಒಂದು ಮನೆಯನ್ನು ಬಾಡಿಗೆಗೆ ತೆಗೆದುಕೊಳ್ಳಲಾಯಿತು. ಮೋಹನ ದತ್ ಮೊದಲು ಮನೆಯನ್ನು ಸರಿಯಾಗಿ ಜೋಡಿಸಿದ ನಂತರ ಅವರ ಸಹೋದರಿಯರ ಶಿಕ್ಷಣದ ಸಮಸ್ಯೆ ಮುನ್ನೆಲೆಗೆ ಬಂದಿತು. ಆ ಹಳ್ಳಿಯಲ್ಲಿ ಒಳ್ಳೆಯ ಶಾಲೆ ಇರಲಿಲ್ಲ. ಹಳ್ಳಿಯಿಂದ ಸ್ವಲ್ಪ ದೂರದಲ್ಲಿ ಕಾನ್ವೆಂಟ್ ಶಾಲೆ ಇತ್ತು. ಹಳ್ಳಿಯಿಂದ ಶಾಲೆಯ ದೂರ, ಸಾರಿಗೆ ಮತ್ತು ಸಮಯವನ್ನು ಗಮನದಲ್ಲಿಟ್ಟುಕೊಂಡು ಅವರು ಮಾಡಿದ ವ್ಯವಸ್ಥೆ ತುಂಬಾ ಅನುಕೂಲಕರವಾಗಿರಲಿಲ್ಲ. "ಈಗ ಶುರು ಮಾಡು, ಮುಂದೆ ಏನಾಗುವುದೋ ಕಾದು ನೋಡೋಣ" ಎಂದು ಪ್ರಹ್ಲಾದ ದತ್ ಮಗನಿಗೆ ಧೈರ್ಯ ತುಂಬಿದರು.

ಒಂದು ದಿನ ಐವರು ಸಹೋದರಿಯರು ಶಾಲಾ ಸಮವಸ್ತ್ರವನ್ನು ಧರಿಸಿ ಟಾಂಗಾದಲ್ಲಿ ಶಾಲೆಗೆ ಹೊರಟು ನಿಂತಾಗ, ಮೋಹನ ದತ್ ಅವರು ಒಂದು ಪ್ರಮುಖ ಕಾರ್ಯವನ್ನು ಪೂರ್ಣಗೊಳಿಸಿದಂತೆ ಸಮಾಧಾನದ ನಿಟ್ಟುಸಿರು ಬಿಟ್ಟರು.

ಕೆಲವು ದಿನಗಳ ನಂತರ, ಮನೆ ಮತ್ತು ಶಾಲೆಯ ದಿನಚರಿಯಲ್ಲಿ ಒಂದು ಲಯ ಬಂದಿತು. ಮನೆಯ ಒಲೆಯ ಜೊತೆಗೆ ನೆರೆಹೊರೆಯ ಇತರ ಒಲೆಗಳ ನಡುವೆ ಸಂವಹನ ಸ್ಥಾಪಿತವಾಯಿತು. ಒಂದು ರಾತ್ರಿ ಊಟವಾದ ಮೇಲೆ, ಮೋಹನ ದತ್ ಹಾಸಿಗೆಯ ಮೇಲೆ ಮಲಗಿದ್ದ ತಮ್ಮ ತಂದೆಯ ಬಳಿಗೆ ಹೋಗಿ ವ್ಯವಹಾರಕ್ಕೆ ಸಂಬಂಧಿಸಿದಂತೆ ತಮ್ಮ ಮುಂದಿನ ಪ್ರಮುಖ ಜವಾಬ್ದಾರಿಯ ಬಗ್ಗೆ ಮಾತನಾಡಲು ಪ್ರಾರಂಭಿಸಿದರು.

ಆ ಹಳೆಯ ಡ್ರೈ ಫ್ರೂಟ್ಸ್ ವ್ಯಾಪಾರಿ ಹೊಸ ಪರಿಸರದ ವಾಸನೆಯನ್ನು ಗ್ರಹಿಸಿದ್ದರು. ಅವರ ಮಗ ಮನೆ ಮತ್ತು ಶಾಲೆಯ ನಿರ್ವಹಣೆಯಲ್ಲಿ ನಿರತರಾಗಿದ್ದಾಗ, ಅವರು ರಾವಲ್ಪಿಂಡಿಯ ಸಗಟು ಮಾರುಕಟ್ಟೆಗೆ ಭೇಟಿ ನೀಡಿದ್ದರು. ಅಲ್ಲಿ ಪಿಸ್ತಾ, ಅಂಜೂರ, ಖರ್ಜೂರ, ವಾಲ್‌ನಟ್ಸ್ ಮತ್ತು ಬಾದಾಮಿಗಳ ವ್ಯಾಪಾರ ಎಷ್ಟು ದೊಡ್ಡ ಪ್ರಮಾಣದಲ್ಲಿ ನಡೆಯುತ್ತಿದೆ ಎಂದು ಅವರು ತಿಳಿದುಕೊಂಡಿದ್ದರು. ಹೆಚ್ಚಿನ ವ್ಯಾಪಾರಿಗಳು ಮಧ್ಯವರ್ತಿಗಳ ಮೂಲಕ ಸರಕುಗಳನ್ನು ಖರೀದಿಸುತ್ತಿದ್ದರು. ದೆಹಲಿ, ಮುಂಬೈ ಮತ್ತು ಕರಾಚಿಯಲ್ಲಿನ ದೊಡ್ಡ ಖರೀದಿದಾರರ ನೇರ ಪರಿಚಯವಿರಲಿಲ್ಲ. ದಲ್ಲಾಳಿಗಳು ಮತ್ತು ಕಮಿಷನ್ ಏಜೆಂಟ್‌ಗಳ ಮೂಲಕ ಸರಕುಗಳು ದೆಹಲಿ, ಬಾಂಬೆ, ಕರಾಚಿ ಮಾರುಕಟ್ಟೆಗಳನ್ನು ತಲುಪುವ ಹೊತ್ತಿಗೆ, ಸರಕುಗಳ ಬೆಲೆ ಹಲವಾರು ಪಟ್ಟು ಹೆಚ್ಚಾಗುತ್ತಿತ್ತು.

ತಂದೆ ಮತ್ತು ಮಗ ಒಟ್ಟಾಗಿ ಎರಡು ವಿಷಯಗಳಿಗೆ ವಿಶೇಷ ಗಮನವನ್ನು ನೀಡಿ ಒಂದು ಯೋಜನೆಯನ್ನು ರೂಪಿಸಿದರು. ಹಳೆಯ ಮಾರ್ಕೆಟಿಂಗ್ ವಿಧಾನಗಳಿಗೆ ವಿರುದ್ಧವಾಗಿ ಯಾವ ಹೊಸ ವಿಧಾನವನ್ನು ಅಳವಡಿಸಿಕೊಳ್ಳಬೇಕು ಮತ್ತು ಮುಂದಿನ ದಿನಗಳಲ್ಲಿ ಸಂಭವನೀಯ ಗಲಭೆಗಳಿಂದ ತಮ್ಮ ಸರಕುಗಳನ್ನು ಹೇಗೆ ಸುರಕ್ಷಿತವಾಗಿರಿಸಿಕೊಳ್ಳಬೇಕು.

ಅವರ ಯೋಜನೆಯಂತೆ, ರಾವಲ್ಪಿಂಡಿಯ ಮಾರುಕಟ್ಟೆಯಲ್ಲಿ ಅಂಗಡಿಯನ್ನು ಸ್ಥಾಪಿಸುವ ಬದಲು, ಅವರು ಒಂದು ಗೋದಾಮನ್ನು ಬಾಡಿಗೆಗೆ ಪಡೆದರು. ಅಫ್ಘಾನಿಸ್ತಾನದ ಮಾರುಕಟ್ಟೆಗಳಿಂದ ಸರಕುಗಳನ್ನು ಖರೀದಿಸಿ, ಸಂಗ್ರಹಿಸಿ, ಅವುಗಳನ್ನು ಸಣ್ಣ ಸಣ್ಣ ಪ್ಯಾಕ್‌ಗಳಲ್ಲಿ ವಿತರಿಸಲು ಸಿದ್ಧತೆಗಳನ್ನು ಪ್ರಾರಂಭಿಸಿದರು. ಇದು ಅಮೇರಿಕನ್ ಮಾರ್ಕೆಟಿಂಗ್ ಸೂತ್ರವಾಗಿತ್ತು. ಇದು ಭಾರತಕ್ಕೆ ವ್ಯಾಪಾರದ ಹೊಸ ಪದ್ಧತಿಯಾಗಿತ್ತು. ಆ ಪದ್ಧತಿ ಆಚರಣೆಗೆ ಬರಲು ಹೆಚ್ಚು ಸಮಯ ಬೇಕಾಗಲಿಲ್ಲ. ಸಾರಿಗೆ ಜಾಲ ಅರ್ಥವಾಗುತ್ತಲೇ ವ್ಯವಸ್ಥೆ ಮಾಡತೊಡಗಿದರು. ದಿನದಿಂದ ದಿನಕ್ಕೆ ಕೆಲಸವು ಸುಧಾರಿಸುತ್ತ ಬಂತು. ವ್ಯಾಪಾರ ಮತ್ತು ಉತ್ಪಾದನೆಯ ನಡುವೆ ಏರುಪೇರು ಮಾಡುತ್ತಿದ್ದ ಮಧ್ಯವರ್ತಿಗಳನ್ನು ಈಗ ತೆಗೆದುಹಾಕಿದ್ದರಿಂದ ಪ್ರಮುಖ ಉತ್ಪಾದಕರು ಹಿಂದೆಂದಿಗಿಂತಲೂ ಹೆಚ್ಚಿನ ಲಾಭವನ್ನು ಪಡೆಯುವ ವ್ಯವಸ್ಥೆ ಇದಾಗಿತ್ತು.

ಕೆಲವು ಬುಡಕಟ್ಟು ಗುಂಪುಗಳು ಈ ಡ್ರೈ ಫ್ರೂಟ್ಸ್ ವ್ಯಾಪಾರದಲ್ಲಿ ತೊಡಗಿಸಿಕೊಂಡಿದ್ದವು. ಅವರು ತಮ್ಮ ಹಳೆಯ ವಿಧಾನಗಳನ್ನು ಬಳಸಿ ವ್ಯಾಪಾರ ಮಾಡುತ್ತಿದ್ದರು. ಅದು ಲೂಟಿ ಮತ್ತು ಹೊಡೆದಾಟಗಳನ್ನು ಒಳಗೊಂಡಿತ್ತು. ಉತ್ಪಾದಕರು ತಮ್ಮ ಸರಕುಗಳನ್ನು ಬಹಳ ದೂರದ ಪ್ರದೇಶಗಳಿಂದ ಹೇಸರಗತ್ತೆಗಳ ಮೇಲೆ ಸಾಗಿಸಬೇಕಾದ್ದರಿಂದ, ಅವರು ದಾರಿಯಲ್ಲಿ ಯಾವುದಾದರೂ ಹೋಟೆಲ್‌ನಲ್ಲಿ ಉಳಿಯಬೇಕಾಗಿತ್ತು. ಆಗ ಆ ಹೋಟೆಲಿನ ಮಾಲೀಕರು ಸಹ ಅವರನ್ನು ದರೋಡೆ ಮಾಡಲು ಹಿಂದೆ ಮುಂದೆ ನೋಡುತ್ತಿರಲಿಲ್ಲ. ಆ ಡ್ರೈ ಫ್ರೂಟ್ಸ್ ಉತ್ಪಾದಕರು ಮೊದಲು ಆ ಬುಡಕಟ್ಟುಗಳ ಪಠಾಣರ, ನಂತರ ಸೈಯ್ಯದರ ಕೈಯಿಂದ ಲೂಟಿಯಾಗುತ್ತಿದ್ದರು. ಆಮೇಲೆ ಮಾರುಕಟ್ಟೆಯನ್ನು ತಲುಪಿದ ನಂತರ, ಅನೇಕ ಮಧ್ಯವರ್ತಿಗಳನ್ನು ನೇಮಿಸಿದ ಹಿಂದೂ ವ್ಯಾಪಾರಿಗಳಿಂದ ಲೂಟಿಯಾಗುತ್ತಿದ್ದರು.

ಯಾವಾಗ ಮೇಸರ್ಸ್ ದತ್ ಡ್ರೈ ಫ್ರೂಟ್ಸ್ ಕಂ. ವ್ಯಾಪಾರ ಪ್ರಾರಂಭವಾಯಿತೋ ಆಗ ಹಿಂದೂ ಬನಿಯಾಗಳ, ಸೈಯ್ಯದಗಳ ಮತ್ತು ಪಠಾಣರ ಕಿವಿಗಳು ನಿಮಿರಿ ನಿಂತವು. ಮಾರುಕಟ್ಟೆಯನ್ನು ತಲುಪುವ ಮೊದಲು ಏನಾಗುತ್ತಿದೆ ಮತ್ತು ಸರಕುಗಳು ಎಲ್ಲಿ ಕಣ್ಮರೆಯಾಗುತ್ತಿವೆ ಎಂದು ಮೊದಲಿಗೆ ಅವರಿಗೆ ಅರ್ಥವಾಗಲಿಲ್ಲ. ಅವರು ಕಾರಣವನ್ನು ಅರ್ಥಮಾಡಿಕೊಂಡಾಗ, ಎಲ್ಲಾ ಮೂರು ವಿಭಾಗದವರ ತೀಕ್ಷ್ಣವಾದ ಕಣ್ಣುಗಳು 'ಮೇಸರ್ಸ್ ದತ್ ಡ್ರೈ ಫ್ರೂಟ್ಸ್ ಕಂ.' ಮೇಲೆ ಬಿದ್ದವು. ಆದರೆ ಅವರು ಯಾವುದೇ ಹೆಜ್ಜೆ ಇಡುವ ಮೊದಲು, ಸೀಜನ್ನಿನ ಮೊದಲ ರವಾನೆಯು ಈಗಾಗಲೇ ಕರಾಚಿ ಬಂದರಿನ ಮೂಲಕ ಮುಂಬೈ, ಪಠಾಣ್‌ಕೋಟ್ ಮೂಲಕ ದೆಹಲಿಗೆ ಹೊರಟಿತ್ತು.

ಮುಂದೆ ಏನಾಗಲಿದೆ ಎಂದು ಪ್ರಹ್ಲಾದ ದತ್‌ಗೆ ಗೊತ್ತಿತ್ತು. ಅವರು ಈಗಾಗಲೇ ತಮ್ಮ ಗೋದಾಮಿಗೆ ವಿಮೆ ಮಾಡಿಸಿದ್ದರು. ಟ್ರಾನ್ಸ್‌ಪೋರ್ಟ್ ಕಂಪನಿಯವರ ಸಾರಿಗೆ ನಿಗಮದೊಂದಿಗೆ ಸುರಕ್ಷಿತ ಒಪ್ಪಂದವನ್ನು ಸಹ ಮಾಡಿಕೊಂಡಿದ್ದರು. ಅವರಲ್ಲಿ ಹೆಚ್ಚಿನ ಸಾಗಣೆದಾರರು ಸಿಖ್ಖರಾಗಿದ್ದರು. ಬುಡಕಟ್ಟು ಜನಾಂಗದವರ ದಾಳಿಯಿಂದ ತಮ್ಮ ಲಾರಿಗಳನ್ನು ಹೇಗೆ ರಕ್ಷಿಸಿಕೊಳ್ಳುವುದು ಮತ್ತು ಲೋಡ್ ಮಾಡಿದ ಸರಕುಗಳನ್ನು ಸುರಕ್ಷಿತವಾಗಿ ಗಮ್ಯಸ್ಥಾನಕ್ಕೆ ತಲುಪಿಸುವುದು ಹೇಗೆ ಎಂದು ಅವರಿಗೆ ಚೆನ್ನಾಗಿ ತಿಳಿದಿತ್ತು, ಏಕೆಂದರೆ ಅವರು ಸರಕುಗಳ ರಕ್ಷಣೆಗಾಗಿ ಹೋರಾಟಕ್ಕೆ ಸಿದ್ಧರಾಗಿರುತ್ತಿದ್ದರು.

ಆದರೆ ವಿಷಯ ಕೇವಲ ವ್ಯವಹಾರಕ್ಕೆ ಸೀಮಿತವಾಗಿರಲಿಲ್ಲ. ಆ ಪ್ರಕ್ಷುಬ್ಧ ಅವಧಿಯಲ್ಲಿ ಇನ್ನೂ ಹೆಚ್ಚಿನ ಸಂಗತಿಗಳು ಸಂಭವಿಸುತ್ತಿದ್ದವು. ಪೆರಯಾರಾಯಜಾದಾ ಗ್ರಾಮದ ಸುತ್ತಮುತ್ತಲಿನ ಗ್ರಾಮಗಳಲ್ಲಿ ಪ್ರತಿದಿನ ಅಹಿತಕರ ಘಟನೆಗಳು ನಡೆಯುತ್ತಿದ್ದವು. ಹಿಂದೂ ಮತ್ತು ಸಿಖ್ಖರ ಮನೆಗಳನ್ನು ಸುಟ್ಟುಹಾಕಿ, ಅವರ ಮನೆಯ ಹೆಣ್ಣುಮಕ್ಕಳನ್ನು ಹೊತ್ತೊಯ್ಯಲಾಗಿತ್ತು. ನಂತರ ಅನೇಕ ಹಿಂದೂ ಮತ್ತು ಸಿಖ್ ಕುಟುಂಬಗಳು ತಮ್ಮ ಮನೆಗಳನ್ನು ಬಿಟ್ಟು ಓಡಿಹೋಗಲು ಪ್ರಾರಂಭಿಸಿದವು. ಪಂಜಾಬ್ ಕಡೆಗೆ ಓಡುವ ಜನರನ್ನು ದಾರಿಯಲ್ಲಿ ಲೂಟಿ ಮಾಡಿ, ಅವರ ಸಂಪತ್ತು ಮಾತ್ರವಲ್ಲ, ಅವರ ಸೊಸೆ ಮತ್ತು ಹೆಣ್ಣುಮಕ್ಕಳನ್ನು ಸಹ ಅವರಿಂದ ಕಿತ್ತುಕೊಳ್ಳಲಾಗುತ್ತಿದೆ ಎಂಬ ಸುದ್ದಿಗಳು ಬರಲಾರಂಭಿಸಿದವು.

ಒಂದು ರಾತ್ರಿ ಪೆರಯಾರಾಯಜಾದಾ ಗ್ರಾಮದಲ್ಲಿ ಮೋಹಿಯಾಲ್ ಸಮುದಾಯದ ಸಭೆಯನ್ನು ಕರೆಯಲಾಯಿತು. ಈ ಗ್ರಾಮವನ್ನು ಬಿಡಬೇಕೆಂದು ಹಿರಿಯರು ನಿರ್ಧರಿಸಿದರು. ಅವರು ಮುಸ್ಲಿಮರಿಂದ ಭಯಪಡುವ ಅಗತ್ಯವಿರಲಿಲ್ಲ. ಮುಸ್ಲಿಂ ಸಮಾಜವು ಅವರನ್ನು ಯಾವಾಗಲೂ ಬಹಳ ಗೌರವ ಮತ್ತು ಆದರದಿಂದ ನೋಡುತ್ತಿತ್ತು. ಆದರೆ ಕಾಲವು ತುಂಬಾ ವೇಗವಾಗಿ ಬದಲಾಗುತ್ತಿತ್ತು. ಪ್ರಸ್ತುತ ಸಮಯದಲ್ಲಿ ಕೆಲವು ಕಣ್ಣುಗಳು ಅವರನ್ನು ಐತಿಹಾಸಿಕ ರೂಪದಲ್ಲಿ ನೋಡದೆ, ಅವರ ಜಾತಿಯ ಆಧಾರದ ಮೇಲೆ ನೋಡುತ್ತಿದ್ದವು. ಕರ್ಬಲಾ ಕ್ಷೇತ್ರದಲ್ಲಿ ತಮ್ಮ ಪೂರ್ವಜರು ಹುತಾತ್ಮರಾದುದನ್ನು ಈಗ ಮುಸಲ್ಮಾನರು ಮರೆತುಬಿಡುತ್ತಿದ್ದಾರೆ ಎಂದು ಊಹಿಸಲು ಕಷ್ಟವಾಗದ ಕೆಲವು ಘಟನೆಗಳು ನಡೆಯುತ್ತಿದ್ದವು. ಅವರ 'ಹುಸೇನಿ'

ಬ್ರಾಹ್ಮಣ ಗುರುತಿನಿಂದ ಹುಸೇನಿಯನ್ನು ತೆಗೆದುಹಾಕಲಾಗುತ್ತಿತ್ತು ಮತ್ತು ಅವರನ್ನು ಮತ್ತೆ 'ಹಿಂದೂ' ಬ್ರಾಹ್ಮಣರನ್ನಾಗಿ ನೋಡಲಾಗುತ್ತಿತ್ತು.

●

ಕ್ಯಾಪ್ಟನ್ ದತ್ ಹೇಳುತ್ತಿರುವ ಕಥೆ ಈಗ ಮತ್ತೆ ರಕ್ತಪಾತ ಪ್ರಾರಂಭವಾಗುವ ಹಂತವನ್ನು ತಲುಪಿದೆ. ನಾನು ಗಡಿಯಾರದತ್ತ ಕಣ್ಣು ಹಾಯಿಸಿದೆ. ಆಗಲೇ ರಾತ್ರಿ 12:15 ಆಗಿತ್ತು. ಮದ್ಯದ ಅರ್ಧ ಬಾಟಲ್ ಖಾಲಿಯಾಗಿತ್ತು. ಹಡಗಿನ ಓಲಾಟದಿಂದಾಗಿ ಬಾಟಲಿಯಲ್ಲಿ ಉಳಿದಿರುವ ಮದ್ಯ ನಿಧಾನವಾಗಿ ಕುಲುಕುತ್ತಿತ್ತು. ಮದ್ಯ ಮತ್ತು ಆ ಕಥೆ ಮುಗಿಯಲು ಸಮಯ ಹಿಡಿಯುತ್ತದೆ ಎಂದು ನನಗನಿಸುತ್ತಿತ್ತು. ಸಾಗುತ್ತಿರುವ ವೇಗ ನೋಡಿದರೆ ಯಾವುದೇ ತಾತ್ಕಾಲಿಕ ಒತ್ತಡ ಅಥವಾ ಆತುರ ಇರಲಿಲ್ಲ.

ಸ್ವಲ್ಪ ಸಮಯ ಧ್ಯಾನಸ್ಥ ಸನ್ಯಾಸಿಯಂತೆ ಕುಳಿತು, ಕ್ಯಾಪ್ಟನ್ ದತ್ ಮತ್ತೆ ತಮ್ಮ ಗಡ್ಡದ ಮೇಲೆ ಕೈಯಾಡಿಸಿಕೊಂಡು, ಇನ್ನೊಂದು ಕೈಯಿಂದ ಗ್ಲಾಸನ್ನು ಎತ್ತಿಕೊಂಡರು. ಈ ಬಾರಿ ಗ್ಲಾಸಿಗೆ ಮದ್ಯ ಸುರಿಯುತ್ತಿದ್ದ ರೀತಿ, ಯಾವುದೋ ಪರಿಣಾಮವನ್ನು ತಲುಪುವ ರೀತಿಯಲ್ಲಿತ್ತು.

"ಕೊನೆಗೆ ಮನುಷ್ಯ, ಯಾವ ಯಾವುದರಿಂದ ತಪ್ಪಿಸಿಕೊಳ್ಳಬೇಕು? ಎಲ್ಲೆಲ್ಲಿ ಅಲೆದಾಡಬೇಕು?"

ಕ್ಯಾಪ್ಟನ್ ದತ್ ಮಾತನಾಡಲು ಪ್ರಾರಂಭಿಸಿದಾಗ, ನನ್ನ ಮುಖವು ಅವರ ಕಡೆಗೆ ಅಲ್ಲ, ಆದರೆ ಅವರ ಮೇಜಿನ ಮೇಲೆ ಇದ್ದ ಪುಸ್ತಕಗಳ ಮೇಲಿತ್ತು. ನಾನು ತಲೆ ತಿರುಗಿಸಿ ಅವರ ಮುಖ ನೋಡಿದೆ.

ಅವರು ದೀರ್ಘವಾದ ಗುಟುಕು ತೆಗೆದುಕೊಂಡು ಹೇಳಿದರು:

"ಏನಾಗಬೇಕೋ ಅದು ಆಗಿಯೇ ತೀರುತ್ತದೆ" ತುಂಬಾ ನಕಾರಾತ್ಮಕವಾಗಿ ತಲೆ ಅಲ್ಲಾಡಿಸಿ ಅವರು ಮುಂದುವರಿಸಿದರು, "ಸಾಮಾನ್ಯವಾಗಿ ಏನಾಗಲಿದೆ ಅಥವಾ ಏನಾಗಬಹುದು ಎಂಬುದನ್ನು ಊಹಿಸಿಬಿಡಬಹುದು. ಆದರೆ ಪ್ರತಿ ಬಾರಿ ಎಲ್ಲವೂ ಮಾನವ ಊಹೆಯ ಪ್ರಕಾರ ಸಂಭವಿಸುವುದಿಲ್ಲ. ಕೆಲವೊಮ್ಮೆ ಯಾರೂ ಊಹಿಸಲೂ ಸಾಧ್ಯವಾಗದಂತಹುದು ಏನಾದರೂ ಸಂಭವಿಸಿಬಿಡುತ್ತದೆ."

"ಅಂದ್ರೆ?" ನಾನು ಎಲ್ಲಿಯೂ ಕಳೆದುಹೋಗಿಲ್ಲ, ಅವರ ಮಾತನ್ನು ಬಹಳ ಗಮನವಿಟ್ಟು ಕೇಳುತ್ತಿದ್ದೇನೆ ಎಂದು ಅವರು ಅರಿಯಲಿ ಎಂದು ನಾನು ದೊಡ್ಡ ಧ್ವನಿಯಲ್ಲಿ ಕೇಳಿದೆ.

"ನಿಮ್ಮ ಮತ್ತು ನಿಮಗೆ ಹತ್ತಿರವಿರುವವರ ಜೀವನವು ಅಪಾಯದಲ್ಲಿರುವಾಗ, ಆಯ್ಕೆಯ ಮೇಲೆ ನಿಮಗೆ ನಿಯಂತ್ರಣವಿರುವುದಿಲ್ಲ."

ಕ್ಯಾಪ್ಟನ್ ದತ್ ಈಗ ತೀಕ್ಷ್ಣವಾದ ಮತ್ತು ಸ್ಥಿರವಾದ ಧ್ವನಿಯಲ್ಲಿ ಮಾತನಾಡಲು ಪ್ರಾರಂಭಿಸಿದರು, "ಆ ಗೊಂದಲದ ಅವಧಿಯಲ್ಲಿ, ಕ್ರೌರ್ಯ ಮತ್ತು ಬರ್ಬರತೆಯ ಅನೇಕ

ಕೃತ್ಯಗಳು ಬೆಳಕಿಗೆ ಬಂದವು. ನಾಶವಾದ ಜೀವನದ ತುಣುಕುಗಳು ಇತಿಹಾಸದಲ್ಲಿ ಕಣ್ಮರೆಯಾಗಿಬಿಡುತ್ತವೆ. ಈ ಎಲ್ಲಾ ಕಥೆಗಳು ದುರ್ಘಟನೆಗಳಾಗಿದ್ದವು. ಅಲ್ಲಿ ಸಮಯ, ಅನುಕೂಲತೆ ಮತ್ತು ಸಂಖ್ಯೆಗಳ ಆಧಾರದ ಮೇಲೆ ಅವಕಾಶವನ್ನು ನೋಡಿ, ಒಂದು ಸಮುದಾಯವು ಜನರನ್ನು ಕೊಂದಿತು. ಆದರೆ ಇದೇ ಅವಧಿಯಲ್ಲಿ ಬಂಡುಕೋರರ ದಾಳಿಗೆ ಒಳಗಾಗದ ಕೆಲವು ಮನೆಗಳಿದ್ದವು. ಆ ಮನೆಯ ಮುಖ್ಯಸ್ಥ ಸಂಭವನೀಯ ಅತ್ಯಾಚಾರದಿಂದ ತನ್ನವರನ್ನು ರಕ್ಷಿಸಲು ತನ್ನ ಮನೆಯ ಹೆಣ್ಣು ಮಕ್ಕಳು ಮತ್ತು ಸೊಸೆಯರನ್ನು ಕೊಂದು ಹಾಕಿದ. ಅಪ್ರಾಪ್ತ ಬಾಲಕಿಯರು ಮತ್ತು ಸೊಸೆಯರ ದೇಹದಿಂದ ಹೊರಬಿದ್ದ ರಕ್ತ ಚಿಮ್ಮಿ ಮನೆಯ ಗೋಡೆಗಳ ಮೇಲೆ ಸಿಡಿದಿತ್ತು. ಇವೆಲ್ಲ ಇತಿಹಾಸದಲ್ಲಿ ದಾಖಲಾಗಿಲ್ಲ. ವಿಭಜನೆಯ ಗಲಭೆಗಳಲ್ಲಿ ಲೆಕ್ಕಕ್ಕೆ ಸಿಗದ ಮೃತದೇಹಗಳ ಪೈಕಿ ಇಪ್ಪತ್ತೇಳು ಮಹಿಳೆಯರ ಮೃತದೇಹಗಳು ಬೇರೆ ಯಾರಿಂದಲೂ ಅಲ್ಲ, ಅವರ ಸ್ವಂತ ತಂದೆ ಅಥವಾ ಮಾವನಿಂದ ಕೊಲ್ಲಲ್ಪಟ್ಟಿದ್ದರು."

ಕ್ಯಾಪ್ಟನ್ ದತ್ ನನ್ನತ್ತ ನೋಡದೆ ಕೊನೆಯ ಗುಟುಕು ಮದ್ಯವನ್ನು ಗಂಟಲಿಗಿಳಿಸಿ, ಟಕ್ ಎಂದು ಗ್ಲಾಸನ್ನು ಮೇಜಿನ ಮೇಲೆ ಇರಿಸಿದರು.

"ನನ್ನ ತಂದೆ ಮೋಹನ ದತ್ ನನಗೆ ಈ ಕಥೆಯನ್ನು ಹೇಳಿದಾಗ, ನನಗೆ ಹದಿನಾರು ವರ್ಷ."

ಅವರು ತಮ್ಮ ಡೆನಿಮ್ ನೀಲಿ ಅಂಗಿಯ ಮೇಲಿನ ಜೇಬಿನಿಂದ ಸಿಗರೇಟ್ ಮತ್ತು ಲೈಟರ್‌ನ್ನು ಹೊರತೆಗೆದು, ಸಿಗರೇಟನ್ನು ತುಟಿಗಳ ನಡುವೆ ಇಟ್ಟುಕೊಂಡು ಸ್ವಲ್ಪ ಹೊತ್ತು ಮೌನವಾಗಿ ಕುಳಿತರು. ನಂತರ ಲೈಟರ್‌ನ ಜ್ವಾಲೆ ಸಿಗರೇಟಿನ ತುದಿಯ ಬಳಿ ಬಂದಿತು.

"ಆ ದಿನ ನನ್ನ ತಂದೆ ಹಳ್ಳಿಯಲ್ಲಿ ಇರಲಿಲ್ಲ, ರಾವಲ್ಪಿಂಡಿಯಲ್ಲಿದ್ದರು."

ಒಂದು ಆಳವಾದ ಹೊಗೆ ಎಳೆದುಕೊಂಡು, ಉದ್ದವಾದ ಉಸಿರಿನೊಂದಿಗೆ ಹೊಗೆಯನ್ನು ಹೊರಹಾಕಿದ ಬಳಿಕ ಅವರು ಹೇಳಿದರು, "ಅವರು M/s ದತ್ ಡ್ರೈಫ್ರೂಟ್ಸ್ ಕಂ. ಬೆಂಕಿ ಹಚ್ಚಿದ ಗೋದಾಮಿನ ಮುಂದೆ ನಿಂತಿದ್ದರು. ತಮ್ಮ ಗೋದಾಮಿನಿಂದ ಏಳುತ್ತಿರುವ ಜ್ವಾಲೆ ಮತ್ತು ಕಪ್ಪು ಹೊಗೆಯನ್ನು ವೀಕ್ಷಿಸಿದರು. ಅನಂತರ ಅನೇಕ ಅಂಗಡಿಗಳು, ಮನೆಗಳು, ದೇವಾಲಯಗಳು ಮತ್ತು ಗುರುದ್ವಾರಗಳು ಸುಟ್ಟುಹೋಗುತ್ತಿರುವುದನ್ನು ನೋಡಿದರು. ಆಮೇಲೆ ಅವರು ಅಮೆರಿಕಾದಲ್ಲಿ ಕಂಡುಬಂದ ಲಿಂಚಿಂಗ್ ಕಾರ್ನಿವಲ್ ಮೆರವಣಿಗೆಗಳಿಗಿಂತ ಹೆಚ್ಚು ಭಯಾನಕವಾದ ಮೆರವಣಿಗೆಯನ್ನು ಎದುರಿಸಿದರು. ಅಲ್ಲಿ ಅವರು ಕೇವಲ ಮೂರು ಕಪ್ಪು ಜನರ ಅಂಗ-ಭಂಗವಾಗುತ್ತಿರುವುದನ್ನು ನೋಡಿದ್ದರು, ಇಲ್ಲಿ ಅರವತ್ತು ಸಿಖ್ಖರನ್ನು ಏಕಕಾಲದಲ್ಲಿ ಬೆತ್ತಲೆ ಮಾಡಿ ಅವರ ಲಿಂಗಗಳನ್ನು ಕತ್ತರಿಸಲಾಯಿತು. ಅವರ ತಲೆ ಕತ್ತರಿಸಿ, ಕತ್ತರಿಸಿದ ತಲೆಗಳನ್ನು ಕಲ್ಲುಗಳ ಮೇಲೆ ಎಸೆಯಲಾಯಿತು. ಕತ್ತರಿಸಿದ ಲಿಂಗಗಳನ್ನು ತಾಮ್ರದ ಪಾತ್ರೆಯಲ್ಲಿ ಸಂಗ್ರಹಿಸಲಾಗುತ್ತಿತ್ತು. ಆ ತಾಮ್ರದ ಪಾತ್ರೆಯು ಆ ಮೆರವಣಿಗೆಯ ಕಿರೀಟವಾಗಿತ್ತು, ಮುಹರಂ ಮೆರವಣಿಗೆಯಲ್ಲಿ ತಾಜಿಯಾದಂತೆ. ಆದರೆ ಒಂದೇ ವ್ಯತ್ಯಾಸವೆಂದರೆ ಮೆರವಣಿಗೆಯ ಉನ್ಮಾದದ ಕೇಂದ್ರದಲ್ಲಿ ಶೋಕಾಚರಣೆ ಇರಲಿಲ್ಲ, ಆದರೆ ಇನ್ನೊಂದು ಸಮುದಾಯದ ವಿನಾಶದ ಘೋಷಣೆಯಿತ್ತು.

ಮೋಹನ ದತ್ ಉರಿಯುತ್ತಿರುವ ಮನೆಯ ಹಿಂದೆ ಅಡಗಿಕೊಂಡು ಮೆರವಣಿಗೆ ಹಾದುಹೋಗುವುದನ್ನು ನೋಡುತ್ತ ನಿಂತರು. ಮೆರವಣಿಗೆ ಮುಂದೆ ಹೋದಾಗ, ಅವರು ರಸ್ತೆಗೆ ಬಂದು, ಮೆರವಣಿಗೆಯು ಬಿಟ್ಟುಹೋದ 'ವಸ್ತು'ಗಳನ್ನು ನೋಡುತ್ತಾ ಮುಂದೆ ಸಾಗಿದರು. ದಾರಿಯಲ್ಲಿ ದಂಗೆಗೆ ಬಲಿಯಾದ ಯಾವುದೋ ಒಬ್ಬ ವ್ಯಕ್ತಿಯ ಸೈಕಲ್ ಸಿಕ್ಕಿತು. ಅವರು ಸೈಕಲ್ ಎತ್ತಿಕೊಂಡು ಅದರ ಸೀಟಿನಲ್ಲಿ ಕುಳಿತು ತಮ್ಮ ಹಳ್ಳಿಯ ಕಡೆಗೆ ವೇಗವಾಗಿ ಪೆಡಲ್ ತುಳಿದರು. ಅವರು ಹಳ್ಳಿಯನ್ನು ತಲುಪಿದಾಗ, ಇಡೀ ಹಳ್ಳಿಯು ಖಾಲಿಯಾಗಿತ್ತು. ರಕ್ತಪಾತ ಅಥವಾ ಲೂಟಿಯ ದೃಶ್ಯಗಳು ಕಾಣಲಿಲ್ಲ, ಆದರೆ ಮೌನವು ಯಾವುದೇ ಗಾಬರಿಪಡಿಸುವ ದೃಶ್ಯಕ್ಕಿಂತ ಹೆಚ್ಚು ಭಯಾನಕವಾಗಿತ್ತು.

ಮೋಹನ ದತ್ ತಮ್ಮ ಮನೆಯ ಬೀದಿಗೆ ಕಾಲಿಟ್ಟಾಗ, ಆ ಬೀದಿಯೂ ನಿರ್ಜನವಾಗಿತ್ತು. ನಡೆದುಕೊಂಡು ಮನೆಯ ಹತ್ತಿರ ಬಂದು ಪಕ್ಕದ ಮನೆಯ ಅಂಗಳದಲ್ಲಿ ನೋಡಿದಾಗ ಒಂದು ಗೂಟಕ್ಕೆ ಕಟ್ಟಿದ್ದ ದನ ಕೂಗುತ್ತಿತ್ತು. ಮಂಚದ ಮೇಲೆ ಮಲಗಿದ್ದ ಒಬ್ಬ ಮುದುಕ ತನ್ನ ಮುಖದ ಮೇಲೆ ಝೇಂಕರಿಸುವ ನೊಣಗಳನ್ನು ಓಡಿಸುತ್ತಿದ್ದ. ಮೋಹನ ದತ್ ಮುದುಕನ ಬಳಿಗೆ ಹೋಗಿ ಎಲ್ಲರೂ ಎಲ್ಲಿಗೆ ಹೋಗಿದ್ದಾರೆ ಎಂದು ಕೇಳಿದರು. ಅವರೆಲ್ಲರೂ ಹತ್ತಿರದ ಹಳ್ಳಿಯಾದ ಪಿಂಡ್ ಸೈಯ್ಯದಗೆ ಹೋಗಿದ್ದಾರೆ ಎಂದು ಹೇಳಿದ.

ಮೋಹನ ದತ್ ಸ್ವಲ್ಪ ಸಮಯದವರೆಗೆ ಆಲೋಚನೆಯಲ್ಲಿ ಮುಳುಗಿದರು. ಕೆಲ ದಿನಗಳ ಹಿಂದೆ ಮೊಹಿಯಾಲ್ ಸಮುದಾಯದ ಸಭೆ ನಡೆದಾಗ ಪಕ್ಕದ ಗ್ರಾಮದ ಸೈಯ್ಯದವರನ್ನೂ ಕರೆಸಲಾಗಿತ್ತು. ಆ ಸಭೆಯ ಮುಖ್ಯ ವಿಷಯವೇನೆಂದರೆ, ಯಾವುದೋ ಗೊಂದಲ ಅಥವಾ ತಪ್ಪು ತಿಳಿವಳಿಕೆ ಅಥವಾ ಅಜ್ಞಾನದಿಂದಾಗಿ ಅವ್ಯವಸ್ಥೆ ಮತ್ತು ವದಂತಿಗಳಿಂದಾಗಿ ಅವರ ಗ್ರಾಮ ಪೆರಯಾರಾಯಜಾದಾದಲ್ಲಿ ಬಿಕ್ಕಟ್ಟು ಉಂಟಾದರೆ ಏನು ಮಾಡಬೇಕು? ಯಾವುದೇ ಮೋಹಿಯಾಲ್ ಸಮುದಾಯದವರಿಗೆ ಧಕ್ಕೆಯಾಗಲು ಬಿಡುವುದಿಲ್ಲ ಎಂದು ಸೈಯ್ಯದಗಳು ತಮ್ಮ ಎದೆ ಮುಟ್ಟಿಕೊಂಡು ಪ್ರಮಾಣ ಮಾಡಿದ್ದರು.

ಸೈಯ್ಯದಗಳು ತಮ್ಮ ಕರ್ತವ್ಯವನ್ನು ಉತ್ತಮವಾಗಿ ನಿರ್ವಹಿಸಿ, ತಮ್ಮ ಭರವಸೆಯನ್ನು ಉಳಿಸಿಕೊಂಡಿದ್ದಾರೆ ಮತ್ತು ತಮ್ಮ ನೆರೆಹೊರೆಯವರಿಗೆ ಆಶ್ರಯ ನೀಡಿದ್ದಾರೆ ಎಂದು ಭಾವಿಸಿ ಮೋಹನ ದತ್ ನೆಮ್ಮದಿಯ ನಿಟ್ಟುಸಿರು ಬಿಟ್ಟರು. ಸೈಯ್ಯದಗಳ ಮೇಲೆ ಸಂಪೂರ್ಣ ನಂಬಿಕೆ ಇರುವ ಕೆಲವು ಕುಟುಂಬಗಳು ಗ್ರಾಮದಲ್ಲಿವೆ ಎಂಬುದು ಅವರಿಗೆ ಆಗ ತಿಳಿದಿರಲಿಲ್ಲ. ಆದರೆ ಗಲಭೆ ತೀವ್ರ ಸ್ವರೂಪವನ್ನು ಪಡೆದರೆ, ಈ ಬೆರಳೆಣಿಕೆಯ ಸೈಯ್ಯದಗಳು ಅವರನ್ನು ಉಳಿಸಲು ಸಾಧ್ಯವಾಗುತ್ತದೆ ಎಂಬ ವಿಶ್ವಾಸವಿರಲಿಲ್ಲ. ಕೊನೆಯವರೆಗೂ ಅವರಿಗೆ ಈ ಭಯದಿಂದ ಮುಕ್ತಿ ಸಿಗಲಿಲ್ಲ, ಈ ಸಹೋದರತ್ವವು ಕಾಲ್ತುಳಿತದಲ್ಲಿ ಸಿಕ್ಕಿಹಾಕಿಕೊಂಡರೆ ಏನಾಗುತ್ತದೆ? ಈ ಆತಂಕದಿಂದಾಗಿ, ಅವರು ಅಂತಿಮವಾಗಿ ತೆಗೆದುಕೊಂಡ ನಿರ್ಧಾರವು ಆತ್ಮಘಾತುಕ ನಿರ್ಧಾರವಾಗಿತ್ತು.

ಅವರು ನಿರ್ಜನ ರಸ್ತೆಯಲ್ಲಿ ಸೈಕಲ್ ಓಡಿಸುತ್ತಾ ಪಿಂಡ್ ಸೈಯ್ಯದಗೆ ತಲುಪಿದಾಗ, ಆ ಹಳ್ಳಿಯಲ್ಲಿ ಬೇರೆಯ ತರಹದ್ದೇ ಗದ್ದಲವಿತ್ತು. ಊರಿನವರೆಲ್ಲ ಅಕ್ಕಪಕ್ಕದ ಊರುಗಳಿಂದ

ಬಂದಿದ್ದ ಅತಿಥಿಗಳಿಗೆ ಬಡಿಸುವುದರಲ್ಲಿ ನಿರತರಾಗಿದ್ದರು. ದೊಡ್ಡ ದೊಡ್ಡ ಚಪ್ಪರಗಳನ್ನು ಹಾಕಿ ಲಂಗರ್ ಆರಂಭಿಸಲಾಗಿತ್ತು. ಪುರುಷರಿಗೆ ತಂಗಲು ಚಪ್ಪರಗಳಲ್ಲಿ ವ್ಯವಸ್ಥೆ ಮಾಡಲಾಗಿತ್ತು. ಗ್ರಾಮದ ಹಲವು ಮನೆಗಳಲ್ಲಿ ಮಹಿಳೆಯರು ಮತ್ತು ಮಕ್ಕಳಿಗೆ ಹೆಚ್ಚಿನ ಸೌಲಭ್ಯಗಳೊಂದಿಗೆ ವಸತಿ ಕಲ್ಪಿಸಲಾಗಿತ್ತು. ಗ್ರಾಮದ ಯುವಕರು ತಲೆಗೆ ಸೈಯ್ಯಿದಿ ಪೇಟ ಧರಿಸಿ, ಸಲ್ವಾರ್-ಕುರ್ತಾ ಧರಿಸಿ, ಇಲ್ಲಿಂದ ಅಲ್ಲಿಗೆ ವೇಗವಾಗಿ ಸಂಚರಿಸಿ, ಹಿರಿಯರ ಆದೇಶದಂತೆ ಶ್ರದ್ಧಾಭಕ್ತಿಯಿಂದ ಸೇವೆಯಲ್ಲಿ ತೊಡಗಿದ್ದರು.

ಮೋಹನ ದತ್ ಮೊದಲು ಪುರುಷರ ಚಪ್ಪರದಲ್ಲಿ ಹುಡುಕಿದರು, ಅಲ್ಲಿ ಅವರಿಗೆ ಅವರ ತಂದೆ ಎಲ್ಲಿಯೂ ಕಾಣಿಸಲಿಲ್ಲ. ಕೆಲವರಲ್ಲಿ ಅವರ ಬಗ್ಗೆ ವಿಚಾರಿಸಿದಾಗ ಎಲ್ಲ ಗೊತ್ತಿದ್ದರೂ ಏನೋ ಮುಚ್ಚಿಟ್ಟಂತೆ ತಲೆ ಅಲ್ಲಾಡಿಸಿ ಅಜ್ಞಾನ ವ್ಯಕ್ತಪಡಿಸಿದರು. ವಿಷಯ ಗಂಭೀರವಾಗಿದೆ ಎಂದು ಮೋಹನ ದತ್‌ಗೆ ಅರ್ಥವಾಗಲು ಹೆಚ್ಚು ಸಮಯ ಬೇಕಾಗಲಿಲ್ಲ. ಅವರು ತಕ್ಷಣವೇ ಚಪ್ಪರದಿಂದ ಹೊರಬಂದು ತನ್ನ ತಾಯಿಯನ್ನು ಹುಡುಕಲು ಮಹಿಳೆಯರು ಮತ್ತು ಮಕ್ಕಳನ್ನು ಇರಿಸಲಾಗಿರುವ ಮನೆಗಳ ಕಡೆಗೆ ವೇಗವಾಗಿ ಹೊರಟರು. ಅವರ ಚಡಪಡಿಕೆ ನಿರಂತರವಾಗಿ ಹೆಚ್ಚುತ್ತಲೇ ಇತ್ತು. ಅವರು ತಮ್ಮ ತಾಯಿಯನ್ನು ಹುಡುಕುತ್ತಾ ಒಂದು ಮನೆಯಿಂದ ಇನ್ನೊಂದು ಮನೆಗೆ ವೇಗವಾಗಿ ಓಡುತ್ತಿದ್ದರು. ಕೊನೆಗೆ ಒಂದು ಮನೆಯಲ್ಲಿ ತಾಯಿ ಅವರಿಗೆ ಕಾಣಿಸಿಕೊಂಡಾಗ, ಅವರು ಒಂದೇ ಸಮನೆ ತೇಕುತ್ತಾ ಅವಳನ್ನು ನೋಡುತ್ತಿದ್ದರು. ಕೆಲವು ಹೆಂಗಸರು ಶೋಕಾಚರಣೆಯಲ್ಲಿ ಸಾಂತ್ವನ ಹೇಳುತ್ತಿರುವಂತೆ ತಾಯಿಯ ಸುತ್ತ ಕುಳಿತಿದ್ದರು.

ಮಗನನ್ನು ನೋಡಿದ ತಾಯಿ ಎದ್ದು ನಿಂತಾಗ, ಹೆಂಗಸರು ಸ್ವಲ್ಪ ಜಾಗ ಮಾಡಿ ಮಗನ ಕಡೆಗೆ ಹೋಗಲು ದಾರಿ ಮಾಡಿಕೊಟ್ಟರು. ತಾಯಿ ಮೂರು ಹೆಜ್ಜೆ ಮುಂದಿಟ್ಟರೆ ಮಗ ಕೂಡ ಮೂರು ಹೆಜ್ಜೆ ಮುಂದೆ ಹೋಗಿ ತಾಯಿಯ ಮುಂದೆ ನಿಂತ. ಇಬ್ಬರೂ ಸ್ವಲ್ಪ ಸಮಯ ಒಬ್ಬರನ್ನೊಬ್ಬರು ನೋಡುತ್ತಿದ್ದರು,

"ಅಪ್ಪ ಎಲ್ಲಿ?" ಎಂದು ಮಗ ಕೇಳಿದ.

ಉತ್ತರವಾಗಿ, ತಾಯಿಯ ಒಂದು ಕಣ್ಣಿನಿಂದ ಕಣ್ಣೀರಿನ ಹೊಳೆ ಹರಿಯಿತು.

"ಮತ್ತೆ ತಂಗಿಯರು?" ಮಗ ಮತ್ತೊಂದು ಪ್ರಶ್ನೆಯನ್ನು ಕೇಳಿದ.

ಈ ಬಾರಿ ಎರಡನೇ ಕಣ್ಣಿನ ಸರದಿ, ಅಲ್ಲಿಂದ ಮೊದಲ ಕಣ್ಣಿಗಿಂತಲೂ ದಪ್ಪವಾದ ಹೊಳೆ ಹೊರಬಿತ್ತು.

ಮೋಹನ ದತ್ ತಕ್ಷಣ ತಿರುಗಿ ಮನೆಯಿಂದ ಹೊರಬಂದು, ಎರಡು ಹಳ್ಳಿಗಳನ್ನು ಸಂಪರ್ಕಿಸುವ ರಸ್ತೆಯ ಬೀದಿಯಲ್ಲಿ ವೇಗವಾಗಿ ಓಡುತ್ತಾ ಮುಂದೆ ಸಾಗಿದರು. ದಾರಿಯಲ್ಲಿ ಕೆಲವರು ಅವರನ್ನು ತಡೆಯಲು ಯತ್ನಿಸಿದರು. ಆದರೆ ಅವರೊಳಗೆ ಉಕ್ಕುತ್ತಿದ್ದ ಕುದಿಯುವಿಕೆಯನ್ನು ತಡೆಯಲು ಸಾಧ್ಯವಾಗಲಿಲ್ಲ. ಪಿಂಡ್ ಸೈಯ್ಯದ ಗ್ರಾಮದಿಂದ ಹೊರ ಬಂದ ಕೂಡಲೇ ಮತ್ತೆ ಸೈಕಲ್ ಎತ್ತಿಕೊಂಡು ಬಿರುಗಾಳಿ ಬೀಸಿದಂತೆ ತಮ್ಮ ಹಳ್ಳಿಯತ್ತ

ಸಾಗಿದರು. ಇದು ತಕ್ಷಣದ, ಉದ್ರಿಕ್ತ ಓಟವಾಗಿತ್ತು. ಮನುಷ್ಯ ಉಸಿರಾಡುವುದನ್ನೂ ಮರೆತಾಗ ಅವನ ಎಲ್ಲಾ ಇಂದ್ರಿಯಗಳು ಸಂಪೂರ್ಣ ಶಕ್ತಿಯೊಂದಿಗೆ ಒಂದಾಗುತ್ತವೆ ಮತ್ತು ಒಂದೇ ಉತ್ಸಾಹದಿಂದ ಯಾವುದೇ ಹಂತಕ್ಕೆ ಹೋಗಲು ಸಿದ್ಧವಾಗುತ್ತವೆ.

ತಮ್ಮ ಹಳ್ಳಿಯ ಗಡಿಯನ್ನು ಪ್ರವೇಶಿಸಿದಾಗ, ಅವರ ದವಡೆಗಳು ನಡುಗಲಾರಂಭಿಸಿದ್ದವು. ಬೀದಿಯ ತಿರುವು ತಲುಪುತ್ತಿದ್ದಂತೆ ಅವರು ತಮ್ಮ ತುಟಿಗಳನ್ನು ಕಚ್ಚಿ ಹಿಡಿದು, ಸೈಕಲ್ಲನ್ನು ಅಂಗಳದಲ್ಲಿ ಪಕ್ಕಕ್ಕೆ ಎಸೆದು ಮನೆಯ ಬಾಗಿಲಿನ ಮುಂದೆ ಹೋದಾಗ ನಿಂತಲ್ಲೆ ನಿಂತುಬಿಟ್ಟರು. ಅವರ ಕೆರಳಿದ ಭಾವನೆಗಳು ಸುಮ್ಮನಾಗಿ ಅವರ ಇಂದ್ರಿಯಗಳ ಏಕೀಕೃತ ಶಕ್ತಿಯು ಸಂಪೂರ್ಣವಾಗಿ ದಣಿದು ಜಡವಾಯಿತು. ಅವರು ಒಂದು ಪ್ರತಿಮೆಯಂತೆ ನಿಂತರು. ಅವರ ಬಟ್ಟೆ ಮತ್ತು ಕೂದಲು ಗಾಳಿಯಲ್ಲಿ ಹಾರಾಡುತ್ತಿದ್ದವು. ಅಂಗಳದಲ್ಲಿ ನಿಂತ ಆಲದ ಮರದ ಎಲೆಗಳು ಒಂದೊಂದಾಗಿ ಸುತ್ತಲೂ ಮುರಿದು ಬೀಳುತ್ತಲೇ ಇದ್ದವು. ಒಣಗಲು ಹಾಕಿದ್ದ ಐವರು ಸಹೋದರಿಯರ ಸಮವಸ್ತ್ರಗಳು ಅದೇ ಗಾಳಿಯಲ್ಲಿ ಪಟಪಟನೆ ಹಾರುತ್ತಿದ್ದವು. ಅಂಗಳದ ನೆಲದ ಮೇಲೆ ಅಲ್ಲಲ್ಲಿ ಹಸುವಿನ ಮೇವು ಚದುರಿ ಬಿದ್ದಿತ್ತು. ಆಲದ ಮರದ ಕೊಂಬೆಯ ಮೇಲೆ ಕುಳಿತಿದ್ದ ಎರಡು ಕಾಗೆಗಳು ತಮ್ಮ ನಿರಂತರವಾದ ಕೂಗಿನಿಂದ ಇಡೀ ದೃಶ್ಯಕ್ಕೆ ಅಪಶಕುನದ ಧ್ವನಿಯನ್ನು ನೀಡುತ್ತಿದ್ದವು. ಆದರೆ ಮೋಹನ ದತ್ ಅವರ ಗಮನ ಬೇರೆ ಯಾವುದರ ಮೇಲೆಯೂ ಇರದೆ ಬಾಗಿಲ ಬಳಿ ಝೇಂಕರಿಸುತ್ತಿದ್ದ ಅಸಂಖ್ಯಾತ ನೊಣಗಳ ಮೇಲಿತ್ತು. ಅವು ರಕ್ತದ ದೊಡ್ಡ ಕೊಚ್ಚೆಗುಂಡಿಯಲ್ಲಿ ತಮ್ಮ ಕಾಲುಗಳನ್ನು ಇಡಲು ಪ್ರಯತ್ನಿಸುತ್ತಿದ್ದವು. ರಕ್ತವು ತನ್ನ ಮೂಲ ಬಣ್ಣವನ್ನು ಕಳೆದುಕೊಂಡು, ತಿಳಿ ಕಂದುಬಣ್ಣಕ್ಕೆ ತಿರುಗಿತ್ತು. ಬಾಗಿಲಿನ ಕೆಳಗಿನಿಂದ ಹೊರಬಂದು, ಮೂರು ಮೆಟ್ಟಿಲು ಇಳಿದು ಅಂಗಳದ ಆ ಭಾಗಕ್ಕೆ ಬಂದು ಶೇಖರಣೆಯಾದ ರಕ್ತವು, ಗಾಳಿ ಮತ್ತು ಸೂರ್ಯನ ಬೆಳಕಿನಲ್ಲಿ ಒಣಗಿ ಕನಿಷ್ಠ ಮೂರು-ನಾಲ್ಕು ಗಂಟೆಗಳು ಕಳೆದಿವೆ ಎನ್ನುವುದಕ್ಕೆ ಸಾಕ್ಷಿಯಾಗಿತ್ತು.

ಈಗ ಮೋಹನ ದತ್‌ಗೆ ಎಲ್ಲವೂ ಶೂನ್ಯವಾಗಿ ಮಾರ್ಪಟ್ಟಿತ್ತು. ಶೂನ್ಯವು ಎಷ್ಟು ಗಾಢವಾಗಿ ಮತ್ತು ಕಪ್ಪಾಗಿತ್ತು ಎಂದರೆ ಅವರು ತಮ್ಮ ಐವರು ಸಹೋದರಿಯರ ಮುಖಗಳನ್ನು ನೆನಪಿಸಿಕೊಳ್ಳಲಾಗಲಿಲ್ಲ. ಅವರ ಅಸ್ತಿತ್ವವು ಈಗ ರಕ್ತಸಿಕ್ತ ಕೊಳವಾಗಿ ಮಾರ್ಪಟ್ಟಿತ್ತು. ಅದರ ಮೇಲೆ ನೊಣಗಳ ಸಮೂಹ ಮತ್ತು ಅವುಗಳ ನಿರಂತರ ಕಬಳಿಸುವ ಝೇಂಕಾರವು ಆ ಕಾಲಕ್ಕೆ ತ್ಯಾಗದ ಅರ್ಪಣೆಯಾಗಿತ್ತು.

ಸಮಯದ ಆ ಪ್ರಚಂಡ ಕರಾಳ ಅಧ್ಯಾಯದಲ್ಲಿ, ಬಲಿಯಾದ ತಂದೆ ಮತ್ತು ಬಲಿಪಶುಗಳಾದ ಐದು ಹೆಣ್ಣುಮಕ್ಕಳು ಅವರ ಸ್ಥಾನವನ್ನು ಪಡೆದಿರಬಹುದು, ಆದರೆ ಇತಿಹಾಸದ ಪುಟಗಳಲ್ಲಿ ಜಗತ್ತನ್ನು ಸಮುದಾಯಗಳು ಮತ್ತು ಜನಾಂಗಗಳಾಗಿ ವಿಭಜಿಸಿದ ಆ ತಂದೆಯ ಯಾವುದೇ ಚಿತ್ರವು ಹೊರಹೊಮ್ಮಲಿಲ್ಲ. ಅವರು ಇಡೀ ಮಾನವೀಯತೆಯ ಮೇಲಿನ ನಂಬಿಕೆಯನ್ನು ಕಳೆದುಕೊಂಡಿದ್ದರು.

ವಿಭಜನೆಯ ಗಲಭೆಯ ದಾಖಲಾತಿಯಲ್ಲಿ ಎಲ್ಲಿಯೂ ಆ ಮನೆಯ ಉಲ್ಲೇಖವಿಲ್ಲ. ಮನೆಯ ಮೇಲ್ಛಾವಣಿಗೆ ಆಧಾರ ಕೊಡುವ ಮರದ ಕಂಬ, ಬಲಿ ತೆಗೆದುಕೊಳ್ಳುವ

ಗೂಟವಾಗಿ ಬದಲಾಗಿತ್ತು. ತಮ್ಮ ಐದು ಹೆಣ್ಣುಮಕ್ಕಳನ್ನು ಕಂಬಕ್ಕೆ ಕಟ್ಟಿ, ಅವರ ತಂದೆ ಒಂದೊಂದಾಗಿ ಅವರ ಕುತ್ತಿಗೆಗಳ ಮೇಲೆ ಚೂರಿಯಿಂದ ಇರಿದಿದ್ದರು.

ಆ ದಿನ, ದಿಗ್ಭ್ರಮೆಗೊಂಡ ಸ್ಥಿತಿಯಲ್ಲಿ ಬಹಳ ಹೊತ್ತು ನಿಂತು, ಮೋಹನ ದತ್ ನಿಧಾನವಾಗಿ ಒಳಗಿನಿಂದ ಕೊಂಡಿ ಹಾಕಿದ್ದ ಬಾಗಿಲಿನ ಕಡೆಗೆ ಹೋದರು. ಈಗ ಅವರ ಕಣ್ಣುಗಳು ಸಂಪೂರ್ಣವಾಗಿ ಬಾಗಿಲಿನ ಮೇಲೆ ಕೇಂದ್ರೀಕೃತವಾಗಿದ್ದವು. ಬಾಗಿಲಿನ ಇನ್ನೊಂದು ಬದಿಯಲ್ಲಿ ಹರಡಿದ ರಕ್ತದ ಹರಿವನ್ನು ಹಾದು ಅವರು ಹೊಸ್ತಿಲನ್ನು ತಲುಪುವ ಹೊತ್ತಿಗೆ, ಅವರಿಗೆ ರಕ್ತವು ಕೇವಲ ರಕ್ತವಾಗಿ ಉಳಿದಿರಲಿಲ್ಲ. ಆ ದುರಂತವು ಸಾಮಾನ್ಯ ಘಟನೆಯಾಗಿ ಮಾರ್ಪಟ್ಟಿತು. ಆಗ ಅವರು ಬಹುಶಃ ತುಂಬಾ ಸಹಜವಾಗಿದ್ದರು. ಅವರೊಳಗೆ ದೊಡ್ಡ ಪರಿವರ್ತನೆ ಆಗಿಬಿಟ್ಟಿತ್ತು. ಅವರ ಹೃದಯ ಬಡಿತ ನಿಂತಿದೆ ಎಂದು ಅವರಿಗೇ ತಿಳಿದಿರಲಿಲ್ಲ. ಕೇವಲ ಹದಿನಾರನೇ ವಯಸ್ಸಿನಲ್ಲಿ ಅವರು ಕಲ್ಲು ಹೃದಯದ ವ್ಯಕ್ತಿಯಾಗಿಬಿಟ್ಟಿದ್ದರು.

ಬಾಗಿಲು ತಲುಪಿ ಅವರು ಕಬ್ಬಿಣದ ಸರಪಳಿಯಿಂದ ಹಳೆಯ ಮರದ ಬಾಗಿಲನ್ನು ಮೂರು ಬಾರಿ ಬಡಿದರು. ಸ್ವಲ್ಪ ಸಮಯದ ನಂತರ, ಸದ್ದಿನೊಂದಿಗೆ ಬಾಗಿಲು ತೆರೆದಾಗ, ಎದುರು ನಿಂತಿದ್ದ ವ್ಯಕ್ತಿಯನ್ನು ನೋಡಿ ಮೋಹನ ದತ್‌ಗೆ ಆಘಾತವಾಗಲಿಲ್ಲ. ಪ್ರಹ್ಲಾದ ದತ್ ಅವರ ಬಟ್ಟೆ ಮತ್ತು ಕೈಗಳು ರಕ್ತದ ಬಣ್ಣದಿಂದ ಕೆಂಪಾಗಿದ್ದವು. ಆದರೆ ಅವರ ಮುಖ ಅಥವಾ ಕಣ್ಣುಗಳಲ್ಲಿ, ಅವನತಿ ಅಥವಾ ದುರಂತವನ್ನು ವ್ಯಕ್ತಪಡಿಸಲು ತನ್ನಿಂತಾನೇ ಕಾಣಿಸಿಕೊಳ್ಳುವ ಯಾವುದೇ ವಿಕ್ಷಿಪ್ತ ಭಾವನೆಗಳಿರಲಿಲ್ಲ.

ಈಗ ಅಪ್ಪ-ಮಗ ಇಬ್ಬರೂ ಮತ್ತೊಮ್ಮೆ ಮುಖಾಮುಖಿಯಾಗಿ ನಿಂತಿದ್ದರು. ಆ ಜಾಗದಲ್ಲಿ ಅವರಿಗೆ ಇನ್ನೊಂದು ವಿಭಜಿತ ಜಗತ್ತು ಕಾಣಿಸುತ್ತಿತ್ತು. ಆ ಜಾಗದಲ್ಲಿ ಸಭ್ಯತೆಯು ಮತ್ತೊಮ್ಮೆ ತನ್ನ ಬಟ್ಟೆಗಳನ್ನು ಕಳಚಿ ಬೆತ್ತಲೆಯಾಗಿ ನಿಂತಿತ್ತು. ಆದರೆ ಅವರು ಯಾವುದೇ ಸಭ್ಯತೆ ಅಥವಾ ಯಾವುದೇ ವಿಭಜಿತ ಜಗತ್ತನ್ನು ನೋಡುತ್ತಿರಲಿಲ್ಲ, ಅವರು ಒಬ್ಬರನ್ನೊಬ್ಬರು ನೋಡುತ್ತಿದ್ದರು. ರಕ್ತಸಿಕ್ತ ಆಕಾಶದ ಹಿನ್ನೆಲೆಯಲ್ಲಿ, ಸಂಜೆಯ ಆಳವಾದ ಕೆಂಪು ಮತ್ತು ಉರಿಯುತ್ತಿರುವ ಮನೆಗಳಿಂದ ಏರುವ ಜ್ವಾಲೆಯ ಬೆಳಕಿನ ರಂಗು ಒಟ್ಟಿಗೆ ಬೆರೆತುಹೋಗಿದ್ದವು."

●

"ಮೈ ಡಿಯರ್ ಬಾಯ್!" ಎಂದು ಕ್ಯಾಪ್ಟನ್ ದತ್ ನನ್ನ ಭುಜದ ಮೇಲೆ ಕೈಯಿಟ್ಟು ಹೇಳಿದರು.

"ನೀನು ಇಲ್ಲಿಯವರೆಗೆ ಎಲ್ಲವನ್ನೂ ಬಹಳ ಗಮನವಿಟ್ಟು ಕೇಳಿದ್ದೀಯಾ. ನಿನಗೇಕೆ ಇಂಥ ಕರಾಳ ಕಥೆಗಳಲ್ಲಿ ಆಸಕ್ತಿ ಇದೆಯೋ ಗೊತ್ತಿಲ್ಲ, ಆದರೆ ನಿನ್ನನ್ನು ಭೇಟಿಯಾದ ಮೊದಲ ದಿನದಿಂದಲೇ ನೀನು ಸಾಮಾನ್ಯ ಮನುಷ್ಯನಲ್ಲ ಎಂದು ಅನಿಸಿತ್ತು. ನನ್ನಂತಹ ಕೆಲವೇ ಕೆಲವು ಜನರಲ್ಲಿ ನೀನೂ ಒಬ್ಬ. ಸಮಯವು ನಮ್ಮನ್ನು ನಾಶಮಾಡಲು ಅಲ್ಲ, ಆದರೆ ದೊಡ್ಡ ವಿನಾಶಗಳಿಗೆ ಸಾಕ್ಷಿಯಾಗಲು ಆಯ್ಕೆ ಮಾಡಿದೆ."

ನಾನು ನನ್ನ ತಲೆಯನ್ನು ಎತ್ತಿ, ಅವರ ತಿಳಿ ನೀಲಿ ಕಣ್ಣುಗಳನ್ನು ಕೆಲಕಾಲ ನೋಡುತ್ತ ಕುಳಿತೆ. ಆಳವಾದ ಉಸಿರನ್ನು ತೆಗೆದುಕೊಂಡು ಅವರ ಮುಖದಿಂದ ದೃಷ್ಟಿಯನ್ನು ಬೇರೆಡೆಗೆ ತಿರುಗಿಸಿದೆ. ಈಗ ನನ್ನ ಕಣ್ಣು ಅವರ ಪುಸ್ತಕದ ಕಪಾಟಿನ ಮೇಲಿತ್ತು. ಅವರ ಮೇಜಿನ ಮೇಲಿದ್ದ ಪುಸ್ತಕದ ಕಪಾಟನ್ನು ನಾನು ಮೊದಲು ಗಮನಿಸಿರಲಿಲ್ಲ. ಅಂದವಾಗಿ ಜೋಡಿಸಲಾದ ಆ ಪುಸ್ತಕಗಳ ಕಡೆಗೆ ಹಾಗೇ ಸುಮ್ಮನೆ ಕಣ್ಣು ಹಾಯಿಸಿದೆ. ನಿದ್ದೆ ಮತ್ತು ನಶೆಯ ನಡುವೆಯೂ ಪುಸ್ತಕವೊಂದರ ಶೀರ್ಷಿಕೆ ನನ್ನ ಗಮನ ಸೆಳೆಯಿತು. ಮೊದಲ ಶೀರ್ಷಿಕೆ ಓದಿದ ತಕ್ಷಣ ನನಗೆ ಸ್ವಲ್ಪ ಗಾಬರಿಯಾಯಿತು. ನಾನು ಅನಾಯಾಸವಾಗಿ ಆ ಪುಸ್ತಕದ ಕಪಾಟಿನ ಹತ್ತಿರ ಬಂದೆ. ನಾನು ಕತ್ತು ಬಗ್ಗಿಸಿದಾಗ ನನ್ನ ಕಣ್ಣುಗಳು ಸಂಪೂರ್ಣವಾಗಿ ಆ ಪುಸ್ತಕಗಳಲ್ಲಿ ಮುಳುಗಿದವು. ಎಲ್ಲಾ ಪುಸ್ತಕಗಳ ಶೀರ್ಷಿಕೆಗಳನ್ನು ಒಂದರ ನಂತರ ಒಂದರಂತೆ ಓದಿದೆ. ಅವು ಪ್ರಪಂಚದ ಅನೇಕ ಪ್ರಮುಖ ಹತ್ಯಾಕಾಂಡಗಳನ್ನು ಆಧರಿಸಿದ್ದವು. ಈ ಎಲ್ಲಾ ಶೀರ್ಷಿಕೆಗಳು ನನ್ನ ಸುತ್ತಲೂ ತಿರುಗಲು ಪ್ರಾರಂಭಿಸಿದವು. ನಿಸ್ಸಂಶಯವಾಗಿ ಅದು ರಕ್ತಸಿಕ್ತ ಪುಸ್ತಕಗಳ ಕಪಾಟಾಗಿತ್ತು, ಅದು ಅನೇಕ ವಿನಾಶಗಳ, ರಕ್ತಪಾತ ಮತ್ತು ಅಸಂಖ್ಯಾತ ಮೃತದೇಹಗಳ ರಾಶಿಯನ್ನು ಒಳಗೊಂಡಿತ್ತು.

ಮತ್ತೊಮ್ಮೆ ಕ್ಯಾಪ್ಟನ್ ದತ್ ಕಡೆಗೆ ನೋಡಿದೆ. ಅವರ ಕಣ್ಣುಗಳು ಮುಚ್ಚಿದ್ದವು. ಅವರ ತಲೆಯು ಸ್ವಲ್ಪ ಎಡಕ್ಕೆ ವಾಲಿ, ಅವರು ಕುರ್ಚಿಯ ಮೇಲೆ ಕುಳಿತಲ್ಲೇ ನಿದ್ರೆಗೆ ಜಾರಿದ್ದರು. ಒಮ್ಮೆ ಅವರನ್ನು ಎತ್ತಿಕೊಂಡು ಹೋಗಿ ಅವರ ಹಾಸಿಗೆಯ ಮೇಲೆ ಸರಿಯಾಗಿ ಮಲಗಿಸಬೇಕೆಂದು ಅನಿಸಿತು, ಆದರೆ ಈ ಸಮಯದಲ್ಲಿ ಅವರನ್ನು ಸ್ಥಳಾಂತರಿಸುವುದು ಸರಿಯಲ್ಲ ಎಂದು ಸುಮ್ಮನಾದೆ. ಅವರ ಭುಜಗಳ ಮೇಲೆ ಹೊದಿಕೆಯನ್ನು ಹೊಚ್ಚಿ, ಅವರ ಕ್ಯಾಬಿನ್‌ನಿಂದ ಹೊರಬಂದೆ. ಡೆಕ್ ಮೇಲೆ ಬಂದು, ಆಳವಾದ ಉಸಿರನ್ನು ತೆಗೆದುಕೊಂಡು ಪೂರ್ವದ ವಿಸ್ತಾರವಾದ ಆಕಾಶದ ಕಡೆಗೆ ನನ್ನ ಕಣ್ಣುಗಳನ್ನು ತಿರುಗಿಸಿದೆ. ಮುಂಜಾನೆಯ ಮೊದಲ ಕಿರಣಗಳ ಚಿನ್ನದ ಹೊಳಪನ್ನು, ಹಾರುವ ಹಕ್ಕಿಗಳನ್ನು, ಆಗಾಗ ಬೆಳ್ಳಿಯಂತೆ ಹೊಳೆಯುವ ಆ ಹನಿಗಳ ಎತ್ತರದ ಅಲೆಗಳ ಜೊತೆಗೆ ಹಡಗಿನ ಮುಂದೆ ಜಿಗಿಯುತ್ತಿದ್ದ ತಿಮಿಂಗಿಲ, ಮೀನುಗಳನ್ನು ನೋಡುತ್ತಿದ್ದೆ.

ಕ್ಯಾಪ್ಟನ್ ದತ್ ಅವರ ಕ್ಯಾಬಿನ್‌ನಲ್ಲಿ ಎರಡು ನರಕದ ಅಧ್ಯಾಯಗಳನ್ನು ನೋಡಿ, ಆರು ಗಂಟೆಗಳ ಕಾಲ ನಿರಂತರವಾಗಿ ವಿನಾಶಕಾರಿ ಪ್ರಪಾತದ ಉಸಿರುಗಟ್ಟಿಸುವ ವಾತಾವರಣದಲ್ಲಿ ಇದ್ದ ನಂತರ, ಉದಯಿಸುತ್ತಿರುವ ಸೂರ್ಯನ ಮುಂದೆ ಹೊಳೆಯುವ ತುಂತುರು ಹನಿಗಳನ್ನು ನೋಡಲು ನಿಜವಾಗಿಯೂ ಆಹ್ಲಾದಕರವಾಗಿರಬೇಕಿತ್ತು. ಆದರೆ ನನ್ನೊಳಗಿನ ಪ್ರಪಂಚವು ಎಲ್ಲವನ್ನೂ ತುಲನೆ ಮಾಡುತ್ತಾ ಸಾಗುತ್ತಿತ್ತು. ನನ್ನ ಹೆಜ್ಜೆಗಳು ಸಂಪೂರ್ಣ ಭ್ರಮನಿರಸನವಾಗಿ ಒಂದೆಡೆ ಕುಸಿಯದೆ, ದಣಿವಿಲ್ಲದಂತೆ ನಿರಂತರವಾಗಿ ಸಾಗುತ್ತಿದ್ದವು.

"ಮುಂಜಾವು! ನೀನು ತುಂಬಾ ಸುಂದರವಾಗಿದ್ದೀಯಾ" ನಾನು ದಿಗಂತದಿಂದ ಹೊರಹೊಮ್ಮುವ ಬೆಳ್ಳಿ ಕಿರಣಗಳನ್ನು ನೋಡುತ್ತಾ ಹೇಳಿದೆ. "ಅದಕ್ಕಿಂತ ಹೆಚ್ಚಿಗೆ ನಾನು ಏನನ್ನೂ ಹೇಳಲಾರೆ. ಇದಕ್ಕಿಂತ ಹೆಚ್ಚಿಗೆ ಇನ್ನೇನು ಹೇಳಲಿ? ನೀನು ಪ್ರತಿದಿನ ಭೂಮಿಯ

ಎರಡೂ ಅರ್ಧಗೋಳಗಳ ಮೂಲಕ ಹಾದು ಹೋಗುತ್ತಿ. ನಿನಗೆ ತುಂಬಾ ಚೆನ್ನಾಗಿ ಗೊತ್ತಿದೆ, ನಿನ್ನ ಕಿರಣಗಳು ಎಷ್ಟೋ ಬೀಜಗಳು ಮೊಳಕೆಯೊಡೆಯಲು, ಮೊಗ್ಗುಗಳು ಹೂವಾಗಿ ಅರಳಲು ಮತ್ತು ಸಸ್ಯಗಳು ಮರಗಳಾಗಿ ಬೆಳೆಯಲು ಸಹಾಯ ಮಾಡುತ್ತವೆ. ಆದರೆ ಸಮಾಜದ ಕೆಸರಿನ ಆಳಕ್ಕೆ ತಲುಪಲು ನಿನಗೂ ಸಾಧ್ಯವಿಲ್ಲ."

ಈ ವಾಕ್ಯವನ್ನು ಹೇಳಿ, ನನ್ನ ಮೊಣಕೈಗಳನ್ನು ರೇಲಿಂಗ್‌ನ ಮೇಲೆ ಇರಿಸಿ, ನನ್ನ ತಲೆಯನ್ನು ಎರಡೂ ಕೈಗಳಿಂದ ಹಿಡಿದುಕೊಂಡೆ. ನನ್ನೊಳಗೆ ಏನು ನಡೆಯುತ್ತಿದೆಯೋ ಅದು ಅಸಮಂಜಸವಾಗಿದೆ ಎಂದು ಅರಿವಾಯಿತು. ಇದು ಮಾನಸಿಕ ಅಸಮತೋಲನದ ಆರಂಭಿಕ ಲಕ್ಷಣವೇ? ಅಥವಾ ಬಹಳ ಹಿಂದೆಯೇ ನನ್ನ ಮೇಲೆ ಇಂತಹ ಪ್ರಭಾವಗಳು ಮೇಲುಗೈ ಸಾಧಿಸಿವೆಯೇ?

ನಾನು ನನ್ನ ಮೆದುಳಿನ ಮೇಲೆ ಒತ್ತಡ ಹಾಕಿ, ಈ ಮೊದಲು ಇಂತಹ ಅಸಂಬದ್ಧ ಮಾತುಗಳನ್ನು ಯಾವಾಗ ಹೇಳಿದ್ದೆ ಎಂದು ನೆನಪಿಸಿಕೊಳ್ಳಲು ಪ್ರಯತ್ನಿಸಿದೆ. ಸ್ವಲ್ಪ ಸಮಯ ಯೋಚಿಸಿದ ನಂತರ, ನಾನು ಮೊದಲು ಯೋಚಿಸುತ್ತಿದ್ದದ್ದು ನನ್ನ 'ಯೋಚನೆ'ಗೆ ಮಾತ್ರ ಸೀಮಿತವಾಗಿತ್ತು ಎಂದು ಅರಿತುಕೊಂಡೆ. ಈಗ ನನ್ನ ಆಲೋಚನೆಗಳ ಕೆಲ ಭಾಗ ಯಾವುದೇ ತಾರ್ಕಿಕ ಕಾರಣವಿಲ್ಲದೆ ಕೋಪಗೊಂಡ ಪ್ರಾಣಿಯ ದವಡೆಯಿಂದ ಲಾಲಾರಸ ಅಥವಾ ನೊರೆ ಬರಲು ಪ್ರಾರಂಭಿಸುವಂತೆ ಮಾತಿನ ಮಟ್ಟದಲ್ಲಿ ಅನಾಯಾಸವಾಗಿ ಹೊರಬರಲು ಪ್ರಾರಂಭಿಸಿವೆ.

ನನ್ನಲ್ಲಿ ಹುಟ್ಟುತ್ತಿರುವ ಆಲೋಚನೆಗಳನ್ನು ನಿಯಂತ್ರಿಸಲು ಪ್ರಯತ್ನಿಸದಿದ್ದರೆ, ಅದರ ಹೆಚ್ಚುತ್ತಿರುವ ಒತ್ತಡವು ನನ್ನನ್ನೂ ಕ್ಯಾಪ್ಟನ್ ದತ್ ತನ್ನ ಕಾಲ್ಪನಿಕ ಯುದ್ಧಗಳಲ್ಲಿ ಹೋರಾಡುವಂತಹ ಆ 'ಸ್ಪೇಸ್'ಗೆ ಕರೆದೊಯ್ದು ನಿಲ್ಲಿಸುತ್ತದೆ. ಒಂದು ದಿನ ನನಗೂ ಆ ಎಲ್ಲಾ ಘಟನೆಗಳು ಸಮುದ್ರದ ಮೇಲ್ಮೈಯಲ್ಲಿ ಕಾಣಿಸಲಾರಂಭಿಸುತ್ತವೆ.

ನಾನು ಕಾಡಿನಲ್ಲಿ ಕಂಡದ್ದನ್ನು ನೆನೆದು, ನಾನೂ ಕೂಡ ಒಂಟಿ ರಾತ್ರಿಗಳಲ್ಲಿ ಮುಷ್ಟಿಯನ್ನು ಬಿಗಿಯಾಗಿ ಮಾಡಿಕೊಂಡು ಡೆಕ್ ಮೇಲೆ ಇಲ್ಲಿಂದಲ್ಲಿಗೆ ಅಲ್ಲಿಂದಿಲ್ಲಿಗೆ ಸುತ್ತಾಡುವೆ ಅಥವಾ ರೇಲಿಂಗ್‌ಗೆ ಗುದ್ದುವೆ ಅಥವಾ ಯಾವುದೋ ಅಜ್ಞಾತ ಭಯದಲ್ಲಿ ಎಲ್ಲೋ ಅಡಗಿಕೊಳ್ಳುವೆ ಮತ್ತು ನನ್ನ ಈ ಎಲ್ಲಾ ರಹಸ್ಯ, ಭೂಗತ ಕ್ರಿಯೆಗಳು ಕ್ರಮೇಣ ನನ್ನ ವ್ಯಾವಹಾರಿಕ ಜೀವನದ ಮೇಲೆ ಪರಿಣಾಮ ಬೀರುತ್ತವೆ. ನನ್ನ ಸಹೋದ್ಯೋಗಿಗಳು ನನ್ನನ್ನು ನೋಡಿ ಅಥವಾ ನನ್ನ ಮಾತುಗಳನ್ನು ಕೇಳಿ, ತಮ್ಮ ತಮ್ಮಲ್ಲೇ ಕಣ್ಣಿನ ಸನ್ನೆಗಳ ಮೂಲಕ ಮಾತನಾಡಿಕೊಳ್ಳುತ್ತಾರೆ ಅಥವಾ ಕ್ಯಾಪ್ಟನ್ ದತ್ ಅವರ ಬೆನ್ನ ಹಿಂದೆ ಮಾತನಾಡುವಂತೆ ನನ್ನ ಬೆನ್ನ ಹಿಂದೆಯೂ ಪಿಸುಗುಟ್ಟುತ್ತಾರೆ.

ಚೀನಾ, ಜಪಾನ್ ಮತ್ತು ತೈವಾನ್ ತಮ್ಮ ನಿಯಂತ್ರಣವನ್ನು ಸ್ಥಾಪಿಸಲು ಹೋರಾಡುತ್ತಿದ್ದ ದ್ವೀಪದ ಹತ್ತಿರ ನಮ್ಮ ಹಡಗು ಸಾಗುತ್ತಿತ್ತು. ಚೀನಾದಲ್ಲಿ ದ್ಯವ್‌ಯುತಯ್, ಜಪಾನ್‌ನಲ್ಲಿ ಸೆನ್ ಕಾಕು ಮತ್ತು ತೈವಾನ್‌ನಲ್ಲಿ ತ್ಯವ್‌ಯುಪಯ್ ಎಂದು ಕರೆಯಲ್ಪಡುವ ಈ ದ್ವೀಪವನ್ನು ಹಾದುಹೋಗುವಾಗ, ನಾನು ಕೂಡ ನನ್ನ ಎರಡು ವಿಭಜಿತ ಭಾಗಗಳ ನಡುವೆ

ಹಾದುಹೋದಂತೆ ಭಾಸವಾಯಿತು. ಒಂದು ಭಾಗ, ಖಾಲಿ ಮತ್ತು ಕಪ್ಪು ಶೂನ್ಯತೆಯಿಂದ ತುಂಬಿದೆ. ಯಾವುದೇ ಭಾವನೆಗಳಿಲ್ಲ, ಉತ್ಸಾಹವಿಲ್ಲ, ಕೇವಲ ಒಂಟಿತನ. ಅಲ್ಲಿ ನಾನು ನನ್ನ ದೇಹದೊಂದಿಗೆ ಒಮ್ಮತವಾಗಿದ್ದೇನೆ. ಇನ್ನೊಂದು ಭಾಗವು ಪ್ರಪಂಚದ ಹಾಹಾಕಾರದಿಂದ ತುಂಬಿದೆ, ಅಲ್ಲಿ ನೂರಾರು ಕೈಗಳು ಮೇಲೆದ್ದು ಅದೊಂದು ಸಾಮೂಹಿಕ ಕೂಗಾಗಿ, ಕಿವಿ ಗಡಚಿಕ್ಕುವ ಶಬ್ದವಾಗಿ ಮಾರ್ಪಟ್ಟಿದೆ. ಹಡಗು ಈಗ ಆ ವಿವಾದಿತ ದ್ವೀಪವನ್ನು ಬಿಟ್ಟು ಶಾಂಘೈ ಕರಾವಳಿಯ ಕಡೆಗೆ ಹೊರಟಾಗ, ನಾನು ಡೆಕ್‌ನಿಂದ ಇಳಿದು ನೇರವಾಗಿ ಎಂಜಿನ್ ಕೋಣೆಗೆ ಹೋಗಿ ಚಾರ್ಜ್ ತೆಗೆದುಕೊಂಡೆ.

ಮಧ್ಯಾಹ್ನ ಎರಡು ಗಂಟೆಗೆ, ಹಡಗು ಶಾಂಘೈ ಕರಾವಳಿಯಲ್ಲಿ ಲಂಗರು ಹಾಕಿದಾಗ, ಕ್ಯಾಪ್ಟನ್ ದತ್ ಅವರು ಹೊಳೆಯುವ ಶುಭ್ರವಾದ ಉಡುಪನ್ನು ಧರಿಸಿ ಕ್ಯಾಬಿನ್‌ನಿಂದ ಹೊರಬಂದರು. ನಾನು ಎಂಜಿನ್ ಕೋಣೆಯಿಂದ ಹೊರಬಂದು ಅವರನ್ನು ನೋಡುತ್ತಿದ್ದೆ. ಅವರ ಬೆನ್ನು ನನ್ನ ಕಡೆಗೆ ಇತ್ತು, ಹಿನ್ನೆಲೆಯಲ್ಲಿ ಶಾಂಘೈನ ವಿಶಾಲವಾದ ಮತ್ತು ಹೊಳೆಯುವ ಇನ್‌ಫ್ರಾಸ್ಟ್ರಕ್ಚರ್ ನಿಂತಿತ್ತು. ಇಡೀ ಪ್ರಪಂಚದ ವ್ಯವಹಾರವನ್ನು ಅಹಂಕಾರದ ಮುದ್ರೆಯಲ್ಲಿ ದುರುಗುಟ್ಟಿ ನೋಡುತ್ತಿತ್ತು.

ಗ್ಯಾಂಗ್‌ವೇಯಲ್ಲಿ ಹೆಜ್ಜೆ ಇಡುವ ಮೊದಲು, ಕ್ಯಾಪ್ಟನ್ ದತ್ ಸ್ವಲ್ಪ ನಿಂತು ಆ ಭವ್ಯತೆಯ ಎದುರು ತಮ್ಮ ಯೋಗ್ಯತೆಯನ್ನು ಅಳೆದುಕೊಳ್ಳುವವರಂತೆ ಆ ದೃಶ್ಯವನ್ನು ನೋಡಿದರು. ಆಮೇಲೆ ತಲೆ ಬಗ್ಗಿಸಿ ಬಿರಬಿರನೆ ಕೆಳಗೆ ಇಳಿಯತೊಡಗಿದರು. ಈಗ ಅವರು ತಮ್ಮ ಕತ್ತಲ ಕೋಣೆಯಿಂದ ಹೊರಬಂದು ಶಾಂಘೈ ಶಿಪ್ಪಿಂಗ್ ಕಂಪನಿಯ ಆಫೀಸಿಗೆ ಹೊರಟಿದ್ದರು. ಅವರು ಪ್ಲಾಟ್‌ಫಾರ್ಮ್ ಮೇಲೆ ನಡೆಯುತ್ತಾ ದೂರ ಹೋಗುವುದನ್ನು ನೋಡುತ್ತಿದ್ದೆ. ಒಮ್ಮೆ ದೀರ್ಘವಾಗಿ ಆಕಳಿಸಿ, ನನ್ನ ಕ್ಯಾಬಿನ್‌ಗೆ ಹೋಗಿ ನನ್ನನ್ನು ನಾನು ಹಾಸಿಗೆಗೆ ಒಪ್ಪಿಸಿ, ದೀರ್ಘಕಾಲದ ನಿದ್ರೆಗೆ ಜಾರಿದೆ.

ನಾನು ಎದ್ದಾಗ, ಸಂಜೆಯ ಸೂರ್ಯನ ಬಿಸಿಲಿನಲ್ಲಿ ಹೊಳೆಯುತ್ತಿರುವ ಪೂರ್ವ ಚೀನಾ ಸಮುದ್ರ ಕಾಣಿಸಿತು. ಸ್ವಲ್ಪ ಸಮಯ ಬಂದರಿನ ಕಡೆಗೆ ಬರುವ ಹಡಗುಗಳನ್ನು ನೋಡುತ್ತಿದ್ದೆ. ಆಮೇಲೆ ಎದ್ದು ವಾಶ್ ಬೇಸಿನ್ ಕಡೆಗೆ ಹೋಗಿ, ದಣಿದ ಮುಖಕ್ಕೆ ನೀರು ಚಿಮುಕಿಸಿಕೊಂಡು ನ್ಯಾಪ್‌ಕಿನ್‌ನಿಂದ ಮುಖ ಕುತ್ತಿಗೆಯನ್ನು ಒರೆಸಿಕೊಂಡು ಸ್ವಲ್ಪ ಹೊತ್ತು ಕನ್ನಡಿ ಮುಂದೆ ನಿಂತಿದ್ದೆ.

ಕನ್ನಡಿಯಲ್ಲಿ ನನ್ನ ಪ್ರತಿಬಿಂಬ ನನ್ನನ್ನೇ ನೋಡುತ್ತಿತ್ತು. ಮೊದಲ ಬಾರಿಗೆ ಅದನ್ನು ಗಮನಿಸಿ ನೋಡಿದೆ. ಅದು ತೋರಿಕೆಯದ್ದು, ಪೊಳ್ಳಾದದ್ದು ಎಂಬ ಭಾವ ಒತ್ತರಿಸಿ ಬಂತು. ಅದರಲ್ಲಿ ಆಳವಿಲ್ಲ, ಅದು ಅಪರಿಚಿತನಂತಿದೆ, ಅದು ನನ್ನ ಆತ್ಮದೊಂದಿಗೆ ಸಮ್ಮಿಳಿತವಾಗಿಲ್ಲ. ಆದರೂ ನಾನೇಕೆ ಬೇರೇನೂ ಕೆಲಸವಿಲ್ಲವೆಂಬಂತೆ ಅದನ್ನೇ ದುರುಗುಟ್ಟಿ ನೋಡುತ್ತಿದ್ದೆನೋ ಗೊತ್ತಿಲ್ಲ. ಆ ವೇಳೆಗೆ ಯಾವುದೋ ಒಂದು ವಿಚಿತ್ರ ಕೊರತೆಯನ್ನು ಅನುಭವಿಸಿ ಅದರ ಅಸಹನೀಯ ನೋವನ್ನು ಮರೆಯಲು ನನ್ನೊಡನೆ ನಾನೇ ಮಾತನಾಡಿಕೊಳ್ಳಲಾರಂಭಿಸಿದೆ.

"ಸರಿ, ಏನು ವಿಷಯ?" ನಾನು ನನ್ನನ್ನೇ ಕೇಳಿದೆ.

ನನ್ನ ಚಿತ್ರ ನಿಧಾನವಾಗಿ ತಲೆ ಅಲ್ಲಾಡಿಸಿತು, "ಏನೂ ಇಲ್ಲ."

"ಹಾಗಾದರೆ ನೀನೇಕೆ ಮುಖ ಚಿಕ್ಕದು ಮಾಡಿಕೊಂಡು ಖಿನ್ನನಾಗಿದ್ದೀಯಾ?"

ನನ್ನ ಚಿತ್ರ ಉತ್ತರಿಸಲಿಲ್ಲ.

"ನೀನು ಯಾವಾಗ ನಿನ್ನ ಸ್ವಂತ ಇಚ್ಛಾಶಕ್ತಿ ಅಥವಾ ಸ್ವಂತ ಅರಿವನ್ನು ಹೊಂದಿರುವ ಯುವಕನಾಗುತ್ತಿ?"

"ನಾನು ಇಷ್ಟು ಕೆಟ್ಟದಾದ ಪಾತ್ರ ಮಾಡಲು ಸಾಧ್ಯವಿಲ್ಲ" ಈ ಬಾರಿ ನನ್ನ ಚಿತ್ರವು ಸ್ಥಿರವಾದ ಧ್ವನಿಯಲ್ಲಿ ಉತ್ತರಿಸಿತು.

"ಪಾತ್ರವಾ?" ನಾನು ಆಶ್ಚರ್ಯದಿಂದ ಕೇಳಿದೆ, "ಎಂಥಾ ಪಾತ್ರ? ಯಾವ ಪಾತ್ರ ?"

ನನ್ನ ಚಿತ್ರವು ಸ್ವಲ್ಪ ಸಮಯದವರೆಗೆ ನನ್ನನ್ನು ನೋಡುತ್ತಲೇ ಇತ್ತು, ನಂತರ ಅದು ತುಂಬಾ ಸಂಕ್ಷಿಪ್ತ ಪದಗಳಲ್ಲಿ ಉತ್ತರಿಸಿತು.

"ಒಂದು ಕೆಟ್ಟ ಕಾದಂಬರಿಯ ನಾಯಕನ ಪಾತ್ರ, ಅವನು ತನ್ನ ಇಚ್ಛಾಶಕ್ತಿ ಅಥವಾ ಸಂಕಲ್ಪಶಕ್ತಿಯ ಆಧಾರದ ಮೇಲೆ ಓದುಗನನ್ನು ಮೂರ್ಖನನ್ನಾಗಿ ಮಾಡುತ್ತಾನೆ."

ನಾನು ಸ್ವಲ್ಪ ಸಮಯ ಮೌನವಾಗಿದ್ದೆ. ನನ್ನ ಬಗ್ಗೆ ನನಗೇ ಆಶ್ಚರ್ಯವಾಯಿತು. ನನ್ನ ಈ ಚಿತ್ರವು ಯಾವುದೇ ರೀತಿಯ ಭ್ರಮೆಯಿಲ್ಲದೆ, ನಾಟಕೀಯತೆಯಿಲ್ಲದೆ ಪಾರದರ್ಶಕವಾಗಿದೆ ಎಂದು ಒಂದು ಕ್ಷಣ ಅನಿಸಿತು. ಆದರೆ ಈ ರೀತಿಯ ಧೈರ್ಯದ ಹಿಂದೆ ಸಾಮಾನ್ಯವಾಗಿ ಬೇಜವಾಬ್ದಾರಿ ಮತ್ತು ನೆಪಗಳು ಇರುತ್ತವೆಯೆಂದು ಕೂಡ ಅನಿಸಿತು. ನಾನು ಯೋಚಿಸಿದೆ, ಮಾತು ಹೇಗೂ ಶುರುವಾಗಿದೆ, ಯಾಕೆ ಒಂದು ಕೈ ನೋಡಬಾರದು?

"ಕೆಟ್ಟ ಕಾದಂಬರಿಯ ನಾಯಕನ ಪಾತ್ರವನ್ನು ನಿರ್ವಹಿಸುವಷ್ಟಾದರೂ ನೀನು ಅರ್ಹನಾಗಿದ್ದೀಯಾ?" ನಾನು ಕಠಿಣ ಸ್ವರದಲ್ಲಿ ಕೇಳಿದೆ.

ಈ ಬಾರಿ ಅವನ ಮುಖದಲ್ಲಿ ವ್ಯಂಗ್ಯ ನೋಟ ಕಾಣಿಸಿಕೊಂಡಿತು,

"ನೀನ್ಯಾಕೆ ಅನಗತ್ಯವಾಗಿ ನಿನ್ನನ್ನು ತಳ್ಳಿಕೊಂಡು ಎಲ್ಲೋ ತಲುಪಲು ಪ್ರಯತ್ನಿಸುತ್ತಿದ್ದಿ? ನೀನು ಯಾರೆಂದು ನಿನಗೆ ಗೊತ್ತಿಲ್ಲವೇ?"

ಅವನ ಉತ್ತರದಿಂದ ನನಗೆ ಕೋಪ ಬಂತು.

"ಇದು ನನ್ನ ಮಾತಿಗೆ ಉತ್ತರವಲ್ಲ. ನೀನು ಎಲ್ಲದರಿಂದ ತಪ್ಪಿಸಿಕೊಳ್ಳಲು ಪ್ರಯತ್ನಿಸುತ್ತಿರುವಂತೆ ತೋರುತ್ತಿದೆ."

ಈ ಬಾರಿ ನನ್ನ ಮಾತಿನಲ್ಲಿ ಖಂಡಿತವಾಗಿಯೂ ಏನೋ ಇತ್ತು. ಅವನು ಸ್ವಲ್ಪ ಸಮಯದವರೆಗೆ ಆಲೋಚನೆಯಲ್ಲಿ ಮುಳುಗಿದ ನಂತರ ನನ್ನತ್ತ ನೋಡಿದ. ಈ ಬಾರಿ ಅವನು ನೋಡುವ ರೀತಿಯಲ್ಲಿ ವಿಚಿತ್ರವಾದ ಮಾರ್ಮಿಕತೆಯಿತ್ತು.

"ನೀನು ಆರಾಮಾಗಿದ್ದೀಯಾ ತಾನೇ?" ಅವನು ತುಂಬಾ ಕಾತರದ ಧ್ವನಿಯಲ್ಲಿ ಕೇಳಿದ, "ನೀನು ದೆವ್ವವನ್ನು ಕಂಡೆಯೇನೋ ಎಂಬಂತೆ ಕಾಣುತ್ತಿರುವೆ."

ಈ ಬಾರಿ ಅವನ ಉತ್ತರದಿಂದ ನಾನು ನಿಜವಾಗಿಯೂ ಭಯಗೊಂಡೆ.

"ನಾನು ಆರಾಮಾಗಿದ್ದೇನೆ" ಎಂದೆ, "ನಿಜವಾಗಿಯೂ ಆರಾಮಾಗಿದ್ದೇನೆ", ಅವನು ನನಗೆ ಇನ್ನೇನಾದರೂ ಹೇಳುವ ಮೊದಲು ನಾನು ತಕ್ಷಣ ತಿರುಗಿ ಶೌಚಾಲಯದೊಳಕ್ಕೆ ಹೋದೆ. ಸಂಪೂರ್ಣ ಬೆತ್ತಲೆಯಾಗಿ ಕಮೋಡ್ ಮೇಲೆ ಕುಳಿತುಕೊಂಡೆ. ನನ್ನ ಎದೆಯಲ್ಲಿ ನನ್ನ ರೋಗಗ್ರಸ್ತ ಹೃದಯವು ಹುಚ್ಚುಹುಚ್ಚಾಗಿ ಹೊಡೆದುಕೊಳ್ಳುತ್ತಿತ್ತು. ನನಗೆ ಭಯವಾಗಿದೆ, ಅಂದರೆ ಈ ಭಯ ಭೂತಕಾಲಕ್ಕೆ ಸಂಬಂಧಿಸಿದ್ದೋ ಅಥವಾ ಭವಿಷ್ಯಕ್ಕೋ – ನನಗೆ ಅರ್ಥವಾಗಲಿಲ್ಲ.

❑❑❑

ಪರಿಹಾರ

ನಾನು ಡೆಕ್‌ನ್ನು ತಲುಪಿದಾಗ ಇಳಿಸಂಜೆಯಾಗಿತ್ತು. ನನ್ನ ಸಹೋದ್ಯೋಗಿಗಳೆಲ್ಲರೂ ಡೆಕ್‌ನ ಮಧ್ಯದಲ್ಲಿ ಕುರ್ಚಿಗಳ ಮೇಲೆ ವೃತ್ತಾಕಾರದಲ್ಲಿ ಕುಳಿತಿರುವುದನ್ನು ನೋಡಿದೆ. ಚೀಫ್ ಇಂಜಿನಿಯರ್ ಶಫಿ ಮತ್ತು ಕಂಟ್ರೋಲ್ ರೂಮ್ ಇನ್‌ಚಾರ್ಜ್ ಮದನ್ ಮೆಹ್ತಾ ತಮ್ಮ ತಮ್ಮಲ್ಲೇ ಮಾತನಾಡಿಕೊಳ್ಳುತ್ತಿದ್ದರು. ಉಳಿದವರು ಟೀ ಕುಡಿಯುತ್ತಾ ಸುಮ್ಮನೆ ಕುಳಿತು ಅವರ ಮಾತುಗಳನ್ನು ಕೇಳುತ್ತಿದ್ದರು. ನಾನೂ ಕೈಯಲ್ಲಿ ಒಂದು ಕಪ್ ಚಹ ಹಿಡಿದುಕೊಂಡು ಕುಳಿತೆ, ಆದರೆ ನನಗೆ ಆ ಮಾತುಕತೆಯಲ್ಲಿ ಒಂಚೂರೂ ಆಸಕ್ತಿ ಇರಲಿಲ್ಲ. ನಾನು ಶಾಂಘೈ ಕರಾವಳಿಯನ್ನು ಸುತ್ತುವರೆದಿರುವ ಕಪ್ಪು ಮೋಡಗಳನ್ನು ನೋಡುತ್ತಿದ್ದೆ.

ಆ ಕಪ್ಪು ಮೋಡಗಳ ಹಿನ್ನೆಲೆಯಲ್ಲಿ ಕ್ಯಾಪ್ಟನ್ ದತ್ ಗ್ಯಾಂಗ್‌ವೇ ಮುಂದೆ ಕಾಣಿಸಿಕೊಂಡರು. ಹಡಗು ನಿಲ್ದಾಣದ ಪ್ಲಾಟ್‌ಫಾರ್ಮ್‌ನಿಂದ ಹಡಗಿನ ಡೆಕ್‌ವರೆಗಿನ ದೂರದ ಆರೋಹಣದ ನಂತರ ಏದುಸಿರು ಬಿಡುತ್ತಿದ್ದರು. ಬೆಳಗಿನ ಚುರುಕುತನ ಮತ್ತು ಉತ್ಸಾಹ ಕಳೆದುಹೋಗಿತ್ತು. ಅವರ ಕೊರಳಿನ ಟೈನ ಗಂಟು ಸಡಿಲಗೊಂಡಿತ್ತು. ಅಂಗಿಯ ಕೆಳಗಿನ ಭಾಗ ಸೊಂಟದ ಪಟ್ಟಿಯಿಂದ ಹೊರಬಂದು ಹರಿದ ಬಟ್ಟೆಯಂತೆ ಗಾಳಿಯಲ್ಲಿ ಹಾರಾಡುತ್ತಿತ್ತು, ಕೂದಲು ಕೂಡ ಗಾಳಿಯಲ್ಲಿ ಅತ್ತಿತ್ತ ಹಾರುತ್ತಿತ್ತು. ಅವರು ತಡವರಿಸುವ ಹೆಜ್ಜೆ ಹಾಕುತ್ತಾ ನಮ್ಮತ್ತ ಬಂದರು. ಹತ್ತಿರ ಬರುತ್ತಿದ್ದಂತೆ, ಕುರ್ಚಿಗಳ ಮೇಲೆ ಕುಳಿತಿದ್ದವರೆಲ್ಲರೂ ಎದ್ದು ನಿಂತರು. ಅವರು ದೂರದಿಂದಲೇ ಎಲ್ಲರಿಗೂ ಕುಳಿತುಕೊಳ್ಳುವಂತೆ ಸೂಚಿಸಿದರು. ನಾನು ಎದ್ದು ನನ್ನ ಕುರ್ಚಿಯನ್ನು ಮುಂದಕ್ಕೆ ಸರಿಸಿದಾಗ, ಕುಳಿತುಕೊಳ್ಳುವ ಬದಲು ಕುರ್ಚಿಯ ಹಿಂಭಾಗವನ್ನು ಹಿಡಿದುಕೊಂಡು ನಿಂತ ಅವರು ಇನ್ನೂ ಏದುಸಿರು ಬಿಡುತ್ತಿದ್ದರು.

"ನಾನು ಯಾವ ಗ್ಯಾರಂಟಿಯನ್ನೂ ಕೊಡಲಾರೆ" ಅವರು ಏದುಸಿರು ಬಿಡುತ್ತಲೇ ಹೇಳಿದರು. "ತುಂಬಾ ಉದ್ದವಾದ ಸಾಲಿದೆ" ಅವರು ಹಲವಾರು ಖಾಲಿ ಹಡಗುಗಳು ಒಟ್ಟಿಗೆ ಲಂಗರು ಹಾಕಿರುವ ಕಡೆಗೆ ತಮ್ಮ ಬೆರಳನ್ನು ತೋರಿಸಿದರು.

"ಏನಾಗಿದೆ ಕ್ಯಾಪ್ಟನ್? ಲೋಡಿಂಗ್ ಏಕೆ ನಿಲ್ಲಿಸಿದ್ದಾರೆ? ಬಿರುಗಾಳಿ ಏನಾದರೂ ಬರುತ್ತಿದೆಯೇ ಅಥವಾ ದೊಡ್ಡ ಯುದ್ಧವೇನಾದರೂ ಶುರುವಾಗಿದೆಯೇ?" ಮದನ್ ಮೆಹ್ತಾ ಎದ್ದುನಿಂತು ಕೇಳಿದರು.

"ಇಲ್ಲ" ಕ್ಯಾಪ್ಟನ್ ದತ್ ಅವರು ಮದನ್ ಮೆಹ್ತಾ ಅವರನ್ನು ನೋಡಿ ಹೇಳಿದರು, "ವಿಷಯ ಅದಕ್ಕಿಂತ ಹೆಚ್ಚು ಗಂಭೀರವಾಗಿದೆ. ಇತ್ತೀಚೆಗೆ ಒಂದು ದೊಡ್ಡ ಇಕಾನಾಮಿಕ್ ಕ್ರ್ಯಾಶ್, ಅಂದ್ರೆ ದೊಡ್ಡ ಆರ್ಥಿಕ ಕುಸಿತವಾಗಿದೆ. ಇದು ಒಂದು ರೀತಿಯ ಹೈಪರ್ ಇನ್‌ಫ್ಲೇಷನ್ ಅಥವಾ ಅಧಿಕ ಹಣದುಬ್ಬರ. ಥಾಯ್ಲೆಂಡ್ ಮತ್ತು ಜಪಾನ್ ತಮ್ಮ ಕರೆನ್ಸಿ ಅಪಮೌಲ್ಯ ಮಾಡುವ ಮೂಲಕ ಇಡೀ ಏಷ್ಯಾದ ಮಾರುಕಟ್ಟೆಯನ್ನು ಅಲ್ಲಾಡಿಸಿವೆ. ಈಗ ಇತರ ದೇಶಗಳ ವಿನಿಮಯ ದರಗಳಲ್ಲಿಯೂ ಭಯಾನಕ ಏರಿಳಿತಗಳಾಗಲಿವೆ. ಇದು ಒಂದು ರೀತಿಯ ವಿತ್ತೀಯ ಚಂಡಮಾರುತವಾಗಿದೆ, ಇದು ಸಮುದ್ರದ ಬಿರುಗಾಳಿಗಳಿಗಿಂತ ಹೆಚ್ಚು ಅಪಾಯಕಾರಿ. ಈ ವಿತ್ತೀಯ ಚಂಡಮಾರುತಗಳು ಹಡಗುಗಳಿಗೆ ಯಾವ ಅಪಾಯವನ್ನುಂಟುಮಾಡುತ್ತವೆ ಎಂದು ಆರ್ಥಿಕ ಮತ್ತು ವಿತ್ತೀಯ ವಿಷಯಗಳ ಯಾವುದೇ ಪರಿಣತರು ನಿಮಗೆ ಹೇಳಲಾರರು."

ಕ್ಯಾಪ್ಟನ್ ದತ್ ಹೇಳಿದ ಮಾತಿನ ಅರ್ಥವನ್ನು ಪರಸ್ಪರ ತಿಳಿದುಕೊಳ್ಳಲು ಬಯಸುವವರಂತೆ, ಎಲ್ಲರೂ ಒಬ್ಬರನ್ನೊಬ್ಬರು ತುಂಬಾ ಗಂಭೀರತೆಯಿಂದ ನೋಡಿಕೊಂಡರು.

"ಓ ಹಲೋ, ನೀವೆಲ್ಲ ಯಾಕೆ ಇಷ್ಟೊಂದು ಗಂಭೀರವಾಗಿದ್ದೀರಿ? ಹಡಗುಗಳ ಮೇಲೆ ಒಂದಲ್ಲ ಒಂದು ಸಂಕಟ ಬರುತ್ತಲೇ ಇರುತ್ತವೆ. ಅವನ್ನು ಒಂದಲ್ಲ ಒಂದು ರೀತಿಯಲ್ಲಿ ಪರಿಹರಿಸಿಕೊಳ್ಳುತ್ತೇವೆ. ಇದು ಸ್ವಲ್ಪ ವಿಭಿನ್ನ ರೀತಿಯ ಬಿಕ್ಕಟ್ಟು ಆಗಿದ್ದರೂ ಸಹಿತ, ಇದನ್ನು ಕೂಡ ಪರಿಹರಿಸಿಕೊಳ್ಳುತ್ತೇವೆ. ನಾವು ಇಷ್ಟು ಬೇಗ ಸೋಲು ಒಪ್ಪಿಕೊಳ್ಳುವುದಿಲ್ಲ."

ಕ್ಯಾಪ್ಟನ್ ದತ್ ಅವರ ಈ ಪ್ರೋತ್ಸಾಹದ ಮಾತುಗಳು ಯಾರ ಮೇಲೂ ಪರಿಣಾಮ ಬೀರಲಿಲ್ಲ. ಮುಖ್ಯ ಇಂಜಿನಿಯರ್ ಶಫಿ ಸಾಹೇಬರು ಎದ್ದು ಬಂದು ಕ್ಯಾಪ್ಟನ್ ದತ್ ಅವರ ಮುಂದೆ ನಿಂತು, "ಕ್ಯಾಪ್ಟನ್! ಈ ವಿಷಯದಲ್ಲಿ ನಿಮ್ಮ ಕೈಯಲ್ಲಿ ಏನೂ ಇಲ್ಲ ಎಂದು ನಮಗೆಲ್ಲರಿಗೂ ತಿಳಿದಿದೆ. ನಾವು ನಿಮ್ಮಿಂದ ಯಾವುದೇ ರೀತಿಯ ಭರವಸೆಯನ್ನೂ ನಿರೀಕ್ಷಿಸುತ್ತಿಲ್ಲ. ನಮಗೆ ಬೇಕಾದದ್ದು ಇಷ್ಟೇ, ಮೀಟಿಂಗಿನಲ್ಲಿ ಏನು ನಿರ್ಧಾರವಾಯಿತು?"

ಶಫಿ ಸಾಹೇಬರನ್ನು ಸ್ವಲ್ಪ ಹೊತ್ತು ನೋಡುತ್ತಿದ್ದ ಕ್ಯಾಪ್ಟನ್ ದತ್ ಅವರು ಅಸ್ತಮಿಸುವ ಸೂರ್ಯನ ಕಡೆಗೆ ಮುಖ ತಿರುಗಿಸಿದರು. ಅದೊಂದು ಮೋಡ ಕವಿದ ಸಂಜೆಯಾಗಿತ್ತು. ನಿರಾಶೆಯ ಮತ್ತು ಅಶುಭ ಮೋಡಗಳಿಂದ ಬಂದ ಮಿಂಚಿನ ಬೆಳಕು ಕ್ಯಾಪ್ಟನ್ ದತ್ ಅವರ ಮುಖದ ಮೇಲೆ ಬೀಳುತ್ತಿತ್ತು. ಅವರ ಮುಖ ಅವರ ಇಡೀ ಜೀವನದ ದುಃಖದ ಬೂದಿಯಿಂದ ಮುಚ್ಚಿಹೋಗಿ, ಚಿಂತೆಯ ಗೆರೆಗಳು ಹಣೆಯ ಮೇಲೆ ಶಾಶ್ವತವಾಗಿ ಕುಳಿತಿದ್ದವು.

ಅವರು ತಿರುಗಿ ಶಫಿ ಸಾಹೇಬರ ಕಡೆ ನೋಡಿ "ನಮ್ಮ ಶಿಪ್ಪಿಂಗ್ ಕಂಪನಿ ಬಳಿ ಈಗ ಯಾವುದೇ ಕೆಲಸವಿಲ್ಲ. ನಮ್ಮ ಕಾಂಟ್ರ್ಯಾಕ್ಟನ್ನು ರದ್ದುಗೊಳಿಸಲಾಗಿದೆ... ನಾವು ವಾಪಸ್ ಹೋಗುತ್ತಿದ್ದೇವೆ."

ಯಾವುದೇ ಹಿಂಜರಿಕೆಯಿಲ್ಲದೆ ಕ್ಯಾಪ್ಟನ್ ದತ್ ತಮ್ಮ ಮಾತನ್ನು ಎಲ್ಲರ ಮುಂದಿಟ್ಟು, ಲಂಗರನ್ನು ಎತ್ತುವಂತೆ ಆದೇಶಿಸಿದರು. ಎಲ್ಲಾ ಸಿಬ್ಬಂದಿಗಳು ಮೊದಲು ಆಶ್ಚರ್ಯದಿಂದ ಅವರನ್ನು ನೋಡಿ, ಆಮೇಲೆ ಒಬ್ಬರನ್ನೊಬ್ಬರು ನೋಡಲಾರಂಭಿಸಿದರು. ನಂತರ ಎಲ್ಲರೂ ಸೋತವರಂತೆ ತಲೆಬಾಗಿಸಿದರು. ಈ ಬಾಗಿದ ಹತಾಶ ತಲೆಗಳನ್ನು ಸ್ವಲ್ಪ ಸಮಯದವರೆಗೆ ನೋಡಿದ ನಾನು ತಲೆಯೆತ್ತಿ ಶಾಂಘೈನ ಗಗನಚುಂಬಿ ಕಟ್ಟಡಗಳನ್ನು ನೋಡುತ್ತಲಿದ್ದೆ.

ನಾನು ನಿಧಾನವಾಗಿ ಹೆಜ್ಜೆ ಹಾಕುತ್ತಾ ಹಡಗಿನ ಹಿಂಭಾಗಕ್ಕೆ ಬಂದೆ. ಡೆಕ್‌ನ ರೇಲಿಂಗನ್ನು ಹಿಡಿದುಕೊಂಡು ಮೌನವಾಗಿ ನಿಲ್ಲುವುದನ್ನು ಬಿಟ್ಟು ನನಗೆ ಬೇರೇನೂ ಕೆಲಸವಿರಲಿಲ್ಲ. ನಾನು ಏನನ್ನೋ ಅನುಭವಿಸಲು ಪ್ರಯತ್ನಿಸುತ್ತೇನೆ, ಆದರೆ ಅದನ್ನು ಸರಿಯಾಗಿ ಅನುಭವಿಸಲು ಸಾಧ್ಯವಾಗುವುದಿಲ್ಲ ಎಂಬ ಅಂಶವನ್ನು ಬಿಟ್ಟರೆ ನನಗೆ ಬೇರಾವ ಅನುಭವವಾಗುವುದಿಲ್ಲ.

ನಾನು ಸತತ ಎರಡು ಗಂಟೆಗಳ ಕಾಲ ಅದೇ ಮುದ್ರೆಯಲ್ಲಿ ನಿಂತಿದ್ದೆ. ಜೀವನದ ಎಲ್ಲಾ ಆಘಾತಗಳ ಮತ್ತು ತೊಂದರೆಗಳ ಬಗ್ಗೆ ಏಕೆ ಅಸಡ್ಡೆ ಹೊಂದಿದ್ದೇನೆ? ಎಂದು ಯೋಚಿಸುತ್ತಿದ್ದೆ. ಈ ಜಗತ್ತಿನಲ್ಲಿ ಬೇರೆಯವರಿಗಾಗಿ, ನೋವಿನಿಂದ ಬಳಲುತ್ತಿರುವವರಿಗಾಗಿ ಅಥವಾ ಸಾಯಲಿರುವವರಿಗಾಗಿ ಯಾವುದೇ ಥರದ ಸಹಾನುಭೂತಿಯನ್ನು ಏಕೆ ಅನುಭವಿಸುವುದಿಲ್ಲ? ಮನುಷ್ಯನ ಹೃದಯವನ್ನು ಹಿಂಡುವಂತಹ ವಿಷಯಗಳು ಕೊನೆಗೊಂಡಿವೆಯೇ? ಅಥವಾ ನನ್ನ ಹೃದಯವೇ ಹಾಗಾಗಿದೆಯೇ...

ಆಗ ಒಮ್ಮೆಲೇ ಡೈನಿಂಗ್ ಹಾಲ್‌ನಿಂದ ವಿಚಿತ್ರವಾದ, ಕರ್ಕಶವಾದ ಶಬ್ದ ಕೇಳಿಸಿತು. ತದನಂತರ ಒಂದರ ಹಿಂದೆ ಒಂದರಂತೆ ಬಾಟಲಿಗಳು, ಲೋಟಗಳು ಮತ್ತು ಪಿಂಗಾಣಿ ಪಾತ್ರೆಗಳನ್ನು ನೆಲದ ಮೇಲೆ ಎಸೆದು ಒಡೆಯುವ ಶಬ್ದಗಳು ಕೇಳಿಬಂದವು.

ನಾನು ಡೈನಿಂಗ್ ಹಾಲ್ ಕಡೆಗೆ ಓಡಿ ಹೋದಾಗ, ಏಕಕಾಲದಲ್ಲಿ ಅನೇಕ ಜನರ ಮಿಶ್ರ ಧ್ವನಿಗಳು ಕೇಳಿದವು. ಹಲವಾರು ಜನರು ಒಟ್ಟಿಗೆ ಸೇರಿ ಕೋಪದಿಂದ ಉದ್ರಿಕ್ತನಾಗಿರುವ ಮತ್ತು ನಿಯಂತ್ರಣವಿಲ್ಲದ ವ್ಯಕ್ತಿಯನ್ನು ವಶದಲ್ಲಿ ಇರಿಸಿಕೊಳ್ಳಲು ಪ್ರಯತ್ನಿಸುವಾಗ ಬರುವಂತಹ ಮಾತುಗಳು ಅವರ ಗಂಟಲಿನಿಂದ ಹೊರಬರುತ್ತಿದ್ದವು.

ಡೈನಿಂಗ್ ಹಾಲ್‌ನಲ್ಲಿ ನೆಲದ ಮೇಲೆ ಬಿದ್ದಿದ್ದ ಗಾಜಿನ ಮತ್ತು ಪಿಂಗಾಣಿ ಪಾತ್ರೆಗಳ ತುಂಡುಗಳ ನಡುವೆ ಕೆಲವರು ಗುಂಪಾಗಿ ನಿಂತಿದ್ದರು. ಆ ಘರ್ಷಣೆಯ ಕೇಂದ್ರಬಿಂದು ಶಫಿ ಸಾಹೇಬರು ಎಂದು ನನಗೆ ಆಶ್ಚರ್ಯವಾಯಿತು. ಅವರು ಬಹಳ ದೊಡ್ಡ ಧ್ವನಿಯಲ್ಲಿ ಗ್ರೇಡ್ ಇನ್‌ಸ್ಟಂಟ್ ಕಂಪನಿಯ ನೀತಿಗಳ ಬಗ್ಗೆ ಏನೇನೋ ಹೇಳುತ್ತಿದ್ದರು.

ಇಲ್ಲಿಯವರೆಗೆ ಅವರನ್ನು ಈ ರೂಪದಲ್ಲಿ ನೋಡಿರಲಿಲ್ಲ. ಕೋಪವನ್ನು ಬಿಡಿ, ಅವರ ಸ್ವರದಲ್ಲಿ ಸಣ್ಣ ಕಿರಿಕಿರಿಯನ್ನು ಸಹ ನಾನು ಕೇಳಿರಲಿಲ್ಲ. ಬದಲಾಗುತ್ತಿರುವ ಕಾಲದ ನಾಡಿಮಿಡಿತವನ್ನು ನಾಜೂಕಾಗಿ ಮುಟ್ಟುತ್ತಿದ್ದ, ಯಾವುದೇ ರೀತಿಯ ಕಠಿಣ ಪರಿಸ್ಥಿತಿ ಅಥವಾ ಪ್ರಶ್ನೆಗೆ ಆಳವಾದ, ಮೃದುವಾದ ದೃಷ್ಟಿಕೋನವನ್ನು ಹೊಂದಿರುತ್ತಿದ್ದ ಮತ್ತು ಎಲ್ಲ ರೀತಿಯ

ಕಹಿಯನ್ನು ತಮ್ಮ ಸಿಹಿಯಾದ ನಡತೆಯಿಂದ ಸ್ವಚ್ಛಗೊಳಿಸುತ್ತಿದ್ದ ಮನುಷ್ಯನ ದವಡೆಗಳು ಈ ರೀತಿ ನಡುಗುತ್ತಿರುವುದನ್ನು ನೋಡಿ ನಿಜಕ್ಕೂ ಆಶ್ಚರ್ಯಚಕಿತನಾಗಿದ್ದೆ.

ಅವರ ಕೂದಲು ಕೆದರಿತ್ತು. ಕನ್ನಡಕ ಎಗರಿ ದೂರ ಹೋಗಿ ಬಿದ್ದಿತ್ತು, ಕಣ್ಣುಗಳು ಕೋಪದಿಂದ ಸಿಡಿಯುತ್ತಿದ್ದವು. ಡೆಕ್ ವಿಭಾಗದ ಮುಖ್ಯ ಸಿಬ್ಬಂದಿ ಮಿಸ್ಟರ್ ಮದನ್ ಮೆಹ್ತಾ ಮತ್ತು ಸ್ಟೀವರ್ಟ್ ವಿಭಾಗದ ಎರಡನೇ ಅಧಿಕಾರಿ ಸಂತೋಷ ದೀಕ್ಷಿತ್ ಅವರ ಒಂದೊಂದು ತೋಳನ್ನು ಹಿಡಿದಿದ್ದರು. ಹಡಗಿನ ಕೆಳಗಿನ ಭಾಗದಿಂದ ಊಟಕ್ಕೆ ಬಂದ ಒಬ್ಬ ನಾವಿಕ ಮತ್ತು ಇಬ್ಬರು ಟೆಕ್ನಿಶಿಯನ್‌ಗಳು ಅವರ ಸುತ್ತಲೂ ನಿಂತಿದ್ದರು. ಹಡಗಿನ ಎಲ್ಲಕ್ಕಿಂತ ಮೇಲಿನ ಭಾಗದಿಂದ ಕೆಳಗಿಳಿದು ಬಂದಿದ್ದ ನ್ಯಾವಿಗೇಷನ್ ಇನ್‌ಚಾರ್ಜ್ ಮತ್ತು ಎರಡನೇ ಅಧಿಕಾರಿ ಆಹಾರವನ್ನು ತಿನ್ನುತ್ತಾ ನಿರ್ಲಿಪ್ತ ರೀತಿಯಲ್ಲಿ ಶಫಿ ಸಾಹೇಬರತ್ತ ನೋಡುತ್ತಿದ್ದರು.

ನಾನು ಇನ್ನೂ ಸ್ವಲ್ಪ ಹತ್ತಿರ ಹೋದಾಗ ಮದನ್ ಮೆಹ್ತಾ ಅವರು ಶಫಿ ಸಾಹೇಬರಿಗೆ ಏನನ್ನೋ ತಿಳಿಸಿ ಹೇಳುವ ಪ್ರಯತ್ನ ಮಾಡುತ್ತಿದ್ದುದು ಕಂಡಿತು. ಆದರೆ ಯಾರದ್ದೋ ವಶಕ್ಕೆ ಬರುವ ಬದಲು ಅವರು ಹಿಡಿತದಿಂದ ಬಿಡಿಸಿಕೊಳ್ಳಲು ಒದ್ದಾಡುತ್ತ ಜೋರಾಗಿ ಕಿರುಚುತ್ತಿದ್ದರು.

ನಾನು ಮದನ್ ಮೆಹ್ತಾ ಮತ್ತು ಸಂತೋಷ ದೀಕ್ಷಿತ್ ಅವರ ಹೆಗಲ ಮೇಲೆ ನನ್ನ ಕೈಗಳನ್ನು ಇರಿಸಿ ಅವರನ್ನು ಬದಿಗೆ ಸರಿಯುವಂತೆ ಸೂಚಿಸಿ ಶಫಿ ಸಾಹೇಬರ ಮುಂದೆ ನಿಂತೆ. ನನ್ನನ್ನು ನೋಡಿದ ಅವರ ಮುಖಭಾವದಲ್ಲಾಗಲೀ ಸ್ವರದಲ್ಲಾಗಲೀ ಯಾವುದೇ ವ್ಯತ್ಯಾಸವಾಗಲಿಲ್ಲ. ನಾನು ಅವರಿಗೆ ತಿಳಿಸಿ ಹೇಳಲು ಅಥವಾ ಅವರ ಭುಜಗಳನ್ನು ತಟ್ಟಿ ಸಮಾಧಾನಪಡಿಸಲು ಪ್ರಯತ್ನಿಸಲಿಲ್ಲ. ಕೆಲಕಾಲ ಅವರ ಪ್ರಲಾಪ ಮುಂದುವರೆಯಿತು. ಆಗ ಅವರ ಧ್ವನಿ ತನ್ನಿಂತಾನೇ ಒಡೆದುಹೋಯಿತು. ನಾನು ಅವರ ಸೊಂಟದ ಸುತ್ತ ನನ್ನ ಒಂದು ಕೈಯನ್ನು ಹಾಕಿ ಅವರನ್ನು ನನ್ನೊಂದಿಗೆ ಡೈನಿಂಗ್ ಹಾಲ್‌ನ ಮೂಲೆಗೆ ಕರೆದುಕೊಂಡು ಹೋದೆ. ಅಲ್ಲಿ ತ್ರಿಕೋನ ಕಿಟಕಿಯ ಕೆಳಗೆ ಟೇಬಲ್ ಇತ್ತು.

ನನ್ನ ಮೊದಲ ಪ್ರಯಾಣದ ಮೊದಲ ರಾತ್ರಿಯಲ್ಲಿ ನಾನು ಈ ಕಿಟಕಿಯ ಬಳಿ ಕುಳಿತು ಕ್ಯಾಪ್ಟನ್ ದತ್ ಜೊತೆ ಮಾತನಾಡಿದ್ದು ನೆನಪಾಯಿತು. ಈಗ ಪ್ರಯಾಣದ ಕೊನೆಯ ರಾತ್ರಿಯಾಗಿದ್ದು, ಕ್ಯಾಪ್ಟನ್ ದತ್ ಬದಲಿಗೆ ಶಫಿ ಸಾಹೇಬರು ನನ್ನ ಮುಂದೆ ಕುಳಿತಿದ್ದಾರೆ. ಸ್ವಲ್ಪ ಹೊತ್ತು ಅವರು ಕರವಸ್ತ್ರದಿಂದ ಮುಖ ಒರೆಸಿಕೊಳ್ಳುತ್ತಲೇ ಇದ್ದರು. ಒಬ್ಬ ಸ್ಟೀವರ್ಟ್ ಮೆಲ್ಲನೆ ಅವರ ಕನ್ನಡಕವನ್ನು ತಂದು ಮೇಜಿನ ಮೇಲೆ ಇಟ್ಟು ಹೋದ. ಕನ್ನಡಕದ ಗಾಜು ಚೆನ್ನಾಗಿತ್ತು. ಶಫಿ ಸಾಹೇಬರು ಕನ್ನಡಕವನ್ನು ಎತ್ತಿಕೊಂಡು ಅದರ ಗಾಜನ್ನು ಸ್ವಚ್ಛಗೊಳಿಸಿ ಧರಿಸಿಕೊಂಡು ಕಿಟಕಿಯಿಂದ ಹೊರಗೆ ನೋಡಲಾರಂಭಿಸಿದರು.

ಒಬ್ಬ ಸ್ಟೀವರ್ಟ್ ರಬ್ಬರ್ ವೈಪರ್‌ನಿಂದ ನೆಲದ ಮೇಲೆ ಬಿದ್ದಿದ್ದ ಗಾಜಿನ ಮತ್ತು ಪಿಂಗಾಣಿ ಪಾತ್ರೆಗಳ ತುಂಡುಗಳನ್ನು ಗುಡಿಸುತ್ತಿದ್ದ. ಹೆಚ್ಚು ಉತ್ಸಾಹಭರಿತ ಸಂಭಾಷಣೆ ನಡೆಯದಿದ್ದರೂ ಡೈನಿಂಗ್ ಹಾಲ್‌ನ ಚಟುವಟಿಕೆಗಳು ಮತ್ತು ಮಾತುಗಳು ಸಹಜ ಸ್ಥಿತಿಗೆ ಮರಳುತ್ತಿದ್ದವು. ಶಫಿ ಸಾಹೇಬರ ಆ ಆಘಾತಕಾರಿ ಪ್ರತಿಕ್ರಿಯೆಯ ನಂತರ ಇಡೀ ಸಿಬ್ಬಂದಿ ವಿಚಿತ್ರ ರೀತಿಯ ಜಡತ್ವ ಮತ್ತು ಉದಾಸೀನತೆಯ ಸೆರೆಯಾಗಿದ್ದರು. ಡೈನಿಂಗ್ ಹಾಲ್‌ನ ಮ್ಯೂಸಿಕ್ ಸಿಸ್ಟಂನಿಂದ

ಮ್ಯೂಸಿಕ್ ತುಂಬಾ ಮೆಲ್ಲನೆ ಬರುತ್ತಿತ್ತು. ಅಷ್ಟು ಮೆಲ್ಲನೆಯ ಸ್ವರದಲ್ಲಿದ್ದರೂ, ಅದು ವಾತಾವರಣದ ಉದಾಸೀನತೆಯನ್ನು ತುಸು ಕಡಿಮೆ ಮಾಡಲು ಪ್ರಯತ್ನಿಸುತ್ತಿತ್ತು.

ಈಗ ನಾನು ಕೇವಲ ತಲೆ ಬಾಗಿಸಿ ಸಮತಲವಾದ ನೆಲವನ್ನು ನೋಡುತ್ತಿದ್ದೆ. ನನ್ನ ಕಣ್ಣುಗಳು ಆ ಗಾಜಿನ ತುಂಡುಗಳ ಮೇಲೆ ನೆಟ್ಟಿದ್ದವು - ಶಫಿ ಸಾಹೇಬರ ತಾತ್ಕಾಲಿಕ ಅಭಿವ್ಯಕ್ತಿಯ ಮೊನಚಾದ ಅಂಶಗಳನ್ನು ಈಗ ಒಂದು ಜಾಗದಲ್ಲಿ ಗುಡಿಸಿ ಕಸದ ಬುಟ್ಟಿಗೆ ಒಪ್ಪಿಸಲಾಗುತ್ತಿತ್ತು. ಸ್ವಲ್ಪ ಹೊತ್ತು ಆ ಗಾಜಿನ ಚೂರುಗಳನ್ನು ನೋಡಿ, ತಲೆಯೆತ್ತಿ ಶಫಿ ಸಾಹೇಬರ ಕಡೆ ನೋಡಿದೆ. ಅವರು ಕಿಟಕಿಯ ಹೊರಗೆ ಸಮುದ್ರದ ಮೇಲೆ ಕಣ್ಣು ಕೀಲಿಸಿಕೊಂಡು ಕುಳಿತು 'ಏನನ್ನೋ' ಗಮನವಿಟ್ಟು ನೋಡುತ್ತಿದ್ದರು. ಅವರು ಸಮುದ್ರದ ಮೇಲ್ಮೈಯಲ್ಲಿ ಒಳಹರಿವುಗಳನ್ನು ನೋಡುತ್ತಿದ್ದಾರೆಯೇ ಅಥವಾ ಹೊರಹರಿವನ್ನು ನೋಡುತ್ತಿದ್ದಾರೆಯೇ ಎಂದು ಹೇಳುವುದು ಕಷ್ಟಕರವಾಗಿತ್ತು. ಆದರೆ ಒಂದು ವಿಷಯ ಖಚಿತವಾಗಿತ್ತು, ಅವರು ಏನೇ ನೋಡುತ್ತಿದ್ದರೂ ಅದನ್ನು ನೋಡಿ ಅವರು ಉತ್ತೇಜಿತರಾಗಿರಲಿಲ್ಲ. ಅವರ ಮುಖದಲ್ಲಿ ಯಾವುದೋ ವಿಷಯಕ್ಕೆ ತಮ್ಮನ್ನು ತಾವು ತಯಾರು ಮಾಡಿಕೊಳ್ಳುತ್ತಿರುವ ಭಾವವಿತ್ತು.

ಮಳೆಯ ನಾಲ್ಕೈದು ಹನಿಗಳು ಕಿಟಕಿಯ ಮೇಲೆ ಬಿದ್ದು, ಗಾಳಿಯಲ್ಲಿದ್ದ ತೇವಾಂಶ ಕರಗತೊಡಗಿದಾಗ ಊಟದ ಡೈನಿಂಗ್ ಹಾಲ್‌ನ ವಾತಾವರಣದಲ್ಲಿ ಕೊಂಚ ನಿರಾಳತೆ ಮೂಡಿತು. ಸೆಂಟ್ರಲ್ ಡೈನಿಂಗ್ ಟೇಬಲ್ ಮೇಲೆ ಆಹಾರವನ್ನು ಇಡಲಾಯಿತು. ನಾನು ಎದ್ದು ಮೇಜಿನ ಬಳಿಗೆ ಹೋಗಿ ಎರಡು ಬಟ್ಟಲು ಸೂಪ್ ತೆಗೆದುಕೊಂಡೆ ಬಂದೆ. ಒಂದು ಬಟ್ಟಲಿನಲ್ಲಿ ತರಕಾರಿ ಸೂಪ್ ಮತ್ತು ಇನ್ನೊಂದರಲ್ಲಿ ಶಫಿ ಸಾಹೇಬರ ನೆಚ್ಚಿನ ಚಿಕನ್ ಸೂಪ್ ಇತ್ತು. ಡೈನಿಂಗ್ ಟೇಬಲ್‌ನಿಂದ ನಮ್ಮ ಕಿಟಕಿ ಇರುವ ಟೇಬಲ್‌ಗೆ ಹೋಗುವ ದಾರಿಯಲ್ಲಿ ಜೋಗಿಂದರ್ ಸಿಂಗ್ ತಮ್ಮ ಎರಡೂ ಕೈಗಳನ್ನು ಮಡಚಿ ಮೇಜಿನ ಮೇಲೆ ಕಣ್ಣು ಮುಚ್ಚಿ ಮಲಗಿದ್ದರು. ಉಳಿದವರೂ ಕೂಡ ಎದ್ದು ಆಹಾರ ತಿನ್ನುವ ಸ್ಥಿತಿಯಲ್ಲಿರಲಿಲ್ಲವೆನ್ನುವುದನ್ನು ನೋಡಿದೆ. ಸಂಜಯ್ ದೇಶಪಾಂಡೆ ಕುರ್ಚಿಯ ಹಿಂಬದಿಗೆ ತಲೆ ಕೊಟ್ಟು ಕಣ್ಣು ಮುಚ್ಚಿ ಕುಳಿತಿದ್ದರು ಮತ್ತು ಮುಖೇಶ್ ವರ್ಮಾ ತಮ್ಮ ಮೊಣಕೈಯನ್ನು ಮೇಜಿನ ಮೇಲೆ ಇರಿಸಿ, ತಮ್ಮ ತಲೆಯನ್ನು ಒಂದು ಕೈಯಿಂದ ಹಿಡಿದುಕೊಂಡು ತಮ್ಮ ಮುಂದೆ ಬಿದ್ದಿರುವ ವೈನ್ ಗ್ಲಾಸನ್ನು ಬಹಳ ಗಮನವಿರಿಸಿ ನೋಡುತ್ತಿದ್ದರು.

ನಾನು ಚಿಕನ್ ಸೂಪ್ ಬಟ್ಟಲನ್ನು ಶಫಿ ಸಾಹೇಬರ ಮುಂದೆ ಇಟ್ಟೆ. ಶಫಿ ಸಾಹೇಬರು ಇನ್ನೂ ಕಿಟಕಿಯಿಂದ ಹೊರಗೆ ನೋಡುತ್ತಿದ್ದರು. ಮೋಡಗಳ ನಡುವೆ ಸಿಡಿಲು ಮಿಂಚಲು ಪ್ರಾರಂಭಿಸಿತ್ತು. ನಾನು ಬಲಗೈಯನ್ನು ಚಾಚಿ ಅವರ ಕೈಯ ಮೇಲೆ ಇಟ್ಟೆ. ಅವರು ತಮ್ಮ ಕಣ್ಣುಗಳನ್ನು ಕಿರಿದುಗೊಳಿಸಿ ಮೊದಲು ನನ್ನ ಕೈಯನ್ನು ನೋಡಿ ತಮ್ಮ ಕಣ್ಣುಗಳನ್ನು ಸೂಪ್‌ನ ಬಟ್ಟಲ ಕಡೆಗೆ ತಿರುಗಿಸಿದರು.

"ನನಗೆ ಯಾರ ಸಹಾಯ ಅಥವಾ ಸಹಾನುಭೂತಿಯ ಅಗತ್ಯವಿಲ್ಲ."

ನನ್ನತ್ತ ನೋಡದೆ ಸಪ್ಪೆ ಸ್ವರದಲ್ಲಿ ಹೇಳಿದರು. ನಾನು ಸ್ವಲ್ಪ ಸಮಯ ಮೌನವಾಗಿದ್ದೆ,

ಆಮೇಲೆ ಯಾವುದೇ ಹಿಂಜರಿಕೆಯಿಲ್ಲದೆ ಹೇಳಲು ಪ್ರಾರಂಭಿಸಿದೆ, "ನನ್ನಂತಹ ಕಾಡಿನ ಮನುಷ್ಯನನ್ನು ಸಭ್ಯನನ್ನಾಗಿಸಲು ನೀವು ಖರ್ಚು ಮಾಡಿದ ನಿಮ್ಮ ಸಲಹೆ ಮತ್ತು ಉಪದೇಶಗಳು ನನಗೂ ಬೇಕಾಗಿರಲಿಲ್ಲ. ನಿಮ್ಮ ಲಖ್ನೋ ಸಂಸ್ಕೃತಿ, ಒಂದು ಪೈಸೆಗೂ ಯೋಗ್ಯವಾಗಿಲ್ಲ ಎಂದು ನನಗೆ ಗೊತ್ತಿತ್ತು. ನಿಮ್ಮ ನಡವಳಿಕೆ, ಆಚಾರ ವಿಚಾರಗಳು ಮತ್ತು ನಿಮ್ಮ ಸಾಂಪ್ರದಾಯಿಕ ಶೈಲಿಗಳಿಂದ ನನಗೆ ಯಾವುದೇ ಪ್ರಯೋಜನವಾಗಲಿಲ್ಲ. ಆದರೂ, ನಾನು ಅವೆಲ್ಲವನ್ನೂ ನನ್ನ ತಲೆಯ ಮೇಲೆ ಹೊತ್ತುಕೊಂಡೆ, ಏಕೆಂದರೆ ಅವು ನಿಮ್ಮ ನಾಲಗೆಯಿಂದ ಬಂದಿದ್ದವು."

"ಅದಕ್ಕೆ?" ಅವರು ಸೂಪ್ ಬಟ್ಟಲನ್ನು ಪಕ್ಕಕ್ಕೆ ಸರಿಸಿ ನನ್ನ ಮೇಲೆ ಬಾಗಿ ತಮ್ಮ ಕಠಿಣ ಕಣ್ಣುಗಳಿಂದ ನನ್ನ ಕಣ್ಣುಗಳಲ್ಲಿ ನೋಡಿ, "ನನ್ನ ಆ ಮಾತುಗಳಿಗೆ ಪ್ರತಿಯಾಗಿ ಈಗ ನಾನು ಕೂಡ ನಿನ್ನ ಮಾತು ಕೇಳಬೇಕೇನು?"

ಕೆಲ ಹೊತ್ತು ಅವರನ್ನೇ ನೋಡುತ್ತ ಇದ್ದುಬಿಟ್ಟೆ.

"ನಾನು ಈಗ ಯಾರ ಅಸಂಬದ್ಧ ಮಾತುಗಳನ್ನು ಕೇಳುವ ಮನಸ್ಥಿತಿಯಲ್ಲಿಲ್ಲ" ಅವರ ಮುಖದಲ್ಲಿ ಮತ್ತೊಮ್ಮೆ ಒತ್ತಡದ ತೆಳ್ಳಗಿನ ಗೆರೆಗಳು ಕಾಣಿಸಿಕೊಂಡವು.

ನಾನು ನಿಧಾನವಾಗಿ ತಲೆಯಾಡಿಸಿದೆ. ನನ್ನ ಎರಡೂ ಕೈಗಳನ್ನು ಮಡಚಿ ಎದೆಯ ಮೇಲೆ ಇಟ್ಟು ಕುರ್ಚಿಯ ಹಿಂಬದಿಗೆ ಬೆನ್ನು ಹಾಕಿ ದೀರ್ಘವಾದ ಉಸಿರು ಎಳೆದುಕೊಂಡೆ. ಸ್ವಲ್ಪ ಸಮಯ ಎವೆಯಿಕ್ಕದೆ ಅವರ ಮುಖವನ್ನು ನೋಡುತ್ತಿದ್ದೆ.

"ಶಫಿ ಸಾಹಬ್!" ಅವರ ಮುಖದಿಂದ ಕಣ್ಣು ತೆಗೆಯದೆ ಹೇಳಿದೆ, "ನನ್ನ ಮನಸ್ಸಿನಲ್ಲಿ ನಿಮ್ಮ ಬಗ್ಗೆ ಮರ್ಯಾದೆ ಇಲ್ಲದಿದ್ದರೆ ಎದ್ದು ಹೋಗುತ್ತಿದ್ದೆ. ಆದರೆ ನಾನು ಇಲ್ಲಿ ಕುಳಿತಿದ್ದೇನೆ ಎಂದರೆ ಅದು ದೊಡ್ಡ ಅಧಿಕಾರದಿಂದ ಕುಳಿತಿದ್ದೇನೆ ಮತ್ತು ಅದೇ ಅಧಿಕಾರದಿಂದ ನೀವು ಇನ್ನೂ ಅಪೂರ್ಣ ಎಂದು ಹೇಳುತ್ತಿದ್ದೇನೆ. ಏಕೆಂದರೆ ನೀವು ವಾಸ್ತವ ಪರಿಸ್ಥಿತಿಗಳಿಂದ ದೂರ ಓಡುತ್ತಿದ್ದೀರಿ. ನಿಮ್ಮ ಹೊಂದಿಕೊಳ್ಳುವ ತತ್ತ್ವಗಳಲ್ಲಿ ಮತ್ತು ಮಾತುಗಳಲ್ಲಿ ಜೀವನವನ್ನು ಸುಂದರಗೊಳಿಸುವ ಗುಣಗಳಿವೆ, ಆದರೆ ಅವು ಯಾವುದನ್ನೂ ಕೂಡ ಎದುರಿಸಿ ಹೋರಾಡುವ ಶಕ್ತಿಯನ್ನು ಹೊಂದಿಲ್ಲ."

ಶಫಿ ಸಾಹೇಬರು ಥಟ್ಟನೆ ಎದ್ದು, ಯಾರೋ ಅವರಿಗೆ ಮೋಸ ಮಾಡಿದಂತೆ ಸ್ವಲ್ಪ ಹೊತ್ತು ವಿಚಿತ್ರವಾದ ಕಣ್ಣುಗಳಿಂದ ನನ್ನನ್ನು ನೋಡುತ್ತಿದ್ದರು. ನಂತರ ಏನೂ ಹೇಳದೆ ತಿರುಗಿ ಡೈನಿಂಗ್ ಹಾಲ್‌ನಿಂದ ಹೊರನಡೆದರು. ನಾನು ಅವರು ಹೋಗುವುದನ್ನು ನೋಡುತ್ತಲಿದ್ದೆ. ಒಮ್ಮೆ ನಿಟ್ಟುಸಿರು ಬಿಟ್ಟು ತಲೆ ಬಗ್ಗಿಸಿದೆ.

ಆಗ ಭಾರೀ ಮಳೆಯ ಬಿರುಗಾಳಿ ಅಪ್ಪಳಿಸಿ, ಡೈನಿಂಗ್ ಹಾಲಿನ ತೆರೆದ ಬಾಗಿಲಿನ ಮೂಲಕ ಪ್ರವೇಶಿಸಿ, ಡೈನಿಂಗ್ ಹಾಲಿನ ಅರ್ಧದಷ್ಟು ನೆಲವನ್ನು ನೆನೆಸಿತು. ಈ ಗಾಳಿಯ ಚಂಡಮಾರುತವು ಅನೇಕ ವಸ್ತುಗಳನ್ನು ಅಲ್ಲಾಡಿಸಿತು. ಆದರೆ ಮೇಜಿನ ಮೇಲೆ ಅರ್ಧ ಮಲಗಿದ್ದ ಜೋಗಿಂದರ್ ಸಿಂಗ್, ಕುರ್ಚಿಯ ಹಿಂಭಾಗಕ್ಕೆ ತಲೆ ಆನಿಸಿ ಕುಳಿತಿದ್ದ ಸಂಜಯ್

ದೇಶಪಾಂಡೆ ಮತ್ತು ತಲೆ ಹಿಡಿದುಕೊಂಡು ಕುಳಿತಿದ್ದ ಮುಖೇಶ್ ವರ್ಮಾ ಅವರನ್ನು ಮುಟ್ಟದೆ ಹಾದುಹೋಯಿತು. ಬಟ್ಟೆಗಳು ಹಾರಾಡುವುದರಿಂದ ಅಥವಾ ಪ್ಯಾಂಟ್‌ನ ಕೆಳಭಾಗವು ಒದ್ದೆಯಾಗುವುದರಿಂದ ಅಥವಾ ಕೂದಲು ಹಾರಾಡುವುದರಿಂದ ಏನೂ ಆಗುವುದಿಲ್ಲ. ಗಾಳಿ ಮತ್ತು ಮಳೆಗೆ ಇದಕ್ಕಿಂತ ಹೆಚ್ಚೇನೂ ಮಾಡಲು ಸಾಧ್ಯವಿಲ್ಲ. ಜಡತ್ವದ ಯಾವ ಸ್ಥಿತಿಗೆ ಅವರು ಹೋಗಿದ್ದರೋ ಅದರಿಂದ ಅವರನ್ನು ಹೊರತರಲು ಅವರಿಗೆ ಎರಡು ತೋಳುಗಳ ಆವಶ್ಯಕತೆಯಿತ್ತು.

ನಾನು ಎದ್ದು ನಿಂತೆ. ಸಹಾನುಭೂತಿ ಅಥವಾ ಯಾವುದೇ ಕರ್ತವ್ಯ ಪ್ರಜ್ಞೆಯಿಂದ ಅಲ್ಲ, ಹಾಗೆ ಸುಮ್ಮನೆ ತಕ್ಷಣದ ಯಾಂತ್ರಿಕ ಸಮಸ್ಯೆಗಳಿಗೆ ಏನಾದರೂ ಮಾಡಬೇಕೆಂದುಕೊಂಡು. ಹಾಗೆಯೇ, ಯಾವುದೇ ಔಪಚಾರಿಕ ಸಿದ್ಧತೆ ಇಲ್ಲದೆ, ನಾನು ನೇರವಾಗಿ ಜೋಗಿಂದರ್ ಸಿಂಗ್ ಅವರ ಬಳಿಗೆ ಹೋದೆ. ನನ್ನ ಎರಡೂ ಕೈಗಳನ್ನು ಅವರ ತೋಳಿನ ಕೆಳಗೆ ಇರಿಸಿ, ಬಲಗೈಯಿಂದ ಅವರ ಬೆನ್ನು ಮತ್ತು ಸೊಂಟವನ್ನು ಬಿಗಿಯಾಗಿ ಹಿಡಿದುಕೊಂಡೆ. ಅವರ ಎಡಗೈಯನ್ನು ನನ್ನ ಭುಜದ ಮೇಲೆ ಇರಿಸಿ ಅವರ ಕೈಯನ್ನು ಗಟ್ಟಿಯಾಗಿ ಹಿಡಿದೆ. ಜೋಗಿಂದರ್ ಸಿಂಗ್ ಒಮ್ಮೆ ಕಣ್ಣು ತೆರೆದು ನನ್ನತ್ತ ನೋಡಿ, ಯಾವ ಪ್ರತಿಭಟನೆಯೂ ಇಲ್ಲದೆ ಒದ್ದಾಡುತ್ತಾ ನನ್ನೊಂದಿಗೆ ನಡೆಯತೊಡಗಿದರು.

ಡೈನಿಂಗ್ ಹಾಲ್‌ನಿಂದ ಹೊರಬಂದಾಗ ಜೋರು ಮಳೆ ನಮ್ಮ ಮುಖಕ್ಕೆ ಅಪ್ಪಳಿಸತೊಡಗಿತು. ನಾವು ಡೆಕ್‌ನ ಮೇಲೆ ಹಲವಾರು ಬಾರಿ ಎಡವಿ, ನಮ್ಮನ್ನು ನಾವು ಸಂಭಾಳಿಸಿಕೊಳ್ಳಲು ಪ್ರಯತ್ನಿಸಿದೆವು. ಒಮ್ಮೆ ಕುಡಿದ ಮನುಷ್ಯ ಜಾರಿ ಬಿದ್ದರೆ ಎತ್ತಿಕೊಳ್ಳುವುದು ತುಂಬಾ ಕಷ್ಟ. ಜೋಗಿಂದರ್ ಸಿಂಗ್‌ರನ್ನು ಮತ್ತೆ ನಿಲ್ಲುವಂತೆ ಮಾಡಲು ನಾನು ಬಾಗಿ ನನ್ನ ಶಕ್ತಿಯಿಂದ ಪ್ರಯತ್ನಿಸುತ್ತಿದ್ದಾಗ, ಆಕಾಶದಲ್ಲಿ ಮಿನುಗುವ ಮಿಂಚಿನ ಬಿಳಿ ಬೆಳಕಿನಲ್ಲಿ ಅವರ ಒದ್ದೆಯಾದ ಮುಖ ಮತ್ತು ಉದ್ದವಾದ ಚದುರಿದ ಕೂದಲನ್ನು ನೋಡಿ ನನಗೆ ವಿಚಿತ್ರ ಅನುಭವವಾಯಿತು. ಅವರ ಮುಂಡಾಸು ಕೆಳಗೆ ಬಿದ್ದು ಬಿಚ್ಚಿ ಹೋಗಿ ನೀರಿನಲ್ಲಿ ಹಸಿಯಾಗಿತ್ತು. ಸಂಪೂರ್ಣವಾಗಿ ನಶೆಯಲ್ಲಿದ್ದರೂ ಮುಂಡಾಸಿನ ಒಂದು ತುದಿಯನ್ನು ಅವರು ಮುಷ್ಟಿಯಲ್ಲಿ ಗಟ್ಟಿಯಾಗಿ ಹಿಡಿದಿದ್ದರು.

ನನ್ನ ತೋಳುಗಳಿಂದ ಆಧಾರ ಕೊಡುವ ಬದಲು, ಈಗ ಅವರನ್ನು ನನ್ನ ಬೆನ್ನಿನ ಮೇಲೆ ಹೊತ್ತುಕೊಂಡು ನಿಧಾನವಾಗಿ ಮೆಟ್ಟಿಲುಗಳನ್ನು ಇಳಿಯಲು ಪ್ರಾರಂಭಿಸಿದೆ. ಮುಂಡಾಸಿನ ಒಂದು ತುದಿ ಇನ್ನೂ ಅವರ ಕೈಯಲ್ಲಿಯೇ ಇತ್ತು, ಇನ್ನೊಂದು ತುದಿ ಕಬ್ಬಿಣದ ಮೆಟ್ಟಿಲುಗಳ ಮೇಲೆ, ಕಾರಿಡಾರ್‌ನ ನೆಲದ ಮೇಲೆ ಎಳೆದುಕೊಂಡು ಬರುತ್ತಿತ್ತು. ನಾನು ಹಾಗೋ ಹೀಗೋ ಮಾಡಿ ಅವರನ್ನು ಅವರ ಕ್ಯಾಬಿನ್‌ಗೆ ಕರೆದುಕೊಂಡು ಹೋಗಿ ಮಲಗಿಸಿದೆ. ಬಿಚ್ಚಿದ ಮುಂಡಾಸನ್ನು ಸುತ್ತಿ ಅವರ ಹಾಸಿಗೆಯ ಪಕ್ಕದಲ್ಲಿ ಇರಿಸಿದೆ. ಬಹುಶಃ ಅವರು ಕಣ್ಣು ತೆರೆದು ನನ್ನನ್ನು ನೋಡಬಹುದು ಎಂಬ ನಿರೀಕ್ಷೆಯಲ್ಲಿ ನಾನು ಸ್ವಲ್ಪ ಹೊತ್ತು ನಿಂತಿದ್ದೆ. ಅವರ ಮುಚ್ಚಿದ ಕಣ್ಣುಗಳನ್ನು ನೋಡುತ್ತಲೇ, ಅವರ ತೆರೆದ ಕಣ್ಣುಗಳನ್ನು ಕಲ್ಪಿಸಿಕೊಂಡೆ. ಅವುಗಳಲ್ಲಿ ಎಲ್ಲಾ ಹೊತ್ತಲ್ಲೂ ಚೇಷ್ಟೆಯ ಮತ್ತು ಮಕ್ಕಳ ಕಣ್ಣಿನ ಮಿನುಗು

ಕಾಣಿಸುತ್ತಿತ್ತು. ಅವರು ಕೇವಲ ಮೋಜಿಗಾಗಿ ಸುಳ್ಳು ಹೇಳುತ್ತಿದ್ದರು. ತಮ್ಮ ವಯಸ್ಸಿನ ಗೆಳೆಯರ ಯಾವುದೋ ವಸ್ತುವನ್ನು ಗುಟ್ಟಾಗಿ ಕದ್ದು, ಎಲ್ಲೋ ಬಚ್ಚಿಟ್ಟು ತುಂಬಾ ಹೊತ್ತು ಚುಡಾಯಿಸಿ ವಾಪಸ್ ಕೊಡುತ್ತಿದ್ದರು.

ಜೋಗಿಂದರ್ ಸಿಂಗ್ ಅವರ ಈ ಆಟವು ಹಡಗಿನ ಪ್ರತಿಯೊಬ್ಬ ಸಿಬ್ಬಂದಿಯೊಂದಿಗೆ ಆಗಾಗ ನಡೆಯುತ್ತಲೇ ಇರುತ್ತಿತ್ತು. ಯಾವುದೇ ಕಿಡಿಗೇಡಿತನ ಮಾಡದಿದ್ದರೆ ಅವರಿಗೆ ನೆಮ್ಮದಿ ಸಿಗುತ್ತಿರಲಿಲ್ಲ. ಬೆಳಗಿನ ಉಪಾಹಾರದ ಸಮಯದಲ್ಲಿ, ಅವರು ಇಂದು ಯಾರನ್ನು ಗೂಬೆ ಮಾಡಲು ಆರಿಸಿಕೊಂಡಿದ್ದೇನೆ ಎಂದು ಸನ್ನೆಯ ಮೂಲಕ ಎಲ್ಲರಿಗೂ ತಿಳಿಸುತ್ತಿದ್ದರು. ತದನಂತರ ದಿನವಿಡೀ ಆ ಗೂಬೆಯಾದ ವ್ಯಕ್ತಿಯೊಂದಿಗೆ ಒಂದಲ್ಲ ಒಂದು ಏನಾದರೂ ನಡೆಯುತ್ತಲೇ ಇರುತ್ತಿತ್ತು. ಒಂದೋ ಅವನ ಕೆಲಸದ ಕೆಲವು ಪ್ರಮುಖ ವಸ್ತುಗಳು ಕಾಣೆಯಾಗಿರುತ್ತಿದ್ದವು ಇಲ್ಲಾ ಅವನಿಗೆ ಸುಳ್ಳುಗಳನ್ನು ಹೇಳಿ ಭ್ರಮೆ ಉಂಟುಮಾಡಿ ತಲೆ ತಿರುಗುವಂತೆ ಮಾಡಿಬಿಡುತ್ತಿದ್ದರು.

ದಿನವಿಡೀ ನಡೆಯುವ ಆ ಗುಪ್ತನಾಟಕದಲ್ಲಿ ಆ ಬಡ ಗೂಬೆಯೇ ಮುಖ್ಯ ಪಾತ್ರವಾಗಿದ್ದರೂ, ದಿನವಿಡೀ ನಾಟಕ ನಡೆಯಲು ಕೆಲವು ಪೋಷಕ ಪಾತ್ರಗಳೂ ಬೇಕಾಗಿರುತ್ತಿದ್ದವು. ಆ ಸಹಯೋಗಿಗಳ ವ್ಯವಸ್ಥಿತ ಆಯ್ಕೆಯೇನೂ ನಡೆಯುತ್ತಿರಲಿಲ್ಲ, ಬದಲಿಗೆ ಅದು ಸ್ವಯಂಪ್ರೇರಿತ ಭಾಗವಹಿಸುವಿಕೆ, ಜನರು ತಮ್ಮ ಕೆಲಸವನ್ನು ಮಾಡುತ್ತಲೇ ಆ ನಾಟಕದಲ್ಲಿ ಭಾಗವಹಿಸಬಹುದಿತ್ತು. ಆಟವನ್ನು ಇನ್ನಷ್ಟು ಆಸಕ್ತಿದಾಯಕವಾಗಿಸಲು ಮತ್ತು ಆಯ್ಕೆ ಮಾಡಿದ ಗೂಬೆಗಳನ್ನು ಮತ್ತಷ್ಟು ಗೊಂದಲಗೊಳಿಸಲು, ಅವರು ಮಾಡಬೇಕಾಗಿರುವುದು ಜೋಗಿಂದರ್ ಸಿಂಗ್ ಅವರ ಸಂಕೇತಗಳನ್ನು ಅರ್ಥಮಾಡಿಕೊಳ್ಳುವುದು. ಸರಿಯಾದ ಸಮಯಕ್ಕೆ ಏನಾದರೂ ಮಾಡುತ್ತಿರಬೇಕು ಅಥವಾ ಹೇಳುತ್ತಿರಬೇಕು, ಏಕೆಂದರೆ ಬೆಳಗ್ಗೆಯಿಂದ ನಡೆಯುತ್ತಿರುವ ನಾಟಕವು ನಿಜದಂತೆ ಕಾಣಬಾರದು ಹಾಗೆಯೇ ಆಯ್ಕೆ ಮಾಡಿದ ಗೂಬೆಗೆ ಏನಾಗುತ್ತಿದೆ ಎಂಬುದರ ಸಣ್ಣ ಕಲ್ಪನೆಯೂ ಇರಬಾರದು. ಇದು ಕೇವಲ ಕಾಕತಾಳೀಯವಲ್ಲ, ಆದರೆ ಕೆಲವು ಜನರು ಸೇರಿ ಮಾಡುವ ಕಿಡಿಗೇಡಿತನ.

ಸಂಜೆಯ ವೇಳೆಗೆ, ಇದರಲ್ಲಿ ಭಾಗವಹಿಸಿದವರ ಮಧ್ಯೆ ಒಂದು ಸ್ಪರ್ಧೆ ನಡೆಯುತ್ತಿತ್ತು. ಯಾರು ಇಡೀ ನಾಟಕವನ್ನು ಅತ್ಯಂತ ರೋಚಕ ತಿರುವಿಗೆ ಕೊಂಡೊಯ್ಯುತ್ತಾರೆ ಎಂದು. ಆಮೇಲೆ ರಾತ್ರಿ ಊಟಕ್ಕೆಂದು ಎಲ್ಲರೂ ಡೈನಿಂಗ್ ಹಾಲ್‌ನಲ್ಲಿ ಸೇರಿದಾಗ ಆ ದಿನದ ರಹಸ್ಯ ತುಂಟತನಗಳು ಬಯಲಾಗುತ್ತಿದ್ದವು. ಅಲ್ಲಿ ಬಹಳಷ್ಟು ನಗು ಮತ್ತು ನಗಿಸುವ ಕಾರ್ಯಕ್ರಮ ಇರುತ್ತಿತ್ತು. ಗೂಬೆಯಾದವನು ಮುಜುಗರಕ್ಕೊಳಗಾಗಿ ಕೋಪ ಮಾಡಿಕೊಳ್ಳುತ್ತಿದ್ದ ಇಲ್ಲಾ ಕಿರಿಕಿರಿಗೊಂಡು ಜೋಗಿಂದರ್ ಸಿಂಗ್‌ರನ್ನು ಹೊಡೆಯಲು ಓಡುತ್ತಿದ್ದ.

ಇಂತಹ ಹಾಸ್ಯ, ವಿನೋದ ಮತ್ತು ಚೆಲ್ಲಾಟವಿಲ್ಲದಿದ್ದರೆ ಸಮುದ್ರಯಾನವು ಎಷ್ಟು ಕಷ್ಟಕರವಾಗಿರುತ್ತದೆ ಎಂದು ಯಾರಿಗೂ ಊಹಿಸಲು ಸಾಧ್ಯವಿಲ್ಲ. ಯಾವುದೇ ಹೊಸತನ ಅಥವಾ ಮನರಂಜನೆ ಇಲ್ಲದಿದ್ದರೆ, ಪ್ರತಿ ಪ್ರಯಾಣವು ಅನಂತ ಪ್ರಯಾಣವಾಗಿ

ಬದಲಾಗುತ್ತದೆ. ಏಕತಾನತೆಯಿಂದ ಉಂಟಾಗುವ ಬೇಸರ ಪ್ರತಿ ಸಿಬ್ಬಂದಿಯನ್ನು ಯಂತ್ರದ ಬಿಡಿ ಭಾಗವನ್ನಾಗಿ ಪರಿವರ್ತಿಸಿಬಿಡುತ್ತದೆ. ಈ ಹಡಗಿನ ಪ್ರತಿಯೊಬ್ಬ ಮನುಷ್ಯನನ್ನು ಮನುಷ್ಯನನ್ನಾಗಿಯೇ ಇರಿಸುವಲ್ಲಿ ಜೋಗಿಂದರ್ ಸಿಂಗ್ ಅವರು ದೊಡ್ಡ ಪಾತ್ರವನ್ನು ವಹಿಸಿದ್ದರು.

ಆದರೆ ಈಗ ಈ ಆಟ ಕಳೆದ ಹದಿನೈದು ದಿನಗಳಿಂದ ನಿಂತುಹೋಗಿದೆ. ಯಾರೂ ಯಾವುದೇ ಸುಗ್ರೀವಾಜ್ಞೆಯನ್ನು ಹೊರಡಿಸಿರಲಿಲ್ಲ ಅಥವಾ ಕಿಡಿಗೇಡಿತನ ಮತ್ತು ತುಂಟತನದ ಮೇಲೆ ಯಾವುದೇ ನಿಷೇಧವನ್ನು ವಿಧಿಸಿರಲಿಲ್ಲ. ಏನಾಗಿತ್ತು ಎಂದರೆ ನಮ್ಮ ಮುಖ್ಯ ಸೂತ್ರಧಾರ ಜೋಗಿಂದರ್ ಸಿಂಗ್ ಅವರ ಕಣ್ಣುಗಳಲ್ಲಿನ 'ಹೊಳಪು' ಮಂಕಾಗಿತ್ತು ಮತ್ತು ಅವರ ನಕ್ಕು ನಗಿಸುವ ಸ್ವಭಾವವನ್ನು ಕೆಲವು ಚಿಂತೆಗಳು ಬಾಧಿಸುತ್ತಿದ್ದವು.

ಪ್ರತಿ ರಾತ್ರಿ ಜೋರಾಗಿ ತುಂಟತನದ ಪಂಜಾಬಿ ಹಾಡುಗಳನ್ನು ಹಾಡುವವರು, ಮೋಜು ಮಸ್ತಿ ಮಾಡುವವರು, ಎರಡೂ ಕೈಗಳಿಂದ ತಮ್ಮ ಸ್ನೇಹಿತರ ಮೇಲೆ ಸಂಪತ್ತನ್ನು ಧಾರೆ ಎರೆಯುವವರು, ಕುಡಿಯುವ ಮತ್ತು ಕುಡಿಸಲು ಇಷ್ಟ ಪಡುವವರು, ಎಲ್ಲಾ ಥರದ ಹೃದಯಗಳನ್ನು ಅಪ್ಪಿಕೊಳ್ಳುವವರು, ಎಲ್ಲ ಥರದ ಜಾತಿ ಪಾತಿ, ಮೇಲು ಕೀಳುಗಳನ್ನು ತಮ್ಮ ವಿಶಿಷ್ಟವಾದ ಅಶ್ಲೀಲ ಭಾಷಾ ವೈಶಿಷ್ಟ್ಯಗಳಿಂದ ಇಲ್ಲವಾಗಿಸುವ ಸರ್ದಾರ್ ಈಗ ನನ್ನ ಮುಂದೆ ಮೌನವಾಗಿ ಮಲಗಿದ್ದಾರೆ. ಅವರ ಮುಂಡಾಸು ಸಡಿಲವಾಗಿಹೋಗಿದೆ. ಇದಕ್ಕೆ ವಿಶೇಷ ಅರ್ಥವಿಲ್ಲ, ನಾಳೆ ಮತ್ತೆ ತಮ್ಮ ಮುಂಡಾಸನ್ನು ಗಟ್ಟಿಯಾಗಿ ಬಿಗಿದು ಕಟ್ಟಿಕೊಳ್ಳುತ್ತಾರೆ. ಆದರೆ ಕಳೆದುಹೋದ ಕಣ್ಣುಗಳ 'ಹೊಳಪಿನ' ಬಗ್ಗೆ ಹೆಚ್ಚು ಹೇಳಲಾಗುವುದಿಲ್ಲ.

ಸ್ವಲ್ಪ ಹೊತ್ತು ಕೈ ಕಟ್ಟಿಕೊಂಡು ಅಲ್ಲೇ ನಿಂತಿದ್ದು, ಅವರಿಗೆ ಹೊದಿಕೆ ಹೊಚ್ಚಿ ಕ್ಯಾಬಿನ್‌ನಿಂದ ಹೊರಬಂದೆ.

●

ಮಳೆ ಇನ್ನೂ ಮುಂದುವರೆದಿತ್ತು ಆದರೆ ಆಗಸದಲ್ಲಿ ಮಿನುಗುವ ಮಿಂಚು ಮತ್ತು ತೆರೆಗಳು ಉರುಳಿ ಗರ್ಜಿಸುವ ಸಮುದ್ರವನ್ನು ನೋಡಲು ನನಗೆ ಸಮಯವಿರಲಿಲ್ಲ. ನಾನು ಮತ್ತೆ ಡೈನಿಂಗ್ ಹಾಲ್‌ಗೆ ಬಂದು ಈ ಬಾರಿ ನೇರವಾಗಿ ಸಂಜಯ್ ದೇಶಪಾಂಡೆ ಬಳಿ ಹೋಗಿ ಭುಜ ತಟ್ಟಿದೆ. ಅವರು ನಿದ್ದೆಯ ಕಣ್ಣುಗಳಿಂದ ಒಮ್ಮೆ ನನ್ನತ್ತ ನೋಡಿದರು, ಅವರು ಹೆಚ್ಚು ಹೊತ್ತು ಕಣ್ಣು ತೆರೆದುಕೊಂಡು ಇರುವ ಸ್ಥಿತಿಯಲ್ಲಿಲ್ಲ ಎಂಬುದು ಸ್ಪಷ್ಟವಾಗಿ ಗೋಚರಿಸಿತು. ಒಂದು ಕೈಯನ್ನು ಅವರ ಕತ್ತಿನ ಹಿಂದೆ ಇಟ್ಟು, ಇನ್ನೊಂದು ಕೈಯಿಂದ ಅವರ ಎರಡೂ ಕಾಲುಗಳನ್ನು ಕೂಡಿಸಿ, ಅಪಘಾತದಲ್ಲಿ ಗಾಯಗೊಂಡ ವ್ಯಕ್ತಿಯನ್ನು ಮೇಲೆತ್ತುವಂತೆ ಎತ್ತಿಕೊಂಡೆ. ತುಂಬಾ ಹಗುರವಾಗಿದ್ದ ಅವರನ್ನು ಕ್ಯಾಬಿನ್‌ಗೆ ಸಾಗಿಸಿ, ಅವರ ಹಾಸಿಗೆಯ ಮೇಲೆ ಮಲಗಿಸಲು ನನಗೆ ಯಾವುದೇ ತೊಂದರೆ ಆಗಲಿಲ್ಲ. ಆದರೆ ಅವರ ಮುಖದಲ್ಲಿದ್ದ ಕಲ್ಲಿನಷ್ಟು ಕಠಿಣವಾದ ನೋಟದ ಭಾರವನ್ನು 'ಹೊತ್ತುಕೊಂಡು' ಹೋಗುವುದು ತುಂಬಾ ಕಷ್ಟಕರವಾಗಿತ್ತು.

ಅವರು ಪುಣೆಯ ಒಂದು ಸುಸಂಸ್ಕೃತ ಭಾಗದಿಂದ ಬಂದವರು, ಅಲ್ಲಿ ಹೋರಾಟಗಳ ಮತ್ತು ಕಷ್ಟಗಳ ಸಂಪ್ರದಾಯವಿಲ್ಲ. ಅವರು ಯಾವುದೇ ತೊಂದರೆಗಳಿಲ್ಲದ ಸರಳ, ಸುರಕ್ಷಿತ ಜೀವನಶೈಲಿಯನ್ನು ಆನುವಂಶಿಕವಾಗಿ ಪಡೆದಿದ್ದರು. ಅಲ್ಲಿ ಎಲ್ಲದಕ್ಕೂ ಮಿತಿಯಿರುತ್ತದೆ ಮತ್ತು ಯಾವುದೇ ರೀತಿಯ ದುಂದುಗಾರಿಕೆ ಅಥವಾ ದುಸ್ಸಾಹಸದಿಂದ ತಪ್ಪಿಸಿಕೊಳ್ಳಲು ಪ್ರಯತ್ನಿಸಲಾಗುತ್ತದೆ. ಎಲ್ಲವನ್ನೂ ಮೊದಲೇ ಯೋಜಿಸುವ ಸಂಸ್ಕಾರ ಅವರಿಗೆ ಬಾಲ್ಯದಲ್ಲೆ ಸಿಕ್ಕಿತ್ತು. ತಿಂಗಳ ಮೊದಲ ದಿನದಿಂದ ಕೊನೆಯ ದಿನದವರೆಗೆ ಸಂಭವನೀಯ ವೆಚ್ಚಗಳ ಪಟ್ಟಿಯನ್ನು ಮಾಡುವುದು ಅವರ ಕುಟುಂಬದ ಸಂಪ್ರದಾಯವಾಗಿತ್ತು. ಪಟ್ಟಿಯನ್ನು ಮಾಡಿದ ಮೇಲೆ, ಯಾವುದೇ ರೀತಿಯ ಅನಿರೀಕ್ಷಿತ ಖರ್ಚು, ವಿನೋದ ಅಥವಾ ಆತಿಥ್ಯವನ್ನು ತಪ್ಪಿಸಲು ಪ್ರಯತ್ನಿಸಲಾಗುತ್ತಿತ್ತು. ಅವರು ಮೂಲಭೂತವಾಗಿ ಜಿಪುಣರಾಗಿಲ್ಲದಿದ್ದರೂ ಅವರನ್ನು ನಿರ್ಧರಿತ ಪಟ್ಟಿಯಿಂದ ತೆಗೆದುಹಾಕುವುದು ತುಂಬಾ ಸುಲಭವಾಗಿರಲಿಲ್ಲ.

ಯಾವುದೇ ಬಂದರಿನಲ್ಲಿ ಹಡಗು ನಿಂತಾಗ, ಹಡಗಿನ ಎಲ್ಲಾ ಸಿಬ್ಬಂದಿ ಒಟ್ಟಾಗಿ ಆ ಕರಾವಳಿ ನಗರದ ಒಳ ಪ್ರದೇಶಗಳಲ್ಲಿ ಮೋಜು ಮಾಡಲು ಹೋಗುತ್ತಿದ್ದರು. ಆ ಸಮಯದಲ್ಲಿ ಕೆಲವು ದೊಡ್ಡ ಸಾಮೂಹಿಕ ವೆಚ್ಚದಲ್ಲಿ ಪಾಲುದಾರರಾಗಲು ಸಂಜಯ್ ದೇಶಪಾಂಡೆ ಅವರನ್ನು ಬಲವಂತ ಮಾಡಲಾಗುತ್ತಿತ್ತು. ಅವರು ಅದರಲ್ಲಿ ಭಾಗಿಯಾಗುವುದನ್ನು ತಪ್ಪಿಸಿಕೊಳ್ಳಲು ತುಂಬಾ ಪ್ರಯತ್ನಿಸುತ್ತಿದ್ದರು. ಆದರೆ ಕೊನೆಗೆ ಸೋತು ಜೇಬಿಗೆ ಕೈ ಹಾಕಿದಾಗ ಎಲ್ಲರ ಕಣ್ಣು ಅವರ ಜೇಬಿನತ್ತ ನೆಟ್ಟಿರುತ್ತಿತ್ತು. ಅವರ ಜೇಬಿನೊಳಗೆ ಅವರ ಬೆರಳುಗಳ ಮಧ್ಯೆ ನಡೆಯುವ ಉಭಯಸಂಕಟ ನೋಡಲು ಮಜವಾಗಿರುತ್ತಿತ್ತು. ಜೇಬಿನಿಂದ ಹಣ ತೆಗೆದು ಒಮ್ಮೆಲೆ ಎಣಿಸುವ ಬದಲು ತಮ್ಮ ಬಳಿ ಒಟ್ಟು ಎಷ್ಟು ಹಣವಿದೆ ಎಂದು ಯಾರಿಗೂ ತಿಳಿಯಬಾರದೆಂದು ಜೇಬಿನೊಳಗೇ ಎಣಿಸುತ್ತಿದ್ದರು. ಅವರ ಬೆರಳುಗಳು ಎಲ್ಲಾ ರೀತಿಯ ನೋಟುಗಳನ್ನು ಗುರುತಿಸುತ್ತಿದ್ದವು. ಅವರು ಯಾವಾಗಲೂ ತಮ್ಮ ಜೇಬಿನಲ್ಲಿ ಚಿಲ್ಲರೆಯನ್ನು ಇಟ್ಟುಕೊಂಡಿರುತ್ತಿದ್ದರು. ಆದ್ದರಿಂದ ಅವರು ಒಪ್ಪಿದ ಮೊತ್ತವನ್ನು ಮೀರಿ ಒಂದು ಪೈಸೆಯನ್ನೂ ಖರ್ಚು ಮಾಡಬೇಕಾಗಿರಲಿಲ್ಲ. ತನ್ನ ಜೀವನದ ಮುಂಬರುವ ದಿನಗಳನ್ನು ನಿರೀಕ್ಷಿಸಿ, ಯೋಜಿಸಿದ ಮನುಷ್ಯನಿಗೆ ಯಾವುದೇ ಹಠಾತ್ ಬದಲಾವಣೆಯನ್ನು ಎದುರಿಸುವುದು ಎಷ್ಟು ಕಷ್ಟಕರವಾಗಬಹುದು?

ಸಂಜಯ್ ದೇಶಪಾಂಡೆಯನ್ನು ಅವರ ಹಾಸಿಗೆಗೆ ಒಪ್ಪಿಸಿ ಯೋಚಿಸಲು ಪ್ರಾರಂಭಿಸಿದೆ. ಒಂದು ಕಡೆಗೆ ಇಂತಹವರಿದ್ದಾರೆ, ಪ್ರತಿ ಹೆಜ್ಜೆಯನ್ನೂ ಯೋಚನೆ ಮಾಡಿ ಇಡುವವರು. ಈಗ ತಮ್ಮ ಉಳಿತಾಯಕ್ಕೆ ಧಕ್ಕೆಯಾಗಿರುವುದರಿಂದ ಆತಂಕಗೊಂಡಿದ್ದಾರೆ. ಮತ್ತೊಂದೆಡೆಗೆ, ಅಂದರೆ ಎದುರಿನ ಕ್ಯಾಬಿನ್‌ನಲ್ಲಿ, ಜೋಗಿಂದರ್ ಸಿಂಗ್‌ನಂತಹ ವ್ಯಕ್ತಿ ಇದ್ದಾರೆ, ಅವರು ಈಗಾಗಲೇ ಎಲ್ಲವನ್ನೂ ಖರ್ಚು ಮಾಡಿ ಭವಿಷ್ಯಕ್ಕಾಗಿ ಏನನ್ನೂ ಉಳಿತಾಯ ಮಾಡಿಲ್ಲ. ಜೀವನವು ಹೀಗೆ ಮುಂದುವರಿಯುತ್ತದೆ. ಪ್ರತಿ ಹೊಸ ಪ್ಯಾಕೇಜ್‌ನಿಂದ ಅವರ ಆದಾಯವು ಹೆಚ್ಚಾಗುತ್ತದೆ ಮತ್ತು ಸಾಲದಲ್ಲಿ ತೆಗೆದುಕೊಂಡ ಎಲ್ಲಾ ವಸ್ತುಗಳ ಕಂತುಗಳು ಸುಲಭವಾಗಿ ಇತ್ಯರ್ಥವಾಗುತ್ತವೆ, ಮನೆಯ ಎಲ್ಲಾ ಖರ್ಚುಗಳು ಮತ್ತು ಅವರ ಅದ್ದೂರಿ ದುಂದುವೆಚ್ಚವೂ ಹೀಗೆಯೇ ಮುಂದುವರಿಯುತ್ತದೆ ಎಂದು ಅವರು ಅಂದುಕೊಂಡಿದ್ದರು.

ಈ ಜನರು ಎಷ್ಟು ಸಣ್ಣ ಸಣ್ಣ ವಿಷಯಗಳಿಗೆ ಹೇಗೆ ಗಾಬರಿಯಾಗುತ್ತಾರೆ ಎಂಬುದನ್ನು ನೋಡಿ ನನಗೆ ಒಂದು ಕ್ಷಣ ನಗು ಬಂತು. ನಾನು ಎಲ್ಲಿಂದ ಬಂದಿದ್ದೆನೋ, ಅಲ್ಲಿ ಜನರನ್ನು ಅವರ ಬೇರುಗಳಿಂದ ಕಿತ್ತು ಬಿಸಾಡಲಾಗಿದೆ. ಕಾರ್ಪೊರೇಟ್ ಉದ್ಯೋಗಗಳಿಂದ ಹೊರಹಾಕಲ್ಪಟ್ಟ ಈ ಜನರು ಎಲ್ಲೋ ತಮ್ಮ ಜೀವನೋಪಾಯವನ್ನು ಕಂಡುಕೊಳ್ಳುವರು. ಆದರೆ ಭೂಮಿ ಬಿಟ್ಟು ಬೇರೇನೂ ಇಲ್ಲದವರು, ಎಲ್ಲಿಗೆ ಹೋಗುವರು? ಗಾಳಿ ನೀರು ಬದಲಾದಾಗ, ಪ್ರತಿ ಜೀವಿಯು ಆ ಬದಲಾದ ಪರಿಸರದಲ್ಲಿ ತನ್ನನ್ನು ತಾನು ಜೀವಂತವಾಗಿ ಇಟ್ಟುಕೊಳ್ಳುವುದಕ್ಕೆ ಉಪಾಯ ಹುಡುಕಿಕೊಳ್ಳುತ್ತದೆ. ಮುಂದಿನ ದಿನಗಳಲ್ಲಿ, ಮನುಷ್ಯರು ಕೂಡ ಸ್ಥಳಾಂತರ ಮತ್ತು ಒಕ್ಕಲೆಬ್ಬಿಸುವಿಕೆಯನ್ನು ಸಹಿಸಿಕೊಳ್ಳಲು ಕಲಿಯುತ್ತಾರೆ ಎಂದು ನನಗನಿಸುತ್ತದೆ.

ನಾನು ಮುಂದಿನದನ್ನು ಯೋಚಿಸದಂತೆ ತಡೆಹಿಡಿದು, ಅಲ್ಲಿಯೇ ನಿಂತು ನನ್ನನ್ನು ನಾನೇ ಖಂಡಿಸಲು ಪ್ರಾರಂಭಿಸಿದೆ. ಮನುಷ್ಯ ಮತ್ತು ಅವನ ಸಮಾಜದ ಬಗ್ಗೆ ಯೋಚಿಸಲು ನೀನು ಯಾರು? ನೀನು ಜೀವನವನ್ನು ಪ್ರಾಣಿಗಳಂತೆ ಸಹಜ ಪ್ರವೃತ್ತಿಯೊಂದಿಗೆ ಬದುಕಬೇಕು ಎಂದು ಈಗಾಗಲೇ ಒಪ್ಪಿಕೊಂಡಿರುವಾಗ, ಮನುಷ್ಯನನ್ನು ಅವನ ಹಣೆಬರಹಕ್ಕೆ ಏಕೆ ಬಿಡಬಾರದು? ಹಠಾತ್ತನೆ ಅವರ ಜಮೀನುಗಳಿಂದ ಮತ್ತು ಅವರ ಉದ್ಯೋಗಗಳಿಂದ ಹೊರಹಾಕಲ್ಪಟ್ಟ ಜನರ ಬಗ್ಗೆ, ಈ ಗೋಳಾಡುವ ಸಮಯದಲ್ಲಿ ತಮ್ಮನ್ನು ಬೇರೆ ಜನರೊಡನೆ ಹೋಲಿಸಲು ಸಾಧ್ಯವಾಗದವರ ಬಗ್ಗೆ ಯೋಚಿಸಲು ನಿನಗೆ ಯಾರು ಹೇಳಿದರು?

ನಾನು ಮತ್ತೆ ಡೆಕ್ ಮೇಲೆ ಮರಳಿ ಬಂದೆ. ನನ್ನ ತಲೆಯನ್ನು ನಕಾರಾತ್ಮಕವಾಗಿ ಅಲ್ಲಾಡಿಸುತ್ತಾ, ಮತ್ತೊಮ್ಮೆ ಡೈನಿಂಗ್ ಹಾಲ್‌ಗೆ ನಡೆದೆ. ಬಾಗಿಲ ಬಳಿ ನಿಂತು ಸ್ವಲ್ಪ ಹೊತ್ತು ಮುಖೇಶ್ ವರ್ಮಾ ಅವರನ್ನು ನೋಡುತ್ತಿದ್ದೆ. ದೂರದಿಂದ ನೋಡಿದರೆ ಅವರು ಅಲುಗಾಡುವ ಸ್ಥಿತಿಯಲ್ಲಿ ಇರಲಿಲ್ಲ. ನಾನು ಅವರ ಮುಂದೆ ಕುರ್ಚಿಯ ಮೇಲೆ ಕುಳಿತ ತಕ್ಷಣ, ಅವರು ತಲೆ ಎತ್ತಿ ನನ್ನತ್ತ ನೋಡಿದರು. ನಾನು ಹಠಾತ್ತನೆ ಮುಂದೆ ಬಂದು ಕುಳಿತುಕೊಂಡದ್ದಕ್ಕೆ ಕಾರಣವನ್ನು ತಿಳಿದುಕೊಳ್ಳಬೇಕು ಎನ್ನುವಂತೆ ಅವರು ಸ್ವಲ್ಪ ಸಮಯದವರೆಗೆ ನನ್ನನ್ನು ಆಶ್ಚರ್ಯದ ಕಣ್ಣುಗಳಿಂದ ನೋಡುತ್ತಿದ್ದರು.

ಅವರ ಮುಖ ನೋಡಿದ ಕೂಡಲೇ ಅವರು ಇನ್ನೂ ಮದ್ಯದ ಗ್ಲಾಸನ್ನು ಮುಟ್ಟಿಲ್ಲ ಎಂದು ನನಗೆ ಅರ್ಥವಾಯಿತು. ಅವರ ಖಾಸಗಿ ಕ್ಷಣಗಳಲ್ಲಿ ನಾನು ಮಧ್ಯ ಪ್ರವೇಶಿಸುತ್ತಿದ್ದೇನೆಯೇ? ಎಂದು ಒಂದು ಕ್ಷಣ ಸಂಕೋಚವಾಯಿತು. ಅವರೆದುರು ಈ ರೀತಿ ಕೂರುವುದು ಸರಿಯಲ್ಲ, ಆದರೂ ಅವರು ಈ ರೀತಿ ಸದ್ದಿಲ್ಲದೆ ಕುಳಿತಿರುವುದನ್ನು ನಾನು ನೋಡಿರಲಿಲ್ಲ. ಅವರ ಮುಖದಲ್ಲಿ ಸದಾ ತಾಜಾ ನಗು ಇರುತ್ತಿತ್ತು. ಅವರ ಜೇಬು ಯಾವಾಗಲೂ ವಿವಿಧ ರೀತಿಯ ಚಾಕೊಲೇಟ್ ಮತ್ತು ಟಾಫಿಗಳಿಂದ ತುಂಬಿರುತ್ತಿತ್ತು. ಅವರು ನಿಯಮಿತವಾಗಿ ಎಲ್ಲರಿಗೂ ಚಾಕೊಲೇಟ್ ಮತ್ತು ಟಾಫಿಗಳನ್ನು ವಿತರಿಸುತ್ತಿದ್ದರು. ಇದಲ್ಲದೆ, ಅವರು ಹೂವುಗಳನ್ನು ತುಂಬಾ ಇಷ್ಟಪಡುತ್ತಿದ್ದರು. ಎಲ್ಲೆಲ್ಲಿ ಹಡಗು ನಿಲ್ಲುತ್ತದೋ ಆ ನಗರದ ಬೀದಿಗಳಲ್ಲಿ ಹೂಗಳನ್ನು ಹುಡುಕಿಕೊಂಡು ಹೋಗುತ್ತಿದ್ದರು. ಪ್ರತಿಯೊಂದು

ದೇಶದಲ್ಲೂ ಕೆಲವು ವಿಶಿಷ್ಟವಾದ ಹೂವುಗಳು ಖಂಡಿತವಾಗಿಯೂ ಇರುತ್ತವೆ, ಅವು ಆ ದೇಶದ ಮಣ್ಣು ಮತ್ತು ಹವಾಮಾನದಲ್ಲಿ ಮಾತ್ರ ಅರಳುತ್ತವೆ. ಬೇರೆ ದೇಶದವರಿಗೆ ಆ ಹೂವನ್ನು ನೋಡುವುದೇ ಒಂದು ವಿಸ್ಮಯಕರವಾದ ಹಿತವಾದ ಅನುಭವವಾಗಿರುತ್ತದೆ.

ಪ್ರತಿ ಬಾರಿಯೂ ಅವರು ಅತ್ಯಂತ ದುಬಾರಿ ಮತ್ತು ಉತ್ತಮ ಗುಣಮಟ್ಟದ ಹೂವುಗಳನ್ನು ತರುತ್ತಿದ್ದರು. ಆದರೆ ಆ ಹೂವುಗಳನ್ನು ತಮ್ಮ ಕ್ಯಾಬಿನ್‌ನಲ್ಲಿ ಇಡುವ ಬದಲು ಹಡಗಿನ ಎಲ್ಲಾ ಉದ್ಯೋಗಿಗಳಿಗೆ ತಲಾ ಒಂದೊಂದಾಗಿ ಹಂಚುತ್ತಿದ್ದರು. ಅವರ ಕೈಯಿಂದ ಹೂವುಗಳನ್ನು ತೆಗೆದುಕೊಂಡು ಧನ್ಯವಾದ ಹೇಳಿದ ನಂತರ, ಪ್ರತಿಯೊಬ್ಬ ವ್ಯಕ್ತಿಯು ಬಹಳ ಗೌರವದಿಂದ ಡೈನಿಂಗ್ ಹಾಲ್‌ನ ಮಧ್ಯದಲ್ಲಿ ಇದ್ದ ಹೂದಾನಿಯಲ್ಲಿ ತಮ್ಮ ಉಡುಗೊರೆಯನ್ನು ಜೋಡಿಸುತ್ತಿದ್ದರು. ಇದು ಜಪಾನಿನ ಹೂದಾನಿಯಾಗಿದ್ದು, ಇದನ್ನು ಮುಖೇಶ್ ವರ್ಮಾ ಅವರ ಅಭಿಮಾನಿಗಳು ಒಟ್ಟಾಗಿ ಖರೀದಿಸಿದ್ದರು. ಮುಖೇಶ್ ವರ್ಮಾರಂತಹ ನಳನಳಿಸುವ ವ್ಯಕ್ತಿಗೆ ಅವರ ಹುಟ್ಟುಹಬ್ಬದಂದು ಹೂದಾನಿಗಿಂತ ಉತ್ತಮ ಉಡುಗೊರೆ ಏನಿದೆ?

ಈ ವೇಳೆ ಹೂದಾನಿ ನೆಲದ ಮೇಲೆ ಉರುಳಿ ಬಿದ್ದು, ಕೆಲವು ಹೂವುಗಳು ಹೂದಾನಿಯಿಂದ ಹೊರಗೆ ಬಿದ್ದಿವೆ. ಗಾಳಿ ಮಳೆಯ ರಭಸಕ್ಕೆ ನೆಲದ ಮೇಲೆ ಉರುಳಿ ಬಿದ್ದಿದ್ದ ಹೂದಾನಿಯನ್ನು ಮುಖೇಶ್ ವರ್ಮಾ ಬಹಳ ಎಚ್ಚರಿಕೆಯಿಂದ ನೋಡುತ್ತಿದ್ದರು. ಚೆಲ್ಲಾಪಿಲ್ಲಿಯಾಗಿ ಬಿದ್ದಿದ್ದ ಹೂವುಗಳ ಹೆಸರು ನನಗೆ ತಿಳಿದಿಲ್ಲ, ಆದರೆ ಅವುಗಳ ನೇರಳೆ ಬಣ್ಣದ ಎಲೆಗಳ ಮೇಲೆ ಸಣ್ಣ ಬಿಳಿ ಮಚ್ಚೆಗಳಿದ್ದವು. ಅದನ್ನು ನೋಡಿದಾಗ ಅದು ಕೇವಲ ಹೂವಲ್ಲ, ಹೂವು ಮತ್ತು ಚಿಟ್ಟೆಯ ಮಿಶ್ರಣ ಎಂದು ತೋರುತ್ತಿತ್ತು.

'ಹೂವಾಗಲಿ ಅಥವಾ ಚಿಟ್ಟೆಯಾಗಲಿ, ಅವು ನಮಗೆ ನೀಡುವುದಕ್ಕಿಂತ ಹೆಚ್ಚಿನ ಸುಖ ಅಥವಾ ಸಂತೋಷವನ್ನು ನಾವು ನಿರೀಕ್ಷಿಸಬಾರದು.'

ನಾನು ಇದನ್ನು ಮುಖೇಶ್ ವರ್ಮಾ ಅವರಿಗೆ ಹೇಳಲು ಬಯಸಿದ್ದೆ. ಆದರೆ ನನ್ನ ಮಾತನ್ನು ಮನಸ್ಸಿನಲ್ಲಿಯೇ ಇಟ್ಟುಕೊಂಡೆ. ಏನನ್ನೋ ಹೇಳುವ ಬದಲು ಹೂದಾನಿ ಬಳಿ ಹೋಗಿ ಅದನ್ನು ಎಬ್ಬಿಸಿ ನಿಲ್ಲಿಸಿದೆ. ಹೂದಾನಿಗಳಿಂದ ಹೊರಬಿದ್ದ ಆ ಹೂವುಗಳನ್ನು ಒಂದೊಂದಾಗಿ ಎತ್ತಿಕೊಂಡು ಅವುಗಳನ್ನು ಹೂದಾನಿಯಲ್ಲಿ ಸರಿಯಾಗಿ ಜೋಡಿಸಿ, ಒಂದು ಹೂವನ್ನು ತೆಗೆದುಕೊಂಡು ಅದನ್ನು ಮುಖೇಶ್ ವರ್ಮಾ ಅವರ ಮೇಜಿನ ಮೇಲೆ ಇಟ್ಟೆ. ಅಲ್ಲಿ ಮದ್ಯ ತುಂಬಿದ ಗ್ಲಾಸು ಹೇಗಿತ್ತೋ ಹಾಗೆಯೇ ಇತ್ತು. ಮುಖೇಶ್ ವರ್ಮಾ ಸ್ವಲ್ಪ ಹೊತ್ತು ಆ ಹೂವನ್ನು ನೋಡುತ್ತಲೇ ಇದ್ದರು. ನಂತರ ಮೆಲ್ಲನೆ ನಗುತ್ತಾ ತಮ್ಮ ಅಂಗಿಯ ಮೇಲಿನ ಜೇಬಿನಿಂದ ಒಂದು ಚಾಕೊಲೇಟನ್ನು ತೆಗೆದು ನನ್ನ ಕಡೆಗೆ ಚಾಚಿದರು.

ನಾನು ಆ ಚಾಕೊಲೇಟನ್ನು ತೆಗೆದುಕೊಂಡು, ಅದರ ಹೊದಿಕೆಯನ್ನು ತೆಗೆದು, ಅದನ್ನು ಎರಡು ತುಂಡುಗಳಾಗಿ ಮುರಿದೆ. ಒಂದು ತುಂಡನ್ನು ಬಾಯಿಗೆ ಹಾಕಿಕೊಂಡು, ಇನ್ನೊಂದು ತುಂಡನ್ನು ಅವರ ಕಡೆಗೆ ಚಾಚಿದೆ. ಆ ತುಂಡನ್ನು ಕೈಯಿಂದ ಸ್ವೀಕರಿಸುವ ಬದಲು, ಅವರು ತಮ್ಮ ಬಾಯಿಯನ್ನು ತೆರೆದರು. ನಾನು ಅವರ ಬಾಯಿಯಲ್ಲಿ ಚಾಕೊಲೇಟ್ ತುಂಡನ್ನು ಇಟ್ಟೆ, ನಾವು ಕಾಲಕಾಲಕ್ಕೆ ಅಂತಹ ವಿನಿಮಯವನ್ನು ಮಾಡಿಕೊಳ್ಳಬೇಕು ಎಂದು

ನನಗನಿಸಿತು. ಆದರೆ ತುಂಬಾ ಹೆಚ್ಚಲ್ಲ, ಆ ಸೂಕ್ಷ್ಮ ಕ್ಷಣಗಳಲ್ಲಿ ನಮ್ಮ ಆತ್ಮವು ಎಷ್ಟನ್ನು ತೆಗೆದುಕೊಳ್ಳಬಹುದೋ ಅಷ್ಟನ್ನು ಮಾತ್ರ.

•

ಮುಖೇಶ್ ವರ್ಮಾ ಅವರೊಂದಿಗೆ ರಾತ್ರಿ ಊಟ ಮಾಡಿ ಅವರಿಗೆ ಗುಡ್ ನೈಟ್ ಹೇಳಿ, ಮತ್ತೊಮ್ಮೆ ಡೆಕ್ ಮೇಲೆ ಮರಳಿದೆ. ಈ ಹಡಗಿನ ಚೊಚ್ಚಲ ಯಾನದ ಮೊದಲ ರಾತ್ರಿ ನಾನು ನಿಂತಿದ್ದ ಜಾಗದಲ್ಲಿ ಮತ್ತೊಮ್ಮೆ ಅದೇ ವಿಶೇಷ ಸ್ಥಳಕ್ಕೆ ಹೋಗಿ ನಿಂತಿದ್ದೆ, ಅದೇ ಸ್ಥಳದಲ್ಲಿ ನಿಂತು ಕ್ಯಾಪ್ಟನ್ ದತ್ ನನಗೆ ದೀಕ್ಷೆ ನೀಡಿದ್ದರು.

ಈಗ ಅವರ ಸ್ಥಾನವು ದೀಕ್ಷಾ ಗುರುಗಳಿಗಿಂತ ಯಾವುದರಲ್ಲಿಯೂ ಕಡಿಮೆಯಿಲ್ಲ. ಇದು ನಮ್ಮ ಕೊನೆಯ ಪ್ರಯಾಣವಾಗಿರುವುದರಿಂದ ನನ್ನ ದೀಕ್ಷೆಯೂ ಇಂದಿಗೆ ಪೂರ್ಣಗೊಳ್ಳುತ್ತದೆ ಎಂದು ಅನಿಸಿತು. ಅವರು ಖಂಡಿತವಾಗಿಯೂ ಇಲ್ಲಿಗೆ ಬರುತ್ತಾರೆ, ಯಾಕೆಂದರೆ ನಿನ್ನೆಯ ಮಾತು ಎಲ್ಲಿ ಮುಗಿಸಿದ್ದರೋ ಆ ವಿಷಯ ಮುಗಿದಂತೆ ಕಂಡಿರಲಿಲ್ಲ. ಇನ್ನೂ ಏನೋ ಹೇಳುವುದು ಬಾಕಿಯಿದೆ. ಅವರು ಈಗ ಏನು ಹೇಳುತ್ತಾರೋ ಅದು ಅವರ ಕೊನೆಯ ಮಾತಾಗಿರುತ್ತದೆ, ಏಕೆಂದರೆ ಇದು ಪ್ರಳಯದ ರಾತ್ರಿ.

ಆಗ ಹಡಗಿನ ಡೆಕ್‌ನ ಮೇಲೆ ದೂರದಿಂದ ಶೂಗಳ ಖಟ್ ಖಟ್ ಸದ್ದು ಕೇಳಿಸಿತು. ಇದು ನನಗೆ ಪರಿಚಿತ ಹೆಜ್ಜೆಗಳ ತಾಳ. ಆದರೆ ಈ ಬಾರಿ, ಕ್ಯಾಪ್ಟನ್ ದತ್ ನನ್ನ ಬಳಿ ಬಂದು ನನ್ನ ಭುಜದ ಮೇಲೆ ಕೈ ಹಾಕುವ ಮೊದಲು, ನಾನೇ ತಿರುಗಿ ಅವರ ಕಡೆಗೆ ನಡೆದೆ. ನಾವಿಬ್ಬರೂ ಮುಖಾಮುಖಿಯಾಗಿ ನಿಲ್ಲುವವರೆಗೂ ನನ್ನ ಮತ್ತು ಕ್ಯಾಪ್ಟನ್ ದತ್ ಅವರ ಹೆಜ್ಜೆಗಳ ಈ ಸಂಗೀತ ಮುಂದುವರೆದಿತ್ತು. ನನ್ನ ಮುಖಭಾವಗಳಲ್ಲಿ ಮತ್ತು ನಾನು ನೋಡುವ ರೀತಿಯಲ್ಲಿ ಏನೋ ವ್ಯತ್ಯಾಸವಾಗಿರಬೇಕು. ಏಕೆಂದರೆ ಈ ಬಾರಿ ಕ್ಯಾಪ್ಟನ್ ದತ್ ನನ್ನ ಭುಜದ ಮೇಲೆ ಕೈ ಹಾಕಲಿಲ್ಲ. ಅವರು ನನ್ನನ್ನು ನೋಡುತ್ತಲೇ ಇದ್ದರು. ಹಡಗಿನ ಟವರಿನ ದೀಪಗಳು ಅವರ ಬೆನ್ನಿನ ಹಿಂದೆಯೇ ಹತ್ತಿ ಆರುತ್ತಾ ಮಿನುಗುತ್ತಿದ್ದುದರಿಂದ ನಾನು ಅವರ ಮುಖವನ್ನು ಸ್ಪಷ್ಟವಾಗಿ ನೋಡಲಿಲ್ಲ. ನಾನು ನೋಡಿದ್ದು ನೌಕಾಪಡೆಯ ಕ್ಯಾಪ್‌ನ ಕೆಳಗೆ ಅವರ ಕತ್ತಿನ ಹಿಂದಿನ ತುದಿಯಲ್ಲಿ ಹಾರಾಡುತ್ತಿದ್ದ ಅವರ ಕೂದಲನ್ನು ಮಾತ್ರ.

"ನಾನು ನಿನಗೆ ಇಲ್ಲಿಯವರೆಗೆ ಹೇಳಿದ್ದೇನಲ್ಲ, ಅದನ್ನು ನನ್ನ ತಂದೆ ನನಗೆ ನಿನ್ನಷ್ಟೇ ವಯಸ್ಸಿದ್ದಾಗ ಹೇಳಿದ್ದರು" ಕ್ಯಾಪ್ಟನ್ ದತ್ ಯಾವುದೇ ಔಪಚಾರಿಕತೆ ಇಲ್ಲದೆ ಹೇಳಲಾರಂಭಿಸಿದರು. "ಅವರು ನನಗೆ ತಿಳಿಸಿದ ಎರಡು ಪ್ರಮುಖ ಹಿಂಸಾತ್ಮಕ ಘಟನೆಗಳ ಬಗ್ಗೆ ನಾನು ಈಗಾಗಲೇ ನಿನಗೆ ಹೇಳಿದ್ದೇನೆ. ಆದರೆ ನಾನೀಗ ಮಾಹಿತಿ ನೀಡಲು ಹೊರಟಿರುವ ಮೂರನೇ ಹಿಂಸೆಯ ಸ್ವರೂಪವನ್ನು ಅರ್ಥಮಾಡಿಕೊಳ್ಳದೆ ಈ ಮಾತು ಅಪೂರ್ಣವಾಗಿ ಉಳಿಯುತ್ತದೆ."

ಕ್ಯಾಪ್ಟನ್ ದತ್ ಇತಿಹಾಸದ ಕಡೆಗೆ ತಮ್ಮ ಮಾತನ್ನು ತಿರುಗಿಸಿದ ತಕ್ಷಣ, ಸಮುದ್ರದ ಧ್ವನಿಯಲ್ಲಿ ವಿಭಿನ್ನ ರೀತಿಯ ಲಯ ಬಂದಿತು – ಇತಿಹಾಸದ ದೊಡ್ಡ ವಿಭಾಗಕ್ಕೆ ದೊಡ್ಡ ಹಿನ್ನೆಲೆ ಸಂಗೀತವೇ ಬೇಕು.

....ಮತ್ತು ನಾನು ನೋಡಿದೆ, ವೇದಿಕೆ ಮತ್ತೊಮ್ಮೆ ಸಿದ್ಧವಾಗಿತ್ತು. ಇನ್ನೊಂದು ಕರಾಳ ಅಧ್ಯಾಯಕ್ಕೆ ತೆರೆ ಎಳೆಯಲು ಸಮಯ ಕೈ ಚಾಚಿತು.

ಈ ಬಾರಿ ಮೊದಲ ದೃಶ್ಯ ಬೆಳಕಿಗೆ ಬಂದಿದ್ದು ಇಥಿಯೋಪಿಯಾದಿಂದ. ಸುಮಾರು ಮೂವತ್ತು ವರ್ಷ ಹಳೆಯ ಬರಗಾಲದ ಅವಧಿ, ಅದರಲ್ಲಿ ಸಾವಿರಾರು ಕ್ಷಾಮ ಸಂತ್ರಸ್ತರು ತಮ್ಮ ಕೈಗಳನ್ನು ಎತ್ತಿ ಇಡೀ ಮಾನವಕುಲದ ಕರುಣೆಗಾಗಿ ಬೇಡಿಕೊಳ್ಳುತ್ತಿದ್ದಾರೆ, ನೂರಾರು ಮೃತದೇಹಗಳು ಅಂತ್ಯಕ್ರಿಯೆಗಾಗಿ ಶವಬಟ್ಟೆ ಹೊದೆಯದೆ ಕಾಯುತ್ತಿವೆ.

ಈ ದೃಶ್ಯವು ಸ್ವಲ್ಪ ಸಮಯದವರೆಗೆ ವೇದಿಕೆಯ ಮೇಲೆ ಸ್ಥಿರವಾಗಿತ್ತು. ಕ್ಯಾಪ್ಟನ್ ದತ್ ಅವರ ಬಾಯಿಯಿಂದ ಇತಿಹಾಸದ ಪ್ರಾಮಾಣಿಕ ಧಾತುವು ಮಾತಿನ ಮೂಲಕ ಸಿಡಿಯಿತು. ಅವರು ಏನೇ ಹೇಳುತ್ತಿದ್ದರೂ ಅವರ ಹೇಳಿಕೆಗಳ ಅನುಕ್ರಮ ಸರಣಿಯಲ್ಲಿ ಯಾವುದೇ ಆಧಾರ ವಾಕ್ಯವಾಗಲೀ ಅಥವಾ ಸಿದ್ಧಾಂತವಾಗಲೀ ಇರಲಿಲ್ಲ. ಯಾವುದೇ ತಾರ್ಕಿಕ ತನಿಖೆಯಿಲ್ಲದೆ, ಅವರು ತಮ್ಮ ಕಥನಗಳನ್ನು ಅಮೂರ್ತ ಪದಗಳಲ್ಲಿ ವ್ಯಾಖ್ಯಾನಿಸಲಾಗಿದೆಯೇ ಅಥವಾ ಇಲ್ಲವೇ ಎಂಬುದರ ಕಾಳಜಿ ಇಲ್ಲದೆ ಕೊಂಡಿಗಳನ್ನು ಒಟ್ಟಿಗೆ ಸೇರಿಸುತ್ತಿದ್ದರು.

ನನಗೆ ಒಂದು ವಿಷಯ ಅರ್ಥವಾಗಲಿಲ್ಲ, ಬರಗಾಲದ ಹಿನ್ನೆಲೆಗೂ ಇಂದಿನ ನಮ್ಮ ತಕ್ಷಣದ ಕಷ್ಟಗಳಿಗೂ ಏನು ಸಂಬಂಧವಿದೆ? ನಮ್ಮ ಹಡಗುಗಳು, ನಾವಿಕರು ಆರ್ಥಿಕ ಹಿಂಜರಿತದ ಕಾರಣದಿಂದಾಗಿ ಪಕ್ಕಕ್ಕೆ ಎಸೆಯಲ್ಪಟ್ಟವರು. ಇವರಿಗೆ ಆ ಹಳೆಯ ಕ್ಷಾಮದೊಂದಿಗೆ ಯಾವ ಸಂಬಂಧವಿರಬಹುದು?

ಸಮಸ್ಯೆಯೆಂದರೆ ಕ್ಯಾಪ್ಟನ್ ದತ್ ಅವರು ತಮ್ಮ ಮಾತನ್ನು ಹೇಳಲು, ಭೂತಕಾಲದ ಮತ್ತು ಭವಿಷ್ಯದ ಸನ್ನಿವೇಶಗಳ ನಡುವೆ ಸಾಮರಸ್ಯವನ್ನು ಉಂಟುಮಾಡುವ ಯಾವುದೇ ತರ್ಕವನ್ನು ಆಶ್ರಯಿಸುವುದಿಲ್ಲ. ಯಾವುದೋ ಸಂದರ್ಭದೊಂದಿಗೆ ಯಾವುದೋ ಆಶಯವನ್ನು ಜೋಡಿಸಿ, ತಮ್ಮ ಮಾತಿನಲ್ಲಿ ಹೊಸ ಸತ್ಯವನ್ನು ಹೇಗೆ ಚಿಮ್ಮಿಸುತ್ತಾರೆ ಅಥವಾ ಕಾಣಿಸುತ್ತಾರೆ ಎಂಬುದು ಕೇಳುಗನ ಮೇಲೆ ಮಾತ್ರ ಅವಲಂಬಿತವಾಗಿರುತ್ತದೆ. ಈ ಸತ್ಯವು ಸುಮ್ಮನೆ ನಿಂತಲ್ಲೆ ನಿಂತರೆ ಸಿಗುವುದಿಲ್ಲ. ನಾವೂ ಕ್ಯಾಪ್ಟನ್ ದತ್ ಜೊತೆಗೆ ನಡೆಯಬೇಕಾಗುತ್ತದೆ. ಕಾಲದ ಅಂಕುಡೊಂಕಾದ ಕಾರಿಡಾರ್‌ಗಳಲ್ಲಿ ಅಥವಾ ಆ ತಳವಿಲ್ಲದ ಕಂದಕದಲ್ಲಿ, ಕೆಲವೊಂದು ಅದೃಶ್ಯ ಹಂತದಲ್ಲಿ ಅವರು ನಮ್ಮ ವರ್ತಮಾನದ ಕೆಲವು ಸತ್ಯದೊಂದಿಗೆ ಹಿಂದಿನ ಚಿತ್ರಗಳನ್ನು ಉಜ್ಜಿಬಿಡುತ್ತಾರೆ. ತದನಂತರ ಆ ಉರಿಯುವ ಜ್ವಾಲೆಯಿಂದ ಹೊಸ ನಾಟಕ ಹುಟ್ಟುತ್ತದೆ.

ನಾನು ಕ್ಯಾಪ್ಟನ್ ದತ್ ಅವರೊಂದಿಗೆ ಎಷ್ಟು ದೂರ ಹೋಗಿದ್ದೇನೆ ಎಂದು ನನಗೆ ತಿಳಿದಿಲ್ಲ. ಆದರೆ ಬಹುಶಃ ನಾನು ಅವರ ಅವಚೇತನದ ಅಜ್ಞಾತವಾದ, ಆಳವಾದ,

ಗಾಢವಾದ ಮತ್ತು ಕತ್ತಲ ಕೋಣೆಯೊಳಗಿನ ಆ 'ಸ್ಥಳ'ವನ್ನು ನೋಡಿದ್ದೇನೆ. ಅಲ್ಲಿ ನಿಂತು ಅವರು ಬೇರೆ ಲೋಕಕ್ಕೆ ಹೋಗುತ್ತಾರೆ. ಕೆಲವು ಶಾಪಗ್ರಸ್ತ ಧ್ವನಿಗಳು ಅವರನ್ನು ಸುತ್ತುವರೆದು, ಗತಕಾಲದ ಮಂಜು ಮುಸುಕಿದ ನೆನಪುಗಳ ಕುರುಡು ಓಣಿಯಲ್ಲಿ ಅವರನ್ನು ಎಳೆದುಕೊಂಡು ಹೋಗಿ ನಿಲ್ಲುವಂತೆ ಮಾಡುತ್ತವೆ. ಅಲ್ಲಿ ಅವರು ಗಾಢ ಅಂಧಕಾರದಲ್ಲಿ ಕಳೆದುಹೋದಾಗ, ಹೊರಗಿನ ಪ್ರಪಂಚದೊಂದಿಗಿನ ಅವರ ಸಂಪರ್ಕವು ಸ್ವಲ್ಪ ಸಮಯದವರೆಗೆ ಕಡಿದು ಹೋಗುತ್ತದೆ.

ಆ ಕರಾಳ ಮಂಜು ಮುಸುಕಿದ ಮೋಡಗಳಲ್ಲಿ ಅವರು ಕಳೆದುಹೋಗಬಹುದೆಂದು ಹೆದರಿಕೆಯಾಗುತ್ತದೆ. ಈ ಗಟ್ಟಿ ನೆಲದ ವಾಸ್ತವಗಳಿಗೆ ಹಿಂತಿರುಗುವ ಮಾರ್ಗವು ಅವರಿಗೆ ಶಾಶ್ವತವಾಗಿ ಮುಚ್ಚದಿರಲಿ. ಅವರ ರೇಂಜ್ ವಿಶಾಲವಾಗಿದ್ದರೂ, ಅವರು ಕೇವಲ ಗಾಳಿಯ ದಿಕ್ಕನ್ನು ಗುರುತಿಸುವ ನಾವಿಕರಲ್ಲ, ವಸ್ತುಗಳನ್ನು ಮೀರಿ ನೋಡುವ ಜ್ಞಾನಿಗಳೂ ಆಗಿದ್ದಾರೆ. ಆ ಪ್ರಚಂಡ ಜ್ಞಾನದಿಂದಲೇ ಆ ಕ್ಷಾಮದ ಅವಧಿಯಲ್ಲಿ ಪ್ರಾಕೃತಿಕ ವಿಕೋಪದ ಇನ್ನೊಂದು ಮಗ್ಗುಲನ್ನು ಕಂಡರು. ಅವರ ದೃಷ್ಟಿಯ ಫೋಕಸ್ ಬರಗಾಲದ ಹಿನ್ನೆಲೆಯ 'ದಾನಿಗಳ' ಗುಂಪಿನ ಕಡೆಗೆ ತಿರುಗಿ, ಹಡಗುಗಳಿಗೆ ಲೋಡ್ ಮಾಡಲಾದ 'ಸಹಾಯ'ದ ಹಗರಣದ ಮೇಲೆ ಅವರು ಗಮನ ಕೇಂದ್ರೀಕರಿಸಿದರು.

ಆಗ ನನಗೆ ಅರಿವಾಯಿತು, ಪ್ರತಿಯೊಂದು ದಯೆ, ಸಹಾಯ ಮತ್ತು ಕೊಡು-ತೆಗೆದುಕೊಳ್ಳುವಿಕೆಯಲ್ಲಿ ಅನಿವಾರ್ಯ ರೂಪದಲ್ಲಿ ಒಂದು ರೀತಿಯ ಹಿಂಸೆ ಇರುತ್ತದೆಯೆಂದು. ಕ್ಯಾಪ್ಟನ್ ದತ್ ಹೇಳಿದರು, ಹೊಡೆದಾಟ, ಹತ್ಯೆ ಹಿಂಸೆಗಳಿಂದ ತುಂಬಿರುವ ಭೂಪ್ರಪಂಚವನ್ನು ತೊರೆದು ಅವರು ಸಮುದ್ರ ಮತ್ತು ಹಡಗನ್ನು ಆರಿಸಿಕೊಂಡದ್ದಕ್ಕೆ ಕಾರಣ ಅವರು ನೆಲದ ಮೇಲೆ ನಡೆಯುತ್ತಿರುವ ಬರ್ಬರತೆಯನ್ನು ನೋಡಬೇಕಾಗಿಲ್ಲವೆಂದು. ಆದರೆ ಅಪರಿಚಿತ ಕಾಡು ಪ್ರದೇಶಗಳನ್ನು ಅನ್ವೇಷಿಸಲು, ಹೊಸ ದೇಶಗಳನ್ನು ಶೋಧಿಸಿ, ನಾಗರಿಕತೆಗೆ ತರುವ ಹೆಸರಿನಲ್ಲಿ ಅವುಗಳನ್ನು ಲೂಟಿ ಮಾಡಲು ಹಡಗುಗಳನ್ನು ನಿರ್ಮಿಸಲಾಗಿದೆ ಎಂದು ಮತ್ತು ಆ ದೇಶಗಳು ಸಂಪೂರ್ಣವಾಗಿ ನಿರ್ಗತಿಕವಾದಾಗ ಅಥವಾ ಕ್ಷಾಮದಿಂದ ಬಳಲುತ್ತಿರುವಾಗ, ಮೊದಲು ಅವರ 'ಲೂಟಿ'ಯ ವಾಹಕಗಳಾಗಿದ್ದ ಅದೇ ಹಡಗುಗಳಿಂದ ಪರಿಹಾರ ಸಾಮಗ್ರಿ ಅಥವಾ ಸಹಾಯವನ್ನು ಅವರಿಗೆ ಕಳುಹಿಸಬೇಕು ಎಂಬುದು ಆಗ ಅವರಿಗೆ ತಿಳಿದಿರಲಿಲ್ಲ.

ವಿನಿಮಯದ ಸರಕುಗಳನ್ನು ಸಾಗಿಸುವ ಈ ಹಡಗುಗಳು ಮತ್ತು ಅದರಲ್ಲಿರುವ ಕೆಲಸಗಾರರಿಗೆ ಈ ಕಾಡು ಪ್ರದೇಶಗಳ ಸಂಪತ್ತನ್ನು ಇಷ್ಟು ವರ್ಷಗಳಿಂದ ಎಲ್ಲಿ ಸಾಗಿಸುತ್ತಿದ್ದವು, ಆ ನಿರ್ಗತಿಕ ದೇಶಗಳಿಗೆ ನೀಡುತ್ತಿರುವ ನೆರವಿನ ಹಿಂದೆ ಯಾವ ನೀತಿಯನ್ನು ವ್ಯವಸ್ಥಿತಗೊಳಿಸಲಾಗುತ್ತಿದೆ ಎಂದು ತಿಳಿದಿರಲಿಲ್ಲ.

ಕ್ಯಾಪ್ಟನ್ ದತ್ ಅವರ ನಿರೂಪಣೆ ಮುಂದುವರೆದಿತ್ತು. ಮಧ್ಯರಾತ್ರಿ ಕಳೆದಿತ್ತು, ಈಗ ನಾವು ಡೆಕ್ ಮೇಲೆ ಇರಲಿಲ್ಲ. ಅವರ ಕ್ಯಾಬಿನ್‌ನಲ್ಲಿ ಮುಖಾಮುಖಿಯಾಗಿ ಕುಳಿತು, ಕಾಲದ ಮತ್ತೊಂದು ಅಂಕುಡೊಂಕಾದ ಕಾರಿಡಾರ್ ಮೂಲಕ ಹಾದು ಹೋಗುತ್ತಿದ್ದೆವು. ಕ್ಯಾಪ್ಟನ್ ದತ್ ಈಗ ಡೆನ್ಮಾರ್ಕ್‌ನ ಮೆಡಿಟರೇನಿಯನ್ ಶಿಪ್ಪಿಂಗ್ ಕಂಪನಿಯಲ್ಲಿದ್ದ ಸಮಯದ ಬಗ್ಗೆ

ಮಾತನಾಡುತ್ತಿದ್ದರು. ಅವರ ಹಡಗು ಡೆನ್ಮಾರ್ಕ್‌ನ ಡೈರಿ ಉತ್ಪನ್ನಗಳನ್ನು ಹೊತ್ತು ಆಫ್ರಿಕನ್ ದೇಶಗಳಿಗೆ ಹೋಗುತ್ತಿತ್ತು. ಅಲ್ಲಿಂದ ಅವರು ಕಟ್ಟಡಗಳಿಗೆ ಬೇಕಾದ ಮರ ಅಥವಾ ಕತ್ತರಿಸಿದ ನೀಲಗಿರಿ ಮರಗಳ ಕಾಂಡಗಳನ್ನು ತುಂಬಿಕೊಂಡು ತರುತ್ತಿದ್ದರು. ಸೊಮಾಲಿಯಾದ ಬಂದರು ಯಾವಾಗಲೂ ವಿಶೇಷವಾಗಿ ಇಥಿಯೋಪಿಯಾದಿಂದ ರಸ್ತೆಯ ಮೂಲಕ ಬರುವ ನೀಲಗಿರಿ ಕಾಂಡಗಳಿಂದ ತುಂಬಿರುತ್ತಿತ್ತು ಮತ್ತು ಮೆಡಿಟರೇನಿಯನ್ ಹಡಗುಗಳಲ್ಲಿ ನೀಲಗಿರಿ ಸಾಗಣೆ ಹಗಲು ರಾತ್ರಿ ನಡೆಯುತ್ತಿತ್ತು.

"ಆ ಸಮಯದಲ್ಲಿ ನನಗೆ ಈ ವಾಣಿಜ್ಯ ಮರಗಳ ಬಗ್ಗೆ ಹೆಚ್ಚು ತಿಳಿದಿರಲಿಲ್ಲ." ಮೂರನೇ ಗ್ಲಾಸ್ ಮದ್ಯವನ್ನು ಖಾಲಿ ಮಾಡಿ ಕ್ಯಾಪ್ಟನ್ ದತ್ ಸಿಗರೇಟನ್ನು ಹಚ್ಚಿದರು. ಆಶ್ ಟ್ರೇನಲ್ಲಿ ಸಿಗರೇಟಿನ ಬೂದಿಯನ್ನು ಕೆಡವುತ್ತ ಅವರು ಹೇಳಿದರು, "ಇತಿಹಾಸವು ಅದರ ನಿಜವಾದ ರೂಪದಲ್ಲಿ ನಮ್ಮ ಮುಂದೆ ಕಾಣಿಸಿಕೊಳ್ಳುತ್ತದೆ, ಅದರ ಮೂಲಗಳು ಸ್ವತಃ ಮಾತನಾಡಲು ಅವಕಾಶ ನೀಡಿದಾಗ..."

ನೀಲಗಿರಿ ಸಾಗಣೆಯನ್ನು ಇತಿಹಾಸದೊಂದಿಗೆ ಏಕೆ ಬೆರೆಸಲಾಗುತ್ತಿದೆ? ಎಂದು ಮತ್ತೊಮ್ಮೆ ಆಶ್ಚರ್ಯ ಪಡುತ್ತೇನೆ, ಆದರೆ ಯಾವುದೇ ಪ್ರಶ್ನೆಗಳನ್ನು ಕೇಳುವ ಬದಲು ಮೌನವಾಗಿ ಆಲಿಸುತ್ತಾ ಕುಳಿತೆ.

"ಇಥಿಯೋಪಿಯದ ಕ್ಷಾಮದ ಬಗ್ಗೆ ವೃತ್ತಿಪರ ಸಂಶೋಧಕರು ಮತ್ತು ಇತಿಹಾಸಕಾರರು ನಡೆಸಿದ ಬಹುಪಾಲು ಅಧ್ಯಯನಗಳು ಕೇವಲ ಅಸಂಬದ್ಧವಲ್ಲ, ಆದರೆ ಈ ಅಸಂಬದ್ಧತೆಯು ಯುರೋಸೆಂಟ್ರಿಕ್ ಶೈಕ್ಷಣಿಕ ಇತಿಹಾಸದ ವಿಶಾಲ ಯೋಜನೆಯ ಮುಖ್ಯ ಆಧಾರವಾಗಿದೆ. ಆಫ್ರಿಕನ್ ಅನುಭವಗಳನ್ನು ಯುರೋಪಿಯನ್ ಮಾನದಂಡಗಳ ಆಧಾರದ ಮೇಲೆ ಏಕೆ ಅರ್ಥಮಾಡಿಕೊಳ್ಳಬೇಕು ಎಂಬುದು ನನಗೆ ಅರ್ಥವಾಗುತ್ತಿಲ್ಲ. ಆಫ್ರಿಕಾವನ್ನು ಆಫ್ರಿಕನ್ ಪರಿಭಾಷೆಯಲ್ಲಿ ಮಾತ್ರ ಅರ್ಥಮಾಡಿಕೊಳ್ಳಬಹುದು. ಆದರೆ ಯುರೋಪಿಯನ್ ಇತಿಹಾಸಕಾರರು ಇಥಿಯೋಪಿಯದ ಕ್ಷಾಮವನ್ನು ನೈಸರ್ಗಿಕ ವಿಪತ್ತು ಎಂದು ವಿವರಿಸಲು ನೂರಾರು ಪುಟಗಳನ್ನು ಮೀಸಲಿಟ್ಟರು. ಅವರ ಪುಸ್ತಕಗಳಲ್ಲಿ ಸತ್ಯ ಹೇಳುವ ಮೂಲಗಳನ್ನು ನಿಷೇಧಿಸಲಾಗಿದೆ."

ಕ್ಯಾಪ್ಟನ್ ದತ್ ಒಂದು ಆಳವಾದ ದಮ್ಮೆಳೆದುಕೊಂಡು ಸಿಗರೇಟನ್ನು ಆಶ್ ಟ್ರೇನಲ್ಲಿ ಹೊಸಕಿ ಹಾಕಿದರು. "ಸೋಮಾಲಿಯಾದಲ್ಲಿ ಹಿಂದೆ ಕೃಷಿ ಕಾರ್ಮಿಕರಾಗಿದ್ದು ಈಗ ಬಂದರು ಕೆಲಸಗಾರರಾದವರಿಂದ ತಿಳಿದುಕೊಂಡದ್ದೇನೆಂದರೆ, ನೀಲಗಿರಿ ಮರಗಳನ್ನು ಮೊದಲು ಜೌಗು ಪ್ರದೇಶಗಳನ್ನು ಬರಿದಾಗಿಸಲು ಮಾತ್ರ ಬೆಳೆಸಲಾಗುತ್ತಿತ್ತು. ಏಕೆಂದರೆ ಈ ಮರಗಳ ಮಣ್ಣಿನ ತೇವಾಂಶವನ್ನು ಹೀರಿಕೊಳ್ಳುವ ಸಾಮರ್ಥ್ಯವು ಇತರ ಯಾವುದೇ ರೀತಿಯ ಮರಗಳಿಗಿಂತ ಐವತ್ತು ಪಟ್ಟು ಹೆಚ್ಚು. ಆದರೆ ಇಥಿಯೋಪಿಯಾದಲ್ಲಿ ಎಲ್ಲಿಯೂ ಜೌಗು ಪ್ರದೇಶಗಳಿರಲಿಲ್ಲ. ಆದರೂ, ಅಲ್ಲಿ ಸಾವಿರಾರು ಹೆಕ್ಟೇರ್ ಭೂಮಿಯಲ್ಲಿ ನೀಲಗಿರಿ ಬಿತ್ತನೆ ಮಾಡಲಾಗಿತ್ತು. ಯಾವ ಪ್ಲಾಂಟೇಶನ್ ಕಂಪನಿ ಅಲ್ಲಿ ಮರಗಳನ್ನು ನೆಟ್ಟಿದ್ದರೋ ಅವರಿಗೆ ಪಶ್ಚಿಮದ ಕೈಗಾರಿಕಾ ಕುಟುಂಬಗಳೊಂದಿಗೆ ಸಂಬಂಧವಿತ್ತು. ಇಥಿಯೋಪಿಯಾದಾದ್ಯಂತ

ಈ ಕೈಗಾರಿಕಾ ಬೆಳೆ ಹುಲುಸಾಗಿ ಬೆಳೆಯುತ್ತಿದ್ದಾಗ, ಈ ನೀಲಗಿರಿ ಹಸಿರಿನ ಬೇರುಗಳಲ್ಲಿ ಯಾವ ವಿನಾಶ ಅಡಗಿದೆ ಎಂಬುದು ಆ ಸಮಯದಲ್ಲಿ ಯಾರಿಗೂ ತಿಳಿದಿರಲಿಲ್ಲ.

ಮುಂದಿನ ಹದಿನೈದು ವರ್ಷಗಳಲ್ಲಿ, ಪ್ಲಾಂಟೇಶನ್ ಕಂಪನಿಯು ಇಥಿಯೋಪಿಯಾದ ಫಲವತ್ತಾದ ಭೂಮಿಯನ್ನು ಶಾಶ್ವತವಾಗಿ ನಾಶಪಡಿಸಿತು. ನೀಲಗಿರಿಯ ಬೇರುಗಳು ಅಂತರ್ಜಲದ ಮೂಲಗಳನ್ನು ಸಂಪೂರ್ಣವಾಗಿ ಒಣಗಿಸಿದವು. ಮರಗಳ ವ್ಯಾಪಾರಿಗಳು ತಮ್ಮ ಬೆಳೆಗಳನ್ನು ಸಂಗ್ರಹಿಸಿಕೊಂಡು ಹಡಗುಗಳಲ್ಲಿ ತುಂಬಿಕೊಂಡು ಹೋದರು. ಆ ನಂತರ ಆ ಭೂಮಿಯಲ್ಲಿ ಮತ್ತೆ ಒಂದು ಹುಲ್ಲು ಕಡ್ಡಿಯೂ ಬೆಳೆಯಲಿಲ್ಲ."

ಹೀಗೆ ಹೇಳಿ ಕ್ಯಾಪ್ಟನ್ ದತ್ ಮೌನವಾದರು. ನಾನು ಕೂಡ ಸ್ವಲ್ಪ ಹೊತ್ತು ಮೂಕನಾಗಿ ಕುಳಿತೆ.

ನಾನು ಕಿಟಕಿಯಿಂದ ಹೊರಗೆ ಹರಡಿದ್ದ ಸಮುದ್ರದ ಶಾಂತ ಮೇಲ್ಮೈಯನ್ನು ನೋಡುತ್ತಿದ್ದೆ. ಅದೇ ಮೇಲ್ಮೈ ಮೇಲೆ ನನಗೆ ಇಥಿಯೋಪಿಯಾದ ಬಂಜರು ಮಾಡಿದ ಭೂಮಿ ಕಾಣಿಸತೊಡಗಿತು, ಲಕ್ಷಾಂತರ ಬರಗಾಲ ಪೀಡಿತ ಮಕ್ಕಳು ಕಾಣಿಸಿದರು. ನಂತರ ಅದೇ ಬಂಜರು ಭೂಮಿಯ ಜಾಗದಲ್ಲಿ ಬಸ್ತರ್‌ನ ಕಾಡು ಮತ್ತು ಸ್ಥಳಾಂತರಗೊಂಡ ನನ್ನ ಜನ ಸಮುದಾಯ ಕಾಣಿಸಿತು. ವಿದೇಶಿ ಕಂಪನಿಗಳಿಂದ ದೊಡ್ಡ ಪ್ರಮಾಣದಲ್ಲಿ ಗಣಿಗಾರಿಕೆ ನಡೆಯುತ್ತಿದ್ದ ಬೈಲಾಡಿಲ ಬೆಟ್ಟಗಳು ಕಾಣಿಸಿದವು. ಅನೇಕ ವಿಧದ ಖನಿಜಗಳು ಮತ್ತು ಕಬ್ಬಿಣದ ಅದಿರುಗಳನ್ನು ವಿಶಾಖಪಟ್ನಂ ಬಂದರಿಗೆ ರೈಲಿನ ಮೂಲಕ ಸಾಗಿಸಿ, ಹಡಗುಗಳಲ್ಲಿ ಲೋಡ್ ಮಾಡಿ, ಈ ಗಣಿಗಳನ್ನು ಗುತ್ತಿಗೆಗೆ ತೆಗೆದುಕೊಂಡ ಕಂಪನಿಗಳ ದೇಶಗಳಿಗೆ ಕಳುಹಿಸಲಾಗುತ್ತಿತ್ತು.

ಈ ಉದ್ಯಮವೂ ಇಥಿಯೋಪಿಯಾದಲ್ಲಿ ನಡೆದ ಉದ್ಯಮಕ್ಕೆ ಹೋಲುತ್ತದೆ ಅಲ್ಲವೇ? ನನ್ನ ಕಲ್ಪನೆಯು ಇಥಿಯೋಪಿಯಾದ ಬಂಜರು ಗದ್ದೆಗಳನ್ನು ಮತ್ತು ಬೈಲಾಡಿಲದ ಖನಿಜ ನಿಕ್ಷೇಪಗಳನ್ನು ಒಂದುಗೂಡಿಸಿತು. ಖಾಲಿಯಾದ ಗಣಿಗಳು ಮತ್ತು ಬಂಜರು ಗದ್ದೆಗಳ ಜೋಡಿ ಚಿತ್ರಗಳ ಪ್ರಚಂಡ ಘರ್ಷಣೆ ನನ್ನ ತರ್ಕವನ್ನು ಅಲುಗಾಡಿಸಿಬಿಟ್ಟಿತು. ಮೊದಲ ಬಾರಿಗೆ ನನ್ನೊಳಗಿನ ಯಾವುದೋ ಪದರ ಮುರಿದುಹೋಗಿ, ವಿಭಿನ್ನ ರೀತಿಯ 'ಗಣಿಗಾರಿಕೆ' ಪ್ರಾರಂಭವಾಗಿದೆ ಎಂದೆನಿಸಿತು. ಬಸ್ತರ್‌ನಲ್ಲಿರುವ ಲಕ್ಷಾಂತರ ಜನರು ತಮ್ಮ ಜಮೀನು ಮತ್ತು ಖನಿಜ ನಿಕ್ಷೇಪಗಳನ್ನು ಉಳಿಸಲು ಏಕೆ ಹೋರಾಡುತ್ತಿದ್ದಾರೆ ಹಾಗೂ ಅವರನ್ನು ಸ್ಥಳಾಂತರಿಸಿ ಪರಿಹಾರ ಶಿಬಿರಗಳಲ್ಲಿ ಏಕೆ ಇರಿಸಲಾಗಿದೆ ಎಂದು ನನಗೆ ಸ್ಪಷ್ಟವಾಗಿ ಗೋಚರಿಸತೊಡಗಿತು.

ದೃಶ್ಯದ ಸಂಪೂರ್ಣ ವಿಸ್ತಾರವನ್ನು ಅರ್ಥಮಾಡಿಕೊಂಡ ನಾನು ಆಳವಾದ ಉಸಿರನ್ನು ತೆಗೆದುಕೊಂಡು ಕಿಟಕಿಯಿಂದ ದೃಷ್ಟಿ ತೆಗೆದು ಕ್ಯಾಪ್ಟನ್ ದತ್ ಅವರನ್ನು ನೋಡಿದೆ. ಅವರ ಮಾತುಗಳು ನನ್ನ ಮೇಲೆ ಯಾವ ಪರಿಣಾಮವನ್ನು ಬೀರುತ್ತಿದೆ ಮತ್ತು ನಾನು 'ತಿಳಿವಳಿಕೆ'ಯ ವಿಷಯದಲ್ಲಿ ಸರಿಯಾದ ದಿಕ್ಕಿನಲ್ಲಿ ಸಾಗುತ್ತಿದ್ದೇನೆಯೇ ಅಥವಾ ಇಲ್ಲವೇ ಎಂದು ನೋಡಲು ಕ್ಯಾಪ್ಟನ್ ದತ್ ಕೂಡ ನನ್ನತ್ತ ಕಣ್ಣೆತ್ತಿ ನೋಡಿದರು. ಆಮೇಲೆ ತಮಗೂ ದಿಕ್ಕು ತೋಚದಂತಾಗಿ ನಿರಾಶೆಯಿಂದ ತಲೆ ಅಲ್ಲಾಡಿಸಿದರು.

"ಇತರ ಅನೇಕ ವಿಷಯಗಳಂತೆ ಈ ವಿಷಯದಲ್ಲೂ ಕೂಡ ನನ್ನ ಆಲೋಚನೆಗಳು ಸ್ವಲ್ಪ ಗೊಂದಲಮಯವಾಗಿವೆ. ಆದರೆ ಏನು ಮಾಡಲಿ? ನಾನು ಕೇವಲ ಅಲೆದಾಡುವ ನಾವಿಕ, ಅಲೆಗಳು ಕೆಲವೊಮ್ಮೆ ನನ್ನನ್ನು ಮೇಲಕ್ಕೆ ಹಾರಿಸುತ್ತವೆ ಮತ್ತು ಕೆಲವೊಮ್ಮೆ ನೆಲಕ್ಕೆ ಎಸೆಯುತ್ತವೆ. ನಾನು ಸಮಾಜಶಾಸ್ತ್ರಜ್ಞನಾಗಿದ್ದರೆ ಅಥವಾ ಅಕ್ಯಾಡೆಮಿಕ್ ಪರ್ಸನಾಲಿಟಿ ಉಳ್ಳ ಪ್ರೊಫೆಸರ್ ಆಗಿದ್ದಿದ್ದರೆ ಬೇರೆಯೇ ಆಗುತ್ತಿತ್ತು. ಆಗ ನನ್ನ ಬಳಿ ಅನೇಕ ಪುಸ್ತಕಗಳ ಜೊತೆಗೆ ತುಂಬಾ ಒಳ್ಳೆಯ ಭಾಷೆ ಇರುತ್ತಿತ್ತು. ಇತಿಹಾಸದಲ್ಲಿ ನಡೆದ ಎಲ್ಲಾ ಯುದ್ಧಗಳು ಮತ್ತು ರಕ್ತಪಾತಗಳು, ಅವು ಎಷ್ಟೇ ಬರ್ಬರವಾಗಿದ್ದರೂ, ಪ್ರತ್ಯಕ್ಷ ಹಿಂಸೆಯ ಭಾಗಗಳೆಂದು ನಾನು ನಿನಗೆ ಸರಳವಾದ ಶಬ್ದಗಳಲ್ಲಿ ವಿವರಿಸಿ ಹೇಳುತ್ತಿದ್ದೆ. ಈ ಎಲ್ಲಾ ದುರಂತಗಳಲ್ಲಿ, ಚಾಕುಗಳಿಂದ ಹಿಡಿದು ಪರಮಾಣು ಬಾಂಬ್‌ಗಳವರೆಗೆ ಬಳಸಿದ ಎಲ್ಲಾ ಆಯುಧಗಳು ಪ್ರತ್ಯಕ್ಷವಾಗಿದ್ದವು. ಅವು ಶಿರಚ್ಛೇದನ ಯಂತ್ರವಾಗಲಿ ಅಥವಾ ಗಲ್ಲು ಹಾಕುವ ಚೌಕಟ್ಟುಗಳಾಗಲಿ – ಅವುಗಳಿಗೆ ಒಂದು ರೂಪವಿತ್ತು. ಖಡ್ಗಗಳು, ಈಟಿಗಳು, ಬಂದೂಕುಗಳು, ಕ್ಷಿಪಣಿಗಳು ಅಥವಾ ಗುಂಡುಗಳನ್ನು ಹಾರಿಸುವ ಟ್ಯಾಂಕ್‌ಗಳು – ಇವೆಲ್ಲವೂ ಕಣ್ಣಿಗೆ ಕಾಣುವ ಆಯುಧಗಳಾಗಿದ್ದವು. ಅವುಗಳನ್ನು ಬಳಸಿದ ಜನರನ್ನು ಆಕ್ರಮಣಕಾರರು ಅಥವಾ ಅತ್ಯಾಚಾರಿಗಳೆಂದು ಗುರುತಿಸಲಾಗುತ್ತಿತ್ತು. ಅವರಿಂದ ಕೊಲ್ಲಲ್ಪಟ್ಟ ಜನರನ್ನು ಸಹ ಇತಿಹಾಸದಲ್ಲಿ ಸರಿಯಾಗಿ 'ಕೊಲ್ಲಲ್ಪಟ್ಟ' ಜನರು ಎಂದು ಎಣಿಸಿ ಅವರ ತ್ಯಾಗವನ್ನು ಪ್ರತ್ಯೇಕವಾಗಿ ಎತ್ತಿ ತೋರಿಸಲಾಗುತ್ತಿತ್ತು. ಆದರೆ ಈಗ ಏನೆಲ್ಲಾ ನಡೆಯುತ್ತಿದೆಯಲ್ಲಾ, ಅದರಲ್ಲಿ ಬಲಿ ತೆಗೆದುಕೊಳ್ಳುವವನು ಮತ್ತು ಅವನ ಆಯುಧಗಳು ಎಲ್ಲಿಯೂ ಕಾಣಿಸುತ್ತಿಲ್ಲ. ಬಲಿಪಶುಗಳಾಗಿ ಮಾಡಲ್ಪಟ್ಟ ಜನರು ಸಾಯುತ್ತಿದ್ದಾರೆ. ಆದರೆ ಅವರ 'ಗಾಯಗಳು' ಎಲ್ಲಿಯೂ ಕಾಣಿಸುತ್ತಿಲ್ಲ."

ನಾನು ನನ್ನ ಮೊಣಕೈಯನ್ನು ಮೇಜಿನ ಮೇಲೆ ಇರಿಸಿ, ನನ್ನ ಸುತ್ತುತ್ತಿರುವ ತಲೆಯನ್ನು ಎರಡೂ ಕೈಗಳಿಂದ ಹಿಡಿದುಕೊಂಡೆ. ಕ್ಯಾಪ್ಟನ್ ದತ್ ಏನು ಹೇಳುತ್ತಿದ್ದಾರೆ? ಅವರ ತಲೆ ಕೆಟ್ಟುಹೋಗಿಲ್ಲ ತಾನೇ? ಅಥವಾ ನಾನು ಸ್ವತಃ ಸುತ್ತುತ್ತಿರುವ ತಲೆಯನ್ನು ಸಮತೋಲನಗೊಳಿಸಲು ಒದ್ದಾಡುತ್ತಿದ್ದೇನೆಯೇ? ಈ ವಿಷಯವು ಭಯಾನಕ ಆಳಕ್ಕೆ ಹೋಗಿದೆ ಎಂದು ನನಗನಿಸುತ್ತದೆ. ಈಗ ಅದನ್ನು ಅರ್ಥಮಾಡಿಕೊಳ್ಳುವುದು ಅಥವಾ ಸಂಭಾಳಿಸಿಕೊಂಡು ನಿಂತುಕೊಳ್ಳುವುದು ಸುಲಭವಾಗಿಲ್ಲ. ಕ್ಯಾಪ್ಟನ್ ದತ್ ಅವರ ತುಟಿಗಳ ನಡುವೆ ಸಿಗರೇಟು ಸಿಕ್ಕಿಕೊಂಡಿತ್ತು ಮತ್ತು ಅವರ ಕಣ್ಣುಗಳ ನಡುವೆ ಉದ್ದವಾದ ಹೊಗೆಯ ಸಾಲು ಹಾದು ಹೋಗುತ್ತಿತ್ತು. ಅವರ ಕಣ್ಣುಗಳು ಮತ್ತೊಮ್ಮೆ ಕ್ರೋಧದಿಂದ ಕೆಂಪಾಗಿದ್ದವು.

"ನಾನು ಹತ್ತು ವರ್ಷಗಳ ಕಾಲ ಮೆಡಿಟರೇನಿಯನ್ ಶಿಪ್ಪಿಂಗ್ ಕಂಪನಿಯಲ್ಲಿ ಕೆಲಸ ಮಾಡಿದೆ. ಕೊನೆಯ ಪ್ರವಾಸದಲ್ಲಿ ನಮ್ಮ ಹಡಗು ಡೆನ್ಮಾರ್ಕ್‌ನಿಂದ ಹೊರಟಾಗ ನಾನು ರೋಮಾಂಚನಗೊಂಡಿದ್ದೆ. ಯಾವುದೋ ದೊಡ್ಡ ಪರೋಪಕಾರಿ ಯೋಜನೆಯ ಭಾಗವಾಗಿದ್ದೇನೆ ಎಂದು ನನಗನಿಸಿತ್ತು. ಆ ಹಡಗಿನಲ್ಲಿ ಸಾವಿರಾರು ಟನ್‌ಗಳಷ್ಟು ಹಾಲಿನ ಪುಡಿ ಮತ್ತು ಬೆಣ್ಣೆಯನ್ನು ತುಂಬಲಾಗಿತ್ತು. ಅದನ್ನು ಇಥಿಯೋಪಿಯಾದ ಕ್ಷಾಮ ಸಂತ್ರಸ್ತರಿಗೆ ಮತ್ತು ಅಪೌಷ್ಟಿಕತೆಯಿಂದ ಬಳಲುತ್ತಿರುವ ಮಕ್ಕಳಿಗೆ ಸಹಾಯಕ್ಕಾಗಿ ಕಳುಹಿಸಲಾಗಿತ್ತು. ಡೆನ್ಮಾರ್ಕ್‌ನ ಧ್ವಜದ ಜೊತೆಗೆ ಯುನಿಸೆಫ್ ಧ್ವಜವೂ ಹಡಗಿನ ಮೇಲೆ

ಹಾರಾಡುತ್ತಿತ್ತು. ನಾನು ಯುನಿಸೆಫ್ ಮತ್ತು ಡೆನ್ಮಾರ್ಕ್‌ನ ಧ್ವಜಗಳಿಗೆ ಗೌರವಪೂರ್ವಕ ವಂದನೆ ಸಲ್ಲಿಸಿದೆ. ನನ್ನೊಳಗೆ ಹೆಮ್ಮೆ ಮತ್ತು ಸಂತೋಷ ತುಂಬಿತ್ತು, ಏಕೆಂದರೆ ನಾನು ಹಸಿವಿನಿಂದ ಬಳಲುತ್ತಿರುವ ಸಾವಿರಾರು ಜನರಿಗೆ ಪರಿಹಾರ ಸಾಮಗ್ರಿಗಳನ್ನು ಸಾಗಿಸುತ್ತಿದ್ದ ಹಡಗಿನ ಕ್ಯಾಪ್ಟನ್ ಆಗಿದ್ದೆ. ಇಲ್ಲಿಯವರೆಗೆ ನಾನು ವಾಣಿಜ್ಯ ಸರಕುಗಳನ್ನು ಸಾಗಿಸುವ ಹಡಗುಗಳನ್ನು ಮಾತ್ರ ನಿರ್ವಹಿಸುತ್ತಿದ್ದೆ, ಈಗ ಮೊದಲ ಬಾರಿಗೆ ನನಗೆ ಮಾನವೀಯ ಸೇವೆಯ ಅವಕಾಶ ಸಿಕ್ಕಿತ್ತು.

ಆದರೆ ಆಗ ನನಗೆ ಶ್ರೀಮಂತ ಮಧ್ಯಮವರ್ಗದ ರಾಜಕೀಯ ಅರ್ಥಶಾಸ್ತ್ರ, ಅವರ ವಿಶ್ವದಾದ್ಯಂತದ ಉತ್ಪಾದನೆ ಮತ್ತು ವಿನಿಮಯ ವಿಧಾನಗಳ ಬಗ್ಗೆ ಏನೂ ತಿಳಿದಿರಲಿಲ್ಲ. ಆದರೆ ಮಾನವನ ಕರುಣೆಯ ಬದಲಿಗೆ ಅವನ ಬರ್ಬರತೆಯ ಹೊಸ ಉದಾಹರಣೆಯನ್ನು ಆಗ ನೋಡಲಿದ್ದೇನೆ ಎಂಬುದರ ಬಗ್ಗೆ ಒಂಚೂರೂ ತಿಳಿದಿರಲಿಲ್ಲ. ಮೊದಲ ಬಾರಿಗೆ ಹಡಗಿನ ವ್ಯಾಪಾರದಲ್ಲಿ ದೊಡ್ಡ ಬದಲಾವಣೆಯನ್ನು ನೋಡಿದೆ. ಆ ದಿನಕ್ಕಿಂತ ಮೊದಲು ಮಾಡಿದ ಹಡಗು ಸಾಗಣೆಯ ವ್ಯಾಪಾರ ವ್ಯವಹಾರಗಳು ಪರೋಪಕಾರವನ್ನು ನಂಬದೆ, ತಮಗೆ ಒದಗುವ ಲಾಭದ ಮೇಲೆ ಆಧಾರಿತವಾಗಿದ್ದವು. ಅವು ವಿವಿಧ ದೇಶಗಳ ತಕ್ಷಣದ ಅಗತ್ಯಗಳನ್ನು ಪೂರೈಸುವಲ್ಲಿ ಸಹಾಯಕವಾಗಿವೆ ಎಂದು ನಾನು ನಂಬಿದ್ದೆ. ಸರಕುಗಳನ್ನು ಸ್ವೀಕರಿಸಿದ ದೇಶಗಳು ತಮ್ಮ ಬಾಕಿಗಳನ್ನು ಹಿಂತಿರುಗಿಸುವ ಜವಾಬ್ದಾರಿಯನ್ನು ವಹಿಸಿಕೊಳ್ಳಬೇಕಾಗುತ್ತಿತ್ತು. ನಂತರ ವ್ಯಾಪಾರಿಗಳ ಜಾಗವನ್ನು ಉತ್ಪಾದಕರು ತೆಗೆದುಕೊಂಡರು. ಉತ್ಪಾದನಾ ಪ್ರಪಂಚವು ಯಾವುದೇ ಆದರ್ಶಗಳನ್ನು ಪಾಲಿಸುವುದಿಲ್ಲ ಮತ್ತು ತನಗಾಗಿ ಯಾವುದೇ ಮಿತಿಗಳನ್ನು ನಿರ್ಧರಿಸುವುದಿಲ್ಲ ಎಂದು ನಾನು ಕಂಡುಕೊಂಡೆ."

ಕ್ಯಾಪ್ಟನ್ ದತ್ ಅವರ ಮಾತುಗಳು ನನ್ನ ತಿಳಿವಳಿಕೆಯ ಆಚೆ ಇದ್ದವು. ಬಾಟಲಿಯ ಕೆಳಭಾಗದಲ್ಲಿ ಉಳಿದಿರುವ ಮದ್ಯವನ್ನು ಎರಡು ಭಾಗಗಳಾಗಿ ಹಂಚಿಕೊಳ್ಳುವುದು ಸೂಕ್ತವಾಗಿರಲಿಲ್ಲ. ನಾನು ಕ್ಯಾಪ್ಟನ್ ದತ್ ಗ್ಲಾಸಿಗೆ ಮದ್ಯ ಸುರಿದು ಕೊನೆಯ ಹನಿ ಬೀಳುವವರೆಗೆ ಬಾಟಲಿಯನ್ನು ಹಿಡಿದುಕೊಂಡೆ.

"ಸರಕು ಹಡಗಿನ ಕ್ಯಾಪ್ಟನ್ ಆದ ನೀವು ಪ್ರಪಂಚದ ವ್ಯವಹಾರದ ಬಗ್ಗೆ ಯೋಚಿಸುವ ಆವಶ್ಯಕತೆ ಏನಿದೆ ಎಂದು ನನಗೆ ಅರ್ಥವಾಗುತ್ತಿಲ್ಲ."

ಈ ಅನಿರೀಕ್ಷಿತ ಪ್ರಶ್ನೆಯಿಂದ ಕ್ಯಾಪ್ಟನ್ ದತ್ ಸ್ವಲ್ಪ ಗಾಬರಿಯಾದರು. ನಂತರ ಎದ್ದು ನಿಧಾನವಾಗಿ ಕ್ಯಾಬಿನ್ ಬಾಗಿಲಿಗೆ ನಡೆದು ಹೊರಗೆ ಹೋದರು. ನನ್ನ ಪ್ರಶ್ನೆಯಿಂದ ಉಂಟಾದ ಆಭಾಸದಿಂದ ನನಗೆ ನಾಚಿಕೆಯಾಗಿ ಸ್ವಲ್ಪ ಹೊತ್ತು ನಿಂತೆ. ನಂತರ ಧೈರ್ಯ ತಂದುಕೊಂಡು ನಾನೂ ಕೂಡ ಕಾರಿಡಾರ್‌ನಲ್ಲಿ ನಡೆದು ಹೋದೆ. ಹೊರಗೆ ಗಾಳಿಯ ಸದ್ದು ತುಂಬಾ ಜೋರಾಗಿ ಕೇಳಿಸುತ್ತಿತ್ತು. ಕಾರಿಡಾರ್‌ನಲ್ಲಿ ಕ್ಯಾಪ್ಟನ್ ದತ್ ಅವರ ದೇಹವು ಕಂಪಿಸುತ್ತಿತ್ತು. ಈ ಅಸಮತೋಲನವು ಮದ್ಯದ ಅಮಲಿನಿಂದಾಗಿಯೋ ಅಥವಾ ಅಲ್ಲಾಡುತ್ತಿದ್ದ ಹಡಗಿನ ಕಾರಣದಿಂದಾಗಿಯೋ ಎಂದು ಅರ್ಥಮಾಡಿಕೊಳ್ಳುವುದು ಕಷ್ಟಕರವಾಗಿತ್ತು. ನಾನು ಕಾರಿಡಾರ್‌ನಲ್ಲಿ ವೇಗವಾಗಿ ನಡೆದು ಅವರ ಹತ್ತಿರ ಬಂದು ಅವರ ದೇಹವನ್ನು ಸಂಭಾಳಿಸಲು

ಪ್ರಯತ್ನಿಸಿದೆ. ಆದರೆ ಅವರು ನನ್ನ ಕೈಯನ್ನು ದೂರ ತಳ್ಳಿ ಮುಂದೆ ಸಾಗಿ ಡೆಕ್‌ನ ಮೆಟ್ಟಿಲುಗಳನ್ನು ತಲುಪಿದರು. ಅಲ್ಲಿ ಚಂದ್ರನ ಬೆಳಕು ಚೆಲ್ಲಿತ್ತು.

ನಾವು ಡೆಕ್ ಮೇಲೆ ಬಂದಾಗ, ವೇಗವಾಗಿ ಚಲಿಸುವ ಗಾಳಿಗೆ ನಮ್ಮ ಮೇಲಂಗಿಗಳು ಚಿಂದಿಗಳಂತೆ ಹಾರಾಡಲಾರಂಭಿಸಿದವು. ಭೋರ್ಗರೆಯುವ ಸಮುದ್ರದಲ್ಲಿ ನಮ್ಮ ಹಡಗು ಜೋರಾಗಿ ಅಲ್ಲಾಡುತ್ತಿತ್ತು. ಅಂತಹ ಸಮಯದಲ್ಲಿ ಡೆಕ್ ಮೇಲೆ ನಿಲ್ಲುವುದು ಸೂಕ್ತವಲ್ಲ, ಆದರೆ ಕ್ಯಾಪ್ಟನ್ ದತ್ ಅವರು ತಮ್ಮ ಮಾಮೂಲಿ ಜಾಗದಲ್ಲಿ ಹೋಗಿ ನಿಂತರು.

"ಹಡಗುಗಳು ಕೇವಲ ಸರಕುಗಳನ್ನು ಸಾಗಿಸಲು ಮಾತ್ರ ಎಂದು ಜನರು ಭಾವಿಸುತ್ತಾರೆ. ಆದರೆ ಹಡಗು ಮನುಷ್ಯನನ್ನು ಒಂದು ಪ್ರಪಂಚದಿಂದ ಇನ್ನೊಂದು ಪ್ರಪಂಚಕ್ಕೆ ಕರೆದುಕೊಂಡು ಹೋಗುತ್ತದೆ, ಒಂದು ವ್ಯವಸ್ಥೆಯಿಂದ ಇನ್ನೊಂದಕ್ಕೆ ಸಾಗಿಸುತ್ತದೆ ಮತ್ತು ಅದು ತಪ್ಪು ಕೈಗಳಿಗೆ ಸಿಕ್ಕಿಬಿದ್ದರೆ ನಿರಂತರ ವಿನಾಶದ ವಾಹಕವೂ ಆಗಬಹುದು ಎಂದು ಹಲವರಿಗೆ ತಿಳಿದಿಲ್ಲ."

ಕ್ಯಾಪ್ಟನ್ ದತ್ ಬಹಳ ಜೋರಾದ ಧ್ವನಿಯಲ್ಲಿ ತಮ್ಮ ಮಾತನ್ನು ಹೇಳಿದರು. ಅವರು ತಿರುಗಿ ನನ್ನತ್ತ ನೋಡಿ ಸ್ವಲ್ಪ ಸಮಯ ಭಯಾನಕ ಕಣ್ಣುಗಳಿಂದ ದಿಟ್ಟಿಸಿದರು. ನಂತರ ತಮ್ಮ ಬೆರಳನ್ನು ಗರ್ಜಿಸುವ ಸಮುದ್ರದ ಕಡೆಗೆ ಎತ್ತಿ ದೂರದ 'ಬದಿಯ' ಕಡೆಗೆ ತೋರಿಸಿದರು.

"ಅಲ್ಲಿ ನೋಡು... ನಿನಗೆ ಕಾಣಿಸ್ತಾ ಇದೆಯಲ್ಲ... ಅಲ್ಲಿ ಮೆಡಿಟರೇನಿಯನ್ ಶಿಪ್ಪಿಂಗ್ ಕಂಪನಿಯ ಹಡಗು ನಿಂತಿದೆ. ಅದನ್ನು ಸೊಮಾಲಿಯಾ ದಂಡೆಗೆ ದೂರದಲ್ಲಿ ನಿಲ್ಲಿಸಿ, ಬೃಹತ್ ಕ್ರೇನ್‌ಗಳ ಸಹಾಯದಿಂದ ಹಡಗಿನಲ್ಲಿ ತುಂಬಿದ ಹಾಲಿನ ಪುಡಿಯ ಚೀಲಗಳನ್ನು ಮತ್ತು ಬೆಣ್ಣೆಯ ಡ್ರಮ್‌ಗಳನ್ನು ಸಮುದ್ರದಲ್ಲಿ ಎಸೆಯಲಾಗುತ್ತಿದೆ."

ನೋಡನೋಡುತ್ತಲೇ ಸಂಪೂರ್ಣ ನೆರವು ಸಾಮಗ್ರಿಯನ್ನು ಸಮುದ್ರದಲ್ಲಿ ಮುಳುಗಿಸಲಾಯಿತು. ಈ ನೆರವನ್ನು ಕ್ಷಾಮ ಸಂತ್ರಸ್ತರಿಗೆ ಉಚಿತವಾಗಿ ವಿತರಿಸಿದ್ದರೆ ವಿಶ್ವ ಮಾರುಕಟ್ಟೆಯಲ್ಲಿ ಡೆನ್ಮಾರ್ಕ್‌ನ ಡೈರಿ ಉತ್ಪನ್ನಗಳ ಮೌಲ್ಯ ಕುಸಿಯುತ್ತಿತ್ತು. ಮೌಲ್ಯ ಕುಸಿಯದಂತೆ ಉಳಿಸುವುದು ಅವರಿಗೆ ಬಹಳ ಮುಖ್ಯವಾಗಿತ್ತು. ಯೂನಿಸೆಫ್ ಧ್ವಜದ ಕೆಳಗೆ ನಾನು ಆ ರಾತ್ರಿ ಕಂಡದ್ದು ಸಾಮೂಹಿಕ ಹತ್ಯಾಕಾಂಡಕ್ಕಿಂತಲೂ ಕಡಿಮೆ ಏನಿರಲಿಲ್ಲ. ಅನೇಕ ಪ್ರಮುಖ ಜನಾಂಗ ಆಧಾರಿತ ಸಾಮೂಹಿಕ ಹತ್ಯಾಕಾಂಡಗಳನ್ನು ಇತಿಹಾಸದಲ್ಲಿ ಉಲ್ಲೇಖಿಸಲಾಗಿದೆ. ಇದು ನನ್ನ ಮುಂದೆ ನಡೆಯುತ್ತಿರುವ ಮೊದಲ ಆರ್ಥಿಕ ಆಧಾರಿತ ಹತ್ಯಾಕಾಂಡವಾಗಿತ್ತು. ನಾನು ರಾತ್ರಿಯಿಡೀ ಕ್ರೇನ್‌ಗಳ ಆ ರಾಕ್ಷಸಕ್ರಿಯೆಗಳನ್ನು ನೋಡುತ್ತಿದ್ದೆ. ಅವು ಸರಕುಗಳನ್ನು ನಾಶಪಡಿಸುವುದರ ಜೊತೆಜೊತೆಗೆ ಮನುಷ್ಯ ಮತ್ತು ಅವನ ಜೀವನವು ಸುರಕ್ಷಿತವಾಗಿದ್ದ ಗಡಿಗಳನ್ನು ಸಹ ನಾಶಪಡಿಸುತ್ತಿದ್ದವು.

ಕ್ಯಾಪ್ಟನ್ ದತ್ ಇನ್ನೂ ಆ ದೂರದ ಬದಿಯಿಂದ ತಮ್ಮ ದೃಷ್ಟಿಯನ್ನು ತೆಗೆದಿರಲಿಲ್ಲ. ಅವರು ಅದನ್ನು ನೋಡುತ್ತಲೇ ಇದ್ದರು. ಸ್ವಲ್ಪ ಸಮಯದ ನಂತರ, ಆಕಾಶದ ಪೂರ್ವದ ಅಂಚು ಬೆಳಕಿನ ಚಿನ್ನದ ಕಿರಣಗಳಿಂದ ಹೊಳೆಯತೊಡಗಿ, ಇನ್ನೊಂದು ಹೊಸದಿನ ಪ್ರಾರಂಭವಾಯಿತು.

•

ಕೆಳಗೆ ಇಳಿದು ನನ್ನ ಕ್ಯಾಬಿನ್‌ಗೆ ಹೋಗಿ ಮಲಗುವ ಬದಲು, ನೇರವಾಗಿ ಎಂಜಿನ್ ರೂಮ್‌ಗೆ ಹೋದೆ. ದಿನವಿಡೀ ಕೆಲಸದಲ್ಲಿ ಮುಳುಗಿದ್ದು, ಸಂಜೆ ಡೈನಿಂಗ್ ಹಾಲ್‌ಗೆ ಹೋಗಿ, ಹೊಟ್ಟೆ ತುಂಬ ಊಟ ಮಾಡಿ ಕ್ಯಾಬಿನ್‌ಗೆ ಹೋಗಿ ಮಲಗಿದೆ.

ಮರುದಿನ ಬೇಗನೆ ಎದ್ದಾಗ ಎಲ್ಲವೂ ನಿಂತುಹೋದಂತೆ ತೋರುತ್ತಿತ್ತು. ಎಲ್ಲಿಯೂ ಚಲನವಲನ ಇರಲಿಲ್ಲ. ಅರ್ಥವಾಗದ ಬೇಸರದಲ್ಲಿ ನಿಧಾನವಾಗಿ ಹಾಸಿಗೆಯಿಂದ ಎದ್ದೆ. ಕ್ಯಾಬಿನ್ನಿನ ಕಿಟಕಿ ಬಾಗಿಲನ್ನು ಸರಿಸಿದರೆ ನಮ್ಮ ಹಡಗು, ಇನ್ನು ಮುಂದೆ ಯಾವುದೇ ಪ್ರಯಾಣಕ್ಕೆ ಹೋಗಬೇಕೆಂಬ ಆಸೆ ಅದರಲ್ಲಿ ಉಳಿದಿಲ್ಲವೆಂಬಂತೆ ಮುಂಬೈ ಬಂದರಿನಲ್ಲಿ ಲಂಗರು ಹಾಕಿಕೊಂಡು ಮೌನವಾಗಿ ನಿಂತಿತ್ತು.

ನಾನು ಕ್ಯಾಬಿನ್ ಬಾಗಿಲು ತೆರೆದು ಹೊರಗೆ ಬಂದರೆ, ನನ್ನ ಎಲ್ಲಾ ಸಹೋದ್ಯೋಗಿಗಳ ಕ್ಯಾಬಿನ್ ಬಾಗಿಲುಗಳು ತೆರೆದಿದ್ದವು. ನಾನು ಪ್ರತಿ ಕ್ಯಾಬಿನ್‌ಗೆ ಇಣುಕಿ ನೋಡುತ್ತಾ ಮುಂದೆ ಸಾಗುತ್ತಿದ್ದೆ, ಆ ಕ್ಯಾಬಿನ್‌ಗಳೆಲ್ಲ ಖಾಲಿಯಾಗಿದ್ದವು. ಕಾರಿಡಾರ್‌ನ ತುದಿಯನ್ನು ತಲುಪಿದಾಗ, ಅವರೆಲ್ಲರೂ ತಮ್ಮ ಪ್ರಯಾಣದ ಚೀಲಗಳೊಂದಿಗೆ ಸಾಲಿನಲ್ಲಿ ನಿಂತಿರುವುದನ್ನು ನೋಡಿದೆ. ಆ ಸಾಲು, ನಿನ್ನೆ ಮೊನ್ನೆಯವರೆಗೂ ಲಕ್ಷಗಟ್ಟಲೆ ರೂಪಾಯಿಗಳ ಪ್ಯಾಕೇಜ್‌ಗಳೊಂದಿಗೆ ಕೆಲಸ ಮಾಡುತ್ತಿದ್ದು, ಈಗ ರಾತ್ರೋರಾತ್ರಿ ನಿರುದ್ಯೋಗಿಗಳಾದವರದಾಗಿತ್ತು. ಅವರು ಒಬ್ಬೊಬ್ಬರಾಗಿ ಗ್ಯಾಂಗ್‌ವೇಯ ಇಳಿಜಾರಿನ ಹಾದಿಯಲ್ಲಿ ಇಳಿದು ಹೋಗುವುದನ್ನು ನಾನು ನೋಡುತ್ತಲೇ ಇದ್ದೆ. ಬಂದರು ಪ್ಲಾಟ್‌ಫಾರ್ಮ್‌ಗೆ ಕಾಲಿಟ್ಟ ಕೂಡಲೆ ಕೆಲವರು ನೇರವಾಗಿ ಹೊರಗೆ ಹೊರಟು ಹೋದರು. ಆದರೆ ಶಫಿ ಸಾಹೇಬರು ಹೊರಡುವ ಮುನ್ನ ಗಡಿ ದಾಟಿದ ಮೇಲೆ ತನ್ನ ತಾಯ್ನಾಡನ್ನು ನೋಡುವಂತೆ ಒಮ್ಮೆ ತಿರುಗಿ 'ಜಲದೂತ'ನನ್ನು ನೋಡಿದರು.

ನಾನು ಮತ್ತೆ ಕಾರಿಡಾರ್‌ಗೆ ತಿರುಗಿ ಡೆಕ್‌ಗೆ ಹೋಗುವ ಮೆಟ್ಟಿಲುಗಳನ್ನು ಹತ್ತಲು ಪ್ರಾರಂಭಿಸಿದೆ. ಕ್ಯಾಪ್ಟನ್ ದತ್ ರೇಲಿಂಗ್ ಬಳಿ ಕುರ್ಚಿಯ ಮೇಲೆ ಕುಳಿತು ಪರಿವೆಯಿಲ್ಲದ ಸ್ಥಿತಿಯಲ್ಲಿ ಸಿಗರೇಟ್ ಸೇದುತ್ತಿದ್ದರು. ನಾನು ಮತ್ತೊಮ್ಮೆ ಅವರ ಹತ್ತಿರ ನಿಂತೆ. ಅವರು ತಿರುಗಿ ನನ್ನತ್ತ ನೋಡಿದರು. ಅವರು ಈಗ ಶಾಂತವಾಗಿ ಕಾಣುತ್ತಿದ್ದರು. ಅವರೊಳಗೆ ನಡೆಯುತ್ತಿದ್ದ ಕರಾಳ ಅಧ್ಯಾಯಗಳು ಕೂಡ ಈಗ ಲಂಗರು ಹಾಕಿದಂತೆ ತೋರುತ್ತಿದ್ದವು.

"ನೀನು ಹೋಗಿಲ್ಲವೇ?" ಅವರು ಹುಬ್ಬುಗಳನ್ನು ಮೇಲೇರಿಸಿ ಕೇಳಿದರು.

"ಇಲ್ಲ, ನೀವು ಇಲ್ಲಿರುವವರೆಗೆ ನಾನು ಎಲ್ಲಿಯೂ ಹೋಗುವುದಿಲ್ಲ."

"ಇದು ಕೇವಲ ನಾಲ್ಕಾರು ದಿನಗಳ ವಿಷಯವಲ್ಲ. ಪರಿಸ್ಥಿತಿ ಸುಧಾರಿಸಲು ಬಹಳ ಸಮಯ ಹಿಡಿಯುತ್ತದೆ."

"ನನಗೆ ಗೊತ್ತು."

"ಹಾಗಾದರೆ ನೀನು ಯಾಕೆ ಹೋಗುತ್ತಿಲ್ಲ?"

ನಾನು ತಲೆ ತಗ್ಗಿಸಿದೆ. ಅವರು ಸ್ವಲ್ಪ ಸಮಯ ಮೌನವಾಗಿದ್ದರು.

"ನಿನಗೂ ನಿನ್ನ ಪಾದಗಳನ್ನು ನೆಲದ ಮೇಲೆ ಇಡಲು ಇಷ್ಟವಿಲ್ಲವೇ?"

ಈ ಬಾರಿಯೂ ನಾನು ಯಾವುದೇ ಉತ್ತರ ನೀಡಲಿಲ್ಲ. ಅವರು ಇನ್ನೂ ನನ್ನ ಮುಖವನ್ನು ನೋಡುತ್ತಲೇ ಇದ್ದರು.

"ನೀನು ಏನು ಯೋಚಿಸುತ್ತಿದ್ದೀಯಾ?"

"ಇಲ್ಲ, ನಾನು ಏನೂ ಯೋಚಿಸುತ್ತಿಲ್ಲ. ನನಗೆ ಸ್ವಲ್ಪ ಉಸಿರುಗಟ್ಟಿದ ಅನುಭವವಾಗುತ್ತಿದೆ. ಬಹುಶಃ ಇದು ನಿಶ್ಚಲತೆಯ ಕಾರಣದಿಂದಾಗಿರಬಹುದು. ಹಡಗು ಚಲಿಸುವಾಗ ನಾನು ಸುಲಭವಾಗಿ ಉಸಿರಾಡಬಲ್ಲೆ... ನಾನು ಸ್ವಲ್ಪ ಸಮಯದಲ್ಲಿ ಸರಿ ಹೋಗುತ್ತೇನೆ."

"ನಾನು ಟಾಯ್ಲೆಟ್‌ಗೆ ಹೋಗುತ್ತಿದ್ದೇನೆ" ಕ್ಯಾಪ್ಟನ್ ದತ್ ಇದ್ದಕ್ಕಿದ್ದಂತೆ ವಿಷಯ ಬದಲಾಯಿಸಿದರು, "ನೀನೂ ಫ್ರೆಶ್ ಅಪ್ ಆಗಿ ಡೈನಿಂಗ್ ಹಾಲ್‌ಗೆ ಬಾ" ಅವರು ನನ್ನ ಭುಜದ ಆಧಾರ ಪಡೆದು ಎದ್ದು ಹೋದರು.

ನಾನು ನನ್ನ ಕ್ಯಾಬಿನ್‌ಗೆ ಬಂದು ನನ್ನನ್ನು ಸಂಭಾಳಿಸಿಕೊಳ್ಳಲು ಪ್ರಯತ್ನಿಸಿದೆ. ಆದರೆ ನನ್ನ ಹಿಂಜರಿಕೆ ಕಡಿಮೆಯಾಗಲಿಲ್ಲ. ಜಲದೂತನ ಪ್ರೊಪೆಲ್ಲರ್‌ಗಳು ಅನಿರ್ದಿಷ್ಟ ಕಾಲದವರೆಗೆ ನಿಂತಿದ್ದರೂ, ಟಾಯ್ಲೆಟ್‌ನಲ್ಲಿ ಸಹ ಪ್ರೊಪೆಲ್ಲರ್‌ಗಳು ನೀರನ್ನು ಕತ್ತರಿಸುವ ಶಬ್ದ ಕೇಳಿಸುತ್ತಲೇ ಇತ್ತು.

ಮೊದಲ ಬಾರಿಗೆ ನಾನು ಯಾವುದೇ ಹರಿವಿನಲ್ಲಿ ಇಲ್ಲ, ಆದರೆ ಪಕ್ಕಕ್ಕೆ ಎಸೆಯಲ್ಪಟ್ಟಿದ್ದೇನೆ ಎಂದು ಅನಿಸಿತು. ಆದರೆ ನಾನು ಸ್ನಾನ ಮಾಡುವಾಗ, ಬಟ್ಟೆ ಧರಿಸುವಾಗ ಮತ್ತು ಕೂದಲನ್ನು ಬಾಚಿಕೊಳ್ಳುವಾಗಲೂ ಪ್ರೊಪೆಲ್ಲರ್ ಓಡುವ ಸದ್ದು ಕೇಳುತ್ತಲೇ ಇತ್ತು. ಒಮ್ಮೆ ನನ್ನ ತಲೆಯನ್ನು ಬಲವಾಗಿ ಜಾಡಿಸಿದೆ. ಪ್ರೊಪೆಲ್ಲರ್‌ಗಳ ಶಬ್ದ ಕೇಳುವುದು ನಿಂತಿತು. ಈಗ ನಾನು ಈ ನಿಶ್ಚಲತೆಯನ್ನು ಅದೇ ರೂಪದಲ್ಲಿ ಸ್ವೀಕರಿಸಿದೆ.

ಸ್ವಲ್ಪ ಸಮಯದ ನಂತರ, ಕ್ಯಾಬಿನ್‌ನಿಂದ ಹೊರಬಂದೆ. ಈ ಬಾರಿ, ಭಾರವಾದ ಹೃದಯದಿಂದಲ್ಲ ಆದರೆ ಸಂಪೂರ್ಣ ಮಾನಸಿಕ ಸಿದ್ಧತೆಯೊಂದಿಗೆ. ನಾನು ಕ್ಯಾಪ್ಟನ್ ದತ್ ಅವರ ಚಹಾದ ಟೇಬಲ್ ಮುಂದೆ ನಿಂತೆ. ಕ್ಯಾಪ್ಟನ್ ದತ್ ತಮ್ಮ ಟೋಸ್ಟ್‌ಗೆ ಬೆಣ್ಣೆಯನ್ನು ಸವರುತ್ತಾ ನನ್ನನ್ನು ನೋಡಿ, ಮುಂದೆ ಕೂರಲು ಸನ್ನೆ ಮಾಡಿದರು. ಇವತ್ತು ಡೈನಿಂಗ್ ಹಾಲ್‌ನಲ್ಲಿ ಮೊದಲಿನಂತೆ ನೂಕುನುಗ್ಗಲು ಇರಲಿಲ್ಲ. ಈಗ ಸಿಬ್ಬಂದಿಯ ಹೆಸರಿನಲ್ಲಿ ಒಬ್ಬರೇ ಅಡುಗೆಯವರು ಇದ್ದರು, ಅವರು ಮುಂದಿನ ಯಾವುದೇ ನಿರ್ಧಾರದವರೆಗೆ ನಮ್ಮೊಂದಿಗೆ ಇರುತ್ತಾರೆ. ಅಡುಗೆಯವನು ಅಡುಗೆಮನೆಯ ಕಿಟಕಿಯಿಂದ ಇಣುಕಿ ನನ್ನನ್ನು ನೋಡಿ, ಒಂದು ಪ್ಲೇಟಿನಲ್ಲಿ ಬೇಯಿಸಿದ ಮೊಟ್ಟೆ, ಟೋಸ್ಟ್, ಬೆಣ್ಣೆ ಮತ್ತು ಒಂದು ಕಪ್ ಚಹಾ ತಂದ. ನಾವು ನಿರಾಳವಾಗಿ ತಿಂಡಿ ತಿಂದು ಒಬ್ಬರಿಗೊಬ್ಬರು ಏನನ್ನೂ ಹೇಳದೆ ಒಂದು ಗಂಟೆ ಹಾಗೆ ಕುಳಿತೆವು. ಕ್ಯಾಪ್ಟನ್ ದತ್ ಗಂಭೀರವಾಗಿ ಏನೋ ಯೋಚಿಸುತ್ತಿದ್ದರು.

ಈಗ ಆ ಹಡಗಿನಲ್ಲಿ ಬೇಸರ ಬಿಟ್ಟರೆ ಬೇರೇನೂ ಇರಲಿಲ್ಲ. ನಮ್ಮ ಹಡಗಲ್ಲದೆ ಇನ್ನೂ ಅನೇಕ ಹಡಗುಗಳು ಸಮುದ್ರದಲ್ಲಿ ಲಂಗರು ಹಾಕಿ ನಿಂತಿದ್ದವು. ಆ ಹಡಗುಗಳ ಮುಂದಿನ ಪ್ರಯಾಣವೂ ಅನಿಶ್ಚಿತವಾಗಿತ್ತು. ಏಕೆಂದರೆ ಆ ಶಿಪ್ಪಿಂಗ್ ಕಂಪನಿಯವರಿಗೂ ಕೆಲಸ ಇರಲಿಲ್ಲ.

ನಮ್ಮ ಹಗಲು ರಾತ್ರಿಗಳು ಹೀಗೆಯೇ ಕಳೆಯುತ್ತಿದ್ದವು. ನೆಲದ ಮೇಲೆ ಇಳಿಯುವ ಯಾವುದೇ ಇಚ್ಛೆ ನನಗೆ ಇರಲಿಲ್ಲ. ನಾನು ಸಮುದ್ರದ ಒಂದು ಭಾಗವಾಗಿ ಉಳಿದುಬಿಡುತ್ತೇನೆಯೇ?

ಈ ಹಿಂದೆ 'ಜಲದೂತ' ಮತ್ತು ಕ್ಯಾಪ್ಟನ್ ದತ್‌ಗೆ ಮಾತ್ರ ತುಕ್ಕು ಹಿಡಿದಿತ್ತು. ಆದರೆ ಈಗ ನಿಧಾನವಾಗಿ ನನಗೂ ತುಕ್ಕು ಹಿಡಿಯುತ್ತಿದೆ ಎಂಬ ಭಾವನೆ ದಿನದಿಂದ ದಿನಕ್ಕೆ ಹೆಚ್ಚುತ್ತಾ ಹೋಗುತ್ತಿತ್ತು.

❑❑❑

ಹಕ್ಕಿಗಳು

ಹೀಗೆ ಮೂರು ತಿಂಗಳು ಕಳೆದವು. ಹಡಗಷ್ಟೇ ಅಲ್ಲ ನಾವೂ ಕೂಡ ನಮ್ಮ ಲಂಗರುಗಳನ್ನು ಹಾಕಿಕೊಂಡಂತೆ, ಈಗ ಬಹಳ ಕಡಿಮೆ ಮಾತನಾಡುತ್ತೇವೆ. ಹೆಚ್ಚಿನ ಸಮಯ ಕ್ಯಾಪ್ಟನ್ ದತ್ ಏನನ್ನಾದರೂ ಓದುತ್ತಿದ್ದರು ಅಥವಾ ತಮ್ಮ ಡೈರಿಯ ಪುಟಗಳನ್ನು ತಿರುವಿ ಹಾಕುತ್ತಿದ್ದರು. ಅವರು ಬೆಳಗ್ಗೆ ಬೇಗನೆ ಎದ್ದು ಡೆಕ್‌ನ ನಾಲ್ಕೂ ಕಡೆ ಹಕ್ಕಿಗಳಿಗೆ ಧಾನ್ಯಗಳನ್ನು ಅಥವಾ ಪಾಪ್‌ಕಾರ್ನ್ ಹಾಕಿ, ತಮ್ಮ ಕುರ್ಚಿಯ ಮೇಲೆ ಕುಳಿತುಕೊಳ್ಳುತ್ತಿದ್ದರು. ಚಹಾದ ಸಮಯವಾಗುವವರೆಗೆ, ಅನೇಕ ಸಮುದ್ರ ಹಕ್ಕಿಗಳು ಮತ್ತು ಪಾರಿವಾಳಗಳು ಅವರ ಸುತ್ತಲೂ ಸೇರುತ್ತಿದ್ದವು, ಅವುಗಳ ಹಾರಾಟದ ನಡುವೆ ಅವರ ಆಕೃತಿಯನ್ನು ಗುರುತಿಸುವುದು ಕಷ್ಟವಾಗುತ್ತಿತ್ತು.

ಹಕ್ಕಿಗಳ ಜೊತೆಗಿನ ನಮ್ಮ ಒಡನಾಟದ ಆರಂಭದ ದಿನಗಳಲ್ಲಿ ನಾನು ಅವರ ಚಹಾದ ಟೇಬಲ್‌ನ ಕಡೆಗೆ ಹೋಗುತ್ತಿದ್ದಾಗ ಅವು ರೆಕ್ಕೆ ಬಡಿಯುತ್ತ ಅಲ್ಲೊಂದು ಇಲ್ಲೊಂದು ಚೆಲ್ಲಾಪಿಲ್ಲಿಯಾಗಿ ಹಾರುತ್ತಿದ್ದವು. ಕೋಪಗೊಂಡು ಕೂಗಲು ಪ್ರಾರಂಭಿಸುತ್ತಿದ್ದವು, "ನೀನೇಕೆ ಇಲ್ಲಿಗೆ ಬಂದೆ? ನಿನಗೇನು ಕೆಲಸ ಇಲ್ಲಿ? ಹೊರಟು ಹೋಗು ಇಲ್ಲಿಂದ" ಎನ್ನುವಂತೆ. ಆದರೆ ನಂತರದ ದಿನಗಳಲ್ಲಿ ಅವುಗಳಿಗೆ ನನ್ನ ರೂಢಿಯಾಯಿತು. ಈಗ ನಾನು ಕ್ಯಾಪ್ಟನ್ ದತ್ ಕಡೆಗೆ ಹೋದಾಗ, ಅವು ಅಲ್ಲಿ ಇಲ್ಲಿ ನೆಗೆಯುತ್ತಾ ನನಗೆ ದಾರಿ ಮಾಡಿ ಕೊಡುತ್ತಿದ್ದವು.

ಹಡಗು ಒಂದೇ ಸ್ಥಳದಲ್ಲಿ ನಿಂತಾಗ, ವಿಶೇಷವಾಗಿ ಸೂರ್ಯೋದಯವಾದ ತಕ್ಷಣ ತಮ್ಮ ಹೊಟ್ಟೆಗೆ ತಿನ್ನಲು ಅವಕಾಶವಿದೆ ಎಂದು ಅವುಗಳಿಗೆ ಖಚಿತವಾಗಿ ತಿಳಿದಾಗ ಹಕ್ಕಿಗಳ ಸಂಖ್ಯೆಯು ಹೆಚ್ಚಾಗುತ್ತದೆ. ನಿತ್ಯ ಬೆಳಗ್ಗೆ ನಿಯಮಿತವಾಗಿ ಬರುವ ಹಕ್ಕಿಗಳಲ್ಲಿ ಒಂದಷ್ಟು ಹೆಣ್ಣು ಹಕ್ಕಿಗಳು ಅಲ್ಲಿ ಇಲ್ಲಿ ಸುತ್ತಾಡುವ ಬದಲು 'ಜಲದೂತ'ನಲ್ಲಿಯೇ ಹುಲ್ಲು ಸಂಗ್ರಹಿಸಲು ಆರಂಭಿಸಿದ್ದವು. ಪಾರಿವಾಳಗಳಿಗೆ ಇದು ಇನ್ನೂ ಸುಲಭವಾಗಿತ್ತು. ಅವು ಹುಲ್ಲನ್ನು ಸಂಗ್ರಹಿಸಬೇಕಾಗಿರಲಿಲ್ಲ ಅಥವಾ ಗೂಡುಗಳನ್ನು ಕಟ್ಟಬೇಕಾಗಿರಲಿಲ್ಲ, ಅವು ಈಗ ಹಡಗಿನ ಖಾಲಿ ಕ್ಯಾಬಿನ್‌ಗಳ ಮೇಲೆ ಏಕೈಕ ಅಧಿಕಾರವನ್ನು ಹೊಂದಿದ್ದವು. ಕೆಲವು ಕ್ಯಾಬಿನ್‌ಗಳಲ್ಲಿ ಮೊಟ್ಟೆಗಳನ್ನು ಇಡುತ್ತಿದ್ದವು, ಇನ್ನು ಕೆಲವು ಕ್ಯಾಬಿನ್‌ಗಳಿಂದ ಮರಿಗಳು ಇಣುಕಿ

ನೋಡಲಾರಂಭಿಸಿದ್ದವು. ಕ್ಯಾಬಿನ್‌ನ ಹೊರಗೆ ಕಾರಿಡಾರ್‌ಗಳಲ್ಲಿ, ಕಬ್ಬಿಣದ ಮೆಟ್ಟಿಲುಗಳಲ್ಲಿ, ಎಂಜಿನ್ ರೂಮ್‌ನಲ್ಲಿ ಮತ್ತು ಕಂಟ್ರೋಲ್ ರೂಮ್‌ನಲ್ಲಿ ಹುಲ್ಲಿನ ಕಡ್ಡಿಗಳನ್ನು ಹಿಡಿದಿಡಲು ಆಸರೆ ಅಥವಾ ವೇದಿಕೆ ಅಥವಾ ಮೂಲೆ ಇರುವಲ್ಲೆಲ್ಲಾ ನಾನಾ ಬಗೆಯ ಹಕ್ಕಿಗಳ ಗೂಡು ಕಟ್ಟುವ ಕೆಲಸ ನಡೆದಿತ್ತು. ಕೆಲವು ಗೂಡುಗಳಿಂದ ಆಗಲೇ ಚಿಲಿಪಿಲಿ ಶಬ್ದಗಳು ಬರಲಾರಂಭಿಸಿದ್ದವು.

ಕ್ಯಾಪ್ಟನ್ ದತ್ ತಮ್ಮಲ್ಲಿ ತಾವು ಎಷ್ಟು ಮಗ್ನರಾಗಿದ್ದರೆಂದರೆ, ಅವರಿಗೆ ಹಕ್ಕಿಗಳ ಸದ್ದಿಲ್ಲದೇ ಕದ್ದು ಮುಚ್ಚಿ ಹಡಗನ್ನು ಆಕ್ರಮಿಸಿಕೊಳ್ಳುವುದಾಗಲಿ, ಗೂಡು ಕಟ್ಟುವುದಾಗಲಿ, ಅವುಗಳ ಮೊಟ್ಟೆಗಳಾಗಲಿ ಅಥವಾ ಮೊಟ್ಟೆಗಳಿಂದ ಹೊರಹೊಮ್ಮಿದ ಮರಿಗಳಾಗಲಿ ಕಾಣಿಸುತ್ತಿರಲಿಲ್ಲ.

ಅವರು ಯಾವ ಆಲೋಚನೆಗಳಲ್ಲಿ ಕಳೆದುಹೋಗಿದ್ದರೋ, ಅವುಗಳಿಂದ ಅವರನ್ನು ಹೊರತರುವುದು ಅಸಾಧ್ಯವಾಗಿತ್ತು. ಕೆಲವು ದಿನಗಳ ಹಿಂದೆ ಕಂಪನಿಯಿಂದ ಕರೆ ಬಂದಾಗ ಅವರು ಕಂಪನಿಯ ಕಚೇರಿಗೆ ಹೋಗಿದ್ದರು. ಗ್ರೇಡ್ ಇನ್‌ಸ್ಟಂಟ್ ಕಂಪನಿಯ ಅಧ್ಯಕ್ಷರಾದ ಮಿಸ್ಟರ್ ಶೇಖ್, ಅವರಿಗೆ ಕಂಪನಿಯ ಆರ್ಥಿಕ ಸ್ಥಿತಿಯ ಬಗ್ಗೆ ಬಹಳ ಸ್ಪಷ್ಟವಾಗಿ ಹೇಳಿದ್ದರು. ಏನಾಗಿತ್ತು ಎಂದರೆ, ಮೂರು ವರ್ಷಗಳ ಹಿಂದೆ ಚೀನಾ ವಿವಿಧ ರೀತಿಯ ಉಪಕರಣಗಳು ಮತ್ತು ಗೃಹೋಪಯೋಗಿ ಉತ್ಪನ್ನಗಳಿಗೆ ಸೃಷ್ಟಿಸಿದ ವಿಶ್ವದರ್ಜೆಯ ಮಾರುಕಟ್ಟೆಯಿಂದಾಗಿ, ಚೀನಾದ ಬಂದರುಗಳು ರಫ್ತಿನ ಅತಿದೊಡ್ಡ ಕೇಂದ್ರಗಳಾಗಿದ್ದವು. ಚೀನೀ ಉತ್ಪನ್ನಗಳ ಬಳಕೆ ಎಷ್ಟು ಹೆಚ್ಚಾಯಿತು ಎಂದರೆ, ಹಡಗು ಕಂಪನಿಗೆ ಹಡಗುಗಳ ಕೊರತೆ ಉಂಟಾಗತೊಡಗಿತು. ಈ ಅವಕಾಶದ ಲಾಭವನ್ನು ಪಡೆಯಲು, ಗ್ರೇಡ್ ಇನ್‌ಸ್ಟಂಟ್ ಕಂಪನಿಯು ಜರ್ಮನ್ ಹಡಗು ನಿರ್ಮಾಣ ಕಂಪನಿಗೆ ಮೂರು ಹೊಸ ಹಡಗುಗಳಿಗೆ ಆರ್ಡರ್ ಕೊಟ್ಟಿತು. ಈಗ ಆ ಹಡಗುಗಳು ಕಾರ್ಖಾನೆಗಳಲ್ಲಿ ಸಿದ್ಧವಾಗಿ ನಿಂತಿವೆ, ಅಷ್ಟರಲ್ಲಿ ಮಾರುಕಟ್ಟೆಯು ತುಂಬಾ ಕೆಟ್ಟದಾಗಿ ಕುಸಿದಿದೆ. ಹೊಸ ಹಡಗುಗಳ ಡೆಲಿವರಿ ಗ್ರೇಡ್ ಇನ್‌ಸ್ಟಂಟ್ ಕಂಪನಿಯು ತೆಗೆದುಕೊಳ್ಳಲಾಗುವುದಿಲ್ಲ. ಏಕೆಂದರೆ ಪ್ರಸ್ತುತ ಹಳೆಯ ಹಡಗುಗಳಿಗೇ ಕೆಲಸ ಸಿಗುತ್ತಿಲ್ಲ. ಆದರೆ ಹೊಸದಾಗಿ ನಿರ್ಮಿಸಲಾದ ಹಡಗುಗಳನ್ನು ಹಡಗು ನಿರ್ಮಾಣ ಕಾರ್ಖಾನೆಗಳಿಂದ ಬಿಡಿಸಿಕೊಳ್ಳದಿದ್ದರೆ, ಕಂಪನಿಯು ಪ್ರತಿ ತಿಂಗಳು ಲಕ್ಷಾಂತರ ರೂಪಾಯಿ ಮೌಲ್ಯದ ವಿಳಂಬ ಶುಲ್ಕವನ್ನು ಪಾವತಿಸಬೇಕಾಗುತ್ತದೆ.

ಈ ಪರಿಸ್ಥಿತಿಯನ್ನು ನಿಭಾಯಿಸಲು, ಗ್ರೇಡ್ ಇನ್‌ಸ್ಟಂಟ್ ಕಂಪನಿಯು ಹಳೆಯ ಹಡಗುಗಳನ್ನು ಮಾರಾಟ ಮಾಡಲು ನಿರ್ಧರಿಸಿತು. ಅವುಗಳಿಂದ ಬರುವ ಆದಾಯದಿಂದ ಹಣಕಾಸು ಕಂಪನಿಗಳ ಕಂತುಗಳನ್ನು ಮತ್ತು ವಿಳಂಬ ಶುಲ್ಕವನ್ನು ಸಹ ಪಾವತಿಸಬಹುದು. ಆದರೆ ಆರ್ಥಿಕ ಹಿಂಜರಿತದ ಪ್ರಭಾವ ಎಷ್ಟರಮಟ್ಟಿಗಿದೆಯೆಂದರೆ ಆ ಹಳೆಯ ಹಡಗುಗಳನ್ನು ಕಡಿಮೆ ಬೆಲೆಗೆ ಕೂಡ ಖರೀದಿಸಲು ಯಾರೂ ಸಿದ್ಧರಿಲ್ಲ. ಈಗ ಹಳೆ ಹಡಗನ್ನು ಶಿಪ್ ಬ್ರೇಕಿಂಗ್ ಯಾರ್ಡ್‌ಗೆ ಕಳುಹಿಸದೆ ಕಂಪನಿಗೆ ಬೇರೆ ದಾರಿಯೇ ಇಲ್ಲ. ಅಲ್ಲಿ ಅದನ್ನು ಒಡೆದು, ಅದರ ಭಾಗಗಳನ್ನು ಮತ್ತು ದೇಹವನ್ನು ಸ್ಕ್ರ್ಯಾಪ್ ಆಗಿ ಮಾರಾಟ ಮಾಡಬೇಕು. ಏಕೆಂದರೆ ಈ ಹಡಗುಗಳನ್ನು ಇನ್ನು ಹೆಚ್ಚು ದಿನಗಳವರೆಗೆ ಜೀವಂತವಾಗಿಡುವ ಶಕ್ತಿ ಕಂಪನಿಗೆ ಇಲ್ಲ.

ಫೈನಾನ್ಸ್ ಕಂಪನಿಯ ಮುಂದಿನ ತಿಂಗಳ ಕಂತು ಮತ್ತು ಹಡಗು ನಿರ್ಮಾಣ ಕಂಪನಿಯಲ್ಲಿ ನಿಂತಿರುವ ಮೂರು ಹೊಸ ಹಡಗುಗಳ ವಿಳಂಬ ಶುಲ್ಕವನ್ನು ಈಗ 'ಜಲದೂತ'ನ ಸ್ಕ್ರ್ಯಾಪ್‌ನಿಂದ ಹೊರತೆಗೆಯಲು ನಿರ್ಧರಿಸಲಾಗಿದೆ.

ನಾನು ಅರ್ಥಮಾಡಿಕೊಂಡಂತೆ, ಇದು ಒಟ್ಟಾರೆ ಬಿಕ್ಕಟ್ಟನ್ನು ತಪ್ಪಿಸಲು ಕೆಲವು ಹೊಸ ಆಯ್ಕೆಗಳನ್ನು ಕಂಡುಹಿಡಿಯುವ ವಿಷಯವಾಗಿತ್ತು. ಅದರಲ್ಲಿ ವಿಚಲಿತನಾಗುವುದು ಏನೂ ಇರಲಿಲ್ಲ. ಕ್ಯಾಪ್ಟನ್ ದತ್ ವಿನಾಕಾರಣ ತಮ್ಮನ್ನು ತಾವು ಮಾನಸಿಕವಾಗಿ ದಣಿಸಿಕೊಳ್ಳುತ್ತಿದ್ದರು. ಅವರು ಈಗ ಹಕ್ಕಿಗಳ ಬಗ್ಗೆ ಅಸಡ್ಡೆ ಹೊಂದಿದ್ದರು, ಧಾನ್ಯಗಳನ್ನು ಹಾಕುವುದನ್ನು ಕೂಡ ನಿಲ್ಲಿಸಿದ್ದರು. ನಿತ್ಯ ಬೆಳಗ್ಗೆ ಬರುವ ಹಕ್ಕಿಗಳು ಅವರ ಸುತ್ತಲೂ ವೃತ್ತಾಕಾರವಾಗಿ ಕುಳಿತುಕೊಳ್ಳುತ್ತಿದ್ದವು. ರೈತರು ತಮ್ಮ ಹೊಲಗಳಲ್ಲಿ ಬೀಜಗಳನ್ನು ಚೆಲ್ಲುವಂತೆ ಧಾನ್ಯಗಳನ್ನು ಬಕೆಟ್‌ನಲ್ಲಿ ತುಂಬಿಕೊಂಡು ಡೆಕ್‌ನ ಮೇಲೆ ಅಲೆದಾಡುತ್ತ ಚೆಲ್ಲುತ್ತಿದ್ದವನು ಇದೇ ವ್ಯಕ್ತಿಯಾ ಎಂದು ಅರ್ಥಮಾಡಿಕೊಳ್ಳಲು ಸಾಧ್ಯವಾಗದವುಗಳಂತೆ ಕಣ್ಣು ಬಿಟ್ಟುಕೊಂಡು ಅವರನ್ನೇ ನೋಡುತ್ತಿದ್ದವು.

ಆದರೆ ಕ್ಯಾಪ್ಟನ್ ದತ್ ಆ ಹಕ್ಕಿಗಳನ್ನು ನೋಡುವ ಬದಲು 'ಜಲದೂತ'ನನ್ನು ತುಂಬಾ ವಿಚಿತ್ರವಾದ ಮತ್ತು ಮಾರ್ಮಿಕವಾದ ದೃಷ್ಟಿಯಿಂದ ನೋಡುತ್ತಿದ್ದರು. ರಾತ್ರಿ ವೇಳೆ ಕಂಟ್ರೋಲ್ ರೂಮ್ ಹಾಗೂ ಎಂಜಿನ್ ರೂಮ್‌ಗೆ ಹೋಗಿ ಮಷೀನ್‌ಗಳು ಜೀವಂತ ಇದ್ದಂತೆ, ಅವುಗಳಿಗೆ ಮನುಷ್ಯರ ಸಹಾನುಭೂತಿ ಬೇಕು ಎಂಬಂತೆ ಸ್ಪರ್ಶಿಸುತ್ತಿದ್ದರು. ಒಂದು ಕಬ್ಬಿಣದ ಚೌಕಟ್ಟು, ಮುಂದಿನ ದಿನಗಳಲ್ಲಿ ಸ್ಕ್ರ್ಯಾಪ್ ಆಗಿ ಬದಲಾಗಲಿರುವ ಅದರ ಜೊತೆಗೆ ಯಾವುದೇ ರೀತಿಯ ಭಾವನಾತ್ಮಕ ಸಂಬಂಧವನ್ನು ಬೆಳೆಸಿಕೊಳ್ಳುವುದು ಹುಚ್ಚುತನವಲ್ಲವೇ? ಯಾವುದೇ ಸಾಮೂಹಿಕ ಶಿಸ್ತಿನ ಅನುಪಸ್ಥಿತಿಯಲ್ಲಿ ಜನರು ಈಗಾಗಲೇ ಬೃಹತ್ ಕಸಾಯಿಖಾನೆಯಲ್ಲಿ ಅಲೆದಾಡುತ್ತಿದ್ದಾರೆ. ಇಂಥ ಸಮಯದಲ್ಲಿ ಜನರಿಂದ ದೂರ ಸರಿದು ಕಾಲದ ಯಂತ್ರಗಳ ನಾಶಕ್ಕೆ ಕೊರಗುವುದು ಯಾವ ಅರ್ಥದಲ್ಲಿ ಸರಿ?

ಹಾಗೆ ನೋಡಿದರೆ, ಕ್ಯಾಪ್ಟನ್ ದತ್ ಅವರು ತಮ್ಮ ಜೀವಿತಾವಧಿಯಲ್ಲಿ ಅನೇಕ ಹಡಗುಗಳು ಒಡೆಯುವುದನ್ನು ನೋಡಿದ್ದರು. ಆದರೆ ಆ ಎಲ್ಲಾ ಹಡಗುಗಳು ತಮ್ಮ ಜೀವಿತಾವಧಿಯನ್ನು ಪೂರ್ಣಗೊಳಿಸಿದ್ದವು. ಅವರ ವಿಷಾದವೆಂದರೆ 'ಜಲದೂತ'ನ ಜೀವಿತಾವಧಿಯಲ್ಲಿ ಇನ್ನೂ ಐದು ವರ್ಷಗಳು ಉಳಿದಿವೆ. ಅದು ಯಾವುದೇ ಅಪಘಾತದಿಂದ ಅಥವಾ ಹಳೆಯದಾಗಿ ಸಾಯುತ್ತಿಲ್ಲ, ಆದರೆ ಕಾರ್ಪೊರೇಟ್ ದೂರದೃಷ್ಟಿಯ ಅಭಾವದಿಂದ ಸಾಯುತ್ತಿದೆಯೆಂದು.

❑❑❑

ಅಲಂಗ್

ಡಿಸೆಂಬರ್ 31ರ ರಾತ್ರಿ ಮುಂಬೈನ ಕರಾವಳಿ ಪ್ರದೇಶಗಳಿಂದ ಪಟಾಕಿಗಳ ಹಾರಿಸುವಿಕೆ ಪ್ರಾರಂಭವಾಗಿ, ಹೊಸ ವರ್ಷದ ಆಚರಣೆಗಳು ಪ್ರಾರಂಭವಾಗುತ್ತಿದ್ದಂತೆ, ನಮ್ಮ ಹಡಗು ಅಲಂಗ್ ಶಿಪ್ ಬ್ರೇಕಿಂಗ್ ಯಾರ್ಡ್‌ಗೆ ಹೊರಟಿತು. ಇದು ಈ ಹಡಗಿನ ಕೊನೆಯ ಪ್ರಯಾಣವಾಗಿರುವುದರಿಂದ ತ್ರಿವರ್ಣ ಧ್ವಜವನ್ನು ಕೆಳಗಿಳಿಸಿ, ಅದರ ಸ್ಥಳದಲ್ಲಿ ಜಲದೂತದ ಹಣೆಯ ಮೇಲೆ ಕಪ್ಪು ಬಾವುಟ ಹಾರುತ್ತಿತ್ತು.

ಈ ಬಾರಿ ನಮ್ಮ ತಂಡವೂ ತುಂಬಾ ಚಿಕ್ಕದಾಗಿತ್ತು. ಕ್ಯಾಪ್ಟನ್ ಹೊರತಾಗಿ ಇಬ್ಬರು ಅನನುಭವಿ ಇಂಜಿನಿಯರ್‌ಗಳು ನನ್ನೊಂದಿಗೆ ಇದ್ದರು. ನಾನು ತಾತ್ಕಾಲಿಕ ಮುಖ್ಯ ಇಂಜಿನಿಯರ್ ಆಗಿದ್ದೆ. ಆ ಹಡಗಿನಲ್ಲಿ ಮಾನವ ಜಾತಿಯ ನಾಲ್ಕು ಜೀವಿಗಳಲ್ಲದೆ ಕೆಲವು ಪಾರಿವಾಳಗಳು ಮತ್ತು ಕೆಲವು ಸಮುದ್ರ ಹಕ್ಕಿಗಳು ಸಹ ನಮ್ಮೊಂದಿಗೆ ಪ್ರಯಾಣಿಸುತ್ತಿದ್ದವು. ಸಾಮಾನ್ಯವಾಗಿ ಈ ಹಕ್ಕಿಗಳು ತಮ್ಮ ಶಾಶ್ವತ ಗೂಡುಗಳನ್ನು ಯಾವುದೇ ಹಡಗಿನಲ್ಲಿ ಕಟ್ಟುವುದಿಲ್ಲ, ಆದರೆ ಹಡಗು ಮೂರು ತಿಂಗಳ ಕಾಲ ದಡದಲ್ಲಿ ನಿಂತಿದ್ದರಿಂದ ಅವು ಮೋಸ ಹೋಗಿದ್ದವು. ಹಡಗನ್ನು ಕಟ್ಟಡವೆಂದು ಪರಿಗಣಿಸಿ ಅದರ ಮೂಲೆ ಮೂಲೆಗಳಲ್ಲಿ ಗೂಡು ಕಟ್ಟಿಕೊಂಡಿದ್ದವು. ಆದರೆ ಹಡಗು ಸಾಗಲು ಆರಂಭಿಸಿದಾಗ ಗಾಬರಿಯಿಂದ ಹಡಗಿನ ಸುತ್ತಮುತ್ತ ಸುಳಿದಾಡತೊಡಗಿದವು. ಅವು ಯಾವುದೇ ದಿಕ್ಕಿನಲ್ಲಿ ಚಲಿಸಲು ಸ್ವತಂತ್ರವಾಗಿದ್ದರೂ, ಅವು ತಮ್ಮ ಗೂಡುಗಳು, ಮೊಟ್ಟೆಗಳು ಮತ್ತು ಮರಿಗಳನ್ನು ಬಿಟ್ಟು ಎಲ್ಲಿಗೆ ಹೋದಾವು?

ಮರುದಿನ ಬೆಳಗ್ಗೆ, ಕ್ಯಾಪ್ಟನ್ ದತ್ ಡೆಕ್‌ನಲ್ಲಿ ಕುರ್ಚಿಯ ಮೇಲೆ ಶಾಂತಿಯುತವಾಗಿ ಕುಳಿತಿರುವುದು ಕಂಡಿತು. ಅವರು ನಮ್ಮನ್ನು ಕರೆದು ಹಡಗನ್ನು ದಡಕ್ಕೆ ಸೇರಿಸುವುದು ಹೇಗೆ ಎಂದು ವಿವರಿಸಲು ಪ್ರಾರಂಭಿಸಿದರು. ಹಡಗನ್ನು ದಡಕ್ಕೆ ಸೇರಿಸುವುದು ನೀರಿನಲ್ಲಿ ಇಳಿಸಿದಷ್ಟು ಸುಲಭವಲ್ಲ ಎಂದು ಅವರು ನಂಬಿದ್ದರು. ಮೊದಲ ಬಾರಿಗೆ ಹಡಗನ್ನು ನೀರಿನಲ್ಲಿ ಇಳಿಸುವಾಗ, ಎರಡು ಇಳಿಜಾರಾದ ಕಬ್ಬಿಣದ ಹಳಿಗಳು ಬಹಳ ಸಹಾಯಕವಾಗುತ್ತವೆ. ಆದರೆ ಕೊನೆಗೆ ಬ್ರೇಕಿಂಗ್ ಯಾರ್ಡ್‌ನ ದಡಕ್ಕೆ ಸೇರಿಸಬೇಕಾದಾಗ ಗಾಳಿಯ ವೇಗ, ಅಲೆಗಳ ಎತ್ತರ ಬಿಟ್ಟರೆ ಬೇರೆ ಆಸರೆ ಇರುವುದಿಲ್ಲ. ನಾವು ಒಂದು ಹೈ ಟೈಡ್‌ಗಾಗಿ ಕಾಯಬೇಕಾಗುತ್ತದೆ.

ಏಕೆಂದರೆ ನಮ್ಮ ಜನರೇಟರ್‌ಗಳಿಗೆ ಹಡಗನ್ನು ತಮ್ಮ ಸ್ವಂತ ಶಕ್ತಿಯಿಂದ ದಡದಿಂದ ನಲವತ್ತು–ಐವತ್ತು ಅಡಿಗಳಷ್ಟು ದೂರ ತಳ್ಳುವಷ್ಟು ಶಕ್ತಿ ಇರುವುದಿಲ್ಲ.

ಹಡಗನ್ನು ನಲವತ್ತು–ಐವತ್ತು ಅಡಿ ಮುಂದಕ್ಕೆ ತಳ್ಳುವ ಅಗತ್ಯ ಏನೆಂದು ನನಗೆ ಅರ್ಥವಾಗಲಿಲ್ಲ. ನಾನು ಕೇಳಿದಾಗ, ಕ್ಯಾಪ್ಟನ್ ದತ್ ಇದು ಅಗತ್ಯ ಎಂದು ವಿವರಿಸಿದರು. ಏಕೆಂದರೆ ಹಡಗು ನೀರಿನಿಂದ ಎಷ್ಟು ಹೆಚ್ಚು ಹೊರಬರುತ್ತದೊ, ಹಡಗು ಒಡೆಯುವವರಿಗೆ ಅಷ್ಟು ಸುಲಭವಾಗುತ್ತದೆ. ಅಂತಹ ದೊಡ್ಡದಾದ ಮತ್ತು ಭಾರವಾದ ರಚನೆಯನ್ನು ಕ್ರೇನ್‌ನಿಂದ ಎಳೆಯಲು ಸಾಧ್ಯವಿಲ್ಲ. ಮೊದಲು ಅದರ ಅರ್ಧಭಾಗವನ್ನು ಕತ್ತರಿಸಿ ಬೇರ್ಪಡಿಸಲಾಗುತ್ತದೆ. ಆಮೇಲೆ ದಂಡೆಯಲ್ಲಿ ಮುಳುಗಿದ ಉಳಿದ ಭಾಗವನ್ನು ಕ್ರೇನ್ ಮೂಲಕ ಹೊರತೆಗೆಯಲಾಗುತ್ತದೆ.

ಸುಮಾರು ಒಂದೂವರೆ ಗಂಟೆಗಳ ಕಾಲ ಅವರು ಹಡಗನ್ನು ದಡಕ್ಕೆ ಸೇರಿಸುವ ಮಾರ್ಗಗಳನ್ನು ಸೂಚಿಸುತ್ತಲೇ ಇದ್ದರು. ನಾನು ಅವರ ಮಾತನ್ನು ಗಮನವಿಟ್ಟು ಕೇಳುತ್ತಿದ್ದೆ. ಆಗ ಥಟ್ಟನೆ ನನ್ನ ಗಮನ ಸೆಳೆದದ್ದು ಅವರು ವಿವರಿಸುವ ರೀತಿ. ಅದು ಹೇಗಿತ್ತೆಂದರೆ ನಮಗೆ ಎಲ್ಲವನ್ನೂ ವಿವರಿಸಿ ಅವರು ಎಲ್ಲಿಗೋ ಹೋಗುತ್ತಿರುವಂತೆ. ಅವರು ಕೊನೆಯವರೆಗೂ ನಮ್ಮೊಂದಿಗಿದ್ದರೆ ಅವರಿಗೆ ಇಷ್ಟು ಪೂರ್ವ ಮಾಹಿತಿ ನೀಡುವ ಅಗತ್ಯ ಏನಿದೆ? ಎಂಬ ಪ್ರಶ್ನೆ ನನ್ನಲ್ಲಿ ಮೂಡಿತು. ಅಷ್ಟೇ ಅಲ್ಲ, ಅವರು ತಮ್ಮ ಮಾತುಗಳನ್ನು ಮತ್ತೆ ಮತ್ತೆ ಹೇಳುತ್ತಿರುವುದನ್ನು ಗಮನಿಸಿದೆ. ಅವರ ಅನುಪಸ್ಥಿತಿಯಲ್ಲಿ ನಾವು ಇಷ್ಟು ದೊಡ್ಡ ಕೆಲಸವನ್ನು ಸಾಧಿಸಲು ಸಾಧ್ಯವೇ ಅಥವಾ ಇಲ್ಲವೇ ಎಂದು ಅವರು ಭಯಪಡುತ್ತಿರುವವರಂತೆ ಕಾಣಿಸಿತು. ನಾನು ಅವರ ಮುಖವನ್ನು ಎಚ್ಚರಿಕೆಯಿಂದ ನೋಡುತ್ತಿದ್ದೆ. ಮೇಲ್ನೋಟಕ್ಕೆ ಅವರು ತುಂಬಾ ಸಹಜವಾಗಿ ಮತ್ತು ಜಾಗರೂಕರಾಗಿ ಕಾಣಿಸಿದರು. ಆದರೆ ಅವರೊಳಗೆ 'ಬೇರೆ' ಏನೋ ನಡೆಯುತ್ತಿತ್ತು.

ಸ್ವಲ್ಪ ಸಮಯದ ನಂತರ ಅವರು ಹೊರಟುಹೋದರು. ವಿಧಿಯು ನನ್ನನ್ನು ಮತ್ತೆ ಆ ಜಾಗಕ್ಕೆ ಕರೆತಂದಿದೆ ಎಂದು ನನಗನಿಸಿತು. ಅಲ್ಲಿ ನಾನು ಇನ್ನೊಂದು 'ಅಳಿವು' ಅಥವಾ ಇನ್ನೊಂದು 'ನಿಗೂಢ ಕಣ್ಮರೆ'ಗೆ ಸಾಕ್ಷಿಯಾಗಬೇಕಾಗಬಹುದು. ನನ್ನ ಬಾಲ್ಯದಲ್ಲಿ, ಆ ಮಾವುತ ಪೊದೆಗಳಲ್ಲಿ ಕಳೆದುಹೋಗುವುದನ್ನು ನೋಡಿದ್ದೆ, ಅವನು ಕಣ್ಮರೆಯಾದ ನಂತರ ಆ ಆನೆ ಸಾಯುವುದನ್ನು ನೋಡಿದ್ದೆ. ಅವನು ನನ್ನನ್ನು ಒಬ್ಬಂಟಿಯಾಗಿ ಕೂರಿಸಿ ಏನೂ ಹೇಳದೇ ಎಲ್ಲೋ ಹೋಗಿಬಿಟ್ಟಿದ್ದ. ಬಹುಶಃ ತುಂಬಾ ದೊಡ್ಡ ವ್ಯತ್ಯಾಸವಿಲ್ಲ. ಮಾವುತನಾಗಿರಲಿ ಅಥವಾ ಕ್ಯಾಪ್ಟನ್ ಆಗಲಿ, ಆನೆಯಾಗಿರಲಿ ಅಥವಾ ಜಲದೂತ ಎಂಬ ಈ ಬೃಹತ್ ಕಬ್ಬಿಣದ ಹಡಗು ಆಗಿರಲಿ, ಅವರೆಲ್ಲರೂ ಒಂದಲ್ಲ ಒಂದು ದಿನ ಯಾವುದಾದರೊಂದು ದೊಡ್ಡ ಆಟದಲ್ಲಿ ಸಿಕ್ಕಿಹಾಕಿಕೊಳ್ಳುತ್ತಾರೆ.

ನನ್ನ ಮಟ್ಟಿಗೆ ಹೇಳುವುದಾದರೆ ಕ್ಯಾಪ್ಟನ್ ದತ್ ಬಹಳ ಹಿಂದೆಯೇ ಹೇಳಿದ್ದರು, ನನ್ನಂತಹ ಕೆಲವು ಅದೃಷ್ಟವಂತರು ಏನನ್ನೂ ಅನುಭವಿಸಬೇಕಾಗಿಲ್ಲ, ಆದರೆ ಎಲ್ಲವನ್ನೂ 'ನೋಡಬೇಕು'. ಅದನ್ನು ಯಾವುದೇ ನಂಬಿಕೆಯಿಲ್ಲದೆ ಮತ್ತು ಯಾವುದೇ ತರ್ಕವಿಲ್ಲದೆ

ಅಸಡ್ಡೆಯಿಂದ ನೋಡಬೇಕು. ಪ್ರತಿಕ್ರಿಯಿಸಲು ಅಸಮರ್ಥರಾದ ನನ್ನಂತಹವರನ್ನು ಒಂದು ಗೂಟಕ್ಕೆ ಕಟ್ಟಿ, ನಮ್ಮ ಮುಂದೆ ಹುಲ್ಲು ಹಾಕಿದರೆ ಅದು ಯಾವುದೇ ರೀತಿಯಲ್ಲಿ ತಪ್ಪಾಗುವುದಿಲ್ಲ.

ನಾನು ಮತ್ತೆ ಎಂಜಿನ್ ಕೋಣೆಗೆ ಬಂದೆ. ಹಡಗು ಒಂದು ಸ್ಥಿರ ವೇಗದಲ್ಲಿ ಅಲಂಗ್ ಕಡೆಗೆ ಚಲಿಸುತ್ತಿತ್ತು. ಹೊಸ ಇಂಜಿನಿಯರ್‌ಗಳಿಬ್ಬರೂ ತಮ್ಮ ತಮ್ಮ ಕೆಲಸದಲ್ಲಿ ನಿರತರಾಗಿದ್ದರು. ನನ್ನನ್ನು ನೋಡಿದ ಅವರಲ್ಲಿನ ಒಬ್ಬ ತೆಳ್ಳಗಿನ ಮತ್ತು ಕುಳ್ಳಗಿನ ಇಂಜಿನಿಯರ್ ನನಗೆ ಥಟ್ಟನೆ ನಮಸ್ತೆ ಎಂದು ಥರ್ಮಾಸ್‌ನಿಂದ ಕಾಫಿ ತೆಗೆದು ಕಪ್ಪನ್ನು ನನ್ನೆಡೆಗೆ ಚಾಚಿದ. ಅವನ ನಗುತ್ತಿರುವ ಮುಖ ಇಷ್ಟವಾಯಿತು. ಕಾಫಿ ಕುಡಿದು ಜನರೇಟರ್‌ಗಳ ಪರಿಸ್ಥಿತಿಯನ್ನು ಪರೀಕ್ಷಿಸಲು ಮುಂದಾದೆ. ಏಕೆಂದರೆ ಕೊನೆಯ ಕ್ಷಣಗಳಲ್ಲಿ ಸಂಪೂರ್ಣ ಜವಾಬ್ದಾರಿ ಈ ಜನರೇಟರ್‌ಗಳ ಮೇಲಿತ್ತು. ಮುಂದಿನ ಎರಡು–ಮೂರು ಗಂಟೆಗಳ ಕಾಲ ನಾನು ಕೆಲಸದಲ್ಲಿ ವ್ಯಸ್ತನಾಗಿದ್ದೆ. ಈ ಮಧ್ಯೆ, ನನಗೆ ಕ್ಯಾಪ್ಟನ್ ದತ್ ಬಗ್ಗೆ ಒಮ್ಮೆಯೂ ಯೋಚನೆ ಬರಲಿಲ್ಲ. ನನಗೆ ನೆನಪಿರುವಂತೆ ಆ ಬೆಳಗ್ಗೆ ಡೆಕ್‌ನ ಮೀಟಿಂಗ್ ನಂತರ ಅವರ ಜೊತೆ ಮಾತನಾಡುವ ಅವಕಾಶವೂ ಸಿಗಲಿಲ್ಲ. ಹಾಗೆ ನೋಡಿದರೆ ನಾನು ಅವರ ಮುಖವನ್ನು ಮತ್ತೆ ನೋಡಲು ಸಾಧ್ಯವಾಗಲಿಲ್ಲ.

ಅವರ ಸೂಚನೆಯಂತೆ ನಾವು ಹಡಗನ್ನು ಅಲಂಗ್‌ನಲ್ಲಿ ಬ್ರೇಕಿಂಗ್ ಯಾರ್ಡ್‌ನಿಂದ ನೂರು ನಾಟಿಕಲ್ ಮೈಲುಗಳಷ್ಟು ದೂರದಲ್ಲಿ ನಿಲ್ಲಿಸಿದೆವು. ಅದು ಹುಣ್ಣಿಮೆಯ ರಾತ್ರಿ. ಹಡಗಿನ ಡೆಕ್ ಚಂದ್ರನ ಬೆಳಕಿನಲ್ಲಿ ಸ್ನಾನ ಮಾಡಿದಂತಿತ್ತು. ದಿನಪೂರ್ತಿ ಹಾರಾಟ ಮುಗಿಸಿ, ಹಡಗಿನ ಸುತ್ತಲೂ ಸುಳಿದಾಡುತ್ತಿದ್ದ ಹಕ್ಕಿಗಳು ಜಲದೂತನ ರೇಲಿಂಗ್‌ನ ಮೇಲೆ ತೂಕಡಿಸುತ್ತಿದ್ದವು. ಮುಂದಿನ ಕೆಲವು ಗಂಟೆಗಳಲ್ಲಿ ಏನಾಗಲಿದೆ ಎಂದು ಅವುಗಳಿಗೆ ತಿಳಿದಿರಲಿಲ್ಲ. ಜಲದೂತ ಇಷ್ಟು ಶಾಂತತೆಯಲ್ಲಿ ಮುಳುಗಿರುವುದನ್ನು ನಾನು ಹಿಂದೆಂದೂ ನೋಡಿರಲಿಲ್ಲ. ಈ ಮಹಾಸಾಗರದಲ್ಲಿ ತನಗೆ ಏನೂ ಉಳಿದಿಲ್ಲ ಎಂಬಂತೆ ಅವನು ತುಂಬಾ ನಿಶ್ಚಲ ಮತ್ತು ಉದಾಸೀನನಾಗಿದ್ದ.

ರಾತ್ರಿ ಹನ್ನೆರಡು ಗಂಟೆಯ ನಂತರ, ಅನೇಕ ತೆರೆಗಳು ಒಂದರ ಹಿಂದೆ ಒಂದರಂತೆ ಬರತೊಡಗಿದವು. ತೆರೆಗಳು ಹಡಗಿನ ಹತ್ತಿರ ಬರುತ್ತಿದ್ದಂತೆ, ನಾವು ಹಡಗನ್ನು ಮುಂದಕ್ಕೆ ಸರಿಸಿದೆವು. ಈ ಸಣ್ಣ ತೆರೆಗಳಿಂದ ನಮಗೆ ಯಾವುದೇ ಪ್ರಯೋಜನವಾಗದಿದ್ದರೂ, ಆರಂಭಿಕ ತಳ್ಳುವಿಕೆಗೆ ಅವುಗಳ ಸಹಯೋಗವನ್ನು ನಿರಾಕರಿಸಲಾಗುವುದಿಲ್ಲ.

'ಜಲದೂತ'ನನ್ನು ತನ್ನ ತೋಳುಗಳಲ್ಲಿ ಎತ್ತಿಕೊಳ್ಳುವ ಹೈ ಟೈಡ್‌ಗಾಗಿ ನಾವು ಕಾಯುತ್ತಿದ್ದೆವು. ಹಡಗಿನ ಅತಿ ಎತ್ತರದ ವೇದಿಕೆಯಲ್ಲಿ ಚಾಲಕ ಸಿಬ್ಬಂದಿಯೊಬ್ಬ ದುರ್ಬೀನು ಹಿಡಿದು ನಿಂತಿದ್ದ. ನಾವೆಲ್ಲರೂ ಅವನ ಸಿಗ್ನಲ್‌ಗಾಗಿ ಕಾಯುತ್ತಿದ್ದೆವು. ಅಂತಿಮವಾಗಿ ರಾತ್ರಿ 1:25ಕ್ಕೆ ಅವನು ಸಿಗ್ನಲ್ ನೀಡಿದ ನಂತರ ನಾವು ಜನರೇಟರ್‌ಗಳ ಶಕ್ತಿಯನ್ನು ಹೆಚ್ಚಿಸಿದೆವು. ಕಂಟ್ರೋಲ್ ರೂಮ್‌ನಲ್ಲಿ ಕುಳಿತ ಚಾಲಕರು, ಇಬ್ಬರು ಹೊಸ ಇಂಜಿನಿಯರ್‌ಗಳು ವಿದ್ಯುತ್ ಸರಬರಾಜನ್ನು ನಿರ್ವಹಿಸುತ್ತಿರುವ ರೀತಿಯಿಂದ ಸಂಪೂರ್ಣವಾಗಿ ತೃಪ್ತರಾಗಿದ್ದರು. ಹೈ

ಟ್ರೈಡ್ ಹತ್ತಿರ ಬಂದಾಗ, ಅದರ ಎತ್ತರ ಮತ್ತು ಫೋರ್ಸ್‌ನ ಸರಿಯಾದ ಅಂದಾಜು ಅವನಿಗೆ ಸಿಕ್ಕಿತು. ಕಂಟ್ರೋಲ್ ರೂಮ್ ಇನ್ನೂ 1125 ಹಾರ್ಸ್ ಪವರ್‌ಗೆ ಬೇಡಿಕೆಯಿಟ್ಟಿತು. ಅದು ನಮ್ಮ ವಿಭಾಗದಲ್ಲಿ ಈಗಾಗಲೇ ಇತ್ತು.

ಅಲೆ ನಿಜವಾಗಿಯೂ ಜೋರಾಗಿತ್ತು. ಅದರ ತಳ್ಳುವಿಕೆ ಬಹುತೇಕ ಜಲದೂತನನ್ನು ಮೇಲಕ್ಕೆ ಎತ್ತಿ ಎಸೆಯಿತು. ಜಲದೂತನ ಹಿಂದಿನ ಭಾಗವು ಇಪ್ಪತ್ತು ಅಡಿ ಎತ್ತರಕ್ಕೆ ನೆಗೆದು, ಭಯಂಕರ ಗರ್ಜನೆಯೊಂದಿಗೆ ಅದೇ ಪ್ರಮಾಣದಲ್ಲಿ ಕೆಳಗೆ ಮುಳುಗಿತು. ಅಲೆಯು ಹಡಗಿನ ಡೆಕ್ ಮೇಲೆ ನೊರೆಯ ನೀರನ್ನು ಬಿಟ್ಟು ಆ ಕಡೆಯಿಂದ ಈ ಕಡೆಗೆ ಹಾದುಹೋಯಿತು. ಅಲೆಗಳ ಈ ಅಬ್ಬರದಿಂದಾಗಿ ರೇಲಿಂಗ್ ಮೇಲೆ ಮಲಗಿದ್ದ ಹಕ್ಕಿಗಳ ನಿದ್ದೆ ಕೆಲಕಾಲ ಕೆಟ್ಟುಹೋಯಿತು. ಕಣ್ಣು ತೆರೆದು ಸುತ್ತಲೂ ನೋಡಿ ಅಲೆಗಳಿಗೆ ಹೆದರದವರಂತೆ ಮತ್ತೆ ಕಣ್ಣು ಮಿಟುಕಿಸತೊಡಗಿದವು. ಆದರೆ ನಮಗಾಗಿ ಆ ಅಲೆ ಬೇಕಾದ ಕೆಲಸವನ್ನು ಮಾಡಿತ್ತು. ಕೆಲವೇ ಕ್ಷಣಗಳಲ್ಲಿ ಕ್ಯಾಪ್ಟನ್ ದತ್ ಅವರ ಸೂಚನೆಯಂತೆ ಹಡಗು ಅದೇ ವೇಗವನ್ನು ತಲುಪಿತು.

ಆಮೇಲೆ ಹಡಗಿನ ಸರ್ಚ್‌ಲೈಟ್‌ನ ಬೆಳಕಿನಲ್ಲಿ ನಮಗೆ ವಿಶ್ವದ ಅತಿದೊಡ್ಡ ಹಡಗು ಸ್ಮಶಾನ ಕಾಣಿಸಿತು. ನಾನು ಸ್ಥಿರವಾದ ಕಣ್ಣುಗಳಿಂದ ಅದನ್ನು ನೋಡುತ್ತಲೇ ಇದ್ದೆ. ಅಲಂಗ್‌ನ ಈ ಹಡಗು ಒಡೆಯುವ ಯಾರ್ಡ್ ಎಷ್ಟೊಂದು ಹಡಗುಗಳ ಅಂತ್ಯಕ್ರಿಯೆಗಳನ್ನು ಕಂಡಿದೆ. ಈಗ 'ಜಲದೂತ'ನ ಸರದಿ.

ನಾನು ತಲೆ ತಗ್ಗಿಸಿ ಎಂಜಿನ್ ರೂಮಿಗೆ ಬಂದೆ. ಜನರೇಟರ್‌ಗಳು ಈಗ ಕಿವಿ ಪರದೆಗಳು ಹರಿದುಹೋಗುವಂತೆ ತುಂಬಾ ಸದ್ದು ಮಾಡುತ್ತಿದ್ದವು. ಜಲದೂತ ಇಷ್ಟು ವೇಗದಲ್ಲಿ ಚಲಿಸುವುದನ್ನು ನಾನು ಹಿಂದೆಂದೂ ನೋಡಿರಲಿಲ್ಲ. ನಾನು ನನ್ನ ಇಬ್ಬರು ಸಹಾಯಕರ ಹೆಗಲ ಮೇಲೆ ಕೈ ಹಾಕಿದೆ. ಅಷ್ಟೆ, ಈಗ ಏನೂ ಮಾಡುವ ಅಗತ್ಯವಿಲ್ಲ. ಮೂವರೂ ನಮ್ಮ ಆಸನಗಳ ಮೇಲೆ ಕುಳಿತು ಸೀಟ್ ಬೆಲ್ಟ್‌ಗಳನ್ನು ಸರಿಯಾಗಿ ಹಾಕಿಕೊಂಡೆವು. ಈಗ ಹಡಗು ಒಡೆಯುವ ಅಂಗಳದ ದಡಕ್ಕೆ ಬರುವ ಸಮಯಕ್ಕಾಗಿ ಕಾಯುವುದು ಮಾತ್ರ ಉಳಿದಿತ್ತು.

ಆ ಕ್ಷಣ ಬರಲು ಹೆಚ್ಚಿನ ಸಮಯ ಹಿಡಿಯಲಿಲ್ಲ. ಒಂದು ಜೋರಾದ ತಳ್ಳುವಿಕೆ ಮತ್ತು ಭಯಂಕರ ನರಳುವ ಶಬ್ದದೊಂದಿಗೆ, ಹಡಗಿನ ಮುಂಭಾಗದ ಭಾಗವು ದಡಕ್ಕೆ ಬಡಿದು ಮೇಲಕ್ಕೆ ಏರತೊಡಗಿತು. ಮುಂದಿನ ಕ್ಷಣದಲ್ಲಿ ಆ ಎಲ್ಲಾ ಹಕ್ಕಿಗಳು ಸಹ ಎಚ್ಚರಗೊಂಡು ಮತ್ತೊಮ್ಮೆ ನಿರಾಶೆಯಿಂದ ಅಲ್ಲಿ ಇಲ್ಲಿ ಸುಳಿದಾಡಲು ಪ್ರಾರಂಭಿಸಿದವು. ಈ ಬಾರಿ ಅವುಗಳ ಕಣ್ಣುಗಳಲ್ಲಿ ಭಯ ಮತ್ತು ಗಂಟಲಿನಿಂದ ಬರುವ ಕಿರುಚಾಟ ಮೊದಲಿಗಿಂತ ಹೆಚ್ಚು ಕಠೋರವಾಗಿತ್ತು.

ನಾವು ಸೀಟ್ ಬೆಲ್ಟ್ ಹುಕ್ ಕಳಚಿ ಕೆಳಗಿಳಿದು ಬಂದೆವು. ಈಗ ಜನರೇಟರ್‌ಗಳು ಹೊಗೆ ಬಿಡಲಾರಂಭಿಸಿದ್ದವು. ಮುಂದಿನ ಕೆಲವೇ ಕ್ಷಣಗಳಲ್ಲಿ ಅವುಗಳನ್ನು ನಿಲ್ಲಿಸದಿದ್ದರೆ ಅವು ಸಿಡಿಯುತ್ತಿದ್ದವು. ಮೊದಲು ಇಬ್ಬರು ಹೊಸ ಇಂಜಿನಿಯರ್‌ಗಳು ಅದನ್ನು ನಿಲ್ಲಿಸಲು ಮುಂದಾದರು, ಆದರೆ ನಾನು ಅವರನ್ನು ತಡೆದು ನಿಲ್ಲಿಸಿದೆ. ಕೈಗವಸುಗಳನ್ನು ಧರಿಸಿ,

ಸುಡುತ್ತಿರುವ ಮತ್ತು ಕಪ್ಪು ಹೊಗೆಯನ್ನು ಉಗುಳುತ್ತಿರುವ ಜನರೇಟರ್‌ಗಳ ಮುಂದೆ ಹೋಗಿ ನಿಂತೆ. ಆ ಜನರೇಟರ್‌ಗಳನ್ನು ಒಂದೊಂದಾಗಿ ಸ್ವಿಚ್ ಆಫ್ ಮಾಡಿ, ಅವುಗಳ ಗರಗರ ಶಬ್ದ ಕ್ಷೀಣಗೊಳ್ಳುತ್ತ ಶಾಶ್ವತವಾಗಿ ನಿಲ್ಲುವವರೆಗೂ ಅಲ್ಲಿಯೇ ನಿಂತಿದ್ದೆ.

ಎಂಜಿನ್ ರೂಮಿನಿಂದ ಹೊರಗೆ ಬಂದಾಗ ಬೆವರಿನಿಂದ ತೊಯ್ದು ಹೋಗಿದ್ದೆ. ಕೂದಲು ನೆಟ್ಟಗೆ ಸೆಟೆದು ನಿಂತಿದ್ದು, ಕಪ್ಪು ಹೊಗೆಯಿಂದಾಗಿ ಮುಖವು ಮಸಿಯಿಂದ ಮುಚ್ಚಲ್ಪಟ್ಟಿತ್ತು. ಕರವಸ್ತ್ರದಿಂದ ಮುಖ ಒರೆಸಿಕೊಂಡು, ಕೈ ಒರೆಸುತ್ತಾ ಸುತ್ತಲೂ ನೋಡಿದೆ. ಜನರೇಟರ್ ಸ್ವಿಚ್ ಆಫ್ ಆದ ತಕ್ಷಣ, ಹಡಗಿನ ಎಲ್ಲಾ ದೀಪಗಳು ಶಾಶ್ವತವಾಗಿ ಆರಿದವು. ಬ್ರೇಕಿಂಗ್ ಯಾರ್ಡ್‌ನಲ್ಲಿ ತುಂಬಾ ಎತ್ತರದಲ್ಲಿ ಅಳವಡಿಸಲಾದ ಹೈ ವೋಲ್ಟೇಜ್ ಸ್ಪಾಟ್‌ಲೈಟ್‌ಗಳ ಬೆಳಕು ಈಗ ನೇರವಾಗಿ ನಮ್ಮ ಹಡಗಿನ ಮೇಲೆ ಬೀಳುತ್ತಿತ್ತು. ಹಡಗಿನ ಮೇಲೆ ಜೋಡಿಸಲಾದ ವಿವಿಧ ಉಪಕರಣಗಳ ಉದ್ದನೆಯ ನೆರಳುಗಳು ಡೆಕ್‌ನ ಮೇಲೆ ಅಲ್ಲಾಡುತ್ತಿದ್ದವು. ಹಡಗು ದಂಡೆಗೆ ಹೊಡೆದ ಭಯಂಕರ ಢಿಕ್ಕಿಯಿಂದ ಹಕ್ಕಿಗಳ ಗೂಡುಗಳು ಡೆಕ್‌ನ ಮೇಲೆ ಎಗರಿ ಬಿದ್ದಿದ್ದವು. ಅವುಗಳಲ್ಲಿ ಯಾವ ಗೂಡು ಯಾರಿಗೆ ಸೇರಿದ್ದು ಎಂದು ಅರ್ಥ ಮಾಡಿಕೊಳ್ಳಲು ಸಾಧ್ಯವಾಗದೇ ಹಕ್ಕಿಗಳು ಒದ್ದಾಡುತ್ತಿದ್ದವು.

ಕಂಟ್ರೋಲ್ ರೂಮ್‌ನಿಂದ ಇಬ್ಬರೂ ಆಪರೇಟರ್‌ಗಳು ಹೊರಬಂದು, ಮೆಟ್ಟಿಲುಗಳನ್ನು ಇಳಿದು ಕೆಳಗೆ ಡೆಕ್ ಮೇಲೆ ಬಂದರು. ಇಬ್ಬರೂ ಜೂನಿಯರ್ ಇಂಜಿನಿಯರ್‌ಗಳು ಆಗಲೇ ಸ್ಥಳಕ್ಕೆ ತಲುಪಿದ್ದರು. ಅಲ್ಲಿ ಹಡಗಿನಿಂದ ಇಳಿಯಲು ಒಂದು ಹಗ್ಗದ ಏಣಿಯ ಸುತ್ತಿದ ರೋಲ್ ಬಿದ್ದಿತ್ತು. ನೆಲದ ಮೇಲೆ ಅಲ್ಲಲ್ಲಿ ಬಿದ್ದ ಗೂಡಿನ ಹುಲ್ಲು ಕಡ್ಡಿಗಳ, ಒಡೆದ ಮೊಟ್ಟೆಗಳ, ತೆವಳುತ್ತಿರುವ ಮತ್ತು ಸಾಯುತ್ತಿರುವ ಮರಿಗಳ ನಡುವೆಯಿಂದ ತಪ್ಪಿಸಿಕೊಳ್ಳುತ್ತಾ ನಾನು ಆ ನಾಲ್ಕು ಕೆಲಸಗಾರರನ್ನು ತಲುಪಿದೆ. ನಾಲ್ವರೂ ಸೇರಿ ಹಗ್ಗದ ಏಣಿಯ ಉರುಳನ್ನು ಎತ್ತಿಕೊಂಡು ಡೆಕ್‌ನಿಂದ ಕೆಳಕ್ಕೆ ಉರುಳಿಸಿದರು. ಸುಮಾರು ನೂರು ಮೆಟ್ಟಿಲುಗಳಿದ್ದ ಆ ಹಗ್ಗದ ಏಣಿಯು ವೇಗವಾಗಿ ತೆರೆದುಕೊಳ್ಳುತ್ತಾ ನೆಲಕ್ಕೆ ಅಪ್ಪಳಿಸಿತು. ಏಣಿಯ ಮೇಲಿನ ತುದಿಯನ್ನು ಡೆಕ್ ರೇಲಿಂಗ್‌ಗೆ ಕಟ್ಟಲಾಗಿತ್ತು. ಕೆಳಗೆ ನಿಂತಿದ್ದ ಶಿಪ್ಪಿಂಗ್ ಯಾರ್ಡ್‌ನ ಸಿಬ್ಬಂದಿ ಏಣಿಯನ್ನು ಚೆನ್ನಾಗಿ ಎಳೆದು ಅದರ ಬಲವನ್ನು ಪರೀಕ್ಷಿಸಿ, ಕೆಳಗೆ ಬರುವಂತೆ ಸೂಚಿಸಿದ.

ಆಗ ಒಬ್ಬ ಆಪರೇಟರ್ ಕೇಳಿದ, "ಕ್ಯಾಪ್ಟನ್ ಎಲ್ಲಿ?"

ಎಲ್ಲರೂ ತಮ್ಮ ಬ್ಯಾಗುಗಳನ್ನು ಕೆಳಗಿಟ್ಟು, ಕ್ಯಾಪ್ಟನ್ ದತ್ ಅವರನ್ನು ಹುಡುಕಲು ನಿರ್ಧರಿಸಿದೆವು. ಯಾರ್ಡ್‌ನ ಸಿಬ್ಬಂದಿಗೆ ಕಾಯಲು ಸನ್ನೆ ಮಾಡಿ, ನಾವು ಎರಡು ತಂಡಗಳಾಗಿ ಬೇರ್ಪಟ್ಟೆವು. ಒಬ್ಬ ಇಂಜಿನಿಯರ್ ಮತ್ತು ನಾನು ಎಂಜಿನ್ ಕೋಣೆಗೆ ಹಿಂತಿರುಗಿ ಟಾರ್ಚ್ ತೆಗೆದುಕೊಂಡು ಹಡಗಿನ ಕೆಳಗಿನ ಭಾಗಕ್ಕೆ ಹೋದೆವು.

ಹಡಗು ಮತ್ತು ತೀರದ ನಡುವಿನ ಘರ್ಷಣೆಯು ಕೆಳಗಿನ ಭಾಗಕ್ಕೆ ಹೆಚ್ಚಿನ ಹಾನಿಯನ್ನುಂಟು ಮಾಡಿತ್ತು. ಅಲ್ಲಿಯ ಎಲ್ಲ ವಸ್ತುಗಳು ಬಾಗಿದ್ದವು ಅಥವಾ ಮುರಿದುಹೋಗಿದ್ದವು. ಕಬ್ಬಿಣದ ಮೆಟ್ಟಿಲುಗಳು ಮೇಲು ಕೆಳಗಾಗಿ, ಒಂದಕ್ಕೊಂದು ಸಿಕ್ಕಿಹಾಕಿಕೊಂಡಿದ್ದವು. ಯಾವ ಮೆಟ್ಟಿಲು ಎಲ್ಲಿಂದ ಪ್ರಾರಂಭಗೊಂಡು ಎಲ್ಲಿ ಕೊನೆಗೊಂಡಿದೆ

ಎಂದು ನಿರ್ಧರಿಸುವುದು ಕಷ್ಟಕರವಾಗಿತ್ತು. ಕ್ಯಾಬಿನ್‌ಗಳ ಬಾಗಿಲುಗಳು ಅವುಗಳ ಕೊಂಡಿಗಳ ಜೊತೆಗೆ ಕಿತ್ತು ಬಿದ್ದಿದ್ದವು. ಆ ಭಾರವಾದ ಕಬ್ಬಿಣದ ಬಾಗಿಲುಗಳನ್ನು ಸರಿಸುವುದು ಅಥವಾ ಅಲ್ಲಾಡಿಸುವುದು ಸುಲಭವಾಗಿರಲಿಲ್ಲ. ನಾವು ಅವುಗಳನ್ನು ದಾಟುತ್ತಾ ಮುಂದೆ ಸಾಗಿದೆವು.

ನಾವು ಕ್ಯಾಪ್ಟನ್ ದತ್ ಅವರ ಕ್ಯಾಬಿನ್ ತಲುಪಿದಾಗ ಏದುಸಿರು ಬಿಡುತ್ತಿದ್ದೆವು. ಒಂದು ವೇಳೆ ಕ್ಯಾಪ್ಟನ್ ಯಾವುದೋ ಅಹಿತಕರ ಘಟನೆಗೆ ಮುಂದಾಗಿದ್ದರೆ? ಅಲ್ಲಿ ನಾನು ಏನನ್ನು ನೋಡಬಹುದು ಎಂದು ಈಗಾಗಲೇ ಊಹಿಸುತ್ತಿದ್ದೆ. ಕ್ಯಾಪ್ಟನ್ ದತ್ ಅವರ ಕ್ಯಾಬಿನ್‌ನ ಬಾಗಿಲು ಅದರ ಹಿಂಜ್‌ನಿಂದ ಕಿತ್ತು ದಾರಿಯ ಮಧ್ಯದಲ್ಲಿ ಅಡ್ಡ ಬಿದ್ದಿತ್ತು. ನಾನು ಅದಕ್ಕೆ ಒಂದು ಒದೆ ಕೊಟ್ಟೆ, ಅದು ನೆಲಕ್ಕೆ ಬಿದ್ದು ಕ್ಯಾಬಿನ್ ಪ್ರವೇಶಿಸಲು ದಾರಿಯನ್ನು ತೆರವುಗೊಳಿಸಿತು. ಒಳಗೆ ಅವರ ಕಪಾಟಿನಲ್ಲಿದ್ದ ಪುಸ್ತಕಗಳೆಲ್ಲ ನೆಲದ ಮೇಲೆ ಬಿದ್ದಿದ್ದವು. ಬಾಟಲಿಗಳು ಮತ್ತು ಗಾಜಿನ ತುಂಡುಗಳೂ ಅಲ್ಲೊಂದು ಇಲ್ಲೊಂದು ಚೆಲ್ಲಾಪಿಲ್ಲಿಯಾಗಿ ಬಿದ್ದಿದ್ದವು. ಚೂಪಾದ ಚೂರುಗಳು ಮತ್ತು ಗಾಜಿನ ತುಂಡುಗಳ ನಡುವೆ ನಾವು ಎಚ್ಚರಿಕೆಯಿಂದ ಕಾಲಿಟ್ಟೆವು. ಚೂರುಗಳ ನಡುವೆ ಕ್ಯಾಪ್ಟನ್ ದತ್ ಅವರ ಡೈರಿ ಬಿದ್ದಿತ್ತು. ಜೊತೆಗೆ ಬಂದಿದ್ದ ಇಂಜಿನಿಯರ್ ಕಣ್ತಪ್ಪಿಸಿ ನಾನು ಅದನ್ನು ನನ್ನ ಅಂಗಿಯ ಒಳಗೆ ತೂರಿಸಿಕೊಂಡೆ. ಹರಿದ ಅದರ ಹಲವಾರು ಪುಟಗಳನ್ನು ಕಿತ್ತಿ ತೆಗೆಯಲಾಗಿತ್ತು. ಬಹುಶಃ ಕ್ಯಾಪ್ಟನ್ ತಾವೇ ಆ ಪುಟಗಳನ್ನು ಕಿತ್ತುಕೊಂಡಿರಬಹುದು.

ಎಲ್ಲಿಗೆ ಹೋಗಬೇಕು, ಮುಂದೇನು ಮಾಡಬೇಕೆಂದು ತಿಳಿಯದೆ ಕ್ಯಾಬಿನ್‌ನ ಮಧ್ಯದಲ್ಲೇ ಬಹಳ ಹೊತ್ತು ನಿಂತಿದ್ದೆ. ನನ್ನ ಜೀವನದ ಬಹುಮುಖ್ಯ ಕ್ಷಣಗಳನ್ನು ಕಳೆದಿದ್ದ ಆ ಕ್ಯಾಬಿನ್‌ನ್ನು ನಾನು ಬಹಳ ಹೊತ್ತು ನೋಡುತ್ತಿದ್ದೆ. ಈ ಕ್ಯಾಬಿನ್‌ನಲ್ಲಿ ಭಾವನೆಗಳ ಸಮೂಹವಿತ್ತು, ಆದರೆ ಈಗ ಗಾಢವಾದ ಮೌನ ಆವರಿಸಿದೆ. ನಿನ್ನೆಯವರೆಗೂ ಕಾಲದ ಧೂಳಿನ ದಡದಲ್ಲಿ ವಿಹರಿಸುತ್ತಿದ್ದುದೆಲ್ಲವೂ ಈಗ ಮಾಯವಾಗಿದೆ. ಕ್ಯಾಪ್ಟನ್ ದತ್ ಯಾವುದೋ ಒಂದು ಸಂದರ್ಭದಲ್ಲಿ ಗೊಣಗುತ್ತಾ ಹೇಳಿದ ಒಂದೇ ಒಂದು ವಾಕ್ಯ ನನಗೆ ನೆನಪಿಗೆ ಬರುತ್ತಿದೆ, "ನಮಗೆ ವಿನಾಶ ಮತ್ತು ಅದರ ಪರಿಣಾಮಗಳು ಆನುವಂಶಿಕವಾಗಿ ಸಿಕ್ಕಿವೆ. ನಾವು ನಮ್ಮ ಹೊಸ ಪೀಳಿಗೆಗೂ ಇದನ್ನೇ ಕೊಟ್ಟು ಹೋಗುತ್ತೇವೆ."

ಜೊತೆಗೆ ಬಂದ ಇಂಜಿನಿಯರ್ ಅವಸರಿಸತೊಡಗಿದ. ಕತ್ತಲೆಯಲ್ಲಿ ಭೂತದ ಬಂಗಲೆಯಂತಿದ್ದ ಹಡಗನ್ನು ಬಿಟ್ಟು ಹೋಗಲು ಚಡಪಡಿಸತೊಡಗಿದ್ದ. ನಾವು ಕ್ಯಾಬಿನ್‌ನಿಂದ ಹೊರಬಂದೆವು. ಕತ್ತಲ ಕಾರಿಡಾರ್‌ನಲ್ಲಿ ಪಾಳುಬಿದ್ದ ಕ್ಯಾಬಿನ್‌ಗಳ ಸಮಾನಾಂತರ ಸಾಲುಗಳ ಮೂಲಕ ಕೈಯಲ್ಲಿ ಟಾರ್ಚ್‌ನೊಂದಿಗೆ ಹಿಂತಿರುಗುತ್ತಿದ್ದಾಗ, ನನಗೆ ಮತ್ತೊಮ್ಮೆ ಕ್ಷೀಣವಾದ ಚಿಂವ್ ಚಿಂವ್ ಶಬ್ದಗಳು ಕೇಳಿಸಿದವು. ನಾನು ಮತ್ತು ಕ್ಯಾಪ್ಟನ್ ದತ್ ಡೆಕ್‌ಗೆ ಹೋಗುತ್ತಿದ್ದ ಮೆಟ್ಟಿಲುಗಳ ಬಳಿಗೆ ನಿಂತೆ. ಆ ಮೆಟ್ಟಿಲಿನ ಕೆಳಗೆ ಅಪರಿಚಿತ ಹಕ್ಕಿಯೊಂದು ಗೂಡು ಕಟ್ಟಿತ್ತು. ನಾನು ಬಯಸಿದರೆ ಆ ಮರಿಗಳನ್ನು ಟಾರ್ಚಿನ ಬೆಳಕಿನಲ್ಲಿ ನೋಡಬಹುದಿತ್ತು. ಅವುಗಳ ತಾಯಿ ಈಗ ಅವುಗಳನ್ನು ಶಾಶ್ವತವಾಗಿ ತೊರೆದು ಹೋಗಿತ್ತು. ಆದರೆ ಈಗ ಅವುಗಳನ್ನು ನೋಡಿ ಏನು ಪ್ರಯೋಜನ? ಅವುಗಳ ಕಣ್ಣುಗಳಲ್ಲಿ ನಾನು ಏನು ನೋಡುತ್ತೇನೋ,

ಅವುಗಳನ್ನು ಅರ್ಥಮಾಡಿಕೊಳ್ಳುವುದು ಕಷ್ಟವೆ? ಅವು ಯಾವುದೋ ಅಗೋಚರ ಭಾವನೆಗಳಲ್ಲ. ವಿಷಯ ತುಂಬಾ ಸರಳವಾಗಿದೆ – ಅವುಗಳಿಗೆ ಹಸಿವಾಗಿದೆ ಮತ್ತು ಅವು ಒಂಟಿಯಾಗಿವೆ. ಅವು ಇನ್ನೂ ತಮ್ಮ ರೆಕ್ಕೆಗಳನ್ನು ಬಳಸಲು ಕಲಿತಿಲ್ಲದ ಕಾರಣ, ಅವುಗಳಿಗೆ ಗೂಡಿನಿಂದ ಹೊರಬರಲು ಸಾಧ್ಯವಾಗುವುದಿಲ್ಲ. ಅವು ಅಲ್ಲೇ ಬಿದ್ದು ಅವುಗಳ ಚಿಂವ್ ಚಿಂವ್ ಸದ್ದು ಕ್ರಮೇಣ ಶಾಂತವಾಗುವುದು.

ನಾನು ಡೆಕ್‌ನ ಮೆಟ್ಟಿಲುಗಳನ್ನು ಹತ್ತುತ್ತಿರುವಾಗ, ಒಂದು ಆಲೋಚನೆ ಬಂತು, ಹಲವು ದೇಶಗಳು ಒಂದರ ಹಿಂದೆ ಒಂದರಂತೆ ಸಾಲಗಾರರ ಗುಂಪನ್ನು ಸೇರುತ್ತಿರುವಾಗ, ಈ ಮರಿಗಳಿಗೆ ಚಿಂವ್ ಚಿಂವ್ ಎಂಬ ಶಬ್ದಗಳಿಂದ ಯಾರ ಗಮನವನ್ನಾದರೂ ಸೆಳೆಯುವ ಸಾಮರ್ಥ್ಯವಿದೆಯೇ?

ಇಂಜಿನಿಯರ್ ಮತ್ತು ನಾನು ಡೆಕ್‌ಗೆ ಹಿಂತಿರುಗಿ ಅಲ್ಲಿ ಉಳಿದ ಸಿಬ್ಬಂದಿಯನ್ನು ಭೇಟಿಯಾದೆವು.

"ಅವರು ಅಲ್ಲಿಲ್ಲ", ಇಂಜಿನಿಯರ್ ಹೇಳಿದ.

"ಅವರು ಎಲ್ಲಿಗೆ ಹೋಗಿರಬಹುದು?" ಇನ್ನೊಬ್ಬ ಇಂಜಿನಿಯರ್ ಕೇಳಿದ. "ಅವರು ಹಗ್ಗದ ಏಣಿಯಿಂದ ಕೆಳಗಿಳಿಯುವುದನ್ನು ನಾವು ನೋಡಲಿಲ್ಲ."

ಅಡುಗೆಯವನು ರೇಲಿಂಗ್ ಬಳಿಗೆ ಹೋಗಿ ಕೆಳಗಿದ್ದ ಕೆಲಸಗಾರರನ್ನು ಕೂಗಿದ, "ಕ್ಯಾಪ್ಟನ್ ಎಲ್ಲಿ?"

ಕೆಲಸಗಾರರಿಗೆ ಅವನ ಮಾತು ಸ್ಪಷ್ಟವಾಗಿ ಕೇಳಿಸಲಿಲ್ಲ.

"ನಮ್ಮ ಕ್ಯಾಪ್ಟನ್ ಎಲ್ಲಿ? ಅವರು ಕೆಳಗೆ ಇದ್ದಾರಾ?" ಅಡುಗೆಯವ ಮತ್ತೆ ಕೂಗಿದ.

ಕೆಲಸಗಾರರು ಇಲ್ಲ ಎಂದು ತಲೆ ಅಲ್ಲಾಡಿಸಿದರು.

"ಕ್ಯಾಪ್ಟನ್ ಹಡಗನ್ನು ಬಿಟ್ಟು ಹೋಗಿಲ್ಲವೆಂದು ಅವರು ಹೇಳುತ್ತಿದ್ದಾರೆ" ಎಂದು ಅಡುಗೆಯವ ನಮಗೆ ತಿಳಿಸಿದ.

ನನ್ನೊಳಗೆ ಏನೋ ಹೊಳೆದಂತೆ, ನಾನು ಮತ್ತೆ ಹಡಗಿನ ಕೆಳಗೆ ಇಳಿದೆ.

"ನೀವು ಮತ್ತೆ ಎಲ್ಲಿಗೆ ಹೋಗುತ್ತಿರುವಿರಿ?" ನನ್ನ ಜೊತೆಗೆ ಬಂದಿದ್ದ ಇಂಜಿನಿಯರ್ ಕೇಳಿದ. ನಂತರ ಅವನು ಕೂಡ ನನ್ನನ್ನು ಹಿಂಬಾಲಿಸಿದ. ಕ್ರಮೇಣ ಉಳಿದ ಸಿಬ್ಬಂದಿ ಕೂಡ ಜೊತೆಗೆ ಸೇರಿಕೊಂಡರು. ನಾನು ಕತ್ತಲಲ್ಲಿ ಲೈಫ್‌ಬೋಟ್‌ಗಳನ್ನು ಇಡುತ್ತಿದ್ದ ಜಾಗದ ಕಡೆಗೆ ನಡೆದೆ. ಟಾರ್ಚಿನ ಬೆಳಕಿನಲ್ಲಿ ನೋಡಿದರೆ ಒಂದು ಲೈಫ್ ಬೋಟ್ ಕಾಣೆಯಾಗಿತ್ತು. ನಾವು ಮೌನವಾಗಿ ಉಳಿದ ಲೈಫ್ ಬೋಟ್‌ಗಳನ್ನು ನೋಡಿ, ಒಬ್ಬರನ್ನೊಬ್ಬರು ನೋಡಿಕೊಂಡೆವು.

"ನಾವು ಇದನ್ನು ರಿಪೋರ್ಟ್ ಮಾಡಬೇಕೇ?" ಎಂದು ಸಿಬ್ಬಂದಿಯೊಬ್ಬ ಕೇಳಿದ.

"ಏನು? ಅವರು ಲೈಫ್ ಬೋಟ್‌ನಲ್ಲಿ ಹೊರಟುಹೋದರೆ?" ಇನ್ನೊಬ್ಬ ಸಿಬ್ಬಂದಿ ಕೇಳಿದ.

"ಯಾವಾಗ?"

"ಆ ಹೈ ಟೈಡ್‌ನಲ್ಲಿ ? ಅವರ ತಲೆ ಸರಿಯಾಗಿದೆ ತಾನೇ?"

"ಯಾಕೆ?"

"ಎಲ್ಲಿ?"

ನಾವು ಡೆಕ್‌ಗೆ ಹಿಂತಿರುಗುವ ದಾರಿ ಊಹಾಪೋಹಗಳ ಮಾತುಗಳಿಂದ ತುಂಬಿದ್ದು ನಮಗೆ ಯಾವ ದಾರಿಯನ್ನೂ ತೋರಲಿಲ್ಲ. ನಾನು ಸುಮ್ಮನಿದ್ದೆ. ನನಗೆ ಕೇಳಿದ ಎಲ್ಲಾ ಪ್ರಶ್ನೆಗಳಿಗೆ ಉತ್ತರಿಸದೆ ಇದ್ದುಬಿಟ್ಟೆ.

ನಾನು ಕ್ಯಾಪ್ಟನ್ ಅಲೋಕ್ ದತ್ ಅವರ ಡೈರಿ ಅಥವಾ ಅದರಲ್ಲಿ ಉಳಿದದ್ದನ್ನು ನನ್ನ ಬ್ಯಾಗಿಗೆ ಹಾಕಿಕೊಂಡೆ. ಬ್ಯಾಗನ್ನು ಹೆಗಲ ಮೇಲೆ ಹಾಕಿಕೊಂಡು ಹಗ್ಗದ ಏಣಿಯತ್ತ ನಡೆದೆ.

ಸಮುದ್ರ ತೀರದಲ್ಲಿ ನಿಲ್ಲಿಸಿದ್ದ ಇತರ ಹಡಗುಗಳನ್ನು ನೋಡಿದೆ. ಸಾವಿಗಾಗಿ ಹಿಂಡಿನಿಂದ ದೂರ ಬಂದ ಒಂಟಿ ಆನೆಯಂತೆ ಪ್ರತಿಯೊಂದು ಹಡಗು ತಮ್ಮ ಸಾವಿಗಾಗಿ ಕಾಯುತ್ತಾ ನಿಂತಿದ್ದವು.

ಹಗ್ಗದ ಏಣಿಯ ಮೊದಲ ಮೆಟ್ಟಿಲುಗಳ ಮೇಲೆ ನನ್ನ ಪಾದವನ್ನು ಇರಿಸಿದಾಗ, ಮತ್ತೆ ಕ್ಯಾಪ್ಟನ್ ದತ್ ಅವರನ್ನು ಹುಡುಕಲು ಹಿಂತಿರುಗುವ ಬಗ್ಗೆ ಯೋಚಿಸಿದೆ. ಅವರು ನಿಜವಾಗಿಯೂ ಲೈಫ್ ಬೋಟ್‌ನಲ್ಲಿ ಹೊರಟು ಹೋದರೆ? ಅವರು ಈಗ ಎಲ್ಲಿದ್ದಾರೆ?

ಆದರೆ ಕ್ಯಾಪ್ಟನ್ ತಾವಾಗಿಯೇ ನಮ್ಮನ್ನು ಬಿಟ್ಟು ಹೋಗಿದ್ದಲ್ಲವೇ? ಅವರು ನಮ್ಮೊಂದಿಗೆ ಇರಲು ಬಯಸಿದ್ದರೆ, ನಮ್ಮ ಜೊತೆಗೇ ಇರುತ್ತಿದ್ದರು. ಅವರು ನಮ್ಮೊಂದಿಗೆ ಹೈ ಟೈಡ್‌ಗಾಗಿ ಕಾಯುತ್ತಿದ್ದರು, ತಮ್ಮ ದೇಹದ ಸುತ್ತ ಸೀಟ್ ಬೆಲ್ಟನ್ನು ಕಟ್ಟಿಕೊಂಡು ಹಡಗು ದಂಡೆ ತಲುಪುವುದನ್ನು ಅನುಭವಿಸುತ್ತಿದ್ದರು, ನಾವು ಜನರೇಟರ್‌ಗಳನ್ನು ಆಫ್ ಮಾಡುವುದನ್ನು ನೋಡುತ್ತಿದ್ದರು, ಅವರೇ ನಮಗೆ ಹಗ್ಗದ ಏಣಿಯನ್ನು ತೋರಿಸುತ್ತಿದ್ದರು, ಆದಷ್ಟು ಬೇಗ ಹಡಗನ್ನು ತೆರವುಗೊಳಿಸುವಂತೆ ಹೇಳುತ್ತಿದ್ದರು. ಆದರೆ ಅವರು ಹಾಗೆ ಮಾಡಲಿಲ್ಲ. ನಮ್ಮನ್ನು ತೊರೆದು ಹೋಗಿಬಿಟ್ಟರು. ಶಿಪ್ ಬ್ರೇಕಿಂಗ್ ಯಾರ್ಡ್‌ನಲ್ಲಿ ಹಡಗನ್ನು ಹೇಗೆ ನಿಲ್ಲಿಸುವುದು ಎಂದು ನಮಗೆ ಸೂಚಿಸಿ, ಅಲ್ಲಿಂದ ಹೊರಟುಹೋದರು. ಇನ್ನೊಂದು ವಿಧದಲ್ಲಿ ಹೇಳಬೇಕೆಂದರೆ, ಒಮ್ಮೆಲೆ ಕಣ್ಮರೆಯಾದರು. ಬಹುಶಃ ನಾವೆಲ್ಲರೂ ಹಿಂತಿರುಗಲು ಉದ್ದೇಶಿಸಿದ್ದ ಪ್ರಪಂಚದಿಂದ ಅವರು ದೂರವಿರಲು ಬಯಸಿದ್ದರು. ಕ್ಯಾಪ್ಟನ್ ದತ್ ಎಲ್ಲಿದ್ದಾರೆಂದು ಯಾರಿಗೆ ಗೊತ್ತು? ಆ ರಾತ್ರಿ ನನ್ನನ್ನು ಆನೆಯ ಬೆನ್ನ ಮೇಲೆ ಬಿಟ್ಟು ಮಾವುತ ಎಲ್ಲಿಗೆ ಹೋದನೋ, ಅಕ್ಕ ಕಾಡಿನ ದಾದಾ ಲೋಗ್ ಜೊತೆಗೆ ಎಲ್ಲಿಗೆ ಹೋದಳೋ ನನಗೆ ಗೊತ್ತಿಲ್ಲ.

ಹಡಗು ಒಡೆಯುವ ಯಾರ್ಡ್‌ನ ಸಿಬ್ಬಂದಿ ನಮ್ಮ ಪಾದಗಳು ನೆಲವನ್ನು ಮುಟ್ಟಿದ ತಕ್ಷಣ ಹಗ್ಗದ ಏಣಿಯನ್ನು ಬಳಸಿ ಹಡಗನ್ನು ಹತ್ತಲು ಪ್ರಾರಂಭಿಸಿದರು. ನಮ್ಮ ತಂಡದ ಸಿಬ್ಬಂದಿಗಳೆಲ್ಲ ಒಬ್ಬೊಬ್ಬರಾಗಿ ಹೊರಟು ಹೋದರು. ಆದರೆ ನಾನು ತಕ್ಷಣ ಹೊರಡಲಿಲ್ಲ. ಅವರು ಜಲದೂತನನ್ನು ಒಡೆಯಲು ಪ್ರಾರಂಭಿಸಿದುದನ್ನು ನೋಡಿದೆ.

ನಾನು ಪ್ರಾಣಿಯಂತೆ, ಇಂತಹ ಘಟನೆಗಳಿಂದ ಕದಲುವುದಿಲ್ಲ ಎಂದು ತಿಳಿದಿತ್ತು. ಜನರೇಟರ್‌ಗಳನ್ನು ಆಫ್ ಮಾಡಿದ ನಂತರ ಹಡಗಿನ ಎಲ್ಲಾ ದೀಪಗಳು ಆರಿಹೋದಾಗ ನಾನು ಅನುಭವಿಸಿದ ಭಾವನೆ ಈಗ ನನ್ನಲ್ಲಿಲ್ಲ. ನಾನು ಹಡಗು ಒಡೆಯುತ್ತಿರುವುದನ್ನು ನೋಡುತ್ತಿದ್ದೆ, ಭಾವನಾತ್ಮಕವಾಗಿ ಅಲ್ಲ, ಕೇವಲ ಹಡಗನ್ನು ಹೇಗೆ ಒಡೆಯುತ್ತಾರೆ ಎಂಬುದನ್ನು ತಿಳಿದುಕೊಳ್ಳಲು.

ಗೊತ್ತಿಲ್ಲದೆ ಮತ್ತೊಮ್ಮೆ ನನ್ನ ಚೀಲದಲ್ಲಿ ಕೈ ಹಾಕಿದೆ. ಸ್ವಲ್ಪ ಸಮಯ ಕೈಯಾಡಿಸಿದಾಗ ನನಗೆ ಕಲ್ಲು ಸಿಕ್ಕಿತು. ಈ ಬಾರಿ ಅದನ್ನು ನನ್ನ ಅಂಗೈ ಮೇಲೆ ಇಟ್ಟುಕೊಂಡು ಗಮನವಿಟ್ಟು ನೋಡಿ, ಭವಿಷ್ಯದಲ್ಲಿ ನಾನು ಈ ಚಿಂತಾಮಣಿಯಿಂದ ಯಾವುದೇ ಸಹಾಯವನ್ನು ಪಡೆಯುವುದಿಲ್ಲ ಎಂದು ನಿರ್ಧರಿಸಿದೆ. ಧರ್ಮಾಂಧ ವ್ಯಕ್ತಿಯೊಬ್ಬ ಕಲ್ಲಿನ ವಿಗ್ರಹದ ಮುಂದೆ ಮೋಕ್ಷ ಕೇಳುವ ಹಾಗೆ ಕೊನೆಯ ಬಾರಿಗೆ ಆ ಕಲ್ಲಿಗೆ ಒಂದಿಷ್ಟು ಸಲಹೆ ನೀಡುವಂತೆ ಕೇಳಿಕೊಳ್ಳುವೆ.

ನನಗೆ ಗೊತ್ತು, ಇಲ್ಲಿ ಎಲ್ಲವೂ ತನ್ನದೇ ಆದ ನಿಯಮಗಳ ಪ್ರಕಾರ ನಡೆಯುತ್ತಿದೆ. ಮೇಲ್ನೋಟಕ್ಕೆ ಅದರಲ್ಲಿ ತಪ್ಪು ಎಂದು ಕರೆಯಬಹುದಾದುದು ಏನೂ ಇಲ್ಲ. ಜಲದೂತನನ್ನು ಗ್ಯಾಸ್ ಕಟರ್‌ಗಳಿಂದ ಛೇದಿಸಿ, ಅದರ ವಿವಿಧ ದೇಹದ ಭಾಗಗಳನ್ನು ಕತ್ತರಿಸಿ ಕೆಳಗೆ ಎಸೆಯಲಾಗುತ್ತಿದೆ. ಮೊದಲಿಗೆ ಹಡಗಿನ ಸೇತುವೆಯನ್ನು ಕತ್ತರಿಸಿ ಕೆಳಕ್ಕೆ ಬೀಳಿಸಿದಾಗ ಕಟ್ಟಡವೊಂದು ಕುಸಿದು ಬಿದ್ದಂತೆ ತೋರಿತು. ನಂತರ ಕಳೆದ ಇಪ್ಪತ್ತನಾಲ್ಕು ವರ್ಷಗಳಿಂದ ಹೊಗೆ ಉಗುಳುತ್ತಾ ಈಗ ಮೌನವಾಗಿದ್ದ ಆ ಹೊಗೆಯ ಕೊಳವೆಯನ್ನೂ ಕತ್ತರಿಸಿ ಬೀಳಿಸಲಾಯಿತು. ಅದು ತನ್ನ ಎತ್ತರದ ಮನೆಯಿಂದ ಹಡಗಿನ ಡೆಕ್‌ನ ಮೇಲೆ ಬಿದ್ದಾಗ, ಒಂದು ರೀತಿಯ ಸಿಟ್ಟಿನಿಂದ ಬುಸುಗುಡುತ್ತಾ ಅದು ತನ್ನ ಒಳ ಪದರಗಳಲ್ಲಿ ಸಂಗ್ರಹವಾದ ಮಸಿಯನ್ನು ಉಗುಳಿತು. ಹೊಗೆಯ ಕೊಳವೆಯ ನಂತರ ಸರ್ಚ್‌ಲೈಟ್ ಪ್ಲಾಟ್‌ಫಾರ್ಮ್, ಮೇಲಿನ ವೈರ್‌ಲೆಸ್ ಮತ್ತು ಟೆಲಿಗ್ರಾಫಿ ಯಾರ್ಡನ್ನು ಸಹ ಕೆಳಗೆ ಬೀಳಿಸಲಾಯಿತು.

ಹಡಗಿನ ಯಾವ ಭಾಗವು ಕೆಳಗೆ ಬಿದ್ದರೂ, ಅದನ್ನು ದೈತ್ಯಾಕಾರದ ಕಬ್ಬಿಣದ ಕೈಯೊಂದು ಎತ್ತಿಕೊಂಡು ಹೋಗಿ, ಅದನ್ನು ಕತ್ತರಿಸುವ ವಿಭಾಗಕ್ಕೆ ಅಥವಾ ಸ್ಕ್ರ್ಯಾಪಿಂಗ್ ಯಾರ್ಡ್‌ಗೆ ಎಸೆಯುತ್ತಿತ್ತು. ಅಲ್ಲಿ ಎರಡು ಬೃಹತ್ ಸ್ವಯಂಚಾಲಿತ ಸುತ್ತಿಗೆಗಳು ಅವುಗಳನ್ನು ಪುಡಿಮಾಡಿ ಚಪ್ಪಟೆಗೊಳಿಸುತ್ತಿದ್ದವು. ಒಂದು ಕಡೆ ಬ್ರಿಜ್, ಪ್ಲಾಟ್‌ಫಾರ್ಮನ್ನು ಕತ್ತರಿಸಿ ತುಂಡಾಗಿಸುತ್ತಿದ್ದರು, ಇನ್ನೊಂದು ಕಡೆ ಹೊಗೆಯ ಕೊಳವೆಯನ್ನು ಚಪ್ಪಟೆಗೊಳಿಸಲಾಗುತ್ತಿತ್ತು.

ಏನನ್ನಾದರೂ ಸ್ಕ್ರ್ಯಾಪ್ ಆಗುವುದನ್ನು ನೋಡುವುದು ಯಾವುದೇ ರೀತಿಯ ಮಾರ್ಮಿಕ ಅನುಭವವಲ್ಲ. ಅದನ್ನು ಸಂವೇದನೆಯೊಂದಿಗೆ ಜೋಡಿಸಿ ನೋಡಲಾಗುವುದಿಲ್ಲ. ಆದರೂ

ನನ್ನೊಳಗಿನ ಮೆಟಾಲಿಕ್ ಮನುಷ್ಯ ತನ್ನೊಳಗೆ ವಿಭಿನ್ನ ರೀತಿಯ ಕಳೆದುಕೊಳ್ಳುವಿಕೆಯನ್ನು ಅನುಭವಿಸುತ್ತಾನೆ. ವಸ್ತುಗಳು ಪುಡಿಪುಡಿಯಾದಾಗ ಕತ್ತರಿಸುವ, ಒಡೆಯುವಿಕೆಯ ಭಯಾನಕ ಶಬ್ದಗಳ ನಡುವೆ ಒಂದು ಕೇಳಿಸಲಾಗದ ಶಬ್ದವಿರುತ್ತದೆ, ಅದನ್ನು ಅನುಭವಿಸಲು ಮಾತ್ರ ಸಾಧ್ಯವಾಗುತ್ತದೆ.

ಹಡಗಿನ ಕೆಳಭಾಗದಲ್ಲಿ ಶಿಪ್ ಬ್ರೇಕರ್ಸ್ ತಂಡವೊಂದು ಕೆಲಸ ಮಾಡುತ್ತಿರುವುದು ನನಗೆ ಗೊತ್ತಿರಲಿಲ್ಲ. ಒಂದು ಗಂಟೆ ಕಳೆದ ಮೇಲೆ, ಹಡಗಿನ ಮುಂಭಾಗವನ್ನು ಕಬ್ಬಿಣದ ಹಗ್ಗಗಳಿಂದ ಕಟ್ಟಿ ಕ್ರೇನ್‌ನಿಂದ ಎಳೆಯಲು ಪ್ರಾರಂಭಿಸಿದಾಗ, ಮೊದಲ ಬಾರಿಗೆ ಅದರ ನರಳುವಿಕೆಯ ಶಬ್ದ ಕೇಳಿಸಿತು. ಆ ಶಬ್ದವು ಸಾಯುತ್ತಿರುವ ಪ್ರಾಣಿಯ ಗಂಟಲಿನಿಂದ ಬರುವ ಸಾಮಾನ್ಯವಾದ ನರಳುವಿಕೆಯ ಶಬ್ದವಾಗಿರಲಿಲ್ಲ, ಅದು ಸಂಪೂರ್ಣ 'ಧ್ವಂಸ'ದ ಶಬ್ದವಾಗಿತ್ತು. ಹಡಗಿನ ಮಧ್ಯದಲ್ಲಿ ಬಿರುಕು ಬಿದ್ದಿತು. ಗ್ಯಾಸ್ ಕಟರ್‌ಗಳಿಂದ ಆಳವಾಗಿ ಕತ್ತರಿಸಿದ ಭಾಗವು ಜಲದೂತನ ದೇಹದಿಂದ ಬೇರ್ಪಡುತ್ತಿತ್ತು. ಬಿರುಕು ಅಗಲವಾಗುತ್ತಲೇ ಇತ್ತು. ಆಗ ಕ್ರೇನ್‌ನ ಬಲವಾದ 'ಎಳೆತ'ವು ಹಡಗನ್ನು ಎರಡಾಗಿ ಸೀಳಿ, ಹಡಗಿನ ಮುಂಭಾಗವು ಉರುಳಿ ದಡದಲ್ಲಿನ ಕೆಸರಿನಲ್ಲಿ ಮುಳುಗಿ ಸಿಕ್ಕಿ ಹಾಕಿಕೊಂಡಿತು.

ಈಗ ಜಲದೂತನ ಒಳಭಾಗ ನನ್ನ ಮುಂದಿದೆ. ಒಳಗೆ ನಾಲ್ಕು ಕಡೆ ಅಳವಡಿಸಿದ್ದ ಕೇಬಲ್‌ಗಳು, ಪೈಪ್‌ಗಳು ಸುತ್ತಲೂ ಹಾಕಲಾದ ಕಬ್ಬಿಣದ ಕೋನಗಳು ಮತ್ತು ಬೀಮ್‌ಗಳನ್ನು ನೋಡಿದೆ. ಅದು ಆನೆಯ ಹೊಟ್ಟೆಯೊಳಗೆ ನಾನು ನೋಡಿದ ಕರುಳುಗಳು ಮತ್ತು ಮೂಳೆಗಳನ್ನು ನೆನಪಿಸುತ್ತದೆ. ನಂತರ ಅದೇ ಕೇಬಲ್‌ಗಳು, ಪೈಪ್‌ಗಳು ಮತ್ತು ಕೋನಗಳ ನಡುವೆ ಇಬ್ಬರು ಹಡಗು ಒಡೆಯುವವರನ್ನು ನೋಡಿದೆ. ಇಬ್ಬರೂ ಸೇರಿ ತಮ್ಮ ಗ್ಯಾಸ್ ಕಟರ್‌ಗಳಿಂದ ದೊಡ್ಡ ಫ್ಯೂಯಲ್ ಟ್ಯಾಂಕನ್ನು ಕತ್ತರಿಸುತ್ತಿದ್ದರು ಮತ್ತು ಅವರನ್ನು ನೋಡಿದಾಗ ನನಗೆ ಸ್ವಾಭಾವಿಕವಾಗಿ, ಒಂದು ದಿನ ಆನೆಯ ಹೊಟ್ಟೆಯಿಂದ ಮಾಂಸದ ದೊಡ್ಡ ಉಂಡೆಯನ್ನು ಕಿತ್ತುಹಾಕಿದ ಕತ್ತೆಕಿರುಬಗಳು ನೆನಪಿಗೆ ಬಂದವು.

ಯಾವುದೇ ಭಾವನೆಯನ್ನು ವ್ಯಕ್ತಪಡಿಸದೆ, ಸ್ವಲ್ಪ ಹೊತ್ತು ಹಾಗೆಯೇ ನಿಂತಿದ್ದೆ. ಜಲದೂತನ ಬಳಿಯೂ ತನ್ನ ಭಾವನೆಗಳನ್ನು ವ್ಯಕ್ತಪಡಿಸಲು ಏನೂ ಉಳಿದಿರಲಿಲ್ಲ. ಹೇಗಾದರೂ ನಾನು ಈಗಾಗಲೇ ನೋಡಿದ್ದೇನೆ. ಹಸಿದ ಜಗತ್ತಿಗೆ ಯಾವುದೇ ವಸ್ತು ಆಹಾರವಾದಾಗ, ಅದಕ್ಕಾಗಿ ಏನನ್ನೂ ವ್ಯಕ್ತಪಡಿಸಬೇಕಾಗಿಲ್ಲ.

ಜಲದೂತನ ಜಲಜೀವನವು ಪೂರ್ಣಗೊಂಡು, ನನ್ನ ಭೂ ಜೀವನ ಮತ್ತೆ ಪ್ರಾರಂಭವಾಗಲಿದೆ. ಜಲದೂತ ವಿನಾಶ ಮತ್ತು ಮುಕ್ತಿಯ ಜೋಡಿಯಿಂದ ಹೊರಬಂದಿದೆ, ನಾನು ಆ ಜೋಡಿಯ ನಡುವೆ ನಿಂತಿದ್ದೇನೆ.

❑❑❑

ವಾಪಸಾತಿ

ಅಲಂಗ್‌ನಿಂದ ಭಾವನಗರವನ್ನು ತಲುಪಿ, ನಾನು ನಾಲ್ಕು ಗಂಟೆಗಳ ಕಾಲ ರೈಲ್ವೆ ನಿಲ್ದಾಣದ ವಿಶ್ರಾಂತಿ ಕೊಠಡಿಯ ಕುರ್ಚಿಯ ಮೇಲೆ ಕುಳಿತಿದ್ದೆ. ನನ್ನ ರೈಲು ಬರಲು ಇನ್ನೂ ಒಂದು ಗಂಟೆ ಬಾಕಿ ಇತ್ತು. ಆಮೇಲೆ ಇದ್ದಕ್ಕಿದ್ದಂತೆ ಎಚ್ಚರಗೊಂಡು ವಾಶ್ ರೂಂಗೆ ಹೋಗಿ ಕನ್ನಡಿಯಲ್ಲಿ ನನ್ನನ್ನೇ ನಾನು ನೋಡಿಕೊಂಡೆ. ಮುಖದ ಮೇಲೆ ಮಸಿ ಮೆತ್ತಿಕೊಂಡಿತ್ತು. ಅದು ಜನರೇಟರ್‌ಗಳ ಕಪ್ಪು ಹೊಗೆಯಿಂದ ಬಂದ ನಿಜವಾದ ಮಸಿಯಾಗಿತ್ತು. ಬ್ಯಾಗ್‌ನಿಂದ ಟವೆಲ್ ಮತ್ತು ಸೋಪು ತೆಗೆದುಕೊಂಡು ಮುಖವನ್ನು ಉಜ್ಜಿ ಉಜ್ಜಿ ತೊಳೆದುಕೊಂಡೆ. ವಾಶ್ ಬೇಸಿನ್‌ನಲ್ಲಿ ಹರಿಯುತ್ತಿದ್ದ ಕಪ್ಪನೆಯ ಬಣ್ಣ ಕ್ರಮೇಣ ಕಡಿಮೆಯಾಗುತ್ತಾ ಹೋಯಿತು. ಟವೆಲ್‌ನಿಂದ ಮುಖವನ್ನು ಒರೆಸಿದಾಗ ಎಲ್ಲವೂ ಸ್ವಚ್ಛವಾಯ್ತು.

ಎರಡು ದಿನ ನಿರಂತರವಾಗಿ ಪ್ರಯಾಣಿಸಿದೆ. ಭಾವನಗರದಿಂದ ಅಹಮದಾಬಾದ್ ಮತ್ತು ಅಹಮದಾಬಾದ್‌ನಿಂದ ರಾಯಪುರ. ರೈಲು ಮತ್ತೊಮ್ಮೆ ನನ್ನನ್ನು ನೆನಪಿನಿಂದ ಅಳಿಸಲು ಬಯಸಿದ ಪ್ರಪಂಚದಿಂದ ಹೊರಗೆ ಕರೆದೊಯ್ಯುತ್ತಿತ್ತು. ನಾನು ಮತ್ತೊಮ್ಮೆ ಸಮುದ್ರದ ಜಾಗತಿಕ ವಿಸ್ತಾರದಿಂದ ನನ್ನ ಆ ದಟ್ಟ ಕಾಡುಗಳ ಕಡೆಗೆ ಹೋಗುತ್ತಿದ್ದೆ. ನನ್ನ ಮೂಲ ನಿವಾಸಕ್ಕೆ, ಆ ಪ್ರಪಂಚದ ಹೊಸ್ತಿಲನ್ನು ತಲುಪುವುದಕ್ಕೆ, ಅಲ್ಲಿ ಮೌನ ನನಗಾಗಿ ಕಾಯುತ್ತಿರುವಳು. ನಾನು ಒಂದು ಮೂಲೆಯಲ್ಲಿ ಕುಳಿತು ಯೋಚಿಸಿದೆ. ನನ್ನ ಇಷ್ಟು ವರ್ಷ ಅಲೆದಾಟದ ಸಾಧನೆ ಏನು? ಒಂದು ಡೈರಿಯನ್ನು ಹೊರತುಪಡಿಸಿ, ಅದು ನನ್ನ ಚೀಲದಲ್ಲಿದೆ. ಸ್ವಲ್ಪ ಹೊತ್ತು ನಾನು ಓದಿದ್ದ ಕ್ಯಾಪ್ಟನ್ ದತ್ ಅವರ ಡೈರಿಯ ಪುಟಗಳನ್ನು ನೆನಪಿಸಿಕೊಳ್ಳುತ್ತಲೇ ಇದ್ದೆ. ಡೈರಿಯನ್ನು ಹೊರತೆಗೆದು ಇನ್ನೂ ಬಾಕಿಯಿರುವ ಆ ಪುಟಗಳನ್ನು ಓದಲು ಪ್ರಾರಂಭಿಸಿದೆ.

ಡೈರಿಯ ಕೊನೆಯ ಭಾಗಗಳನ್ನು ಓದುವಾಗ ನನಗನಿಸಿತು, ಕ್ಯಾಪ್ಟನ್ ದತ್ ಮನುಷ್ಯನನ್ನು ಯಾವುದೇ ರೂಪದಲ್ಲಿ ನೋಡಲು ಬಯಸಿರಬಹುದು, ಆದರೆ ಮನುಷ್ಯನ ರೂಪದಲ್ಲಿ ತಮ್ಮ ಅಸ್ತಿತ್ವವನ್ನು ಸಹಿಸಿಕೊಳ್ಳಲು ಅವರಿಗೆ ಸಾಧ್ಯವಾಗುತ್ತಿರಲಿಲ್ಲ ಎಂಬುದು ಸ್ಪಷ್ಟವಾಗಿತ್ತು. ಅವರು ತಮ್ಮ ಆತ್ಮವನ್ನು ಅಸ್ಥಿಪಂಜರದಂತೆ ನೋಡಲಾರಂಭಿಸಿದ್ದರು. ಅವರ ಡೈರಿಯಲ್ಲಿ

ಯಾವುದೇ ರೀತಿಯ ನಂಬಿಕೆ ಅಥವಾ ಭರವಸೆ ಅಥವಾ ಜೀವನದ ಬಗ್ಗೆ ಆಶಾಭಾವನೆಯನ್ನು ಸೂಚಿಸುವ ಒಂದು ಪದವೂ ಇರಲಿಲ್ಲ. ಅದರಲ್ಲಿ ಬರೀ ನಡೆದು ಹೋದ ಮತ್ತು ನಡೆಯುತ್ತಿರುವ ಅವನತಿಯ ಶೋಕವಿತ್ತು. ಡೈರಿಯಲ್ಲಿ ಅವರು ಹಲವಾರು ಹತ್ಯಾಕಾಂಡಗಳನ್ನು ಉಲ್ಲೇಖಿಸಿ, ಬಲಿದಾನಗಳ ವಿಕಾಸದ ರೂಪಗಳನ್ನು ವಿಶ್ಲೇಷಿಸುವ ಮೂಲಕ ಈ ತೀರ್ಮಾನಕ್ಕೆ ಬಂದಿದ್ದರು.

'...ಆಧುನಿಕ ಬಲಿದಾನವು ಬೃಹತ್ ಕೈಗಾರಿಕಾ ಉದ್ಯಮವಾಗಿದೆ. ಕೈಗಾರಿಕಾ ಕಾರ್ಟೆಲ್ ಈಗ ಅತಿದೊಡ್ಡ ಬಲಿತೆಗೆದುಕೊಳ್ಳುವ ಧಣಿಯಾಗಿದೆ. ಅದರ ಅದೃಶ್ಯ ಬಲಿದಾನ ಪಡೆಯುವ ಕಾರ್ಯಾಗಾರವು ಹಗಲು ರಾತ್ರಿ ಕೆಲಸ ಮಾಡುತ್ತಿದೆ. ಈ ಕೈಗಾರಿಕಾ ಬಲಿ ತೆಗೆದುಕೊಳ್ಳುವವನು ಯಾವುದೇ ವಿಧದ ಕೆಲಸದ ಸಮವಸ್ತ್ರ ಧರಿಸುವ ಅಗತ್ಯವಿಲ್ಲ. ಹಿಂಸಿಸಲು ಅಥವಾ ಕೊಲ್ಲಲು ಅವನಿಗೆ ಯಾವುದೇ ಸಾಂಪ್ರದಾಯಿಕ ಆಯುಧದ ಅಗತ್ಯವಿಲ್ಲ. ಏಕೆಂದರೆ ಬಲಿದಾನದ ಕಾರ್ಯಗಳ ಕೆಲಸ ಈಗ ಪ್ರಭುತ್ವಗಳ ಕೈಯಲ್ಲಿದೆ ಮತ್ತು ಈಗ ಬಿಲಗಳಲ್ಲಿ ಅಡಗಿರುವ ಇಲಿಗಳಿಗೂ ರಾಜಪ್ರಭುತ್ವಗಳು ಯಾರ ಕೈಯಲ್ಲಿವೆ ಎಂದು ತಿಳಿದಿದೆ...'

ರೈಲು ತನ್ನ ಹೊಳೆಯುವ ಹಳಿಗಳ ಮೇಲೆ ಎಲ್ಲವನ್ನೂ ಹಿಂದಕ್ಕೆ ಬಿಡುತ್ತಾ ವೇಗವಾಗಿ ಓಡುತ್ತಿತ್ತು. ಡೈರಿಯನ್ನು ಕೈಯಲ್ಲಿ ಹಿಡಿದು ಇಡೀ ರಾತ್ರಿ ಹಾಗೆಯೇ ಕುಳಿತಿದ್ದೆ. ಆಮೇಲೆ ಯಾವಾಗ ನಿದ್ದೆ ಬಂತೋ ಗೊತ್ತಿಲ್ಲ, ಅಷ್ಟರಲ್ಲಿ ಎಷ್ಟು ಸ್ಟೇಷನ್‌ಗಳು ಹೋದವೋ ಗೊತ್ತಿಲ್ಲ.

ರೈಲು ಬೋಗಿಯಲ್ಲಿ ಬೆಳಗಿನ ಬಂಗಾರ ಬಣ್ಣದ ಬೆಳಕು ತುಂಬಿದಾಗ ನನಗೆ ಎಚ್ಚರವಾಯಿತು. ರೈಲು ಒಂದು ಹುಲ್ಲುಗಾವಲಿನ ಮೂಲಕ ಬಹಳ ನಿಧಾನವಾಗಿ ಹಾದು ಹೋಗುತ್ತಿತ್ತು. ಕೆಲವು ಹಸುಗಳು ಮತ್ತು ಮೇಕೆಗಳು ಹುಲ್ಲಿನಲ್ಲಿ ತಮ್ಮ ಮೂತಿಗಳನ್ನು ಹುದುಗಿಸಿಕೊಂಡು ಮೇಯುವುದರಲ್ಲಿ ಮಗ್ನವಾಗಿದ್ದವು. ಕಣ್ಣು ಹಾಯಿಸಿದಷ್ಟು ದೂರದ ನೆಲದಲ್ಲಿ ಹಸಿರು, ಆಕಾಶದಲ್ಲಿ ಬಂಗಾರದ ಬಣ್ಣ ಹರಡಿತ್ತು. ಹಸಿರು ಮತ್ತು ಬೆಳಕಿನ ನಡುವೆ, ಕೆಲವು ಬಣ್ಣಬಣ್ಣದ ಹಕ್ಕಿಗಳು, ಬಿಳಿ ಬೆಳ್ಳಕ್ಕಿಗಳು ನಿಧಾನವಾಗಿ ಹಾರುತ್ತಿದ್ದವು.

ಸ್ವಲ್ಪ ಸಮಯ ನಿಧಾನವಾಗಿ ಚಲಿಸಿದ ರೈಲು ನಿಂತಿತು. ಹೊರಗೆ ಹುಲ್ಲುಗಾವಲಿನ ಮೇಲೆ ಬೆಳಗು ಹರಡುತ್ತಿತ್ತು. ಬಿಸಿಲು ಕೂಡ ಹೆಚ್ಚಾಗಿ ಹಸಿರು ಮೋಡದ ಮೇಲೆ ಪ್ರಕಾಶಮಾನವಾಗಿ ಹೊಳೆಯುತ್ತಿತ್ತು. ಸ್ವಲ್ಪ ಸಮಯದ ಹಿಂದೆ ಮಬ್ಬು ಮಬ್ಬಾಗಿದ್ದ ದಿಗಂತದ ಕೊನೆಯ ಮೂಲೆಯು ಈಗ ಬಣ್ಣದಿಂದ ಅರಳಿತ್ತು.

ರೈಲು ಇನ್ನೂ ನಿಂತೇ ಇತ್ತು. ಅದರ ನಿಲ್ಲುವಿಕೆಗೆ ಕಾರಣವೇನೇ ಇದ್ದರೂ, ಅದು ನನ್ನ ನಿದ್ದೆ ಮತ್ತು ಸೋಮಾರಿತನವನ್ನು ಮುರಿಯಲು ಸಹಾಯಕವಾಯಿತು. ನಾನು ಸೀಟಿನಿಂದ ಎದ್ದು ಕಾರಿಡಾರ್ ದಾಟಿ ಬೋಗಿಯ ಬಾಗಿಲವರೆಗೆ ಬಂದೆ. ವಾಶ್ ಬೇಸಿನ್‌ನಲ್ಲಿ ಮುಖ ತೊಳೆದುಕೊಂಡು, ನ್ಯಾಪ್‌ಕಿನ್‌ನಿಂದ ಮುಖ ಒರೆಸಿಕೊಂಡು, ಮತ್ತೊಮ್ಮೆ ಅಗಲವಾಗಿ ತೆರೆದ ಕಣ್ಣುಗಳಿಂದ ಬಾಗಿಲ ಹೊರಗಿನ ದೃಶ್ಯವನ್ನು ನೋಡಿದೆ. ವಾಶ್ ಬೇಸಿನ್ ಮೇಲಿನ ಹ್ಯಾಂಗರ್‌ನಲ್ಲಿ ನ್ಯಾಪ್‌ಕಿನ್ ನೇತುಹಾಕಿ, ಕೆಳಗೆ ಇಳಿದು ಬಂದು ನೇರವಾಗಿ ಆ ಹುಲ್ಲುಗಾವಲಿನಲ್ಲಿ ನುಗ್ಗುತ್ತಾ ಹೋದೆ. ಎತ್ತರದ ಹುಲ್ಲುಗಳನ್ನು ಕೈಯಿಂದ ಸವರಿದೆ.

ಮುಂಜಾನೆಯ ತಣ್ಣನೆಯ ಇಬ್ಬನಿ ನನ್ನ ಮನಸ್ಸಿನಿಂದ ಒಂಟಿತನದ ಚಿಹ್ನೆಗಳನ್ನು ತೊಳೆಯುತ್ತಿದೆ ಮತ್ತು ತನ್ನ ಕೋಮಲ ಆಮಂತ್ರಣದಿಂದ ಅದು ಈ ಜಗತ್ತಿಗೆ ಮರಳಿ ಬರಲು ನನ್ನನ್ನು ಪ್ರೇರಿಸುತ್ತಿದೆ ಎಂದು ಅನ್ನಿಸಿತು. ನಾನು ಮೌನವಾಗಿ ಹುಲ್ಲಿನ ಮೇಲೆ ಕೈಯಾಡಿಸುತ್ತಾ ನಿಂತಿದ್ದೆ.

ಆಗ ಒಂದು ಹಸು ತನ್ನ ಮುಖವನ್ನು ಮೇಲಕ್ಕೆತ್ತಿ ನನ್ನತ್ತ ನೋಡಿತು. ಅದರ ದವಡೆಗಳು ಲಯದಲ್ಲಿ ಚಲಿಸುತ್ತಿದ್ದವು. ಹುಲ್ಲನ್ನು ಜಗಿಯುತ್ತಾ ನನ್ನನ್ನೇ ನೋಡುತ್ತಿತ್ತು. ಕೇವಲ ಅಕ್ಕನ ಹೊರತಾಗಿ ಯಾರಿಗೂ ತನ್ನ ಮೊಲೆಗಳನ್ನು ಮುಟ್ಟಲು ಬಿಡದ ನನ್ನ ಬಾಲ್ಯದ ಆ ಹಸು ನೆನಪಾಯಿತು. ನಾನು ಹಸುವಿನ ಬಳಿ ಬಂದು ಅದರ ಕುತ್ತಿಗೆಯ ಮೇಲೆ ಕೈಯಾಡಿಸಿದೆ. ಹಸು ಇದ್ದಕ್ಕಿದ್ದಂತೆ ನನ್ನ ಮೇಲೆ ಮುನಿಸಿಕೊಂಡು, ವರ್ಷಗಟ್ಟಲೆ ನನಗೆ ಗೊತ್ತಿರುವಂತೆ ನನ್ನ ದೇಹಕ್ಕೆ ಅಂಟಿಕೊಂಡಿತು. ಅದರ ಕುತ್ತಿಗೆಗೆ ನನ್ನ ಒಂದು ಕೈಯನ್ನು ಹಾಕಿ ಇನ್ನೊಂದು ಕೈಯಿಂದ ಅದರ ಹಣೆಯನ್ನು ನೇವರಿಸತೊಡಗಿದೆ. ಹಸುವಿಗೆ ನನ್ನ ಸ್ಪರ್ಶ ತುಂಬಾ ಇಷ್ಟವಾಯಿತು, ಅದು ಹುಲ್ಲು ಅಗಿಯುವುದನ್ನು ನಿಲ್ಲಿಸಿ, ಕಣ್ಣು ಮುಚ್ಚಿ ತನ್ನ ಹಣೆಯ ಮೇಲಿನ ನೇವರಿಸುವಿಕೆಯನ್ನು ಆನಂದಿಸಲು ಪ್ರಾರಂಭಿಸಿತು. ಅದು ಸಂತೋಷದಿಂದ ಭಾವಪರವಶವಾಗಿತ್ತು. ಅದನ್ನು ನೋಡಿ ನನ್ನ ಎದೆಯಲ್ಲಿ ಹೊಸ ಹೊಳಪು ಹರಡಿ, ನಾನು ಹೊಸಜೀವನಕ್ಕೆ ಪ್ರವೇಶಿಸುತ್ತಿರುವಂತೆ ಭಾಸವಾಯಿತು.

ಸ್ವಲ್ಪ ಸಮಯದ ನಂತರ, ರೈಲಿಗೆ ಸಿಗ್ನಲ್ ಸಿಕ್ಕು, ಮುಂದೆ ಚಲಿಸುವ ಮೊದಲು ಹಾರ್ನ್ ಮಾಡಿತು. ನಾನು ಮರಳಿ ಬಂದೆ. ರೈಲು ಬೋಗಿಯನ್ನು ಪ್ರವೇಶಿಸಿ ತಿರುಗಿ ಹಸುವಿನತ್ತ ನೋಡಿದೆ. ಈ ಸಲ ಹುಲ್ಲನ್ನು ಜಗಿಯುವ ಬದಲು ಸ್ಥಿರವಾದ ದೃಷ್ಟಿಯಲ್ಲಿ ನನ್ನನ್ನೇ ನೋಡುತ್ತಿತ್ತು. ಆಮೇಲೆ ಅದು ತನ್ನ ತಲೆಯನ್ನು ತಿರುಗಿಸಿ, ತನ್ನ ಪಾದಗಳನ್ನು ನೆಲಕ್ಕೆ ಹೊಡೆಯುತ್ತ ತನ್ನ ಬಾಲವನ್ನು ಅಲ್ಲಾಡಿಸುತ್ತಾ ಹೊರಟುಹೋಯಿತು.

ನಾನು ಸೀಟಿಗೆ ಹಿಂತಿರುಗಿದೆ. ಮೊದಲಿಗೆ ಕ್ಯಾಪ್ಟನ್ ದತ್ ಅವರ ಡೈರಿಯ ಕೊನೆಯ ಪುಟಕ್ಕೆ ಹುಲ್ಲುಗಾವಲಿನ ಈ ಚಿತ್ರವನ್ನು ಸೇರಿಸುವ ಇಚ್ಛೆಯಾಯಿತು. ನಂತರ ನಾನು ಬರೆದರೆ ಬರೆಯುತ್ತಲೇ ಇರುತ್ತೇನೆ ಎಂದುಕೊಂಡೆ. ನಾನು ಬರೆಯುವುದು ಬೇಡ, ನನಗೆ ನನ್ನ ಜೀವನವನ್ನು ಜೀವಿಸಬೇಕಿದೆ, ಎಷ್ಟು ಕಷ್ಟಗಳೊಂದಿಗೆ ಇತರ ಜನರು ಜೀವಿಸುತ್ತಿದ್ದಾರೋ ಅಷ್ಟು ಕಷ್ಟಗಳೊಂದಿಗೆ ಜೀವಿಸಬೇಕಿದೆ.

❑❑❑

ಸಮಯ

ಈ ಬಾರಿ ಕಾಡನ್ನು ಪ್ರವೇಶಿಸುವುದು ಅಷ್ಟೊಂದು ಸುಲಭವಾಗಿರಲಿಲ್ಲ. ಅಭಿವೃದ್ಧಿಯ ಹೆಸರಿನಲ್ಲಿ ನಿರ್ಮಿಸಲಾದ ಬಸ್ತರ್‌ನ ರಸ್ತೆಗಳಲ್ಲಿ ಯಾವುದೇ ಸಂದರ್ಭದಲ್ಲೂ ನಾನು ನಡೆದು ಕಾಡಿನ ಒಳಭಾಗಗಳಿಗೆ ಹೋಗಲು ಸಾಧ್ಯವಿರಲಿಲ್ಲ. ನಾನು ಪೊದೆಗಳಲ್ಲಿ ಅಡಗಿರುವ, ಬೇಸ್ ಕ್ಯಾಂಪ್‌ವರೆಗೆ ಹೋಗುವ ಗುಪ್ತ ಕಾಲುದಾರಿಗಳನ್ನು ಸೂಚಿಸುವ ರಹಸ್ಯ ಚಿಹ್ನೆಗಳನ್ನು ಕಂಡುಹಿಡಿಯಬೇಕಾಗಿತ್ತು. ಅಲ್ಲಿ ಮೌನ ಇನ್ನೂ ತನ್ನ ಎಳೆಗಳನ್ನು ಹೆಣೆಯುತ್ತಿದ್ದಳು. ಅವಳ ಬಲವಾದ ಕೈಗಳು ದಕ್ಷತೆಯಿಂದ ಸಲವಾ ಜುಡುಮ್ ಮತ್ತು ನಾಗಾ ಬೆಟಾಲಿಯನ್ ಕೈಯಲ್ಲಿ ಚದುರಿಹೋಗಿದ್ದ ಆ ಬೇರ್ಪಟ್ಟ ಜೀವಿಗಳನ್ನು ಮತ್ತೆ ತನ್ನ ಅಪ್ಪುಗೆಗೆ ತೆಗೆದುಕೊಂಡಿದ್ದವು.

ಯಾವುದೇ ಪ್ರಮುಖ ಘಟನೆಯ ಯಾವುದೇ ಚಿಹ್ನೆಗಳು ನನ್ನ ಕಣ್ಣಿಗೆ ಬೀಳಲಿಲ್ಲ. ಆದರೆ ಬಹುಪಾಲು ಅರಣ್ಯವು ಸರ್ಕಾರದ ಕೈಬಿಟ್ಟಿದೆ ಎಂಬುದು ಹೆಚ್ಚು ಸ್ಪಷ್ಟವಾಗುತ್ತಿತ್ತು. ಹೋರಾಟಗಾರರ ಮೂಲ ಪ್ರದೇಶಗಳ ವಿಸ್ತಾರ ಹಿಂದೆಂದಿಗಿಂತಲೂ ದೊಡ್ಡದಾಗಿತ್ತು.

ನಾನು ಮುಂದೆ ಮುಂದೆ ಹೋದಂತೆ, ನನ್ನ ಭಾವನೆ ನಂಬಿಕೆಯಾಗಿ ಬದಲಾಗುತ್ತ ಹೋಯಿತು. ಒಂದು ದೊಡ್ಡ ವಿಘಟನೆಯ ನಂತರ ಕಾಡು ಮತ್ತೆ ಒಂದುಗೂಡಿದೆ. ಕಾಡಿನ ರಾಗ ತಾಳ ಹೊಸ ರೂಪ ಪಡೆದುಕೊಂಡಿದೆ. ಮೃದಂಗದ ಬಡಿತ ಮತ್ತು ತುತ್ತೂರಿಯ ಶಬ್ದವು ಪುರಾತನ ಸ್ವರ ತರಂಗಗಳನ್ನು ಮಾತ್ರ ವ್ಯಕ್ತಪಡಿಸುತ್ತಿಲ್ಲ, ಜೊತೆಗೆ ಕೆಲವು ಗುಪ್ತ ಸಂಕೇತಗಳು ಸಹ ಅದರಲ್ಲಿ ಸೇರಿಕೊಂಡಿವೆ.

ಮುಂದೆ ಹೋದಾಗ, ಕೇವಲ ಅಳಿದು ಉಳಿದ ಹಳ್ಳಿಗರು ಮಾತ್ರ ಒಗ್ಗಟ್ಟಾಗಿರುವುದಲ್ಲ, ಶಿಬಿರಗಳಿಗೆ ಬಲವಂತವಾಗಿ ಸ್ಥಳಾಂತರಿಸಲ್ಪಟ್ಟ ಗುಂಪುಗಳು ಸಹ ತಮ್ಮದೇ ಮಾರ್ಗಗಳನ್ನು ಆರಿಸಿಕೊಂಡಿದ್ದನ್ನು ನೋಡಿದೆ. ಈಗ ಹೆಚ್ಚಿನ ಶಿಬಿರಗಳು ಖಾಲಿ ಬಿದ್ದಿವೆ. ಎಲ್ಲರೂ ಎಲ್ಲಿ ಹೋಗಿದ್ದಾರೆ? ಐವತ್ತು ಸಾವಿರ ಜನರು ಇದ್ದಕ್ಕಿದ್ದಂತೆ ಕಣ್ಮರೆಯಾಗಲು ಸಾಧ್ಯವಿಲ್ಲ.

ಒಂದಲ್ಲ ಒಂದು ದಿನ ವ್ಯಕ್ತಿಯಾಗಲಿ, ಸಮುದಾಯವಾಗಲಿ ಪ್ರತಿಯೊಬ್ಬರ ಜೀವನದಲ್ಲೂ ಇಂತಹ ಕವಲುದಾರಿ ಬಂದೇ ಬರುತ್ತದೆ. ಸ್ಥಳಾಂತರಗೊಂಡ ಐವತ್ತು ಸಾವಿರ ಜನರು ಕೂಡ ಆ ಕವಲುದಾರಿಯನ್ನು ತಲುಪಿರಬೇಕು, ಅಲ್ಲಿಂದ ಒಂದು ದಾರಿ ಜೀವನೋಪಾಯವನ್ನು ಹುಡುಕಿಕೊಂಡು ಆಂಧ್ರಪ್ರದೇಶದ ಗಡಿ ದಾಟಿ ಹೋಗುತ್ತದೆ ಮತ್ತು ಇನ್ನೊಂದು ದಟ್ಟವಾದ ಕಾಡುಗಳಲ್ಲಿ ಭೂಮಿಗಾಗಿ ಹೋರಾಡುವವರು ತಮ್ಮ ಜಾಗವನ್ನು ಗಟ್ಟಿಯಾಗಿ ಹಿಡಿದುಕೊಂಡು ಕೂತಿದ್ದರು. ಜೀವನೋಪಾಯ ಅರಸಿ ಎಷ್ಟು ಜನ ಆಂಧ್ರಪ್ರದೇಶಕ್ಕೆ ವಲಸೆ ಹೋದರು? ಎಷ್ಟು ಜನರು ತಮ್ಮ ಬೇರುಗಳಿಗೆ ಮರಳಿ ಹೋರಾಟದಲ್ಲಿ ಸೇರಿಕೊಂಡರು? ಮುಂದೆ ಈ 'ಪರಿಹಾರ ಶಿಬಿರ'ಗಳ ಬಗ್ಗೆ ಸಮಾಜಶಾಸ್ತ್ರ ಅಧ್ಯಯನ ಮಾಡುವವರಿಗೆ ಈ ಪ್ರಶ್ನೆ ಮುಖ್ಯವಾಗುತ್ತದೆ.

ನನಗೆ ಅಂತಹ ವಿಶ್ಲೇಷಣೆಯಲ್ಲಿ ಯಾವುದೇ ಅರ್ಥ ಕಾಣಿಸುವುದಿಲ್ಲ. ನಾನು ನಾಶವಾದ ಎಲ್ಲಾ ವಸ್ತುಗಳ ನಡುವಿನಿಂದ ಹಾದುಹೋಗುತ್ತೇನೆ. ಹುತಾತ್ಮರ ಪ್ರತಿಮೆಗಳು, ಸುತ್ತಿಗೆ ಮತ್ತು ಕುಡುಗೋಲು ಇರುವ ಸಮಾಧಿಗಳನ್ನು ನೋಡುವುದರಿಂದ ಯಾವುದೇ ತೀರ್ಮಾನಕ್ಕೆ ಬರಲು ಸಾಧ್ಯವಿಲ್ಲ. ಇವು ಕೇವಲ ಮಾದರಿಗಳು. ಎರಡೂ ಎದುರಾಳಿ ಶಕ್ತಿಗಳು ತಮ್ಮದೇ ಆದ ಪ್ರದರ್ಶನವನ್ನು ನೀಡಿವೆ. ವಿವಿಧ ವಂಚನೆಗಳು ಮತ್ತು ರಾಜತಾಂತ್ರಿಕ ನಡೆಗಳ ಮೂಲಕ ಕೊಲ್ಲಲ್ಪಟ್ಟ ಒಂದೇ ಸಮುದಾಯದ ಈ ಜನರ ಸಮಾಧಿಗಳು, ಪ್ರತಿಮೆಗಳು ಮತ್ತು ಬದುಕಿರುವಾಗಲೇ ಸತ್ತಂತೆ, ಜೀವಂತ ಅವಶೇಷಗಳಂತೆ ಕಾಡಿನಲ್ಲಿ ಅಲೆದಾಡುತ್ತಿರುವ ಅನೇಕ ಬಲಿದಾನಗಳ ತುಣುಕುಗಳು ಬಿದ್ದಿವೆ. ಬದುಕಿರುವಾಗಲೇ ಸತ್ತವರ ಇತಿಹಾಸ ಬರೆಯುವವರು ಯಾರು? ನಾಗಾ ಬೆಟಾಲಿಯನ್ ಸೈನಿಕರ ಅಕ್ರಮ ಮಕ್ಕಳನ್ನು ಸೆರಗಿಗೆ ಕಟ್ಟಿಕೊಂಡು ತಿರುಗಾಡುತ್ತಿರುವ ಆ ಹದಿನೈದು–ಹದಿನಾರು ವರ್ಷದ ತಾಯಂದಿರ ಇತಿಹಾಸವನ್ನು ಯಾರು ಬರೆಯುತ್ತಾರೆ. ಚಪ್ಪಟೆ ಮೂಗು, ಸಣ್ಣ ಕಣ್ಣುಗಳು ಮತ್ತು ದುಂಡಗಿನ ಮುಖಗಳನ್ನು ಹೊಂದಿರುವ ಈ ಹೈಬ್ರಿಡ್ ಮಕ್ಕಳನ್ನು ನೋಡುತ್ತೇನೆ. ಎಲ್ಲಿಯೂ ಹೋಗಲು ಸಾಮರ್ಥ್ಯವಿಲ್ಲದ ವೃದ್ಧರು ಮತ್ತು ರೋಗಿಗಳನ್ನು ಪರಿಹಾರ ಶಿಬಿರಗಳಲ್ಲಿ ಬಿಟ್ಟು ಹೋಗಿರುವುದನ್ನು ನೋಡುತ್ತೇನೆ. ಅವರ ಕಣ್ಣುಗಳಲ್ಲಿ ತಮ್ಮ ಭವಿಷ್ಯದ ಜೀವನದ ಯಾವುದೇ ಕನಸುಗಳಿಲ್ಲ. ಸಾಯುತ್ತಿರುವ ಆನೆ ಮತ್ತು ಒಡೆದು ಹೋಗುತ್ತಿರುವ ಹಡಗು ನನ್ನನ್ನು ನೋಡಿದಂತೆ, ಅವರು ಖಾಲಿ ಮತ್ತು ನಿರ್ಜೀವ ಕಣ್ಣುಗಳಿಂದ ನನ್ನನ್ನು ನೋಡುತ್ತಾರೆ.

ಹೀಗೆ ಹಲವು ದಿನ ಕಾಡಿನಲ್ಲಿ ಅಲೆದಾಡುತ್ತಲೇ ಇದ್ದ ನಾನು ಒಂದು ದಿನ ಮತ್ತೆ ಆ ಕವಲುದಾರಿ ತಲುಪಿದೆ, ಒಂದು ದಿನ ಅಲ್ಲೇ ನಿಂತು ನಿರ್ಧರಿಸಲಾಗದ ಸ್ಥಿತಿಯಲ್ಲಿ ಎರಡು ಕಲ್ಲುಗಳನ್ನು ಎತ್ತಿಕೊಂಡಿದ್ದೆ. ಅವುಗಳಲ್ಲಿ ಒಂದು ಕಲ್ಲು ಇಲ್ಲೇ ಕಾಡಿನಲ್ಲಿ ಬಿದ್ದಿತ್ತು ಮತ್ತು ಇನ್ನೊಂದು ಕಲ್ಲು ನನ್ನೊಂದಿಗೆ ದೀರ್ಘ ಪ್ರಯಾಣವನ್ನು ಮಾಡಿತ್ತು. ಈಗ ನಮ್ಮಿಬ್ಬರ ಪ್ರಯಾಣಗಳು ಮುಗಿದಿವೆ. ನಾನು ಚೀಲದಿಂದ ಕಲ್ಲನ್ನು ಹೊರತೆಗೆದು, ಅನೇಕ ವರ್ಷಗಳ ಹಿಂದೆ ಅದನ್ನು ಎಲ್ಲಿಂದ ಎತ್ತಿಕೊಂಡಿದ್ದೆನೋ ಅದೇ ಜಾಗದಲ್ಲಿ ನೆಲದ ಮೇಲೆ ಇರಿಸಿದೆ.

ಈಗ ನನಗೂ ಆ 'ಚಿಂತಾಮಣಿ'ಗೂ ಯಾವುದೇ ಸಂಬಂಧವಿಲ್ಲ. ನಾನು ಮೌನವಾಗಿ ದೂರದವರೆಗೆ ಆನೆಯನ್ನು ಹಿಂಬಾಲಿಸಿ ಬಂದ ಆ ದಾರಿಯಲ್ಲಿ ನಡೆಯುತ್ತಿದ್ದೇನೆ. ಈಗ ಆ ಮಾರ್ಗದಲ್ಲಿ ಚೆಕ್‌ಪೋಸ್ಟ್ ಇಲ್ಲ, ಗಸ್ತು ತಿರುಗುವ ಸೈನಿಕರೂ ಇಲ್ಲ. ಶರತ್ಕಾಲದ ಒಣ ಎಲೆಗಳನ್ನು ಹೊರತುಪಡಿಸಿ ಏನೂ ಇಲ್ಲ. ನಾನು ಆ ಒಣಗಿದ ಎಲೆಗಳ ಮೇಲೆ ನಡೆಯುತ್ತಲೇ ಇದ್ದೆ. ಗಾಳಿ ಬೀಸುತ್ತಿಲ್ಲ, ನನ್ನ ಮನಸ್ಸಿನಲ್ಲಿ ಯಾವುದೇ ಆಲೋಚನೆಗಳಿಲ್ಲ. ನನ್ನ ಪಾದಗಳಡಿಯಲ್ಲಿ ಚೂರಾಗುತ್ತಿರುವ ಎಲೆಗಳ ಚರಪರ ಮತ್ತು ಕಟಕಟ ಶಬ್ದಗಳನ್ನು ಹೊರತುಪಡಿಸಿ ಅಲ್ಲಿ ಯಾವುದೇ ಶಬ್ದವಿಲ್ಲ. ಒಣ ಎಲೆಗಳ ಈ ಶಬ್ದ ಈಗ ನನಗೆ ಥೀಮ್ ಟ್ಯೂನ್ ಆಗಿ ಮಾರ್ಪಟ್ಟಿದೆ. ಜೀವನದಲ್ಲಿ ಮೂರನೇ ಬಾರಿಗೆ ಈ ರಾಗವನ್ನು ಕೇಳುತ್ತಿದ್ದೇನೆ. ಪ್ರತಿ ಬಾರಿಯಂತೆ, ಈ ಬಾರಿಯೂ ಈ ಟ್ಯೂನ್ ನನ್ನನ್ನು ಹಿಂಬಾಲಿಸುತ್ತಲೇ ಇತ್ತು, ಮತ್ತೊಮ್ಮೆ ನಾನು ಆ ಮರದ ಬಳಿಗೆ ತಲುಪುವವರೆಗೆ. ಆ ಮರದ ಒಂದು ಕೊಂಬೆಯ ಮೇಲೆ ಕುಳಿತು ನಾನು ಎರಡು ದೊಡ್ಡ ಹಿಂಸಾತ್ಮಕ ಘಟನೆಗಳಿಗೆ ಸಾಕ್ಷಿಯಾಗಿದ್ದೆ. ಹೌದು, ಇದೇ ಮರ, ಇದರ ಬೇರುಗಳು ಎರಡು ಬಾರಿ ರಕ್ತದ ರುಚಿಯನ್ನು ಸವಿದಿವೆ. ಈಗ ಆ ಮರದ ಸುತ್ತಲಿನ ದೊಡ್ಡ ಪ್ರದೇಶವನ್ನು ತೆರವುಗೊಳಿಸಿ, ಆ ಪ್ರದೇಶವನ್ನು ವಾಸಕ್ಕೆ ಅನುಕೂಲವಾಗುವಂತೆ ಪರಿವರ್ತಿಸಲಾಗಿದೆ. ಅನೇಕ ಟೆಂಟ್‌ಗಳನ್ನು ಸ್ಥಾಪಿಸಲಾಗಿದೆ, ಮಚ್ಚೆಯುಳ್ಳ ಸಮವಸ್ತ್ರವನ್ನು ಧರಿಸಿರುವ ಅನೇಕ ಸಿಬ್ಬಂದಿಗಳು ತಮ್ಮ ದೈನಂದಿನ ಕೆಲಸದಲ್ಲಿ ತೊಡಗಿಸಿಕೊಂಡಿದ್ದಾರೆ. ಎಲ್ಲೋ ಬಟ್ಟೆ ಒಗೆಯುತ್ತಿದ್ದಾರೆ, ಎಲ್ಲೋ ಕುಡಿಯುವ ನೀರು ಕುದಿಸುತ್ತಿದ್ದಾರೆ, ಎಲ್ಲೋ ಅಡುಗೆ ಮಾಡುವ ಕಾರ್ಯ ನಡೆಯುತ್ತಿದೆ ಮತ್ತು ಎಲ್ಲೋ ಮಕ್ಕಳಿಗೆ ಪಾಠ ಕಲಿಸುತ್ತಿದ್ದಾರೆ. ನನ್ನ ಮುಂದೆ ಹಗ್ಗದ ಮೇಲೆ ಒಣಗಲು ಹಲವಾರು ಜೋಡಿ ಪ್ಯಾಂಟ್-ಶರ್ಟ್‌ಗಳನ್ನು ಹಾಕಲಾಗಿದೆ. ಆ ಒದ್ದೆ ಬಟ್ಟೆಗಳ ಬಳಿ ತಲುಪಿದ ತಕ್ಷಣ ನನಗೆ ಮತ್ತೊಮ್ಮೆ 'ಆಭಾಸ'ವಾಗುತ್ತದೆ.

ನಾನು ಒಂದೆರಡು ಕ್ಷಣಗಳವರೆಗೆ ಹಾಗೇ ಉಸಿರು ಬಿಗಿ ಹಿಡಿದು ನಿಂತಿದ್ದೆ. ಒಣಗಲು ಹಾಕಿದ್ದ ಒದ್ದೆಯಾದ ಪ್ಯಾಂಟನ್ನು ನಿಧಾನವಾಗಿ ಸರಿಸಿದಾಗ ಎದುರಿಗೆ ಮರದ ಕೆಳಗೆ ನನಗೆ ಮೌನ ಕಾಣಿಸಿದಳು. ಚಾಪೆಯ ಮೇಲೆ ಕುಳಿತು, ಕೈಯಲ್ಲಿ ಸೂಜಿ ದಾರ ಹಿಡಿದು ತನ್ನ ಕೆಲಸದಲ್ಲಿ ಮಗ್ನಳಾಗಿದ್ದಳು. ಅವಳ ಬಲ ಪಾದದ ಬಳಿ ಕೆಲವು ಸಮವಸ್ತ್ರಗಳು ಬಿದ್ದಿದ್ದವು ಮತ್ತು ಎಡ ಪಾದದ ಬಳಿ ಎರಡು ಊರುಗೋಲುಗಳು. ಅವಳು ಗಮನವಿಟ್ಟು ಅಂಗಿಯ ಗುಂಡಿಗಳನ್ನು ಹೊಲಿಯುತ್ತಿದ್ದಳು. ಸ್ವಲ್ಪ ಹೊತ್ತು ಅವಳ ಎಡ, ಅಪೂರ್ಣ ಕಾಲಿನ ಬಳಿ ಬಿದ್ದಿರುವ ಊರುಗೋಲನ್ನು ನೋಡುತ್ತಲೇ ಇದ್ದೆ. ಅವಳ ಮುಖವನ್ನು ದಿಟ್ಟಿಸಿ ನೋಡಿದೆ. ಈಗ ಅವಳ ಕೆಲವು ಕೂದಲುಗಳು ಬಿಳಿ ಬಣ್ಣಕ್ಕೆ ತಿರುಗಿದ್ದರೂ, ಅವಳು ಹಿಂದೆಂದಿಗಿಂತಲೂ ಆರೋಗ್ಯವಾಗಿ, ಹೆಚ್ಚು ಸಮರ್ಥವಾಗಿ ಕಾಣಿಸುತ್ತಿದ್ದಳು.

ನಾನು ಅವಳನ್ನು ಕರೆಯದೇ, ಅವಳಿಗೆ ಸುಮ್ಮನೆ ಹೊಲಿಯಲು ಬಿಡುತ್ತೇನೆ. ಅವಳ ಹೊಲಿಗೆ ಮುಂದುವರಿಯುತ್ತದೆ. ಸಮಯವು ನಮ್ಮಿಂದ ಏನೇನೆಲ್ಲಾ ಮಾಡಿಸುತ್ತದೆಯಲ್ಲಾ ಎಂಬುದರ ಕುರಿತು ನಾನು ಯೋಚಿಸುವುದನ್ನು ಮುಂದುವರಿಸುತ್ತೇನೆ.

ಒಂದು ದಿನ ಅವನು ನಮ್ಮ ಕೈಯಲ್ಲಿ ಕಲ್ಲು ಇಟ್ಟು, ನಮಗೆ ಯಾವುದೋ ಅಜ್ಞಾತ ಮಾರ್ಗದಲ್ಲಿ ಹೋಗಲು ಸಲಹೆ ನೀಡುತ್ತಾನೆ. ಇನ್ನೊಂದು ದಿನ ನಮ್ಮನ್ನು ಕಾಡಿನಿಂದ ಹೊರಗೆ ದಬ್ಬಿ ಹಡಗಿನ ಮೇಲೆ ಕಳಿಸಿಬಿಡುತ್ತಾನೆ. ಒಂದು ದಿನ ಅವನು ಕಟ್ಟಿಗೆ ಸಂಗ್ರಹಿಸುವ ಹುಡುಗಿಯ ಬುಟ್ಟಿಗೆ ಆಯುಧಗಳನ್ನು ತುಂಬುತ್ತಾನೆ ಮತ್ತು ಇನ್ನೊಂದು ದಿನ ಅವನು ಬಂದೂಕು ಚಲಾಯಿಸುವ ಹುಡುಗಿಯ ಕೈಯಲ್ಲಿ ಸೂಜಿ ಮತ್ತು ದಾರವನ್ನು ಕೊಟ್ಟುಬಿಡುತ್ತಾನೆ.

❑❑❑

ಓದಿ ಓದಿ ಮರುಳಾಗಿ!

ಛಂದ ಪುಸ್ತಕ ಬಹುಮಾನ

ಹೊಸ ಕತೆಗಾರರನ್ನು ಗುರುತಿಸುವ ಸಲುವಾಗಿ ನಮ್ಮ ಪ್ರಕಾಶನ ಸಂಸ್ಥೆಯು ಕಳೆದ ಇಪ್ಪತ್ತು ವರ್ಷಗಳಿಂದ ಕತೆಗಳ ಹಸ್ತಪ್ರತಿ ಸ್ಪರ್ಧೆಯನ್ನು ನಡೆಸುತ್ತಾ ಬಂದಿದೆ. ಈವರೆಗೆ ಒಂದೂ ಕಥಾಸಂಕಲನವನ್ನು ಪ್ರಕಟಿಸದವರು ಈ ಸ್ಪರ್ಧೆಯಲ್ಲಿ ಭಾಗವಹಿಸಬಹುದು. ಇತರ ಪ್ರಕಾರಗಳಲ್ಲಿ ಒಂದೆರಡು ಪುಸ್ತಕಗಳನ್ನು ಪ್ರಕಟ ಮಾಡಿದವರೂ ಇದರಲ್ಲಿ ಭಾಗವಹಿಸುವ ಅವಕಾಶವಿರುತ್ತದೆ. ಮೊದಲ ಸುತ್ತಿನ ಆಯ್ಕೆಯನ್ನು ಪ್ರಕಾಶನದ ಸದಸ್ಯರು ಮಾಡಿ, ಕೊನೆಯ ಆಯ್ಕೆಗಾಗಿ ಸುಮಾರು ಹತ್ತು ಹಸ್ತಪ್ರತಿಗಳನ್ನು ನಾಡಿನ ಹಿರಿಯ ಸಾಹಿತಿಗಳಿಗೆ ಒಪ್ಪಿಸುತ್ತಾರೆ. ಆಯ್ಕೆಯಾದ ಹಸ್ತಪ್ರತಿಯನ್ನು ಪುಸ್ತಕ ರೂಪದಲ್ಲಿ ಪ್ರಕಟಿಸಿ, ಪ್ರಶಸ್ತಿ ಪತ್ರ, ಫಲಕ ಹಾಗೂ ನಲವತ್ತು ಸಾವಿರ ರೂಪಾಯಿ ಬಹುಮಾನವನ್ನು ನೀಡಲಾಗುತ್ತದೆ. ಈವರೆಗೂ ಈ ಸ್ಪರ್ಧೆಯಲ್ಲಿ ಬಹುಮಾನ ಪಡೆದವರ ವಿವರಗಳ ಪಟ್ಟಿಯನ್ನು ಮುಂದಿನ ಪುಟದಲ್ಲಿ ನೀಡಿದ್ದೇವೆ.

ಇವರಲ್ಲಿ ಮೌನೇಶ ಬಡಿಗೇರ, ಶಾಂತಿ ಕೆ ಅಪ್ಪಣ್ಣ, ಪದ್ಮನಾಭ ಭಟ್ ಶೇವ್ಕಾರ ಮತ್ತು ಸ್ವಾಮಿ ಪೊನ್ನಾಚಿ ಅವರಿಗೆ ಕೇಂದ್ರ ಸಾಹಿತ್ಯ ಅಕಾಡೆಮಿಯ ಯುವ ಪುರಸ್ಕಾರ ದೊರೆತಿದೆ. ವಿನಯಾ, ಶಾಂತಿ ಕೆ ಅಪ್ಪಣ್ಣ ಮತ್ತು ಪದ್ಮನಾಭ ಭಟ್ ಶೇವ್ಕಾರರ ಪುಸ್ತಕಗಳಿಗೆ ಕರ್ನಾಟಕ ಸಾಹಿತ್ಯ ಅಕಾಡೆಮಿಯ ಪುಸ್ತಕ ಬಹುಮಾನ ಅಥವಾ ದತ್ತಿ ಬಹುಮಾನಗಳು ಸಂದಿವೆ. ಇನ್ನೂ ಹಲವಾರು ನಾಡಿನ ಪ್ರಮುಖ ಪ್ರಶಸ್ತಿ ಮತ್ತು ಬಹುಮಾನಗಳೂ ಈ ಕೃತಿಗಳಿಗೆ ಲಭ್ಯವಾಗಿವೆ.

ನೀವು ಈ ಸ್ಪರ್ಧೆಯಲ್ಲಿ ಭಾಗವಹಿಸಬೇಕೆ? ಹಾಗಿದ್ದರೆ ನಮ್ಮ ಮುಂದಿನ ವರ್ಷದ ಸ್ಪರ್ಧೆಯ ಆಹ್ವಾನವನ್ನು ಖ್ಯಾತ ಕನ್ನಡ ನಿಯತಕಾಲಿಕೆಗಳಲ್ಲಿ ಅಥವಾ ಸಾಮಾಜಿಕ ಜಾಲತಾಣಗಳಲ್ಲಿ ನಿರೀಕ್ಷಿಸಿರಿ. ಹೆಚ್ಚಿನ ವಿವರಗಳಿಗೆ 98444 22782 ಗೆ ಸಂದೇಶ ಕಳುಹಿಸಿರಿ.

ಛಂದ
ಪುಸ್ತಕ

ಓದಿ ಓದಿ ಮರುಳಾಗಿ!

ಛಂದ ಪುಸ್ತಕ ಬಹುಮಾನ ಪಡೆದ ಕೃತಿಗಳು

ಕತೆಗಾರರು	ಕಥಾಸಂಕಲನ	ತೀರ್ಪುಗಾರರು
ಸುನಂದಾ ಕಡಮೆ	ಪುಟ್ಟ ಪಾದದ ಗುರುತು	ಅಶೋಕ ಹೆಗಡೆ/ ಸುಮಂಗಲಾ
ಅಲಕ ತೀರ್ಥಹಳ್ಳಿ	ಈ ಕತೆಗಳ ಸಹವಾಸವೇ ಸಾಕು	ಕೇಶವ ಮಳಗಿ/ ಸುಮಂಗಲಾ
ಲೋಕೇಶ ಅಗಸನಕಟ್ಟೆ	ಹಟ್ಟಿಯೆಂಬ ಭೂಮಿಯ ತುಣುಕು	ಬೊಳುವಾರು
ವಿನಯಾ	ಊರ ಒಳಗಣ ಬಯಲು	ನೇಮಿಚಂದ್ರ
ಸಂದೀಪ ನಾಯಕ	ಗೋಡೆಗೆ ಬರೆದ ನವಿಲು	ಅಮರೇಶ ನುಗಡೋಣಿ
ಕಣಾದ ರಾಘವ	ಮೊದಲ ಮಳೆಯ ಮಣ್ಣು	ಕೆ. ಸತ್ಯನಾರಾಯಣ
ಬಸವಣ್ಣೆಪ್ಪಾ ಕಂಬಾರ	ಆಟಿಕೆ	ಕುಂ. ವೀರಭದ್ರಪ್ಪ
ಮೌನೇಶ ಬಡಿಗೇರ	ಮಾಯಾಕೋಲಾಹಲ	ಓ.ಎಲ್.ಎನ್. ಸ್ವಾಮಿ
ಪದ್ಮನಾಭ ಭಟ್	ಕೇಪಿನ ಡಬ್ಬಿ	ಎಂ. ಎಸ್. ಆಶಾದೇವಿ
ಶಾಂತಿ ಕೆ ಅಪ್ಪಣ್ಣ	ಮನಸು ಅಭಿಸಾರಿಕೆ	ಎಚ್.ಎಸ್.ಆರ್
ದಯಾನಂದ	ದೇವರು ಕಚ್ಚಿದ ಸೇಬು	ನಾ. ಡಿಸೋಜಾ
ಸ್ವಾಮಿ ಪೊನ್ನಾಚಿ	ಧೂಪದ ಮಕ್ಕಳು	ಎಂ. ಎಸ್. ಶ್ರೀರಾಮ್
ಶಶಿ ತರೀಕೆರೆ	ಡುಮಿಂಗ	ಲಲಿತಾ ಸಿದ್ಧಬಸವಯ್ಯ
ಛಾಯಾ ಭಟ್	ಬಯಲರಸಿ ಹೊರಟವಳು	ತಾರಿಣಿ ಶುಭದಾಯಿನಿ
ಕಾವ್ಯಾ ಕಡಮೆ	ಮಾಕೋನ ಏಕಾಂತ	ಟಿ.ಪಿ. ಅಶೋಕ

ಛಂದ ಪುಸ್ತಕ ಬಹುಮಾನ

ಪುಟ್ಟ ಪಾದದ ಗುರುತು - ಸುನಂದಾ ಪ್ರಕಾಶ ಕಡಮೆ - ₹ 120
ಈ ಕತೆಗಳ ಸಹವಾಸವೇ ಸಾಕು - ಅಲಕ ತೀರ್ಥಹಳ್ಳಿ - ₹ 60
ಹಟ್ಟಿಯೆಂಬ ಭೂಮಿಯ ತುಣುಕು - ಲೋಕೇಶ ಅಗಸನಕಟ್ಟೆ - ₹ 180
ಗೋಡೆಗೆ ಬರೆದ ನವಿಲು - ಸಂದೀಪ ನಾಯಕ - ₹ 60
ಮೊದಲ ಮಳೆಯ ಮಣ್ಣು - ಕಣಾದ ರಾಘವ - ₹ 140
ಆಟಿಕೆ - ಬಸವಣ್ಣೆಪ್ಪಾ ಕಂಬಾರ - ₹ 100
ಮಾಯಾಕೋಲಾಹಲ - ಮೌನೇಶ ಬಡಿಗೇರ - ₹ 165
ಕೇಪಿನ ಡಬ್ಬಿ - ಪದ್ಮನಾಭ ಭಟ್, ಶೇವ್ಕಾರ - ₹ 150
ಮನಸು ಅಭಿಸಾರಿಕೆ - ಶಾಂತಿ ಕೆ ಅಪ್ಪಣ್ಣ - ₹ 230
ದೇವರು ಕಚ್ಚಿದ ಸೇಬು - ದಯಾನಂದ - ₹ 140
ಧೂಪದ ಮಕ್ಕಳು - ಸ್ವಾಮಿ ಪೊನ್ನಾಚಿ - ₹ 130
ಡುಮಿಂಗ - ಶಶಿ ತರೀಕೆರೆ - ₹ 130
ಬಯಲರಸಿ ಹೊರಟವಳು - ಛಾಯಾ ಭಟ್ - ₹ 120
ಮಾಕೋನ ಏಕಾಂತ - ಕಾವ್ಯಾ ಕಡಮೆ - ₹ 130

ಕಥಾಸಂಕಲನ

ಶಕುಂತಳಾ - ಗುರುಪ್ರಸಾದ್ ಕಾಗಿನೆಲೆ - ₹ 80
ಜುಮುರು ಮಳೆ - ಸುಮಂಗಲಾ - ₹ 220
ಶಾಲಭಂಜಿಕೆ - ಡಾ. ಕೆ. ಎನ್. ಗಣೇಶಯ್ಯ - ₹ 180 (7ನೇ ಮುದ್ರಣ)
ಕಾರಂತಜ್ಜನಿಗೊಂದು ಪತ್ರ - ಸಚ್ಚಿದಾನಂದ ಹೆಗಡೆ - ₹ 150
ಹಕೂನ ಮಟಾಟ - ನಾಗರಾಜ ವಸ್ತಾರೆ - ₹ 80
ಕಾಲಿಟ್ಟಲ್ಲಿ ಕಾಲುದಾರಿ - ಸುಮಂಗಲಾ - ₹ 80
ಹುಲಿರಾಯ - ಕೀರ್ತಿರಾಜ್ - ₹ 80
ನಿರವಯವ - ನಾಗರಾಜ ವಸ್ತಾರೆ - ₹ 125
ಹನ್ನೊಂದನೇ ಅಡ್ಡರಸ್ತೆ - ಸುಮಂಗಲಾ - ₹ 170
ಗಾಳಿಗೆ ಮೆತ್ತಿದ ಬಣ್ಣ - ಕರ್ಕಿ ಕೃಷ್ಣಮೂರ್ತಿ - ₹ 180
ಕನ್ನಡಿ ಹರಳು - ಪದ್ಮನಾಭ ಭಟ್, ಶೇವ್ಕಾರ - ₹ 130
ಒಂದು ಚಿಟಿಕೆ ಮಣ್ಣು - ಲಕ್ಷ್ಮಣ ಬಾದಾಮಿ - ₹ 130
ಬಂಡಲ್ ಕತೆಗಳು - ಎಸ್ ಸುರೇಂದ್ರನಾಥ್ - ₹ 160
ದೇವರ ರಜಾ - ಗುರುಪ್ರಸಾದ್ ಕಾಗಿನೆಲೆ - ₹ 225 (2ನೇ ಮುದ್ರಣ)
ಕಟ್ಟು ಕತೆಗಳು - ಎಸ್ ಸುರೇಂದ್ರನಾಥ್ - ₹ 210
ಮಡಿಲು (ನೀಳ್ಗತೆ) - ನಾಗರಾಜ ವಸ್ತಾರೆ - ₹ 15

ತಿರಾಮಿಸು - ಶಶಿ ತರೀಕೆರೆ - ₹ 210
ತೊಟ್ಟು ಕ್ರಾಂತಿ - ಕಾವ್ಯಾ ಕಡಮೆ - ₹ 180
ಒಂದು ಬಾಗಿಲು ಮತ್ತು ಮೂರೂ ಚಿಲ್ಲರೆ ವರ್ಷಗಳು - ಶಾಂತಿ ಕೆ ಅಪ್ಪಣ್ಣ - ₹ 190

ಪ್ರಬಂಧ

ಪೂರ್ವ ಪಶ್ಚಿಮ - ಎಂ. ಆರ್. ದತ್ತಾತ್ರಿ - ₹ 80
ರಾಗಿಮುದ್ದೆ - ರಘುನಾಥ ಚ. ಹ. - ₹ 120
ಕುಟ್ಟವಲಕ್ಕಿ / ಗೊಜ್ಜವಲಕ್ಕಿ - ಪ್ರಶಾಂತ ಆಡೂರ - ₹ 170 / ₹ 170
ಕಿಲಿಮಂಜಾರೋ - ಪ್ರಶಾಂತ್ ಬೀಚಿ - ₹ 80
ಮಿಸಳ್ ಭಾಜಿ - ಭಾರತಿ ಬಿ ವಿ - ₹ 190
ನೀ ಮಾಯೆಯೊಳಗೋ... - ವಿಕ್ರಮ ಹತ್ವಾರ - ₹ 150
ಸಾವೆಂಬ ಲಹರಿ - ಗುರುಪ್ರಸಾದ ಕಾಗಿನೆಲೆ - ₹ 140
ವೈದ್ಯ, ಮತ್ತೊಬ್ಬ - ಗುರುಪ್ರಸಾದ ಕಾಗಿನೆಲೆ - ₹ 120
ಅಪ್ಪನ ರ್‍ಯಾಲೀಸ್ ಸೈಕಲ್ - ದರ್ಶನ್ ಜಯಣ್ಣ - ₹ 110
ಇಮೋಜಿ ಭಾಷೆ - ಕರ್ಕಿ ಕೃಷ್ಣಮೂರ್ತಿ - ₹ 150

ಅನುವಾದ

ದಿ ಚಾಯ್ಸ್ - ಈಡಿತ್ ಎವಾ ಎಗರ್ (ಜಯಶ್ರೀ ಭಟ್) - ₹ 280
ದೇಹವೇ ದೇಶ - ಗರಿಮಾ ಶ್ರೀವಾಸ್ತವ (ವಿಕ್ರಮ ವಿಸಾಜಿ) - ₹ 250
ಪರ್ಸೆಪೊಲಿಸ್- ಮಾರ್ಜಾನ್ ಸತ್ರಪಿ (ಪ್ರೀತಿ ನಾಗರಾಜ) - ₹ 395
ಗಾಳಿ ಪಳಗಿಸಿದ ಬಾಲಕ - ವಿಲಿಯಂ ಕಾಂಕ್ವಾಂಬಾ (ಕರುಣಾ ಬಿ ಎಸ್) - ₹ 180
ಅಮೋಸ್ ಫಾರ್ಚೂನ್ - ಎಲಿಝಬೆತ್ ಯೇಟ್ಸ್ (ಜಯಶ್ರೀ ಭಟ್) - ₹ 110
ನವ ಜೀವಗಳು - ವಿಲಿಯಂ ಡಾಲ್ರಿಂಪಲ್ (ನವೀನ ಗಂಗೋತ್ರಿ) - ₹ 250
ಮೈಕೆಲ್ ಕೆ - ಜೆ.ಎಂ. ಕುಟ್‌ಸೀ (ಸುನಿಲ್ ರಾವ್) - ₹ 170
ಲೇರಿಯೊಂಕ - ಹೆನ್ರಿ ಆರ್. ಓಲೆ ಕುಲೆಟ್ (ಪ್ರಶಾಂತ ಬೀಚಿ) - ₹ 140
ಅರೆಶತಮಾನದ ಮೌನ - ಯಾನ್ ರಫ್-ಓ'ಹರ್ನ್ (ಅರುಣ್) - ₹ 310
ಪರ್ವತದಲ್ಲಿ ಪವಾಡ - ನ್ಯಾಂಡೊ ಪರಾಡೊ (ಸಂಯುಕ್ತಾ ಪುಲಿಗಲ್) - ₹ 340
ಚಂದಿರ ಬೇಕೆಂದವನು - ಮಿಮಿ ಬೇರ್ಡ್ (ಪ್ರಜ್ಞಾ ಶಾಸ್ತ್ರಿ) - ₹ 180
ಬಂಡೂಲ - ವಿಕಿ ಕಾನ್‌ಸ್ಟಂಟೇನ್ ಕ್ರುಕ್ (ರಾಜ್ಯಶ್ರೀ ಕುಳಮರ್ವ) - ₹ 425
ರೆಬೆಲ್ ಸುಲ್ತಾನರು - ಮನು ಎಸ್ ಪಿಳ್ಳೈ (ಸಂಯುಕ್ತಾ ಪುಲಿಗಲ್) - ₹ 420
ಫಾಲೋಯಿಂಗ್ ಫಿಶ್ - ಸಮಂತ್ ಸುಬ್ರಮಣಿಯನ್ (ಸಹನಾ ಹೆಗಡೆ) - ₹ 280
ಜಗವ ಚುಂಬಿಸು - ಸುಬ್ರೊತೋ ಬಾಗ್ಚಿ (ವಂದನಾ ಪಿ ಸಿ) - ₹ 240
ಪರ್ದಾ ಅಂಡ್ ಪಾಲಿಗಮಿ - ಇಕ್ಬಾಲುನ್ನೀಸಾ ಹುಸೇನ್ (ದಾದಾಪೀರ್) - ₹ 380
ವಾಡಿವಾಸಲ್ - ಚಿ. ಸು. ಚೆಲ್ಲಪ್ಪ (ಸತ್ಯಕಿ) - ₹ 100

ನಾಲ್ಕನೇ ಎಕರೆ - ಶ್ರೀರಮಣ (ಅಜಯ್ ವರ್ಮಾ ಅಲ್ಲೂರಿ) - ₹ 100
ಮಾವೋನ ಕೊನೆಯ ನರ್ತಕ - ಲೀ ಶ್ವಿನ್‌ಶಿಂಗ್ (ಜಯಶ್ರೀ ಭಟ್) - ₹ 340
ಕೋಬಾಲ್ಟ್ ಬ್ಲೂ - ಸಚಿನ್ ಕುಂಡಲ್‌ಕರ್ (ಸಪ್ನಾ ಕಟ್ಟಿ) - ₹ 150
ವಿದ್ಯಾವಂತ ವೇಶ್ಯೆಯ ಆತ್ಮಕಥೆ - ಮಾನದಾ ದೇವಿ (ನಾಗ ಹುಬ್ಳಿ) - ₹ 240
ದಿ ಲೈಟ್‌ಹೌಸ್ ಫ್ಯಾಮಿಲಿ - ಫಿರಾತ್ ಸುನೇಲ್ (ಮಾಧುರಿ ಕುಲಕರ್ಣಿ) - ₹ 230
ನನ್ನ ತಂಗಿ ಈಡಾ - ಕಾರೊಲೀನ ವಾಲ್ (ಹರ್ಷ ರಘುರಾಮ್) - ₹ 260
ಸತ್ತವರ ಸೊಲ್ಲು - ಆಶುತೋಷ್ ಭಾರದ್ವಾಜ್ (ಕಾರ್ತಿಕ್ ಆರ್.) - ₹ 380
ಮುರಿದ ಕಡಲು - ಮನೋಜ್ ರೂಪ್ದಾ (ಚಂದ್ರಶೇಖರ ಮದಭಾವಿ) - ₹ 230

ವಸುಧೇಂದ್ರ

ಮನೀಷೆ - ಕತೆಗಳು - ₹ 120 (8ನೇ ಮುದ್ರಣ)
ಯುಗಾದಿ - ಕತೆಗಳು - ₹ 190 (9ನೇ ಮುದ್ರಣ)
ಚೇಳು - ಕತೆಗಳು - ₹ 120 (8ನೇ ಮುದ್ರಣ)
ಹಂಪಿ ಎಕ್ಸ್‌ಪ್ರೆಸ್ - ಕತೆಗಳು - ₹ 195 (9ನೇ ಮುದ್ರಣ)
ಮೋಹನಸ್ವಾಮಿ - ಕತೆಗಳು - ₹ 270 (8ನೇ ಮುದ್ರಣ)
ವಿಷಮ ಭಿನ್ನರಾಶಿ - ಕತೆಗಳು - ₹ 280 (4ನೇ ಮುದ್ರಣ)
ಕೋತಿಗಳು - ಪ್ರಬಂಧ - ₹ 120 (8ನೇ ಮುದ್ರಣ)
ನಮ್ಮಮ್ಮ ಅಂದ್ರೆ ನಂಗಿಷ್ಟ - ಪ್ರಬಂಧ - ₹ 100 (28ನೇ ಮುದ್ರಣ)
ರಕ್ಷಕ ಅನಾಥ - ಪ್ರಬಂಧ - ₹ 110 (5ನೇ ಮುದ್ರಣ)
ವರ್ಣಮಯ - ಪ್ರಬಂಧ - ₹ 225 (7ನೇ ಮುದ್ರಣ)
ಐದು ಪೈಸೆ ವರದಕ್ಷಿಣೆ - ಪ್ರಬಂಧ - ₹ 280 (5ನೇ ಮುದ್ರಣ)
ಹರಿಚಿತ್ತ ಸತ್ಯ - ಕಾದಂಬರಿ - ₹ 200 (6ನೇ ಮುದ್ರಣ)
ತೇಜೋ-ತುಂಗಭದ್ರಾ - ಕಾದಂಬರಿ - ಉತ್ತಮ/ಸಾದಾ (₹ 500/₹ 450) (17ನೇ ಮುದ್ರಣ)
ಮಿಥುನ - ಶ್ರೀರಮಣರ ಕತೆಗಳು - ₹ 135 (8ನೇ ಮುದ್ರಣ)
ಎವರೆಸ್ಟ್ - ಜಾನ್ ಕ್ರಾಕೌರ್ - ₹ 420 (4ನೇ ಮುದ್ರಣ)
ರೇಷ್ಮೆ ಬಟ್ಟೆ - ಕಾದಂಬರಿ - ₹ 450

ಕಾದಂಬರಿ

ಎನ್ನ ಭವದ ಕೇಡು - ಎಸ್ ಸುರೇಂದ್ರನಾಥ್ - ₹ 75
ನ್ಯಾಸ - ಹರೀಶ ಹಾಗಲವಾಡಿ - ₹ 250
ಗುಣ - ಗುರುಪ್ರಸಾದ್ ಕಾಗಿನೆಲೆ - ₹ 150
ದ್ವೀಪವ ಬಯಸಿ - ಎಂ. ಆರ್. ದತ್ತಾತ್ರಿ - ₹ 320
ತಾರಾಬಾಯಿಯ ಪತ್ರ - ದತ್ತಾತ್ರಿ ಎಂ ಆರ್ - ₹ 160
ಅಗೆದಷ್ಟೂ ನಕ್ಷತ್ರ - ಸುಮಂಗಲಾ - ₹ 230

ಪ್ರಿಯೇ ಚಾರುಶೀಲೆ - ನಾಗರಾಜ ವಸ್ತಾರೆ - ₹ 380
ಋಷ್ಯಶೃಂಗ - ಹರೀಶ ಹಾಗಲವಾಡಿ - ₹ 125
ಅಂತು - ಪ್ರಕಾಶ ನಾಯಕ್ - ₹ 200
ಚುಕ್ಕಿ ಬೆಳಕಿನ ಜಾಡು - ಕರ್ಕಿ ಕೃಷ್ಣಮೂರ್ತಿ - ₹ 200
ದೀಪವಿರದ ದಾರಿಯಲ್ಲಿ - ಸುಶಾಂತ್ ಕೋಟ್ಯಾನ್ - ₹ 160
ದಾರಿ - ಕುಸುಮಾ ಆಯರಹಳ್ಳಿ - ₹ 395
ಬರೀ ಎರಡು ರೆಕ್ಕೆ - ಸುನಂದಾ ಪ್ರಕಾಶ ಕಡಮೆ - ₹ 260

ಕವಿತೆ

ಮದ್ಯಸಾರ - ಅಪಾರ - ₹ 90
ಪೂರ್ಣನ ಗರಿಗಳು - ಪೂರ್ಣಪ್ರಜ್ಞ - ₹ 70
ಹಲೋ ಹಲೋ ಚಂದಮಾಮ - ರಾಧೇಶ ತೋಳ್ಪಾಡಿ - ₹ 50

ಪದಚರಿತೆ

ಸರಿಗನ್ನಡಂ ಗೆಲ್ಗೆ - ಅಪಾರ - ₹ 390

www.ingramcontent.com/pod-product-compliance
Lightning Source LLC
LaVergne TN
LVHW090337051026
849518LV00005B/1980
* 9 7 8 8 1 9 7 5 9 9 1 2 5 *